உஷ்ணராசி

கரைப்புறத்தின் இதிகாசம்

மலையாள மூலம் : கே. வி. மோகன்குமார்
தமிழில் : கே. வி. ஜெயஸ்ரீ

வம்சி

உஷ்ணராசி	:	நாவல்
மலையாள மூலம்	:	கே. வி. மோகன்குமார்
தமிழில்	:	கே. வி. ஜெயஸ்ரீ
	:	© ஆசிரியருக்கு
முதற்பதிப்பு	:	அக்டோபர் 2020
அட்டை வடிவமைப்பு	:	பி.எஸ். வம்சி
வெளியீடு	:	வம்சி புக்ஸ்
		19, டி.எம்.சாரோன்,
		திருவண்ணாமலை - 606 601
		செல்: 9445870995, 04175 - 235806
அச்சாக்கம்	:	மணி ஆப்செட், சென்னை - 600 077
விலை	:	₹ 750/-
ISBN	:	978-93-84598-93-8

Ushnaraasi	:	Novel
From Malayalam	:	K.V. MohanKumar
InTamil	:	K.V. Jeyasri
	:	© Author
First Edition	:	October 2020
Wrapper Design	:	B.S. Vamsi
Published by	:	Vamsi books
		19.D.M.Saron,
		Tiruvannamalai - 606 601.
		9445870995, 04175 - 235806
Printed by	:	Mani Offset, Chennai - 600 077
	:	₹ 750/-
ISBN	:	978-93-84598-93-8
www.vamsibooks.com -		e-mail: kvshylajatvm@gmail.com

"Above all, always be capable of feeling deeply any injustice committed against anyone, anywhere in the world... The true revolutionary is guided by great feelings of love"

- Che Guevara

கே. வி. மோகன்குமார்

ஆலப்புழை மாவட்டம் சேர்த்தலை தெற்கு கிராமத்தில் பிறந்தவர்.

பன்னிரண்டு வருடங்கள் பத்திரிகையாளர் பணி.

தற்போது இந்திய ஆட்சிப் பணியில் கேரள மாநில உணவு ஆணையத் தலைவர்.

படைப்புகள் :

சிரார்த்த சேஷம், ஹே ராமா, ஜாரனும் பூச்சையும், ஏழாம் இந்திரியம், பிரணயத்தின் மூன்னாம் கண், எடலாக்குடி ப்ரணய ரேகைகள், மாமூர் தம்பான் ரண்டாம் வரவு(நாவல்கள்)

அலிகயிலெ கலாபம் (குறுநாவல்கள்)

பூமியுடெ அனுபாதம், கினாவல்லயிலெ குதிரைகள், அளிவேணி எந்து செய்வூ!, அகம் காழ்ச்சகள், ஆஸன்ன மரணன், புழையுடெ நிறம் இருள் நீலிமா, என்டே கிராமக் கதகள், கரப்புறம் கதகள், ரண்டு பசுக் கச்சவடக்கார் (சிறுகதைத் தொகுப்புகள்)

தேவரதி, மசூரி ஸ்கெட்ச்கள் (பயணக் கட்டுரைகள்)

மனசு நீ ஆகாசவும் நீ, ராமனும் வால்மீகியும் ஞானும் (கட்டுரைகள்)

ஜீவன்டே அவஸானத்தெ இல, ரொமீலா ஓர்ம சித்ரம் (நினைவுக் குறிப்புகள்)

அப்பூப்பன் மரவும் ஆகாசப் பூக்களும், அம்முவும் மாந்திரிகப் பேடகவும், குஞ்ஞுன் உறும்பும் மாடப்றாவும், மீனுக்குட்டி கண்ட லோகம் (குழந்தை இலக்கியங்கள்)

கேசு, க்ளின்ட், மழநீர்த்துள்ளிகள் எனும் திரைப்படங்களுக்கான திரைக்கதைகள்

ஆங்கிலத்தில் மொழிபெயர்க்கப்பட்ட இவரது படைப்புகள் :

Man Hunt

The Third Eye of Love

End of a Journey (Novels)

Mother Dove and Magic Box (Children Literature)

பல படைப்புகள் தமிழ், இந்தி மொழிகளில் மொழிபெயர்க்கப் பட்டுள்ளன.

பெற்ற விருதுகள் :

1. வயலார் ராமவர்மா விருது 2018 (உஷ்ணராசி)

2. கேரள சாகித்ய அகாடமி விருது 2019 (உஷ்ணராசி)

3. ஓ.வி. விஜயன் ஃபௌண்டேஷன் பிரதம கசாக் விருது

4. டாக்டர் கே. எம். தரகன் சுவர்ணரேகை நாவல் விருது

5. திக்குரிசி ஃபௌண்டேஷன் நாவல் விருது

6. ஃபொக்கானா இலக்கிய விருது

7. அய்மா அக்ஷர முத்ரா விருது

8. கே. சுரேந்திரன் நாவல் விருது

9. பி. குஞ்ஞிராமன் நாயர் ஃபௌண்டேஷன் சமஸ்த கேரளம் நாவல் விருது

10. அங்கணம் சம்சுதீன் நினைவு நாவல் விருது

மனைவி : ராஜலட்சுமி

மக்கள் : லஷ்மி, ஆர்யா

விலாசம் :

சோபானம், நவமி கார்டன்ஸ்,

ஸ்ரீகார்யம் அஞ்சல்,

திருவனந்தபுரம் 17.

E mail : kvmohankumar@yahoo.com

Ph. No : 9495551800

கே.வி. ஜெயஸ்ரீ

கேரளத்தில் பாலக்காடு நகரத்தைப் பூர்வீகமாகக் கொண்ட ஜெயஸ்ரீ ஆர்வமிகுதியால் தமிழில் ஆய்வியல் நிறைஞர் பட்டம் பெற்று, திருவண்ணாமலைக்குப் பக்கத்தில் ஒரு பள்ளியில் தமிழாசிரியராகப் பணி செய்தாலும், நல்ல இலக்கியங்களைத் தன் தாய்மொழியான மலையாளத்தில் இருந்து மொழிபெயர்த்துக் கொண்டிருக்கிறார்.

அவரது மொழிபெயர்ப்புத் தொகுப்புகள்

1. இதுதான் என் பெயர் - பால் சக்காரியா - சிறுகதைகள் (கவிதா வெளியீடு)
2. பிரியாணி - சந்தோஷ் ஏச்சிக்கானம் - சிறுகதைகள் (பாரதி புத்தகாலயம்)
3. கவிதையும் நீதியும் - சுகதகுமாரியுடன் ஒரு நேர்காணல் (பாரதி புத்தகாலயம்)
4. பால் சக்காரியாவின் தேர்ந்தெடுக்கப்பட்ட சிறுகதைகள் (சாகித்ய அகாடமி வெளியீடு)

வம்சி புக்ஸ் வெளியீடுகள்

5. இரண்டாம் குடியேற்றம் - பால் சக்காரியா - சிறுகதைகள்
6. அல்போன்சம்மாவின் மரணமும் இறுதிச் சடங்கும் - பால் சக்காரியா - சிறுகதைகள்
7. யேசு கதைகள் - பால் சக்காரியா சிறுகதைகள்
8. நிசப்தம் - சியாமளா சசிகுமார் - கவிதைகள்
9. வார்த்தைகள் கிடைக்காத தீவில் - ஏ. அய்யப்பன் - கவிதைகள்
10. ஒற்றைக்கதவு - சந்தோஷ் ஏச்சிக்கானம் - கதைகள்
11. ஹிமாலயம் - ஷௌக்கத் - பயணக் கட்டுரை
12. நிலம் பூத்து மலர்ந்த நாள் - மனோஜ் குரூர் - நாவல்
13. உஷ்ணராசி - கே. வி. மோகன்குமார் - கரைப்புறத்தின் இதிகாசம்

குழந்தைகளுக்கான புத்தகம் என்.பி.டி.வெளியீடு

14. ஜிரோ மிட்டே,

15. புக்கா கற்றுக்கொண்ட பாடம்

பெற்ற விருதுகள்

1. திருப்பூர் கலை இலக்கியப் பேரவை விருது.

2. திருப்பூர் தமிழ்ச் சங்க விருது.

3. நல்லி திசைஎட்டும் விருது.

4. திருப்பூர் அங்கம்மாள் முத்துசாமி நினைவு அறக்கட்டளை விருது - 2014

5. திருவண்ணாமலை புதிய பார்வை அறக்கட்டளை சாதனை மகளிர் விருது - 2017

6. திருப்பூர் மத்திய அரிமா சங்கம் சக்தி விருது - 2017

7. புதுக்கோட்டை புத்தகத் திருவிழா விருது - 2017 (நிலம் பூத்து மலர்ந்த நாள்)

8. நெய்வேலி புத்தகத் திருவிழா விருது - 2018

9. மொழிபெயர்ப்புக்கான சாகித்ய அகாடமி விருது - 2019 (நிலம் பூத்து மலர்ந்த நாள்)

நிலம் பூத்து மலர்ந்த நாள் நாவல் திருப்பத்தூர் தூயநெஞ்சக் கல்லூரியிலும், பெரம்பலூர் தந்தை.ஹேன்ஸ் ரோவர் கல்லூரியிலும், கேரளப் பல்கலைக்கழகத்தின் தமிழ்த் துறையிலும் பாடமாக வைக்கப்பட்டுள்ளது.

இவரது மொழிபெயர்ப்பில் பால் சக்காரியாவின் 'ஒரு நாளுக்கான வேலை' எனும் சிறுகதை நாகர்கோவில் திருச்சிலுவை தன்னாட்சிக் கல்லூரியில் பொதுத்தமிழ் பாடத்திட்டத்தில் வைக்கப்பட்டுள்ளது.

கணவர் : மொழிபெயர்ப்பாளர் உத்திரகுமாரன்

பிள்ளைகள் : மகள் சுகானா - மகன் அமரபாரதி

முகவரி

கே.வி. ஜெயஸ்ரீ
கானகம், சு.கீழ்நாச்சிப்பட்டு, தென்மாத்தூர்
திருவண்ணாமலை - 606 603
செல் - 94430 38996
E mail : transjeyasri@gmail.com

தோழர். என். சங்கரய்யா

சுதந்திரப் போராட்ட வீரர்,
கம்யூனிஸ்ட் கட்சியின் முன்னாள்
மாநிலப் பொதுச் செயலாளர்.

> "பிறநாட்டு நல்லறிஞர் சாத்திரங்கள்
> தமிழ்மொழியிற் பெயர்த்தல் வேண்டும்"

என்றார் மகாகவி பாரதியார்.

உலகப் பெரும்புகழ் வாய்ந்த நூல்கள் தமிழில் வரவேண்டும் என்ற நோக்கில் மகாகவி பாரதி அப்படி கூறினார். அதற்கு மொழிபெயர்ப்பாளர் பணி முக்கியமானது. அத்தகைய சிறப்பான பணியைத்தான் திருமதி. கே.வி. ஜெயஸ்ரீ அவர்கள் கடந்த 22 ஆண்டுகளாக மலையாளத்திலிருந்து பல்வேறு நூல்களைத் தமிழில் மொழிபெயர்ப்பதன் மூலம் செய்து வருகிறார். அவருக்கு எனது பாராட்டுகள், வாழ்த்துகள். தமிழகத்துக்குப் பல சாகித்ய விருதாளர்களைக் கொடுக்கும் தமிழ்நாடு முற்போக்கு எழுத்தாளர் கலைஞர்கள் சங்கத்தில் தன்னையும் இணைத்துக் கொண்டுள்ளார்கள் என்பது மகிழ்ச்சிக்குரியது.

சங்ககால பாணர்களின் வாழ்க்கை பற்றி மலையாளத்தில் மனோஜ் குரூர் எழுதிய 'நிலம் பூத்து மலர்ந்த நாள்' புதினத்தைத் தமிழில் மொழிபெயர்த்து அதற்காக 2019 ஆம் ஆண்டு மொழிபெயர்ப்புக்கான சாகித்ய அகாடமி விருதை இவர் பெற்றுள்ளமை கூடுதல் சிறப்பு. மேலும் பல சாதனைகள் படைத்திட எனது வாழ்த்துகள்.

மூலப் படைப்பில் உள்ள எழுத்தின் உணர்வு சிதையாமல், அந்தப் படைப்பின் நோக்கம் குலையாமல் மொழியாக்கம் செய்வதுதான் ஒரு மொழிபெயர்ப்பாளரின் சவால். அதைத் திறம்படச் செய்துள்ளார் ஜெயஸ்ரீ.

100 ஆண்டுகள் கடந்து நிற்கும் இந்திய கம்யூனிஸ்ட் இயக்கம், இந்தியாவின் சுதந்திரப் போராட்டத்தில் கடும் அடக்குமுறைகளை அனுபவித்தும், ஏராளமான சதிவழக்குகளைச் சந்தித்தும், அளப்பரிய தியாகங்களைத் தாங்கி வந்துள்ளது. சுதந்திர இந்தியாவில் மக்களுக்கான செயல்பாடுகளில் பல தீரமிக்க போராட்டங்களையும் கடும் அடக்குமுறைகளையும் தொடர்ந்து சந்தித்து வருகிறது இந்திய கம்யூனிஸ்ட் இயக்கம்.

அத்தகைய வீரம் செறிந்த போராட்டங்களில் ஒன்றுதான் புன்னப்புரை – வயலார் போராட்டம். இந்தப் போராட்டத்தை மையமாக வைத்து 'உஷ்ணராசி' எனும் நாவல் மலையாளத்தில் கே.வி. மோகன்குமார் அவர்களால் எழுதப்பட்டுள்ளது. அதன் தமிழ் மொழிபெயர்ப்பை கே. வி. ஜெயஸ்ரீ செய்துள்ளார்.

600 பக்கங்களைக் கொண்ட இந்த நாவல் தமிழகத்திலும் அதன் தாக்கத்தை நிச்சயம் ஏற்படுத்தும்.

இது போன்று பல்வேறு புதினங்களை அவர் மேலும் மொழியாக்கம் செய்திட எனது மனப்பூர்வமான வாழ்த்துகள்.

05.10.2020

27, 5 வது மெயின் ரோடு,
நியூ காலனி, குரோம்பேட்டை.

வர்க்கப் போராட்டங்களின் காட்சிகள்

வரலாறு என்பது வர்க்கப் போராட்டங்களின் காட்சிகளே என்றார் மார்க்ஸ். வரலாறு நெடுகிலும் ஒடுக்கப்பட்ட விளிம்புநிலை மக்களின் போராட்டமே கொடூரமான முறையில் ஒடுக்கப்பட்டு வந்துள்ளன.

இருபதாம் நூற்றாண்டின் துவக்கத்திலிருந்து இந்தியாவில் கம்யூனிஸ்டு இயக்கம் துளிர்விடத் துவங்கியது. நாடு முழுவதும் கிராமப்புற ஏழைகளின் புரட்சிகள் துவங்கின. வங்கத்தில் குத்தகைவார விவசாயிகள் மகசூலில் மூன்றில் இரண்டு பங்கு (தெபாகா) கேட்டு நிலப்பிரபுக்களுக்கெதிராகப் போராடினர். அமைதியாய் துவங்கிய அப்போராட்டம் ஆயுதமேந்திய போராட்டமாக மாறியது.

தெலுங்கானா விவசாயிகளின் ஆயுதமேந்திய எழுச்சி, கையூர், புன்னப்புரை - வயலார் போராட்டங்கள் வரலாற்றின் பொன்னேடுகளில் பொறிக்கப்பட்டன. கையூர் தியாகிகளின் போராட்டம் எழுத்தாளர் நிரஞ்சனாவால் எழுதப்பட்டு 'நினைவுகள் அழிவதில்லை' என்ற பெயரில் தமிழில் வெளிவந்து பெரும்புகழ் பெற்றது.

உஷ்ணராசி நாவல் பிரம்மாண்டமானது. புன்னப்புரை - வயலார் போராட்டத்தை மையமாக வைத்து இந்த நாவல் எழுதப்பட்டுள்ளது. கேரளத்தில் எளிய சமூகங்களாக வாழ்ந்த ஈழவர்களும் புலையர்களுமே இக்கதையின் நாயகர்கள். திருவாங்கூர் சமஸ்தானத்தில் திவானாக இருந்த சர். சி. பி. ராமசாமி ஐயர் போராடிய மக்களின்மீது போலீசையும் ராணுவத்தையும் ஏவி படுகொலை செய்தார். ரத்தம் தோய்ந்த அந்த நாட்களைப் பற்றி அமர வரிகளில் இந்நாவல் எழுதிச் செல்கிறது.

பழைய தலைமுறைகளின் தகவல் மற்றும் செய்திக் குறிப்பிலிருந்து புதிய தலைமுறை இந்த நாவலை வளர்ந்தெடுத்துள்ளது. புன்னப்புரை - வயலாரை மட்டும் பேசாமல் உலகின் அனைத்துப் புரட்சிகளைப் பற்றியும் பேசுகிறது. புரட்சியாளர் சேகுவேராவின் 'மோட்டார் சைக்கிள் டைரி' முதல் அவரது 'பொலிவியன்

நாட்குறிப்புகள்' வரை நிகழ்கால வரலாறும் கடந்துபோன வரலாறும் நாவலில் இணைக்கப்பட்டுள்ளது. இந்தியாவில் தோன்றிய மாவோயிஸ்ட் புரட்சி குறித்த செய்திகளும் இதில் தொகுக்கப்பட்டுள்ளன. 1938 இல் துவங்கிய புன்னப்புரை - வயலார் போராட்டம் ஆண்டுக்கணக்கில் நீடித்தது. சர். சி. பி. யின் அட்டூழியங்களால் பத்தாயிரத்துக்கும் மேற்பட்டவர்கள் சுட்டுக் கொல்லப்பட்டனர். பலர் அடித்துக் கொல்லப்பட்டனர். பெண்கள் வல்லுறவு செய்யப்பட்டுக் கொல்லப்பட்டனர். சர்.சி.பி.யின் துப்பாக்கிகளுக்கெதிராகப் புரட்சியாளர்களால் துப்பாக்கிகளைத் தயார் செய்யவும் முடியாத எதிரிகளிடமிருந்து பறிமுதல் செய்யவும் முடியாத நிலை கதைப்போக்கில் அம்பலப்படுகிறது.

கேரளத்தில் கம்யூனிஸ்டு கட்சியைத் தோழர் கிருஷ்ணப்பிள்ளை விதைப்பதும், இ.எம்.எஸ். நம்பூதிரிபாட், டி.வி. தாமஸ், கே.ஆர். கௌரி, அச்சுதமேனன், வி.எஸ். அச்சுதானந்தன் போன்ற தலைவர்களின் உருவாக்கமும் நிகழ்கிறது. அக்காலத்தில் விடுதலைப் போரில் பங்கேற்ற காங்கிரஸ் கட்சி பட்டம் தாணுப்பிள்ளை தலைமையில் இயங்கியது. ஆனால் கடைசிவரை காங்கிரஸ் சர்.சி.பி. யின் ராணுவ அட்டூழியங்களை ஆதரித்தே வந்துள்ளது. கம்யூனிஸ்ட் கட்சிக்கு எதிரான நிலைப்பாட்டையே காங்கிரஸ் தொடர்ந்து எடுத்து வந்தது.

செங்கொடியின் வீரப்புதல்வர்களின் மரணங்கள் நம்மைத் துயரத்தில் ஆழ்த்துகின்றன. அது துப்பாக்கிகளால் துளைக்கப் பட்டவர்கள் முதல் விஷப்பாம்பு கடித்து மரணமடையும் கிருஷ்ணப்பிள்ளை வரை நம் நெஞ்சில் நிலைக்கிறார்கள். கம்யூனிஸ்டு கட்சி தென்னைமரம் ஏறும் தொழிலாளர் சங்கம் முதல் கயிறு தொழிலாளர் சங்கம் வரை சங்கங்களை அமைக்கின்றன.

திவானின் கொடுமைகளுக்கெதிராகத் தொழிலாளர்கள் போராடி மடிந்தனர். தோழர் அச்சுதானந்தன் தலைமையில் ஐநூறுக்கும் மேற்பட்ட தோழர்கள் குத்தீட்டிகளோடு அணிவகுத்து,

''கொடுங்கோலனே கொடுங்கோலனே
உனது மரண ஒலி முழங்கியது...
உலக முழுதும் நீ குழித்த குழியில்
உன்னையின்று மூடுவோம்...
நீயெடுக்கும் ஆயுதத்தால்
இன்று உன்னையே அழிப்போம்... ''

என்று போர்பரணி பாடி வந்தனர். போராட்டத்தை ஒடுக்க நினைத்த காவலர்களுக்கெதிராகக் கையில் கிடைத்த ஆயுதங்களைக் கொண்டு தோழர்கள்

தாக்குதல் தொடுத்தனர். இதில் தற்கொலைப் பிரிவுப் படையினர் முன்னணியில் நின்று மடிந்தனர்.

காங்கிரஸ் ஆட்சிக்கு வந்த காலத்திலும் வழக்குகளில் சிக்கி, சிறையிலிருந்த ஆயிரக்கணக்கான தோழர்களை விடுதலை செய்யுமாறு கட்சி வலியுறுத்தியது. ஆனால் காங்கிரஸ் செவி சாய்க்கவில்லை. அமெரிக்க மாடலில் நாட்டை மாற்றப் போகிறேன் என்ற அராஜகத்தில் திளைத்த சர்.சி.பி. ஒரு விழாவின்போது ஒரு தோழரால் வெட்டி வீழ்த்தப்படுகிறார். வரலாற்றில் ரத்தக் காட்டேரிகளுக்குக் கிடைக்கும் பாடம் அவனுக்கும் கிடைத்தது.

பல ஆண்டுகாலப் போராட்டங்கள், தியாகங்களின் மூலமாக அம்மக்கள் உரிமைகளைப் பெற்றனர். கரையோர சரித்திரத்தின் பலனாக கேரளா முழுவதும் கம்யூனிஸ்டு கட்சி பலமடைந்தது. 1957 ஆம் ஆண்டு நடந்த பொதுத் தேர்தலில் கம்யூனிஸ்டு கட்சி வெற்றி பெற்றது. தோழர் இ.எம்.எஸ். நம்பூதிரிப்பாடை முதல்வராகக் கொண்டு இந்தியாவின் முதல் கம்யூனிஸ்டு அமைச்சரவை பதவியேற்றது. குறுகிய காலத்தில் மக்களுக்கு அந்த அரசு பல சாதனைகளைப் புரிந்தது.

'வயலார் கர்ஜிக்கிறது' என்ற கவிதையில் இவ்வாறு வருகிறது.

"வயலார் என்றொரு சிறு கிராமமல்ல யாருக்குமே
விலைமதிப்பில்லாத காவியமாம்
மலையாளத் திருமாரில் நசுக்கப்பட்டவர்தம்
இதய ரத்தத்தால் குறித்த காவியம்...
புகையுமந்த சாம்பலில்
தூரிகை கொண்டுதான்
தீட்ட வேண்டும் நாட்டின் சரித்திரக்காரா..."

நாவலின் இறுதிப் பகுதியில் சேகுவேராவின் வாழ்வும் அவர் கூறிய வைர வரிகளும் குறிப்பிடப்பட்டுள்ளன. கரைப்புறத்தின் இதிகாசம் எழுத்தின் வழிகளிலே வெற்றிகரமாய்ப் பயணித்துள்ளது.

மலையாள எழுத்தாளர் கே.வி. மோகன்குமார் உஷ்ணராசி என்ற கரையோரத்தின் இதிகாசத்தை ஓர் உணர்ச்சிக் காவியமாக எழுதியுள்ளார். தமிழில் 600 பக்கங்கள் வரும் இந்த பிரம்மாண்ட நாவலை அன்புத்தோழி கே.வி. ஜெயஸ்ரீ அருமையாய்த் தமிழாக்கம் செய்துள்ளார். கே.வி. ஜெயஸ்ரீ சாகித்ய அகாடமி விருது பெற்ற மொழிபெயர்ப்பாளர். அந்த விருதுக்கு விருது சேர்க்கும் நாவல் இந்தத் தமிழாக்கம்.

மறைந்த தியாகிகளின் தோள்களின் மீதுதான் புதிய தலைமுறை புரட்சியாளர்கள் நின்று கொண்டிருக்கிறார்கள். அந்தத் தியாகத் தோள்களின் மீதுள்ள கால்களைத் தப்பித் தவறி எடுத்துவிட்டால் புதிய தலைமுறை அதலபாதாளத்தில் விழ நேரிடும்.

ஜெயஸ்ரீயின் இரண்டு ஆண்டுகால உழைப்பில் தமிழாகியுள்ள உஷ்ணராசி புரட்சி இலக்கியத் தடத்தின் ஒளிவிளக்காய் பிரகாசிக்கிறது.

கே.வி. ஜெயஸ்ரீக்கு இதய வாழ்த்துகள்.

பேரன்புடன்

எஸ். ஏ. பெருமாள்
மாநிலச் செயற்குழு உறுப்பினர்
த.மு.எ.க.ச.
மதுரை
28.7.2020

வேழாம்பலின் காத்திருப்போடு...

நிலம் பூத்து மலர்ந்த நாளுக்குப் பிறகான நீண்ட இடைவெளி என் வாசிப்புக்கும் அடுத்த புத்தகத்துக்கான தேடலுக்குமானதாக அமைந்தது. அந்த நாட்களில் தம்பி ராம் தங்கம் வழியாக உஷ்ணராசி என் கைகளுக்கு வந்தது.

◀ இந்திய ஆட்சிப் பணியில் தற்போது கேரள மாநில உணவு ஆணையத் தலைவராக இருக்கும் எழுத்தாளர் கே.வி.மோகன்குமார் ஆய்வுக்கும் எழுத்துக்குமாக ஏறக்குறைய ஐந்தாண்டுகள் எடுத்துக்கொண்டு எழுதி முடித்த இதிகாசம். அந்த உழைப்பின் பலனை ஒவ்வொரு வரியிலும் உணர முடிந்தது.

எட்டு நாவல்கள், பதினொன்று சிறுகதைத் தொகுப்புகள், ஒரு குறுநாவல், பயணக் கட்டுரைகள், குழந்தை இலக்கியம், திரைக்கதை என இவர் மலையாள இலக்கியத்திற்குச் சேர்த்திருக்கும் செல்வம் அளவற்றது. அவற்றுள் 12 பதிப்புகளைக் கண்டு, 13 விருதுகளையும் பெற்ற அவரின் ஆகச் சிறந்த நூலான உஷ்ணராசியை மொழிபெயர்க்கும் வாய்ப்பை எனக்குக் கொடுத்ததற்கு என் முதல் நன்றியைத் தோழருக்குத் தெரிவித்துக் கொள்கிறேன்.

கேரள கம்யூனிச இயக்க வரலாற்றின் வழியாகச் செல்லும் கதை அக்காலச் சமூக, பண்பாட்டு, அரசியல் நிகழ்வுகளோடு இணைந்து செல்வதோடு சமகாலச் சூழலையும் சேர்த்துக் கொள்கிறது.

மலையாள அப்பாவுக்கும் வங்காள அம்மாவுக்கும் பிறந்த மகள் தன் தந்தையின் வேர்கள் தேடிச் சென்ற பயணத்தில் கண்டடைந்த வீரம் செறிந்த மண்ணின் வரலாறு.

இந்த நூலின் பயண வழியில் நான் பெற்ற அனுபவங்களைப் பற்றி எழுத இந்த ஒரு கட்டுரை போதாது. ஒரு நூலைப் படிக்கையில் இத்தனை அனுபவங்களும் அறிவும் பெற முடியுமா என எண்ணி வியக்கிறேன்.

ஒரு நூற்றாண்டு பின்னிட்டுச் சென்று பனையேறிகளுடனும், எளிமையான துணிச்சலான தோழர்களுடனும் அவர்கள் அறியாமல் எழுத்தாளர் வாழ்ந்திருப்பதாகவே தோன்றுகிறது

எழுத்தாளரின் இசைஆர்வம் மொழிபெயர்க்கும் என்னையும் தொற்றிக் கொண்ட நாட்கள் அலாதியானவை. இரவீந்திர கீதங்கள், மல்லிகார்ஜுன் மன்சூர், இந்திராணி சென், பண்டிட் சிவக்குமார் சர்மா, பௌலாமி கங்குலி, ஃபிரோசா பேகம், நஸ்ருல் இஸ்லாம், தேவபிரபா என எழுதுவதை நிறுத்திவிட்டு என் இரவுகளில் அவர்களின் இசையைத் தேடித் திளைத்திருக்கிறேன்.

ஒரு சிலர் இல்லையெனில் இப்புத்தகம் சாத்தியமில்லை.

அவ்வரிசையில் முதலாவது நிற்பவர் எர்ணாகுளம் ஹரி சார்.

நாவல் வாசிப்பதற்கு எளிமையாகவே இருந்தது. ஆனால் எழுதத் தொடங்கும்போது பக்கத்துக்குப் பக்கம் எனக்குப் பொருள் தெரியாத வார்த்தைகளின் குவியல் என்மீது விழ நான் திணறித்தான் போனேன். என் மலையாளத் தோழி சுலபாவை அணுகியபோது, என்னைவிட உனக்குப் பேருதவியாக இருப்பார் என்று அறிமுகப்படுத்தப்பட்டவர் ஹரி சார்.

‘டீச்சரே, இன்னிக்கு ஏன் கூப்பிடல?’ என்று கேட்டுகேட்டு என் சந்தேகங்களைத் தீர்த்து வைப்பார். தெரியாத வார்த்தைகளின் பட்டியலை அனுப்பி வைத்தால் உடனடியாக அவற்றைச் சொல்லி விடுவார்.

இந்த வார்த்தைகள், வழிமுறைகள் பலவும் இப்போதைய வழக்கில் இல்லாதவை என்று சொல்லி வெகு பிரயத்தனப்பட்டு அவற்றைச் சேகரித்துக் கொடுப்பார். தாவரங்கள், விலங்குகள், நீர்வாழ் உயிரிகள், பறவைகள் என இப்படைப்பில் வரும் அனைத்தும் அவருடைய உதவியுடன் தமிழாக்கப்பட்டவையே.

நான் ஒரு மலையாளப் பெயரை அவருக்கு அனுப்ப, அவர் அதன் அறிவியல் பெயரை ஆங்கிலத்தில் எழுதி அனுப்புவார். இப்படியாக தமிழ்ப் பெயரை நான் கண்டடைவேன். புத்தகம் எழுதி முடித்தபோது, ‘டீச்சரே எழுத்துவேல

முடிஞ்சிடுச்சா? இனிமே நீங்க என்னைக் கூப்பிடமாட்டீங்களா?' என்று வருத்தத்தோடு கேட்டார்.

இனி எப்போதும் எங்கள் நட்பு வட்டத்துக்குள் இருப்பீர்கள் ஹரி சார். உஷ்ணராசி என்ற பெயரை உச்சரிக்கும்போது உங்கள் பெயரையும் சேர்த்தே நான் நினைவு கொள்ள முடியும். நன்றி என்ற வார்த்தையில் முடித்துக் கொள்ள மாட்டேன். அது முடியவும் முடியாது. அப்படியான நட்பு அது.

வழக்கம் போலவே என் அன்பு மகன் வம்சியிடம் அட்டைப்படம் வடிவமைக்கச் சொல்லியிருந்தேன். நாவல் பற்றி நான் சொன்ன நான்குவரிக் குறிப்பை உள்வாங்கி, அவன் என்னிடம் காண்பித்த முன்னெப்போதோ எடுக்கப்பட்ட அவனுடைய புகைப்படம் என்னைத் துள்ளிக் குதிக்க வைத்தது. நாவலுக்குள் தன் கேமராவுடன் ஒரு கணம் அவன் கடந்து சென்றிருப்பதாகவே உணர்கிறேன். உன் பேரன்புக்கு அன்பு முத்தங்கள் மகனே...

இந்தப் புத்தகத்துக்கான முன்னுரை பற்றிய பேச்சில் மனதில் தோன்றிய முதல் பெயர் முப்பது ஆண்டுகால ஆதர்ஷமான தோழர் எஸ்.ஏ.பி. அவர்கள். ஒரு சந்திப்பில் அவரிடம் பேச வாய்த்தபோது ஒத்துக் கொண்டார். அவர் உடல்நிலை, சிரமங்கள் பற்றி மிகத் தயக்கத்துடனே நான் இருந்தபோது, சாத்தூர் தியாகு அண்ணன் கேட்டுக் கொள்ள, நான் அனுப்பியிருந்த எழுநூற்றைம்பது பக்க நூலை ஒரு வாரத்துக்குள் வாசித்து முடித்து முன்னுரை எழுதி அனுப்பிவிட்டு என்னிடம் தொலைபேசியில் மகிழ்ந்து பேசிய அந்தத் தோழமைக்கு என் வணக்கங்கள். நான் பெரும்பேறு பெற்றவளாகிறேன். சாத்தியப்படுத்திவிட்டு நூல் வாசிப்புக்காகக் காத்திருக்கும் உங்களுக்கு என் நன்றிகள் தியாகு அண்ணா...

இந்த நூல் பற்றி நான் பல நண்பர்கள், தோழர்களிடம் பேசிய போதெல்லாம் அவர்கள் உச்சரித்த ஒரு பெயர் 'நிரஞ்சனாவின் நினைவுகள் அழிவதில்லை' முப்பது வருடங்களுக்கு முன் வந்த அந்த நூலில் ஒரு கதாபாத்திரமாக வாழ்ந்த தோழர் என். சங்கரய்யா அவர்களிடம் புத்தகத்துக்கு ஒரு வாழ்த்துக்குறிப்பு மட்டுமே வாங்கிவிட வேண்டும் என்ற என் பேராசையை ஒருநாள் தோழர் எஸ்.வி.வி.யிடம் சொல்ல, உடனடியாக என்.எஸ். தோழரின் மகன் நரசிம்மன் அவர்களின் அலைபேசி எண்ணைத் தந்துவிட்டார்.

நன்றி எஸ்.வி.வி. தோழர், நன்றி நரசிம்மன் தோழர். உங்கள் இருவராலும் என் பேராசை, பெருங்கனவு வாழ்த்துரையாகவே ஈடேறியிருக்கிறது. தோழர் என்.எஸ். அவர்களின் வார்த்தைகள் எனக்குக் கிடைத்த வரம்.

பல்வேறு விஷயங்களுக்கான விளக்கங்கள் அளித்த இனிய நண்பர் எழுத்தாளர் நாஞ்சில் நாடன் அவர்களுக்கு என் நன்றிகளை உரித்தாக்குகிறேன்.

அரசியல் விளக்கங்கள் தேவைப்பட்டபோது அருமைத் தோழர் அப்பணசாமி மிக நீண்ட விளக்கங்கள் கொடுத்து உதவினார். அவருக்கு என் தோழமையின் நன்றிகள்.

உஷ்ணராசி நூலை அறிமுகப்படுத்தி அதன் உருவாக்கத்தில் பல்வேறு வகையிலும் உறுதுணையாயிருந்து, நான் இந்தக் கதையைச் சொல்லச் சொல்ல புன்னப்புரை, வயலார், ஆலப்புழை, வைக்கம் என்று அத்தனை இடங்களையும் என் கண் முன்னே உணர்வுபூர்வமாகக் காட்சிப்படுத்திய தம்பி ராம்தங்கத்துக்கு எனதன்பு...

இந்த நாவல் பேசும்மொழி மூன்று வகைமைகளில் இருக்கும். அடிமட்டத்து மக்களின் மொழி, தலைவர்கள் பேசிக் கொள்ளும் பொதுமொழி, நவீன ஆங்கிலம் கலந்த மொழி. இவற்றுள் எதுவும் ஒன்றோடு ஒன்று குழம்பிக் கொள்ளாமல் மிகத் துல்லியமாக மொழிபெயர்க்க வேண்டிய பொறுப்பு இந்நூல் கோரிய பெரும் உழைப்பு.

இந்த இடத்தில் என் இனிய தோழியும் எழுத்தாளரும் கவிஞருமான நாகர்கோவில் உமா கண்ணன் செய்த உதவி தன்னிகரற்றது. நீண்டநாள் எனக்காகச் செலவு செய்து அவர்கள் அதைச் செதுக்கினார்கள். நன்றி என்ற ஒரு வார்த்தைக்குள் அடைத்துவிட முடியுமா அந்தப் பிரியத்தை...!

இந்நூலில் இடம்பெற்ற வைத்தியமுறைகளுக்கான சந்தேகங்களைத் தீர்த்து வைத்த அருமை மகள், ஆயுர்வேத மருத்துவர் நிரஞ்சனி...

முதல் மெய்ப்பு திருத்தித் தந்துவிட்டு நூலுக்காக ஆவலோடு காத்திருக்கும் எங்கள் இனிய மூத்த சகோதரர் தோழர் சந்துரு...

குறுகியகால அவகாசமே இருந்தபோதும் இந்நூலின் கடைசி மெய்ப்பு திருத்தத்தைச் செம்மையுறச் செய்து தந்த என் பிரியத்துக்குரிய தோழி தங்க துரையரசி...

இந்நூலின் அரசியல் பார்வையின் ஆழத்தையும் நுட்பத்தையும் மிகத் துல்லியமாக உணர்ந்து மொழிபெயர்க்க, பேருதவியாய் உடன் பயணித்த கணவர் உத்திரகுமாரன், எப்போதும்போல் என் எழுத்துக்குப் பக்கபலமாய் இருக்கும் சக மொழிபெயர்ப்பாளர் மகள் சுகானா, 'முடிச்சிட்டீங்களா...? முடிச்சிட்டீங்களா...?' என்று துரிதப்படுத்தியபடி வாசிப்பின் ஆர்வத்தோடு காத்துக் கொண்டிருக்கும் மகன் அமரபாரதி இவர்களே என் எழுத்திற்கு பலம் சேர்த்தவர்கள்.

உழவு சார்ந்த சந்தேகங்களைத் தீர்த்து வைத்த எங்கள் பக்கத்து வீட்டு மூலக்காட்டார் தாத்தா, ராஜாக்கண்ணு அண்ணன், நண்பன் சிவகங்கை ஆசை, பிரிய ஸ்நேகிதி சுலபா. நேர்த்தியாக புத்தக வடிவமைப்பு செய்த அருமைத் தங்கைகள் மோகனா, தேவி...

இந்த நீண்ட இரண்டு வருட உழைப்பின் பொக்கிஷத்தைக் கண்ணிமைக்கும் பொழுதில் கையில் கொண்டு வந்து தந்த தங்கை ஷைலஜா...

நிலம் பூத்து மலர்ந்த நாளுக்கான வரவேற்பும் விருதும் உஷ்ணராசி நாவலுக்கான எதிர்பார்ப்பை அதிகப்படுத்தியுள்ளது. இவர்கள் அனைவரின் பிரியமும், உதவியும், பக்கபலமுமின்றி இந்த எதிர்பார்ப்பை முழுமையுறச் செய்திருக்க இயலாது. முழுமையுறச் செய்திருக்கிறேனா என்பதையறிய வேழாம்பல் எனக் காத்திருக்கிறேன்.

எல்லோருக்கும்
பேரன்புடன்
கே.வி. ஜெயஸ்ரீ.
அக்டோபர் பத்து 2020
இரவு 9.00 மணி.

0

திஷஹர

டால்ஸ்டாய் மார்க்கில் நடைபாதையினூடே, வேப்ப மரங்களின் நிழல் பற்றி நடந்து கொண்டிருக்கும் போது, ''அபூ, நீ எழுதணும், நீ ஒரு எழுத்தாளர் ஆகணுங்கறதுதான் என்னோட ஆசை. ஒரு பிமல் மித்ரா போல, ஒரு விபூதிபூஷண் போல, நம்மோட மாதவிக்குட்டியப் போல...'' என்றார் அப்பா.

தில்லி கல்லூரி வளாகத்திற்குக் கடைசியாக அப்பா வந்த நாள். ஜந்தர் மந்தரின் தெருவோர வியாபாரிகளிடம் வாங்கிய மக்காச்சோளத்தின் சூடு ஆறியிருக்கவில்லை. அப்பா நடைபாதையைக் கடந்து இடதுபக்கம் திரும்பினார்.

''உன்னால எழுத முடியும்னா என்னிக்காவது ஒருநாள் நீ அங்கே போகணும். அந்தப் போராட்ட இதிகாசத்தப் பத்தி எழுதணும். அப்பாவோட நிறைவேறாத ஆசை அது''

''நீங்களே முயற்சி செஞ்சிருக்கலாமே?'' அவள் அவருடைய விரல் நுனிகளைத் தடவி,

''அந்தப் பழைய பத்திரிகைக்காரனோட தூரிகை...'' என்றாள்.

அப்பாவின் கண்களில் நிராசையின் ஈரம் துளிர்த்தது.

''இயக்க வேலைகளுக்கான அலைச்சல்களுக்கிடையில எல்லாம் கைவிட்டுப் போனது போலவே எழுத்தும் போயிடுச்சு...''

''பாவம் தோழர் சத்தியதாஸ்'' அவள் கிண்டல் செய்தாள்.

''தோழருக்கு இப்போது கைமுஷ்டி தூக்கி முழக்கமிட மட்டுந்தானே தெரியும்? இப்போதைய புதிய விளையாட்டு, கார்ப்பரேட்டுகளுடனும், மாஃபியாக்களுடனுன்றது ஞாபகமிருக்கட்டும்''

அப்பாவின் உதடுகளில் மெல்லிய புன்னகை மின்னி மறைந்தது.

''அப்படியெல்லாம் பயந்தா வாழ முடியுமா? ஒரு வாழ்க்கைதானே நம்ம கைல இருக்கு?''

''அதைத்தானே தோழரே நானும் சொல்றேன்? ஒரு வாழ்க்கைதான் இருக்கு'' அவள் நினைவூட்டினாள்.

''ஆட்சியாளர்கள் எப்பவுமே அவங்க பக்கம்தான். அதற்கு எதிரானவர்களென்று வெளியே காட்டிக் கொள்பவர்களும் ரகசியமாக அவர்களின் மேலங்கி அணிந்தவர்களே. அப்பாவைப் போல சிலர் மட்டுந்தான் தனித்து...''

''யாராவது இதற்காகவும் செயல்பட வேண்டியிருக்குதே? இந்த பூமியைக் காப்பாற்ற, இந்தச் சமூகத்தைக் காப்பாற்ற... பொருளாதார வளர்ச்சியை மேம்படுத்த, மன்மோகன்சிங் தொடங்கி வைத்த புதிய தாராளமயக் கொள்கைகள் இந்த தேசத்தை எங்கே கொண்டுபோய் விட்டிருக்குன்னு உனக்குத் தெரியுமா? நம்மளோட புரட்சிக் கனவுகள் எதுவும் அஸ்தமிக்கல. புரட்சியாளர்கள் மக்கள் முன்னேற்றத்தைப் பற்றி மட்டுமே எப்பவும் சிந்திக்கிறாங்க''

அந்தியில் ஊர்ந்திறங்கும் நகரத்தின் பனிப்பொழிவிலும் அப்பாவின் நரம்புகளில் உஷ்ணக் காற்று வீசியது.

''அட... நான் சொல்ல மறந்திட்டனே. நீ எப்ப கொல்கத்தா வரப் போற? உன் அம்மாவோட *திஷஹர ஆல்பம் வெளிவருது. வர்ற பத்தாம் தேதி. சலீல்தா வரேன்னு ஒத்துக்கிட்டிருக்கார். உன்னால வர முடியுமா?''

''அம்மா கூப்டாங்க. அந்த கம்போசருக்கு அம்மாவோட கவிதைகள்னா அவ்ளோ புடிக்குமாம்''

''பாவம் சுபோத். அவர்தான் மொத்தக் கவிதைகளுக்கும் இசையமைச்சார். உங்கம்மாவோட கவிதைகள்ல எனக்கு ஒரு மதிப்பு தோன்றியதே, அவர் அதை கம்போஸ் செய்து கேட்ட பிறகுதான். ஸோ... மீனிங்புல்... நானதை மொழிபெயர்த்திருக்கேன். கேக்கறியா?''

''முன்னால் அல்ல
பின்னால் அல்ல
சுற்று வழிகளில் அல்ல
என் இதயம்
வழி தவறிப் போவது

* திஷஹர - குறிப்புகளற்ற

உயரங்களை நோக்கியே.
மதில்களைத் தகர்த்தெறிய
சிகரங்களைக் கீழடக்க..."

அப்பா ராஜீவ் சௌக்கிற்கான பாதையில் திரும்பினார்.

"கவனமா இருங்கப்பா" அவள் சிரித்தாள்.

"திஷஹர வெளியிடப்பட்டதும் சினேகலதா சாட்டர்ஜி நட்சத்திரமாயிடுவா. அந்த இதயம் வேறெங்காவது திசை திரும்பிட்டா... ஸீ... இட் ஈஸ் க்ளூலெஸ்..."

அதைக் கேட்ட அப்பா உரக்கச் சிரித்தார்.

"திஷஹர... திஷஹர..."

ராஜீவ் சௌக்கை அடைந்து மெட்ரோவின் நெரிசலில் மறைவதற்கிடையில் அப்பா திரும்பி நின்றார்.

"ம்... நாம பேசிக்கிட்டிருந்தது... என்னைக்காவது ஒருநாள் அப்பாவின் வேர்களைத் தேடிப் போக நேர்ந்ததுன்னா, அந்த இதிகாச பூமியின் வேர்களையே நீ காண்பாய். அந்தத் தாய் வேர்களில் ஒன்றே உன் அப்பாவுடையதும்..."

அந்த இறுதிச் சந்திப்பின் முடிவில் அப்பா ஏன் அப்படிச் சொன்னார்? அருகில் எங்கேயோ பதுங்கியிருந்த மரணத்தின் காலடியோசையை அப்பா உணர்ந்திருந்தாரா?

கீ போர்டின் முன்னால், திரையில் வலதுபுறம் ஒளிர்ந்த வரிகளைப் பார்த்திருந்த அவளின் கண் ஓரங்களில் ஈரம் படர்ந்தது.

இந்த வரிகளை வாசித்துக் கேட்க அப்பா இருந்திருந்தால்...!

இல்லை, அப்பா மறைந்துவிடவில்லை.

அப்பாவின் பலிபீடத்திற்கருகே நின்று தோழர்கள் முழக்கமிட்ட பிரியாவிடை அவள் காதுகளில் ஒலித்தது.

'இல்லை இல்லை மரணமில்லை
தீரத் தோழர்களுக்கு மரணமில்லை...'

இப்படி நூறு முறையாவது அவளும் முழக்கமிட்டிருப்பாள்.

பவன் தாஸின் நினைவிடத்தினருகே...

ஜகீந்தரின் சிதைக்கருகே...

செம்பதாகை போர்த்திக் கிடத்தப்பட்டிருந்த சுமன் போஸின் தலை வெட்டப்பட்ட உடலினருகே...

இல்லை... இல்லை... தோழர் சத்தியதாஸ் சாகவில்லை.

அப்பாவின் தூண்டுதல்களே தன்னை இங்கே கொண்டு வந்து சேர்த்திருக்கிறது. திசாவும் மிருணாள்தாவும் அதற்கொரு நிமித்தமாக இருக்கலாம்.

என்றேனும் ஒருநாள் இந்த மண்ணுக்கு வர வேண்டியிருந்தது. தோழர் சத்யதாஸின் வேர்கள்தானே என்னுடையதும்...

அரூபமான அந்த வேர்களே தன்னை இங்கே கொண்டுவந்து சேர்த்தது. இல்லையென்றால் கல்லூரியிலிருந்து எங்கே செல்வதென்ற மனமயக்கத்தின் முடிவில் திசா இங்கே வரச் சொன்னதும், மிருணாள்தா அதனை ஒத்துக் கொண்டதும் எப்படி?

மிருணாள்தாவுக்கு திடீரென அப்படியொரு மனமாற்றம் ஏற்பட என்ன காரணம்?

கீபோர்டில் அவள் விரல்கள் அசைந்தன.

- வயலார்.

1

திவானின் நரவேட்டை

இருண்ட கார்மேகக் கூட்டம் பகல் சூரியனைச் சிறைப்படுத்தியது.

நீர்க்குமிழிகளுக்கு இடையில் பதுங்கியிருந்த நீர்க்கோழிகள் *தாழம்சக்கைப் புதர்களை நோக்கிப் பாய்ந்தன. காயல் பரப்பின்மீது ஆகாயத்தின் கருநிழல் பரவியது.

''சூரியன் இவ்ளோ நேரமாச் சுட்டெரிச்சுக்கிட்டு இருந்ததே?'' தோழன் சேகரன் ஆகாயத்தைப் பார்த்தான். ''ஒரு தூத்தல் போட்டிருந்துச்சுன்னா இந்தக் கொதிக்கிற சுடுமணலு கொஞ்சம் குளுந்திருக்குமே. ஐப்பசி பத்து தேதி ஆயிடுச்சு''

ஐப்பசி மழை இன்னும் பெய்யத் தொடங்கவில்லை.

''மழை பெய்யறதுக்கான அறிகுறியில்ல'' தோழன் ராமன்குஞ்ஞு அடுப்படிக்கு வெளியே வந்து எட்டிப் பார்த்தான்.

''கார்மேகங்கள் ஏதோ தடையைப் பாத்து தயங்கி நிக்கறதப் போலத் தெரியுதே''

காயல்கரையின் முந்திரிக் காடுகளில் எங்கேயோ நாய்கள் குரைத்தன.

தோழன் சேகரனின் உள்நெஞ்சில் ஒரு நடுக்கம் மின்னலாய் வெட்டியது. பணிக்கர் அப்பா வந்து சூசகமாகச் சொல்லிவிட்டுப் போயிருந்தார்.

''புன்னப்புரைலயும், காட்டூர்லயும், மாராரிக்குளத்திலயும் ராணுவம் துப்பாக்கிச்சூடு நடத்தியிருக்கு. நெறய பேர் செத்துட்டாங்க. அதே மாதிரி நம்ம முகாமையும் வளச்சுடுவாங்க. துப்பாக்கிச்சூடு நடக்கும். நம்மள்லயும் நெறயபேர் சாக வேண்டியிருக்கும். உசிருமேல ஆசயிருக் கறவங்க இங்க நிக்காதீங்க. சீக்கரமாக் கௌம்பிப் போயிடுங்க''

*தாழம்சக்கை - பறவைகள், விலங்குகள் உண்ணும் ஒருவகை அன்னாசிப்பழம்

இதைக் கேட்ட அவர்கள் அனைவரும் ஒரே குரலெழுப்பினர். ''இல்ல, இல்ல, நாங்க யாரும் போவமாட்டோம்... வாழறதுன்னா மனுசனாட்டம் வாழணும். இல்ல சாவறதுன்னா சாவுதான்...''

இரவு இரண்டு மணிக்குப் பிறகுதான் பணிக்கர் அப்பா கேம்ப்பிலிருந்து போனார்.

தோழர்களைத் தூக்கத்திலேயே கொன்று ஒழிப்பதற்காகவே முதல்நாள் இரவு ராணுவம் ஒளிந்தும் மறைந்தும் வந்தது. படகுகள் பம்மிப்பம்மி வந்தன. கண் கொட்டாமல் காவலிருந்த தோழர்கள் அவற்றைக் கண்டதும் இருட்டைத் துளைத்தபடி ஜல்லிக் கற்கள் பறந்தன. ராணுவம் உயிரைக் கையில் பிடித்து ஓடியது.

''பட்டாளம் குண்டுபோட எப்ப வேணா வரும்'' தோழன் கிருஷ்ணன் செதுக்கித் தயாராக வைத்திருந்த குத்தீட்டிகளைப் பார்வையிட்டான். சரியாக மூணேகால் கோல் நீளம். ''நுனியெல்லாம் கூரா இருக்கில்லையா? பட்டாளம் கிட்ட வர்றப்ப, அத்தனையையும் இடுப்பப் பாத்துச் சொருவணும்...''

சேகரன் வேதனையோடு சுற்றிலும் பார்த்தான்.

''ஆளுங்க அதிகமாயிட்டே இருக்காங்களே?''

''பட்டாளம் வந்துச்சுன்னா இவங்க நெலமை...'

'அதுக்கு பட்டாளத்துக்கு கண்ணு, மூக்குன்னு எதையும் பாக்கத் தெரியாதே, அவனுங்க கையில இருக்கறது துப்பாக்கியில்ல?'' என்றான் தோழன் குஞ்ஞன்.

பசியில் உளைந்து களைத்து, தோழர்களைத் தாண்டிக் கடந்து, ஒரு கூட்டம் முகாமுக்குள் நுழைந்தது. கைக்குழந்தைகளை இடுப்பில் சுமந்தபடி காய்ந்த வயிற்றுடன் இளம்பெண்களும், குழந்தைகளும் அதிலிருந்தனர். பின்னால் கூனிக் குறுகியபடி முதியவர்கள். அடுப்பங்கரையை நோக்கியே அவர்கள் போனார்கள்.

''மேனாசேரிக்காரங்க'' என்றான் தோழன் கருணன். ''அவங்களோட வீடுகளயும், குடிசைங்களயும் மொத்தமா நேத்து ராத்திரி போலீசும் ஜமீன் ஆளுங்களும் கொளுத்திட்டாங்கப்பா. ஆம்பளைங்க பயந்துகிட்டு எங்கயோ ஓடிப் போயிட்டாங்க''

தோழன் ராமன்குஞ்ஞு உள்ளிருந்தே அவர்களைப் பார்த்தான். ''எல்லாரும் அந்தத் திண்ணை ஓரமா ஒக்காருங்க. கஞ்சி இப்ப வெந்துடும்''

ஓரம் நசுங்கிய அலுமினியத் தட்டு ஒன்றைக் கையில் பிடித்தபடி தனியாக ஒரு பெண்குழந்தை தட்டுத்தடுமாறி வந்தது.

அவளுடைய கண்களின் ஊற்று வற்றியிருந்தது. ஒட்டிய கன்னங்களிலும், மெல்லிய உதடுகளிலும் உச்சிவெயில் வரைந்த கருவளையம். நைந்து, கிழிந்த துண்டு சுற்றிய எலும்பின் கோலம்.

''இது நம்மோட பெலத்தரை கேளன் குமாரனோட கொழந்ததானே?'

சேகரன் அவளை அடையாளம் கண்டு கொண்டான்.

கஞ்சிக் கலயத்தைப் பெருவேட்கையுடன் பார்த்துக்கொண்டே அடுப்பினருகில் நின்றாள். அடுப்பின் செம்புக் கலயத்துக்குள், வெந்து கொண்டிருக்கும் கஞ்சிக்குள் விழுந்துவிடுவாளோ? அவ்வளவு பசியோடு அவள் இருந்தாள். ''பாவம், எவ்ளோ தூரத்துலருந்து வராளோ?'' என்று நினைத்துக் கொண்டான் தோழன் ராமன்குஞ்னு.

''ஜமீனோட அடியாளுங்க தென்னமரத்துல கட்டிப்போட்டு அடிச்சே கொன்ன குமாரன தோழருக்கு நெனவில்லையா? அவனோட கொழந்ததானிது'' என்றான் சேகரன்.

ராமன்குஞ்னு அப்போது குமரகத்தில் இருந்தான். அதைக் கேட்ட பனையேறி கிட்டன் எட்டிப் பார்த்தான். அவன் நெஞ்சைவிட்டு அகலவில்லை அந்தக் காட்சி!

தென்னந்தோப்பு பராமரிக்கற வகையில், ஜமீன் தனக்காக விட்டுக் கொடுத்த முதுதென்னையில் காய் பிடிக்காமல் போனதால், பக்கத்திலிருந்த ஜமீனின் தென்னை மரத்திலிருந்து குமாரன் இரண்டு தேங்காய்களைப் பறித்துவிட்டான். அதற்கு தண்டனையாக அதே தென்னைமரத்தில் கட்டிப்போட்டு அவனை அடித்தே கொன்றார்கள்.

கூப்பிடும் தூரத்தில் வயல்வரப்பில் தென்னைமர உச்சியில் செதுக்கிக் கொண்டிருந்த கிட்டன், புலையத்தரையில் குமாரனின் குடிசைப் பக்கமாக நாலைந்து ரவுடிகள் போவதைப் பார்த்தான். குளத்தங்கரை ஓரத்தில் உட்கார்ந்து, ஊறியிருந்த தேங்காய்நாரை அடித்துக் கொண்டிருக்கிறாள் அவன் மனைவி. அவளின் அருகே உட்கார்ந்து, பொன்வண்டுகளை எச்சிலில் வழியும் நூலால் பிடித்துக்கொண்டிருக்கிறாள் அந்தப் பெண் குழந்தை.

''எங்கடீ ஒன் பொலயன்?''

அலறல் சத்தம் கேட்டு கிட்டன் எட்டிப் பார்த்தான்.

''தோ, நேத்துலருந்தே ராப்பகல் தெரியாமப் படுத்துக்கிட்டிருக்கு தம்புரான்'' அவள் உதறித் துடித்து எழுந்தாள்.

''குத்தகக்காரங்களோட தேங்காயத் திருடிட்டு வந்துட்டு, குடிசக்குள்ள நொழஞ்சு ஒளிஞ்சிக்கிட்டிருக்கயா பொறுக்கி நாயே?''

ஜன்னி கண்ட குமாரனை அவர்கள் வீட்டுக்கு வெளியே இழுத்துப்போட்டு மிதிக்கிறார்கள். அவன் தரையில் உருண்டு புரண்டான். இரண்டு கைகளையும் கூப்பிக் கெஞ்சினான். அலறித் துடித்து ஓடி வந்த அவன் மனைவியையும் குழந்தையையும் இரும்புத் தடியை வீசி விரட்டினார்கள்.

''எந்தத்தென்னமரத்துலதேங்காதிருடினியோ,அந்தமரத்துலயேநீகெடடாபொறுக்கி...''

ஒருவன் குமாரனைத் தென்னைமரத்தில் பிடித்துக் கட்டி அடித்துத் துவைத்தான்.

கிட்டன் நடுக்கத்தோடு பதுங்கி உட்கார்ந்து விட்டான். அவர்கள் போன பிறகுதான் தரை இறங்கினான். அதற்குள் கடைவாயில் நுங்கும் நுரையுமாக குமாரன் செத்திருந்தான்.

பனையேறி கிட்டன் அன்றுடன் மரம் ஏறும் வேலையை நிறுத்திவிட்டான். தென்னமரம் ஏறும்போதே கால் இரண்டும் உதற ஆரம்பிக்கும். கேளன் குமாரனின் கூக்குரல் காதுகளைத் துளைக்கும்.

"அவன்பொஞ்சாதிநாலஞ்சுநாளுமுன்னாடிபட்டினிலசெத்துடுச்சு" என்றான்சேகரன்.

''பாவம், இனிமே அந்தப் புள்ளக்கி யாரிருக்கா?

ராமன்குஞ்ஞுவுக்கு அவள்மீது கரிசனம் தோன்றியது. பசியால் அவளுடைய கையும் காலும் நடுங்கிக் கொண்டிருக்கிறது.

''யம்மா, இங்க வந்து ஒக்காரு. கஞ்சி இப்ப வெந்திடும்'' என்றான்.

''சீக்கிரம், சீக்கிரம்'' என்றபடியே தோழர்கள் கே.சி. வேலாயுதனும், ஸ்ரீதரனும், ராமன்குட்டியும் அடுப்படிக்கு வந்தார்கள்.

''பரிமாறத்தொடங்குங்க.எல்லாரும்விடிஞ்சதுலருந்துபட்டினியாத்தானேஇருக்காங்க''

''சூடு கொஞ்சம் ஆறட்டும் தோழா. இவ்ளோ நேரம் காத்திருந்தாச்சே. கொஞ்சம் பொறுங்க'' ராமன்குஞ்ஞு சேகரனின் உதவியோடு கஞ்சிக் கலயத்தை இறக்கி வைத்தான். பெண்தோழர்கள் வேக வைத்திருந்த பயத்தங்காயில் தேங்காய் துருவிப் போட்டனர். தைத்த தொன்னைகளில் தோழர்கள் கஞ்சியை ஊற்றினார்கள்.

''ம்... ம்... எல்லாரும் அந்தப் பக்கமா வரிசைல ஒக்காருங்க'' தோழர் வேலாயுதன் உரக்கச் சொன்னார்.

ஓரம் நசுங்கிய அலுமினியத் தட்டேந்தி கூட்டத்திற்குள் அவளும்...

அபராஜிதா அந்த வரிகளையே பார்த்தபடி இருந்தாள்.

கீபோர்டுக்கு முன் அமர்ந்தபோது, கதாபாத்திரங்கள் ஒவ்வொருவராக விரல் நுனிகள் வழியாக இறங்கி வந்தது தெரியவில்லை. கண்களுக்குப் புலப்படாத மறைவிடங்களுக்குள் அமர்ந்து அவர்கள் அவளோடு விவாதித்தனர். மடிக்கணினியின் முன் அவள் தியானத்திலாழ்ந்தாள். ஜன்னல் கம்பிகளுக்கிடையில் வயல் காட்சிகள் தெளிவடைந்தன.

விடியலில் திசாவின் அம்மாதான் எழுப்பினாள். திசாவுடனும் நிரஞ்சனுடனும் காலை உணவு உண்ணும்போதும், அவள் மனதில் அந்தப் பெண்குழந்தையின் வெளிறிய முகமே சுழன்று கொண்டிருந்தது.

பழையகால கறுப்பு வெள்ளை வங்காளத் திரைப்படங்கள் போல, அவள் மனதினூடாக அந்தக் காலம் கடந்துபோனது.

திருவிதாங்கூர்.

இரண்டாம் உலகப் போர்.

நேச நாடுகளின் வெற்றி.

யூனியன்ஜாக் கொடி உயர்ந்து பறந்ததென்றாலும், பிரிட்டிஷ் சாம்ராஜ்யத்தின் அடித்தளம் ஆட்டங்கண்டது. ராணுவத்தில் சேர்ந்து போராடிய இளைஞர்கள் யுத்தம் முடிவடைந்ததும் வெறும் கையோடு ஊருக்குத் திரும்பினார்கள். நாடெங்கும் கடும் வறட்சி. கள்ளச் சந்தையும் பதுக்கலும் தலை விரித்தாடின. தின்று கொழுத்து, தினவெடுத்த ஜமீன்களின் நெல் குதிர்களில் பெருச்சாளிகள் பெற்றுப் பெருகின. எண்ணெய் வற்றி இருள் சூழ்ந்த குடிசைகளில் மரணம் வலை விரித்தது.

காலை உணவு முடித்து கீபோர்டின் முன்னால் அமர்ந்தபோதும் மீண்டும் அவள் முகம். கண்முன்னால் நிற்கிறாள் அவள். கண்களில் பீதியின் நிழல். மரணத்தீவில் பீதியின் விஷச் சிலந்திகள் வலைகளைப் பின்னி இரைகளுக்குக் காத்துக் கிடந்தன. கண்முன்னால் அந்தப் பாதகர்கள் அவளுடைய அப்பாவை... அதைப் பார்த்துக் கூக்குரலிட்டு அலறும் அம்மா... இறுதியில் மரணவாடை தேடி எறும்புகளின் ஊர்வலம்... சாணி மெழுகிய தரையில் செத்து விறைத்துப்போன அம்மா. ஓரம் நசுங்கிய தட்டுடன் முன்னால் வந்து அமர்கிறாள் அவள்.

அபராஜிதாவின் விரல்நுனிகள் மீண்டும் கீபோர்டு மீதாக சஞ்சரித்தன.

அவளுடைய பற்றியெரியும் பசியின்மீது ராமன்குஞ்ஞு சுடுகஞ்சியை ஊற்றினான். சேகரன் பலாவிலையைக் கரண்டியாக்கி அவளுடைய தட்டில் போட்டான். அவள் ஆவலோடு சுடுகஞ்சியை வாயில் ஊற்றவும், ஸ்ரீதரன் பாய்ந்தோடி வந்தான்.

''இதோ, மறுபடியும் இரைச்சல் கேக்குதே?''

தோழர்கள் செவி கூர்ந்தனர்.

சற்று முன்பு ஆகாயத்தில் ஓரிரைச்சல் கேட்டது.

சர் சி.பி. யின் மஞ்சள் டெகோட்டா விமானம் பிரஸ் கம்யூனிக்காவின் அறிக்கைகளை வீசி வட்டமிட்டுப் பறந்து போனது.

போராட்டத் தோழர்களைக் கீழடங்கச் செய்ய ஆகாயத்திலிருந்து வந்த ஆணை!

''அம்பலப்புழை, சேர்த்தலை தாலூக்காக்களில் இராணுவ ஆட்சி''

போராட்டத் தோழர்கள் ஒன்றிணைந்து முஷ்டி உயர்த்தி கோஷமிட்டனர்.

"திவான் ஆட்சி முடிவு பெறட்டும்...

அமெரிக்கன் மாடல் அரபிக் கடலில்...

இன்குலாப் சிந்தாபாத்!

இன்குலாப் சிந்தாபாத்!"

சர் சி.பி. யின் விமானம் மறுபடியும் இரைச்சலோடு வருகிறதா?

தோழர்கள் ஆகாயத்தை உற்றுப் பார்த்தனர்.

"அதோ, கெழக்கிலருந்து காயல்வழியா பட்டாளம் வருதே '"சாஹிப் குமாரன் நீண்ட விசில் ஊதினான்.

தோழர்கள் குத்தீட்டிகளும் வாட்களுமாக பாய்ந்தனர்.

கிழக்குக் காயல் வழியாக திவானின் ராணுவம் முகாமை நோக்கிப் பாய்ந்து வருகிறது. எந்திரத் துப்பாக்கிகளும் வெடிமருந்துகளும் நிறைத்த மூன்று படகுகள். அதிலொன்று தெற்கும், மற்றொன்று கிழக்குமாகக் கரையை நெருங்கின. கனத்த பூட்ஸ்கள் அழுந்தின. ராணுவம் மூன்று பக்கமிருந்தும் முகாமை வளைக்கிறது.

போராட்டத் தோழர்களும் அணி வகுத்தனர். எதிர்கொள்ள வேண்டியது துப்பாக்கியை என்பதை தோழன் சேகரன் நினைவில் கொண்டான்.

'இரண்டாம் விசில் கேட்டவுடன் குத்தீட்டிகளுடன் கவுந்து படுத்து, முன்னால் இழைந்தபடியே நகரணும். தலையத் தூக்கிப் பாக்கக் கூடாது. ஒரு பக்கமா ஒருக்களிச்சு தரையோட தரையா ஒட்டிப் படுக்கணும். பட்டாளம் ஒரு ரவுண்ட் முடிச்சிட்டு, துப்பாக்கில குண்டுகளை நெறைக்கும். அந்த நேரம் பாத்து குதிச்செழறதும் குத்தறதும் ஒன்னாவே நடக்கணும்'

ராணுவம் மூன்று வரிசைகளாக கிழக்கு வேலிக்கு அருகில் நின்றது. முன்வரிசைக்காரர்கள் துப்பாக்கிகளுடன் மண்ணில் கவிழ்ந்து கிடந்தனர். இரண்டாம் வரிசை முட்டி போட்டு நின்றது. மூன்றாம் வரிசை பேனட் பொருத்திய துப்பாக்கிகளால் குறிபார்த்து நின்றது. வானத்தை மூடி மறைத்த கருமேகங்கள், முகாமின் மீதாக விறைத்து நின்றன. எந்திரத் துப்பாக்கிகள் அலறியபடியே தோட்டாக்களைக் கக்கின. தீ உமிழும் துப்பாக்கிகளை நோக்கி, உயர்த்திப் பிடித்த குத்தீட்டிகளுடன் தோழர்கள் முன்னோக்கி இழைந்தனர்.

முதல் தோட்டா, ஸ்ரீதரனின் கன்னத்தைப் பதம் பார்த்தது.

குண்டு பட்ட இடத்திலிருந்து குருதி கொட்டியது. அவன் அந்த இடத்தை அழுத்திப் பிடித்து, குத்தீட்டியோடு முன்னோக்கி இழைந்த படியே, "பதறாதீங்க தோழர்களே, முன்னேறுங்க...முன்னேறுங்க..." என்றான்.

தோழனின் குரலை சேகரன் உணர்ந்து கொண்டான். தோட்டாக்கள் சீறிப் பாய்கின்றன. சுற்றிலும் ரத்தச் சகதி. தோழர்கள் அலறலுடன் செத்து விழுகிறார்கள்.

சற்று முன்னால் இழைந்து நகர்ந்த ஒரு தோழர் தலை உயர்த்தியதும் குண்டடிபட்டு மூளை சிதறியது. ரத்தப் பிரளயம். அதன் இடையிலூடாக ஸ்ரீதரன் குத்தீட்டியோடு பாய்கிறான். இராணுவத்தினரின் முன் சென்று, நெஞ்சுயர்த்தி அலறுகிறான்.

''தோழர்களே, உங்களுக்காகவும்தான் நாங்க சாவச் சந்திக்கிறோம். நீங்க வாழறதுக்காக எங்களக் கொல்றதுன்னா கொல்லுங்க... சுட்டுக் கொல்லுங்க...''

விசைகளில் விரல்களின் அழுத்தம் தளர்ந்தன. வெடியோசை நிலைத்தது. ராணுவத்தினர் ஸ்தம்பித்து நின்றனர்.

திடீரெனஓர் அலறல் கேட்டது. ''ப்ளடீ ஃபூல்ஸ்... ஃபயர்... ஃபயா...ர்''

டி.எஸ்.பி. வைத்யநாதய்யர் தொப்பியைக் கழற்றி வீசினார்.

எந்திரத் துப்பாக்கிகள் மீண்டும் அலறின.

தோட்டாக்கள் சீறின.

தோழர்கள் துடிதுடித்து விழுந்தனர். எலும்புகள் தெறித்துச் சிதறின.

குத்தீட்டிகளோடு தோழர்கள் பாய்ந்தனர்.

பின்னால் எங்கேயோ தீனமான கூக்குரல், அடுப்பங்கரையின் பக்கமிருந்து கேட்டது. சேகரன் தலை திருப்பிப் பார்த்தான்.

அந்தப் பெண்குழந்தை துடிதுடிக்கிறாள். நெஞ்சின் செம்பருத்திப்பூ சிதறி ரத்தத்தில் குளித்து... வலது கையில் அந்தப் பலாவிலைக் கரண்டி....

''துஷ்டர்களே... சர். சி.பி.யோட கொலையாளிகளே...''

சேகரன் குத்தீட்டியை எடுத்தான். டி.எஸ்.பி. வைத்தியநாதய்யர் முதுகு காட்டி நடக்கிறார். சேகரன் முழுபலத்தையும் சேர்த்து குத்தீட்டியை ஓங்கினான்.

வீச முடியவில்லை. அதற்குள் நெஞ்சில் ஏதோ வந்து துளைத்தது. ரத்தம் மத்தாப்பாய்ச்சிதறியது. நெஞ்சின்வலப்பக்கம்தோளெலும்பின் அருகே, குண்டடிபட்ட இடத்தில் அழுத்திப் பிடித்தான். தொண்டை பிளந்தது போன்ற வேதனை. கையும் காலும் குழைகின்றன.

வானத்தை நோக்கி முஷ்டி உயர்த்தினான்.

''திவான் ஆட்சி தொலையட்டும்.

இன்குலாப்... சிந்தாபாத்!

இன்கு... லா...ப்...''

சேகரனின் முகம் பூமியில் புதைந்தது.

2
சேகுவேராவின் காதலி

டெல்லி கல்லூரி வாழ்க்கையின் இறுதி நாட்கள் அப்படியாகக் கடந்தன.

சேயின் மோட்டார் சைக்கிள் டயரீஸை அடையாளம் வைத்து மூடிவிட்டு அபராஜிதா எழுந்தாள். பியூனஸ் அயேர்ஸ் வீட்டின் மாடி பால்கனியில் வானத்தைப் பார்த்துப் படுத்திருக்கும் எர்னஸ்டோ சேகுவேரா. அவள் அந்த அட்டைப் படத்தைப் பார்த்தபடி நின்றாள். ஒவ்வொருமுறை அந்தப் புத்தகத்தைக் கையிலெடுக்கும்போதும் அலிடா குவேராவின் அந்த முன்னுரையைக் கடந்தே செல்வாள்.

''நானொரு உண்மை சொல்லட்டுமா?'' அலிடா குவேரா சொல்கிறாள்.

''ஒவ்வொருமுறை இதை வாசிக்கும்போதும் என் அப்பாவாகிப் போன அந்தப் பையனை நான் மிகவும் விரும்பத் தொடங்கியிருந்தேன்... மோட்டார் சைக்கிளிலிருந்து ஆல்பர்ட்டோ க்ரனெடோவைப் பிடித்துக் கீழிறக்கி, அப்பாவின் பின்னால் நெருங்கியமர்ந்து மலையுச்சிகளிலும், நீர்ப்பரப்பின் ஓரங்களிலுமாக சஞ்சரிப்பதாக நான் உணர்ந்திருக்கிறேன். ஒவ்வொரு முறையும் ஏர்னஸ்டோ என்ற இளைஞனை நான் மிக நெருக்கமாக அறியத் தொடங்கியிருந்தேன்...''

எத்தனையாவது முறைதான் அதை வாசிக்கிறோமென்று அவளுக்கும் தெரியாது. தான் பூப்பெய்திய அன்று, அப்பா அவளுக்குப் பரிசாகக் கொடுத்தது இந்தப் புத்தகம். உடன் சிவப்பு ஜிலேபி பாக்கெட்டும், பெரிய பாக்கெட் விஸ்பரும்.

புத்தகத்தைக் கையில் தந்து, தன்னோடு அணைத்து அப்பா உச்சி முகர்ந்தார். ''எவ்ளோ சீக்கிரம் என் சாரங்கி பெரியவளாயிட்டா!?''

கண்ணீரின் இளம்சூடு முடியிழைகள் வழியாக, சொட்டாக இறங்குவதை உணர்ந்தே அவள் முகமுயர்த்தினாள்.

உதடுகளில் கனிவான புன்னகையைப் பூசி, "நேத்துவரை முற்றத்தில கொஞ்சிக் கொஞ்சி நடந்துக்கிட்டிருந்த அந்த ஓட்டப்பல்லியை அப்பா நெனச்சுப் பாக்கிறேன். எவ்வளவு சீக்கிரம் என் மக..." என்றார்.

"காலம் எவ்ளோ வேகமாப் போகுது பாத்தியா?" அப்பா முடியிழைகளில் தடவினார்.

பார்த்துக்கொண்டே இருக்க, ஒன்றும் சொல்லாமலே அப்பா கண்ணெட்டாத தூரத்திற்கு நடந்து மறைந்தார். எதையெல்லாமோ கேட்டுத் தெரிந்துகொள்ளவும் அவர் சொல்வதற்குமாக நிறைய மிச்சமிருந்தன. காலத்தின் விசில் சத்தம் அதற்குமுன்னே...

உறக்கம் விட்டகன்ற இரவுகளில் ஜன்னல் கம்பிகளுக்கு இடையிலூடாக இருட்டைப் பார்த்துக்கொண்டு அவள் கேட்பதுண்டு.

'அப்பா எங்க இருக்கீங்க? நான் இன்னும் என்னவெல்லாம் சொல்ல வேண்டியிருக்கு தெரியுமா? அது எதையும் கேக்கறதுக்குக் காத்திருக்காம...'

இருட்டிலொரு மின்மினி ஜன்னல் கம்பியில் வந்தமர்ந்தது. அவள் ஜன்னலைச் சாத்தினாள். உறக்கத்தில் ஆழும்வரை அது வெளிச்சம் பரப்பியது. விழித்தெழுந்து பார்க்கும்போது சேயின் புத்தகத் தாள்களுக்கிடையில் அது... வெளிச்சத்தின் ஊற்றுகள் வற்றி...

யாரோ கதவைத் தட்டினார்கள். கதவு திறந்ததும் திசா அறைக்குள் வேகமாக நுழைந்தாள். கூஜாவின் மொத்த நீரையும் வறண்ட தொண்டைக்குள் கவிழ்த்தாள். கல்லூரி விடுதியின் சுட்டெரிக்கும் வெப்பத்தைத் தணிப்பதற்கிடையில் அவள் அபராஜிதாவைப் பார்த்தாள்.

"நீ என்ன முடிவு செஞ்ச?"

அவள் கூஜாவை காலியாக்கி விட்டாள்.

"நான் ரன்பீரைப் பாத்துட்டுதான் வரேன். பாட்டியாலாவுக்குப் பக்கத்துல அவன் குடும்பத்துக்குச் சின்னதா ஒரு ஃபார்ம் ஹவுஸ் இருக்காம். நீ அங்க நிம்மதியா வாழலாம்னு அவன் சொல்றான்"

"பாட்டியாலாவுக்கு நான் போகல. அவ்ளோ தூரமா... அறிமுகமே இல்லாத ஒரு எடத்துக்கு... தனியா..."

"தனியாப் போகலயே, ரன்பீரும் அவன் குடும்பமும் கூட இருக்கே?"

அவள் கட்டிலில் வந்தமர்ந்தாள். சேயின் புத்தகத்தை எடுத்துப் புரட்டினாள்.

"ஆமா, இதை எத்தனையாவது தடவையாப் படிக்கிறே...? போரடிக்கல?"

"அதுக்கான பதிலை உன்னைப் போன்றவர்களை உத்தேசித்தே, அலிடா குவேரா முன்னுரையில் சொல்கிறாள்" அவள் குளியலறைக்குச் சென்றாள்.

திசா பக்கங்களைப் புரட்டினாள்.

அவள் திரும்பி வந்தபோது, சுவரில் புரட்சியின் செவ்வெளிச்சம் சிதறும் சேயின் ஓவியத்தின் முன்னால் நின்றிருந்தாள் திசா.

"இது எங்கருந்து கெடச்சது?" அவள் அதனருகே நகர்ந்தாள்.

"மோரா - போட்டோ சைட்லயிருந்து நேத்து கஷ்டப்பட்டு டௌன்லோட் பண்ணேன்" அபராஜிதா உற்சாகமேறி நின்றாள்.

"உனக்குத் தெரியாதா, அந்த இத்தாலியன் சைட்டப்பத்தி? பேட் இங்க்லீஷ் பட் குட்டு டோரியல்ஸ். அவங்க இங்க்லீஷ பாத்தா நாம அழுதுடுவோம். Photo வுக்கு Foto ன்னுதான் அவங்க எழுதுவாங்க"

"வார்டனுக்கு நன்றி. கேரளாவுல ஏதோ காலேஜ் செவுத்துல, சேவோட படத்த வரைஞ்ச பையனை வெளியேத்திட்டாங்கன்னு கேள்விப்பட்டேன்"

"கேரளாவுலயா?" அபராஜிதாவால் அதை நம்ப முடியவில்லை.

அவளின் நினைவு பாதையோரத்தின் ஒரு மாலைப் பொழுதிற்குப் பறந்துபோனது.

பல வருடங்களுக்கு முன், அப்பாவின் விரல்நுனியைப் பிடித்தபடி அவள் நடக்கிறாள்.

"ஒருநாள் என் சாரங்கியை அப்பா அங்கே கூட்டிட்டுப் போவேன், அந்த இதிகாச பூமிக்கு. தீரத் தோழர்களின் ரத்தம் தோய்ந்து சிவந்த மண் அது"

அவள் எதிர்பார்ப்போடு தலையுயர்த்தினாள்.

"இப்பல்லாமில்ல. என் செல்லம் கொஞ்சம் பெரிசானதுக்கப்பறம்... எல்லாம் புரியற வயசில"

குழந்தையிலிருந்தே அவளோடிருக்கும் நேரமெல்லாம் அப்பா மலையாளத்தில்தான் பேசுவார். அம்மா வங்காளத்தில் பேசுவார். அப்பா அவளுக்கு 'சாரங்கி' என்று பெயர் வைக்க நினைத்திருந்தார். பண்டிட் ராம் நாராயண்ஜி அறிமுகமானதிலிருந்து மனதில் குறித்து வைத்த பெயர். குறுகிய கழுத்துள்ள நரம்பு வாத்தியம். ராம் நாராயண்ஜி ஒருமுறை வீட்டிற்கு விருந்தினராக வந்திருந்தபோது இரவேறும்வரை சாரங்கி வாசித்துக் கொண்டிருந்தார்.

அம்மா அப்போது எட்டுமாத கர்ப்பிணி. விடைபெற்றுச் செல்வதற்கிடையில்,

''இவள் பெற்றெடுப்பது பெண்ணாக இருந்தால், நீ அவளுக்கு சாரங்கின்னு பேர் வை''என்று சொல்லிவிட்டுச் சென்றார்.

அவர் அகன்றதும் அம்மா, ''இவ பொண்ணாதான் பொறப்பாங்கறதுல எனக்கு ஒரு சந்தேகமும் இல்ல. நான் அவளுக்கு ஒரு பேரு முடிவு பண்ணியிருக்கேன். அபராஜிதோ - ஒருபோதும் தோற்கடிக்க முடியாதவள்''' என்றாள்.

''அபராஜிதோ, நல்ல பேருதான்'' அப்பாவும் ஒத்துக்கொண்டார்.

''ரேயின் அபு வரிசையின் இரண்டாம் திரைப்படத்தின் பெயர் அது. ஆனா என்னிக்காவது ஒருநாள் பாக்கற வாய்ப்பு வந்தா, ராம் நாராயண்ஜியிடம் நான் என்ன பதில் சொல்வேன்?''

அம்மா ஒரு சமரசத்திற்கு ஒத்துக் கொண்டாள். 'அபராஜிதோ சாரங்கி' மலையாள சமாஜ பள்ளி ரெஜிஸ்டரில் அப்பா அதை நவீனமாக்கினார். 'அபராஜிதா சாரங்கி'

''மலையாள சமாஜ பள்ளிக்கூடத்துல படிக்கிறதெல்லாம் இருக்கட்டும்'' அம்மா ரகசியமாக அறிவுறுத்துவாள். ''அபூ, நீ நம்மோட வங்காள இலக்கியங்களைப் படிக்காம இருக்கக் கூடாது. மலையாளத்தைவிட எவ்ளோ மேன்மையானது தெரியுமா நம்மோட வங்காளம்?''

அம்மா கொஞ்சமாக வங்காளக் கவிதைகள் எழுதிக் கொண்டிருந்தாள். ஆனந்த பஜார் பத்திரிகையின் வார இறுதிப் பக்கங்களில் அடிக்கடி அவை அச்சு மை புரண்டு வந்தன.

முன்பெல்லாம் எப்போதாவது ஒருமுறை அப்பா தனியாக ஊருக்குப் போய்வருவார்.

புதிய மலையாளப் புத்தகங்களோடுதான் திரும்புவார். ஒரு கட்டத்தில் அது அப்படியே நின்று போனது. வேதனைகளின் ஆழ்ந்த வடுக்களோடு அவர் தன் கடைசிப் பயணத்தை முடித்துத் திரும்பினார். அதன்பின்னர் ஊரைப் பற்றி எதுவும் எப்போதும் பேசவேயில்லை.

என்றாவது ஒருநாள் அப்பா அதைப் பற்றிச் சொல்வார் என்று எண்ணினாள். ஆனால் அதற்குள்ளாகவே...

''பாவம், ரன்பீர்... பாட்டியாலாவுக்குக் கூப்பிட்டு, அவன் எல்லா ஏற்பாடுகளையும் செஞ்சிருக்கான். உனக்காக ஒரு வங்காள குக்கையும் பார்த்து வச்சிருக்கான்'' திசா அவளை எண்ண வலையிலிருந்து வெளியேற்றினாள்.

''ஏய், நீ என்ன சொல்ற? அதெல்லாம் ஒத்து வராது திசா''

திசா மறுத்து எதுவும் பேசவில்லை. அவளுக்குத் தெரியும். அவளின் உணர்வுகளில் ஒரேயொரு ஆணுக்கே இடமிருக்கிறது. சே... எர்னஸ்டோ சேகுவேரா.

ஆனால், தீஸிஸ் ஒப்படைத்தபிறகு அவள் எங்கே போவாள்? மிருணாள்தாவும் அவளுடைய விஷயத்தில் சங்கடத்துடன் இருந்தார். அம்மாவுடன் மிட்னாப்பூருக்குப் போகமாட்டாள். அது நிச்சயம். அந்த விஷயத்தில் அவளை வற்புறுத்தவும் முடியாது. கொல்கத்தாவிலும் வேரற்றுப் போய்விட்டது. இனி அவளால் எங்கே போக முடியும்?

'வாழ்வு மறுக்கப்பட்டவள்' - அப்படித்தான் அவள் தன்னைப் பற்றிச் சொல்லிக் கொள்வாள்.

இதைக் கேட்ட மிருணாள்தாவுக்குக் கோபமேறியது.

''நீ தனியாயிட்டயா? கொல்கத்தாவுக்கு நீ அன்னியமாயிட்டயா? தோழர் சத்தியதாசை அந்த மாநகரத்தால மறக்க முடியுமா? கொல்கத்தா தெருக்கள்ல ரிக்ஷா தொழிலாளிகள, மனுஷங்களா மதிக்க வைக்கப் போராடுன தோழர் சத்தியதாசை எப்படி மறக்கறது?''

இந்தியும் ஆங்கிலமும் கலந்துதான் மிருணாள்தா பேசுவார். அவள் மட்டுமிருந்தால் வங்காளத்திலேயே பேசுவார்.

தொளதொளத்த பருத்திக் குர்தாவின் பாக்கெட்டிலிருந்து அவர் ஒரு காகிதமெடுத்தார்.

''பார், மிட்னாபூர் மண்டலக் கமிட்டியோட தீர்மானம் இது. புதுசாக் கட்டப்போற கட்சி அலுவலகத்துக்கு சத்தியதாஸ் பெயரத்தான் வைக்கப் போறாங்க. பழைய கட்சி அலுவலகத்தை, திருணமுல்லுக்கு கட்சி மாறுன கருங்காலிகள் அபகரிச்சுக்கிட்டாங்க இல்லயா? தோழரையும் குடும்பத்தையும் கட்சி மறந்துடுமா?''

''குடும்பம்'' அவள் கோபத்தோடு பார்த்தாள். ''இனி சத்தியதாசுக்குக் குடும்பம்னு ஒண்ணு இருக்குதா, என்ன?''

அவர் மௌனம் பூண்டார். அவளுடைய உணர்வுகளின் பேரலை சற்று குறையட்டுமென்று நினைத்தார். பிறகு மெதுவாகக் கேட்டார்.

''இருபத்தேழு வருஷம் நிழல்போல கூட வாழ்ந்த வாழ்க்கைத் துணையை, உன் அம்மாவை, ஒதுக்க முடியுமா எங்களால? வாழும்வழி அடைக்கப்பட்ட அந்தப் பெண்ணின் முன்னால் வந்து நின்ற புதுவழியை அவ தேர்ந்தெடுத்துக்கிட்டா. அதுல என்ன தப்பு? தோழர் சுபோத்தும் கட்சி உறுப்பினர்தானே? கவிதைகளாலேயே அவர் அவளோட மனசில இடம் பிடிச்சார்''

மிருணாள்தாவின் தலையீடுகளில் திசாவுக்கு அதிசயம் தோன்றுவதுண்டு. எவ்வளவு பொறுப்புடன் அவர் சூழலை அழகாக்குகிறார்? அதற்கென ஒரு தனித்திறமை அவரிடம் இருக்கிறது. எந்த விஷயத்திலும் இரு பக்கங்களையும் ஒன்றாகவே காண்பார். இரண்டு தட்டுகளில் எடை போடுவார். இறுதியில் அவர் வரிசைப்படுத்தும் கண்டடைதல்கள் நம்மை அசர வைக்கும்.

மிருணாள்தாவின் அப்பா கறாரான ஒரு ரயில்வே ஊழியர். பிரம்மச்சாரியான ஒரு நாடோடி.

ஐம்பதைக் கடக்கும்வரை திருமணத்தைப் பற்றியோ, ஒரு பெண் துணையைப் பற்றியோ சிந்தித்ததேயில்லை. ஏகாந்த வாழ்வின் வெறுமையை அகற்ற தொடர்ந்து பயணங்கள் செய்தார். அப்படியான ஒரு பயணத்திற்கிடையிலேயே மிருணாள்தாவின் அம்மா அவர் வாழ்க்கைக்குள் நாடகத்தனமாக நுழைகிறாள்.

இருபது வயது இளையவள். மிருணாள் சென்னின் 'புவன்ஷோம்' வெளியாகிய தருணம். கதாநாயகன் அவரைப் போலவே கறாரான ரயில்வே ஊழியன். நாடோடி. மனைவியற்றவன் என்ற ஒரே வித்தியாசம்தான். பறவை வேட்டைகளில் விருப்பமுள்ள அவன் தன் தனிமையை அகற்றக் கண்டடைந்த வழியும் நீண்ட பயணமாகவே இருந்தது. அந்தப் பயணத்திலும் அவன் வாழ்க்கையைத் தேடி ஒருத்தி வருகிறாள்... அந்தப் படத்தைப் பார்த்ததிலிருந்து மிருணாள் சென்னின் ரசிகனாகிவிட்டார் அவர்.

அதற்கும் நீண்ட நாட்களுக்குப் பிறகே மிருணாள்தா பிறந்தான். குழந்தை பிறந்ததும் கல்கத்தா சென்றார்கள். குழந்தையை மடியில் வைத்து மிருணாள்சென்தான் அந்தப் பெயரை வைத்தார்.

மிருணாள்தாவும் சென்னின் ரசிகனே. ஆனால் அவருக்கு மிகவும் பிடித்த சென்னின் திரைப்படம் 'நீல் ஆகாஷேர் நீச்சே' ஒரு கம்யூனிஸ்ட்டாக சென் திரையில் மிளிர்ந்த படமது. கொந்தளிப்பான முப்பதுகளின் கதை. கல்கத்தா நகரில் சீனப்பட்டு விற்பதற்காக வந்த 'வாங் லூ' என்ற சீன இளைஞன், கம்யூனிஸ்ட் இயக்கத்தின் 'பசந்தி' என்ற இளம்பெண்ணோடு நட்பாகிறான். பசந்தி சிறையில் அடைக்கப்பட்டபோது வாங் லூவும் அவளுடைய இயக்கத்தில் சேர்கிறான். சீனாவை ஜப்பான் ஆக்கிரமித்த நேரம், வாங் லூ அவன் தேசத்துக்கே திரும்பச் சென்று ஜப்பானுக்கெதிரான மக்கள் போராட்டங்களில் பங்கேற்கிறான்.

இந்தியத் திரைப்பட வரலாற்றில் ஒருபோதும் மாற்ற முடியாத ஒரு சாதனை இந்தப் படத்துக்கு உண்டு. இந்திய அரசாங்கம் தடை செய்த முதல் திரைப்படம்.

யூடியூபில் இப்போதும் அவர் அந்தப் படத்தைப் பார்ப்பார். கேம்பஸின் முன்னாள் மாணவர் என்பதற்கும் அப்பால், ஒரு வழிகாட்டியாகவும், மூத்த சகோதரனுமாக இருந்தார் மிருணாள்தா. சில காலம் ஆராய்ச்சி மாணவனாய்

இருந்தார். அதில் சலிப்பு ஏற்படவும் வங்காளத்தின் அமைப்புசாராத் தொழில் நிறுவனங்களுக்குத் திரும்பினார்.

மாலையில் ரன்பீரின் விடுதி அறைக்கு அபராஜிதாவின் பிரச்சினைக்கான தீர்வோடு அவர் வந்தார்.

ரன்பீர் மூன்று டம்ளர்களில் குளிர்ந்த பீர் ஊற்றினான். மிருணாள்தா இப்படிப்பட்ட கொண்டாட்டங்களில் கலந்து கொள்வதில்லை. அனைத்து ஆர்ப்பாட்டங்களுக்கும் அப்பாற்பட்டவர் அவர். இரண்டோ மூன்றோ ஜோடி உடைகள். தளர்வான முரட்டுகுர்த்தா. தானே துவைத்து இஸ்திரி போட்டுக் கொள்வார். அலட்சியமாகக் கிடக்கும் முடியைச் சீவுவதேயில்லை. ஆனாலும் அதிலொரு அழகிருந்தது. எப்போதும் சவரம் செய்ய மறப்பதேயில்லை. முகத்தில் துளிர்க்கும் குறுந்தாடியைப் பார்த்தால் தெரியும். ஆறேழு நாட்களுக்குப் பிறகு அது அப்படி இருக்காது.

''அபூ, உன்னோட பிரச்சினைக்கொரு தீர்வோடதான் நான் வந்தேன்'' அவளைப் பார்த்தவுடன் அவர் சொன்னார்.

''கொல்கத்தால சுமாரான ஒரு வொர்க்கிங் விமன்ஸ் ஹாஸ்டலில் ஒரு ரூமையும், தற்சமயத்துக்கு ஒரு சின்ன வேலையையும் ரெடி பண்ணிட்டேன். வாடகைக்கும் அத்தியாவசியத் தேவைக்கும் அது போதும்''

''கொல்கத்தாவுக்கு நான் போகமாட்டேன்'' அவள் முகம் கவிழ்ந்தாள்.

''அங்கிருக்கிற ஒவ்வொரு மணல் துகள்லயும் என் அப்பாவோட நினைவுகள் இருக்கு. அந்த வேர்வையின் வாடை. எனக்கு இங்கயிருந்து வேற எங்கயும் போகணும்ற எண்ணமில்ல. அப்பா விட்டுட்டுப் போன சூன்யத்தில தனியா அங்கே... என்னால முடியாது... மிட்னாபூரில் அம்மாவின் புதிய வாழ்க்கை... அப்பாவோட எடத்துல வேற ஒருத்தர்... அந்த இசையமைப்பாளரோட அவங்க வாழ்க்கை... ம்... எனக்கு அவங்க யாருமில்லன்னு ஆயிட்டாங்க''

அவளுடைய கண்ணிமைகள் நனைவதை அவர் கவனித்தார்.

அந்த நேரத்தில் திசா உள்ளே வந்தாள்.

''தாங்க்யூ பாயி''அவள் பீர் டம்ளரைக் கையிலெடுத்தாள்.

''வீட்டுக்குத் திரும்புறத நெனைக்கும்போது, ஒரு பீர் சமுத்திரத்தையே குடிச்சுத் தீர்க்கக் கூடிய ஆவேசத்தில நான் இருக்கேன். குடம்புளி போட்டு சமைச்ச மீன் குழம்போட ருசி... நேத்து ராத்திரி முழுக்க நான் அதைத்தான் கனவு கண்டேன்''

''யூ.. ஆர் லக்கி திசா...'' அபராஜிதாவின் உதட்டில் ஓர் ஈரப் புன்னகை மின்னி மறைந்தது.

"அதுக்கெல்லாம் ஒரு அதிர்ஷ்டம் வேணும், இல்லையா மிருணாள்தா?"

அந்த உரையாடலை அத்தோடு முடித்து விடவேண்டுமென்று அவருக்குத் தோன்றியது. இல்லையென்றால் அவளை அது மிகவும் காயப்படுத்தும்.

"ஞாயிற்றுக்கிழமையின் கேம்பஸ் விவாதம் பற்றி ஞாபகப் படுத்தறதுக்கும்தான் நான் இப்ப வந்தேன். ஏற்பாடெல்லாம் எப்படியிருக்கு?"

அவர் திசாவைப் பார்த்தார்.

"பாசிசத்தின் கொடுங்கரங்கள். அலண்டா, நெருடா தொடங்கி சேவின் ரத்தசாட்சி வழியா புது யுகத்தை நோக்கிய ஒரு பார்வை... இதோ, இவதான் இதுக்கான முழு வலியையும் சொமந்தா. ராப்பகல் பாக்காம ரொம்பநாள் அதிலேயே மூழ்கினா"

"ஆஹா? எங்க நீ தயாரித்த பேப்பர்?" அவர் கனிவுடன் அபராஜிதாவைப் பார்த்தார்.

"ஓ, நான் கொண்டுவர மறந்துட்டேன். ஒரு நிமிஷம்" அவள் எழுந்தாள்.

முற்றத்து சால் மரங்களின் நிழல்பற்றி அவள் நடந்து செல்வதை அவர் ஆச்சர்யமாகப் பார்த்தார்.

"ஒரு உண்மையச் சொல்லட்டுமா?" மிருணாள்தா திசாவின் பக்கம் திரும்பினார்.

"உனக்கு வாய்க்காத ஒரு குணம் அவகிட்ட இருக்கு. என்ன தெரியுமா? கமிட்மென்ட். தோழர் சத்யதாஸின் மகதானே அவ?"

"ஆஹா! யூ செட் இட் மிருணாள்தா" ரன்பீர் இரண்டாவது பீரைக் கையிலெடுத்து திசாவிடம், "இது உன்னோட ஆரோக்கியத்துக்காக" என்றான்.

"ஆனா, நான் ஒண்ணு கேக்கட்டுமா மிருணாள்தா?" அவள் பீரைக் கீழே வைத்தாள்.

"தன் வாழ்வு முழுவதையும் ஓர் அமைப்புக்காகவும், சமூகத்துக்காகவும் ஒதுக்கி வச்ச சத்யதாஸைப் போலொரு கமிட்டட் கம்யூனிஸ்டுகாரனை அந்த குணம் எங்கே கொண்டுபோய்ச் சேர்த்தது?"

"சரிதான்" ரன்பீர் உடன்பட்டான்.

"எங்கேயும் போய்ச் சேரல தோழர் சத்தியதாஸ்"

மிருணாள்தா மறுத்தார்.

"எங்கே சென்றடைவது என்பதல்ல ஒரு உண்மையான கம்யூனிஸ்டுகாரனின் நோக்கம். எங்கேயாவது சென்றடைய வேண்டுமென்று தோழர் சத்தியதாஸ் விரும்பவுமில்லை. இந்த பூமியில் கோடானுகோடி மனுஷங்கள்ல ஒருத்தனா... அவங்களுக்காகத் தான் அவர் வாழ்ந்தார்"

"கடைசில மாஃபியாக்களுக்கும் கார்ப்பரேட் அசுரங்களுக்கும் எதிரா அவர் நடத்துன உண்ணாவிரதப் போராட்டத்தோட முடிவுல ரத்தசாட்சி ஆனதுதானே மிச்சம்?" என்றாள் திசா.

அவர் எதுவும் பேசவில்லை. வெளியே சன்னமான நிலவொளியில் அபராஜிதா மறைவதைப் பார்த்தபடி இருந்தார்.

அந்தக் காட்சி திசாவின் நினைவில் வந்தது.

உண்ணாவிரதப் பந்தலில் மிகவும் மோசமாக பாதிக்கப்பட்ட தோழர் சத்தியதாஸை ஏழாம்நாள் போலீசார் கட்டாயப்படுத்தி மருத்துவமனையில் சேர்த்தனர்.

ஜெனரல் வார்டின் படுக்கையில் நரம்புகள் வழியாக சொட்டுச்சொட்டாக விழுந்த மருந்துகளின் உறக்க மயக்கத்தில்... அவர் விழிப்பதை எதிர்பார்த்து அந்த இரவில் அபராஜிதாவுடன் திசாவும் இருந்தாள். தோழர் சத்தியதாஸ் பின்னர் விழிக்கவே இல்லை. முடிவற்ற உறக்கத்தின் பெரும்பறை முழக்கத்துக்குள் பயணமானார்.

"இயல்பான மரணமில்ல அது" அவர் இருவரையும் பார்த்தார்.

"அப்புறம்?"

"கொலை" அவரின் வார்த்தைகள் முறிந்தன.

சிறிதுநேரம் கழித்து அவர் பேசினார்.

"விசாரணை அந்த வழியிலதான் போகுது. தற்சமயம் இது அவளுக்குத் தெரிய வேண்டாம். ஒரு குழியிலிருந்து மேல ஏறுறத்துக்கு முன்ன வேறொரு குழின்னா பாவம் அவ தகர்ந்து போவா"

திசாவும் ரன்பீரும் தங்களுக்குள் பார்த்துக்கொண்டனர். "யாரு இதுக்குப் பின்னால இருக்காங்க மிருணாள்தா?"

"தெரியாது. கண்டுபிடிக்கணும்" என்றார் அவர்.

மிருணாள்தா சற்றுநேரம் எதையோ யோசித்துக் கொண்டிருந்தார். பிறகு திசாவின் பக்கம் திரும்பி, "திசா, நீ உன்கூட அவளைக் கேரளாவுக்குக் கூட்டிட்டுப் போனா என்ன?" என்று கேட்டார்.

"அவ வருவாளா?" திசா சந்தேகத்தோடு அவரைப் பார்த்தாள்.

"அவ வருவா" அவர் உறுதியாகச் சொன்னார்.

3
பொலிவியன் வனவெளி

வெடியோசை நிலைத்தது.

தென்னையோலைகளில் உட்கார்ந்திருந்த காகங்கள் கீழே பார்த்துக் கரைந்தன.

மேகக்கூட்டங்கள் வானத்தில் விறைத்துப்போய் நிற்கின்றன.

தூரத்தில் எங்கேயோ நாய்களின் ஓலம்.

சேகரன் மெதுவாகக் கண் திறந்தான். சுற்றிலும் ரத்தவாடை. ஒன்றும் நினைவுக்கு வரவில்லை. நினைவுகளின்மீது கட்டிதட்டிப் போன வெடிப்புகை...

பறந்தடங்கும் தூசுப் படலத்தினிடையே பூமியைச் சவட்டி மிதித்து யாரெல்லாமோ போகின்றனர். கனத்த பூட்சுகள் பூமியில் அதிரும் ஓசை. பட்டாளக்காரர்கள்.

சேகரனுக்குச் சட்டென்று நினைவு வந்தது. சுற்றிலும் பிணங்கள். குண்டடிபட்டு விழுந்த தோழர்கள். பக்கத்துல எங்கருந்தோ முக்கலும் முனகலும் கேக்குதே? சேகரன் எழப் பார்த்தான். உடம்பு ஒத்துழைக்கவில்லை. தோள் எலும்பின் கீழே இரத்தம் பொங்குகிறது. நெஞ்சைப் பிளக்கும் வேதனை. சுடப்பட்டது நினைவு இருக்கிறது. டி.எஸ்.பி. வைத்தியநாதய்யரை நோக்கி குத்தீட்டியை ஓங்கியதும்... பக்கத்தில் படுத்திருப்பது யார்? சேகரன் படுத்தபடியே கைநீட்டி முகத்தைத் திருப்பினான். ராமன்குஞ்ஞு தானே? கண்கள் விழித்துப் பார்க்கின்றன.

''தோழா? தோழா?'' சேகரன் ஓசை எழுப்ப முயன்றான்.

தோழன் சாகவில்லையென்றால்? ஓசை வெளியே வரவில்லை. சேகரன் இழைந்து நகர்ந்தான். கையைத் தழைக்கவும் முகம் திரும்பி விழுந்தது. மூக்கிலிருந்து கட்டெறும்புகள் உதட்டின் உறைந்த ரத்தத்தின்மீது ஊர்ந்து இறங்கின.

‘‘தோழா?’’ சேகரன் மீண்டும் ஒருமுறை அழைத்தான்.

‘‘தோழா,போய்ட்டீங்களா?’’ சேகரனின் அழுகை தொண்டைக்குழியிலேயே அழுந்தியது.

நெஞ்சுக்குள்ளே கிழித்துக்கொண்டு இறங்கும் கடும்வேதனை. ஓவென்று அழத் தோன்றியது. யாராவது வந்து பிடித்து எழுப்பியிருந்தால் என்றிருந்தது. தலைக்குப் பின்னால் யாரோ முனகுகிறார்.

‘‘தண்ணீ... தண்ணீ...’’

தலை நிமிர்த்திப் பார்த்தான். முடியவில்லை. நெஞ்சில் வலி தெறிக்கிறது.

‘‘தண்ணீ, கொஞ்சம் தண்ணி தரீங்களா?’’

ஆனந்தன்வெளி வாசுவோட குரலில்ல அது? அதற்கும் பக்கத்தில் பாஸ்கரன் தோழன் குண்டடிபட்டு கிடக்கிறான்.

பூட்சுகளின் சத்தம் நெருங்கி நெருங்கி வருகிறது. மிலிட்டரிக்காரர்களுக்கு இரக்கம் தோன்றிப் பிடித்து எழுப்பலாமல்லவா? அவர்களும் மனிதர்கள்தானே?

அதோ அங்கே ஓர் அசைவு கேட்கிறதே?

இரண்டு பட்டாளக்காரர்கள் ராமன்குஞ்ஞுக்கு அருகே நெருங்கினார்கள். சேகரன் முக்கால்வாசி கண்களை மூடி ஓரக்கண்ணால் பார்த்தான். ‘‘செத்துட்டானான்னு குத்திப்பாரு’’ இடுப்பு பெல்ட்டில் கைத்துப்பாக்கியைத் திருகியவன் உடன் வந்தவனிடம் சொன்னான்.

அவன் ராமன்குஞ்ஞுவின் கையிலிருந்த குத்தீட்டியைக் குனிந்தெடுத்தான். நிமிர்ந்து நின்று அடிவயிற்றில் அழுத்தி ஒரு குத்து குத்தினான்.

‘‘உம், இவன் செத்துட்டான்’’

‘‘பொணம்’’ அடுத்தவன் தோழனின் பிணத்தைக் காலால் தட்டி அகற்றினான்.

‘‘தோ, இவனோ?’’ அவன் கால் உயர்த்தி சேகரனின் அடிவயிற்றில் மிதித்தான். பூட்ஸின்முனை அழுந்த குடல்மாலை நெறிந்தது. மரணவேதனை. சேகரன் அசையவில்லை. மூச்சடக்கி வேதனையைக் கடித்துச் சகித்துக் கிடந்தான்.

அவன் குத்தீட்டியைத் தொப்புளைப் பார்த்து ஓங்கவும், அடுத்தவன் இடுப்பு பெல்ட்டின் உறையிலிருந்து கைத்துப்பாக்கியை வெளியிலெடுத்தான்.

‘‘வேணாம். நீ தோ, அவனப் பாரு. இவன் செத்துருவான்’’ வாசுவுக்கு நேராக அவன் குறி பார்த்தான்.

‘‘தண்ணீ... தண்ணீ...’’ வாசு முனகினான்.

"ஓஹோ, உனக்குத் தண்ணி கேக்குதோ?" துப்பாக்கி பிடித்தவன் அலறினான். "எடுத்துத் தூக்குடா அவன"

அவன் வாசுவை ஒற்றைக் கையால் தூக்கி நிறுத்தினான். வாசுவின் இடதுதோளில்தான் குண்டடி பட்டிருந்தது. ரத்தம் வழிந்து கொண்டிருந்தது. அவன் நின்றபடியே ஆடுகிறான்.

"என்னடா உம்பேரு?" அவன் துப்பாக்கியால் சீண்டினான்.

"வாசு..." அவன் முணுமுணுத்தான்.

"எதுக்குடா பன்னீ, நீ இங்க வந்த?"

அவன் மௌனமாக இருந்தான்.

"சீ பொணமே, உன்னோட நாக்கு எறங்கிப் போச்சாடா?" மிலிட்டரிக்காரன் முட்டியை மடக்கி வாசுவின் அடிவயிற்றைத் தாக்கினான். அவன் வேதனையில் நொறுங்கி கீழே ஊர்ந்து விழுந்தான்.

"சொல்லுடா பன்னி, எதுக்குடா வந்த?"

அவன் கன்னத்தில் அறைந்தான்.

"சேர்த்தலைக்குப் போவ"

"தூக்கி எடுத்துக்கிட்டுப் போடா, இந்தக் கழுவேறிய" துப்பாக்கி பிடித்திருந்தவன் அலறினான். "கொண்டுபோய் அந்த போட்டுல வீசு"

அவன் வாசுவின் கழுத்தில் ஓங்கி அடித்து, பிடித்துத் தூக்கி நிறுத்தினான். "வாடா, தாந்தோணி"

"என்னக் கொண்டு போவேண்டாம்" வாசு அலறினான்.

"என்னையும் வெடிவச்சுக் கொல்லுங்கடா கொலகாரனுங்களா"

"ச்சீ...தூ...பாஸ்ட்டட்..." துப்பாக்கியால் குறி பார்த்தான். "மூடுடா உன் நாற வாய"

நெற்றியைப் பார்த்து அவன் சுட்டான். குண்டு பாய்ந்ததும் தோழன் துப்பினான். ரத்தமும் எச்சிலும் மிலிட்டரிக்காரனின் முகத்தை நிறைத்தது. மீண்டும் வெடியோசை. தொண்டையைக் குதறியது. தோழன் முன்னால் சாய்ந்து நிலத்தில் விழுந்தான்.

"வாடா" கோபம் தீராமல் அவன் அலறினான்.

"கம்யூனிஸ்ட் கழுவேறி மக்கள்ல ஒருத்தனையும் உசிரோட விட்டு வைக்கக்கூடாது. எல்லாவனுங்களையும் கொன்னு கொளுத்திச் சாம்பலாக்கணும்"

சேகரன் மூச்சடக்கிப் படுத்திருந்தான்.

அசைந்தால் அவர்கள் சுட்டு விடுவார்கள். குண்டடிபட்டு விழுந்தவர்களை பானட்டால் குத்திக் கிழிக்கிறார்கள். நான்கைந்து பிணஙகளுக்கு அந்தப் பக்கம் நான்குபேர் விழுந்து கிடக்கிறார்கள். சாகவில்லை. அசைகிறார்கள். சேகரன் ஓரக்கண்ணால் பார்த்தான். மிலிட்டரி அங்கே நகர்கிறது.

ஒருவன் முட்டிக்கையை அழுத்தி எழுந்திருக்க முயற்சிக்கிறான். ''ச்சீ, நாயே'' அவர்கள் அவன் பக்கத்தில் ஓடுகிறார்கள். துப்பாக்கியின் பேனட்டை வீசி தலையைப் பார்த்து ஒரே அடி. அவன் பின்னால் மல்லாந்து விழுந்தான். சுற்றி நின்று அந்தப் பாவத்தை அடித்தே கொன்றார்கள்.

அடுத்த இடத்துக்கு நகர்ந்தார்கள்.

சின்ன அசைவைக் கேட்டு சேகரன் தலை திருப்பிப் பார்த்தான். மிக அருகே கிடந்த பிணங்களில் ஒன்று அசைகிறது.

''அசையாத... பட்டாளம் சுட்டுடும்'' சேகரன் மெதுவாகச் சொன்னான்.

நடு பேட்ச்சின் கொச்சாப்பி குஞ்ஞன். முகம் நிறைய ரத்தம்.

''பட்டாளம் தோ, அங்கப் போயிடுச்சு'' கொச்சாப்பி குஞ்ஞன் திரும்பிப் பார்த்தான்.

''வேகமா எழஞ்சு நவுறு. இல்லன்னா அவனுங்க கூட்டத்தோட சுட்டெரிப்பானுங்க''

சேகரன் பிணங்களினூடே மெதுவாக முன்னோக்கி இழைந்தான். வலது கையை அசைக்க முடியவில்லை. வலதுபக்கம் தோள் எலும்புக்குப் பக்கத்தில்தான் குண்டு பாய்ந்திருக்கிறது. அந்த இடத்தில் சதை பிதுங்கி, தொங்கிக் கிடக்கிறது.

''இதக் கொஞ்சம் பிச்சு எடுக்கறியா?'' சேகரன் கொச்சாப்பியை நெருங்கினான்.

கொச்சாப்பி தலைநிமிர்த்திப் பார்த்தான். குண்டுபட்ட இடத்துச் சதை பிய்ந்து கிழிந்து தொங்கியபடி இருக்கிறது.

''இதையும் வச்சிக்கிட்டு ஒரு அடிகூட நகர முடியல'' சேகரன் ரத்தம் சொட்டும் தசையைப் பார்த்தான்.

முன்னால் இழைந்து நீங்கும்போது தசை உரசுகிறது.

''மரண வேதனையாயிருக்கு. நான் கடிச்சு சகிச்சுக்கிறேன். நீங்க ஒரே இழுப்பு இழுத்திடுங்க?''

சேகரன் கண்களை இறுக மூடிக்கொண்டு பற்களைக் கடித்துக் கிடந்தான்.

கொச்சாப்பி குஞ்ஞன் ஒரு இழுப்பு இழுத்தான். சதை பிய்ந்து வந்தது.

''ஹ்ஹா...'' சேகரன் உயிர்வாதையில் துடிதுடித்தான்.

ரத்தம் கொடகொடவென்று கொட்டியது. மண் புரண்ட வலது கையை

அழுத்தினான். கைகள் குழைகின்றன. கொச்சாப்பி குஞ்ஞன் ஒரு கையை நீட்டி சேகரனைச் சேர்த்தணைத்துக் கொண்டு நகர்ந்தான்.

கொஞ்சதூரம் நகர்ந்து குளத்தினருகே புதருக்குப் பக்கமாக வந்ததும் குஞ்ஞன் பின்புறம் தட்டினான். ''பேசாதீங்க. செத்தது மாதிரியே படுங்க. குளத்தில பட்டாளம்''

சேகரன் புதருக்குள் பார்த்தான்.

ஐம்பது பேருக்கு மேல் குண்டடிபட்டுக் குளத்துக்குள் கிடக்கிறார்கள். கையில் நீட்டிப் பிடித்திருக்கும் குத்தீட்டிகள். செத்தும் சாகாமலும் கிடக்கிறார்கள். பட்டாளம் ஒவ்வொருவரையும் பேனட் முனையால் குத்திப் பார்க்கிறது. அது கிழித்து ஏறுவதால் வலியில் துடித்துக் கத்துபவர்களைத் தூக்கிக் குளக்கரைக்கு வீசுகிறார்கள். முக்கால்வாசி உயிர் போனவர்களைத் துப்பாக்கிப் பட்டையால் அடித்துக் கொன்று குளத்தில் தள்ளுகிறார்கள். கொச்சாப்பி குஞ்ஞன் செத்த மாதிரி கவிழ்ந்து கிடக்க, சேகரனும் அது போலவே கிடந்தான். திரும்பவோ ஒருக்களிக்கவோ முடியவில்லை. கொச்சாப்பி குஞ்ஞனுக்கு குண்டடி படவில்லை போலிருக்கிறது.

மிலிட்டரி, குளத்தின் தேடுதலை நிறுத்திக் கரைக்கு வந்தது. கண்ணில் தென்பட்ட தென்னையில் இருந்த இளநீர்களையெல்லாம் துப்பாக்கியால் சுட்டு விழவைத்தது.

''எழுந்திருங்க'' கொச்சாப்பி குஞ்ஞன் அழைத்தான்.

''இந்தப் புதரோட மறைவுலயே போய் முட்டியால நவுந்து அதோ தெரியிற குடிசக்குள்ளப் போயிடலாம்''

''அய்யோ, முடியல... எந்திரிக்க முடியல'' சேகரன் முனகினான்.

கொச்சாப்பி குஞ்ஞன் நகர்ந்து வந்தான். சேகரனைத் தாங்கிக்கொண்டு பக்கத்தில் கண்ட ஓலைக்குடிசையைப் பார்த்து தன் முட்டியால் நகர்ந்தான்.

குடிசைக்குள் பத்து பதினைந்துபேர் இருந்தார்கள். துப்பாக்கிச்சூடு நடக்கும்போது உள்ளே புகுந்து ஒளிந்தவர்கள். சேகரன் மயங்கிச் சாய்கிறான். யாரோ ஒருவன் ஓரம் நசுங்கிய கோப்பையில் மிச்சமிருந்த துளிநீரால் உதட்டை நனைக்கிறான்.

''கொச்சாப்பி, நீ சதி பண்ணிட்டயேடா'' உள்ளேயிருந்த முதியவர் ஒருவர் நெஞ்சில் அடித்துக்கொண்டார். ''அதோபாரு, நீ வர்றதப் பாத்துட்டு அவனுங்க இங்க ஓடி வர்றானுங்க. ஒருத்தனக்கூட மிச்சம் வைக்கமாட்டானுங்களே கொலகாரனுங்க''

கொச்சாப்பி எழுந்து வெளியே எட்டிப் பார்த்தான். ராணுவம் வீட்டை வளைக்கிறது.

''உள்ளயிருக்கிறவங்க எல்லாம் சீக்கிரம் வெளியே வந்திடணும். இல்லன்னா பொசுக்கிடுவோம்'' ராணுவம் குறி பார்க்கிறது.

''நீங்க எல்லாரும் பேசாமப் படுங்க. நான் போய் சாவைச் சந்திக்கிறேன்'' கொச்சாப்பி எல்லோரையும் பார்த்துச் சொன்னான்.

கீற்றுக் கதவைத் திறந்து அவன் நெஞ்சு விரித்து வெளியே வந்தான்.

''இன்குலாப் சிந்தாபாத்!

சர்.சி.பி. ஒழியட்டும்!

ஜமீன்தாரி தொலையட்டும்!''

வெளியே துப்பாக்கி முழங்கியது. கொச்சாப்பி குஞ்ஞனின் அலறல் காதில் வந்து விழுந்ததோ?

சேகரன், மரண ஓலத்தை எதிர்நோக்கிக் கிடந்தான்.

நிரஞ்சன் பைக்கை நிறுத்தினான். செம்மண்பாதை அங்கே முடிவடைகிறது. அபராஜிதா காமிராவும் நோட்பேடுமாக இறங்கினாள். சித்ரன் வழியில் காத்து நிற்கிறான்.

''இன்னும் நாலஞ்சு வயல்வரப்புகள் தாண்டிப் போகணும்'' சித்ரன் முன்னே நடந்தான்.

''வயலார் துப்பாக்கிச் சூட்டுக்குப் பிறகு, பட்டாளம் இந்த வழியிலதான் ஔதலை கேம்புக்கு வந்துச்சு. இங்கேதான் ஏழெட்டு தோழர்கள் செத்தாங்க''

''கே.சி. ஜார்ஜின் புத்தகத்தில வாசிச்சேன்'' என்றாள் அபராஜிதா. ''கேம்பின் மூணு பக்கமும் ஆழமாப் பதுங்கு குழிகள் குழிச்சிருந்தாங்க. பட்டாளம் வெடிவெடிச்சப்ப தோழர்கள் குத்தீட்டிகளோட குழிகள்ல நொழஞ்சு ஒக்காந்துக்கிட்டாங்க. வெடிச்சத்தம் ஓயற வரைக்கும் யாரும் வெளிய வரல. சத்தம் நின்னதும் தோழர்கள் பட்டாளத்தைக் கல்லெறிஞ்சு வெரட்டினாங்க. குத்தீட்டிங்களோட வளச்சுக்கிட்டாங்க''

''அதோ தெரியுதே, அதுதான் கணிசேரிக் குடிசை'' சித்ரன் கைநீட்டிக் காண்பித்தான்.

''ஏய், சம்சுக்கா?''

அவன் முன்னால் தெரியும் வீட்டை நோக்கி அழைத்தான். உள்ளேயிருந்து ஒருவன் வெளியே வந்தான். சம்சுதீன்.

''இதுதான் அந்தக் குளம்'' என்றான் சித்ரன்.

''பன்னண்டு வருஷத்துக்கு முன்னாடிதான் சம்சுக்கா இந்த வீட்டை வாங்கினார். வெட்டாமப் போட்டிருந்த கொளத்தைத் தோண்டினப்ப, மேல வந்ததெல்லாம் மண்டையோடுகளும் எலும்புக் கூடுகளும்தானாம்''

''அத்தோட குளம் தோண்டறத நிறுத்திட்டோம்''

சம்சுதீன் நீர்ப்பரப்பினைப் பார்த்து நின்றான்.

ஔதலையின் போராட்டத் தோழர்கள் அந்தி உறக்கம் கொள்ளுமிடம்.

காலம் நிலைத்துப் போகும் சில இடங்கள் உண்டு. அபராஜிதா நினைத்துக் கொண்டாள். இதோ இங்கே இந்த ஆழங்களில் காலம் நிலைத்திருக்கிறது.

வரலாற்றில் பதிவாகாமல் கடந்து சென்றவர்கள்.

வரலாற்றைத் திருத்தி எழுத, தம் வாழ்வையே பறி கொடுத்தவர்கள்.

அபராஜிதா மௌனம் புதைய நின்றாள்.

அந்தக் காலம் அவள் மனதில் எழுந்து வந்தது.

பொன்னாம்வெளி சந்திப்பின் இடதுபக்கமாக வடக்கிலிருந்து வந்த வண்டி மூச்சிரைத்து நின்றது. முகம் நீண்ட பெட்ஃஃபோர்டு வண்டி புகைவிட்டுக் கொண்டிருந்தது.

வாசு ஆசான் டீக்கடைக்குள்ளேயிருந்து எட்டிப் பார்த்தார். கனத்த ட்ரக் பெட்டிகளைத் தூக்கிக்கொண்டு இரண்டு மிலிட்டரிக்காரர்கள் இறங்கினார்கள். கரும்புகை கக்கிக்கொண்டு ஃபோர்டு வண்டி முன்னால் பாய்ந்தது. தார்ப்பாயை உயர்த்தி உள்ளேயிருந்த பயணிகள் மேற்கே பார்த்தனர். பாதையைக் குறுக்கே கடந்து அவர்கள் இருவரும் டீக்கடையை நோக்கி வந்தனர். கஞ்சி மொடமொடத்த கரும்பச்சைச் சீருடையில் காற்று உரசும் ஒலி. முன்னால் நடந்த உயரமானவன் ஆவலோடு கண்ணாடிக் கூண்டுக்குள் பார்த்தான்.

வாசு ஆசான் கண்களைக் கூர்மையாக்கினார்.

''ஆசானுக்கு என்னத் தெரியலையா? நான் தரையில் சோமனாக்கும். சோமன்நாயர்''

அவன் கண்ணாடிக் கூண்டைத் திறந்து உளுந்து வடையை எடுத்து ஒரு கடி கடித்தான்.

''இது குமாரன். இவன நாங்க சாஹிப் குமாரன்னு கூப்பிடுவோம்''

''ஓஹோ, நம்ம சோமனா?'' வாசு ஆசான் ஆச்சர்யப்பட்டார்.

''அடையாளமே தெரியலையே. ஆளே மாறிப் போயிருக்கியே''

''ம்ம்...பன்னிக்கறியும் மாட்டுக்கறியும் தின்னு தடிச்சதுதான் மிச்சம்... ஸ்ட்ராங்கா ரெண்டு டீ போடுங்க''

அவன் தொப்பியைக் கழற்றித் தலையைத் தடவினான்.

''கூடவே ஒவ்வொரு வடையும் இருக்கட்டும் இல்லையா குமாரா?''

''உம்'' இரண்டாவது மிலிட்டரிக்காரன் சப்பு கொட்டினான்.

வாசு ஆசான் பின்னால் சாய்ந்து நின்று டீயால் ஒரு வில்லை வளைத்தார்.

''ஆமா, அங்கே எல்லாம் சீனி கெடைக்குதா?''

அவர் இரண்டு டம்ளர்களில் டீயை ஊற்றி அவர்கள்முன் வைத்தார்.

''யுத்தம் தொடங்கவும் வறட்சி ஆரம்பிச்சுடுச்சு. அரிசியில்ல, துணியில்ல, மண்ணெண்ணெய்கூட கிடைக்கலன்னா பாருங்களேன். பட்டினின்னா பட்டினி. இது மாதிரி ஒரு காலத்த...''

''அப்ப டீயில போட சீனியும் கிடைக்கலையா?'' குமாரன் முகம் சுளித்தான்.

''எங்கருந்து? சீனி கிடைச்ச காலமெல்லாம் மறந்தே போச்சு''

வாசு ஆசான் வடைகளை இரண்டு இலைக்கீற்றில் வைத்து நீட்டினார்.

''மொளகாய அரச்சு நாக்குமேல பொரட்டிட்டு சூடா கடுங்காப்பிய ஒரே இழுப்பு. எரிச்சல் ஆசனம் வரைக்கும் எறங்கும். இப்ப இங்கேயெல்லாம் அதான் பழக்கம்''

''இன்னும் ரெண்டுமூணு வடையக் குடுங்க''

குமாரன் கண்ணாடித் தடுப்பைப் பார்த்தான். தடுப்பின் மறைவிலிருந்து மகாராஜா வஞ்சிபூபதி வெறித்துப் பார்க்கிறார்.

வாசு ஆசான் கண்ணாடித் தடுப்பின் தட்டுகளை காலி செய்தார்.

மிலிட்டரிக்காரர்கள் உளுந்துவடைகளோடு யுத்தம் நடத்தினர்.

''கொஞ்சமாஇருந்தபாலையும்ஊத்தியிருக்கேன்'' என்றவர்அலமாரியை அடைத்தார்.

அவர்கள் யுத்தம் நிறுத்தி வாய் துடைத்துக்கொண்டு பாக்கெட்டிலிருந்து பிரிட்டிஷ் ரூபாய் எடுத்து நீட்டினர்.

''அஞ்சு பேரோ பத்து பேரோ இல்ல, பத்தாயிரம் பேருல்ல பட்டினியால செத்துட்டாங்கன்னு நாங்க கேள்விப்பட்டோம்''

வாசு ஆசான் பணப்பெட்டியைத் திறந்து செம்புத் துட்டுகளைத் துழாவினார்.

''நம்மோட சேர்த்தலை தாலுக்காவோட நெலம இது''

''பத்தாயிரம் எல்லாம் எப்பவோ தாண்டியாச்சு''

சோமன்நாயர் டிரக்பெட்டியைத் தூக்கிக்கொண்டான்.

''செத்துப் போனவங்க கணக்கு இருபத்தஞ்சாயிரம் தாண்டியிருக்கும்னு சர்வன்ட்ஸ் ஆப் இந்தியா சொசைட்டிக் காரங்களோட கணக்கு சொல்லுது. பத்திரிக்கையில பாத்தேன்''

"அப்ப, அப்படீன்னா பட்டாளத்துலருந்து மொத்தமாத் திரும்பி வந்தாச்சா?"

வாசு ஆசான் சந்தேகத்தோடு நின்றார்.

"ஆமா, திரும்பிட்டோம்"

அவர்கள் டிரக் பெட்டியைத் தூக்கிக்கொண்டு நடந்தார்கள்.

"இதுக்குப் பெறகு?"

"இனிமே இங்கேயேதான் ஏதாவது வேல தேடணும்"

"ஊருல என்ன வேலையப் பாக்க?"

வாசு ஆசான் கைவிரித்தார்.

"ஹாங்"

அவர்கள் படியிறங்கினர்.

"அப்ப இந்த ஊர்லருந்து பட்டாளத்துக்குப் போனவங்க அத்தன பேரும்?"

வாசு ஆசான் வேதனையோடு பார்த்தார்.

"எல்லாரும் இதேமாதிரி இங்கேயே வர்றாங்க ஆசானே"

சோமன்நாயர் திரும்பி நின்றான்.

"சண்ட முடிஞ்சதும் எல்லாரையும் அனுப்புறாங்க. இனி பட்டினின்னா பட்டினிதான். ஏதோ தெசயில கெடந்து சாவறதைவிட அவனவன் ஊர்ல கெடந்து சாவறது பரவாயில்லதானே?"

"அதுவுஞ் சரிதான்"

வாசு ஆசான் உள்நோக்கி நடந்தார்.

ஒளதலையிலிருந்து தைக்கலைக்குத்தான் நிரஞ்சன் அவளை அழைத்துக்கொண்டு பறந்தான். அபராஜிதாவுக்குத் தேவையான புத்தகங்களைத் தேடி வைக்கும்படி தினாரிடம் சொல்லியிருந்தான். பைக்கை பாதையோர மகிழ மரத்தின் கீழே ஒதுக்கினான்.

"அவன் லைப்ரரிக்குப் போனானான்னு தெரியலையே. போய்ப் பாத்துட்டு வந்துடலாமா?"

நிரஞ்சன் சாவியைச் சுழற்றியபடி நடந்தான்.

கீழே மகிழ மரத்திலிருந்து விழுந்திருந்த பூக்களை அவள் குனிந்து பொறுக்கினாள்.

நிரஞ்சன் மொபைலைக் கையிலெடுத்தான்.

'வாசனையப் பாரேன்'

அவள் பூக்களை அவனுடைய மூக்கினருகே கொண்டு சென்றாள்.

''போதையூட்டும் வாசனை''

அலிடாவுக்கு சே பரிசளித்த முதல் காதல்பரிசு அவள் நினைவுக்கு வந்தது.

''தோழா, ஒரு கேள்வி கேட்டா பதில் கிடைக்குமா?''

அவள் அவனைப் பார்த்தாள்.

''அலிடாவுக்கு சே பரிசளித்த முதல் காதல்பரிசு என்ன?''

''கம்யூனிஸ்ட் மேனிஃபெஸ்டோ?''

''நோ''

''டாஸ் காப்பிட்டல்?''

''பாவம், சேயை அப்படி ரசனையில்லாதவன் ஆக்காதே சாரே''

அவள் கிண்டலடித்தாள்.

''தெரியாதா? அப்பிடீன்னா தோத்தாங்குளின்னு ஒத்துக்கோ''

''தோத்தாங்குளின்னு ஒத்துக்கறதா? ஏய்...''

அவன் வண்டியை முடுக்கினான்.

அவன் பறந்து போவதை அவள் விசித்திரமாகப் பார்த்து நின்றாள். அவனைப் பற்றிய குறைகளையே திசா எப்போதும் சொல்வாள்.

''பி.டெக்., முடிச்சிட்டும் சுத்துறான் பாத்தியா? கேம்பஸ் செலக்ஷன்ல ஏதோ எம்என்சியில வேல கெடச்சும் போகல்ல. முன்னாடில்லாம் யூத் ஃபெடரேஷன்ல ஈடுபாட்டோட இருந்தான். மெல்ல மெல்ல பார்ட்டி தோழர்கள் அம்மாகிட்ட பல தடவை புகார் சொல்லி இருக்காங்க. லோக்கல் கமிட்டி ஆபீசத் திரும்பிக்கூடப் பாக்கிறதில்லை. பரம்பரையான பார்ட்டி குடும்பம் இல்லையா? புரட்சி எண்ணம் இல்லாமல் இல்லை. கொஞ்சம் அதிகமானதுதான் இப்ப பிரச்சனை. நீ அவனோட ரூமுக்குப் போய்ப் பாக்கணும். ஒலகம் முழுக்க இருக்கிற கம்யூனிஸ்ட் சித்தாந்த புத்தகங்களால நெறஞ்சிருக்கும். இதெல்லாம் எங்கருந்து வந்ததோ எனக்குத் தெரியாது. அவ்வளவையும் வாங்குறதுக்குப் பணம் அவனுக்கு எங்கருந்து கிடைக்குது? அவன் இந்த ஒலகத்திலேயே இல்ல. வேற ஏதோ ஒலகத்தில இருக்கான்''

அதைத்தான் அவளும் தெரிந்து கொள்ள விரும்பினாள். அவன் எந்த உலகத்தில இருக்கிறான்?

அவன் பறந்து வந்தான்.

''வா,போலாம். தினார் நேரா சுதேசாபிமானிக்குப் போய்ட்டானாம்''

அவள் பின்னால் அமர்ந்தாள்.

''சாரி, பதில் கெடச்சுதா?''

அவள் ஞாபகப்படுத்தினாள்.

''இல்லன்னா தோத்தாங்குளின்னு சொல்லிடு''

பைக்கின் இரைச்சலினிடையில் அவனுக்கு அது கேட்கவில்லை என்று விட்டிருப்பான்.

'அலிடாவுக்கு சே கொடுத்த காதல்பரிசுக்கும் மகிழம்பூவின் சுகந்தம் இருந்ததா?' அவள் நினைத்துக் கொண்டாள்.

செம்பன்னீர்பூவின் நிறத்திலான அந்தச் சின்ன சென்ட் பாட்டில் ஃப்ளோர் டி ரோக்கா. அலிடா அதை எத்தனை வருடங்கள் பாதுகாத்து வைத்திருந்தாளோ? பிறகு அது சேவின் இனிய நினைவுகளோடு சேர்ந்து ஆவியாகி... அலிடாவின் வாழ்வு முழுமையும் நிறைந்திருந்த அந்த வாசம். சே மிச்சமாக விட்டுச் சென்ற தீட்சண்யமான நினைவுகள் போல.

எவ்வளவு நிறைவானது அந்தக் காதல் வாழ்வு! அவள் நெஞ்சிலேற்றினாள். கால அளவற்றது அந்தக் காதலின் ஆழம். காலத்தின் சிறுதுளியிலும் அடங்காதது. அலிடாவின் காதலின் முனைவழியாக எங்கே ஏது மறைவிடத்திற்கு சே நடந்து அகன்றார்? சேவின் வருகையை எதிர்பார்த்துக் காத்திருந்தவள் அல்லவா அலிடா?

நிரஞ்சன், சேயின் சாயல் கொண்டவன். அவன் அதை வலுக்கட்டாயமாக வரவழைக்கிறானோ? அலட்சியமாக அந்த முடி கோதுவது, அதே தாடிமீசை, பார்வைக்கு ஒரு சே லுக் இருக்கிறது. திசா அதை முன்பே சொல்லியிருக்கிறாள். நேரில் பார்க்கும்போதுதான் புரிந்தது.

டெல்லியில் இருந்து அவள் வந்த இரண்டாம்நாள் அவன் நீண்டதூரப் பயணம் முடித்து வந்திருந்தான். கிராமத்துப் பாதை வழியாக பைக்கின் உறுமல் கேட்கவும் திசா எட்டிப் பார்த்தாள்.

''தோ, தோழர் சேகுவேரா வருகிறார்''

நிரஞ்சனின் பைக் முற்றத்தில் நின்றது.

''ஹாய், காம்ரேட்'' அபராஜிதா கையசைத்தாள்.

''ஹாய்''

அவன் பைக்கை நிறுத்திவிட்டு வந்தான்.

தொலைபேசி வழியாகப் பலமுறை 'ஹாய்' சொல்லியிருந்தாலும் முதன்முறையாக அவனைப் பார்க்கிறாள். திசா அவனின் பால்யகாலப் புகைப்படம்

ஒன்றை முன்பொருநாள் காண்பித்திருக்கிறாள். அப்பா பரிசளித்த புத்தகத்தின் அட்டைப்பட சேயின் முகவடிவு அன்று அவனிடம் இருந்தது. மீசை முளைக்காத இளைஞன்.

''சேயைப் பத்தி என்னிக்காவது ஒருநாள் படம் எடுக்கப் போறேன். அன்னைக்கு நான் ஆளத் தேடிப் போக வேண்டாமே திசா. நான் இப்பவே அவன புக் பண்ணிக்கட்டுமா?''

''ஓகே, நான் ரெடி'' அவன் கை நீட்டினான்.

''அட்வான்ஸ் குடு''

அவள் அவனுடைய தழும்பேறிய விரல்களைத் தன் கைகளுக்குள் பொத்திக்கொண்டாள்.

''எங்கே ஆல்பர்ட்டோ கிரானெடோ? இல்ல, தோழர் தனியாத்தான் பயணம் செஞ்சீங்களா?''

அவன் விரல்களின் சூடு அவளுடைய மிருதுவான கைகளுக்குப் பரவியது.

"தோழர், எங்க சுத்தீட்டு வர்றீங்க?'' திசா கௌரவமாகவே கேட்டாள்.

''அம்மா நாங்க வந்தவுடனே சொன்னாங்க, பைக்க எடுத்துக்கிட்டு சுத்திகிட்டே இருக்கான்னு. புதிய மோட்டார் சைக்கிள் டைரீஸ் எதுவும் எழுதுறதுக்குப் புறப்பட்டு இருக்கியா?''

அவன் அதற்கு பதில் சொல்லாமல் கீசெயினைச் சுழற்றியபடியே வீட்டினுள் சென்றான்.

திசா எந்திரத்தனமாக அம்மாவைப் பார்த்தாள். சுவரில் சாய்ந்தபடி என்ன சொல்வதென்று அறியாமல் நிற்கிறாள் அம்மா.

தெக்குமுறி பகுதியில் சுதேசாபிமானி என்ற அரை நூற்றாண்டுப் பழமையான புத்தகசாலை. சமீபத்தில் நிரஞ்சனும் அவன் கூட்டாளிகளும் அதனைப் பராமரித்துத் தங்கள் வசப்படுத்தி இருந்தனர். பழமையேறிய கட்டிடத்தின் முன்னாலிருந்த வாசிப்பறையில் வெள்ளிமீன்கள் பாதிவரை தின்று தீர்த்த சுதேசாபிமானி ராமகிருஷ்ணப் பிள்ளையின் ஓவியத்தில் சிவப்பு பிளாஸ்டிக்மாலை அணிவிக்கப்பட்டிருந்தது.

நிரஞ்சன் அவளுக்கு சுதேசாபிமானியை அறிமுகப்படுத்தினான். மன்னராட்சி காலத்தில் அதிகாரவர்க்கத்தின் அநீதிகளைக் கூர்மையான வார்த்தைகளால் விமர்சித்த பத்திரிகையாளர். அதற்குத் தண்டனையாக நாடு கடத்தப்பட்டவர். காரல் மார்க்சின் வாழ்க்கை வரலாற்றை முதல்முதலாக ஓர் இந்திய மொழியில் எழுதியவரும் அவரே.

அந்தத் துணிச்சலான பத்திரிகையாளரை அவள் ஆராதனையோடு பார்த்தாள்.

''நாடு கடத்தப்பட்ட பத்திரிகையாளருக்கு இந்த வேஷம் கொஞ்சங்கூடப் பொருந்தல, ஓவர்கோட்டும் டையும்''

''பத்திரிகையாளரோட பெருமிதம் உணரணும்னா மலையாளிக்கு ஐரோப்பியரோட நடையுடை தவிர வேறொன்றும் தெரியாதே?'' தினார் உள்ளேயிருந்து வந்தான்.

''மலையாளிகள் இப்போதும் காலனியாதிக்கத்தோட அடிமைகள்தானே? கொல்கத்தா ஒரு காலத்தில் பிரிட்டிஷ் இந்தியாவின் தலைநகராக இருந்தும் வங்காளிகள் அப்படி இருப்பதில்லை''

தினார் அவளை உள்ளே அழைத்துச் சென்றான். பெரிய மர அலமாரிகளில் பழைய புத்தகங்களின் காட்டமான வாடை. அந்த அறையின் மூலையில் 'புன்னப்புரை - வயலார்' என்று எழுதி ஒட்டப்பட்டிருந்த அலமாரியின் அருகே சென்று புத்தகங்களைப் புரட்டினாள்.

தினார் நான்கைந்து காகிதங்களைத் தேடி எடுத்துக்கொண்டு வந்தான்.

''சி. உண்ணிராஜா, கட்சிப் பத்திரிகையில் எழுதிய புன்னப்புரை வயலார் போராட்டத்தின் ரிப்போர்ட்''

அவன் காகிதங்களை அவளிடம் கொடுத்தான்.

1906 நவம்பர் 17 இன் பீப்பிள்ஸ் ஏஜ்.

''டெவில் - ராஜ் கன்ட்டினியூஸ் இன் டிருவாங்கூர்''

''திருவிதாங்கூரில் பேயாட்சி தொடர்கிறது''

ரிப்போர்ட்டுடன் சர். சி. பி. யின் கேரிகேச்சர் உருவப்படம். பம்பாயிலிருந்து எழுதப்பட்ட ரிப்போர்ட் என உண்ணிராஜாவின் துணைத்தலைப்பு.

''பார்ட்டியோட தலைமையிடம் அப்பல்லாம் பம்பாய்தானே?'' என்றான் தினார்.

வயலார் துப்பாக்கிச் சூட்டிற்குப் பிறகான பீதி புரண்ட நாட்கள்...

சர். சி.பி. ரேஷன் தடை செய்துவிட்டார். போராட்டக்காரர்களுக்கும் போராட்ட அனுதாபிகளுக்கும் ரேஷன் கிடையாது. தாசில்தாரின் அத்தாட்சிக் கடிதம் கொண்டு வருபவர்களுக்கு அரிசி கொடுக்கலாம் என்பது திவானின் கட்டளை.

சிறைச்சாலைகள் டெட்டினியூ கைதிகளால் நிரம்பி வழிந்தன.

திருவிதாங்கூர் மக்களின் துயரங்களைக் குறித்துக் கதை எழுதினார் என்ற குற்றத்திற்காக எழுத்தாளர் பொன்குன்னம் வர்க்கி கைது செய்யப்பட்டார்.

சி.கேசவனும் கும்பளத்து சங்குபிள்ளையும் கைதானார்கள். கோட்டயம் களரிக்கல் பஜாரின் புத்தகச்சாலையிலிருந்து டி.சி. கிழக்கேமுறி கைது செய்யப்பட்டார். மாநிலக் காங்கிரஸ் பொதுச் செயலாளராக கும்பளம் சங்குபிள்ளையை முன்மொழிந்ததுதான் குற்றம். கே.எம். சாண்டியும் கோட்டயம் பாசியும் கைதானார்கள். தகழிக்கும் பி. கேசவதேவுக்கும் குற்றிப்புழை கிருஷ்ணப்பிள்ளைக்கும் எதிராக அரஸ்ட் வாரண்ட் பிறப்பிக்கப்பட்டது.

அபராஜிதா அறையின் வேறொருபுறம் சென்று நின்றாள். ஆறேழு அலமாரிகள். மார்க்சியம், லெனினியம். அதில் ஒன்றில் ரத்தச் சிவப்பில் 'மாவோயிசம்' என்று எழுதப் பட்டிருந்தது.

''புத்தகச்சாலையின் பொறுப்பை ஏற்றுக்கொண்ட உடனே நாங்கள் செய்தது இதுதான்''

''நல்லது. என் வேலை சுலபமாப் போச்சு'' அவள் சிரித்தாள்.

அவள் ஒவ்வொரு புத்தகமாக நகர்த்தினாள்.

புன்னப்புரை - வயலார் ஒரு சிறு வரலாறு - பி.கே. சந்திரானந்தன்.

புரட்சி நினைவுகள் - புதுப்பள்ளி ராகவன்

ஜொலிக்கும் அத்தியாயங்கள் - எம்.டி. சந்திரசேனன்

வஞ்சிக்கப்பட்ட வேணாடு - ஸ்ரீகண்டன்நாயர்

திருவிதாங்கூர் சுதந்திரப் போராட்டம் - ஸ்ரீநாராயணப்பிள்ளை

கே. வி. பத்ரோஸ் : குத்தீட்டிக்காரனும் பலியாடும் - யதுகுலகுமார்

அரேபியன் மாடல் அரபிக்கடலில் - எ. ஸ்ரீதரமேனன்

''எனக்காகத்தான் காலம் உங்ககிட்ட புத்தகசாலையோட பொறுப்பைக் குடுத்து இருக்குபோல'' அவள் சிரித்தாள்.

''காலம் ஒவ்வொரு செயலையும் கணிச்சு வச்சிருக்கும்'' என்றான் நிரஞ்சன்.

''அதை நிர்வகிப்பதுதான் நம்ம கடமை. சே பொலிவியாவிலத் தொடங்கி வச்சதுபோல...''

''சரிதான்'' அவள் நினைத்துக் கொண்டாள்.

காலம் எவ்வளவு கவனத்தோடு இருக்கிறது!

அதே நிமிடம் உள்ளே எங்கேயோ வெடித்து முளைத்த ஒரு சந்தேகத்தோடு நிரஞ்சனை அவள் திரும்பிப் பார்த்தாள்.

அவனின் 'சே' போன்ற முகவடிவில் எங்கேயோ பொலிவியக் காடுகளின் மர்மம் இருக்கிறதோ?

4

இதிகாச பூமியின் வேர்கள்

நெஞ்சு நிமிர்த்தி கண்களை இறுக மூடி தயாராக நின்று கொண்டிருக்கிறான் கொச்சாப்பி குஞ்ஞன். மிக நெருக்கத்தில் தொண்டைக்குழியின் நேராக அழுத்திய துப்பாக்கியோடு நாயிப் சுபேதார்.

''ஒன்... டூ... த்ரீ...''

செவி தகர்க்கும் வெடியோசை கேட்டது.

கொச்சாப்பி குஞ்ஞன் நிலம் பதித்தான். பட்டாளக்காரர்கள் ஆரவாரக் கூச்சல் எழுப்பினர்.

நாயிப் சுபேதார் வானத்தை நோக்கிச் சுட்டான்.

''உன்னை அப்படி ஒரே குண்டுல முடிச்சுடுவோம்னு நெனச்சியோடா மயிரே?''

அவன் கீழே குனிந்து கொச்சாப்பி குஞ்ஞனின் குரல்வளையைக் குத்திப் பிடித்து எழுப்பி நிறுத்தினான்.

''உனக்குக் கொழுப்பு கொஞ்சம் ஜாஸ்தி மவனே. உன்ன நாங்க இன்ச் இன்ச்சா கொல்லணும். நாறக் கழுவேறி மவனே, சொல்லுடா... உன்னோட இன்கிலாப், உம் சொல்லுடா''

கொச்சாப்பி குஞ்ஞன் அவனுடைய கைப்பிடியில் ஈசல்போல் நெளிந்தான். கழுத்தை நெரித்து தொண்டைக்குழியில் அவன் விரலைக் குத்தி இறக்கினான்.

''சொல்லுடா, உன்னோட கடைசி இன்கிலாப்ப. செத்துக் கெடக்கற உன்னோட தோழனுங்க எழுந்து வரட்டும்''

அவன் கொச்சாப்பியின் கட்டம் போட்ட லுங்கியை உருவியெடுத்தான். முட்டிக்கால் மடக்கி மறைவிடத்தைத் தாக்கினான்.

''அய்யோ...'' கொச்சாப்பி அலறினான்.

''பாத்துட்டு சும்மா நிக்காம அடிச்சுக் கொல்லுங்கடா இந்த நாய?''

''இவனுக்கு தோட்டா இல்ல, அதோட பொககூட அவனத் தாக்கல. திருட்டு ராஸ்கல்''

எதிரே நின்று கொண்டிருந்த பட்டாளத்தின் முன்னால் கொச்சாப்பியை எறிந்தான். இரை கிட்டிய காட்டுநாய்களாக அவர்கள் குஞ்ஞுனைச் சூழ்ந்துகொண்டார்கள். வெடிப்பறம்பின் புகைப்படலத்தின் மீது அவனுடைய குரல் உயர்ந்தது.

''போதுண்டா அடிச்சது'' அவ்வழி வந்த வேறொரு பட்டாளக்காரன் குறுக்கிட்டு, ''இவனக் கொண்டுபோய் போட்டுல வீசுங்க'' என்றான்.

மிலிட்டரி, கொச்சாப்பி குஞ்ஞுனை இழுத்துச் சென்றது. சேகரனையும் கிட்டன் ஆசானையும் தூக்கி எடுத்தது. ஆசான் மேனாசேரிக்காரர். ஜமீன் ஆட்கள் குடிசைக்குத் தீ வைத்து விட்டனர். பசியில் அலைந்து திரிந்துதான் முகாமுக்கு வந்தார். இரண்டு நாட்களாகக் கடும் பட்டினி.

சேகரனை இரண்டுபேர் கையிலும் காலிலுமாகத் தூக்கிக் கொண்டனர். நெஞ்சே வெடித்து விடும்படியான வலி கொண்டு உள்ளேயிருந்து அவிந்தது.

''என்னக் கொன்னுடுங்க. என்னாலே சகிச்சுக்க முடியலே'' சேகரன் முனகினான்.

''உன்னக் கொல்லறதுக்குக் கொண்டு போகலடா. உள்ள இருக்கிற குண்டைக் கீறி எடுக்கப் போறோம். வலி ஜாஸ்தியா இருந்தாலும் மெதுவாப் புடிக்கிறோம்''

மிலிட்டரிக்காரன் கிண்டல் செய்வதாக சேகரனுக்குத் தோன்றியது. அவர்கள் பிடியைத் தளர்த்தினார்கள். ரணத்தின் குடைச்சல் சற்றே குறைந்தது.

வழியெங்கும் ரத்தத்தில் ஊறிய தோழர்களின் பிணங்கள். அவற்றைத் தாண்டிக் கடந்தனர் ராணுவத்தினர். தென்னைமரச் சுவடுகளில் அடுக்கடுக்காக நான்கைந்து பிணங்கள். கைகளில் குத்தீட்டிகள். குண்டடிபட்டுத் தெறித்து விழுந்த எலும்புத் துண்டுகள். எறும்புகள் ஊறும் மாமிசத்துண்டுகள். காக்கைகளும் கழுகுகளும் பறந்திறங்கி, பிணங்களைக் கொத்திக் கிழிக்கின்றன. உடைந்து நொறுங்கிய குத்தீட்டிகள், வெட்டரிவாள்கள், இரும்புத்தடிகள்... நாய்களின் கூட்டம் பிணங்களைக் கடித்துக் குதறுகிறது. தூரத்திலிருந்து அதைப் பார்க்கின்ற அவர்கள் துப்பாக்கி எடுத்து நாய்களைக் குறி வைத்தனர். இரண்டு நாய்கள் விழுந்து துடித்தன. மற்றவை வெருண்டு ஓடின.

சேகரன் தோழர்களின் ரத்தம் விழுந்து சிவந்த மண்ணைப் பார்த்தான். மணலில் ரத்தச்சிவப்பு. ரத்தமும் மணலும் புரண்டு யாரையும் அடையாளம் காண

முடியவில்லை. பார்க்குமிடமெல்லாம் வெடியேற்று விழுந்தவர்கள்... நெஞ்சில்தான் குண்டு துளைத்திருக்கிறது. சேகரனுக்குப் பெருமிதம் தோன்றியது. யாரும் பயந்தோடி இறக்கவில்லை. குண்டடிபட்டுச் சாவோமென்று தெரிந்திருந்தும் எந்திரத் துப்பாக்கியின் முன்னால் பதற்றமில்லாமல் நின்று போராடிய வீரத் தோழர்கள்.

''லால் சலாம் தோழர்களே, லால் சலாம்'' சேகரன் படுத்தவாக்கில் உருண்டான்.

''நிறுத்துடா, உன்னோட மொழக்கத்த''

ஒருவன் சேகரனின் வாயைப் பொத்தினான்.

''குண்டடிபட்டுச் சாகணும்னு உனக்கு என்னடா இவ்ளோ புடிவாதம்?''

அவர்கள் படகுக்குச் சென்றனர். கொச்சாப்பி குஞ்ஞன் அழுக்கும் ரத்தமும் புரண்ட கோவணத்தைச் சுற்றிக்கொண்டு அடித்த அடியில் உணர்வற்று படகின் நடுவில் படுத்திருக்கிறான். கன்னம் பிய்ந்து ரத்தம் வழிகிறது. குண்டடிபட்டவர்கள், அடிபடாதவர்களெனச் சூழ்ந்திருந்தனர். அடிபட்டவர்களுடன் சேகரனையும் படகின் நடுவில் சாய்த்து உட்கார வைத்தனர். காயங்களிலிருந்து வழிந்திறங்கிய ரத்தம் படகின் நடுவில் தேங்கி நின்றது. அடிபடாதவர்களைச் சுற்றிலும் வட்டமாக உட்கார வைத்தனர்.

ஆகாயம் இருண்டது. காயலின்மீது இருள் பரவியது. நீர்க்காகங்கள் கூடுகளை அடையும் ஓசை கேட்கிறது.

''மணி என்ன?''

''ஆறே முக்கால்''

''எத்தனைபேர் செத்தாங்க?''

மிலிட்டரிக்காரர்கள் தங்களுக்குள் பேசிக் கொண்டனர்.

''யார் எண்ணுனாங்க? ஐநூறாவது இருக்கும்''

''ஔதலைலயும் மேனாசேரிலயும்?''

''யாருக்குத் தெரியும்? போனவங்க இன்னும் வரலையே. ஹாங்... அங்கயும் நெறையவே செத்திருப்பாங்க. கண்ல பாக்குறவங்கள எல்லாம் வெடிவைக்கச் சொல்லித்தானே மேலிடத்து உத்தரவு''

''ஆனாலும் கொஞ்சம் அளவுக்கு அதிகமாத்தான் போச்சு'' மிலிட்டரிக்காரர்களில் ஒருவன் மெதுவாகச் சொன்னான்.

''யாராவது கேட்டுறப் போறாங்க'' அவன் சுற்றிலும் பார்த்தான்.

‘‘நாளைக்குத் தலையில தொப்பி இருக்காது. இருந்தாலும் நான் முடிச்சுக்கத்தான் போறேன். எனக்கு இந்த வேலை செய்ய முடியல’’ அவன் தலையைத் தாழ்த்திக் கொண்டான்.

‘‘உங்களுக்கு யாருக்கும் வயிறு பசிக்கலையா?’’

நாலைந்துபேர் வெடிவைத்துப் பறித்த தேங்காய்களும் வெட்டரிவாள்களுமாகப் படகுக்கு வந்தனர்.

‘‘எப்படி இருந்தாலும் தோழர்களோட ஆயுதத்தால இப்படி ஒரு நன்மையும் இருக்கே. செத்துக் கெடந்த ஒருத்தியோட கைல இருந்து எடுத்தேன். செத்தும் அவ புடிச்சிருந்த புடி இருக்கே...’’

ஒருவன் கையிலிருந்த அரிவாளை உயர்த்திக் காட்டினான்.

முன்னால் விரித்திருந்த நரைத்த ஜமுக்காளத்தின்மீது அவன் தேங்காய் துண்டுகளை நறுக்கிப் போட்டான். மற்றவர்கள் தின்னத் தொடங்கினர். கிட்டனாசான் ஆசையாக அதைப் பார்த்தார்.

‘‘பாரு,பாரு, சாகப் போற நேரத்திலயும் அவனோட ஆசைய’’ அரிவாள் பிடித்து இருந்தவன் அதைப் பார்த்தான். ‘‘பாத்து கண்ணு வக்காம நக்கித் தின்னுடா நாயே’’

அவன் நான்கைந்து தேங்காய்த் துண்டுகளை நடுப்பக்கமாக எறிந்தான். நடுவில் குளமாக நின்ற ரத்தச்சகதியில் அவை விழுந்தன. கிட்டனாசான் ஆவலோடு குனிந்தார்.

‘‘படு நாயே, முழிச்சுப் பாக்கறியா? நக்கித் தின்னுடா’’ அரிவாளோடு அவன் எழுந்து வந்தான். ‘‘பீயில வுழுந்திருந்தாலும் நான் அதை உன்னத் தின்ன வச்சிருப்பேன்’’ கிட்டனாசானின் கழுத்தை அழுத்திப் பிடித்துக் கைமுட்டியால் முதுகில் அறைந்தான். ‘‘கடிச்சு எடுடா, நாயிக்குப் பொறந்தவனே’’

அடி விழுந்த கிட்டனாசானின் முகம் கீழே ரத்தச்சகதியில் அழுந்தியது. முடியில் கொத்தாகப் பிடித்து அவன் எழுப்பினான். பற்களுக்கிடையில் ரத்தம் துளிர்க்கும் தேங்காய்த் துண்டுகள்.

‘‘ஹா...ஹா...ஹா...’’ அவன் அட்டகாசம் செய்தான்.

‘‘உபத்திரவம் பண்ணுனது போதும் நாடாரே’’ ஒருவன் சொன்னான்.

‘‘இப்படி கண்ணுல ரத்தமில்லாமச் செய்யாதீங்க’’

‘‘நீங்க எல்லாம் இப்படிச் சொல்வீங்க. மகாபிரபுவான தம்புரான எதுத்துக் குத்தீட்டிய எடுத்துக்கிட்டு இறங்கி வந்த தேசத்துரோகிங்கதானே இவனுங்க. கம்யூனிஸ்ட் கழுவேறிங்க... ப்பூ...’’

அவன் தோழர்களின் முகங்களின்மீது துப்பினான்.

''அப்ப நீங்க எல்லாரும் *விரிப்பு, **முண்டகன் வெதைக்கறதுக்குப் பதிலா இங்க கம்யூனிஸம் வெதைப்பீங்க இல்லயாடா?''

கிட்டனாசானின் முதுகில் ஓங்கி ஒரு குத்துவிட்டு அவன் கோபத்தைத் தீர்த்துக் கொண்டான்.

படகு சேர்த்தலை டூரிஸ்ட் பங்களாவின் முன்னால் சென்றது. அந்த இடம் முழுக்க ராணுவம். ஏழுமணி வாக்கில் சேர்த்தலை லாக்கப்புக்கு ஒரு லாரி வந்தது. ஸ்டேஷன் வாசலில் இன்ஸ்பெக்டர் கோசி இஸ்திரி போட்டு மொடமொடத்த காக்கி நிக்கரின் பாக்கெட்டில் கைகளை நுழைத்து, கால்களில் நாடாக்களைச் சுற்றி, கிராஸ்பெல்ட் போட்டு மீசை நிமிர்த்தி நின்றிருந்தார். ஸ்டேஷன் முன்னால் எல்லோரையும் வட்டமாக உட்கார வைத்தார்கள்.

''நீங்கெல்லாம்தானாடா வயலார் மாஸ்கோவோட ஸ்டாலின் பட்டாளம்?'' அவர் பூட்ஸ் காலை அழுத்தி நெறித்தார்.

''மிதிச்சிருவேன் எல்லாத்தையும்'' தோழர் நாரப்பனின் அருகே வந்ததும் நின்றார்.

''உனக்கு குண்டடி படலையாடா?'' நாரப்பனின் முடியைக் கொத்தாகப் பிடித்து உயர்த்தி எடுத்தார்.

''என்னடா உம்பேரு?''

''நாரப்பன்''

''நா... ரப்பன்! இடிச்சு நார்நாராக்கிருவேன். உன்னோட பருப்ப நான் நொறுக்கிடுவேன்''

கால் முட்டியை உயர்த்தி நாரப்பனின் அடிவயிற்றில் குத்தினார்.

''ஓ...''

அடிவாங்கி நாரப்பன் இறால் போல வளைந்தான். நாரப்பனின் முதுகெலும்பை நோக்கி கைமுட்டியை ஊன்றியபடி இரண்டு இடிஇடித்தார். அவன் அவருடைய காலடியில் குப்புற விழுந்தான். ஒரு காலைத் தூக்கி அவன் முதுகில் மிதித்து நின்றார். காக்கிச் சட்டையின் கையை முறுக்கி ஏற்றினார். கூரான தொப்பிகளை அணிந்த போலீசாரைப் பார்த்துச் சொன்னார்.

*விரிப்பு - இலையுதிர்கால விதைப் பருவம் (ஏப்ரல் - மே)

**முண்டகன் - குளிர்கால விதைப் பருவம் (செப்டம்பர் - அக்டோபர்)

''நீயெல்லாம் பாத்துக்கிட்டே நிக்காம வந்து உங்க கையோட அரிப்பெல்லாம் தீத்துக்கங்கடா. ஒவ்வொருத்தனையும் புடிச்சு லாக்கப்புல போடுங்க. அவனுங்களுக்கு குண்டடிபட்ட இடத்திலேயே போட்டு மிதிங்க. அவனுங்க கூக்குரலு அங்க டூரிஸ்ட் பங்களா வரைக்கும் கேக்கணும். அப்புறம் அவங்களோட தலைவனுங்க ராஸ்கல்ஸ் நாலஞ்சுபேர் உள்ள இருக்கானுங்களே அவனுகளுக்கும் கேக்கட்டும்''

இரண்டு போலீஸ்காரர்கள் லாக்கப்பைத் திறந்தனர்.

''இறங்கி வாங்கடா''

தோழர் என்.எஸ்.பி.பணிக்கரும் குமாரன் வக்கீலும் வெளியே வந்தனர். வெளியே இரைச்சல். நாலைந்து லாரிகள் ஸ்டேஷனுக்கு முன்னால் வந்து நின்றன. ரத்தத்தில் குளித்த தோழர்களை ராணுவம் இழுத்து வெளியே எறிந்தது.

காவல் நிலையத்தின் மேற்கூரையைத் துளைத்துக்கொண்டு தோழர்களின் கூக்குரல்கள் எழுந்தன. அடர்த்தியான கூரிருளைப் பிளந்து கொண்டு இன்ஸ்பெக்டர் கோசியின் தாக்குதல் தொடர்ந்தது.

''மொத்தம் எத்தனை கழுவேறிங்க ஆச்சுடா?'' அவர் கைகளை அழுத்தித் தேய்த்துக் கொண்டார்.

''எறநூத்திப் பன்னெண்டு'' நாராப்பிள்ளை சொன்னான்.

''மூணு லாக்கப்லயுமா அடச்சு வை''

''அவ்ளோ பேருக்கு எடம் பத்தாது ஐயா'' ஏட்டு தலைசொறிந்தான்.

''அப்படின்னா உங்க அம்மா மார்ல கொண்டுபோய்ப் படுக்க வை'' அவர் கத்தினார்.

''டேய் மயிரு, இருக்கற எடத்துல போட்டு இடிச்சு நசுக்குடா இந்தப் பன்னிங்கள''

பத்துபேர் படுக்கக்கூடிய மூன்று செல்களிலுமாக தோழர்களைக் குத்தி நிறைத்தார்கள்.

''ஒருத்தன்கூட அசையக் கூடாது. மரியாதையாப் படு'' போலீசார் லாக்கப்பின் தாழ்ப்பாளைப் பூட்டினர்.

லாக்கப்புக்குள்ளே நுழைந்ததும் சேகரனுக்கு வாந்தி வந்தது. அழுகின துர்நாற்றம். ஒரு குஷ்டரோகியைத் தனியாக அடைத்து வைத்திருந்த செல் அது. சேகரன் உட்பட தொன்னூற்றெட்டு தோழர்கள் அதில் இருந்தனர். கைகால்களின் விரல்களின்மீது உட்கார்ந்தபடி ஒரு குன்றெனக் குவிந்திருந்தனர். முன்னாலிருந்த அலுமினியத் தட்டில் பாதி தின்று முடித்த கெட்டுப்போன கோதுமைக் களியில் எறும்பு மொய்த்திருந்தது. அதனருகே ஒரு இரும்புத் தொட்டி. அதில் ஈக்கள் மொய்க்கின்றன.

''ஓ...'' ஒரு தோழர் அதைப் பார்த்ததும் குமட்டினான். ''மலம்'' அவனுக்குப் புரட்டியது.

அந்த நாட்களில் அபராஜிதா எழுத்தின் வாதையில் இருந்தாள். எதையும் எழுத முடியாமல் கீபோர்டின் முன்னால் எத்தனையோ நாட்கள் வெறுமனே அமர்ந்திருந்தாள். கடைசியில் -

மடிக்கணினியின் திரையில் ஒளிரும் வரிகளையே மீண்டும் மீண்டும் அவள் பார்த்தபடியிருந்தாள். போராட்டத்தின் பின்புலத்திலிருந்து அதன் முன்னோக்கிய ஒரு தேடுதல் பயணம். அல்லது பின்னோக்கிய பயணமா? முன்னும் பின்னுமாக ஒரே நேரம் கதையின் போக்கைக் கொண்டு போனால் என்ன?

திசா மண் கோப்பையில் நீர்மோருடன் வந்தாள்.

''உன் எழுத்தெல்லாம் எப்படிப் போயிட்டிருக்கு?''

''தோ'' அவள் கணினியைத் திருப்பினாள்.

''நிரஞ்சனுக்கு காமிச்சேன். அவனுக்குப் புடிச்சுப் போச்சு''

''அவனுக்குப் புடிக்காமலா? புரட்சின்னு கேட்டாப் போதும், அவனுக்குப் புடிக்கும். செத்துப் போன குஞ்ஞுண்ணி தாத்தாவோட விதை அவன். உன்கிட்ட ஒருவாட்டி சொல்லியிருக்கேனே. ராத்திரில வீட்டைத் தேடி வந்த எஸ்.ஐ. யைத் தாத்தா இரும்புத்தடியால அடிச்சு வெரட்டின கத. சாகற வரைக்கும் அவரோட நெத்தியில அந்த வடு இருந்துச்சு''

திசா மோரை அவள் அருகே வைத்துவிட்டுத் தூணில் சாய்ந்தமர்ந்தாள்?.

''அம்மா எலுமிச்சம் எலையெல்லாம் நசுக்கிப் போட்டு உனக்காக செஞ்சாங்க''

அபராஜிதா மண்கோப்பையைக் கையிலெடுத்தாள். மதுராவின் தெருக்களில் மண்கலயங்களில் விற்க வைத்திருக்கும் மோரைவிட ருசியாக இருந்தது.

''ம்ம்... சொல்லலியே, மிருணாள்தா கூப்பிட்டிருந்தார். உன் அம்மாவோட கொடம்புளி போட்ட மீன் கொழம்பப் பத்தி விசாரிச்சார்''

திசா அதைக் காதில் வாங்கவேயில்லை.

முற்றத்துக் கொன்றை மரத்தில் இரண்டு மாடப்புறாக்கள். அவள் அதன் பின்னால் போனாள். டெல்லி கல்லூரி விடுதியில் காணப்படும் மைனாக்களைப் போலல்ல இவை என்று நினைத்துக் கொண்டாள். தில்லியின் மைனாக்கள் மிகவும் அடர் கறுப்புத் தவிட்டு நிறமுடையவை. மஞ்சள் நிறம் சற்று கூடுதலாக இருக்கும் மாடப்புறாக்கள் கீழே பறந்திறங்கின.

''ஏய், நீ எங்க இருக்க?'' அபராஜிதா அவளுடைய தோளில் தட்டினாள்.

''நான் நம்மோட கேம்பஸ் வரைக்கும் போயிட்டேன்டா'' திசா சிரித்தாள்.

அவள் அப்படித்தான். கல்லூரியில் நடக்கும் விவாதங்களுக்கு இடையிலும் கனவுலகத்தில் சஞ்சரிப்பாள்.

''மன்மோகன் சிங்கின் புதிய தாராளமயக் கொள்கைகளுக்கு எதிராகவும், நவீன காலனித்துவ பாசிசத்தைப் பற்றியெல்லாம் நாம இங்க தலைசுத்திப் போற அளவுக்குப் பேசிக்கிட்டு இருக்க, இவ மட்டும் இங்கே இருக்கமாட்டா. ஏதோ கனவு கண்டிட்டுருப்பா'' என்பான் ரன்பீர்.

''ஒரு சாதாரண கிராமத்துப் பொண்ணு கனவு காணக் கூடாதா? காரல்மாக்ஸ் கனவு கண்டதில்லையா? பிடல் காஸ்ட்ரோ கனவு காண்றதில்லையா?'' திசா கேட்பாள்.

''கனவு காணலாம்'' மிருணாள்தா நடுவில் நுழைவார்.

''கனவு கண்டே ஆகணும். குறிப்பா உங்களைப் போன்ற இளைஞர்கள். இன்றைய கனவுகள்தானே நாளைய எதார்த்தங்கள். மார்க்சின் கனவுதான் தாஸ் காப்பிடல். அதுக்காக திசா நீ எந்த நேரத்திலும் கனவு உலகத்திலேயே பறக்கலாமா?''

''எப்போவாவது பூமிக்கும் கொஞ்சம் இறங்கி வா'' ரன்பீர் கிண்டலடிப்பான்.

''ரன்பீரும் மிருணாள்தாவும் இப்ப இங்க இருந்திருக்கணும், உன்ன நல்லா ஓட்டறதுக்கு''

''உண்மையச் சொல்லட்டுமா சாரங்கீ?'' திசா அவளின் முடியிழைகளில் தொட்டுத் தடவினாள்.

அபராஜிதாவை சில நேரங்களில் அவள் அப்படித்தான் அழைப்பாள். சாரங்கி - முக்கியமாக அவள் கோபப்படுவதைப் பார்க்கும்போது. அப்போது அவளுடைய வெள்ளைவெளேர் முகத்தில் தசைநார்கள் இறுகும்.

''உம்?'' அவள் கேள்வியாய்ப் பார்த்தாள்.

''நான் இதுவரைக்கும் நம்மோட கேம்பஸ விட்டு வரவேயில்லை. என் மனசு இப்பவும் அங்கேயேதான் இருக்கு. மிருணாள்தா, ரன்பீர், சர்மிளா, பவனேந்து...''

அபராஜிதா அவளை ஓரக்கண்ணால் பார்த்தாள். இதைச் சொல்லும்போது அவளுடைய முகம் சிவந்து போனதோ? ரன்பீரும் அறியாதவாறு அவனுக்கும் அவளுக்குமான கண்ணுக்குப் புலனாகாத நூல் பாலத்தை அவள் கட்டியிருக்கிறாளோ? அதை வெளிப்படுத்த அவளுக்கு என்ன தயக்கம்? அவனோ வேறொரு கனவுலகில் இருக்கிறான். ஒருபோதும் நடக்க முடியாத ஒரு கனவின் ஒற்றையடிப் பாலத்தினூடே...

''எதையோ அங்க மறந்து வச்சுட்டுதான் வந்திருக்கேன் நான். என் மனசு அப்படிச் சொல்லுது' என்றாள் திசா. 'இப்பவும் நான் அதைத் தேடிட்டுதான் இருக்கேன்''

‘நானும் தேடிட்டுதானே இருக்கேன்?’ அபராஜிதா நினைத்துக் கொண்டாள். ‘டில்லி கல்லூரி விடுதியில இல்ல. இங்கே... பெரும்பறை முழங்கின இந்த மண்ணுல...’

‘என் வேர்கள்...’

வங்காளத்திலும் கேரளத்திலுமாக வேரோடி நிற்கும் மரம்தான் அவள் வாழ்க்கை. அதன் வேர்கள் டில்லி விடுதியிலும் ஆழ்ந்திறங்கி இருக்கலாம். அதுவன்றி டெல்லியோடு அவளுக்குக் காதல் இல்லை. அவளின் காதலுக்குள் இப்போது வங்காளமுமில்லை.

‘‘நானும் தேடறேன். கண்டுபிடிக்க முடியுமான்னு தெரியல. ஒவ்வொருநாள் முடியும்போதும் அது ஒரு எச்சமாக நின்னுடுமோன்ற சங்கடம். டெல்லில இருக்கும்போது ஊருக்குப் போன உடனே உன்னோட வேர்களை நாம கிளறி எடுத்துடுவோம்னு சொன்ன. ஆனா இப்போ இவ்ளோ நாளாகியும்...’’ என்றாள் அபராஜிதா.

‘‘நான் சொன்னது உண்மைதான். நாம கண்டுபிடிப்போம். நிரஞ்சன் அந்த வேலைய நல்லா செய்யறான்’’ திசா எதிர்வினை ஆற்றினாள்.

‘‘நேற்றும் வயலாரிலிருந்து நிறைய தோழர்களை அழைச்சுக்கிட்டுதான் அவன் வந்தான். அவங்க உங்கிட்ட என்னவெல்லாமோ கேட்டுத் தெரிஞ்சுக்கணும்னு சொன்னாங்க. ஆனா அந்நேரம் நீ இங்க இல்லாமப் போயிட்ட’’

‘‘எனக்கு என்ன தெரியும்?’’ அவள் கையறுநிலையில் கேட்டாள்.

‘‘ஒன்னுகூடத் தெரியாதா?’’ திசா கேட்டாள். ‘‘நீ கொஞ்சம் யோசிச்சுப் பாரு, அப்பா சொன்ன ஏதாவது குறிப்புகள்?’’

‘‘ம்ஹூம்’’ அவள் முகம் குனிந்தாள்.

பலமுறை கிளறிப் பார்த்ததுதான். அப்பா பல தடவையாகச் சொன்ன விஷயங்கள். ராஜுவ் சௌக்கிற்கு வந்து மெட்ரோவின் நெரிசலில் மறைவதற்கு இடையில் அப்பா கடைசியாக நினைவூட்டியவை.

திசாவும் யோசித்துக் கொண்டிருந்தாள். கல்லூரியில் பல நாட்கள் நீண்டு நின்ற யோசனைகளின் முடிவில் அவள் கேரளத்திற்கு வர நேர்ந்தது. ஏதோ ஒரு கடமை தனக்குக் காத்திருப்பதாக அவளுக்குத் தோன்றியது. எல்லோர் வாழ்விலும் இருக்கிறது ஒரு கடமை. அதை அறிந்து கொள்ளாமல் பலரும் திரும்பிச் செல்கின்றனர். தெரிந்து கொள்வோர் ஏதோ வழியோரங்களில்... கடைசியில் வாழ்வு முட்டாளிடம் கேட்கப்பட்ட விடுகதைதான்.

5

சிவப்புத் தலைப்பாகை அணிந்த பறவை

எஞ்சியிருக்கும் மணல் குன்றை நோக்கிய பயணம்.

தோழர் அனகாசயனின் நினைவாக முன்னர் எப்போதோ திசா நட்டு வைத்த தபூமரம் அந்தக் குன்றின்மீதுதான் இருந்தது. பாலர் சங்கத்தின் கூட்டாளிகளோடு அந்தக் குன்றுக்குப் போயிருந்தது அவள் நினைவில் வந்தது. அன்று குன்றின் சரிவுகளில் சிறுபுன்னைகள் காய்த்து நின்றிருந்தன. பையன்கள் புன்னை மரங்களில் வலிந்து ஏறிக் கொண்டிருந்த போது, அவள் தன் தோழிகளுடன் கீழே நிலப்பனைகளும் சித்தாமுட்டிகளும் தழைத்திருந்த சரிவுகளில் காரைப்பழம் தேடி நடந்து கொண்டிருந்தாள். மாலையில் மரநிழலில் ஓய்வு எடுத்தபோது கொச்சு ராகவன் சார் பதினான்கே வயதுடைய தோழன் அனகாசயனின் கதையைச் சொன்னார். அது கதையல்ல, புன்னப்புரை - வயலார் போராட்டச் சரித்திரத்தின் சிவப்புத் தாள்களில் ஒன்று.

''திசா, நீ எங்கதான் போறே?'' அபராஜிதா பொறுமையிழந்தாள். ''இப்படி நடக்கத் தொடங்கி ரொம்ப நேரமாச்சே?''

நீர்முள்ளிகள் படர்ந்த வயல் வரப்புகளின் வழியாகச் சிற்றோடைகள் தாண்டிக் கடந்து, வரப்போர ஒற்றையடிப் பாதைகள் தாண்டித் தென்னந் தோப்புகளின் ஊடாகப் புற வயல்களின் வழியில்...

''இன்னும் கொஞ்ச தூரந்தான்'' திசா மெல்ல நடந்தாள்.

''என் கால் இந்தக் காஞ்ச மணல்ல அழுந்துது. இது தெரிஞ்சிருந்தா நான் அந்த கேன்வாஸ் ஷூ போட்டுட்டு வந்திருப்பேனே?''

''முன்னாடி இங்க இப்படியெல்லாம் இருக்காது. எங்க பாத்தாலும் வெள்ளைவெளேர்னு சர்க்கரை மணல்; முந்திரித் தோப்பு நெறஞ்ச குன்று; புன்னைக் காடு; அடர்பாசி படர்ந்து கிடக்கிற நீரோடை; அந்த ஓடைகளைத் தாண்டிப் போறதுக்கு ஒத்தப் பனைமரப் பாலம்; வரப்போரமா நடக்கும்போது கால் இடறி 'சிலும் சிலும்'னு சத்தம் கேட்குற காஞ்ச எட்டிக்காயோட ஓடுகள். இப்பல்லாம் பாக்கவே முடியறதில்ல! சின்ன சங்குபோல, பச்சை கலந்த தவிட்டு நிறத்தில, வயல் தண்ணியில பச்சைநிற எட்டிக்காயெல்லாம் மிதந்து மிதந்து போகும். கூடவே இறால். முண்டக்கண்ணி. ஹூம்... எல்லாமே வம்சம் அத்துப் போச்சு''

''நான் லேட்டா வந்துட்டேன் இல்ல? கொஞ்சம் முன்னாடியே வந்திருக்கலாம்?'' அபராஜிதா அந்தச் சிற்றோடையின் குறுக்கே ஒற்றை மரப்பாலத்தின் வழியாக நடந்தாள்.

''நாமெல்லாம் பொறக்கிறதுக்கு முன்னாடியே இங்க வந்து இருக்கணும்'' என்றாள் திசா.

''அப்பல்லாம் கடற்கரை பாக்க எவ்வளவு அழகா இருக்கும் தெரியுமா? அம்மா சொல்லுவாங்க. மணல் மாஃபியாக்கள், இருந்த எல்லா மணல் குன்றுகளையும் சுரண்டித் தின்னுட்டுப் போயிட்டாங்க. வயல்கள் துந்து போயிடுச்சு. வனங்கள் இல்லாமல் ஆயிடுச்சு''

''கஷ்டம்'' அபராஜிதா ஒரு கடலைப் பூவைப் பறித்தாள்.

''தோ, முன்னாடி இங்க ஒரு பெரிய குளம் இருந்தது'' காட்டு அருகம்புல்லும் குப்பைமேனியும் அடர்ந்த வெளித்தோட்டத்துக்குள் திசா கடந்து சென்றாள்.

''அங்க ஒரு பெரிய குன்றும், குளத்தோடு சேர்ந்து ஒரு முதிய மரோட்டி மரமும் இருந்தது. மரத்தின் பொந்துகள் நிறைய பறவைக்கூடுகள். மீன்கொத்தியும், மரங்கொத்தியும், மாடப்புறாவும் மரப்பொந்துகள்ல இருந்து பறந்து இறங்கி வரும். அலகில் இரையுடன் போகும். நீர்க்கோழிங்க கீழே தாழம் புதருக்குள்ளே இருந்தன. கோடை விடுமுறைன்னா நீந்தி விளையாட இங்கேதான் வருவோம். ஒருநாள் குளத்தோட குறுக்கும் நெடுக்குமா கும்மாளம் போட்டுக்கிட்டிருக்கும் போது, ஆகாயத் தாமரைக்கு இடையில இவ்ளோ பெரிய தாழம்சக்கை மூர்க்கன். அத்தோட ஆட்டத்த முடிச்சுக்கிட்டோம்''

''நம்பவே முடியல''

அவள் திசா சொன்ன குளத்தை மனதில் கொண்டு வந்தாள். குளத்தை நோக்கிச் சாய்ந்த மரோட்டி மரம். தாழம்சக்கைப் புதர்கள். ஆகாயத் தாமரையின் அடியில் ஊர்ந்து செல்லும் தாழம்சக்கை மூர்க்கன் பாம்பு.

''மணல் மாஃபியா மொத்த குன்றுகளையும் இடிச்சு நிரப்பியதும், மிச்சமிருந்த குளமும் தூந்து போயிடுச்சு''

திவானின் ராணுவம் முன்பு பிணங்களைக் கொண்டுவந்து போட்டுத்தானே குளங்களைத் தூத்துச்சு? என்றாள் அபராஜிதா.

''பிணங்களை மட்டுமா, உயிர் உள்ளவங்களையும் கொண்டுதான்'' திசா திருத்தினாள்.

''துப்பாக்கிச்சூடு நடந்த ரெண்டாம்நாள் மொத்தமாப் போட்டு பெட்ரோல் ஊத்திக் கொளுத்தத்தானே செஞ்சாங்க? குஞ்ஞுண்ணித் தாத்தா தப்பிச்ச கத தெரியுமா உனக்கு?''

அபராஜிதா அவளைப் பார்த்தாள்.

''அது ஒரு பெரும் நிகழ்வு'' திசா ஆவேசமானாள்.

''மிலிட்டரி வந்தப்போ குஞ்ஞுண்ணித் தாத்தா செத்தது மாதிரியே படுத்திருந்திருக்கார். முகம் முழுக்க ரத்தம். செத்துட்டாருன்னு நெனச்சு மிலிட்டரி திரும்பிடுச்சு. சாயந்திரம் ஆனதும் தாத்தா இழைந்து நகர்ந்தார். வலது பக்கத் தொடையில் அந்த குண்டு துளைச்சு ஏறியிருக்கு. வழியில ஒரு அருவா கெடச்சுது. அதைக்கொண்டு தானாகவே தொடையைக் கீறி, குண்டை வெளியே எடுத்தாரு. குருதி கொட்ட அப்படியே மயங்கிச் சாஞ்சுட்டாரு. அந்த வழியாக வந்த தோழர்கள்தான் தோளில் போட்டுக்கிட்டு பொன்னம்வெளி கொச்சிக்கா வைத்தியரோட வைத்தியசாலைக்குக் கொண்டு போனாங்க. அப்ப தாசி மூத்தம்மா முகம்மையில இருந்தாங்க. அவங்க மூணுமாச கர்ப்பிணி. வயலார்ல குண்டுவெடிப்பு நடந்தது தெரிஞ்சு மூத்தம்மா வந்தப்ப தாத்தாவக் காணல. குண்டடி பட்டிருக்குன்னு சொல்லிக் கேள்விப்பட்டு மூத்தம்மா அலறிப் புடைச்சுக்கிட்டு வெடிக்குன்றைப் பாத்து ஓட்டமா ஓடினாங்க''

''அப்பறம்?''

''தாட்சாயினி... தாசி மூத்தம்மாவோட பேரு. தாசிக் குட்டின்னு கூப்பிடுவாங்களாம். பார்க்கறதுக்கு என்ன மாதிரியே இருப்பாங்களாம். மூத்தம்மாவோட ரண்டாம் ஜென்மம்தான் நான்னு அப்பா எப்பவும் கேலி பண்ணுவார். அதே குணம், அதே பழக்கவழக்கம், அதே பிடிவாதம்... உண்மையச் சொல்லணும்னா தாசி மூத்தம்மாவோட நெனவா, அப்பா எனக்கும் அதே பேர்தான் வச்சார். பள்ளிக்கூடத்தில சேக்கப் போனப்ப மணப்பாடு கைமள் சார், நாம இந்த பேரக் கொஞ்சம் இங்கிலீஷ் ஆக்கி, திருப்பிப் போடலாமா ஆனந்தன் தோழர்? இந்தப் பக்கம் இருக்கிற 'எ' வை எடுத்து அந்தப் பக்கம் போடலாம். அங்க இருக்கிற

'ஐ'யை எடுத்து இங்க மாத்தலாம். சின்ன மாற்றம். புதிய காலத்துக்குப் பொருத்தமான பேர் திசா. ஆசிரியர் கூட்டணியின் தோழராக இருந்தார் கைமள் சார். அப்பா எதுவும் எதுத்துப் பேசல. அப்படித்தான் திசா ஆனேன். ஆனாலும் சாகற வரைக்கும் அப்பா தாசிக்குட்டின்னுதான் கூப்பிட்டிட்டுருந்தார்''

''அப்புறம்?'' அபராஜிதா பொறுமை இழந்தாள்.

''அப்புறமா?'' திசாவின் மனதில் அந்தக் காட்சிகள் நகர்ந்தன.

தாசி மூத்தம்மா அலறி அடித்துக்கொண்டு ஓடுகிறாள்.

''அய்யோ கடவுளே, என் வூட்டுக்காரருக்கு என்ன ஆச்சோ தெரியலையே?''

''நீ எங்க இப்படி ஓடுற தாசிக் குட்டீ?''

அடுத்த வீட்டு காத்தி அத்தை எதிரே வந்தாள்.

''எனக்கு ஒண்ணும் தெரியலயே என் பகவதீ, நான் வெடிப்பறம்புக்குப் போறேன். ரெண்டு நாளா என் புருஷனப் பத்தி ஒரு வெவரமும் இல்லன்னு இன்னைக்கு இங்க வந்தப்பதான் எனக்குத் தெரியும்''

''குஞ்ஞுண்ணிக்குக் குண்டடி பட்டுச்சுன்னு கேள்விப்பட்டேன். அதுக்குமேல ஒண்ணும் தெரியல கேட்டியா?'' காத்தி அத்தை நின்றாள்.

''என்ன இருந்தாலும் நீ தனியாப் போவாத. அங்க நெறைய பட்டாளத்தானுங்க இருக்காங்க. நானுங்கூட வர்றேன். இப்பத்தி காலம் மோசமாக் கெடக்கு''

காத்தி அத்தை அவளுடன் நடந்தாள்.

வெடிப்பறம்பு மிலிட்டரியால் நிறைந்திருந்தது.

கெட்டியான துணியால் மூக்கும் வாயும் கட்டிக்கொண்டு மிலிட்டரியும் தோட்டிகளும் பிணங்களைத் தேடுவதை தூரத்தில் இருந்து பார்க்க முடிந்தது.

காயலிலிருந்து வீசியடித்த காற்றில் பிணங்களின் நாற்றம்.

''ஓ, இதென்ன நாத்தம்...?'' காத்தி அத்தைக்குக் குமட்டல் எடுத்தது.

''என்னால இனிமே ஒரு அடிகூட முன்னால வக்க முடியாது. நான் இங்க எங்கியாவது நின்னுக்கிறேன். நீ போயிப் பாத்துட்டு வாடியம்மா''

''அத்தை நீங்க போங்க. இவ்ளோ தூரம் தொணயா வந்ததே பெரிய ஒதவிதான்''

தாசி மூத்தம்மா இடம்வலம் பார்க்காமல் ஓடினாள். காயல் காற்றில் அழுகிய பிணங்களின் வாடையை மூத்தம்மா உணரவேயில்லை. தோட்டிகள் சடலங்களைப் பல பக்கங்களிலிருந்தும் அள்ளிக் குவிக்கின்றனர். ஆவலை அடக்கிய நாய்க் கூட்டங்கள், சடலங்களுக்கு இடையில் ஓடுகின்றன. அவற்றை ராணுவம் விரட்டி

ஓட்டுகின்றது. தென்னையின் நுனிகளில் பசி அடங்கிய கழுகுகள் இறகுகளைக் கோதுகின்றன. மூத்தம்மா வெடிப்பறம்பினருகே தென்னையின் தடத்தில் நின்றாள்.

வாரிக் குவித்த சடலங்களின் மீது, தோட்டிகள் குப்பைக்கூளங்களைப் பரப்பினார்கள். ஒருவன் கறுப்புக்கேனுடன் வந்தான். கேனைத் தூக்கிப் பிணக்குவியலின்மீது எதையோ ஊற்றினான்.

''நகருங்க, டப்புன்னு நெருப்பு பரவும்'' அவன் ஓடினான்.

வேறொருவன் பற்ற வைத்த தீப்பந்தத்தைப் பிணக்குவியலை நோக்கி எறிந்தான். நெருப்பு கொழுந்து விட்டெரிந்தது. தென்னை மரங்களின் உயரத்தில் நெருப்பு வளையங்கள் உயர்ந்தன. நெருப்பின் சூட்டில் தென்னை நுனிகளில் அமர்ந்திருந்த கழுகுகள் சிறகடித்தன.

தாசி மூத்தம்மாவால் பார்த்துக்கொண்டு நிற்க முடியவில்லை. பற்றி எரியும் தீ ஜுவாலைகள். தீப்பொறிகளின் தீயாட்டம். கொழுந்துவிட்டு எரியும் சடலங்கள். பிணம் கருகும் வாடை. தீ ஜுவாலைகளுக்கு உள்ளிருந்து குஞ்ஞுண்ணித் தாத்தா எட்டிப் பார்ப்பதாக அவளுக்குத் தோன்றியது.

''என்னையும் சுடு... என் வயித்துல கெடக்கிற கொழந்தையையும் சுடு... நான் இனிமே எதுக்கு வாழணும்?'' மூத்தம்மா அலறித் துடித்தாள். பட்டாளம் ஓடி நெருங்குவதற்குள் அவள் மயங்கிச் சரிந்தாள்.

''அப்புறம்?'' அபராஜிதா அவளைப் பார்த்தாள்.

''அப்புறமென்ன? மயக்கம் தெளியவும் குஞ்ஞுண்ணி தாத்தா உயிரோட வந்துட்டார்''

''துப்பாக்கிச் சூட்டுல எத்தனபேர் செத்தாங்கன்னு இப்பக்கூட சரியாத் தெரியல'' என்றாள் அபராஜிதா.

''புன்னப்புரை - வயலார் போராட்டத்தில கிட்டத்தட்ட இரண்டாயிரத்து ஐநூறு பேர் செத்துப்போனதா ஏதேதோ வரலாற்று ஆய்வாளர்கள் எழுதி இருக்காங்க'' திசா ஞாபகப்படுத்தினாள்.

''ஏய், இரண்டாயிரம் பேர்னுதானே பிரிட்டிஷ் புலன் விசாரணைக் குழுவின் ரிப்போர்ட். ஏழாயிரம் பேர் செத்தாங்கன்னு வரலாற்றாய்வாளர் ராபின் ஜெஃப்ரி எழுதியதும் தவறாகலாம். அரசாங்கம் அதை நூத்தித் தொண்ணூறில் ஒதுக்கியது. ஐநூறுபேர் என்று கே.சி. ஜார்ஜின் புத்தகம் சொல்கிறது'' என்றாள் அபராஜிதா.

''எனக்கு அந்தக் காலத்துக்குப் பறக்கத் தோணுது சாரங்கி. காலத்தின் பின்னோக்கிப் பறக்க இரண்டு சிறகுகள் கிடைத்திருந்தால்...!'' திசா விரும்பினாள்.

‘‘ஹெச். ஜி. வெல்சின் டைம்மெஷின் போல?’’

‘‘சத்தியமா’’ அவள் சொன்னாள்.

‘‘அனகாசயனின் கதையக் கேட்டதிலிருந்து...’’

‘‘நாம ஒன்னாப் பறக்கலாம்’’ அபராஜிதா கைகளைச் சிறகுகளாக விரித்தாள்.

‘‘அனகாசயனுடன் நானும் அந்தக் காலத்தை நோக்கிப் பறக்கிறேன். அவனூடாக நாம் அந்த நெஞ்சைப் பிளக்கும் காட்சிகளைப் பாக்கலாம்’’

மணல் குன்றின் உச்சியில் அந்த மரநிழல். திசா திரும்பினாள்.

கொச்சு ராகவன் சார் அந்தக் கதையைச் சொல்கிறார். ‘‘தோழர் அனகாசயனோட கதை, வெறும் கதையில்ல, வரலாறு’’ ராகவன் சார் திருத்தினார். ‘‘உங்களப் போலவே ஒரு சின்னப் பையனா இருந்தான் அனகாசயன். வயலாருக்குப் பக்கத்துல மேனாசேரின்னு ஒரு ஊர் இருக்கு. அதுக்குப் பக்கத்துலதான் அனகாசயனோட வீடு. அப்பா ராமனுக்கு கயிறு பாக்டரில பாய் நெசவு வேலை. அந்தப் பாவப்பட்டவனால உங்கள மாதிரி படிக்கவெல்லாம் முடியல. கஷ்டப்பட்டு நாலாவது வரைக்கும் படிச்சான். வீட்ல எப்பவும் கஷ்டமில்லயா? அதனால அப்பாகூட அவனும் கயிறு பாக்டரிக்கு வேலைக்குப் போனான். அன்னிக்கி அவனுக்குப் பன்னெண்டே வயசு. ஆனாலும் அந்த ஊரைப்பத்தி அக்குவேறா, ஆணிவேறா அவனுக்குத் தெரியும். போகாத எடமில்ல. பாக்காத விஷயமில்ல. நாட்கள் போகப்போக ஊர்ல நடக்கிறதெல்லாம் பாத்து அவனோட பிஞ்சு மனசு ரொம்ப நொந்துச்சு.

புறம்போக்குகள்லதான் குடியானவங்க வாழ்ந்தாங்க. குத்தகை எடம் ரண்டு இல்ல மூணு ஏக்கர் வரும். அதுல வாழையைத் தவிர வேறெதையும் குடியானவன் நடக் கூடாது. வாழை குலை தள்ளினாலும் ஜமீனுக்குத்தான் உரிமை. சங்கம்புழையோட வாழைக்குலை கவிதையை நீங்க யாராவது வாசிச்சிருக்கீங்களா? வாசிச்சவங்க கை தூக்குங்க பாக்கலாம்’’

கொச்சு ராகவன் சார் சுற்றிலும் பார்த்தார்.

திசா கை தூக்கினாள். ‘‘நான் வாசிச்சிருக்கிறேன் சார்’’

‘‘அதில வர குடியானவனோட பேரென்ன?’’ ராகவன் சார் வேட்டியை இழுத்து முறுக்கிக்கொண்டு கால்களைத் தாளத்தில் ஆட்டினார்.

‘‘சாத்தன் புலையன் சார்’’

‘‘கெட்டிக்காரி, உனக்கொரு கம்மலோட கொற மட்டுந்தான் இருக்கு’’

கொச்சு ராகவன் சார் கிண்டலடித்தார். ‘‘சரி இனி கேளுங்க’’

''மலயப்புலையன் அந்த மாடத்தின் முற்றத்தில்

மழை வந்த நாளில் ஒரு வாழை நட்டான்...''

''யாரு?''

''மலையப் புலையன் சார்'' குழந்தைகள் ஆர்ப்பரித்தனர்.

''ஹாங்...'' கொச்சு ராகவன் சார் கதைக்குள் கடந்தார்.

''அன்னைக்கெல்லாம் குடியானவன் குடிசைக்குக் கீழே ஒரு வரிசை கல்லு கட்டகூட அனுமதியில்ல. ஒரு மாசம் விட்டு மறு மாசம் ஜமீன் தென்னைமரம் ஏறச் சொல்லி வருவார். குடியானவப் பொண்ணுங்க கூடையில் தேங்காய் மொத்தத்தையும் ஜமீன் வீடுவரைக்கும் சொமக்கணும். குடியானவன் மட்டையை உரிச்சி வெட்டிக் காயப் போடணும். கொப்பரையைத் தலைச்சுமையா சுமந்தே கொண்டு போகணும். ஒண்ணுத்துக்கும் கூலி கேக்கக்கூடாது. அப்படியொரு காலமது''

''அனகாசயனோட வீட்டில என்னைக்கும் அரைப்பட்டினிதான். சுத்தி நெல் வெளஞ்ச வயல்களும் தென்னையும் தோட்டந்தொறவுமா இருக்கும். அதுக்கு நடுவுலதான் அவன் வீடு. இருந்தாலும் பட்டினி''

''நாம வேலை செய்யற வயல்லருந்து நம்மோட கஞ்சிக்குள்ள கதிருகள அறுத்தெடுக்கக் கூடாதா? தேங்காயும் எளநியும் எடுக்கக் கூடாதா?'' பசியின் பிடியில் துவண்டுபோய் தூக்கம் வராமல் படுத்திருந்த ஒரு ராத்திரியில் அவன் கேட்டான்.

''அதிகப் பிரசங்கம் பேசாத பையா. தம்புரான்க கேட்டுடப் போறாங்க'' அம்மா காளிக்குட்டி அவனைத் திட்டினாள்.

''இங்க பாக்குற இந்த நெலமெல்லாம் தம்புரானோட சொத்தில்லையா?. அதுல நமக்கு என்ன உரிமை இருக்கு? அவங்க இறங்கிப் போகச் சொன்னா, நாம அப்பவே வெளியே போவ வேண்டியதுதான்''

அப்படித்தான் நாட்டில் இருந்த ஜமீன்களின் பெயர்களை மனப்பாடம் செய்தான். கட்டியாட்டு சிவராமப் பணிக்கர், ஆனக்கோட்டில் கர்த்தா, பாட்டத்தில் கர்த்தா, பாராயித் தரகன், ஏ.சி.எம். அந்த்ரப்பேர், ஜார்ஜ் பீட்டர், கல்லுவீட்டில் குஞ்ஞச்சன், வெட்டய்க்கல் கோச்சா, குண்டைலாட் மல்லன், அழிக்கல் ஆண்டனி, பூப்பள்ளிகைமள்..

கரைப்புறத்து பூமி முழுவதும் இந்த ஜமீன்களிடமிருந்தன. நிலம் முழுவதும் ஜமீன்களுக்கு மட்டும் எப்படி சொந்தமாகும்? மனுஷங்களோட, பறவை, மிருகங்களோட, ஒட்டுமொத்த உயிரினங்களோட பொது சொத்துதானே இந்த பூமி?

அனகாசயனின் மனதில் அந்தக் கேள்விக்கு பதில் கிடைக்காமல் கொதித்தபடி இருந்தது.

ஒருநாள் கயிறு பாக்டரியிலிருந்து திரும்பி வருகிற வழியில் அவன் அப்பாவிடம் கேட்டான்.

''நாமெல்லாம் எப்பயுமே பாவங்களாவே வாழுறோம். எவ்வளவு வேலை செஞ்சாலும் நமக்குன்னு ஒரு கதியும் இல்ல. என்னைக்கும் பட்டினியும் தரித்திரமும்தான் மிச்சம். மொதலாளிங்க மட்டும் பணக்காரங்களாவே இருக்காங்க. அவங்கல்லாம் ஆடம்பரமா வாழறாங்க. ஏம்ப்பா நாம மட்டும் கதியில்லாம இருக்கோம்?''

''நம்மோட தலைவிதி''

அப்பா ஒரே வார்த்தையில பதில் சொன்னார். வேற ஒரு வார்த்தையும் பேசாமல் கை இரண்டையும் பின்னால் கட்டிக்கொண்டு தரையைப் பார்த்து நடந்தார்.

அவன் அதே கேள்வியை கயிறு பேக்டரி பிரபாகரன் தோழரிடம் கேட்டான்.

''என்னையும் உன்னையும் எல்லா முதலாளிகளும் ஜமீன்களும் ஏமாத்தறாங்கடா. வயல்லயோ தோட்டத்திலயோ கயறாபீஸ்லயோ நமக்குத் தர வேண்டிய சரியான கூலிய அவங்க தர்றதேயில்ல. நம்மளப் போட்டு புழிஞ்செடுத்துட்டு நாலுகாசு குடுத்துட்டு அவனுங்க சுகமா இருக்கானுங்க''

''நாம அதைக் கேக்கக் கூடாதா, மொதலாளிகிட்ட?''

''ஹூம், அதக் கேட்டதுக்குதான் வாடையில் கொச்சாப்பன் அண்ணனை மொதலாளியோட ஆளுங்க அடிச்சு முதுகெலும்ப ஒடச்சானுங்க. அவரு இப்ப படுத்த படுக்கையா இருக்காரு. ஒண்ணுக்குப் போறதும் வெளிக்கிருக்கறதும் படுத்திருக்கற பாயிலதான்''

சிறிது நேரத்துக்கு அனகாசயன் எதுவுமே பேசவில்லை. அவன் யோசித்துக்கொண்டு இருந்தான். கயிறு பாக்டரியில் எவ்வளவு தொழிலாளிகள் இருக்கிறார்கள். எல்லோரும் ஒன்றாகச் சேர்ந்தா முதலாளியின் ஆட்களால என்ன செய்ய முடியும்? துடைப்பக் குச்சிகளைப் போல, ஒவ்வொரு குச்சியையும் சுளுவாக ஒடிக்கலாம். துடைப்பத்தை உடைக்க முடியுமா?

''தோழா, நாம ஒண்ணா நின்னு அவனுங்ககிட்ட கேட்கலாமே. கூட்டமா நின்னு சொல்லலாமே'' பிரபாகரனை நடுங்கச் செய்து அவன் பேசினான்.

அன்றுவரை அவன் ''தோழா'' என்று கூப்பிட்டதே இல்லை. அதுதான் அவனை நடுங்கச் செய்த காரணம். ''பிரபாகரன் சின்னண்ணா'' என்று கூப்பிட்டு இருந்தவன்

திடீரென்று அப்படிக் கூப்பிட்டதைக் கேட்டபோது, பிரபாகரனின் உள்ளத்தில் அசமலரிப் பூக்கள் விரிந்தன.

பிரபாகரன் அவனை மார்போடு சேர்த்து அணைத்து, ''நீ நெஜமாவே ஒரு தோழன்தாண்டா, கம்யூனிஸ்ட் தோழன்'' என்றான்.

அப்படியே அவனை அழைத்துக்கொண்டு நேராக கைதவளப்பில் பத்மநாபன் தோழரிடம் சென்றான்.

''இவன் அந்த மேக்கே மேனாசேரி ராமனோட மவன்தானே?'' தோழர் பத்மநாபன் பிரபாகரனைப் பார்த்தார்.

''ஆமாம்'' என்றான் அவன்.

''இவனோட அப்பாவ நேத்திலிருந்து காணல. ஆளுங்க கொஞ்சம் முன்னாடிதான் எங்கிட்ட வந்து சொன்னாங்க. உனக்குத் தெரியாதாடா?''

தோழர் பத்மநாபன் அனகாசயனைப் பார்த்தார்.

''உங்கப்பன் மொதலாளிகளோட அடியாளுங்களுக்கு பயந்து ஊரைவிட்டே ஓடிட்டான்னு அவங்க சொல்லுறாங்க. நீயும் பயந்து ஓடுவியாடா?''

பிரபாகரன்தான் அதற்கு பதில் சொன்னான். ''தோழா, இவன் துடிப்பானவன். இவன் நமக்கு சொத்தாயிருப்பான்''

அப்பா நேற்று இரவு நீண்ட நேரமாகியும் வீட்டுக்கு வரவில்லை. காலையில் கயிறு பேக்டரிக்கும் போகவில்லை. ஊரைவிட்டே போவதற்கான காரணம்? யாரையும் நேராகப் பார்த்து ஓரிரண்டு வார்த்தைகளைகூடச் சொல்லக் கூடிய தெம்பும் தைரியமும் இல்லாத பாவம் அப்பா. பட்டினியாகக் கிடந்தாலும் யாரையும் பழி போடாத அப்பா. பேக்டரி வேலைக்குப் பிறகும் எலும்பொடிய வேலை செய்பவர்.

''ராமன் ஒரு வாரமா கயிறு பாக்டரியில் ஓவர்டைம் வேலை செஞ்சிருக்கான். அதுக்குக் கூலி கிடைக்காமப் போனதும் மூப்பன்ட்ட கேட்டிருக்கான். மூப்பன் தறுதலையாப் பேசவும் ஓரிரண்டு வார்த்தையை ராமனும் விட்டுருக்கான். புத்துல கையவுட்டா சாரையும் கடிக்கும்னுதானே பழமொழி'' என்றார் தோழர் பத்மநாபன்.

''அதுக்கு ஊரவிட்டுப் போற அளவுக்கு என்ன நடந்துச்சு?'' பிரபாகரன் சந்தேகத்தோடு கேட்டான்.

''நேத்து சாயந்திரத்துல இருந்து மொதலாளியோட அடியாளுங்க ராமனைத் தேடிக்கிட்டிருக்கானுங்க. பாவம். பயந்திருப்பான்'' பத்மநாபன் சொன்னார்.

''நீ இந்தப் பையனை உள்ளக் கூட்டிட்டுப் போயி ஏதாவது சாப்பிடக் குடு''

''வா'' பிரபாகரன் அவனுடைய கையைப் பிடித்தான்.

''வேணாம், தோழா. நா சீக்கிரம் வூட்டுக்குப் போகணும். எங்க அம்மாவும் அண்ணனுங்களும் பயந்துக்கிட்டே ஒக்காந்து இருப்பாங்க. நான் போறேன்'' அனகாசயன் பிரபாகரனின் கையை விடுவித்து வீட்டைப் பார்த்து ஓடினான்.

'கண்ணுக்குள் இடித்தீ விழுந்திருக்கு. அப்பா யார்கிட்டயும் ஒரு வார்த்தையும் சொல்லாமலே ஊரை விட்டுப் போயிட்டாரா? இல்லை மொதலாளியின் ஆட்கள் எங்கேயாவது நேற்று இரவு...' இப்படி நினைத்துக் கொண்டதும் அவனுடைய கால்கள் தளர்ந்தன. வீட்டை ஓடி அடைய முடியவில்லை. கால்கள் சங்கிலியால் இழுக்கப்படுகிறது. நெஞ்சு துடிதுடித்து நொறுங்குகிறது...

''அப்போ... என்னப்போவ்...'' அவன் அலறி அழைத்தான். ''எங்கப்பனுக்கு என்னாச்சோ எஞ்சாமிகளே?''

முன்னால் வைத்த சுவடு அசைக்க முடியாதபடி அவன் பொடிமணலில் குழைந்து விழுந்தான்.

''இங்கதான் அனகாசயன் புரட்சியாளனான கதை தொடங்குது''

கொச்சு ராகவன் சார் சொன்னார். 'கதை அல்ல சரித்திரம்' அவரே மறுபடியும் திருத்தினார்.

சர். சி.பி.யின் பட்டாளத்தின் முன்னால் தோழன் அனகாசயன் நெஞ்சு நிமிர்த்தி நின்ற கதை. மகாபாரதக் கதையின் அபிமன்யுவைப் போல, பதினான்கே வயதுச் சிறுவனை ராணுவம் வளைத்துச் சுட்டுக் கொன்ற கதை.

''கதையில்லை, அப்புறமென்ன?''

கொச்சு ராகவன் சார் ஒவ்வொருவரையும் கண்களால் ஆராய்ந்தார்.

''ச....ரி...த்...தி...ர...ம்''

குழந்தைகள் ஆரவாரத்தோடு கூவினர்.

''சார், அனகாசயனோட கதைய முழுசாக் கேக்கணும் சார்''

திசா ஆவேசம் கொண்டாள்.

''சொல்றேன்''

கொச்சு ராகவன் சார் நிமிர்ந்து அமர்ந்தார்.

இரண்டு பேரும் மணல் குன்றின் கீழே வந்து சேர்ந்தார்கள்.

''தோ பாத்தியா, அந்த வாகை மரம்?''

திசா குன்றின் உச்சியைக் காண்பித்தாள்.

"அனகாசயனின் நினைவாக நாங்கள் அன்று நட்டமரம். அந்த மரம்தான் இந்தக் குன்றை மணல் மாபியாக்களிடம் இருந்து காப்பாற்றியது. மணல் அள்ளுறதுக்கு வந்தப்ப ஊர்க்காரங்க கூட்டமாக கூடி நின்னு அனகாசயனின் பேரைச் சொல்லித் தடுத்தாங்க"

அபராஜிதா சுற்றிலும் பார்த்தாள்.

கடற்கரையோரம் மிச்சமுள்ள ஒரேயொரு மணல்குன்று. குன்றின் சரிவுகளில் இப்போதும் சிறுபுன்னைகள் இருக்கின்றன. கீழே தழைத்து வளர்ந்த காரை முட்கள், நிலப்பனைகள், சித்தாமுட்டிகள், சிவந்த நட்சத்திரப் பூக்கள் மலர்ந்து நிற்கும் கள்ளிச்செடிகள்.

"இந்தக் குன்றுக்கு இப்ப ஒரு பேர் இருக்கு. 'அனகன் குன்று' ஊர்க்காரங்க வச்ச பேரு"

அனகன் குன்றின் வாகைமர உச்சியை நோக்கி சிவந்த தலைப்பாகை சுற்றிய ஒரு பறவை பறந்து வந்தது.

6
அனகாசயன் பார்த்தது

அனகாசயனின் பார்வையின்வழி கதை சொல்லும் முறை திசாவுக்குப் பிடித்திருந்தது. அனகாசயன் மூலம் அக்காலத்தைப் பார்க்கிறாள். அவனுடன் சேர்ந்து அவளும் பயணிக்கிறாள்.

சிவந்த தலைப்பாகை உடைய பறவை வாகைமர நுனியில் எங்கேயோ ஒளிந்து கொண்டது. எவ்வித ஓசையுமில்லை. ஆறேழு கிளிகள் கிளைகளுக்கிடையில்...

"சாரங்கீ, இதோ பாரு" திசா அவள் கவனத்தைத் திருப்பினாள். "வாகை நிறைய மொட்டுகள்"

அபராஜிதா திரும்பினாள். வாகை பூக்கத் தொடங்குகிறது...

"மொத தடவயா என் வாகை பூக்கத் தொடங்குது"

திசா வாகையைக் கட்டிக் கொண்டாள்.

"அது உனக்கெப்படித் தெரியும்? நாலஞ்சு வருஷமா நீ இங்க இல்லையே?"

"சரிதான், என் வாகை நான் அறியாமப் பூக்குமா?"

திசா செல்லக் கோபம் காட்டினாள்.

"ஒவ்வொரு தடவை வரும்போதும் நான் அவளைப் பாக்க வந்துடுவேன்"

வாகை பூத்துக் குலுங்குவதை மனதில் கண்டு கொண்டிருந்தாள் அவள். இலைகளே தெரியாத அளவு பூத்திருக்கும் சிவப்புப் பூக்கள் உதிர்ந்து, நிலமெங்கும் சிவப்புக் கம்பளம் விரியும் நாள்...

'பாலர் சங்கத்தோட பழைய நண்பர்கள் எல்லாருக்கும் தெரிவிக்கணும்' அவள் நினைத்துக் கொண்டாள். வாகை பூக்கும்போது எல்லோரும் சந்திக்க வேண்டும்.

அந்த கொச்சு ராகவன் சார் இப்ப எங்க இருக்காரோ? சாருக்கு சின்ன அளவுல மனநோய் இருந்தது. வருஷத்துக்கு ஒரு தடவை அது வரும். அப்படி வந்துட்டா யாருகிட்டயும் பேசமாட்டார். மௌனமாயிடுவார். ஸ்டாப் ரூமில் தலைகுனிந்து குத்திட்டு உக்கார்ந்திருப்பார். பாடம் எடுக்க வரமாட்டார். கஞ்சி போட்டு மொடமொடப்பான வெள்ளை வேட்டியும் சட்டையும் போட்டுக்கிட்டு கிட்டத்தட்ட நான்கு அடி உயரமே உள்ள கொச்சு ராகவன் சார் தலை குனிஞ்சு பொடி மணல் வழியா வர்றதப் பாத்தா, வந்தேறிக் கொக்கு வரப்போரமா நடக்கறது போலத் தோணும். சாதாரணமாவே சாரோட நடைக்கு ஒரு தாளம் இருந்துச்சு. மனநோய் வரும்போது அது கூடிடும். அறுந்தவால் பசங்க ஒளிஞ்சி நின்னு கூவுவானுங்க. 'வந்தேறி கொக்கு வரப்போட'ன்னு பாவம் கொச்சு ராகவன் சார் அதைக் கேட்டுத் தவிச்சுப் போயி அழறதப் பாத்துருக்கேன்'

அபராஜிதா மரத்தின்கீழ் அமர்ந்தாள்.

குன்றின் கீழே முந்திரிக் காடுகளில் தலைகீழாகத் தவம் செய்யும் வௌவால் கூட்டங்கள். வறண்டு காய்ந்த வயல். ஆங்காங்கே படர்ந்திருக்கும் பூசணி, வெள்ளரி, பரங்கிக்காய்... குன்றினைச் சுற்றிவந்து ஓடிக் கொண்டிருக்கும் ஓடை. ஓடையின் ஓரமாக முற்றித் தழைத்த தாழம்சக்கைப் புதர்கள்.

''வெள்ளரி நல்லா வெளையட்டும். வெள்ளரிப் பாயசம் செய்யலாம். தேங்கா துருவிப் போட்டு வெல்லம் சேத்து'' திசா அவளைப் பார்த்தாள்.

அவள் வேறு ஏதோ உலகத்தில் இருக்கிறாள்.

''நீ என்ன யோசிச்சுக்கிட்டு இருக்க?''

''அனகாசயனின் காட்சிகள்''

கையில் ஒரு நீண்ட சொரட்டுக்கோலுடன் வயலோரமாக வேகமாக நடக்கிறான் ராமன். கோலின் நுனியில் கொளுத்து கட்டி முறுக்கப் பட்டிருந்தது. அனகாசயன் கையில் அவனைவிடப் பெரியதொரு சாக்குப்பையை, தோள் வழியாக விரித்துப் போட்டுக் கொண்டு முனை இரண்டையும் சேர்த்துப் பிடித்திருந்தான். வயலோரத்து மூகாண்டன் மாமரத்தில் இந்தமுறை புற்றுபோல மாங்காய்கள் காய்த்திருந்தன. மூகாண்டன் மாங்காய் விளைந்து பழுத்தால் தேன் வருக்கைப் பலா தோற்றுப் போகும். ஒரு மாங்காயைக்கூட விட்டுவிடாமல் பறித்துப் போட வேண்டும் என்று கணக்குப்பிள்ளை சொல்லிவிட்டுப் போனான். வௌவால் வந்து எல்லாவற்றையும் தின்று தீர்த்துவிடும். காலங்காலமாய் ராமன்தான் மாங்காய் பறிக்கும் வேலையைச் செய்கிறான். அப்பா மரத்தில் ஏறிக் குலைகளை உலுக்குவார். கீழே விழும் மாங்காய்களை அவனே பொறுக்குவான். கூடவே சில பழ

மாங்காய்களும் விழும். தம்புரானின் ஆட்கள் வருவதற்குள் ஐந்தாறு மாம்பழத்தையாவது உறிஞ்சித் தின்று விடுவான்.

''சீக்கிரம் வா'' ராமன் திரும்பிப் பார்த்தான்.

''நீ சொரட்டுல புடிக்கிறத உடு. இல்லன்னா கையில செதில் குத்திக் கிழிச்சிடும்''

பாக்குமரத்தின் சொரட்டுக்கோல் அது. கவனமாகவும் பத்திரமாகவும் பிடிக்கவில்லையென்றால் செதில் ஏறிடும். அவன் கையை எடுத்தான். சின்னத் துண்டினுள்ளே கையை விட்டு இடமும்வலமுமாக ஆடிக் கொண்டிருந்த கோவண வாலை இடுப்பு அரைஞாண் கயிற்றில் செருகிவிட்டு வேகமாக நடந்தான். வயலோரத்தை அடைய இன்னும் இரண்டு பர்லாங்கு தூரம் இருக்கிறது. ஒற்றையடிப்பாதை நோக்கித் திரும்பியதும் கொச்சுக் குட்டனாசான் மூச்சிரைக்க ஓடி வருகிறார். திண்ணைப் பள்ளிக்கூடத்தின் ஆசான் அவர். ஈழவக் குழந்தைகளுக்கும் புலையக் குழந்தைகளுக்கும் பாடம் சொல்லிக் கொடுப்பவர். அவனுக்கு எழுதக் கற்றுக் கொடுத்ததும் அவர்தான்.

''ஆமா, நீங்க என்ன இந்த நேரத்துல இப்பிடி ஓடி எளச்சிக்கிட்டுப் போறீங்க?'' ராமன் விசாரித்தான்.

''அப்ப உனக்கு ஒண்ணும் தெரியாதா?''

ஆசான் நின்று மூச்சு வாங்கினார்.

''இல்ல'' ராமனும் விக்கித்துப்போய் நின்றான்.

''நம்ம பனையேறி தானோன் சமீபமா மொகம்மைலருந்து இசுத்துக்கினு வந்த அந்தப் பொண்ணில்ல, கொச்சுத் தங்கம். அவளக் கழுத்து வரைக்கும் குழிதோண்டி மண்ணப் போட்டு மூடி நிறுத்தி இருக்காங்களாம்''

''அய்யய்யோ...யார் செஞ்சது, இப்படிக் கண்ணுல கருணை இல்லாம?''

''வேற யாரு? அதிகாரப் பட்டவங்கதான். வேற யாரு செய்வா?''

''ஆரு, அவளோட புருஷனா?''

''பாவம், அவனுக்கு இது ஒண்ணுமே தெரியாது. விடிஞ்ச உடனே கோமன் *துருத்துல பனை செதுக்கப் போயிருக்கான்''

''அப்புறம் யாருங்க அது?''

''கல்லுவீட்டுக் குஞ்ஞச்சன் ஜமீனும், அந்த ஆளோட அடியாளுங்களும்தான். வேற யாரு பண்ணுவா?''

*துருத்து - ஆறு சூழ்ந்திருக்கும் நிலப்பரப்பு

அனகாசயனுக்கு ஒன்றும் புரியவில்லை.

''வா'' கொச்சுக் குட்டனாசான் அழைத்தார். ''அஞ்சாறுபேர் சேந்து ஏதாவது ஒருவழி பண்ணலாமே''

''அவங்க யாரையும் கொல்ல அதிகாரம் உள்ளவங்கதானே ஆசானே'' ராமன் சந்தேகத்தோடு நின்றான். ''நம்மால என்ன செய்ய முடியும்?''

''உன்னோட இந்த நினைப்பையெல்லாம் மாற்ற வேண்டிய காலம் இது ராமா?'' ஆசான் திட்டினார்.

''ஈழவங்களும் பொலயங்களும் கதி அடையாமல் இருக்கிறது இதனால்தான். நீ வரியா இல்லையா?''

ராமன் மறுபடியும் தயங்கி நின்றான். சாயந்தரத்துக்குள் மாங்காய் முழுவதும் பறிக்கவில்லையென்றால் தம்புரானின் குணம் மாறும். அப்புறம் என்ன மன்னிப்பு கேட்டாலும் நடக்காது.

ஆசான் நடந்து அகன்றதும் ராமன் துண்டை அவிழ்த்து உதறிக் கட்டிக்கொண்டான்.

கீழே போட்டிருந்த சொரட்டுக்கோலை எடுத்துக்கொண்டு வயலோரமாக நடந்தான். அனகாசயன் நின்றான். அவன் கோணியைத் தூக்கி எறிந்துவிட்டு ஆசான் போன பாதையில் பாய்ந்தான். ராமன் அவனைத் திரும்பி அழைக்கவில்லை. தலைமுறை மாறுகிறது என்று நினைத்துக்கொண்டே கோணியை எடுத்துக்கொண்டு நடந்தான்.

அடுத்த கரையின் ஜமீன்தான் கல்லுவீட்டில் குஞ்ஞுச்சன். அவ்வளவு பெரிய ஜமீன் எல்லாம் இல்லை. ஏழைகளின் இடத்தைக் கையகப்படுத்தியும் துன்புறுத்தியும்தான் அவன் ஜமீன் ஆனான்.

நாலைந்து ஆட்களைத் தனியாக எதிர்கொள்ள அவனுக்கு யாருடைய உதவியும் வேண்டாம். அடிக்கவும் தடுக்கவும் அவனுக்குத் தெரியும். மாதம் ஒருமுறை கரும்பூனையைக் கொன்று ரசம்; மூன்று மாதத்துக்கு ஒருமுறை உடும்புக்கறி. 'காரிரும்பின் பலம் குஞ்ஞுச்சன் மொதலாளிக்கு இருக்கு' விவரமறிந்த பெண்கள் அடக்கமாகப் பேசுவார்கள். தன்னைத் தெரிந்து கொள்ளாத பெண்கள் யாரும் கரையில் இருக்கக்கூடாது என்பது கல்லுவீட்டில் குஞ்ஞுச்சனின் சட்டம்.

நாற்று நடுகிற காலம். வரப்பின் வழியாக நடந்து கொண்டிருந்தபோதுதான் அன்றுவரை கேட்டிராத அந்தப் பாட்டின் இசை கேட்கிறது.

''ஜனக மகாராஜாவோட மகளல்லவா சீதப்பொண்ணு

அவளத்தானே ராவணன் திருடிட்டுப் போனான்...''

''யாருடா அது பாடுறது? நம்ம வயல்ல எங்கயும் இதுக்கு முன்னால கேக்காத பாட்டாச்சே?''

கல்லுவீட்டில் குஞ்ஞச்சன் வயலை எட்டிப் பார்த்தான்.

கருப்பு வெட்டரிவாள் போலக் கூர்மையுள்ள பொண்ணு.

''ஏதுடா இந்த உடும்பு?'' குஞ்ஞச்சன் குண்டியைச் சொறிந்தான்.

''நம்மோட மந்திரவாதி கிட்டனாசானோட மூத்த பையன் இல்லையா? அந்த பனையேறி தானவன். அவன் மொகம்மைலயோ எங்கிருந்தோ இசுத்துக்கினு வந்திருக்கிற பொண்ணு''

குஞ்ஞச்சன் பார்த்துக்கொண்டே நின்றான். இந்த மாதிரி ஒரு பொண்ணையும் இந்தப் பக்கம் எங்கேயும் இதுக்கு முன்னாடிப் பார்த்ததேயில்லை. கருப்பாக இருந்தாலும் லட்சணமானவள். ஒடுங்கிய இடுப்பு. கனத்த மார்பு. விரிந்த பின்பக்கம். அச்சில் போட்டு எடுத்த மாதிரி முகவடிவு. சுருண்ட அடர்த்தியான முடி.

''தானோன் ஈழவனா இருந்தாலும் இவ பொலயக் கள்ளியாமில்ல. கொச்சுத் தங்கம்'' என்றான் சிப்பந்தி.

''அதனால அவன் வீட்டாளுங்க உள்ள சேத்துக்கல. தானோன் இப்ப அவகூட, அடியாள் வாசுவோட குடிசையிலதான் தங்கியிருக்குறான்''

''நீ அவன்ட்ட நம்மள வந்து பார்க்கச் சொல்லு. அவனுக்குக் கல்லுவீட்டில் குஞ்ஞச்சன் குத்தகை வயல் குடுக்கிறேன். இனி உள்ள காலம் வேற எங்கேயும் தென்னயச் செதுக்கவும் பனையேறவும் போவேண்டாம். நம்ம தென்னைகளையே செதுக்கட்டுமே''

சிப்பந்திகள் முகத்தோடு முகம் பார்த்துக் கொண்டனர். விஷயம் அவ்வளவு சுலபமல்ல. தானவன் எதற்கும் துணிந்தவன். போதாததற்கு விரும்பிக் கட்டிக்கிட்டு வந்த பொண்ணு அவ.

ஐந்தாம்நாளே தானவன் குஞ்ஞச்சன் முதலாளியின் குடியானவன் ஆனான். கோமன் துருத்தின் பனையேறி காலில் செதில் ஏறிப் பழுத்து படுத்த படுக்கையானதால், அவனுக்கு பதிலாக தென்னை செதுக்க தானவன் அனுப்பப் பட்டான். அவன் முதலில் மறுத்தான். கொச்சுத் தங்கம் தனியாக இருக்கிறாள். கோமன்துருத்துக்குப் போனால் அன்றன்றைக்குக் குடிசைக்கு வந்துசேர முடியாது. அதுக்கென்ன? முதலாளி செதுக்குக் கூலி இரட்டிப்பாகத் தருவார். வர போக செலவுக்கும் தருவார். கடைசியில் பக்கத்து வீட்டிலிருந்து கொச்சுத் தங்கத்துக்கு இரவுத் துணைக்கு ஏற்பாடு செய்துவிட்டுதான் தானவன் போனான்.

அவன் போனவுடனே கல்லுவீட்டில் குஞ்ஞுச்சன் கொச்சுத் தங்கத்தை அழைத்து வர ஆள் அனுப்பினான். நெல்லும் பதரும் புடைக்க என்று சொல்லி களத்து வீட்டுக்கு அழைத்து வந்தனர். வீட்டுக்குள் வந்தபோதுதான் கொச்சுத் தங்கம் தனக்கான பொறி இது என்று புரிந்து கொண்டாள். வேட்டைக்காரனைக் கண்ட நீர்க்கோழி போல, பாக்குத்தோட்டம் வழியாக குதித்து ஓடினாள். ஓடி ஓடி இறுதியில் குஞ்ஞுச்சனின் கண் முன்னாலேயே சென்று நின்றாள்.

''பிடிச்சுக் கட்டி எடுத்துக்கிட்டு வாடா''

மொதலாளி கோபமாகச் சொன்னான்.

சிப்பந்திகள் பின்னால் ஓடினர்.

ஓடைக்கரையின் ஆளற்ற *அறைப்புரையின் உள்ளிடத்தில் அவளின் வருகையை எதிர்பார்த்து முதலாளி காட்டுப்பூனையைப் போலத் திரிந்து கொண்டிருந்தார்.

இப்படிப்பட்ட ஒரு பாவம்தான் முதலாளி என்று நினைக்கவில்லை. பகல் முழுக்க முதலாளி தொட்டும் தடவியுமே உட்கார்ந்து இருந்தார். நேற்றைய அந்திக்கள்ளை ரசித்து ருசித்துக் குடித்தபடியே ஏதேதோ கேலி கிண்டல் பேசிக் கொண்டிருந்தார். அவளிடம் நீர்மீனை அறுத்து,

கீறி மிளகாய் அரைத்துப் புரட்டி வறுத்தெடுக்கச் சொன்னார். மரவள்ளிக்கிழங்கை வேக வைக்கச் சொன்னார். காந்தாரி மிளகாய் துவையல் அரைக்கச் சொன்னார். பெண்ணாக இருந்தால் கொஞ்சம் எரிப்பும் புளிப்பும் வேண்டும். அவளாக வசப்பட்டால்தான் அது நன்றாக இருக்கும். எப்படியாவது நயமாகப் பேசி மெதுவாக அவளை நம் பக்கம் சாய்க்க வேண்டும். கன்றுக்குட்டியின் தாடையைத் தடவுவது போல பெண்ணின் அங்கேயும் இங்கேயும் தொட்டுத் தடவி வசப்படுத்த வேண்டும். எப்படிப்பட்ட உண்ணியார்ச்சையும் விழுந்து விடுவாள். அப்படியும் சாய்க்க முடியவில்லை என்றால்தான் தம்முடைய தனி வடிவத்தைத் திறக்க வேண்டும். அதுதான் கல்லுவீட்டில் குஞ்ஞுச்சனின் காமசூத்திரம்.

மதியம் சாப்பாடு முடிந்ததும் முதலாளி அவளுடைய இடுப்பைப் பிடித்தார். ''இப்ப நீ அந்தப் பாட்டப் பாடு பொண்ணே''

கொச்சுத் தங்கம் உதறினாள்.

''ஏய், அப்பிடி உதறாதே பொண்ணே. உன்ன நான் தின்னுட மாட்டேன். உன் பாட்டக் கேக்க ஆசையாத்தானே கேக்கறேன்? எனக்குப் போதும்னு தோணுற வரைக்கும் நீ பாடிட்டன்னா அப்புறம் உன்ன வுட்டுடுவேன்''

* அறைப்புரை - பூஜையறையோடு கூடிய நாயர் வீடு

''அப்படியா?''

''ஆமா, அப்படித்தான்''

''அப்படின்னா சரி''

அறையின் மூலையில் ஒதுங்கி நின்று அவள் இசையோடு பாடினாள்.

''ஜனக மகாராஜாவின் மகளல்லவா சீதப் பொண்ணு

அவளைத்தானே ராவணன் திருடிட்டுப் போனான்...

ராவணன் ஏன் சீதம்மாவைத் திருடினான்?

ராமன் ஏன் போருக்குப் போனான்...?''

''பேஷ், பேஷ்'' குஞ்ஞச்சன் முதலாளி கைகளைத் தட்டினான்.

''ராவணன் எதுக்கு சீதையைத் திருடிகிட்டுப் போனான்னு உனக்குத் தெரியுமாடி பொண்ணே?''

அவள் பாட்டை நிறுத்தி அவனை வெறித்துப் பார்த்தாள்.

''இங்க பக்கத்துல வா. குஞ்ஞச்சன் மொதலாளி சொல்லித் தாரேன்...''

முதலாளியின் காரிரும்புக் கை அவளுடைய இடுப்பை நோக்கி நீண்டது.

அவள் ஓடி வெளியேறப் பார்த்தாள். நான்கு பக்கக் கதவுகளும் தாழிடப் பட்டிருந்தன.

உச்சத்தில் அலறித் துடித்தாள்.

''நீ இங்க இருந்து எவ்ளோ கத்திக் கதறினாலும் ஒருத்தனும் இங்க வரமாட்டான். மரியாதையா நடந்துக்கிட்டா உனக்கு நல்லது. குஞ்ஞச்சன் தயவு உனக்கும் உன்னோட புருஷனுக்கும் என்னைக்கும் இருக்கும். இல்லன்னா கோமன்துருத்துக்கு வேலைக்குப் போன உம் புருஷன்...''

அவன் கொலைச்சிரிப்பு சிரித்தான்.

''உயிரோட திரும்ப மாட்டான்... காயல்ல கெட்டி எறக்கிடுவேன் குஞ்ஞச்சன் மொதலாளி...''

கொச்சுத் தங்கம் நடுங்கினாள்.

குஞ்ஞச்சன் முன்னேறினான்.

''வேணாம்''

அவள் மார்பில் கைகளைப் பிணைத்து கீழே ஊர்ந்து அமர்ந்தாள்.

''கல்லுவீட்டில் குஞ்ஞச்சனுக்கு நீ வேணும்டி பொண்ணே''

அவன் அவளை அள்ளி எடுத்தான்.

சேற்றில் புரண்ட கரிமீன். இரும்பு போன்ற கைப்பூட்டினுள் அவள் துடித்தாள். தாழம்புதரில் கண்ணாடி மூர்க்கன் படம் விரித்தது. உடல் நிலங்களினூடே இழைந்தது. அவள் ஊர்ந்து இறங்கினாள். மூர்க்கன் வாலில் குத்தி நிமிர்ந்தது. அவளுடைய உதடுகளின் பிளவில் ஆழ்ந்து கொத்தியது. விரித்த படத்தில் அவளுடைய பற்கள் அழுந்தின. மூர்க்கன் உயிர்வாதையில் நெளிந்தது.

சின்னதொரு ஆள்கூட்டத்தின் பின்னால் கொச்சு குட்டனாசானின் நிழல் பற்றி அனகாசயன் ஓடிவந்தான். ஐம்பது பேருக்கு மேல் இருந்தார்கள். எல்லோரும் மூச்சடக்கி நிற்கின்றனர். அவர்களின் இடையில் நுழைந்து முன்னேறினான். அந்தக் காட்சியைக் கண்டதும் அவன் நடுக்கத்தோடு பின்வாங்கினான். கொச்சு குட்டனாசான் சொன்னது சரிதான். தானவனின் பொண்டாட்டியைக் கழுத்து வரைக்கும் குழியிலறக்கி மண்ணைப் போட்டு மூடி நிறுத்தி இருந்தார்கள். அவள் ஆட்களைப் பார்த்து, ''காப்பாத்துங்க, காப்பாத்துங்க'' என்று அலறிக் கொண்டிருக்கிறாள். ஆனாலும் யாரும் ஒண்ணும் பேசாமலே நிக்கிறாங்களே?

அவன் கூட்டத்தின் இடையில் நுழைந்து சென்று அவரைச் சீண்டியபடி, ''ஆசானே, ஆசானே, நாம போய் அந்த மண்ண நவுத்தலாமே?'' என்றான்.

ஆசான் அவனுடைய காதைப் பிடித்துத் திருகினார்.

''அங்க குஞ்ஞுச்சன் மொதலாளியோட ஆளுங்க பிச்சுவாக்கத்தியும் வாளும் பிடிச்சுக்கிட்டு நிக்கிறாங்க. நீ பேசாம இரு''

''நாம எல்லாரும் ஒண்ணாப் போலாமே'' அவன் விடுவதாகத் தெரியவில்லை.

''ஆசான்தானே சொன்னீங்க நாம ஒத்துமையாப் போனா...''

''நீ பேசாம இருக்கியா, இல்லையா? இது ஒரு நாசக் கோடாரியாப் போச்சே?''

அனகாசயன் கூட்டத்தின் பின்னால் நகர்ந்தான். அவன் உள்ளத்தில் அந்தக் காட்சி கொதித்துக் கொண்டிருக்கிறது. கழுத்துவரை மண் போட்டு மூடப்பட்ட தானவனின் பொண்டாட்டிய...

''அய்யோ, எதுக்காக அந்தப் பொண்ண இந்த மாதிரி படுகொல பண்றாங்க?'' எங்கிருந்தோ ஓடி வந்த ஒரு முதியவள் அலறித் துடித்தாள்.

''அந்தக் கொழந்த என்ன தப்பு செஞ்சா, கடவுளே? அது ரெண்டு மாசம் முழுகாம இருக்கே. அந்த தானவன் பய இத எப்படி சகிச்சுக்கப் போறானோ...?''

''அப்படின்னா உங்களுக்கு அந்தக் கத ஒண்ணும் தெரியாதா?'' கூட்டத்தில் ஒருத்தி மெதுவாகச் சொன்னாள்.

''தானோனோட பொலச்சி குஞ்ஞுச்சன் மொதலாளியோட மர்ம உறுப்பக் கடிச்சித் துப்பிட்டாளாம்''

''அய்யோ, என் கடவுளே! நான் கேக்கறதெல்லாம் என்னன்னு எனக்கொன்னும் புரியலையே?'' முதியவள் தலையில் அடித்துக் கொண்டாள்.

அனகாசயனுக்கும் புரியவில்லை. தானவனின் புலைச்சி எதற்காக குஞ்ஞுச்சன் மொதலாளியின் மர்ம உறுப்பைக் கடித்தாள்? மொதலாளி எதற்காக அதுக்கு நின்று கொடுத்தார்?

''தானவன் வந்தா என்னா நடக்குமோ?'' பெண்களில் ஒருத்தி சொன்னாள். ''அவன் தவமாத் தவமிருந்து கொண்டு வந்தவளாச்சே? அவன் எப்படி இத சகிச்சுக்குவான்?''

அவள் அலறிக் கதறுகிறாள். ''காப்பாத்துங்க... என் தானவன் *சேட்டா, ஓடி வந்து என்னக் காப்பாத்துங்க''

''நாம இப்படி மேலப் பாத்துக்கிட்டு நின்னா என்ன ஆகப் போவுது?''

கொச்சு குட்டனாசானின் பின்னால் நின்றிருந்த நான்கைந்து இளைஞர்கள் முன்னால் வந்தனர்.

''எல்லாரும் வாங்க. கேட்கவும் சொல்லவும் ஆள் இல்லைன்றதால என்னப் பொறுக்கித்தனமும் பண்ணலாமா...?''

அவர்களுடன் கொச்சு குட்டனாசானும் மேலும் ஆறேழு பேரும் முன்னேறினர். அனகாசயனும் அவர்களுடன் இணைந்து கொண்டான். நாலைந்து அடிகூட முன்னால் வைக்கவில்லை. அதற்கு முன்பே ஓர் அலறல் கேட்டது.

''பாத்துகிட்டே நிக்காம அந்த நாய்கள அவுத்து வுடுங்கடா தாந்தோணிகளா?'' குஞ்ஞுச்சன் மொதலாளியின் குரலா அது?

அனகாசயனும் ஆசானும் உடனிருந்தவர்களும் அதிர்ந்து நின்றனர்.

கொச்சுத் தங்கத்தை நோக்கி வேட்டை நாய்கள் பாய்ந்து வருகின்றன. ''காப்பாத்துங்க'' அவள் அலறித் துடித்தாள்.

ஆட்கள் நாலாபக்கமும் சிதறினர்.

அவளுடைய கடைசி அலறல் கேட்டது.

அனகாசயன் ஓடிஓடி வெகுதூரம் சென்றிருந்தான்.

பிறகுதான் தெரிந்தது, அவளை வேட்டைநாய்கள்...

* சேட்டன் - கணவனையும் காதலனையும் குறிக்கும் விளிப்பெயர்

பனையேறி தானவன் பைத்தியமானான்.

"அதைவிடக் கொடூரமானது கொச்சு நீலாண்டனின் கதை. வெட்டய்க்கல் கோச்சாவின் குடியானவன்" என்றாள் திசா.

கோச்சாக்கள் நான்கு தலைமுறைக் காலம் இங்கே வாழ்ந்திருந்தனர்.

நான்காம் தலைமுறை எல்லாவற்றையும் விட்டொழித்து ஜெருசலேமுக்குத் திரும்பினர். ஒன்றாம் தலைமுறையின் அப்பா கோச்சாவின் குடியானவனாக இருந்தான் கொச்சு நீலாண்டனின் அப்பா.

7
அறுபத்தோராவது கன்னி

வெட்டய்க்கல் கோச்சா பிறப்பால் யூதன். கிறிஸ்துவுக்கு நூறு வருடங்களுக்கு முன் வாழ்ந்திருந்த ரப்பிஹில்லாலின் வழிவந்தவன். கி.மு. 68 இல் ஜெருசலேமின் யூத தேவாலயத்தை ரோமானியர்கள் நொறுக்கியபோது பத்தாயிரத்துக்கும் அதிகமான யூதர்கள், அகதிகளாகத் தஞ்சம் தேடி பத்துக்கும் மேற்பட்ட கப்பல்கள் வழியாக கொடுங்கல்லூர் வந்திறங்கினர். கொடுங்கல்லூர், மாளா, பாலையூர் என்ற இடங்களில் குடியேறினர். அங்கிருந்து சாவக்காடு, மாடாயி, பந்தலாயனி வழியாக கொச்சியை அடைந்தனர். அவர்கள்தான் கோச்சாவின் பூர்வீகர்கள். மேலும் மேலும் யூதர்கள் வந்துகொண்டிருந்தனர். சீமையிலிருந்து அற்புத விளக்குகள் வந்து இறங்கின. பல நிறங்களிலும் கண்ணாடி விளக்குகள். எண்ணெய் ஊற்றாமல், திரி ஏற்றாமல் தானாக வெளிச்சம் தரும் விளக்குகள். வைரங்களும் ரத்தினங்களும் பதித்தவை. கோச்சா அவற்றைக் கொச்சி ராஜாவுக்குக் காணிக்கையாக்கினான்.

அரண்மனையின் முன்வாயில்களிலும் வராந்தாக்களிலும் அற்புத விளக்குகள் ஒளிர்ந்தன. மண் அகல்களின் சிறு வெளிச்சத்தைவிட நூறு மடங்கு அதிகரித்துக் காட்டும் அதிசய விளக்குகள். ராஜாவின் கண்கள் கூசின. தேவைப்படும் நிலத்தை வாய்மொழியாக அளந்தெடுக்கச் சொல்லி ராஜா கட்டளையிட்டார்.

"ஒரு காளையின் தோலுரித்து கிழித்து பருத்திநூல் அளவில் நூலாக்கி, சேர்த்து வைத்து அளந்தால் எத்தனை நீளம் வருமோ அத்தனை அளவுக்கான நிலம்"

தம்புரானின் ஆணை இப்படி :

"எண்ணெய் ஊற்றாமல் எரியும் அதிசய விளக்குகளைத் திருப்பாதங்களில் காணிக்கை ஆக்கிய வெட்டய்க்கல் தேசத்து கோச்சாவுக்கு கொச்சிராஜா மனமுவந்து அருளிய பிரசாதம். வெட்டய்க்கல் தேசத்து கோச்சாவுக்கும் அவன்

சந்ததியினருக்கும் சந்திரனும் சூரியனும் உள்ள நாள்வரை வரியின்றி அனுபவிக்கவுமாக ராஜா உவந்து கொடுத்தது''

அப்படித்தான் ஒன்றாம் தலைமுறையைச் சேர்ந்த வெட்டய்க்கல் கோச்சா கரைப்புறத்தின் ஜமீன் ஆனார்.

''வெட்டய்க்கல் கோச்சாவுக்கு

வெளிநாட்டில் எங்கிருந்தோ

வெள்ளை வெள்ளையா எரியற

வெளக்கு கெடச்சுது...

அதப் பார்த்த தம்புரானுக்கு

மதிமோகம் தோணிச்சு...

அளவில்லா பூமி

கோச்சாவுக்குக் கெடச்சுது...''

ஊர்க் குழந்தைகள் பாடித் திரிந்தன.

அன்று கரைப்புறம் கொச்சியின் கீழிருந்தது. கடலும் மணல் திட்டுகளும் சுற்றிலும் இருந்தன. மேனாசேரிக்கு மேற்கே கடற்கரை முழுவதும் கோச்சா தன் காலடிக்குள் கொண்டு வந்தான். இடைக் கால்வாய் கிழித்த தேசம். மூன்று பக்கமும் கண்ணுக்கெட்டிய தூரம்வரை நெல்வயல்கள். மேற்கே வெட்டய்க்கல் கழிமுகம். அதற்கும் அப்பால் அலை அடங்காத கடல். இடைக் கால்வாயை நிரவி புதியதொரு மாளிகை கட்டினான். மாளிகைக்கு மேற்கே ஆழமுள்ள கால்வாய். அந்த வழியில்தான் சரக்குகளை ஏற்றிக்கொண்டு கட்டுமரங்கள் கொச்சிக்கு சென்று வந்தன.

லிஸ்பனிலிருந்து வந்த ஆண்ட்ரூ ஃபெரே முன்பெல்லாம் மனைவி கேத்ரினாவையும் அழைத்துக்கொண்டு பாய்மரப் படகில் மாலை சவாரிக்கு இந்த வழியாகப் போவார். வாஸ்கோடகாமாவுடன் போர்ச்சுக்கலில் கப்பற்படையை வழி நடத்தி வந்தவர் ஆண்ட்ரூ ஃபெரே. கி.பி.1530 இல் டச்சுக்காரர்களும் சாமுராய்களும் சேர்ந்து கொச்சியைக் கைப்பற்றியபோது, போர்ச்சுக்கீசியர்கள் கொச்சியின் பக்கம் நின்றனர். பெரும்போரின் முடிவில் கொச்சி வென்றது. போர் முடிந்ததும் ஆண்ட்ரூ ஃபெரேவை கொச்சிராஜா படைத்தலைவன் ஆக்கினார். மகன் தியாகோ ஃபெரே கரைப்புறத்தின் பிரபு ஆனார். கொச்சிராஜா ஆணையிட்டுக் கொடுத்த செப்புப்பட்டயத்தின்படி ஆயுதமேந்திய நூறு படைவீரர்கள் பிரபுவுக்குக் காவலிருந்தனர். கரைப்புறத்தை அடக்கி ஆண்ட எழுபத்திரண்டு பிரபுக்களில் ஒரேயொரு கிறிஸ்தவன் அந்த்ர பெரியவர். ஆண்ட்ரூ ஃபெரேவின் பின்

தலைமுறையினர் அந்த்ர பெரியவர்கள் ஆனார்கள். கொச்சாண்டி அந்த்ரப்பேர் 1786 இல் கொச்சிக்காரி அன்னாவைக் கல்யாணம் முடிக்கும்வரை தாலிகட்ட பெண் தேடி போர்ச்சுக்கல்லை நோக்கிக் கண் பூத்திருந்தனர் அந்த்ரப்பேரன்கள்.

ஜெருசலேமிலிருந்து நூற்றுக்கணக்கான பெண்கள் கொச்சியில் இறக்கப்பட்டும் வெட்டய்க்கல் கோச்சா, புதுமாளிகையின் நிலாமுற்றத்தில் எண்ணெய்க் கருப்புடைய கன்னிகளுக்காகக் காத்திருந்தான்.

மதிய உணவுக்குப் பிறகு வழக்கமாக கட்டுமரத்தில் கோச்சா இரண்டாம் மாளிகையை வந்தடைவான். இந்த வழக்கத்தை எப்போதும் அவன் தவற விடுவதேயில்லை. வெட்டய்க்கல் கடற்கரைக்குக் கல்யாணம் முடித்து வரும் கன்னிப்பெண் அன்று மாலைக்குள் இரண்டாம் மாளிகையின் முற்றத்திற்கு வந்து முகம் காட்ட வேண்டும். நாட்டு நடப்பு அது. நாட்டு நடப்பை மீறினால் கோச்சாவுக்குக் கோபம் வந்துவிடும். ஔரோனின் கையிலிருக்கும் திருக்கை மீன் வால் சாட்டை நெளியும்.

கன்னிப் பெண்ணும் கணவனும் வாசற்படியில் காத்து நிற்க வேண்டும். கோச்சா வந்தவுடன் சப்ரமஞ்சக் கட்டிலில் மல்லாந்து படுத்துக்கொண்டு வெற்றிலை போட்டுக் கொள்வான். ஔரோனின் மனைவி வெரோனிகா குளித்து சலவைத்துணி அணிந்து வெண்கலக் கோளாம்பியுடன் அவனை நெருங்கியும் அணைத்தும் நிற்பாள். கன்னிப்பெண் வரும் நாளில் வெரோனிக்கா கோளாம்பியைக் கைமாற்றுவாள். நாசமத்துப் போன கைகளை நீட்டி, கோச்சா அவளை வாரி அணைத்துக் கொள்வான்...

பெண்ணின் நெளிவுகள் கோச்சாவை வெறி கொள்ள வைக்கும். ஒற்றைக் கையால் அவளை சப்ரமஞ்சக் கட்டிலை நோக்கி இழுத்துக் கொள்வான். குதிரை போன்ற பெண் கரையில் போட்ட மீன் போலத் துடிப்பாள். கதவுக்கு மறைவாக நின்றுகொண்டு வெரோனிக்காவும் அதைக் கண்டு துடிப்பாள்.

பெண்ணைக் கோச்சாவுக்குப் பிடித்துவிட்டால் உள்சலனங்களிலிருந்து வெரோனிகா அதை உள்ளுணர்ந்து கொள்வாள். வெளியே ஔரோனும் அதை உணர்வான். பிறகு கோச்சாவுக்கு அலுக்கும்வரை அந்தப்பெண் இரண்டாம் மாளிகையின் குத்தகைப் பொருளாவாள். முறை முடிந்து ஓராண்டுக்கான நெல்லும் தேங்காயும் ஆடைகளுமாக அவள் கரையை அடைவாள்.

இரண்டாம் மாளிகையின் கணக்குப் புத்தகத்தில் நாளும் தேதியுமிட்டு வெரோனிகா கன்னி கழிவதன் கணக்கெழுதி வைப்பாள்.

ஒன்னாவது கன்னி ஔரோன் கட்டிக்கிட்டு வந்த வெரோனிகா.

ரெண்டாவது கன்னி குரிசு மூட்டில் ஔதாயாவின் மனைவி கொச்சு திரேசா...

மூணாவது கன்னி வழீச்செரேல் வாசுவின் மனைவி கல்யாணி...

பத்தாவது கன்னி...

....

....

அறுபத்தோராவது கன்னி கொச்சு நீலாண்டன் கட்டிக்கிட்டு வந்த பொண்ணு குஞ்ஞுநீலி...

கொச்சு நீலாண்டன் வரகாடி களரியில் வாளுக்குப் பிடி வைப்பதற்காகப் போன இடத்தில்தான் குஞ்ஞுநீலியைப் பார்த்தான். கார்குழலி. களரி ஆசானின் தூரத்து உறவுக்காரி. யாருமற்றவள். கொழுந்துபுளி போன்ற உயிர்ப்புள்ளவள். நெடுநெடுவென்ற உயரம். மெலிந்த வடிவம். ஆசானுடன் இருந்து பதினெட்டு வகை தற்காப்பையும் தாக்குதலையும் கற்றவள். கொச்சு நீலாண்டன் இரண்டு வாரமே களரியில் தங்கினான். மூன்றாம்முறை சென்று அழைத்தபோது ஆசானிடம் ‘இதோ இப்போது வருகிறேன்’ என்று சொல்லிவிட்டு முன்னும் பின்னும் திரும்பாமல் அவள் அவனுடன் வந்துவிட்டாள்.

கட்டுமரத்தின் படியிலிருந்து இறங்கிய கோச்சாவின் தொண்டைக்குழி அவளைக் கண்டதும் அடைத்துக் கொண்டது. அப்படியே பிடித்து விழுங்கவே தோன்றியது. கோளாம்பியுடன் அவள் வருவதைப் பார்த்திருந்தான். அவள் வரவில்லை.

‘‘அவ புடி கொடுக்க மாட்டேங்கறா’’

ஔரோன் வந்து சொன்னான்.

‘‘களரிப் பயிற்சி கத்துக்கிட்டவ இல்லையா, நெளிவு சுளிவு அவ்வளவு வேகமா வராது’’

அதைக் கேட்டதும் கோச்சாவின் அடிவயிற்றில் வாள் ஒன்று நெளிந்தது. களரிச் சண்டை கோச்சாவுக்கும் கொஞ்சம் தெரியும். ரொம்பநாள் ஆசை அது. களரிப் பயிற்சி கத்துக்கிட்ட, உடல் வளைந்து தரக்கூடிய உயிர்ப்புள்ள பெண்ணை... அவள் இதோ கைக்கெட்டிய தூரத்தில் வந்து நிற்கிறாள்.

‘‘ஏடாகூடமாக்காதே’’ என்றான் கோச்சா.

‘‘அவளை எனக்கு அந்தக் கொதிப்போட வேணும். எத வேணாச் சொல்லி அவள வசப்படுத்து. அந்தப் பொலயப் பையன் கேட்கிறது என்னமோ அதக் குடுத்து அவன அனுப்பி வை’’

‘‘ஊம்’’ ஔரோன் முனங்கினான்.

‘இனி கொண்டாட்டத்திற்கான நாட்கள்தான்’ ஔரோன் கணக்கிட்டான்.

மொதலாளி இவ்வளவு ஈடுபாட்டுடன் ஒரு பெண்ணைப் பற்றிச் சொல்வது இதுதான் முதல் தடவை, வெரோனிகாவுக்குப் பிறகு. அவளைப் பார்த்தபோது அவனும் அதை உணர்ந்திருந்தான்.

சீமை விசிறி சுற்றிக் கொண்டிருந்தாலும் வெரோனிகா அருகில் நின்று வெட்டிவேர் விசிறியால் வீசிக் கொண்டிருந்தாள். காற்று போதவில்லை. மதியம் கண்ணயரப் படுத்தவன் உறக்கம் வராமல் திமிறிக்கொண்டு கிடந்தான்.

ஔரோன் இளநீர் கலந்த சீமை சரக்குடன் வந்தான். கோச்சா அதைத் திரும்பிப் பார்க்கவேயில்லை.

‘அப்ப, அதவிடப் பெருசுதான உள்ள நொறச்சு ஏறுற மப்பு’ வெரோனிகாவின் மனது வாசித்தது.

‘‘ஔரோனே, டேய் ஔரோனே’’

மதிய உறக்கம் முடித்து கோச்சா ஓடைக்கரையை அடைந்தான். குரல் கேட்டு ஔரோன் அருகே சென்றான். வலதுகாலைக் கட்டுமரப்படியில் ஊன்றியபடி கோச்சா ஔரோனைப் பார்த்தான்.

‘‘நீ அவள வெரோனிகாகிட்ட ஒப்படச்சுடு. சாயந்தரம் வழக்கமா வர்றதுக்கு முன்னயே வந்துடுவேன்’’

மேலும் ஒருமுறை அவளை ஆவலாகப் பார்த்துவிட்டு கட்டின வேட்டியை இரு தொடைகளுக்கிடையே சொருகி ஏற்றிக்கொண்டு கோச்சா கட்டுமரப் பலகையில் நெளிந்து உட்கார்ந்தான்.

ஔரோனுக்கு விஷயம் புரிந்தது.

‘‘வா பொண்ணே’’ வெரோனிகா வடக்கு வராந்தாவில் வந்து அழைத்தாள்.

‘‘அவன் போயிட்டு வரட்டும். நீ இங்க வா. நாம ஏதாவது பேசிக்கிட்டிருக்கலாம்’’

அவள் கொச்சு நீலாண்டனைப் பார்த்தாள். அவன் இதயம் படபடவென்று அடித்துக் கொண்டது. குஞ்ஞுநீலியைக் கோச்சாவுக்குப் பிடித்துவிடக் கூடாதென்று மனமுருக வேண்டியபடி நின்று கொண்டிருந்தான். அதற்காக அவன் அர்த்துங்கல் தேவாலயத்துப் புனிதருக்கு வில்லும் அம்பும் வேண்டிக் கொண்டான். அவன் அறிவுக்கு எட்டி கடற்கரையின் பிரபலமான தெய்வம் அர்த்துங்கல் புனிதர்தான். வந்தேறியான புனிதரும் யூதனான கோச்சாவின் பக்கம் சேர்ந்துவிட்டாரோ?

‘‘நாம போலாமா? நம்ம குடிசைக்குப் போலாம்’’

அவள் கொச்சு நீலாண்டனைச் சீண்டினாள்.

''நீங்களும் வாங்க''

''இந்த ஊரோட நடப்பு இது'' அவன் கையறுநிலையில் நின்றான்.

''மொதலாளிக்கு மனசுல புடிச்சுப் போச்சுன்னா அப்புறம்...''

''அத நீங்க ஏன் எங்கிட்ட முன்னாடியே சொல்லல?''

''அது... அது...'' கொச்சு நீலாண்டன் பம்மினான்.

''இந்த தடவ மட்டும் நீ ஒரு வாட்டி கண்ண மூடிக்கோ குஞ்ஞுநீலி''

''என்னை வீட்டுலருந்து எறக்கிக் கொண்டு வந்தது அந்த ஆளுக்காகவா? கொச்சு நீலாண்டனுக்காகவா?''

அவள் அவனை அருவெறுப்பாகப் பார்த்தாள்.

கொச்சு நீலாண்டனிடம் பதில் இல்லை.

''அந்த ஆளுகூடப் படுத்தா என் வயித்துல பொறக்கப் போறது யாரோட கொழந்த? அந்த ஆளோடதா, கொச்சு நீலாண்டனோடதா? யாரை அது அப்பான்னு கூப்பிடும்?''

''என்னத்தான்'' அவன் சிறு சந்தேகமுமில்லாமல் சொன்னான்.

''அது நம்மோட கொழந்தையாத்தான் வளரும்''

'த்தூ, பொட்டப் பயலே' அவன் முகத்தில் காறித்துப்பி விரட்டியடிக்க வேண்டுமென்று தோன்றியது. நீர் கோர்த்து நின்ற அவன் கண்களைக் கண்டதும் அவள் உள்ளுக்குள் அடக்கிக் கொண்டாள்.

''குஞ்ஞுநீலி, நமக்கு வேறவழி இல்ல'' கொச்சு நீலாண்டனின் குரல் இடறியது.

''எதுத்து நின்னா மொதலாளியோட ஆளுங்க என்னையும் கொல்லுவாங்க. அந்தாளோட தேவை முடிஞ்சதும் உன்னையும் தெருவுல வீசிடுவானுங்க. எப்படின்னாலும் நீ அந்த ஆள்கூட படுக்கத்தான் வேண்டியிருக்கும்''

''நீங்க ஆம்பளையா எங்கூட நின்னாப் போதும். என் சம்மதம் இல்லாம எம் மசிரக் கூடத் தொடமாட்டான் ஒரு கொலைக்கொம்பனும். சாவறதுன்னா நாம ரெண்டுபேரும் அவனுக்கு முன்னால எதுத்துக்கிட்டு நின்னு சாவலாமே?''

அவளுடைய கண்களில் தீப்பொறி பறப்பதை அவன் கண்டான்.

''என்னடா உனக்கு ஒரு தயக்கம். வெரோனிகா கூப்பிடுறது கேட்கலையா? இனி முதலாளியே வந்து வெத்தலப் பாக்கு வச்சு சொல்லணுமா உங்கிட்ட?''

ஔரோன் முன்வாசலிலிருந்து திருக்கை வாலைச் சுழற்றினான்.

''வேண்டாம் குஞ்ஞுநீலி''

கொச்சு நீலாண்டனின் கண்களில் பீதி முட்டையிட்டுப் பெருகின.

''சண்டை சாடிக்கெல்லாம் என்னால முடியாது. உம்மேல சத்தியமா எனக்கு பயமா இருக்கு. நீ ஒருவாட்டி கண்ணை மூடிக்க. மிச்சகாலம் நாம மனநிம்மதியா வாழலாம்''

ஔரோன் வராண்டாவிற்கு இறங்கினான்.

''தூ...''

வாயில் நிறைத்திருந்த வெற்றிலைக் குதப்பலை, காந்தாரி மிளகாய் செடிக்கருகில் நீட்டித் துப்பிய ஔரோன் அவனை முறைத்துப் பார்த்தான். திருக்கை வால் காற்றில் அலைந்தது.

''நீ போ குஞ்ஞுநீலி''

அவன் அவளை வெரோனிகாவுக்கு முன்னால் தள்ளிவிட்டான்.

''ஔரோன் வந்து சொல்லுறப்போ உன்னக் கூட்டிட்டுப் போவ நான் வர்றேன்''

''என்னாத்துக்கு? அந்த ஆளோட எச்சில நக்கவா?''

அவளுடைய தீப்பொறி கண்கள் அவனை நோக்கின.

''நீ போ'' அவன் ஔரோனுக்கு பயந்து திரும்பி நடக்கத் துவங்கினான்.

''த்தூ...பொட்டப்பயலே''

குஞ்ஞுநீலி அவனுடைய பீதிபுரண்ட முகத்தில் துப்பினாள்.

''பயந்தாங்குளி. நீ இனிமே என் கண் முன்னால வந்துடாதே''

வெரோனிகா வந்து கையைப் பிடித்தபோது அவள் எதிர்க்கவில்லை. அவனைத் திரும்பிக்கூடப் பார்க்காமல் வெரோனிகாவின் நிழல் பற்றி நடந்தாள்.

வெரோனிகா அவளுடைய உடைகளையெல்லாம் அவிழ்த்துவிட்டு எண்ணெய் கொப்பரையில் படுக்கவைத்து உடல் முழுக்க காய்ச்சிய எண்ணெய் தேய்த்து உருவிவிட்டாள். கைகால்களுக்கு இடையிலும் இடுப்பிலும் தாரைதாரையாய் எண்ணெய் விட்டாள். 'இதெல்லாம் எதற்கு?' என்று அவள் கேட்கவே இல்லை. எதற்கோ தயாராகிக் கொண்டிருக்கிறாள் அவள்.

வாகைப்பொடி தேய்த்துவிட்டு வெரோனிகா அவளுடைய எண்ணெய் பிசுக்கை அகற்றினாள். வெளிநாட்டிலிருந்து கொண்டு வந்திருந்த வாசனைத் தைலத்தைத் தேய்த்து சுருண்ட கூந்தலை மினுக்கினாள். கயிற்றுக் கட்டிலில் கால்களை அகட்டி, ஒட்டுத்துணியும் இல்லாத அவளுடலை கவிழ்த்திக் கிடத்தினாள். கீழிருந்து மேலாக அகில் புகையவிட்டாள். வெரோனிகா என்னவெல்லாமோ பேசிக் கொண்டிருந்தாள். அவள் ஒன்றுமே பேசவில்லை.

வெரோனிகா அவளுடைய கூந்தலை சீவிவிட்டாள். வாழைநாரில் கோர்த்த முல்லைப்பூ சூட்டினாள். கண்களில் மை தீட்டினாள். கைஇடுக்குகளில் பன்னீர் பூசினாள். முன்முடிச்சிட்டு முலைக்கச்சை கட்டிவிட்டாள். அவளின் திரண்ட, காம்புகள் கூர்த்த முலைகளைப் பார்த்து பெண்ணான வெரோனிகாவே ஆசை கொண்டாள்.

புத்தாடை அணிந்து வாசனைத்தைலம் பூசி வெட்டய்க்கல் கோச்சா உள்ளே நுழைந்தான். அவள் ஊஞ்சலில் அயர்ந்து படுத்திருந்தாள். கோச்சா ஆவலோடு அவளருகே வந்தமர்ந்தான். அவளுடைய கையை எடுத்து மடியில் வைத்து நெற்றியிலும் கழுத்திலுமாக விரல்களால் தடவினான். கழுத்து வழியாக ஊர்ந்திறங்கிய தடித்த கை, முலைக்கச்சையின் முடிச்சருகே வந்ததும் அவள் கண்களைத் திறந்தாள்.

''அத அவுக்கறது இருக்கட்டும். அதுக்கு முன்னாடி ஒரு முடிவு தெரிஞ்சாகணும்'' அவள் கைகளைத் தட்டிவிட்டாள்.

கோச்சா சங்கடத்துடன் பார்த்தான். முதல்முறையாக ஓர் அடிமைப்பெண் நேருக்கு நேராக, எடுப்பாகப் பேசுகிறாள். கொச்சு நீலாண்டனிடம் கேட்ட அதே கேள்வியை அவனிடமும் கேட்டாள்.

''நீங்க எங்கூடப் படுத்தா, என் வயத்துல பொறக்கிறது யாரோட கொழந்த? உங்களுதா? கொச்சு நீலாண்டனுதா? யாரை அது அப்பான்னு கூப்பிடும்? உங்களையா? கொச்சு நீலாண்டனையா?''

''உம் புருஷனோட கொழந்த உன்னோட புருஷனத்தான் அப்பான்னு கூப்புடும்?''

''இது எந்த ஊரு நாயம்?'' அவள் எழுந்து உட்கார்ந்தாள்.

அவளுடைய அந்த அமர்வும் பார்வையும் கூச்சமின்மையும் கோச்சாவை மிகவும் வெறுப்பேற்றியது.

''பின்ன, எதுதான் நாயம்? நீ சொல்லு'' கோச்சா அவசரப் படுத்தினான்.

''என் வயித்தில பொறக்கிற குழந்தை அதனோட அப்பாவைத் தானே அப்பான்னு கூப்டணும்?''

''நாட்டுல நடக்கிறதா ஏதாவது சொல்லு பொண்ணே'' கோச்சாவுக்குக் கோபம் ஏறியது.

''நாட்டு நடப்புங்கிறது நீங்க ஜமீன்களும் மொதலாளிகளும் உண்டாக்கறதுதானே. நாங்க பாவங்க இல்லையா?'' அவள் கேட்டாள்.

''அது நடக்கற காரியமில்லே'' கோச்சா பொறுமையிழந்தான்.

''வெய்ட்டக்கல் கோச்சாகிட்ட இன்னைக்கு வரைக்கும் ஒரு பொண்ணும் இந்த மாதிரி கேட்டதில்ல. நாக்கை அடக்கிப் படுடீ இங்க. இல்லன்னா...''

கோச்சா அவளுடைய கால்களை பலமாகப் பிடித்து அகற்றினான். முலைக்கச்சையின் முடிச்சை இழுத்து அவிழ்க்கவும் அவள் உதறி எழுந்தாள். கையில் கூர்மையான கத்தி. அவளுடைய தீட்சண்யமான நிர்வாணத்தின்முன் கோச்சா வெளிறி நின்றான். தீச்சுவாலையாய் எழுகிறாள் அவள்.

''என்னோட இந்த ஒடம்புல உசிரு இருக்க, தொட்டுட முடியாது உங்களால. களரி படிச்சவ நான். ஒரே குத்துல கிழிச்சுக்கிட்டு செத்துருவேன்?'' அவள் கத்திமுனையை வயிற்றின் நேராக உயர்த்தினாள்.

கோச்சா பயத்தோடு பார்த்தான். ''வேண்டாம்... வேண்டாம்...''

கோபம் தலைக்கேறியும், அடி பதறாமல் நின்று கொண்டிருந்தாள் அவள்.

''நான் என்ன செய்யணுமின்னு நீ சொல்லு''

வாழ்வில் முதல்முறையாக வெட்டய்க்கல் கோச்சா ஒரு பெண்ணின்முன் மண்டியிடுகிறான்.

''வேத புத்தகத்தைத் தொட்டு நீங்க சத்தியம் பண்ணனும்'' அவள் கட்டளையிட்டாள்.

''யெகோவாவோட வாக்கை மீறி வாழ மாட்டீங்கல்ல. நான் சொல்ற மாதிரி நீங்க சொல்லணும்''

கோச்சா அதிர்ந்துபோய் அவளைப் பார்த்தான். யூதனான கோச்சாவின் புனிதநூல்தான் வேத புத்தகம். யகோவாதான் பூமியின் ஒரே ஒரு தெய்வம். இவள் இதையெல்லாம் கற்று வைத்திருக்கிறாளா?

குஞ்ஞுநீலியைப் போலொரு பெண்ணை இழந்துவிடக் கூடாது. வாழ்க்கையில் ஒருமுறையே அவளைப்போல் ஒரு பெண் கடந்து வருவாள்.

'அவளை நீ உதறிவிடாதே' சாலமோன் உள்ளே ஒளிந்திருந்து சொல்கிறார்.

''அவளை நீ அளவுக்கதிகம் மதிப்பாயாக

அவள் உன்னை உயர்த்துவாள்.

அவளை நீ கட்டிக் கொள்வாயாக

அவள் உன்னை மதிப்பாள்

அவள் உன் தலையில் பூமாலையாவாள்

அவள் உன் தலையில் கிரீடமாவாள்...''

இன்றைக்கும் என்றைக்கும் அவள் வெட்டய்க்கல் கோச்சாவின் உடமையாக இருக்க வேண்டும். அதற்காக எந்த எல்லைவரை போக வேண்டும் என்றாலும் பரவாயில்லை. கோச்சா நினைத்தான். வெறும் பெண்ணல்ல குஞ்ஞுநீலி. பெண் இனத்தின் அபூர்வமாய் நிகழும் தெய்வ அணங்கு அவள். எத்தனையோ

கன்னிகளின் துடிதுடிப்புகளைப் பார்த்து வெறி பிடித்திருக்கிறது... எத்தனையோ பெண்பிள்ளைகளை வேட்டை மிருகங்களைப் போல... எத்தனையோ கன்னித் திரைகளின் வழியே துளைத்திறங்கி முடிவுறாக் கூக்குரல்களினூடே... அவர்களில் யாரும்...

குஞ்ஞுநீலிதான் உண்மையில் பெண். கன்னிகளுக்கெல்லாம் மேலான கன்னி....

அறுபத்தோராவது கன்னி...

''ஔரோனே... டேய்... ஔரோனே...''

வாசலைப் பாதி திறந்து கோச்சா வெளியே எட்டிப் பார்த்தான்.

''நீ இன்னைக்கிக் குளிச்சியாடா? அப்படின்னா தறவாட்டு மாளிகையிலருந்து அந்த வேதப் புத்தகத்தை வேகமா எடுத்துக்கிட்டு வா''

ஔரோன் அதிர்ந்து நின்றான்.

''இந்த நேரத்துல எதுக்கு வேதப்புத்தகம்?'' வெரோனிகா கை விரித்தாள்.

முதலாளி அவள் முன்னால் மண்டியிட்டிருப்பார் என்று அவளுக்குத் தோன்றியது. குஞ்ஞுநீலியை எண்ணெய் கொப்பரையில் முழுக்கி எடுத்தபோதே அவள் அதை மனதில் நிச்சயித்திருந்தாள்.

இருமுனை வாள் இவள்.

விளைச்சலுக்குத் தயாரான முந்திரிக்குலை இவள்.

அறுவடைக்கு முற்றிய கதிர் இவள்...

ஔரோன் வேத புத்தகம் எடுத்து வந்தான். மெல்லிய ஆட்டுத்தோல் சுருளில் எழுதப்பட்ட புனிதநூல். தலைமுறை தலைமுறையாகப் பாதுகாக்கப்பட்டு வருகிறது. கோச்சா வேத புத்தகத்தை விரித்து முன்னால் வைத்தான்.

ஒட்டுத் துணியுமின்றி நிற்கும் குஞ்ஞுநீலியின் உடலின் எதிரில் அவன் பணிவாக நின்றான். கைகளை மார்பின் இருபுறமும் பிணைத்துக் கொண்டு கால் மேல் கால் போட்டு, கட்டில் முனையில் அமர்ந்து இருக்கிறாள் அவள். இடது கையில் அந்தக் கத்தி.

''நான் என்னன்னு சத்தியம் செய்யணும், சொல்லு''

கோச்சா பொறுமை இழந்தான்.

''குஞ்ஞு நீலியோட வயித்துலப் பொறக்கற கொழந்த வெட்டய்க்கல் கோச்சாவத்தான் அப்பான்னு கூப்பிடும். யகோவா மேல ஆணையா சத்தியம், சத்தியம், சத்தியம்... ஆங்...சொல்லு'' கோச்சா வேதபுத்தகம் தொட்டு சத்தியம் செய்தான்.

"ஆங், இனி... குஞ்ஞுநீலியத் தவிர வேற ஒரு அடிமைப் பெண்ணும் ரண்டாம் மாளிகையோட முன்வாசல்ல முகம்காட்ட வரமாட்டா. ரண்டாம் மாளிகைல குஞ்ஞுநீலியே இருப்பா"

"யகோவா மேல ஆணையா சத்தியம் சத்தியம் சத்தியம்" என்றான் கோச்சா.

"இனி?" கோச்சா அவளைப் பார்த்தான்.

"கொச்சு நீலாண்டனுக்கு உள்ள பங்கு" அவள் கட்டளையிட்டாள்.

"நல்லா வெளையற ஒரு துண்டு தோட்டமும், இருவது மரக்கா வெதநெல்லு வெதைக்கற அளவு வயலும்"

"அவ்வளவு வேணுமா?" கோச்சா தயங்கினான்.

"வேணும்" என்றாள் அவள்.

"ஆண்மை இல்லாதவனா இருந்தாலும் அவன்தானே என் வீட்டிலிருந்து என்னக் கூட்டிட்டு வந்தது"

அவன் அதற்கும் சம்மதித்தான்.

'என்ன தியாகம் சகிச்சாலும் உன்னை எனக்கு இந்த ஜென்மம் முழுக்க குடிச்சு தீர்க்கணும்' கோச்சா உள்ளுக்குள் சொல்லிக் கொண்டான். அவளும் அதை உணர்ந்தாள். அவளையும் அழைத்துக்கொண்டு கோச்சா இரண்டாம் மாளிகையின் நிலா முற்றத்தைவிட்டு ஆகாயத்தின் மேற்பரப்புகளில் பறந்தான்.

மூன்றாம் நாள் மாளிகைத் தோட்டத்தின் கீழே முந்திரிக் காட்டில் நான்கைந்து நாட்களாக அழுகிப் போயிருந்த ஒரு சடலம் தொங்கிக் கொண்டிருந்தது. நீலாண்டனின் புது வேட்டியும் சட்டையும் கசங்காமல் இருந்தது. காக்கைகளும் கழுகுகளும் சுற்றி அலைவதைக் கண்ட வழிப்போக்கர்களே அதைப் பார்த்தனர்.

குஞ்ஞுநீலி இரண்டாம் மாளிகையில் வெட்டய்க்கல் கோச்சாவின் வைப்பாட்டி ஆனாள். சாயந்திரங்களில் கோச்சாவின் கட்டுமரச் சவாரிகளில் அவளும் இணைந்துகொண்டாள்.

கன்னி கழிப்பதன் கணக்குப் புத்தகத்தின் கடைசிப் பக்கத்தில் வேரோனிகா திருத்தி எழுதினாள்.

"அறுபத்தோராவது முறைக்காரி... கடைசிக் கன்னி... கொச்சு நீலாண்டன் கட்டிக்கிட்டு வந்த பொண்ணு குஞ்ஞுநீலி அசத்திட்டா"

"**கொ**ச்சு நீலாண்டன் செத்தானா, கொன்னுட்டாங்களா?" அபராஜிதா திசாவைப் பார்த்தாள். "பாவம், மன வேதனையில உசிர உட்டிருப்பான்"

''கொச்சு நீலாண்டன் குஞ்ஞுநீலியைத் தேடி வருவான்னு தெரிஞ்சிருந்த ஔரோன் அவனக் கொன்னு தொங்க விட்டிருக்கலாமில்ல?'' அபராஜிதா சந்தேகப்பட்டாள்.

''அப்படி சந்தேகப்பட ...?''அவள் அபராஜிதாவைப் பார்த்தாள்.

''அந்தப் புது வேட்டியும் சட்டையும்? அப்புறம் சடலம் கண்டுபிடிக்கப்பட்டது ரண்டாம் மாளிகையின் கீழே இருக்கற முந்திரிக்காட்டுல... ஔரோன் வந்து சொல்லும்போது கூட்டிட்டுப் போக வர்றேன்னு சொல்லிட்டுதானே அவன் போனான். அவன் வந்திருப்பான். ஆசப்பட்டுக் கட்டிக்கிட்டு வந்த பொண்ணுதானே? அதுக்கு வாய்ப்பு குடுக்கமா, கோச்சாவின் மனசறிஞ்ச ஔரோன் அவனை...''

''வச்சு செஞ்சிருப்பான்'' திசா தூரங்களை அளைந்தாள்.

''பாவம், தோத்தது கொச்சு நீலாண்டன்''

''இல்ல'' திசா திருத்தினாள். ''குஞ்ஞுநீலி''

''குஞ்ஞுநீலியா?'' அவள் திசாவைப் பார்த்தாள்.

'' ம்ம்...'' அவள் முனகினாள்.

''அவள் ஏழுமாத கர்ப்பிணியாக இருந்தாள். அதுக்குள்ள கோச்சாவுக்கு அவள் அலுத்து விட்டிருந்தாள். ஔரோன் அவளை இரவோடு இரவாக கால்வாய் வழியாகக் கழிமுகத்துலத் தள்ளிவிட்டான். விடியல்ல படகைக் கடலில் எறக்கறதுக்கு வந்த மீனவங்கதான் பாத்திருக்காங்க. வாய்க்குள்ள தேங்காய்நாரைத் திருகி வச்சு, கை கால்கள் முறுக்கிக் கட்டப்பட்டு பாதி நெனவை எழந்திருந்தா குஞ்ஞுநீலி. பேரலையொன்று அவளை அள்ளியெடுக்கப் பார்க்கவும், மீனவப் பசங்க தூக்கியெடுத்து கரைல படுக்க வச்சாங்க. நான்கைந்து நாட்கள் அவள் கடற்கரை வழியாக அலஞ்சு திரிஞ்சதாப் பாத்தவங்க சொன்னாங்க. ஒருநாள் செல்லானம் கடற்கரைல வந்து ஒதுங்கினா குஞ்ஞுநீலி. அவ கண்களை மீன்கள் கொத்தி எடுத்திருந்திச்சு. கன்னங்களைக் கடலாமைங்க கடிச்சிருந்திச்சு. முலைக் காம்புகளைக் கடல் அரிச்சிருந்திச்சு. அடி வயிற்றைத் திறந்து நெத்திலிக் கூட்டம் நெளிஞ்சுக்கிட்டு இருந்திச்சு...''

வெட்டய்க்கல் கோச்சா யூதக் கோவிலில் ஒரு கட்டு மெழுகுவத்தியை ஏற்றினான். வேதப் புத்தகத்தில் தொட்டுச் செய்த சத்தியத்தை மீறியதற்கான அபராதம். அபராதம், பெரிய அபராதம்.

இரண்டாம் மாளிகையின் முற்றத்தில் புது மணமகனும் மணமகளும் முகம் காட்ட வந்தனர். வெரோனிகா கன்னி கழிப்பதன் கணக்குப் புத்தகத்தைத் திறந்தாள்.

''அறுபத்தியிரண்டாவது கன்னி...''

8
தோழரின் வரவு

பொலீவியன் டயரியின் அட்டையிலிருந்து சே அவளை எட்டிப் பார்த்தார். மடியில் திறந்து வைத்திருந்த புத்தகத்துடன் பொலீவியன் காடுகளுக்குள் ஏதோ மரத்தின் கிளைகள் உருவாக்கியிருந்த மறைவிடத்தில் உட்கார்ந்திருந்தார் சே.

"அலிடா" சே அழைத்தார்.

"ச்சோ, அலிடாயில்ல, நான் அபராஜிதா" என்றாள் அவள்.

"அபராஜிதா, நீ இப்போ எங்கயிருக்க?"

"நான் டெல்லி கல்லூரி விடுதியின் குளிர்ல. தெரியலையா, இந்த தடிமனான கம்பளி?" என்றாள்.

தோளில் தொங்க விட்டிருந்த துப்பாக்கியை எடுத்துத் துடைத்து மினுக்கினார். கண்ணுக்கு நேராக உயர்த்தி மரங்களுக்கிடையில் எதையோ குறி பார்த்தார்.

"நீ கனவு காண்றியா?"

"உம்" அவள் முனகினாள்.

"சிவந்த சூரியனின் வரவு... செங்கோட்டையில் செங்கொடி உயர்வதை..."

"இன்றில்லாவிட்டால் நாளை" என்றார் சே.

"காலம் அதைக் கட்டாயம் கொண்டுவரும்"

"இன்றில்லாவிட்டால் நாளை" என்றாள் அவள்.

"இந்தியச் சூழலில் கம்யூனிசம் வெடித்து மேலெழும் காலம் வரும். நான் எப்போதும் அதைக் கனவில் காண்பதுண்டு. ஒருநாள் அது நிகழும்"

''நீ சொல்ல வருவது?'' சே அவளை ஏறிட்டுப் பார்த்தார்.

''பறித்து நட வேண்டியதல்ல கம்யூனிசம். வெடித்து முளைக்க வேண்டியது''

துப்பாக்கியின் விசையை அழுத்தினார் சே. மரக்கிளைகளில் அடைந்திருந்த பறவைகள் பரிதவிப்போடு பறந்துயர்ந்தன.

''பாவம், அந்தப் பறவைகள். அவை பயந்திருக்கும்''

அவளைத் திரும்பிப் பார்த்து பரிகாசமாகப் புன்னகைத்தார்.

''சில சமயம் பயங்கரக் கொடூரனோன்னு தோணுது'' அவள் ஆகூலப்பட்டாள்.

''கொடூரனா? நானா?''

''அந்தப் பாவமான நாய்க்குட்டியைக் கொன்னீங்களே? அதுவும் இரக்கமே இல்லாமக் கழுத்த நெறிச்சு'' அவள் முகத்தை இறுக்கினாள்.

''கம் பேக்கைப் பத்தித்தான் நீ சொல்றியா? பாவம்... அவன் வேளையத்த வேளையில குரைச்சுக் களேபரம் பண்ணா வேறென்ன செய்ய? நாங்க அந்தக் கொடூரமான இராணுவ அதிகாரி, சாஞ்சஸ் மொஸ்குராவைக் கண்ணிக்குள் சிக்க வைக்கறதுக்கான முயற்சியில இருந்தோம். பயணத்துல பல தடவை அது குரைச்சது. கடைசியில கழுத்தை நெறிச்சுக் கொல்ல வேண்டியதாப் போச்சு''

''இழுத்துக்கிட்டிருக்கிற அதனோட கடைசீத் துடிப்பு... கஷ்டம்தான்'' என்றாள்.

சே, அவளைப் பார்த்தார்.

''லட்சியத்துக்கான பயணத்துக்கு நடுவுல, போராளியோட இதயத்துல இவ்ளோ ஈரம் இருக்கக்கூடாது''

அதைச் சொல்லும்போது சேயின் குரல் நிரஞ்சனை ஒத்திருந்ததோ?

மர உச்சியிலிருந்து துப்பாக்கியோடு நிரஞ்சன் கீழ்நோக்கி ஊர்ந்திறங்கிக் கொண்டிருக்கிறான். சேயின் இடத்தில் இப்போது நிரஞ்சனைக் காண்கிறாள்.

அவன் அருகே வந்தான். அவனுடைய சூடான மூச்சுக்காற்று அவளுடைய மேலுதட்டில் பட்டுப் பரவியது. அவள் மட்டும் கேட்கும்படி அவன் முணுமுணுத்தான்.

''அந்த சிவந்த சூரியன் வரும் காலம் நெருங்கிவிட்டது; செங்கோட்டையில் செங்கொடி பறக்கும் காலம்...''

''உண்மையா?''

அதற்கு பதில் சொல்லாமல் மரங்களின் ஊடாக காட்டின் அடர்வுக்குள் வேகமாக நடந்து அகன்றான்.

"நீ என்ன பகல் கனவு காண்றியா?"

திறந்திருந்த வாசல் வழியாக திசா அறைக்குள் வந்தாள்.

"நிரஞ்சன்?"

அபராஜிதா சுற்றிலும் பார்த்தாள்.

"நிரஞ்சனா?" திசா கிண்டல் செய்தாள். "அவன் இங்கே எங்கேயும் இல்லையே"

"அவன் இங்கேதான் இருந்தான். ஒரு துப்பாக்கியோட... என்னோட கனவுல..."

அபராஜிதா எழுந்து உட்கார்ந்தாள்.

"துப்பாக்கியோடவா?" திசா குலுங்கிச் சிரித்தாள்.

சட்டென சிரிப்பை அடக்கினாள்.

"அவன் நேத்தே வந்து சேந்துருக்கணும். இன்னியோட ரண்டு வாரம் முடிஞ்சிடுச்சு. உன்கிட்ட ஏதாவது சொன்னானா?"

அபராஜிதா இல்லையென்று முகமசைத்தாள்.

திசாவின் முகத்தில் நிழல் படர்ந்தது.

"தனியாப் போலயே, அந்த தினாரும் கூட இருக்கான் இல்லையா?"

அபராஜிதா கையிலிருந்த புத்தகத்தை அலட்சியமாகப் புரட்டினாள்.

"நல்லா ரவுண்டடிச்சு கையில இருக்கற காசு தீரும்போது திரும்பி வருவான்"

"இல்ல" திசாவின் முகம் இருண்டது.

"அவன் தனியாத்தான் போயிருக்கான். தினார் கூட இருக்கான்னு அவன் பொய் சொல்லியிருக்கான். தினாரை நான் கூப்பிட்டிருந்தேன். அவனுக்கும் தெரியல"

"டஸ் ஹீ ஹேவ்... சம் அஃபேர்?"

"உனக்கு அப்பிடித் தோணறதுக்குக் காரணம்?" திசா அவளைப் பார்த்தாள்.

"நத்திங்டா, சும்மா கேட்டேன். இல்ல... இந்த எஸ்கேப்" அவள் பேச்சை மாற்றினாள்.

"இல்லல்ல... அப்பிடி ஏதாவது இருந்தா... அத அவன் என்னிக்கோ சொல்லியிருப்பான்" திசா மறுத்தாள்.

"தென்... சம்... அதர் ஆக்டிவிட்டீஸ்? ஐ மீன்..."

"அவன் அப்படியெல்லாம் இருந்ததில்ல. பட் நௌ ஐஃபீல்... சமீபமா அவன் போக்கு அவ்வளவா சரியல்ல... என்னமோ ஒரு கனெக்ஷன்ல இருக்கற மாதிரி... ஹீ ஈஸ் நாட் இன் தி ரைட் டிராக்"

அதைச் சொல்லும்போது திசாவின் வார்த்தைகளில் மெல்லிய பதற்றம்.

''கமான்... சில்... நோ நீட் டு ஒர்ரிடா...'' அபராஜிதா அவளைச் சேர்த்தணைத்தாள். ''நீ சொல்லுவயில்ல, செத்துப் போன குஞ்ஞுண்ணித் தாத்தாவப் பத்தி. அந்தத் தாத்தாவோட ஜீன்தான் அவனுக்கும்''

''உம், எனக்கும் அப்படித்தான் தோணும்'' திசா ஒத்துப் போனாள்.

ஜமீன் ஆட்சிக்கெதிராக ஒற்றைப்புன்னையில் சேர்ந்த முதல் கூட்டத்தில் பங்கெடுத்தவர் குஞ்ஞுண்ணித் தாத்தா. வீட்டுச் சுற்றுச் சுவரருகே சாய்வு நாற்காலியில் கால்நீட்டி உட்கார்ந்துகொண்டு எத்தனையோ தடவை அப்பா அந்தக் கதையைச் சொல்லியிருப்பதை அவள் நினைத்துப் பார்த்தாள்.

தோழர் சி.ஜி. சதாசிவனும், தோழர் சி.கே. குமாரப் பணிக்கரும் ஒன்றாக முன்னின்று அந்தக் கூட்டத்தை நடத்தினர். வேட்டியை முட்டிக்கு மேல் மடித்துக் கட்டிக்கொண்டு, நெஞ்சின் ஓர் ஓரமாக முனை மடிந்திருக்கும் ஜிப்பாவுமாக, தலையில் ஒரு துண்டுடன் பணிக்கர் ஓட்டமாக ஓடிக்கொண்டு நிகழ்வுகளை ஒருங்கிணைக்கிறார். தோற்றத்திலும் செயலிலும் அப்படியே ஒரு கிராமவாசி. சி. ஜி. பாணாவள்ளிக்காரன். கிருஷ்ணன் வைத்தியரின் சித்தப்பா மகன். கிருஷ்ணன் வைத்தியர் எழுதிய பாட்டைப் பாடிக் கொண்டுத்தான் அன்றைக்கெல்லாம் காங்கிரஸ் கூட்டம் தொடங்கும். சி.ஜி. ராகத்தோடு அதைப் பாடுவார்.

''வருக வருக தோழர்களே

பதர்கள் இல்லை மனிதருள்

ஒரு பிதாவுக்குப் பிறந்த

தனயர்களான நாமிந்த

கரமிணைத்து, உயிர் ஒன்றி

ஒரே பாதையில் போகலாம்...

வருக வருக தோழர்களே...''

மாநிலக் காங்கிரசில் இருக்கும்போதே குஞ்ஞுண்ணித் தாத்தாவுக்கு சி.ஜி. யைப் பழக்கமிருந்தது. ஆள் ரோஷக்காரன். மாநிலக் காங்கிரசின் சேர்த்தலை வட்டாரத் தலைவராக இருந்தார். அவருடைய போக்கு சரியில்லை என்று தெரிந்து மனம் நொந்து வெளியேற நினைக்கும்போதுதான் தோழரின் வரவு. சாட்சாத் பி. கிருஷ்ணப்பிள்ளை. தோழர்னு சொன்னாலே அன்று தோழர் கிருஷ்ணப்பிள்ளைதான். எல்லோரும் தோழர்களே. ஆனால் கிருஷ்ணப்பிள்ளைத் தோழர்தான் தோழர். அவர்தான் சி.ஜி. யை கம்யூனிஸ்ட் கட்சியில் சேர்த்துவிட்டார். அப்போதெல்லாம் விஷய ஞானமுள்ளவர்கள் யாராவது

சொல்லவில்லையென்றால், ஆதரவற்ற தொழிலாளர்கள் கூட்டத்துக்கு வரமாட்டார்கள். பயம்தானே பாவப்பட்டவர்களுக்கு? ஜமீன்களும் போலீசும் சும்மா விடுவார்களா? நாடு முழுக்க சி.ஐ.டி. க்கள் இருந்தார்கள். அங்கே மொகம்மையில், சீரப்பன்செறையில் நம் சுசீலா கோபாலனின் தாத்தா ஒருத்தர் இருந்தார். கருணாகரப் பணிக்கரின் அப்பா. மக்கள் குழுக்களில் எல்லாம் உறுப்பினராக இருந்தார். தொழிலாளர்கள் கூட்டம் நடக்கும்போது அவரைத் தலைவர்கள் போய் அழைத்துக்கொண்டு வருவார்கள். குதிரையில்தான் வருவார்.

குதிரைமேல் அமர்ந்துகொண்டே, ''ம்ம், நானும் உங்க கூடத்தான் இருக்கேன். நாட்டோட நன்மைக்காக என்ன வேணுமோ அதத் தீர்மானிச்சுக்கோங்க. யாரும் எதுக்கும் பயப்பட வேண்டாம். கூட நான் இருக்கேன்'' என்று சொல்வார்.

''போதும், அது போதும். அது ஒரு தைரியம் தரும். அதைப்போல் ஒருவரே வயலாரிலும் வேண்டியிருக்கிறது. குந்திரிசேரி செறியகுந்நேல் தறவாடு அன்றைக்கே பேர் பெற்ற ஈழவக் குடும்பமாயிருந்தது. அதன் நெடுந்தூணாக இருந்தவர் குமாரப் பணிக்கர்.

அடிதடியில் பேர் வாங்கினவர் பணிக்கர். எதற்கும் துணிந்தவர். தீண்டாமைக்கு எதிராக கரைப்புறம் சேவா சங்கம் போராட்டம் நடத்திய காலம். கீழ் ஜாதிக்காரர்கள் மேல் ஜாதிக்காரர்கள் பக்கத்திலேயே போகக் கூடாது. தொட்டுவிடக் கூடாத தூரத்தில்தான் நடக்க வேண்டும். தீண்டாமையைச் சொல்லி மேல்ஜாதிக்காரர்களுடன் என்றும் அடிதடி நடக்கும். மேல்ஜாதிக்காரனின் செவிட்டைப் பார்த்து முதல்அடி பணிக்கரிடமிருந்துதான் வந்தது. பணிக்கருக்கு அடுத்து குஞ்ஞுண்ணித் தாத்தா. அப்புறம் பின்னால் நிற்பவர்கள் முறை. அடி கொடுத்துதான் தீண்டாமை அகற்றப்பட்டது.

அதற்கிடையில் இரண்டாம் உலகப்போர் வந்தது. போர் தொடங்கவும் கயிறு பாக்டரிகளில் வேலை இல்லாமல் போனது. ஆயிரக்கணக்கான தொழிலாளர்கள் அஸ்ஸாமுக்குப் போனார்கள். கயிறு பாக்டரி யூனியன் கமிட்டியின் நாற்பத்தைந்து பேரில் நாற்பத்திரண்டு பேரும் அஸ்ஸாமுக்குப் போனார்கள். மிஞ்சியது மூன்றே பேர். பிரசிடெண்ட் அவிரா தரகனும், வைஸ் பிரசிடெண்ட் சி.ஜி. சதாசிவனும், குஞ்ஞுண்ணித் தாத்தாவும். தோழர் கிருஷ்ணப்பிள்ளை நேரில் வந்து சேர்த்தலையில் கம்யூனிஸ்ட் கட்சி கிளை தொடங்கினார். அதன் செக்கரெட்டரி தோழர் கே. என். கேசவனும் அஸ்ஸாமுக்குப் போவதற்குத் தயாராக நின்று கொண்டிருந்தார். வாழ வேறு வழியெதுவுமில்லை.

''கேசவனை அஸ்ஸாம் போகவிடாம எப்படியாவது தடுக்கணும். குமாரப் பணிக்கர் நெனச்சாத்தான் அது நடக்கும்'' என்றார் சி.ஜி.

தோழர் கிருஷ்ணப்பிள்ளையையும், சி.ஓ. மாத்யூவையும் அழைத்துக்கொண்டு சி.ஜி. குந்திரிச்சேரி செறிய குந்நேல் தறவாட்டுக்கு நடந்தார். வழி காண்பித்துக் கொடுக்க உடன் சென்றது குஞ்ஞுண்ணித் தாத்தாதான். ஏழெட்டு ஓடைகள் தாண்டித்தான் அந்த இடத்துக்குப் போய்ச்சேர வேண்டும். தறவாட்டைச் சுற்றிச் சின்னச் சின்ன ஓடைகள் இருந்தன. அவை குடியமுட்டம் காயலில் சென்று சேரும். ஓடைகளுக்குக் குறுக்கே இரண்டு ஆள் நீளத்தில் தென்னைமரப் பாலங்கள். பாலம் கடந்து ஓலை வேய்ந்த பெரியதொரு நாலுகட்டு படிப்புரைக்கு முன்னால் போய் நின்றனர்.

தோழர் வருவதை குமாரப்பணிக்கர் தூரத்திலேயே பார்த்துவிட்டார். கறுத்து மெலிந்த உயரமான வாலிபன். பரந்த முகம், சின்னதாக நீண்ட திடமான தாடை எலும்புகள், அளவாக நீண்ட மூக்கு, உயிர் ததும்பும் கண்கள், கறுப்பு உதடுகளின் ஓரத்தில் ஒதுக்கி வைத்திருக்கும் இளம் புன்னகை, எண்ணெய்க்கும் சீப்புக்கும் அடங்காமல் முற்றித் தழைத்த முடி. அதைப் பின்னால் கோதி வைத்திருக்கிறார். நான்கைந்து சுருள் முடிக் கற்றைகள் விசாலமான நெற்றியில் விழுந்து கிடக்கின்றன. வேட்டியை மடித்துக் கட்டி, கையிரண்டையும் பின்னால் கட்டிக்கொண்டு வந்தார். தோழரை சி.ஜி. பணிக்கருக்கு அறிமுகப்படுத்தினார். முதல் பார்வையிலேயே அவருக்குத் தோழர்மீது பிரியம் தோன்றியது. வேட்டியை அவிழ்த்து விட்டுக்கொண்டு தோழர் வணங்கினார். கறுத்திருந்த முகத்தில் ஒளி பரவியது. வரிசையான பற்கள் பளிச்சிட்டன. துவைத்து வெளுத்த வெள்ளை முரட்டுச் சட்டையும் வேட்டியும் அணிந்திருந்தார். பணிவான உருக்கு மனிதன். 'தோழர்களுக்கெல்லாம் தோழர்னு சொல்றது சும்மாயில்ல' குமாரப் பணிக்கர் நினைத்துக் கொண்டார்.

மதிய உணவுக்குப் பின் கிழக்குப் பக்க வராந்தாவில் உட்கார்ந்து சிறியதொரு வகுப்பெடுத்தார்.

''சி.பி. ராமசாமி ஐயர் திவானா வந்த பிறகு தொழிலாளர்கள், ஏழை எளியவர்களின் மீதான வன்முறை நாளுக்குநாள் அதிகமாயிட்டே போகுதுன்னு தெரியுமில்லையா? ஆலப்புழையில என்ன நடந்தது? யாருகிட்டயும் எதையும் கலந்து பேசாமலேயே கூலியை 100 க்கு பதிலா 60 ஆ வெட்டிக் கொறச்சாங்க. இதக் கேள்வி கேட்டதுக்குத்தான் கயிறு பாக்டரி தொழிலாளர்களை சி.பி. யோட போலீஸ் வேலிகாத்தான் முள்ளுல ஏத்தி வச்சு விளாசிச்சு. சௌத் ஸ்டேஷன் முன்னால வழியில அமைதியா வரிசையா நின்னிருந்த தொழிலாளிகள் மேல ரிசர்வ் போலீஸ் லத்தி சார்ஜ் செஞ்சது. வில்லியம் குடேக்கர் கம்பெனி தொழிலாளியான தோழர் பாவாவை ஸ்டேஷனுக்கு முன்னால போட்டு அடிச்சு மிதிச்சாங்க. நெறமாச கர்ப்பிணியான மனைவியையும் நஞ்சுபிஞ்சு கொழந்தைங்களையும்

காப்பாத்திக்கிட்டு வந்த அந்த ஏழைத் தொழிலாளி, ஆஸ்பத்திரில அகால மரணத்துக்கு இரையாயிட்டாரு. அப்புறமும் சில தோழர்களை அடிச்சு மண்டைய ஒடைச்சு ஓடையிலத் தள்ளினாங்க. சௌத் ஸ்டேஷன் வாசல்ல இப்பவும் அந்தக் குருதிக் கறை உலரல. ஒரு காலத்துலயும் அது உலராது. தொழிலாளி வர்க்கத்தோட கொதிக்கிற இரத்தம் அது.

பாவப்பட்ட ரிக்ஷா தொழிலாளிகளோட நிலைமை என்ன? தடியன்களை வச்சி இழுத்துக்கிட்டு, நாய் மாதிரி எளச்சிகிட்டு அவங்க ஓடுற ஓட்டத்தப் பாத்ததில்லையா? இருந்தாலும் கூலி அதிகமாக் கேட்டாங்கன்னு ஸ்டேஷனுக்குக் கொண்டுபோய் அடிச்சு கையையும் காலையும் ஒடைக்கறாங்க. கண்ணன்வர்க்கி பாலம் வழியா, கூட்டம் முடிஞ்சு வீடுகளுக்குத் திரும்பிப் போயிட்டிருக்கிற தொழிலாளிங்க மேல லத்தி சார்ஜ் பண்றத, நான் என்னோட ரெண்டு கண்ணாலயும் பாத்தேன். நடு ராத்திரீல அவங்க வீடுகளுக்குள்ள நொழஞ்சு அரெஸ்ட் பண்றாங்க. அவங்களோட கண் முன்னாலேயே அவங்க வீட்டுப் பொண்ணுங்கள மானபங்கப் படுத்தறாங்க. லத்தி, துப்பாக்கியோட புடி, முட்டிக்கால், இரும்பு லாடம் அடிச்ச பூட்ஸ், கருங்கல் உருளை இதையெல்லாம் வச்சுதான் லாக்கப்புல அடிக்கிறானுங்க. தண்ணி கேட்ட தோழர்களோட வாயில போலீசுக்காரங்க ஒண்ணுக்கு அடிச்சானுங்கன்னு கேள்விப்பட்டேன். பல் வலின்னு படுத்திருந்த தோழரோட வாய்க்குள்ள ஒரு போலீஸ்காரன் அந்தாளோட அழுவி நாத்தமடிச்ச... என் வாயால நான் அதச் சொல்லல... தாய்மாரும், சகோதரிங்களும் சுத்தி நின்னு இதக் கேட்டாங்கன்னா என்னாகறது? கைதிங்க லாக்கப்புக்கு உள்ளதான் ஒண்ணுக்கிருக்கறதும், வெளிக்கிருக்கறதும். ரெண்டு தொட்டி வச்சுக் குடுத்திருக்காங்க. அப்பறமா விடிஞ்சதும் தோழர்களையே அதைச் சொமக்க வைக்கிறாங்க.

தோட்டித் தொழிலாளிங்களோட நெலம இதவிட மோசம். இந்த நாட்டுல இருக்கற பணக்காரங்களோட மலத்தை முழுசும் சொமக்கறது அவுங்கதான். அதுவும் தல மேலயே சொமக்கறாங்க. அதுக்கும் கூலி கேட்டா, பிச்சை போடறானுங்க. அவங்களும் மனுஷங்கதானே?

சவக்கோட்டைப் பாலத்தைச் சுத்தி, தொழிலாளிகள மொடக்கறதுக்குன்னு அரிவாளும், வெட்டுக்கத்தியும், பெரிய பெரிய தடியுமா ரௌடிங்கள நிறுத்தி வச்சிருக்கானுங்க. அவனுங்களோட அட்டகாசம் வேற. இப்படியாப்பட்ட நெலமைல மொதலாளிங்களோட, அவங்களத் தாங்கிப் புடிச்சுக்கிட்டு நிக்கிற ஆட்சியாளர்களோட பக்கமிருந்து ஏற்படற ஒவ்வொரு வன்முறையையும் இன்ச் இன்ச்சாக எதுத்துக்கிட்டு முன்னாடி போறதுக்குத் தொழிலாளிக்கு அமைப்புங்கறது அவசியம். செங்கொடிக்குக் கீழே தொழிலாளர்கள் எல்லாரும் ஒண்ணா, ஒரு

கூட்டமாக நிக்கறது மட்டும்தான் இதுக்கு ஒரே வழி. மனுஷனா வாழறதுக்கு எல்லாருக்கும் உரிமையுண்டு. நாம ஒண்ணா நின்னு போராடணும். அதுக்குக் குமாரப்பணிக்கரைப் போல இருக்கறவங்க முன்னாடி வரணும். விவசாயத் தொழிலாளர்களையும், கயிற்றுத் தொழிலாளர்களையும் மரமேறும் தொழிலாளர்களையும் இந்த நாட்டுல ஒண்ணாச் சேக்கணும். அதச் சொல்றதுக்குத்தான் நாங்க வந்தோம். திரும்பிப் பாக்கறதுக்கு ஒண்ணுமேயில்ல. ஒரு சங்கதிய நான் அடிச்சு சொல்றேன். இந்த உலகத்தைக் கட்டி உயர்த்தறது தொழிலாளி வர்க்கம்தான். வேர்வை சிந்தாம கையும் காலும் கட்டி வேடிக்கை பார்க்கற முதலாளி வர்க்கம் அல்ல. நாளைய உலகம் உழைப்பவனுடையதாகத்தான் இருக்கும். இது நிச்சயம்''

வார்த்தைகளின் வடிவில் தீ ஜுவாலைகள் வந்து தீண்டுவதாக குமாரப் பணிக்கருக்குத் தோன்றியது. ரத்த நாளங்களில் உஷ்ணக் காற்று வீசியது. தன் முன்னால் உட்கார்ந்திருப்பது வரவிருக்கும் ஏதோ புரட்சியின் உலைதான் என்று நினைத்தார். கண்களில் கனல் தெறிக்கும் தீட்சண்யம். மென்மையான பழக்கவழக்கம். தீர்க்கமான பேச்சு. சொல்ல வேண்டியதை எளிமையாகச் சொல்லி ஏற்றுக்கொள்ள வைக்கும் பேச்சுத்திறன்.

யார் முன்னாலும் எழுந்திராத குமாரப்பணிக்கர் தானாகவே எழுந்தார். தோழர் கிருஷ்ணப்பிள்ளையின் இரு தோள்களிலும் அழுத்தி மார்போடு சேர்த்தணைத்தார்.

''தோழர், தைரியமா முன்னேறிப் போங்க. இன்னிலருந்து நானும் என்னோட ஆட்களும் கூட இருக்கோம்''

''தோழர் கேசவன் அஸ்ஸாமுக்குப் போகக் கூடாது. அதை உங்கக்கிட்ட விடறோம். அஸ்ஸாமுக்குப் போகாமலேயே கேசவனுக்கு வாழறதுக்கான வழி கண்டுபிடிக்கணும். அதப் பணிக்கரு பாத்துக்கணும்'' என்றார் சி.ஜி.

''அத நான் ஏத்துக்கிட்டேன்''

பணிக்கர் சி.ஜி.யின் கைகளைக் குலுக்கினார்.

கேசவனுக்குக் காலை உணவு பக்கத்து டிபன்கடையில் ஏற்பாடானது. மாதந்தோறும் வேண்டிய அளவு ஊற வைக்கப்பட்ட தேங்காய்நாரை வீட்டில் கொண்டு சேர்க்கவும் முடிவானது. அதை மிதித்து, பிரித்து, கயிராக்கி கேசவனின் அம்மா குடும்பத்தைக் காப்பாற்றினாள்.

ஒற்றைப்புன்னையில் கூட்டம் நடந்த இடத்தில் சி.ஜி. செங்கொடி ஏற்றினார். கொடி வணக்கம் செய்த பிறகு தோழர் கேசவன் கூட்ட நடவடிக்கைகளுக்குள் சென்றார். சி.ஜி. மெய் சிலிர்க்கும் பேச்சை நிகழ்த்தினார். பணிக்கர் பேச்சாளரல்ல. சொல்ல வேண்டியதை நாலைந்து வரிகளுக்குள் முடித்துக் கொள்வதே அவர் வழக்கம். கூட்டத்தின் முடிவில் சி.ஜி. ராகத்தோடு பாடினார்.

''பதறாதீர்
முன்னேறுங்கள் முன்னேறுங்கள்
படை பொருதி நிற்கும் என் தீர தோழர்களே
அடிகள் மிதிகள் லத்தியடிகள் தாக்குதல்கள்
துப்பாக்கிச்சூடுகள் நரவேட்டைகள் படுகொலைகளை
எதிர்கொள்ள நேர்ந்தாலும்
முன்னேறுங்கள் முன்னேறுங்கள்
பதறாமல் தோழர்களே
முன்னேறுங்கள் முன்னேறுங்கள்''

சி.ஜி. பாடி நிறுத்தியதும் அதுவரை மௌனமாக இருந்த இளையிடத்துப் பறம்பில் குமாரன் குதித்தெழுந்து முஷ்டி உயர்த்தி முழக்கமிட்டான்.

''நிலப்பிரபுத்துவம் தொலையட்டும்

முதலாளித்துவம் ஒழியட்டும்

இன்குலாப்... சிந்தாபாத்...

இன்குலாப்...''

தொண்டை கிழியும்படி அலறிக் கூவுகிறான் குமாரன். தொழிலாளர்கள் உடன் முழங்கினர். எழுந்து நிற்கவே இயலாத குமாரன் முஷ்டி உயர்த்தி வானத்தைப் பார்த்துக் குதிக்கிறான். கூட்டம் ஆர்ப்பரிக்கிறது. எல்லாக் குரல்களுக்கும் மேலாக குமாரனின் குரலே உச்சத்தில் கேட்கிறது. அனைவரும் அதிர்ந்து நின்றனர். கன்னத்தில் குத்தி, நோக வைத்தாலும் சத்தம் எழுப்பாத குமாரனுக்கு இவ்வளவு சத்தம் எங்கிருந்து வந்தது?

ஒரு வாரம் முன்னால்தான் தென்னந்தோப்பில் வாய்க்கால் கீறும்போது, ஜமீனின் கங்காணி முட்டாள் குஞ்ஞூட்டன், குமாரனின் செவுளில் அறைந்தான். ஜமீனுக்கு தூரத்து உறவுக்காரன். தொழிலாளர்களை எல்லை மீறாம நிறுத்தறதுக்காக செலவுக்குக் கொடுத்து ஜமீன்தான் அவனை வேலைக்கு வைத்திருக்கிறார். கடுமையான ஆஸ்துமா இருப்பதால் மண்வெட்டியால் கொஞ்சநேரம் மண்ணைத் தோண்டுவதற்குள் குமாரனுக்கு மூச்சு வாங்கும். காற்றை உள்ளிழுக்க, களைக்கொட்டியில் தலை சாய்த்து நின்றதற்குதான் இந்த அடி.

அடி வாங்கிய குமாரன் அலறிக்கொண்டே கேட்டான்.

''என்ன அடிக்கறதுக்கு நா அப்பிடி என்ன தப்பு செஞ்சேன்?''

அதைக் கேட்டதும் குஞ்ஞூட்டன் குமாரனின் அடிவயிற்றில் மிதித்தான். ''ஃபாஹ்... கழுவேறி, தம்புராங்ககிட்ட நாக்க ஒசத்திப் பேசற அளவுக்கு நீ வளந்துட்டியாடா மயிரே?''

குமரன் தென்னந்தடத்தில் மல்லாந்து விழுந்தான். மூணு நாளைக்கு மூத்திரம் சரியாகப் போகவில்லை.

குமாரனின் ஆவேசம் அடங்கவில்லை. அடக்கி வைக்கப்பட்டிருந்த எதிர்ப்புணர்வு அணையுடைந்து வழிந்தது.

''நிலப்பிரபுத்துவம் தொலையட்டும்

முதலாளித்துவம் ஒழியட்டும்...''

வானமே இடிந்து விழும்படியாக அலறிக் கூவுகிறான் குமாரன்.

''கோஷம் போட்டது போதும் குமாரா''

தலைவர்கள் அவனை அமைதிப்படுத்த முயன்றனர். ஆனால் அவன் அதைக் கண்டு கொள்ளாமல் மேலும் குரலுயர்த்தி முழக்கமிட்டான்.

''அடிமைகளில்லை நாங்கள்

அடிமைகளில்லை நாங்கள்

அழுத்தமான அடிவைத்துப்

போரிடுவோம் நாங்கள்!

இன்குலாப்... சிந்தாபாத்...

இன்குலாப்... சிந்தாபாத்...''

இளையிடத்துப் பறம்பில் குமாரன் அன்றிரவு இதயம் வெடித்துச் செத்துப் போனான்.

''இதை அப்படி விட்டுட முடியாது''

குமாரனின் எரிபுகை அடங்குவதற்கு முன்னரே தொழிலாளர்கள் ஒன்று சேர்ந்தனர்.

''கேக்கவும் சொல்லவும் ஆளில்லன்னுட்டு தானே அவனுங்க இவ்ளோ அழிச்சாட்டியம் பண்றானுங்க. நாம கேக்கணும்''

குஞ்ஞுண்ணித் தாத்தாவின் குரல்தான் கூட்டத்தில் உயர்ந்து கேட்டது.

''இப்ப ஒரு சண்டைக்கின்னு கௌம்பலாமா?''

தொழிலாளிகளுள் ஒரு சிலருக்கு சந்தேகம்.

''என்ன ஏதுன்னு பாத்துட்டு அப்பறமாப் போலாமில்லையா? பிரபலமானவங்க கூடத்தான் நாம வெளையாடறோம்னு நெனப்பிருக்கணும்''

''அவங்களவிடப் பிரபலமானவருதான் நம்ம தோழரு. தோழர் தலைவராயிருக்கறப்ப, நீங்க யாரப் பாத்து பயப்படுறீங்க?'' குஞ்ஞுண்ணித் தாத்தா குரலெழுப்பினார்.

கிருஷ்ணப்பிள்ளைத் தோழரை உத்தேசித்துதான் தாத்தா அப்படிப் பேசினார் என்பது எல்லா இளைஞர்களுக்கும் புரிந்தது. அவர்களும் தோழரின் தலைமையில் சற்று நாட்களாக மிகுந்த ஆவேசம் கொண்டிருந்தனர்.

''சிதை வெடிச்சு வெளிய வரட்டும் குஞ்ஞுண்ணி, அதுக்கப்பறம் நாம போலாம்''

தேரகத்து வாசு சொன்னார். அவர் அங்கிருப்பவர்களுள் மூத்தவர். குஞ்ஞுண்ணிதான் மிகவும் இளையவர்.

''சிதை உடையற வரைக்கும் ஒறவுக்காரங்க சிதைக்குப் பக்கத்துலயே இருக்கணும், நாட்டுநடப்பும் அதுதான்''

நடுப்பக்கச் சிதை ஒருமுறை உயர்ந்து எரிந்தது. குமாரனின் சிதை உடைய அதிக நேரம் எடுத்துக் கொள்ளவில்லை. அவ்வளவுக்கு நோஞ்சானாக இருந்தான் குமாரன்.

''வா'' குஞ்ஞுண்ணித் தாத்தா எழுந்து பந்தத்தைக் கொளுத்தினார்.

''விடிஞ்ச பெறகு போதாதா, குஞ்ஞுண்ணீ... இந்த நடுராத்திரிலயே வேணுமா?'' தேரகத்து வாசு தயங்கினார்.

''இப்ப எங்கூட யாரு வரப் போறீங்க?'' தாத்தா ஏற்றிய பந்தத்தைத் தூக்கிப் பிடித்தார்.

''இல்லன்னா, குஞ்ஞுண்ணி தனியாவே போய்க் கேப்பான்''

பந்தத்தின் சிவப்பு வெளிச்சம் ஒவ்வொரு முகத்திலும் பதிந்தது.

''நாங்க வர்றோம்'' ஆறேழு இளைஞர்கள் முன்னால் வந்தனர்.

''உம், அது போதும்''

''ஆண்மை இருக்கறவங்க வந்தாப் போதும். இல்லாதவங்க மிதிபட்டு நசுங்கும்போது தானாக் கத்துக்குவாங்க''

இளைஞர்கள் ஒவ்வொரு பந்தமாக எடுத்துத் தீக்கொளுத்திக் கொண்டனர்.

தாத்தா முன்னால் நடக்க, ஏழெட்டுபேர் பந்த வெளிச்சத்தில் நடந்தனர்.

வயலுக்கு அப்பால், ஜமீன் கொடுத்த குடிசைலதான் முட்டாள் குஞ்ஞூட்டன் இருக்கிறான். ''குஞ்ஞூட்டா, டேய் குஞ்ஞூட்டா. எறங்கி வாடா வெளிய'' தாத்தா அலறினார்.

அவருடைய அலறல் கேட்டு உடனிருந்தவர்கள் மிரண்டனர். ஏழெட்டு ஆட்கள் குஞ்ஞூட்டனுக்கு ஒரு பொருட்டேயில்லை. காளையின் வலிமை அவனுக்கு இருந்தது. உள்ளே அசைவில்லை. தாத்தா எகிறி வராந்தாவுக்குள் குதித்தார். கதவைப் பார்த்து ஒரே மிதி.

''ஆம்பளயாயிருந்தா எறங்கி வாடா''

நெல்லறையின் இரும்பு போன்ற கதவு அது. முதிர்ந்த ஆஞ்சிலி மரத்தில் செய்யப்பட்ட நிலைவாசல்.

உள்ளேயிருந்து சன்னமான குரல் கேட்டது.

''இங்க இல்லயே. இங்க வந்து மூணு நாளாச்சு. நஞ்சும் பிஞ்சுமான இந்தப் புள்ளைங்களக் கூடத் திரும்பிப் பாக்க மாட்டேன்றான் அந்தக் காலமாடன்''

குஞ்ஞுண்ணித் தாத்தா வெளியேறினார்.

''அவம் பொண்டாட்டி. அந்தப் பேச்சக் கேட்டாத் தெரியுது அது பொய்யில்லன்னு. அவன இப்ப எங்க தேடலாம்?''

''அவனத் தேட ஒரு எடமிருக்கு'' கூட்டத்தில் ஒருவன் சொன்னான்.

''யானப்பாகன் கேசவனோட குடிசைல இருப்பான். அவங்குடிசைக்குள்ள இவன் எப்பவும் நொழயுவான்னு ஆளுங்க பேசிக்கறாங்க. கேசவன் யானையக் கூட்டிக்கிட்டு கெடங்காப்பறம்புல உற்சவத்துக்குப் போறதப் பாத்தேன்''

''வா'' தாத்தா அந்த வழி பாத்து நடந்தார்.

யானைக்காரன் கேசவனின் குடிசை வாசலை ஒரே மிதியில் திறந்தார். பந்தத்தின் சிவப்பு வெளிச்சத்தில் உள்ளே தழைப்பாயில் பிறந்த மேனியாய், கட்டியணைத்தபடி முட்டாளும் கேசவனின் மனைவியும்.

''ச்சே'' குஞ்ஞுண்ணித் தாத்தா கொடியில் கிடந்த அழுக்கு வேட்டியை எடுத்து கேசவனின் மனைவியின்மேல் வீசினார். தூங்கத் தொடங்கியிருந்த குஞ்ஞூட்டன் சத்தம் கேட்டு, தூக்கக் கலக்கத்தோடு தலையுயர்த்திப் பார்த்தான்.

''எழுந்து வர்றதுக்குள்ள அவங்கையையும் காலையும் புடிச்சுக் கட்டுங்கடா'' தாத்தா கட்டளையிட்டார்.

குஞ்ஞூட்டன் உதறினான். கெட்ட வார்த்தையால் உரக்கத் திட்டினான். கருஃட்டி மரம் போன்ற கால்களால் உதைத்தான். யானைக்காரன் கேசவனின் மனைவி தரையில் விழுந்த வேட்டியை வாரிச் சுருட்டிக்கொண்டு அதிர்ச்சியோடு பார்த்தாள்.

''போ, அசடே. புருஷன் இல்லாத நேரமாப் பாத்து... தூ... ''

தாத்தா அவளைப் பார்த்துக் காறித் துப்பினார்.

அவள் நெஞ்சிலடித்துக் கொண்டாள்.

''துளிகூட மனசில்ல மூத்தோரே. சம்மதிக்காட்டா இந்த காட்டுப்பய எம் புருஷனையும் கொன்னு, என்னையும் தெருவுல உட்ருவான். அதுக்கு பயந்துக்கிட்டுதான்...''

''ஏண்டீ...'' முட்டாள் அவள்மீது சீறி விழுந்தான்.

குஞ்ஞுண்ணித் தாத்தாவும் ஆட்களும் அதற்குள் அவனைக் கட்டி விட்டிருந்தனர். அவன் பிசாசு போல அலறினான். கைகால்களை அடித்துக்கொண்டான். வடக்கயிற்றை முறுக்கி அறுக்கப் பார்த்தான். அவர்கள் அவனை ஆரவாரமாகச் சுமந்து வந்தனர். குமாரனின் எரிசிதையின் கால்மாட்டில் சென்றுதான் குஞ்ஞூட்டன் நிலம் தொட்டான்.

''இதோ எரியிறது யாருடைய பொணமின்னு தெரியுமாடா கழுவேறி?'' குஞ்ஞுண்ணி தாத்தா கால் முட்டியைத் தூக்கினார்.

''அய்யோ'' குஞ்ஞூட்டன் அலறினான்.

''நீ அடிவயித்துல ஒதச்ச எளேடத்துப் பறம்பில் குமாரன்தான் கெடந்து எரியுறான். அவனோட சிதைக்கு முன்னால, பொறந்தமேனியா நின்னு நூத்தியோரு தோப்புக்கரணம் போட்டு மன்னிப்பு கேளு. இல்லன்னா நீ உசிரோட திரும்பமாட்ட'' குஞ்ஞூட்டன் விழித்தான். முன்னால் ஒளியிடும் சிதை. சுற்றிலும் எரியும் பந்தங்கள். விழித்துப் பார்க்கும் சிவந்த கண்கள், வெட்டரிவாள்கள், இரும்புத்தடிகள்.

''வெட்டித் துண்டு துண்டாக்கி, இந்தக் கழுவேறிய சொடலத் தீக்குள்ள எறிடா குஞ்ஞுண்ணீ''

ஓசை வந்த திசையில் எல்லோரும் திரும்பினர். கொள்ளிக்கான மாமரம் வெட்டிய கோடாலியுடன் தேரகத்து வாசு.

குஞ்ஞுண்ணித் தாத்தா காலை உயர்த்தி, ''இதுக்கு மேலயும் எங்க ஆளுங்கள்ல யாரையாவது தொட்டா...''

முட்டாள் குஞ்ஞூட்டன் பிணைத்திருந்த கைகளைக் கூப்பி அடிபட்ட நாயைப் போல முனகினான்.

''என்னக் கொன்னுடாதீங்க...''

குஞ்ஞுண்ணித் தாத்தா அவன் முதுகின்மீது ஏறி மிதித்து நின்றார்.

தொழிலாளத் தோழர்கள் ஆகாயம் நோக்கி முஷ்டி உயர்த்தினர்.

''இன்குலாப் சிந்தாபாத்

தொழிலாளர் ஒற்றுமை ஓங்குக''

9

தூண்டிலில் விழுந்த மீன்

அனகாசயன் வெகுவெகுவென ஓடிக் கொண்டிருந்தான். வழியில் பார்த்தவர்களிடமெல்லாம், ''நம்மோட பிரபாகரன் தோழரை யாராவது பாத்தீங்களா?'' என்று கேட்டுக்கொண்டே சென்றான்.

மாலை மயங்கியது முதல் உளியாடிச்சிறை கோவில் முற்றத்தில் வாலிபப் பையன்களின் சாயு விளையாட்டை வேடிக்கை பார்த்துக் கொண்டிருந்தான் பிரபாகரன். கடற்கரையின் விளையாட்டு அது. வட்ட வடிவிலான பத்து சிறிய குழிகள். நடுவில் பதினொன்றாவது குழி சாயு. பத்து முதல் நூறு வரை சுற்றியுள்ள குழிகள். சாயு விழுங்கினால் ஒரேயடியாக நூறு போய்விடும். பிரபாகரனின் அண்ணன் வாசவனின் மகன் தினகரன், நூறைக் குறிவைத்து புன்னைக்காய் வட்டை உருட்டிவிட்டுக் கொண்டிருந்தான். மகன் உருட்டிவிட்ட வட்டு சாயுவைத் தாண்டி நூற்றின் குழியைப் பார்த்து ஓடி வருவதைக் கண்ட வாசவனுள்ளே குதூகலம் கூடியது. ஒருமுறைகூட அவன் சாயுவுக்குப் பிடி கொடுக்கவில்லை.

''தொள்ளாயிரத்தம்பது'' தினகரன் கூவினான். ''இன்னும் அம்பது மட்டும் விழுந்தா ஆயிரம் ஆயிடும்''

''ஏழாவது தடவையா நம்ம தினகரன்தான் ஜெயிக்கப் போறான் தோ பாத்தியா?'' வாசவன் ஆவேசமாக பிரபாகரனைப் பார்த்தான். ''விஸ்வம்பரன் ஊத்தி மூடிக்கிட்டான்''

துண்டேடத்து விஸ்வம்பரனுக்கு இருநூற்று முப்பது பாயிண்ட்டு. தடத்துப் பீதாம்பரன் நூற்றுக்குக் கீழ. ரெண்டுபேரும் உருட்டிவிட்ட காயைப் பல தடவை சாயு விழுங்கியது.

''இப்பிடியே போனா உம் மவன் வேலாம் மூப்பனை தோக்கடிச்சிடுவான் போலருக்கே''

துண்டேடத்து நாராயணன் மூப்பன் அந்த வழியாக வந்தார். மூப்பனின் பேரப்பிள்ளைதான் விஸ்வம்பரன். வாசவனின் பையன், அவனைத் தோற்கடித்ததில் ஆத்திரம் அவருக்கு.

''பாவம் மொதலாளியோட கஞ்சில மண்ணப் போடாதடா?''

வாசவனுக்கு ஆத்திரம் ஏறியது. ஆனாலும் எதிர்த்து எதுவும் பேசிவிடக் கூடாது. வேலாம் மூப்பனின் கயிறு பாக்டரியின் மூப்பன்தான் துண்டேடத்து நாராயணன். அங்கே இரும்புச் சட்டம் இழுத்து அடிக்கிற தொழிலாளி வாசவன். கயிற்றுத் தறிகளின் மொத்த மேற்பார்வையும் அவன்தான். நான்கு கோடி, எட்டு கோடி, பன்னண்டு கோடி... எனப் பலவிதத் தறிகளிருக்கிறது. தறியில் வேலை செய்வதுதான் பெருமை. கோபம் வந்ததென்றால் மூப்பன் தறி நெய்வதில் இருந்து அகற்றிவிடுவார். வண்டி சுற்ற ஆளில்லை என்று சொல்லி வண்டிச் சக்கரம் சுற்ற அனுப்பி விடுவார். சிரமமான வேலை அது. இல்லையென்றால் வைக்கம், அந்தகாரநழி, ஆராட்டுபுழை, அஞ்சுதெங்கு பக்கங்களிலிருந்து வருகிற கயிற்றுக் கட்டுகளைத் தலைச்சுமையாக சுமக்க விடுவார்.

''ஆனாலும் இப்பவே அவனோட பேராசை நூத்தின் மேலயாமேடா?'' மூப்பன் விடுவதாக இல்லை.

''நீ இனிமே கயிறு பாக்டரி வேலய உட்டுடு வாசவா. இவன்தான் புட்டுக்கூட நெறய வாரிக்கிட்டு வருவானே?''

''அதுக்குக் களத்துல கெடக்கறது காசில்லயே மூப்பா, கூடைகூடையா வாரிக்கிட்டு வர? மண்ணுமேல போட்ட கோடில்லையா?'' பிரபாகரனுக்கு ஆத்திரம் கொப்பளித்தது.

''டேய்'' வாசவன் விலக்கினான். ''மூப்பன்கிட்டயா ஏறுக்கு மாறாப் பேசற?''

''பின்ன என்ன? அந்த ஆளோட பேச்சக் கேக்கலயாண்ணே?'' பிரபாகரன் எகிறினான்.

''அதுல இந்த ஆளுக்கென்ன கேடாம்? நம்மோட ஆளுங்கள்ல ஒருத்தனையாவது எப்படியாச்சும் கரையேற உடறானா இந்தாளு? பாவங்களோட ரத்தத்த நீராக்கி இரும்புச்சட்டம் இழுத்து அடிக்கறதுக்கு நியாயமான கூலி குடுக்காம, அந்தக் காசக்கூட அடிச்சு பாக்கெட்ல போடறதுதானே, இவனப் போல இருக்கறவங்க வேல?''

''அதுக்கு இப்ப நான் என்ன சொல்லிட்டேன்? இது நல்ல கூத்து'' மூப்பன் பின்னால் நகர்ந்தான்.

''உங்கள மாதிரித் தரகனுங்கதான் மொதலாளிங்களவிடக் கொடுமையானவங்க. வெண்ண முழியனோட கொணம். தண்ணிப் பாம்பு கூட்டத்தோட போவும்போது, படமெடுக்குமாம். மீனுங்க பக்கமா வரும்போது வாலாட்டிக் கொழையுமாம்''

''வாடா பையா, தராதரம் பாத்து வெளயாடு'' மூப்பன் விஸ்வம்பரனைப் பிடித்து இழுத்துப் போனான்.

''மூப்பன்கிட்ட கோபத்தக் காட்டியிருக்க வேணாம்'' வாசவனின் முகம் வெளிறியது.

''அந்த ஆளு ஒரு மூர்க்கன். இந்தக் கோவத்த மொத்தமா என்கிட்ட தான் தீப்பான். உன்னால எனக்குப் பொல்லாப்பாப் போச்சுடா''

''போனா போவட்டும்னு விடுண்ணே. இங்க வேற கயிறு பாக்டரிங்களும் இருக்கில்ல'' பிரபாகரனின் கோபம் குறையவேயில்லை.

''ஆங், சொல்றது சுலபந்தான். வேலையில்லாம பட்டினியாக் கெடக்கறப்ப தெரியும் அதனோட பெரும்பாடு'' வாசவன் தலை குனிந்து நடந்தான்.

அப்போது தான மூச்சிரைக்க அனகாசயன் ஓடி வந்தான். ''இது நல்ல கதை. பிரபாகரன் தோழா, நீங்க இங்க வெளயாட்டை வேடிக்கை பாத்துக்கிட்டு நிக்கிறீங்களா?''

''என்னடா?'' அவன் வருகையில் ஏதோ எசக்கேடு இருப்பதாக பிரபாகரனுக்குத் தோன்றியது.

''நீங்க கொஞ்சம் சீக்கிரமா வாங்களேன். விஷயத்தை நான் வழியில சொல்றேன்'' பிரபாகரன் அதற்குமேல் ஒன்றும் யோசிக்கவில்லை. எட்டி அவனுடன் நடந்தான்.

''தோழர், இன்னும் ரொம்ப தூரமிருக்கு. சீக்கிரம் நடங்க'' அனகாசயன் அவசரப்படுத்தினான்.

''நாம எங்கடா போறோம்?'' பிரபாகரன் அவனோடு சேர்ந்து நடக்கப் பாடுபட்டான்.

''கடக்கரப்பள்ளிக்கு''

''நீ மூச்சடைக்க வக்காம, விஷயத்தச் சொல்லுடா பையா'' பிரபாகரன் பாதங்களை எட்டி வைத்தான்.

''நம்ம பாக்கரனில்ல?''

''உம், பாக்கரனுக்கு என்னாச்சு?''

''அவனக் குத்தகைக்காரனுங்க...''

''குத்தகைக்காரனுங்க?'' பிரபாகரனோட முகத்தில் இரத்தம் கொதித்து ஏறியது.

''சொல்றேன். நீங்க வேகமா நடங்க'' அனகாசயனுக்கு மூச்சிரைத்தது.

ஐப்பசி அறுவடை தொடங்கியதும் ஊரெங்கும் கூலிக்கதிர்கள் பற்றிய பிரச்னைகள் தொடங்கின. அறுப்பு அளவையில் பத்து கதிருக்கு ஒரு கதிர் கூலியாகத் தொழிலாளிக்குக் கொடுக்கப்பட வேண்டும். ஒவ்வொரு கதிரிலும் எட்டுநாழி நெல் இருக்கும். காலங்காலமாக இதுதான் நடைமுறை. இந்த தடவை கூலிக் கதிர்கள் கொடுக்க வேண்டாமென ஜமீன் சங்கம் தீர்மானித்தது. உரிமைகளை விட்டுக் கொடுக்க முடியாதென விவசாயத் தொழிலாளி யூனியன் சொல்கிறது. வாக்குவாதம் முற்றி போலீஸ் இடையில் புகுந்ததெனினும் தொழிலாளிகள் ஒன்றாக, ஒற்றுமையாக நின்றனர். இறுதியில் ஜமீன்கள் இறங்கி வந்தன.

வயலார் காயல்கரையில் அந்த்ரப்பேர் பங்களா.

திருவிதாங்கூர் நிலவுடமையாளர் சங்கக் கூட்டம்.

''இவனுங்கள இப்படிக் கவுறு அவுத்துவுட்டா சரியாவாது'' ஆனைக்கோட்டில் கொச்சு நாராயணகர்த்தா குரலுயர்த்தினார்.

''வந்து வந்து நம்ம தலைல ஏறி வெளிக்கிருக்கற நெலமயாப் போச்சு. பத்துக்கு ஒண்ணு பத்தாதாம், அஞ்சுக்கு ஒண்ணு வேணுமாம். இப்டியே போனா நாம என்னாவறது?''

''ஒத்தப் பொலயனையும் ஈழவனையும் இனிமே வயல்லயும், தோட்டத்துலயும் ஏறக்கக் கூடாது'' பாட்டத்தில் வேலாயுத கர்த்தா சுற்றிலும் பார்த்தார்.

''அப்படி நாம ஒத்துமையாத் தீர்மானிக்கணும். பட்டினில வயிறு காயட்டும். செத்துத் தொலையட்டும்றேன். அப்பதான் அவனுங்களுக்குப் புத்தி வரும்''

''அப்பறம் வேல செய்ய ஆளு வேண்டாமா? நம்மளால முடியுமா? அதனாலதான அவனுங்க இவ்ளோ கொழுப்புல ஆடுறானுங்க'' என்றார் ஜார்ஜ் பீட்டர்.

''அந்தக் கொழுப்ப நாம அடக்குவோம்'' பாட்டத்தில் கர்த்தா அதற்கொரு வழி சொன்னார்.

''நம்மோட ஆளுங்கள்லயும் இருப்பானுங்களே வக்கத்தவனுங்க, வழியத்தவனுங்க, நாயருங்க முஸ்லீம்ங்கன்னு சொல்லிக்கிட்டு நடக்கற காக்காசுக்கு வழியில்லாதவனுங்க கொஞ்சம்பேர். அவனுங்களையெல்லாம் வேல கத்துக்க வைக்கணும். அவனுங்கன்னா நாம கிழிச்ச கோட்டுக்குள்ள நிப்பானுங்க''

பாட்டத்தில் கர்த்தா நீண்டு வளர்ந்த தாடியையும் மீசையையும் தடவினார்.

''அது சரிதான்'' ஆனைக்கோட்டில் கர்த்தா ஒத்துக்கொண்டார்.

''கதிர் அடிக்கவும், அறுப்பு அறுக்கவும், நாத்து நடவும் நம்ம கூட்டத்துல எளவயசுப் பொண்ணுங்க...''

''அதெல்லாம் சரி'' அந்தரப்பேர் சொன்னார்.

''இனிமே நாம ஜாக்கிரதையாத்தான் காய் நகத்தணும். டி.எஸ்.பி. கிட்ட இதப்பத்திப் பேசியாச்சு. அவர் ரெண்டு நாளுக்குள்ள இங்க வர்றாரு. எப்ப என்ன தேவைன்னாலும் போலீஸ் நம்மகூட இருக்கும். அவனுங்க நெறைய பேர அரெஸ்ட் பண்ணி, கேஸ் போட்டு, ஜெயில்ல தள்ளணும். அதுக்கு நம்மால எவ்ளோ முடியுமோ அவ்ளோ பெட்டிஷன்கள எழுதிப் போடணும். யூனியனையும் கம்யூனிஸ்டுக் காரங்களையும் இல்லாமப் பண்றதுதான் சர்க்காரோடதும், சாமியோடதும் நிலைப்பாடு. அடிச்சு ஒதச்சு அடக்கறதுதான் ஒரே வழி. தயவு தாட்சணியமே வேண்டாம்''

''அந்த வேலய எங்ககிட்ட உட்ருங்க. நாங்க பாத்துக்கறோம்''

எல்லாவற்றையும் கேட்டுக்கொண்டு வெளியே நின்றிருந்த மத்தேப்பறம்பில் நாராயணன் அரைக்கைச் சட்டையின் இறுக்கமான கையை நெருக்கி ஏற்றினான். இதற்குமுன் மிலிட்டரியில் வேலை செய்தவன். கடற்கரையின் தாதாக்களின் தலைவன்.

''போலீசும் பட்டாளமும் ஒண்ணுமே தேவப்படாதுங்கறேன். நாங்களே தாராளமாப் போதுமே''

நாராயணன் பக்கத்தில் நின்றிருந்த நாலு கெட்டுங்கல் ராமனையும் குருக்களையும் பார்த்தான்.

''தோ, அப்பறம் இவனுங்களும்'' சந்திரப்பனையும் கிருஷ்ணப்பனையும் சுட்டினான்.

''ஓரளவுக்கு அடிதடிக்கி அஞ்சாத இன்னும் நாப்பதுபேர் நம்மகிட்ட இருக்காங்க''

''அவனுங்க கொஞ்சம் பேரைத் தட்டணும்'' நாலு கெட்டுங்கல் ராமன் மத்தேப்பறம்பில் நாராயணனின் சிவந்து கலங்கிய கண்களைப் பார்த்தான்.

''மொதல்ல தட்ட வேண்டியது அவனைத்தான். அந்தக் குமாரப்பணிக்கரை ஒரே குத்துலத் தீத்துடணும்''

கிருஷ்ணப்பன் கையிலிருந்த கத்தியை உயர்த்தி வீசினான். ''ஆமாம்'' சந்திரப்பனும் குருக்களும் ஒன்றாகவே தலையாட்டினர்.

மதியத்துக்குப் பிறகு நாயர் சர்வீஸ் சொசைட்டியின் அவசரக் கூட்டம் கூடியது. எடவநாட்டு வக்கீல் பத்மநாப மேனோன் தீர்மானங்களை முன்வைத்தார்.

''அடுத்த வெதயெடுப்புலருந்து முதல் விவசாயத் தொழிலாளி யூனியன் உறுப்பினராயிக்கற ஒரேயொரு ஈழவனையும், பொலையனையும்கூட வயல்லயும் தோட்டத்துலயும் வேலைக்கி வச்சிக்கக் கூடாது. நாயருங்களும் கிருஸ்துவங்களும் வேல கத்துக்கணும். இந்தக் கூட்டத் தீர்மானப்படி அதுக்காக நாப்பது மம்பட்டியும், அறுபது கூடையும் வாங்கப் போறோம். ஆனால் ராஜபக்தி சங்கத்துல சேர்ற ஈழவங்களையும் புலையனுங்களையும் வேலைக்குச் சேத்துக்கலாம்...''

இரண்டாம் நாள்...

ஜமீன் களத்தில் போரடிப்பு தொடங்கியது. அறுப்பு முடியவில்லை. ஒவ்வொரு பக்கமாக அறுப்பு முடியவும், போரடிக்கப்பட்டு நெல் பத்தாயக் கூரைக்குள் கொண்டுவந்து சேர்க்கப் படவேண்டும். இல்லையெனில் களத்து மேட்டிலேயே கிடந்து முளைத்துவிடும். வழக்கமில்லாமல் இடைமழை பெய்தது.

நாலுபக்கமும் நடப்பட்டிருந்த பாக்குமரத் தூண்கள். அதன் குறுக்கே இரண்டாகப் பிளந்த பாக்குமரச் சட்டங்கள். கீழே தழைப்பாய். ஆணும் பெண்ணுமாக முன்னால் சாய்ந்து கையிரண்டையும் பாக்குமரச் சட்டத்தில் இறுக்கமாகப் பிடித்துக் கொண்டு காலடியிலிருந்த நெல் கற்றைகளைத் தாளத்தில் மிதித்துப் போரடித்தனர். மிதியின் வேகம் கூடக்கூட வாலிபப் பெண்களுடைய பின்புறம் பின்னுக்குத் தள்ளி இரண்டு பக்கமும் வட்டத்தில் அசையும். தென்னை மரத்தில் ஏறி நின்றுகொண்டு அதை ரசித்துக் கொண்டிருந்தான் சந்திரப்பன்.

மூன்றாவது களத்திலிருந்த பாக்கரன் அதைப் பார்த்துவிட்டான். கால் வழியாக அவனுக்குக் கோபம் படர்ந்து ஏறியது. பதினாறு வயது தானென்றாலும் அவனுக்கும் விவரமெல்லாம் தெரிந்தேயிருந்தது. இரண்டாம் களத்திலேயே சந்திரப்பனின் பார்வை நிலைத்திருந்தது. அங்கேதான் அவனுடைய இளைய தங்கை கொச்சுபாரு நிற்கிறாள். இரண்டே வயது இளையவள் எனினும் அவனைவிட மூத்தவளாகத் தெரிவாள். எண்ணெய் கறுப்பின் பேரழகி. விரிந்த கண்கள். உருண்ட மார்புகள். சுருண்டு அடர்ந்த கூந்தல். பருவமெய்தியவள். அன்றிலிருந்து அவனின் பார்வை பாதுகாப்பாக அவளைத் தொடர்ந்திருந்தது. அப்பா சாத்தன் காசநோயில் இறந்த பிறகு அவன்தான் வீட்டைப் பார்த்துக் கொள்கிறான்.

''நீங்க எதுக்குக் கொச்சு தம்புரா வெயில்ல காயறீங்க? நாங்கதான் ஏதோ வயித்துப் பொழப்புக்குன்னு சொல்லிக்கலாம்'' சகிக்க முடியாமல் பாக்கரன் கேட்டான்.

போரடிக்கும் பெண்கள் கமுக்கமாகச் சிரித்தனர்.

''சும்மா சிரிச்சிக்கிட்டு நிக்காம நல்லா மிதி பொண்ணே. நீங்க மிதிக்கறத நானும் கொஞ்சம் பாக்கறேன்''

கொச்சுபாருவின் பின்புறத்தை அவன் கைகளால் இறுக்கிப் பிடித்தான்.

அதைப் பார்த்த பாக்கரன் சிலுப்பினான். அருகில் நின்றிருந்த வேலையாட்கள் அவனைத் தடுத்து நிறுத்தினர்.

''கொச்சு தம்புரா வேணாம், வேணாம்... அடிமைப் பொண்ணுங்களோட ஒடம்பத் தொட்டு வெளயாடற வெளயாட்டு வேணாம்''

பாக்கரன் சீறினான்.

கொச்சுபாரு முகம் பொத்தியபடி களத்தின் மூலைக்கு ஓடினாள். சந்திரப்பன் ஒன்றும் நடக்காததுபோல அந்த இடத்தை விட்டு அகன்றான்.

சாயந்திரம் போரடிப்பு முடிந்த பிறகு நெல் அளப்பவன் வந்தான். பத்துக்கு ஒன்று என்று கூலியை அளந்தான். அளந்து முடியும்போது ஒவ்வொரு ஓலைப்பாயிலும் அரைப்படி அல்லது ஒருபடி நெல் மிச்சமிருக்கும். அளப்பவன் அதைப் பாயிலேயே போட்டுவிடுவான். அது போரடித்தவனுக்கானது. பாக்கரனின் நெல்லை அளந்து முடிக்கும்போது சந்திரப்பன் களத்துக்குள் வந்தான். அளந்து முடிக்கவும் ஒருபடி நெல் மிச்சமிருந்தது.

''மிச்சம் வந்த பொட்டும் பொடியுமெல்லாம் கண்ட தாந்தோணிங்களுக்கும் கொடுக்கிறதுக்கில்ல. முழுசா அள்ளிப் போடுங்கடா''

சந்திரப்பன் அதைக் காலால் தட்டி விட்டான்.

''பொட்டு பொடி எதையும் மிச்சம் வக்காதீங்க கொச்சு தம்புரா'' பாக்கரன் பொறுமையிழந்து பாயையெடுத்து உதறினான்.

''இதுக்குள்ள தங்கியிருக்கற ஏழெட்டு நெல்மணியும் இருக்கு. அதையும் வாரியெடுத்துப் போய் உங்களோட பத்தாயக் கூரைய ரொப்புங்க''

அவன் கண்களில் கண்ணீர் தளும்பியது. தொண்டை இடறியது.

''யாருடா அங்க திமிர் பேச்சு பேசறது? புடிச்சுக் கட்டுங்கடா அவன''

தென்பக்கத்து வராந்தாவிலிருந்து ஜமீன்தார் எட்டிப் பார்த்தார்.

''இந்த தாந்தோணிதான்'' சந்திரப்பன் அவன் கழுத்தில் குத்திப் பிடித்தான்.

அவனுக்கு மூச்சு முட்டியது.

''பாத்துக்கிட்டு நிக்காமப் புடிச்சுக் கட்டுங்கடா அவன'' ஜமீன்தார் வராந்தாவில் நின்று அலறினார்.

அளப்பவனும் சந்திரப்பனும் சேர்ந்து பாக்கரனைக் களத்தின் தென்னை மரத்தூணில் கட்டி வைத்தனர்.

''அடிடா அவன. அவனோட திமிர் அடங்கற வரைக்கும் அடி'' ஜமீன்தார்

வேட்டியை மடித்துக்கட்டி, துண்டை இடுப்பில் கட்டிக்கொண்டு, எறவானத்தில் சொருகி வைத்திருந்த பிரம்பை எடுத்து வீசினார்.

''என் வயல்ல வெளஞ்ச புது நெல்லுச்சோறு வயித்துல குத்தியேறி நெம்புதாடா எரப்பாளி? நான் உன்னோட திமிர இன்னியோட அடக்கறேம்பாரு''

ஆண்களும் பெண்களுமாக மெதிக்காரர்கள் பயந்து நடுங்கி தென்னைத் தடங்களில் கூட்டமாக நின்றனர். கொச்சுபாரு நெஞ்சிலடித்துக் கொண்டு கதறினாள்.

''பாத்து நிக்காம அடிச்சுக் கொல்லுடா அந்த சவத்த''

சந்திரப்பனின் முறை. பாக்கரன் அடிபட்டு நெளிந்தான். பெருங்குரலெடுத்து அலறினான். வாய்க்குள்ளிருந்து ரத்தம் சிதறியது.

கொச்சுபாரு நிலத்தில் விழுந்து உருண்டாள்.

''போதும் தம்புரா'' பெண்கள் கூக்குரலிட்டனர்.

''இன்னும் அடிச்சா அவன் செத்துடுவான் தம்புரா''

''என்னை என்ன வேணா செய்யுங்க கொச்சு தம்புரா... என் அண்ணன இதுக்குமேல அடிக்காதீங்க தம்புரா''

கொச்சுபாரு ஓடி வந்து சந்திரப்பனின் கால்களில் விழுந்தாள்.

''உம்... நிறுத்துங்கடா'' ஜமீன்தார் வராந்தாவை நோக்கி நடந்தார்.

''துளித் தண்ணி யாரும் இந்தக் கழுவேறிக்குக் கொடுத்துடாதீங்க. விடியற வரைக்கும் இப்பிடியே கெடக்கட்டும் இவன்''

சந்திரப்பன் அடிப்பதை நிறுத்தினான். உள்ளே நகர்ந்தான்.

''நீங்க போயி தண்ணியில முங்கிக் குளிச்சிட்டு உள்ள ஏறி வந்தாப் போதும். கண்ட பொலையனையும் தீண்டுனதில்லையா? கண்ணுல படற காராமையையும், பாம்பையும் தின்னுற ஜாதிங்க''

உள்ளேயிருந்து அவன் மனைவி சொன்னாள்.

சந்திரப்பன் அதைக் கேட்டதும் வராந்தாவின் வெளியே கொடியில் கிடந்த துண்டையெடுத்துச் சுற்றிக்கொண்டு, கிழக்குக் குளத்தில் குதித்தான். விடியறதுக்குள்ள பாக்கரன் மேல கள்ளக்கேசு போட்டு, போலீசுல ஒப்படைக்கணும். அப்பறம் எல்லாம் சுளுவா முடியும். கொச்சு பாருவோட போரடிக்கிற ஒடம்பு மனச விட்டு மறைய மாட்டேங்குது. கைலியை ஏத்திச் சொருகிக்கிட்டு அவ நிக்கறதும், குண்டி ரெண்டும் ஆடற ஆட்டமும். இந்தத் தறவாட்டுச் சோத்தைத் தின்னுதான் அவ இப்படி வளந்து நிக்கிறா. கொழுந்து பொலச்சிப் பொண்ணு. அவ ஒடம்போட கவுச்சிய தெரிஞ்சுக்கற உரிமை இந்தத் தறவாட்டின் ஆம்பளைங்களுக்கில்லாம

வேற யாருக்கு இருக்கு? பாக்கரனை போலீஸ் விலங்கு மாட்டிக் கொண்டுபோன பெறகுதான்... அவளைத் தூக்கியெடுத்து கிழக்குப் பக்க கொப்பரை அறையிலக் கொண்டுபோய் போட்டு ஒருவாட்டிப் பொரட்டணும்.

மதம் பிடித்த குட்டி யானையைப் போல அவன் குளத்தைக் கலக்கி மறித்து நுரைக்கவிட்டான்.

அனகாசயனும் பிரபாகரனும் கடற்கரைத் தேவாலயத்தை அடைந்தபோது மாலை மயங்கியிருந்தது. குடியானவர்களும் வேலையாட்களும் பயந்து நிற்கின்றனர். இரண்டு பேரும் ஒவ்வொரு குடிசையாக ஏறியிறங்கி தொழிலாளிகளை ஒருங்கிணைத்தனர்.

''இன்னக்கி பாக்கரனுக்கு வந்த நெலம நாளக்கி உங்களுக்கும் வந்து சேராதுன்னு யாராச்சும் நிச்சயமாச் சொல்ல முடியுமா?'' பிரபாகரன் கேட்டான்.

''இன்னும் இது மாதிரி வராம இருக்கணும்னா நீங்க எல்லாரும் ஒண்ணா எங்க கூட வரணும். ஆளாளுக்கு கதிர் அரிவாளும் கைல வச்சிக்கணும்''

பிரபாகரன் மற்றும் அனகாசயன் பின்னால் தொழிலாளர்கள் அணி திரண்டனர். பிரபாகரன் முதல் பந்தத்தின் நுனியில் தீப்பெட்டியை உரசினான். பந்தத்திலிருந்து பந்தத்திற்கு தீ படர்ந்தது. நடைபாதைகளின் வழியாக, தோப்புத் துரவுகளின் வழியாக பந்தத்தின் படையணி நகர்ந்தது.

கிழக்கே வராந்தாவில் உலவுகிறார் ஜமீன்தார். வடக்கு வழியாகத் தீப்பந்தப் படையணி உள்ளே இரைச்சலோடு நுழைந்ததும். நடுநடுங்கிப் போனார்.

''டேய், சந்திரப்பா, கிருஷ்ணப்பா எறங்கி வாங்கடா''

யாரும் வரவில்லை.

பந்தப்படை மேற்கு முற்றத்திற்குப் பாய்ந்தது.

ஒடிந்த சேப்பந்தண்டு போல, தலையைக் கீழே தொங்கப் போட்டுப் படுத்திருக்கிறான் பாக்கரன்.

கட்டு அவிழ்க்கப்பட்டதும் அவன் தளர்ந்து விழுந்தான். அனகாசயன் அவனைத் தூக்கிக் கொண்டான். கிழக்கு வராந்தா தாண்டி, வடக்கு வழி கடந்து தீப்பந்த வரிசை வந்த வழியில் திரும்பியது. கிழக்கு வராந்தாவும் சூன்யமானது. பாதி திறந்த ஜன்னல்கள் வழியாக ஏராளமான கண்கள்...

அனகாசயனும் பிரபாகரனும் மேலும் நான்கு பேரும் பாக்கரனைத் தூக்கியெடுத்துக் கொண்டு, ஒற்றைப்புன்னைக்குக் கொண்டு போனார்கள்.

மதியம்போல குலை நடுங்கும் குரல் கேட்டுக் கொண்டுதான் பெண்கள்

குடிசைகளிலிருந்து எட்டிப் பார்த்தனர். இடது கையில் கடப்பாரையும் வலது கையில் வெட்டரிவாளுமாக குருக்களும் கூட்டமும் நின்றிருந்தன.

''எங்கேடீ பாக்கரன்?''

''ஏறிப் பாருங்கடா எல்லாக் குடிசைலயும்'' குருக்கள் கத்தினான்.

''அவனை நேத்து ராத்திரியே அவனுங்க எங்கயோ கொண்டு போனாங்க'' சந்திரப்பன் மூச்சிரைக்க ஓடி வந்தான்.

''அவன் இல்லன்னா அவனோட அந்த எதுக்குந் துணிஞ்சவளப் புடிச்சிட்டு வாடா. அந்நேரம் அவன் தானா வருவான்''

''அவன்னா அவ. இழுத்துக்கிட்டு வாடா'' குருக்கள் அலறினான்.

கொச்சுப் பாருவை இழுத்துக் கொண்டுவந்து சந்திரப்பனின் கால்களின் கீழே போட்டார்கள். அவள் மாரிலடித்து அழுது அரற்றினாள்.

''நாங்க தெரிஞ்சு ஒரு தப்பும் செய்யல கொச்சு தம்புரா''

''ச்சீ, நிறுத்துடீ''

குருக்கள் வாள்முனையால் அவளுடைய ஜம்பரை இழுத்துக் கிழித்தான்.

சந்திரப்பன் ஆவலாக அவளுடைய கூம்பிய முலைக்காம்புகளைப் பார்த்தான்.

அவள் கைகளைப் பிணைத்து மார்பை மறைத்தாள். கால்கள் குடைந்து மாநிறத்தில் தேய்த்து மினுக்கிய தொடைகள்.

''தூக்கியெடுத்துக்கிட்டு வாங்கடா அவள'' சந்திரப்பன் வேட்டியை இறுக்கிக் கட்டினான்.

சந்திரப்பனின் ஆட்கள் அவளைத் தூக்க நெருங்கியதும் கொச்சு பாருவின் சின்னம்மா கரம்பி எரவானத்தில் சொருகியிருந்த பன்னருவாளை உருவி அங்கே குதித்தாள்.

''தொட்டுராதீங்க அவள'' கரம்பி சீறினாள்.

''என் தொண்டக்குழீல உசிரு இருந்துச்சுன்னா ஒருத்தனும் அவளத் தொடமுடியாது. அம்மா இல்லாத கொழந்தய இந்தத் தோளுலப் போட்டு வளத்தவ நானு''

கரம்பி அரிவாளை வீசினாள்.

''பாத்துக்கிட்டு நிக்காம அரிவாளத் தூக்கிக்கிட்டு எறங்கி வாங்கடீ பொண்ணுங்களா''

''வா, போலாம்''

நிலைமை சரியில்லையென்று சந்திரப்பனுக்குத் தோன்றியது.

''என்னிக்கிருந்தாலும் நீ எங்களோட கைக்குள்ளதான் வருவ. குறிச்சு வச்சுக்கோ''

குருக்கள் கொச்சு பாருவைப் பார்த்து பற்களை அரக்கினான்.

''போடா''

கரம்பி ஆத்திரம் கொண்டு துள்ளினாள். அரிவாள்களுடன் பெண்கள் ஓடி வந்தனர். குருக்கள் பயந்தோடினான்.

சந்திரப்பன் நிராசையுடன் உறுமினான். தூண்டிலில் வந்து விழுந்த துடிதுடிக்கும் மீன் வழுக்கிப் போய்விட்டது. இனி வட்டவலை வைத்தாலும் கிடைக்குமென்று சொல்ல முடியாது. காலம் மாறுகிறது. அடிமைகளுக்கு அகம்பாவம் கூடுகிறது. எங்கிருந்தோ வந்த இத்துணூண்டு பையன்தான் ஒரே ராத்திரியில் ஆளைக் கூட்டினான் என்று சொல்கிறார்கள். யாராயிருந்தாலும் அவனை முளையிலேயே கிள்ள வேண்டும்.

மிருணாள்தா மதிய நேரத்தில் அழைத்தார்.

வாரமொருமுறை தவறாமல் அவர் அழைப்பார். அவ்வப்போது ரன்பீரும் அழைப்பான். அவன் பாட்டியாலாவிற்குப் போய்விட்டான்.

''இம்முறை யூனியனைக் கைப்பற்றுவதற்கான தந்திரங்களை வகுத்திருக்கிறது ஃபெடரேஷன். *ஐசாவை எப்படியும் தோற்கடிக்கணும். கடந்த இரண்டு வருஷங்களாகக் கைவிட்டுப் போனதில்லையா? தவறுகளைத் திருத்திக்கிட்டு முன்னேறணும். அதுதான் ஃபெடரேஷனோட திட்டம்''

மிருணாள்தா உற்சாகமானார். ஹூக்ளியின் நீரோட்டம் போலிருந்தது அவருடைய இந்தி.

''அதிருக்கட்டும், அவ பக்கத்துல இல்லதானே?'' அவர் குரல் தாழ்த்தினர்.

''இல்ல'' திசா சிரித்தாள்.

''அவள் படைப்போட வாதையில இருக்கறா. ரூம மூடிக்கிட்டுத்தான் எழுதறா. சாப்பிடக்கூட வர்றதில்ல. எழுத்து தலைமேல ஏறி இருக்குன்னு தோணுது. இப்படியாகும்னு நானும் நெனக்கல''

''நாம அத வங்காளத்துக்கு மொழிபெயர்ப்பு செய்யணும். வங்காளத்தின்

*ஐசா (AISA) - ஆல் இண்டியா ஸ்டூடன்ஸ் அசோசியேஷன் - தீவிரவாத இடதுசாரி மாணவர் அமைப்பு

தெபாகா போராட்டம் போலவேதான் புன்னப்புரை - வயலாரும், கய்யூரும். கேரளத்திலும் வங்காளத்திலும் கம்யூனிசம் வேரூன்றக் காரணம் இந்தப் போராட்டங்கள்தான். ஆந்திராவில் தெலுங்கானாப் போராட்டம், அந்த வழியில் திரும்பாமல் போய்விட்டது. உம்... நான் சொல்ல வந்த விஷயம்...''

மிருணாள்தா சற்று நிறுத்தினார்.

''தோழர் சத்தியதாசோட மரணம் -''

''மிருணாள்தா?'' திசாவுக்கு ஆர்வமேறியது.

''சடலத்தை வெளியே எடுத்துப் பரிசோதனை நடத்த சப் - டிவிஷனல் மாஜிஸ்டிரேட் உத்தரவிட்டிருக்கிறார். எக்ஸ்யூமேஷன்னு சொல்லுவாங்க. மீண்டும் விரிவான பிரேதப் பரிசோதனை''

''இவ்ளோ தாமதமான நெலமையில... இனி...?'' திசா சந்தேகித்தாள்.

''அதொரு கொலையா இருந்தா சாட்சிங்க ஒளிஞ்சுகிட்டு இருக்கலாம். எவ்வளவு காலமானாலும் உள்ளூறுப்புகளைத் தெறந்து பாத்தா அதக் கண்டுபிடிக்க முடியும். மிஞ்சிப் போனா ரெண்டோ மூணோ வாரம்... திசா, நான் உன்கிட்ட சொல்ல வந்த விஷயம் என்னன்னா... அவளுக்கு இது தெரிய வேண்டாம். அவளோட மனநிலை தலைகீழாயிடும். அவ எழுதட்டும்... அப்புறம் நீ கவனமா இருக்க வேண்டிய விஷயம்... எக்ஸ்யூமேஷனுக்கு ஆஜராவறதுக்கு நெருங்கிய உறவுகளுக்கு அவங்க நோட்டீஸ் அனுப்புவாங்க. அவளோட அம்மாவுக்கு நான் தகவல் சொல்லிட்டேன். அவங்க வந்துடுவாங்க. அபராஜிதாவுக்கான நோட்டீஸ் தப்பித்தவறி சுத்திக்கிட்டு உன்னோட விலாசத்துக்கு எப்படியாவது வந்துட்டா...''

திசா போனைக் கீழே வைத்துவிட்டுத் திரும்பிப் பார்க்கவும், அபிராஜிதாவின் முகத்தை எதிர்கொண்டாள். அவள் பூனையைப் போலப் பதுங்கினாள்.

''என்னப் பாத்ததும் நீயென்னா அப்பிடிப் பதுங்கற?'' அபராஜிதா அவளுடைய முகத்தை வாசித்தாள்.

''ஏய்'' திசா பம்மினாள்.

''திடீர்னு திரும்பிப் பாத்ததும் உன்னப் பாத்தனா...''

''மிருணாள்தா தானே?''

அவள் குனிந்து தொலைபேசியைக் கையிலெடுத்தாள்.

10
வெள்ளி மீன்கள்

ஊரில் கதியில்லாமல் போனபோது புன்னசேரி பத்மநாபன் ஆலப்புழை நகரத்திற்கு வந்து சேர்ந்தான். நீண்ட நாட்கள் தெருக்களில் சுற்றியலைந்தான். டேராஸ் மெயிலில் கட்டுகளைச் சுமந்தான். குடேக்கரில் உருண்டை சுற்றினான். டிக்ரூசில் இருப்புக் கம்பிகளை இழுத்தடித்தான். பாய் நெசவுத் தொழிலாளியானவுடன், சவக்கோட்டைப் பாலத்தின் கிழக்கே குட்டி மானேஜரின் லாட்ஜில் தங்கினான். ஹோட்டலில் மதிய உணவின்போதுதான் யாரோ குசுகுசுவென பேசுவதைக் கேட்டான். சாயந்திரம் பெரிய சுடுகாட்டு மைதானத்தில் கூட்டம் நடக்கிறது. தோழர் வருகிறாராம். டவுனில் கம்யூனிஸ்ட் பார்ட்டி கிளை தொடங்கறதுக்காகத்தான் தோழர் வருகிறார்.

தோழர்னு கேள்வித்தான் பட்டிருக்கு. பார்த்ததில்லை. ஒளிந்து நின்றாவது ஒருமுறை பார்க்க வேண்டும். பத்மநாபன் சுற்றியலைந்து பெரிய சுடுகாட்டு மைதானத்தை அடைந்தான்.

மெல்லிய வெளிச்சத்தில் மரமேசைக்கருகே நின்று யாரோ பேசுகிறார். தோழர்! அருகில் நாற்காலியில் வேறொருவர். முன்னால் காதைத் தீட்டியபடி கோவிந்தன் மூப்பன், வி.கே. கருணாகரன், திவாகரனாசான், சந்திரசேனன், வி.ஏ. குமாரன். மேலும் சிலர் இருந்தனர்.

பத்மநாபன் கைகளைக் கட்டிக்கொண்டு தூரமாக நகர்ந்து நின்றான்.

தோழர் பேச்சை நிறுத்திப் பார்த்தார்.

''யாரது?''

கூட்டத்தினர் திரும்பிப் பார்த்தனர். திவாகரன் ஆசான்தான் அடையாளம் கண்டுகொண்டார்.

''யாரு நீயா? நீ ஏன் நவுந்து நிக்கற? வா... வந்து ஒக்காரு''

பத்மநாபன் தயங்கித் தயங்கி முன்னால் வந்தான்.

''டிக்ரூசில் பாய் நெசவுத் தொழிலாளி'' என்றார் திவாகரன் ஆசான்.

''யங் கம்யூனிஸ்ட், உக்காருங்க'' தோழர் முன்னால் கை காட்டினார்.

பத்மநாபன்தரையில்அமர்ந்தான்.தோழர்பேச்சைநிறுத்தியஇடத்திலிருந்துதொடர்ந்தார்.

''அப்போ நான் என்ன சொன்னேன்னா... திருவிதாங்கூர்ல பொறுப்பு அரசாங்கத்துக்காகப் போராடுற திருவிதாங்கூர் மாநிலக் காங்கிரசுக்கு ஆதரவளிக்க, கேரள காங்கிரஸ் சோசலிஸ்ட் கட்சி திக்கொடியில் ஏ.கே. கோபாலன் தோழரின் தலைமையில் சேர்ந்து தீர்மானிச்சிருக்கு. காங்கிரசோடு கைகோர்த்து இதற்கு முன்னும் பொதுப் பிரச்னைங்கள்ல ஒண்ணா நின்னிருக்கோம். மானபேந்தர் ராயை ஜெயில்லருந்து விடுவிக்க, ஒண்ணு சேர்ந்துதான் நாம போராட்டம் நடத்தினோம். உலகத்தின் ஒடுக்கப்பட்ட தொழிலாளி வர்க்கத்தோட நெருங்கிய உறவினனும், ஏகாதிபத்தியக் கொடுங்கோலர்களோட எதிரியுமான தோழரை, ராஜதுரோகக் குற்றம் சுமத்தி பன்னண்டு வருஷத்துக்கில்லயா பிரிட்டீஷ் காவாலிங்க சிறையிலடைச்சாங்க? நம்மோட ஒத்துமையான எதிர்ப்புக்கு முன்னால அவங்க தாழ்ந்து கொடுத்து, தோழரை விடுதலை செய்ய வேண்டியதாயிருச்சு இல்லையா? அதுபோல ஒத்துமையா நின்னு முன்னேறினா, திருவிதாங்கூரிலும் சர்.சி. பியோட அடக்குமுறைகளை நாம் எதிர்த்துத் தோற்கடிக்க முடியும். அதுக்காகவேதான் நாம எல்லா இடத்துலயும் பார்ட்டியைக் கட்டியெழுப்பிக்கிட்டு வர்றோம். கடந்தவார பிரபாதத்தில் புதிய விதிமுறைகளைக் கொடுத்திருக்கோம்''

தோழர் மேஜை மீதிருந்து 'பிரபாதம்' பத்திரிகையை விரித்து திவாகரன் ஆசானிடம் நீட்டினார்.

''பார்ட்டி ஒரு புதிய திசை நோக்கி நகருது. இனிமேல் பார்ட்டியில சாதாரண உறுப்பினர்கள் இருக்க மாட்டாங்க. செயல்படுற உறுப்பினர்கள்தான் இனியுள்ள நாட்களில் கட்சிக்குத் தேவை. மற்றவங்க உதவும் உறுப்பினர்களாகத் தொடரலாம். கட்சிக் கூட்டங்களுக்கு அவங்களும் வரலாம்; விஷயங்கள் பேசலாம். ஓட்டு மட்டும் இருக்காது. செயல்படும் உறுப்பினர்களாக விரும்பி வர்றவங்க கட்சிக்காக என்ன வேலை செய்ய முடியும்னு முன்னதாவே எழுதித்தர வேண்டியிருக்கும்.

நம்ம கம்யூனிஸ்ட் கட்சி மீதான தடையை நீக்க நாம் நாடு முழுக்க அங்குமிங்குமாக குரல் கொடுத்துக்கிட்டிருக்கோம். ஒரு ஜனநாயக நாட்டில எந்தக் கட்சிக்கும் சுதந்திரமாகச் செயல்பட உரிமையிருக்கு. இனிமே நம்மோட போராட்டம் அந்த வழியிலதான் இருக்கும். நம்முடைய பிரச்சாரங்களை அந்தளவுக்கு வீர்யமுள்ளதாக்க வேண்டியிருக்கு...''

தோழர் பேசி முடித்ததும் பக்கத்திலிருந்தவர் எழுந்தார்.

"தோழர் கே. தாமோதரன்" யாரோ மெதுவாகச் சொன்னார்கள்.

தோழரையும் பத்மநாபன் முதல்முறையாகப் பார்க்கிறான்.

"தோழர் சொன்னதைவிட அதிகமாக எனக்கொன்றும் சொல்வதற்கில்லை" தாமோதரன் தோழர் இடுப்பில் கையூன்றி நின்றார்.

"மன்னராட்சியையும் பிரிட்டீஷ் ஆட்சியையும் தகர்த்தெறிஞ்சு இந்த நாட்டுல ஜனநாயக ஆட்சியை ஏற்படுத்தணும். முதலாளித்துவத்தை வேரோடு சாய்க்கணும். அடிமைச் சங்கிலியை உடைத்தெறியணும். அதுக்காக நாம் மரணமடையலாம். நாம் மரணமடைவோம். பிறந்தால் யார்தான் சாகாமல் இருக்காங்க? அது நம் நாட்டுக்காக, நம்மைச் சுற்றி வாழ்பவர்களோட நன்மைக்காக ஆகலாமில்லையா? நாம நம்மோட ரத்தத்தில் தொட்டு சத்தியம் செய்றோம். இந்த நாட்டோட விடுதலையே நம்ம லட்சியம்"

பெரிய சுடுகாட்டு மைதானம் முழுக்க தோழரின் குரல் அதிர்ந்தது.

இரவில் அறைக்குத் திரும்பி வந்த பத்மநாபன் ஒரு குண்டூசியை எடுத்து விரல் நுனியில் குத்தினான்.

ஊறி நின்ற ரத்தத்தில் பேனா முனையை முக்கி முன்னாலிருந்த காகிதத்தில் எழுதினான். 'இந்த நாட்டின் விடுதலையே இனி என் லட்சியம்'

யாரோ கதவைத் தட்டினார்கள்.

பத்மநாபன் சற்று அதிர்ந்தான்.

போலீசாக இருக்கலாம். கூட்டத்துக்குச் சென்றது தெரிந்திருக்கும். யூனியனில் சேர்பவர்களும், கூட்டத்துக்குப் போகிறவர்களும் சி. ஐ. டி. க்களின் சந்தேகப் புள்ளிகள். கதவு தொடர்ந்து தட்டப்பட்டது. எதுவும் வரட்டும். பத்மநாபன் கதவைத் திறந்தான்.

போலீஸ் அல்ல.

கே.வி. பத்ரோசும், பி.கே. பத்மநாபனும். மதிய உணவிற்கு குட்டி மானேஜரின் ஹோட்டலுக்கு வழக்கமாக வருபவர்கள். பத்ரோசின் கையில் ஒரு கட்டு புத்தகங்கள் இருக்கிறது. அதில் ஒன்றை எடுத்து பி.கே. பத்மநாபன் நீட்டினார்.

"கம்யூனிசம் என்றால் என்ன? எட்டணா"

பத்மநாபன் மேஜைக்குள்ளிருந்து எட்டணாவைப் பொறுக்கியெடுத்தான்.

மேசை மீதிருந்த காகிதத்தின்மீது பத்ரோசின் கண்கள் பதிந்தன. பத்ரோஸ் கைகளை நீட்டி பத்மநாபனை மார்போடு அணைத்துக் கொண்டார்.

"இன்று முதல் இவன் வெறும் பத்மநாபனல்ல, தோழர் பி.ஜி. பத்மநாபன்"

அபராஜிதா கீபோர்டிலிருந்து எழுந்தாள். திசா பின்னால் வந்து நிற்பதை அப்போதுதான் உணர்ந்தாள்.

"நான் பாத்துக்கிட்டே இருக்கேன். உனக்கு கரைப்புறத்து ஸ்லாங் நல்லா வந்திருக்கே" என்றாள் திசா.

"அதோட கிரெடிட் முழுக்க வாசுதேவன் சாருக்குத்தான்"

கரைப்புறத்து நடைக்கு அவளுடைய மொழியைக் குழைத்தெடுத்தவர் வாசுதேவன் சார். கரைப்புறத்தின் நரம்பு மண்டலங்களைத் தோண்டியெடுத்த வரலாற்று ஆய்வாளர். முன்னாள் பத்திரிகையாளர். சிறிது காலம் மலபாரில் ஆசிரியராக இருந்தார். அக்காலத்தில்தான் கரைப்புறத்தின் பேச்சு மொழியில் ஆய்வுகள் செய்தார். ஆய்வுப் பட்டத்திற்கு ஒரு அர்த்தமுமில்லையென்று பின்னர் தோன்றியது. அப்படியே ஆய்வைப் பாதியில் கைவிட்டார். இரண்டு பத்திரிகைகளில் சிறிதுகாலம் பணி செய்தார். எதிலும் நிலைத்து நிற்கவில்லை. பத்திரிகைச் சுதந்திரமென்பது பத்திரிகை அதிபர்களின் சுதந்திரம் தானென்பதைப் புரிந்து கொண்டபோது, அந்த வேலையையும் விட்டார். பின்னர் முழுநேரமும் விவசாயம், எழுத்து, வாசிப்பு, சங்கீதம் என்றாகிப் போனது. வயல் கரையிலிருந்த பழைய வீட்டில் பெரியதொரு புத்தக சேகரிப்பின் நடுவில் வாழத் தொடங்கினார். துணைக்கு எங்கிருந்தோ கிளம்பி வந்த நான்கைந்து பூனைகள். புரிந்துகொள்ளப்படாமல் போன காதலின் வடுக்களோடு சில காலம் வாழ்ந்தார். அதன் பிறகான நாட்களில் பெண் துணையின் நினைவே இல்லாமல் போனது. இந்திய வாத்திய சங்கீதத்தின் நல்லதொரு சேகரிப்பு அவரிடமிருந்தது.

"வாழ்வின் இசையைக் கூட்ட இதெல்லாம் போதுமே" வாசுதேவன் சிரித்தார்.

"போதும் போதும். இந்த விஷயத்தில் நானும் உங்க பக்கமிருக்கேன்"

"ஒரு பௌத்த பழமொழியிருக்கு. முழுமையடையாத கர்மம் மனதின் அழுக்கு. அப்படிப் பாத்தா நானொரு அழுக்கு சுமக்கற கழுதைதானே?"

"நிரஞ்சன் என்ன சொன்னான்?" திசா கேட்டாள்.

"அவன் பைக்கோட வர்றானாம். ஒண்ணாவே போலாம்னான்"

"நீ அவங்கிட்ட பேசணும். அவனோட இந்தப் போக்கு எங்கேன்னு நான் தெரிஞ்சுக்கணும்" அவள் உறுதியாகச் சொன்னாள்.

''உம்''

அவன் இரவில் தாமதித்தே வந்தான். திசா பலமுறை அழைத்திருந்தாள். ஃபோன் சுவிட்ச் ஆஃப். நடு இரவில் பைக்கின் உறுமல் கேட்டுத்தான் அவள் கதவைத் திறந்தாள். கொரில்லா கேம்ப்பிலிருந்து வருபவனைப் போலிருந்தான். வேர்வையின், அழுக்கின் வாடை. குளித்துப் பல நாட்கள் ஆனது போலிருந்தான். உள்ளே நுழைந்ததும் நேராக அறைக்குள் சென்று கதவைச் சாத்தினான்.

சுவரில் சாய்ந்தமர்ந்து நீண்டநேரம் அழுதாள்.

''அவனை நினைத்து அம்மா எவ்வளவு வேதனைப்படுகிறாள் தெரியுமா? வாழ்க்கைல இன்னிக்கு வரைக்கும் மன நிம்மதின்றதே அம்மா அனுபவிச்சதில்ல. அப்பா இருந்த வரைக்கும்கூட நெஞ்சில் நெருப்பத்தான் சொமந்திட்டிருந்தா''

திசா அபராஜிதாவிடம் ஒருமுறை இதைப்பற்றிச் சொல்லியிருக்கிறாள்.

அரீப்பறம்பின் அரசுப் பள்ளியில் ஆசிரியையாக இருந்தாள் அம்மா. அப்பாவுக்கு முழுநேரக் கட்சி வேலை. அதைத் தெரிந்து கொண்டேதான் அம்மா அப்பாவுடன் கிளம்பி வந்திருந்தாள். விவசாயத் தொழிலாளர் போராட்டங்களில் அவரின் வேகம் கண்டு மாலினி டீச்சருக்கு அவர்மேல் முன்பே விருப்பம் தோன்றியிருந்தது. திருமணத்துக்குப் பிறகு அப்பா கட்சியின் லோக்கல் கமிட்டி செக்கரட்டரி ஆனார். இந்திராகாந்தி எமர்ஜென்சி அறிவித்தபோது, அம்மா மூன்றுமாத கர்ப்பிணி.

கேரளத்தில் அன்று அச்சுதமேனனின் ஆட்சி. வலது கம்யூனிஸ்டுகள் காங்கிரசோடு இணைந்து ஆட்சி அமைத்திருந்தனர். 'வலதுகளே, வாலாட்டிகளே' என்று இடது கம்யூனிஸ்டுகள் பாடித் திரிந்த காலம். உள்துறை அமைச்சர் கருணாகரன் தேசிய நெடுஞ்சாலையில் சீறிப் பாய்ந்து வருவதையறிந்து, பிராவிடன்ஸ் சாலை சந்திப்பில் அப்பாவும் கட்சியினரும் கறுப்புக்கொடி காட்டி வழிமறித்தனர். கொச்சிக்குப் போகாமல் சேர்த்தலை டிராவலர்ஸ் பங்களாவுக்குத்தான் கருணாகரன் போனார்.

அன்று இரவு போலீஸ் அப்பாவைத் தேடி வந்தது. கட்சிக்காரர்கள் அதை முன்னரே எதிர்பார்த்திருந்தனர். அப்பா வீட்டுக்கு வந்து சேரவில்லை. எங்கேயிருப்பார் என்று அம்மாவுக்கும் தெரியாது. போலீஸ் வீடு முழுக்க சல்லடை போட்டுத் தேடியது. அம்மா கதவைச் சாத்திவிட்டு உள்ளே போனதும், மறுபடியும் கதவு தட்டுகிற சத்தம்.

''தொறடீ கதவ'' எஸ்.ஐ. கத்தினான்.

அம்மா கதவைத் திறந்தாள். போலீஸ் இரைச்சலோடு உள்ளே நுழைந்தது.

''எங்கடீ உன்னோட புருஷன ஒளிச்சு வச்சிருக்க?''

எஸ். ஐ. அம்மாவின் கன்னத்தில் ஓங்கி அறைந்தான். அம்மா நின்ற இடத்தில் பம்பரம் போல் சுழன்றாள். காதுக்குள்ளிருந்து ஈசல்கள் பறந்தன.

போலீஸ் வெளியில் இறங்கி நடைபாதையை அடைந்ததும், மச்சின்மீது ஏதோ அசைவு கேட்டது.

''புடிச்சு எறக்கிக் கொண்டு வாடா அந்தப் பொலையாடி மவன'' எஸ்.ஐ. சீறினான்.

''மச்சுமேல அவன ஒளிச்சு ஒக்கார வச்சுக்கிட்டு போலீச ஏமாத்தலான்னு நெனச்சயா தொடப்பக்கட்ட? எந்தக் கொகையிலப் போயி ஒளிஞ்சிக்கிட்டாலும் அவன நான் தூக்கிடுவேன்''

அவன் கோபத்துடன் கத்தினான். அம்மாவின் இன்னொரு கன்னத்திலும் அறைந்தான். கீழே விழுந்த அவளுடைய தலைக்குள்ளே ஈசல்கள் சுழன்றன.

மச்சின்மீது மீண்டும் அசைவுகள். இரண்டுபேர் மரப்படிகளில் டார்ச்சுடன் ஓடி ஏறினார்கள். தாழ்ப்பாளைத் திறக்க படாதபாடு பட்டனர். அங்கே ஒரே களேபரம். 'ஒருவேளை அவர் அங்கே எங்கேயாவது ஒளிஞ்சுக்கிட்டிருக்காரோ? போலீஸ் கைல அகப்பட்டுட்டா?' அம்மா படுத்தபடியே கைகூப்பினாள்.

''அடியேய், தெரிஞ்சுக்கிட்டே நாடகம் ஆடறியாடீ பொறுக்கி நாயே?'' அவன் காலை உயர்த்தினான். அம்மாவின் அடிவயறு கலங்கியது.

குட்டிகளை ஈன்றிருந்த மரநாயை மச்சின் மேலிருந்து போலீசார் பிடித்துக்கொண்டு வந்தனர். அதன் கடி கிடைத்ததுதான் மிச்சம். பக்கத்து வீட்டுக்காரர்கள் ஓடி வருவதற்குள் அம்மா ரத்தத்தில் குளித்திருந்தாள்.

மருத்துவமனையிலிருந்து வீட்டுக்கு வந்த அம்மாவைப் பார்க்க, அப்பா ஒருநாள் இரவு பதுங்கிப் பதுங்கி வந்தார். திரும்பும்போது போலீசிடம் மாட்டிக்கொண்டார். சேர்த்தலை லாக்கப்பில் போட்டு அவரை அடித்துத் துவைத்தார்கள். அடியும் உதையும் பட்ட அப்பாவின் கூக்குரலை ஆராட்டுவழியில் போனவர்கள் எல்லோரும் கேட்டிருக்கிறார்கள். மூன்று இடுப்பெலும்புகள் உடைந்திருந்தன.

எமர்ஜென்சி முடிந்து அப்பா சிறையிலிருந்து வருவதற்குள் அம்மாவின் உலகம் மௌனத்தில் உறைந்திருந்தது. யேசுதாசின் பாடல்கள் கேட்பதற்காக அம்மாவிடம் ஒரு கிராமபோன் ரெக்கார்டு இருந்தது. அது துரும்பேறியிருந்தது. ஆகாசவாணியின் 'ரஞ்சனி'யும், நேயர் விருப்பமும் தவறாமல் கேட்டிருந்த அம்மா, எல்லா நாளும் மாலை சிலோன் ரேடியோவின் சரோஜினி சிவலிங்கம், 'அதுவரை உங்கள் அனைவருக்கும் நமஸ்காரம்' என்று சொல்லி முடிக்கும்வரை

டிரான்ஸிஸ்டரை நெஞ்சோடு சேர்த்தணைத்திருந்த அம்மா, 'நீங்கள் விரும்பும் திரைப்படப் பாடல்களுக்காக' எப்போதும் கடிதங்கள் எழுதியிருந்த அம்மா...

அம்மாவின் முதல் கரு கலைந்தது. தொடர்ந்து மூன்று கர்ப்பங்களும் கலைந்தன. ஐந்தாவது கருவில் இந்த பூமிக்கு வந்தவள்தான் நான். அம்மாவின் உலகத்தில் இப்போது சங்கீதமில்லை. இலைகளின் உரசல்களில்லை. காற்றின் ஒலியலையில்லை. மௌன உலகத்துக்குள் வந்ததும் மாலினி டீச்சர் தன் ஆசிரியை வேடத்தைப் புறந்தள்ளினாள். நம் உதட்டசைவை மட்டுமே இப்போது பார்த்துக் கொண்டிருக்கிறாள் அம்மா...

''திசா, நீ அவங்கிட்ட சண்டையெல்லாம் போடாதே. நான் ஒரு தடவை பேசிப் பாக்கறேன். பொறுமையாக் கேட்டுப் பாக்கறேன். கேட்ட ஒடனே அவன் எல்லாத்தையும் மனந்தொறந்து சொல்லிடுவான்னு நீ நெனக்கிறியா?''

''நீ நெனக்கிற மாதிரியில்ல அவன்...'' திசா அவளைப் பார்த்தாள்.

அபராஜிதா அவளுடைய தோளைத் தட்டினாள். ''கூல் கேர்ள். அவனை நீ என் கைகளுக்குத் தா''

''உன் கைகளுக்கா...?''

''ஊப்ஸ்!'' அபராஜிதா அவளுடைய கன்னத்தில் தட்டினாள்.

மாலை மயங்கியது.

வெயில் மேற்கே சாய்ந்தது.

வெளிச்சம் ஊடும் பாவுமிட்ட கயிற்றுக் கம்பளத்தை வெயில் மங்க வைத்தது. அபராஜிதாவும் நிரஞ்சனும் அனகன் குன்றின் உச்சியை அடைந்தனர். வாகை முழுவதும் கரும் மொட்டுகள் நிறைந்திருந்தன. வாகை சிவப்பணிய இன்னும் சில நாட்களே உள்ளன. அவள் கண்கள் விரிந்தன.

மேற்கிலிருந்து கடல்காற்று விசிறியாய் விரிந்தது. வயல் கடந்து வந்த காற்று தாழம்புதர்களைத் தழுவி அனகன் குன்றின்மீது வீசியது. அவனுடைய வாரிவிடப் படாத முடியிழைகளிலும் பழுப்பேறிய மீசையிலும் தாடியிலுமாகக் குடியேறியது.

அவள் வாகைமரக் கிளையின்மீது தலை சாய்த்து, ஐபோடில் ரவீந்திர சங்கீதத்தை ரசித்துக் கொண்டிருந்தாள். இந்திராணி சென்னின் பாடல். வங்காளப் பாடகி சுமித்ரா சென்னின் மகள். தேவபிரதா பிஸ்வாசின் சிஷ்யை. தேவபிரதா பிஸ்வாஸ் பாடிய தாகூர் கீதங்களின் பழையகால கிராமபோன் ரெக்கார்டுகளின் பெரியதொரு சேகரிப்பு அப்பாவிடம் இருந்தது. தென் கல்கத்தாவின் வாடகை ஃபிளாட்டின் தனிமை வாசத்தைத் தவிர்க்க, அப்பா அவ்வப்போது தேவ்தாவைப்

பார்க்கப் போவார். நேராக அடுப்படிக்கே செல்வார். அங்கே வாய்க்கு ருசியாக ஏதேனும் எப்போதும் இருக்கும். தேவ்தா மிகச் சுவையாக சமைக்கக் கூடியவர். சங்கீதம் ததும்பும் அந்த நாட்களை அடிக்கடி நினைவு கூர்வார் அப்பா. தேவ்தாவின் ''கண சங்கீதம்'' தொடக்க நாட்களில் வங்காளத்தின் கட்சிக் கூட்டங்களில் ஆவேசமாயிருந்தது. 1964 இல் கட்சி பிளவுபட்டவுடன் இரு கம்யூனிஸ்ட் கட்சிகளிடமிருந்தும் தேவ்தா அகன்றார். அவரை அது மிகவும் சோர்வுறச் செய்தது. ஆனாலும் மரணம்வரை உறுதியான கம்யூனிஸ்டாகவே வாழ்ந்தார்.

நிரஞ்சன் நிழலில் முழங்கை ஊன்றியமர்ந்து அவளைப் பார்த்தான்.

''இதுக்குத்தானா என்னமோ சொல்ல வேண்டியிருக்குன்னு இங்க கூட்டிட்டு வந்த? அங்க எங்கயாவது தனியா ஒக்காந்து ரசித்தால் போதாதா?''

அவள் ஐபோடை நிறுத்தினாள்.

''அதுக்கு நீ வந்ததுல இருந்து மல்லாந்து படுத்துக்கிட்டு வாசிக்கத்தானே செய்ற?''

ஜான் லீ ஆண்டர்சனின் சிவப்பு அட்டையுள்ள அந்த தடித்த புத்தகத்தை மடித்து மார்பில் வைத்தான். 'சே' 'சேகுவேரா : ஒரு புரட்சிகர வாழ்க்கை'

'எக்ஸலண்ட் ஓர்க்'

'அதனால நான் கொஞ்சம் ரவீந்திர கீதங்கள் கேக்கலாமேன்னு நெனச்சேன்'

அவன் மரத்தின் வேரில் கைகளைப் பிணைத்துக் கொண்டு ஆகாயத்தைப் பார்த்தபடிக் கிடந்தான். தனித்ததொரு மேகக்கீற்று ஏதோ திசைநோக்கிப் பாய்ந்து சென்றது.

''என் ஐபோடு நிறையக் கவிதைகள் இருக்கு. சச்சிதானந்தனோடதும், ஓ.என்.வி. யோடதும்''

''நேற்றைய சரித்திரமேற்றிய
மின்னி ஜொலிக்கும் தீபமே!
இன்றின் ஆவேசமாகிறாய் நீ புதிய
அழகிய நாளையை அடைய''

''ஓ.என்.வி. வயலார் போராட்டத்தைப் பற்றி முன்னெப்போதோ எழுதியது''

''பட்... அதன் தொடக்கம் அப்படியில்லையே'' அவள் நினைவுகூர முயன்றாள்.

''கேரளத்தின் பாரீஸ் கம்யூன்!''

- அதுதான் வயலார்!

''வணங்குங்கள்! அப்படித்தானே தொடக்கம்?''

பாரீஸ் கம்யூன். உலகில் முதல்முதலாக தொழிலாளர்கள் அதிகாரத்தைக் கைப்பற்றிய புரட்சி அவள் நினைவில் வந்தது.

எழுபத்தோரு நாட்கள் நீண்டு நின்ற சோஷலிசக் குடியரசு. ஃபிராங்கோ - ஃப்ரஷ்யன் போரின் முடிவில் பிரான்ஸ் தோற்றது. ஃப்ரஷ்யன் சான்சலர் பிஸ்மார்க்கின் முன்னால் மூன்றாம் நெப்போலியன் சரணடைந்தான். போர் முடிந்தவுடன் நாடெங்கும் பட்டினியும், தொழிலின்மையும் பரவின. மக்கள் தெருவில் இறங்கி, நேஷனல் கார்டுகளின் ஆதரவுடன் ராணுவத்தை எதிர்த்தனர். தொழிலாளர்கள் பாரீஸ் நகரத்தைக் கைப்பற்றினர். நேஷனல் கார்டுகள் அரசமைத்தனர். பாதைகளில் செங்கொடிகள் பறந்தன. எழுபத்தொன்றாம் நாள் வார்சாப் படை பாரீசுக்குள் நுழைந்தது. மக்கள் தடுப்புகளைப் பயன்படுத்தித் தடுத்தனர். ஒருவார காலம் நீண்டு நின்ற ரத்த வேட்டை. முப்பதாயிரத்துக்கும் மேற்பட்ட கம்யூன் உறுப்பினர்கள் குண்டடிபட்டுத் துடிதுடித்துச் செத்தனர். பல்லாயிரக் கணக்கானோர் சிறையிலடைக்கப்பட்டனர்.

கல்லூரியில் நடந்த விவாதங்களின் வழியாகத்தான் பாரிஸ் கம்யூனைப் பற்றி அவள் முதல்முதலாக அறிந்து கொள்கிறாள். விவாதம் முடிந்ததும் கம்ப்யூட்டரின் முன்னால் ஓடிச் சென்று அமர்ந்தாள். உலகம் முழுக்கவுள்ள கூகுள் சர்வர்கள் மூலம் கிளறியெடுத்த தரவுகளையும் படங்களையும் திரையில் வரிசைப்படுத்தியவள் அதிர்ந்து போனாள். பத்தொன்பது லட்சத்து எண்பதாயிரம் தேடுதல் பலன்கள். படங்களில் தொட்டதும் கூகுள் மாயக் காட்சிகளின் பெருமழை பொழிந்தது. கறுப்பு வெள்ளைப் படங்களில் ஒன்று அவளுடைய கண்களில் தங்கி நின்றது. போராட்டத்தின் முன்னணிப் போராளிகள். அவர்களின் கைகளில் உயர்த்திப் பிடித்திருந்த செங்கொடிகள் மட்டுமே சிவப்பு நிறமாக இருந்தன. 'விவேலா கம்யூன்' என்று அதில் எழுதியிருந்தது.

''விவேலா கம்யூன்!

என்ஃபான்ஸ்

விவேலா கம்யூன்...!''

அது ஒரு புரட்சிப் பாடலின் வரிகள். பாரீஸ் கம்யூனைப் பற்றி யூஜின் சாட்லெயின் எழுதிய பிரெஞ்சுப் பாடல். பாரீஸ் கம்யூனின் நூற்றாண்டுக் கொண்டாட்டத்தில் 'கம்யூன் சிங்கிங்' என்ற ஓர் ஆல்பம் வெளிவந்தது. அதில் அந்தப் பாட்டு இருக்கிறது.

''யூஜின் சாட்லெயின்?''

''யாருன்னு கூகுளுக்கே தெரியல. விக்கிபீடியாலயும் தேடினேன். அக்கால வயலாரோ, பி.பாஸ்கரனோ... என நம்பலாம்''

''நம்பிக்கை. அதுதானே எல்லாம்''

''நம்பிக்கை புத்தகத் தாள்களுக்கு

உள்ளிருக்கும் மயிலிறகு போன்றது.

சந்தோஷத்தில் அது பெற்று பெருகுகிறது.

துக்கத்தில் அதன் விழிகள் கூம்புகிறது...''

''சச்சிதானந்தனின் வரிகள்'' அவள் மெதுவாகப் பாடினாள்.

''ஓ... அற்புதம்'' அவன் கைகூப்பினான்.

''இப்படியே போனா மலையாள இலக்கியத்துல டாக்டரேட் எடுத்துடுவ போலருக்கே?''

''ஏய்'' அவள் சிரித்தாள்.

''இதெல்லாம் அப்பாவோட பங்களிப்புகள். அவரோட வாசிப்பு அறைல நாலஞ்சு அலமாரிங்க முழுக்க பழசும் புதுசுமான மலையாளப் புத்தகங்களாவே இருக்கும். அதுல முக்காவாசிய என்ன ஒக்காரவச்சு வாசிக்க வச்சிருக்காரு. பதிலுக்கு அம்மா வங்காள இலக்கியத்தையும் அறிமுகம் செஞ்சாங்க. மார்க்விசோட 'தனிமையின் நூறாண்டுகள்' இந்தியாவுல மொதமொதலா வாசிச்சவங்கள்ல அப்பாவும் ஒருத்தர். சப்தர் ஆஸ்மி கையில எப்படியோ சென்று சேர்ந்தது அந்தப் புத்தகம். 'ஜனநாட்டிய மஞ்ச்' சின் வீதி நாடகங்கள்ல அப்பாவும் கொஞ்சநாள் இருந்தார். ஆஸ்மி கொல்லப்பட்ட அன்னக்கி அப்பா டெல்லியில இருந்தார். 1989 ஜனவரி 2. நான் பொறந்ததும் அன்னக்கிதான்.

காசியாபாத் நகரசபைத் தேர்தல் நடந்தப்ப அந்தத் துயரம் நிகழ்ந்தது. ஸாகிபாபாத்தில் 'அல்லா போல்'ன்ற வீதி நாடகம் நடக்கறப்ப காங்கிரஸ் குண்டர்கள் நாடகக் குழுவை ஆக்ரமிச்சாங்க.

அம்மாவை கல்கத்தாவில ஆஸ்பத்திரில சேர்த்தது தெரிஞ்சு, டெல்லிலயிருந்து திரும்பிக்கிட்டிருக்கும்போது அப்பாவுக்கு அந்தச் செய்தி கிடைத்தது. அப்பறம் மூணு நாளைக்குப் பெறகுதான், அப்பா என்னைப் பார்க்க கல்கத்தா வந்தார்'

''ஏய், அதெல்லாம் ஒண்ணுமில்ல. இதுதானே சொத்துன்னு அப்பாவுக்கு அன்னைக்கே புரிஞ்சிருக்கும்'' நிரஞ்சன் பரிகசித்தான்.

''துஷ்டா, உன்ன நான்...''

அவள் அவனின் கழுத்தில் பிடியை முறுக்கினாள்.

''அய்யோ, விடு... சும்மா ஒரு கிண்டல்...''

''உம்ம்'' அவள் அவன் மூக்கின் முனையில் இடித்தாள்.

அவன் கண்களை இறுக்கினான்.

''முன்பெல்லாம் அக்காவும் இப்படித்தான்...''

''உம், அப்பறம் இப்ப என்னாச்சு?''

''ஏய்... ஒண்ணுமில்ல'' அவன் அவளுடைய கண்களுக்குள் ஊடுருவினான்.

''உன்னப் பத்தின வருத்தங்கள் மட்டும்தான்டா அவளுக்குள்ள இருக்கு''

''எதுக்கு?'' அவன் எழுந்தமர்ந்தான்.

''எங்க போறேன்னு சொல்லாத உன்னோட பயணங்கள்... எப்பவும் தொடர்பெல்லைக்கு வெளியே உள்ள உன்னோட ஃபோன். தறிகெட்ட உன்னோட இந்த வாழ்க்கை... இதெல்லாந்தான் அவள அலட்டுது. எங்கே போறேன்னோ, இல்ல எத்தன நாள் கழிச்சு வருவேன்னோ சொல்லிட்டுப் போலாமில்ல?''

அவன் மௌனமாகவே இருந்தான்.

''நிரஞ்சன், நெஜத்துல என்னதான் உன்னோட ஹிடன் மிஷன்? ஐ டௌட், யூ ஹாவ் சம் கனக்ஷன் வித்...''

''உம்?'' அவன் அவளை உற்றுப் பார்த்தான்.

''டெல் மீ... ஏதாவது ட்ராப்பில் அகப்பட்டிருக்கியா நீ?''

அதற்கு பதில் சொல்லாமல் அவன் எழுந்து குன்றின் சரிவில் இறங்கி கீழே வேகமாக நடந்தான். முந்திரிக் காடுகளுக்குள்...

''நிரஞ்சன்...'' அவள் பின்தொடர்ந்தாள்.

பொலீவியன் காடுகளின் இருண்மைக்குள்...

முந்திரிக் காடுகளின் வழியாக அவன் நடந்து அகன்றான்.

''நிரஞ்சன்... கொஞ்சம் நில்லு'' அவள் அழைத்தாள்.

அவனைச் சென்றடைய அவள் அரும்பாடுபட்டாள். காய்ந்த சருகுகள் நிறைந்திருந்த குன்றின் சரிவு. அவன் அதிவேகமாக நடந்தான். மினுமினுத்த இலைகளில் இடறி விழாமலிருக்க, கீழே தொங்கிக் கொண்டிருந்த கொடிகளைப் பிடித்தபடி அவள் நடந்தாள். அவன் அச்சரிவில் பழகித் தேர்ந்தவனாக பாய்ந்து சென்றான்.

''நிரஞ்சன் நில்லு... நீ எங்க இப்படிப் போற?'' அவள் பின்னால் ஓடினாள்.

கீழே மூங்கில் காட்டை நோக்கி அவன் போகிறான். வெளிச்சம் குறையத் தொடங்கியிருந்தது. சூரியன் குன்றின் மறுபக்கச் சரிவில் இறங்கிக் கொண்டிருந்தது. இருண்மை நிழல் விழச் செய்த வழிகளினூடாக அவன் பின்னால் அவள்... சமீப

காலங்களில் இந்த வழிகளில் யாரும் நடந்து போயிருக்கவில்லையென்று அவளுக்குத் தோன்றியது. பறவைகளின் சரணாலயமாயிருந்தது அந்த இடம். ஏதோ மாய உலகில் சென்று சேர்ந்த உணர்வு. சிட்டுக்குருவிகள், தையல் சிட்டுகள், வானம்பாடிகள், வண்ணாத்திக் குருவிகள், காட்டுச்சிலம்பன்கள், வால்காக்கைகள். புதரின்கீழ் பதுங்கிப் பதுங்கி ஒரு செம்போத்து. மூங்கில் முட்களை நகர்த்தி ஒதுக்கினாள் அவள்.

செம்போத்து வழியில் காத்திருந்தது.

"அலிடா" அது அழைத்தது.

"சே வேடம் மாற்றி வந்திருக்கிறாரா?" அவள் சந்தேகித்தாள்.

"அலிடா, உன்னால் என்னை அடையாளம் காண முடிகிறதா?"

"என்னைத் தெரிகிறதா?" அவளும் சிவந்த சிறகுகள் விரித்தாள்.

"என்ன வேடம் மாற்றினாலும் நான் உன்னை அறிவேன் அலிடா"

அப்போது அவள், முதல்முறையாக அவரைக் கண்ட நிமிடத்தைப் பற்றிச் சிந்தித்தாள்.

பாட்டிஸ்தா ஆட்சிக்கு எதிரான கொரில்லாப் போரினிடையில், அபாயகரமான மலையுச்சியில் ரகசியச் செய்தியைக் கைமாற்ற வந்திருந்த வேளை. அவளும் தலைமறைவுப் படையில் உறுப்பினராயிருந்தாள். முகத்தோடு முகம் பார்த்து நிற்கும்போது அவளுடைய கண்களின் ஆழங்களுக்குள் அவர் பார்த்தார். அவளும்.

அவர் அவளின் கண்ணிமைகளில் தொட்டார்.

"அலிடா, நீ இத்தனை நாட்களும் எங்கிருந்தாய்?" சே அவளுடைய கண்களில் முத்தமிட்டார்.

"நான் என்றும் உடனிருந்தேனே" அவள் கண்களை மூடினாள். "இளம் காற்றுபோல... சிறுவெயில்போல..."

"அலிடா" சே அவளை மார்போடு அணைத்துக் கொண்டார். கீழே சருகுகள் விரித்த மெத்தையின்மீது அவள் சாய்ந்தாள்.

அவர் முழங்கையால் அவளைத் தாங்கினார். இலை மெத்தையில் அவள் தலை சாய்த்தாள்.

சேயின் உதடுகள் அவளினூடாக...

அவள் கண்கள் தானாகவே மூடிக் கொண்டன.

"அலிடா" அவர் பித்தனைப் போல...

''கூடாது, கூடாது...'' அவள் உதறினாள். ''நிரஞ்சன் நீ...''

அவள் பதறி எழுந்தாள்.

''சாரி...'' அவன் மூச்சிரைத்தான். ''நான்... நா... னறியாமல்...''

உடல் முழுதும் சருகுகள். அவள் துப்பட்டாவை உதறிக் கொண்டாள்.

ஆகாயம் இருண்டது. அவள் மிக வேகமாகக் கீழிறங்கினாள்.

திசா நேராக சுதேசாபிமானிக்குத்தான் சென்றாள். தினார் பைண்ட் செய்வதற்கான பழைய தினசரிகளை அடுக்கிக் கொண்டிருந்தான். வாசிப்பு அறையில் ஏழெட்டுபேர் இருந்தனர்.

''எங்கே நம்மோட நண்பர்கள்?''

தினார் அவளுடைய கேள்வியைக் கேட்டு எட்டிப் பார்த்தான்.

திசா உள்ளே சென்றாள்.

''ஆமா, அவன் சுத்திகித்தி வந்து சேந்தானா?''

''உம்... வந்துட்டான். மதியானத்துக்குப் பெறகு வீட்லருந்து வெளிய வந்தவங்க. இங்க வர்றதாத்தான் சொல்லிட்டுப் போனாங்க. பழைய காலப் பத்திரிகைகளைத் தேடணும்னு சொல்லிட்டு இருந்தாங்க. வேற எங்க போக?''

உள்ளே அலமாரிகளுக்கிடையில் புத்தகங்களின் சந்துக்குள்ளிருந்து இரு கண்கள்... முனையில் கோர்க்கப்பட்ட அம்பு, அந்தக் கண்களில் ஒளித்து வைக்கப்பட்டிருக்கிறதோ? அவள் பார்த்ததும் அவன் பின்வாங்கினான்.

''ஆனா இன்னும் இங்க வரலியே? என்னை இதுவரைக்கும் கூப்பிடவுமில்ல'' தினார் பரிதவித்தான்.

''அதெப்படி, உச்சிப் பொழுதுவரைக்கும் எருமை மாதிரி படுத்துத் தூங்கிட்டில்ல இருந்தான்? நடு ராத்ரீலதான் வீட்டுக்குள்ள நொழஞ்சான்''

அவள் சற்று குரலுயர்த்தியே அதைச் சொன்னாள்.

''எங்கதான் அவன் போறான்றது எனக்கு சுத்தமாப் புரியல''

''ஸ்... ஸ்...'' தினார் சட்டென உதட்டின்மீது விரல் வைத்துக் காட்டினான்.

அவனின் கண்முனை பின்னாலுள்ள அலமாரியை நோக்கி நீண்டது. திசாவின் மனம் துணுக்குற்றது.

''ஓ, மறந்துட்டேன்'' தினார் திடீரெனப் பேச்சை மாற்றினான்.

''நம்மோட வங்காளத்தோழி டி.வி.கே.யின் 'தோழர்' புக்கை தேடியெடுத்து வச்சிருங்கன்னு சொல்லியிருந்தாங்க''

திசா புரியாமல் பார்த்தாள்.

''ஓ... தோழர் பி. கிருஷ்ணப் பிள்ளயோட வாழ்க்கை வரலாறுப்பா. செமயா எழுதியிருக்காங்க தெரியுமா? இவ்ளோ நாளும் இங்க இருந்தது. இப்பதான் கைல தட்டுப் பட்டுச்சு''

உதிர்ந்து கொண்டிருந்த புத்தகத்தைத் தேடியெடுத்தான்.

''இதோ பாத்தியா, உதிந்துக்கிட்டிருக்கு''

''ஆமா'' திசா எட்டிப் பார்த்தாள்.

புத்தகம் கட்டவிழ்ந்து உதிரத் தொடங்கியிருந்தது.

''ஒரு விஷயத்தக் கேக்கறியா? நேத்து இத சும்மா திருப்பிக் கிட்டிருக்கும்போதுதான் பாத்தேன்'' தினார் பக்கங்களைத் திருப்பினான்.

''நம்ம பண்டிட் ஜவகர்லால் நேருவ சைக்கிளோட பின்னால ஓக்கார வச்சுக்கிட்டு கிருஷ்ணப்பிள்ளை தோழர் டபுள்ஸ் போயிருக்காராம்''

''உண்மையா?'' திசா ஆச்சரியமாகப் பார்த்தாள்.

''ஆமா, உண்மைதான். தோழர் டி.கே.வி. சும்மா எழுதுவாரா?'' தினார் தாளைத் திருப்பினான்.

''நேரு கோழிக்கோடு கடற்கரையில பேச வந்தப்பதான் அது நடந்துச்சு. பாதை முழுக்க மக்கள் நெருக்கம். கடைசியில கிருஷ்ணப்பிள்ளை தோழரோட சைக்கிளுக்குப் பின்னால் அவரை ஏற்றி ஒக்கார வச்சோம். தோழர் அப்ப காங்கிரசுலதான இருந்தாரு?''

''இதோ, பாரு'' அவன் புத்தகத்தைக் கொடுத்தான்.

இற்றுப்போகத் தொடங்கிய தாள்களுக்கு இடையிலிருந்து நான்கைந்து வெள்ளிமீன் பூச்சிகள் அவளுடைய விரல்களில் ஓடி ஏறின.

''சொ'' அவளறியாமல் கையை உதறவும் புத்தகம் கீழே விழுந்தது.

நொறுங்கிய காகிதக் குவியல். தினாரின் முகம் இருண்டது.

''உன்கிட்ட புஸ்தகத்தக் குடுத்த என்ன அடிக்கணும். இவ்ளோ பயப்படறதுக்கு என்ன இருக்கு இந்த வெள்ளிமீன்ல? எட்டடி மூர்க்கனில்லயே?''

''சாரி'' திசா சங்கடப்பட்டாள்.

புத்தகம் மொத்தமும் தூளானது.

''உம்... அந்த சாய்ப்பு மூலையில தொடப்பமிருக்கும். எடுத்துட்டு வந்து சீக்கிரம் பெருக்கு''

''ஓ... தண்டனையா?'' அவள் அந்தப் பக்கம் நகர்ந்தாள்.

''உம், தண்டனைன்னே வச்சுக்கோ''

அவள் சாய்ப்பை அடைந்ததும் தினார் அவளருகே சென்றான்.

''அப்றம், ஒரு விஷயம்'' குரலடக்கிச் சொன்னான்.

''உம்?'' அவள் முகம் சுளித்தாள்.

''எதப் பேசும்போதும் ஒரு கவனம் இருக்கணும் புரியுதா?'' தினார் பின்னால் திரும்பிப் பார்த்தான்.

''அவர் ஸ்பெஷல் பிராஞ்ச் போலீஸ்காரர்''

''யாரு?''

''அந்த அலமாரிக்குப் பின்னால நிக்கறவர். சம்பக்காட்டுக்காரர். சமீபமா புஸ்தகத்தத் தேடற மாதிரி இங்கயேதான் சுத்திக்கிட்டிருக்கார்''

''அதனால எனக்கு என்ன?''

''அதில்ல விஷயம். அவரு நிரஞ்சனப் பத்தி விசாரிச்சாரு''

''நிரஞ்சனப் பத்தியா?''

''எங்கிட்ட இல்ல. நம்ம சத்யநேசன்கிட்ட'' தினார் மெதுவாகச் சொன்னான்.

''எல்லாத்தையும் வெவரமா அப்பறமா சொல்றேன்''

அறையின் மூலையிலிருந்த துடைப்பத்தை எடுத்துக்கொண்டு தினார் போனான்.

திசா ஓரடி கூட நகர முடியாமல் சிலையாக நின்றாள். கால்களில் யாரோ விலங்கிட்டது போலிருந்தது. நெஞ்சினுள்ளே பெரும்பறையின் முழக்கம்...

நிரஞ்சனின் வழிகளில் என்னென்ன மர்மங்கள் இருக்கின்றதோ? கொஞ்ச நாட்களாகவே அவளுக்கு அப்படித்தான் தோன்றியது. அவனுடைய கண்களில் மமதையின் அந்தப் பழைய ஜொலிப்பு காணவில்லை. சிலவேளைகளில் எதிரியைப் போலப் பார்க்கிறான். அம்மாவிடமும் அப்படித்தான் இருக்கிறான். டில்லியிலிருந்து வந்தது முதல் அவள் அதை கவனிக்கிறாள்.

சத்யநேசனை அவளுக்குத் தெரியும். அவன் ஒரு சவரத் தொழிலாளி. பெரும்பாறை சந்திப்பில் சத்யநேசனின் அந்த ராதா சலூன்தான் ஊரின் நாடித் துடிப்பு. அந்த ஆள் எதுக்கு நிரஞ்சனைப் பத்தி சத்யநேசன்கிட்ட விசாரிக்கணும்? தினார் சொல்றது உண்மைன்னா அந்த ஆள் எதுக்கு நாலஞ்சு நாளா இங்க சுத்தித் திரியணும்?

அவள் கையை உதறினாள். விரல்களின்மீது ஊர்ந்து ஏறிக் கொண்டிருக்கிறது கண்ணுக்குப் புலப்படாத வெள்ளிமீன்.

11

காசித் தும்பைகள் பூக்கும் வயலோரம்

கானாட்டுசேரி சுள்ளிக்கல் தரையில், குடிசைகட்டி கூரை வேய்ந்து கொண்டிருந்தபோது தோழன் பிரபாகரன் மூச்சிரைக்க ஓடி வந்தான். கூரையை வேய்ந்து முடித்து அனகாசயனும் ராகவன் அண்ணனும் ஊர்ந்தபடியே பிரபாகரனின் முன்னால் தடாலென குதித்தனர்.

''பயந்துட்டேன் போ'' பிரபாகரன் நடுங்கித்தான் போனான்.

''உன் வேல முடிஞ்சுதா?''

''இன்னும் இல்ல. எரவானம் அரிஞ்செடுக்க வேண்டியிருக்கு''

அனகாசயன் அரிவாளை உரைகல்லில் தேய்த்துக் கூர்மையாக்கினான். இரண்டு பேர் மூங்கில் கழிகளுடன் வந்தனர்.

''என்ன விஷயம்னு சொல்லுங்க. ஓடி எளச்சு வர்ற அளவுக்கு''

''நாம ஒரு எடம் வரைக்கும் போகணும். வேகமா முடி. நான் இங்க திண்ணையிலயே ஒக்காந்திருக்கேன். நீ சீக்கிரமா முடி''

''இல்ல, எரவான வேல முடியாம எப்படி? முடிக்கலன்னா இப்ப செஞ்ச வேலைக்கு ஒரு அழகும் ஒழுங்கும் இல்லாமப் போயிடுமே''

''நீ வேலய முடி. கொஞ்சம் முக்கியமான விஷயந்தான் கேட்டியா?''

''அது என்னாங்க அவ்ளோ முக்கியமான விஷயம்?'' அனகாசயன் அரிவாளை இடுப்பில் சொருகிக்கொண்டு அருகில் வந்தான். ''ஏதாவது ரகசியமா?''

''அதெல்லாம் எனக்குத் தெரியாது. கருணன் தோழர் வூட்டுப்புள்ள வந்து பத்மநாபன் தோழரை ஒடனே போயி பாக்க சொல்லிட்டுப் போச்சு''

''அப்படீன்னா இப்பவே போலாம். எரவானத்த வந்த பெறகு அரிஞ்சுக்கலாம்'' அனகன் ராகவனைப் பார்த்தான்.

''இல்லன்னா நீ சீர் பண்ணேன்''

''நான் செஞ்சா சரியா வராது. அதுக்கொரு கைப்பக்குவம் வேணும்'' என்றான் ராகவன்.

''கூரை கட்டி முடிச்சது முக்காவாசியும் நாந்தானே. மிச்சத்த நீ முடியேன். சடார்னு செஞ்சு முடிக்கற வேலதாங்கறேன். ஆங், நீங்க மூங்கில் கழியப் புடிங்களேன்'' ராகவன் கழியுடன் நின்ற உதவியாளர்களைப் பார்த்தான்.

இருவரும் கழியை ஓலை நுனியின் இருபுறமும் சேர்த்துப் பிடித்தனர்.

''இன்னும் கொஞ்சம் மேலத் தூக்கிப்புடி. அப்படீன்னாதான் எரவானம் சீராகும்'' அனகாசயன் கழியின் ஓரமாக அரிவாள் பிடித்து, வேய்ந்த கூரையின் நுனியை விரைவாக அரிந்து வீழ்த்தினான்.

''சொல்லாம இருக்க முடியல கேட்டியா? இதொரு தெறமைதான்'' அவன் வரிசையை சமப்படுத்தி எரவானத்து நுனியை அரிவதைப் பிரபாகரன் ஆச்சரியத்தோடு பார்த்தான்.

''அப்பா பண்றதப் பாத்துக் கத்துக்கிட்டதுதான். அவர் அரியறது இன்னும் அழகா இருக்கும்''

''இதச் சொல்றப்பதான் ஞாபகத்துக்கு வருது. உங்கப்பா விஷயம் ஏதாவது ...? மொகம்மைலருந்து சுண்ணாம்பு வேலைக்கு வந்தவங்க சொல்றதக் கேட்டேன்''

''ஆங், நானும் கேட்டேன். இங்கயிருந்து தப்பிச்சிப் போயி அவரு மொகம்மைல, அப்பச்சியோட வீட்ல இருந்தாராம். அவரோட தங்கச்சி வீட்ல''

''ஆமாமாம், அது சரிதான். உசிரோட இருக்காருன்னு தெரிஞ்சுதே. அது போதும்'' பிரபாகரன் ஆசுவாசமானான்.

''அப்றம் எங்கப் போனார்னே தெரியலயாம்''

''அப்டீன்னா எங்கயாவது சுத்தித் திரிஞ்சுக்கிட்டு வருவாராயிருக்கும்''

''உம், ஜென்மம்னு இருந்தா இங்க வரமாட்டாரு. அதெப்பிடி வருவாரு? இங்கருந்து உசிரக் கைல புடிச்சிக்கிட்டு ஓடிப் போனவரில்லயா?''

அனகாசயன் கை,கால் கழுவிக்கொண்டு, கைலியை உதறிக் கட்டியபடி பிரபாகரனுடன் நடந்தான்.

கைதவளப்பு வீட்டு முற்றத்தில் காட்டுப்பூனையைப் போல உலாவிக் கொண்டிருந்தார் பத்மநாபன் தோழர். பிரபாகரனும் அனகாசயனும் தென்னைமட்டைகளைத் தாண்டிக் கடந்து, வரப்போரமாக மேல் தோட்டத்துக்குப் போனார்கள். சருகுகளின்மீது கால் தடத்தின் ஓசைகேட்டு தோழர் பத்மநாபன் எட்டிப் பார்த்தார்.

''அப்பாடி... வந்துட்டீங்களா?'' தோழர் நடப்பதை நிறுத்தினார்.

''நீ இவ்ளோ நேரமும் எங்கயிருந்தே? கருணன் பையன்கிட்ட நான் சொல்லி விட்டிருந்தனே?''

''என்ன தோழா விஷயம்?'' பிரபாகரன் தவித்துப் போனான்.

''அப்படீன்னா நடந்த கோலாகலமெல்லாம் உனக்குத் தெரியாதா?'' பத்மநாபன் தோழர் கூர்ந்து பார்த்தார்.

''கருணனின் பையன் வந்து 'தோழர் தேடினார். முக்கியமான விஷயமாம்'னு சொன்னான். என்னன்னு எனக்குத் தெரியாது''

பிரபாகரன் ஒரே மூச்சில் சொன்னான்.

''அதக் கேட்டதும் நான் இதோ கானாட்டுசேரிக்குப் போய் இவனையும் கூட்டிக்கிட்டு -''

''ஆமாம், நிறுத்து, நிறுத்து''

பத்மநாபன் முகத்தில் கோபம் நுரைத்து ஏறியது.

''எந்த நேரமும் இத்துனூண்டு பையன கோவணத்தோட நுனியில கட்டி இழுத்துக்கிட்டு யாரு உங்கிட்ட நடக்கச் சொன்னது? முக்கியமான விஷயங்களப் பேசக் கூப்புடறப்ப உனக்கெல்லாம் வெளையாட்டாப் போச்சுல்ல''

அனகாசயன் பிரபாகரனை பரிதாபமாகப் பார்த்தான். பத்மநாபன் தோழர் எப்போதும் அவனைப் பார்ப்பது ஏதோ வெறுப்பாகப் பார்ப்பதாகவே இருக்கும். 'திரும்பிப் போயிடலாமா?' அவன் பிரபாகரனை நோண்டினான்.

''இத்துனூண்டுதான் இருந்தாலும் இவனுக்கு நல்ல விஷய ஞானமெல்லாம் இருக்கு தோழா''

பிரபாகரன் அவனுக்கு ஆதரவாகப் பேசினான்.

''அன்னக்கி நம்மோட பாக்கரன ஜமீனாளுங்க புடிச்சுக் கட்டிப் போட்டப்ப...''

''போதும், போதும்...'' பத்மநாபன் தோழர் குறுக்கிட்டார்.

''உன்னோட அப்பாவப் பத்தி ஏதாவது தெரிஞ்சுதாடா?''

அவர் அனகாசயனைப் பார்த்தார்.

பிரபாகரன்தான் அதற்கும் பதில் சொன்னான்.

''உயிரோட இருக்காருன்னும் இல்லைன்னும் சொல்றாங்க''

அனகாசயன் தலையை ஆட்டினான்.

''ஹாங்... வயிறு பசிக்குதுன்னா உள்ள போயி எதையாவது எடுத்து சாப்புடு. மரவள்ளிக்கெழங்கு அவிச்சதும், மொளகாத் தொவயலும் இருக்கும்...''

பத்மநாபன் அடுப்படி பக்கமாகத் தலையை நீட்டி ''தோ... போ'' என்றார்.

அவன் எதுவும் பேசாமல் வேலிப்படலுக்கு அப்பால் நடந்தான்.

''தோழர் வரச் சொன்ன விஷயம்...?''

அவன் கோபத்துடன் தலைகுனிந்து போவதை பிரபாகரன் ஓரக்கண்ணால் பார்த்தான்.

''விஷயம் ரொம்ப முக்கியமானதுதான்'' தோழர் குரல் கனக்கச் சொன்னார்.

''கட்டியாட்டு சிவராமப் பணிக்கர் நம்மோட தோழர்களைப் புடிச்சுக் கட்டிப்போட்டு ரௌடிங்கள உட்டு அடிச்சது பத்தலன்னு போலீசுலயும் ஒப்படைச்சுட்டாரு. அத அப்டி உட்ற முடியாதில்லையா? யூனியன் அதைக் கையில எடுத்துக்கிட்டிருக்கு. நீ சீக்கிரமாப் பொறப்படு. நம்மோட தோழருங்க சிலரு அங்க போயிருக்காங்க. பணிக்கர் அப்பாவுக்கும், பாஸ்கரன் தோழருக்கும் தெரியப்படுத்த ஏற்பாடு பண்ணிட்டேன்''

அனகாசயன் வேலிக்கு வெளியே காத்திருந்தான்.

''நீ வா'' பிரபாகரன் அழைத்தான்.

''நான் வரமாட்டேன்'' அவன் மறுத்தான்.

''அந்தாளோட பேச்சக் கேட்டா எனக்கு ஆத்திரமா வருது''

''அந்தாளு கொணம் அப்படியாப்பட்டதுன்னு உனக்குத் தெரியாதா? நீ அதப் பெரிசு பண்ணாதே. ஆளு அப்பாவிதான். திடீர்னு எதுக்கெடுத்தாலும் முந்திக்கிட்டு வர்றதப் பாத்தா அப்பிடித் தோணும்...'' பிரபாகரன் அவன் தோளில் கையைப் போட்டான்.

''சொல்றது கேக்கலியா? வேகமா வா''

முண்டகன் வயல் கடப்பதற்கிடையில் அனகாசயன் சொன்னான்.

''இது அன்னக்கி பாக்கரன்கிட்ட செஞ்சதுமாதிரி ஆயிடுச்சே''

''ஜமீன்தாருங்க எல்லாரும் ஒரேமாதிரிதாண்டா. மத்தேப்பறம்பில் நாராயணனையும் அவங்க ஜமீன் சங்கத்துல சேத்துட்டாங்கன்னு ஒனக்குத்

தெரியுமா? சட்டாம்பிள்ளை கிருஷ்ணப்பனும், சந்திரப்பனும் குத்தகக்காரங்கதான். ரெண்டாவது அப்பாவோட கூடவேதான் தங்கறாங்க. எந்த நேரமும் தலையில முண்டாசக் கட்டிக்கிட்டு, குறுவாளை இடுப்புல சொருவிக்கிட்டுதான் நடப்பாங்க. வயல்லயும் தோட்டத்துலயும் வேல செய்யற, பாக்கக் கொஞ்சம் நல்லா இருக்கற பொம்பளப் புள்ளைங்க அத்தனபேர் மேலயும் ஏறிக்குவானுங்க. நட்டநடு ராத்ரீல அவளுங்க குடிசைக்குள்ள நொழஞ்சு வயித்துல புள்ளயக் குடுத்துடுவானுங்க. பயந்துபோன அவுங்களால வெளிய சொல்ல முடியுமா? பாதி ஆம்பளங்களும் தெரிஞ்சாலும் தெரிஞ்ச மாதிரி காட்டிக்க மாட்டாங்க. கொன்னுடுவானுங்க அவனுங்க. யாரன்னு கேக்க? அது எப்புடியோடா, போலீஸ்காரனுங்களும் அவனுங்களப் பாத்து பயப்படுறானுங்களே''

அனகாசயனின் இரத்தம் கொதித்தது.

''வெட்டிக் கூறு போடணும் தோழா அவனுங்கள''

''உம், வெட்டிக் கூறு போட நீ அங்க போ பாக்கலாம்'' பிரபாகரன் கேலி செய்தான்.

''அதுவரைக்கும் அவனுங்க மாங்கா பறிச்சிட்டு இருப்பாங்க பாரு''

இருவரும் நேராக பாக்கரனின் குடிசைக்குப் போனார்கள். அசைவு கேட்டு கொச்சுபாரு முற்றத்தைப் பார்த்தாள். பார்த்த அவள் கண்கள் விரிந்தன. கதவுக்குப் பின்னால் மறைந்து நின்றாள்.

''வந்தபடியே நிக்க வேண்டாம். உள்ள ஏறி ஒக்காருங்க. அண்ணன் வயலோரத்துக் கொளத்துல குளிக்கப் போயிருக்கு. இப்ப வருவாரு''

''வேண்டாம். அது சரிப்பட்டு வராது. நாங்க இங்கயே நின்னுக்கறோம்'' என்றான் அனகாசயன்.

குளித்து முடித்து தலை துவட்டிக்கொண்டு பாக்கரன் வந்தான்

''அடடா, நீங்களா, எப்ப வந்தீங்க? உள்ள வந்து ஒக்காருங்க''

கொச்சுபாரு மூன்று தட்டுகளில் கப்பக்கிழங்கையும் காந்தாரி மிளகாய்த் தொவையலையும் பரிமாறினாள். மூன்று கோப்பைகளில் கடுங்காப்பியை ஊற்றினாள்.

''கடுங்காப்பீல, துளி சீனிகூட இல்ல. அந்த காந்தாரி அரச்சத இத்துணூண்டு எடுத்து நாக்கில தேச்சுக்கிட்டு, சூடா கண்ண மூடி ஒரு இழுப்பு இழுத்தாப் போதும்'' என்றான் பாக்கரன்.

கொச்சுபாரு ஒதுங்கி நின்று அனகாசயனை ஓரக்கண்ணால் பார்த்தாள். சந்திரப்பனிடமிருந்து பாக்கரனின் உசிரைக் காப்பாத்தினவன். தெறமசாலி.

அன்றிலிருந்து ஒளித்து வைத்துக் கொண்டு நடக்குமொரு மோகமுண்டு அவளுக்குள். எப்போதாவது யாரும் கேட்காத மாதிரி 'தோழா'ன்னு ஒரு தடவை அவனைக் கூப்பிட வேண்டும்.

இந்த தடவை ஓணத்துக்கு நடந்த *சாடுகுத்து விளையாட்டில்தான் அவள் அவனின் திறமையைப் பார்த்திருந்தாள். வாழத்தடைச் சாடை உருட்டி விடும்போது அவன் குறி பார்ப்பதை ஒரு தடவையாவது பார்க்க வேண்டும். மூன்று பக்கமிருந்தும் அவன் எய்துவிட்ட அம்புகள் சாடின் நட்ட நடுவில்தான் குத்தி நின்றன. கணியான் ராயப்பனும் கூட்டாளிகளும் முன்னால் நின்று ராகத்தோடு பாடினர்.

''ஓணச் சாடென்னடா தே... தே...

குறி தவறாதே தே... தே...

ஆமச் சாடென்னடா தே... தே...

குறி தவறினா கூ... கூ...''

அந்நேரம்தான் அனகாசயன் கணியான் ராயப்பனின் பார்வையில் பட்டான். அம்பும் வில்லுமாக பெரியவர்களுக்கு இடையில், யாரையும் கண்டு கொள்ளாத பாவனையுடன் குறிபார்த்து நடந்து கொண்டிருந்தான். அது ராயப்பனுக்குப் பிடிக்கவில்லை. ராயப்பன் அவனை கேலி செய்து பாடினான்.

''எதுக்கு வந்தேடா தே ... தே...

மீச மொளக்காதவன் தே... தே...

தாய்ப்பால் குடிக்கிறவன் தே... தே...

அந்தாளும் வந்தான் தே... தே...

நீ எதுக்கு வந்தேடா தே... தே...

தோத்தப் பாட்டு பாடவா தே... தே...''

எறஞ்சேரில் கண்ணப்பன் ஓணச்சாடை வெகுவேகமாக உருட்டிவிட்டான். அனகாசயன் எய்துவிட்ட அம்புபட்டு ஓணச்சாடு பம்பரம் போலச் சுற்றியது. வேறு யாருடைய அம்பும் பக்கத்தில்கூட போகவில்லை. சுற்றி நின்றவர்கள் அனகாசயனைத் தலைமேல் தூக்கி வைத்து ஆரவாரக் கூச்சல் போட்டனர்.

* சாடுகுத்து - வாழைமரத்தின் அடிக்கிழங்கை வட்டிலாக்கி, இருபுறமிருந்தும் அதை உருட்டிவிட அதன் நடுவில் அம்பால் குத்தும் விளையாட்டு

ஜெயித்தவர்களுக்குத் தம்புரானின் பரிசாக ஒரு குடம் கள்ளும் ஒரு பழக்குலையும் பரிசளிக்கப்பட்டது. இருந்தாலும் கணியானின் கிண்டலும் கேலியும் தீரவில்லை.

''ஓ! மூக்கில்லாத நாட்ல அரை மூக்கன் ராஜா''

அனகாசயன் கிழங்குக் கிண்ணத்தை வழித்து நக்கினான்.

''கெழங்கு அவிச்சது ரொம்ப நல்லா இருக்கு'' அவன் அவளைப் பார்த்தான்.

''இதுல இவ்ளோ சொல்ல என்னயிருக்கு?'' பாக்கரன் கேட்டான்.

''நல்ல பசுங்கெழங்குதானே. யாரு வேக வச்சாலும் வெந்துடும். முத்தின கெழங்குன்னா தெரிஞ்சிருக்கும்''

''காந்தாரி மொளகாத் தொவையலும் நல்லாருக்கு''

''அது வரப்புல இருக்கற மொளகாச் செடியோட கொணம்'' பாக்கரன் விடுவதாக இல்லை.

''நல்ல எரிச்சலுள்ள காந்தாரி அது... அரச்சு ஒதட்டுல தேச்சா ஆசனம் வரைக்கும் எரியும்''

அனகாசயன் ஓரக்கண்ணால் பார்த்தான்.

கொச்சுபாரு கதவு மறைவில் குனிந்து நின்று வாயைப் பொத்திச் சிரித்துக் கொண்டிருக்கிறாள்.

இன்னும் கொஞ்சம் உயரம் மட்டும் இருந்திருந்தால் கைத்தரை பாப்பியைவிட அழகி கொச்சு பாருதான் என நினைத்தான். பாப்பிக்கு இருபது வயதிருக்கும். அடிமைப் பெண்களிலேயே அழகி கைத்தரை பாப்பி என்று பேச்சு. கொச்சுபாரு சின்னவள்தானே? இவள் இன்னும் வளர்வாள். அப்போது பாப்பியை மிஞ்சிவிடுவாள்.

பிரபாகரன் தோழர் இதை ஒத்துக் கொள்ளவே மாட்டார். பாப்பிமேல் அவருக்கு ஒரு கண் இருக்கிறது. கயிறு பாக்டரியிலிருந்து போறதுக்கு வேறு குறுக்குவழி இருந்தும், பாப்பி வீட்டு முற்றத்து வழியாகவே அவர் சுற்றி வருவது எதற்கு? பாப்பியோட முற்றம் முழுக்கப் பூக்கள். இட்லிப்பூவும், செம்பருத்தியும், கனகாம்பரமும்... வயல் வரப்பில் நடக்கும்போது சாயந்திர நேரங்களில் பெரும்பாலும் பாப்பி, காசித்தும்பைகள் பூத்து நிற்கும் வயலோரங்களுக்கு அருகில் குனிந்து நின்று பசுவுக்குப் புல் பறிப்பாள். இல்லையென்றால் கரம்பிப் பசுவைக் கொஞ்சிக்கொண்டு நிற்பாள். வயலோரத்துப் புளியமரத்தடியில் கனகாம்பரப்பூ கட்டிக்கொண்டு இருப்பாள். தோழரின் தலையைக் கண்டால் போதும், பாப்பி தலை

நிமிர்த்திப் பார்ப்பாள். பிரபாகரன் தோழரும் அப்போது ஒன்றும் தெரியாத பாவனையில் தலையைத் திருப்பிப் பார்ப்பார். ஒரு தடவைகூட தோழர், பாப்பியிடம் ஒரு வார்த்தைகூடப் பேசிப் பார்த்ததில்லை. பாப்பியின் நடவுப்பாட்டு கேட்க மூங்கில்காட்டில் ஒளிந்து கொண்டிருந்த தீயாட்டுண்ணியின் கதை ஊருக்கெல்லாம் தெரிந்ததுதான். பாப்பி குனிந்து நின்று ராகத்தோடு பாட்டைப் பாடிக்கொண்டே நாற்று நடுவதைப் பார்த்து, சூழலை மறந்து உட்காந்திருந்தான் தீயாட்டுண்ணி. காலுக்கடியில் கருஞ்சாரை இழைந்து வருவதை கவனிக்கவில்லை. கருஞ்சாரை காலைச் சுற்றவும் வயலுக்குள் எகிறி குதித்தவன், பெண்கள் முன்னால் போய் விழுந்தான்.

''பாப்பிய அவ்ளோ புடிக்கும்னா தோழர் அத நேராவே சொல்லலாமில்ல'' ஒரு தடவை அவன் கேட்டான்.

''அவளோட அரிவாளோட கூர்மை உனக்குத் தெரியாதில்ல. அத மட்டும் கேட்டுட்டாள்னா அவ வந்து என்ன பாக்கு வெட்டற மாரி வெட்டிப் போட்ருவா''

வயல் வரப்புல ஒருநாள் தன் பின்புறத்தில் தடவிய காவடிக்காரன் சௌரியோட கையையே வெட்டியவள் அவள். எதற்கும் துணிந்த சௌரி, மீனையும் காவடியையும் தூக்கிப் போட்டுவிட்டு உயிரைக் காப்பாற்றிக் கொள்ள ஓடினான். அருவாளைப் பிடித்தபடி பின்னாலேயே அவளும்... சேணவேலிக்காரன் சௌரி ஓடிய பாதையில் அதற்குப் பிறகு புல்கூட முளைக்கவில்லை. அந்த தைரியம்தான் அவளுடைய சொத்து.

கதவு அசைந்தது. கொச்சுபாரு கெழங்கு வைத்திருந்த சட்டியும் கரண்டியுமாக அவனைப் பார்த்தாள்.

''போதும், போதும்'' அவன் எழுந்தான்.

''அடடே, கெழங்கு திங்கற ருசில பத்மநாபன்தோழர் சொல்லி அனுப்பின விஷயம் என்னன்னு கேக்காம உட்டுட்டனே'' பிரபாகரன் விரலை நக்கினான்.

''ஆங், கெழங்கத் தின்ன பெறகு சாவகாசமாச் சொல்லலான்னு நானும் இருந்திட்டேன்'' பாக்கரன் எழுந்தான்.

முதல்நாள் மத்தியானத்துக்கு பிறகுதான் அது நடந்தது. அறுப்பு முடிந்து கதிரடி தொடங்கியது. கதிரடிக்க வரவங்க கதிரடிப்பாயோட வரணுங்றது சட்டம். கண்ணேக்காட்டுச் செறயில் கொச்சுபரமன் கொண்டு வந்த பாய் போதவில்லை. வேற பாய் எடுத்துக்கிட்டு வந்துட்டு கதிரடிச்சாப் போதும்னு ஜமீன்தார் சொன்னார்.

''அதுக்கு எங்க வீட்டுல பாயி இருக்கணுமில்லயா?'' என்றான் பரமன். ''இருந்த ரெண்டையும் கொண்டாந்திட்டேன் தம்புரா. வேற பாய நான் எங்கருந்து

கொண்டாரா?''

''ஓஹோ, என் மொகத்துக்கு நேரா திமிராப் பேசற அளவுக்கு வளந்துட்டயாடா நீ?'' ஜமீன்தார் துள்ளி எழுந்தார்.

கையால் அடிக்க ஓங்கவும் பரமன் குதித்து ஓடினான். கங்கப்பன் பின்னால் ஓடி அவனைப் பிடித்து தென்னை மரத்தில் கட்டினான். ஜமீன்தார் கோபம் தீரும்வரை அடித்தார். கங்கப்பன் பங்குக்கு அவனும் உதைத்தான். அடிபட்டு இரத்தம் வழிய கொச்சுபரமன் மூன்று நான்கு மணி நேரம் அப்படியே கிடந்தான். அம்மா மாணிக்கத்தைக் கூட்டிக்கொண்டு யூனியன் ஆட்கள் அதைக் கேட்க வந்தார்கள்.

''என்ன தப்பு செஞ்சான் தம்புரா, என் புள்ளைய இப்புடி அடிச்சுத் தொவச்சிருக்கீங்க?'' மாணிக்கம் இரண்டு கைகளையும் கூப்பிக் பெருங் குரலெடுத்தாள்.

''நாங்க ஏழைங்களா இருந்தாலும் கண்மணியாட்டமா பாத்துப் பாத்து வளத்தமே அவன''

''ரண்டுல ஒண்ணு எங்களுக்கு இன்னக்கித் தெரியணும்''

கொச்சு பரமனின் உறவுக்கார அண்ணனான சிந்தப்பன் முன்னால் வந்தான். விவசாயத் தொழிலாளி யூனியன் உறுப்பினன் அவன்.

''என்னடா உனக்குத் தெரியணும்?'' ஜமீன்தார் கோபமாக முற்றத்தில் இறங்கினார்.

''எங்க வீட்டு வாசல்ல வந்து என்ன அழிச்சாட்டியமும் பண்ணலாம்னு உங்க நெனப்போ?''

அதைக் கேட்ட யூனியன் தோழர்கள் முன்னால் வந்தனர்.

''தம்புராக்களின் அழிச்சாட்டியம் வேல செய்ய வந்த தொழிலாளிங்ககிட்ட வேண்டாம். பல்லுக்குப் பல்லு. கண்ணுக்குக் கண்ணு. அதான் எங்க வழி''

''ம்ம்ம்... அவ்ளோ திமுரா? அப்படீன்னா அதயுந்தான் பாப்பமே''

ஜமீன்தார் மாணிக்கத்தின் பக்கம் திரும்பினார்.

''என்னடீ முழிச்சுப் பாக்கற? எறங்கிப் போன்னு சொன்னது கேக்கலியா?''

மாணிக்கம் வேர்த்து விறுவிறுத்துப் போனாள். சோறு போடற தம்புரான் சொல்றார். ஆயிரம் இருந்தாலும் அந்த வீட்டுச் சோறுதான் தலைமுறை தலைமுறையா மாணிக்கத்தின் பிள்ளைக் குட்டிகளின் உடம்புல ஓடுற ரத்தம். ஒரு தப்பு நடந்தது நடந்து போச்சு.

''வா, மக்கா போலாம்'' மாணிக்கம் சிந்தப்பனின் கையைப் பிடித்து இழுத்தாள்.

யூனியன் ஆட்கள் தங்களுக்குள் பார்த்துக் கொண்டனர்.

''என்னாடா உனக்கெல்லாம் போற எண்ணமேயில்லயாடா? அவனோட அம்மாவுக்கே இல்லாத பிரச்னை என்னாடா உங்களுக்கெல்லாம்?'' ஜமீன்தார் கொதித்தார்.

''இது பரமனோட பிரச்னை மட்டுமில்ல'' தோழர்களுள் ஒருவன் முன்னே வந்தான்.

''நாங்க இதத் தொழிலாளிங்க அத்தன பேரோட பிரச்னையாத்தான் பாக்கறோம். அந்தப் பார்வையிலயே இனிமே எல்லா விஷயத்தையும் கையிலெடுக்கப் போறோம்றதுதான் யூனியனோட தீர்மானம். எங்கள்ல ஒருத்தர துன்புறுத்துனா, இனி பழைய மாதிரி பாத்துட்டு நிக்கமாட்டோம். இது ஞாபகத்துல இருக்கட்டும்''

தோழர் கிருஷ்ணப்பிள்ளை பங்கெடுத்த சேர்த்தலை யூனியன் அலுவலகக் கூட்டங்களில் இரண்டு தடவை கலந்துகொண்ட தெம்பில்தான் ஷண்முகன் இத்தனையையும் சொன்னான்.

''ஆஹா, பூச்சாண்டி காட்டி பயமுறுத்தறயா? அப்படீன்னா அதையும் பாத்துடலாமே'' ஜமீன்தார் உள்ளே போனார்.

''கேட்டியா அவங்களோட மெரட்டல?''

உள்ளே கட்டியாடன் கால் மேல் கால் போட்டு உக்கார்ந்து துளிர் வெற்றிலையில் வாசனைச் சுண்ணாம்பு தேய்த்துக் கொண்டிருந்தார். சேர்த்தலை இங்கிலீஷ் மீடியம் உயர்நிலைப் பள்ளியின் தலைமையாசிரியர். பள்ளியிலிருந்து திரும்புகிற வழியில் மச்சானைப் பார்க்க வந்திருந்தார். பக்கத்தில் தாசில்தார் குமார கர்த்தா.

''அந்தப் பையனச் செஞ்சது கொஞ்சம் கூடித்தான் போச்சு. இல்லன்னாலே அவன் நோயாளி. இப்பத்திக்கி ஏதாவது சமாதானமாப் பேசி அனுப்பு. மீதி விஷயத்த நாம மெதுவாப் பாத்துக்கலாம்''

கட்டியாடன், குமார கர்த்தாவைப் பார்த்தார்.

குமார கர்த்தா வெளியே இறங்கி வந்தார்.

''நடந்தது நடந்து போச்சு. இனி அப்படியெல்லாம் வராமப் பாத்துக்கலாம். சண்ட சாடியெல்லாம் வேணாம். என்ன வேணுமோ அத அப்பறம் பாக்கலாம். இப்ப நீங்க போங்க''

''இப்ப நாங்க போறோம்'' என்றான் ஷண்முகன்.

''எங்களுக்கும் சிலதெல்லாம் யோசிக்க வேண்டியிருக்கு. நாங்க மறுபடியும் வருவோம்''

தொழிலாளிகள் வெளியேறினர்.

''கேட்டுச்சா அவங்களோட திமிர்ப் பேச்சு?'' பாட்டத்தில் கர்த்தா, கட்டியாடனைப் பார்த்தார்.

''கேட்டுச்சு'' கட்டியாடன் வெண்கலக் கோளாம்பியைக் கையிலெடுத்தார்.

''அறுப்பு முடிஞ்சுதா?''

''இன்னும் கெழக்கு வயல் மட்டுந்தான் மிச்சமிருக்கு. நாளையோட முடிஞ்சுடும்.

''நாளையோட முடிக்காதே'' கட்டியாடன் கோளாம்பியில் துப்பினார்.

''முடிக்காம?'' கர்த்தா சந்தேகத்தோடு கேட்டார்.

''மத்தியானத்தோட ஏதாவது காரணம் சொல்லி அறுப்ப நிறுத்தி வச்சுடணும். மீதிய மறுநாளு பாக்கலாம்னு சொல்லணும். மறுநாளு வேலைக்காரங்க அத்தினி பேரும் வயல்ல எறங்கணும். இனி அவனுங்கள அப்பிடிச் சும்மா வுட முடியாது. இங்க சட்டதிட்டமெல்லாம் இருக்குதான்னு நாமளும் ஒண்ணு பாக்கணுமில்ல?''

''அதுக்கு நாளக்கி அறுவடைய நிறுத்தி வக்கணுமா?''

''நிறுத்தணும்'' கட்டியாடன் மேல் துண்டை உதறி எழுந்தார்.

''பாக்கப் போற திருவிழாவச் சொல்லிக் கேக்கணுமா? நான் ஒரு தடவை சுவாமியப் பாத்துட்டு வர்றேன்''

டி.எஸ்.பி. வைத்தியநாதய்யரைப் பார்க்கப் போகும் விஷயத்தைத்தான் கட்டியாடன் அப்படிச் சொன்னார்.

அடுத்தநாள் மதியத்துடன் அறுப்பை நிறுத்தினர்.

''நாளையோடதான் அறுப்பு முடியுது. சொணக்கமில்லாம எல்லாரும் வேலக்கி வரணும்'' என்றான் நாலு கெட்டுங்கல் ராமன்.

புரட்டாசி இருபத்தேழு.

காலையில் அறுப்பு தொடங்கியது. பத்து மணியோடு மூன்று வண்டிகளில் போலீசும் ரிசர்வ் போலீசும் கடக்கரப்பள்ளியில் வந்திறங்கினர்.

''பட்டாளமோ, போலீசோ வந்துச்சுன்னா நீங்க யாரும் பயப்பட வேண்டாம். எல்லாம் தம்புரான் பாத்துக்குவார்'' ராமன் வந்து சொல்லிவிட்டுப் போனான்.

மத்தேப்பறம்பில் நாராயணனும், அடியாள் கூட்டமும், போலீசும் முன்னாடியே வயலின் நான்கு பக்கமும் சூழ்ந்து நின்றனர். ரிசர்வ் போலீஸ் வந்தவுடன் மொத்த வயலையும் வளைத்துக் கொண்டது.

அதைக் கண்டதும் ஷண்முகன் பெருங்குரலெடுத்துச் சொன்னான்.

''நமக்கெதிரா சதி நடக்குது தோழர்களே. எல்லாரும் ஓடுங்க''

அறுத்து வைத்த கதிர்களை மிதித்துக் கொண்டு தொழிலாளர்கள் ஓடினர். பின்னாலேயே போலீசும் ரௌடிகளும் துரத்தினர்.

பதினாறு பேர்களைப் பிடித்து, கைகளைப் பின்னால் பிணைத்து, கயிற்றினால் கட்டி போலீஸ் கட்டியாடனின் வீட்டுக்கு இழுத்துக் கொண்டு வந்தது.

"எப்படியிருக்குதிருநாளு?"

கட்டியாடன் முற்றத்தில் உட்கார்ந்திருந்த கர்த்தாவைப் பார்த்துச் சிரித்தார்.

"கம்பீரம். வெடி போடாத கொற ஒண்ணுதான்"

"அந்தக் கொறய இப்பத் தீத்துடலாம்"

மத்தேப்பறம்பில் நாராயணன் கைகளை முறுக்கினான்.

"எல்லாவனுங்களையும் புடிச்சு கட்டி நல்லா ஒதைங்கடா. கொதிக்கிற வெயில்ல சாயந்திரம் வரைக்கும் கெடக்கட்டும்"

"தோ, ராமன் கொண்டு வரானே நெறய பேர" கர்த்தா வேலிக்கு எதிர்பக்கம் எட்டிப் பார்த்தார்.

கட்டியாடனின் கணக்குப்பிள்ளைதான் நாலு கெட்டுங்கல் ராமன். சேவகன் ராமன் என்றும் கூப்பிடுவார்கள். ராமனும் ரௌடிகளும் போலீசும் சேர்ந்து ஏழெட்டு பேரைப் பிடித்துக்கொண்டு வருகிறார்கள்.

"இவனுங்கள எங்கருந்து புடிச்சீங்க?" கிருஷ்ணப்பன் கேட்டான்.

"வர்ற வழீல தோட்டத்துல வேல செஞ்சிட்டுருந்தவனுங்க. ஓடிப்போயிப் புடிச்சோம்"

ராமன் மூச்சிரைக்க நின்றான்.

"ரொம்ப ஓட வுட்டுட்டானுங்க மயிரானுங்க"

"இன்னும் சும்மாப் பாத்துக்கிட்டு நிக்காம தொடங்குங்கடா"

கட்டியாடன் சாய்வு நாற்காலியில் காலை நீட்டிக் கொண்டு படுத்தார். பக்கத்தில் கர்த்தா. உள்ளே ஜன்னல் கம்பிகளுக்குள்ளாக பெண்களும் குழந்தைகளும் அந்தக் காட்சியைக் காண நெருக்கியடித்தனர்.

"அதோ, அவன்தான் தலைவன்" சந்திரப்பன் ஷண்முகனைச் சுட்டிக்காட்டினான்.

"ஓஹோ... நீதான் ஆளுங்களக் கூட்டிட்டு வந்து குத்தகக்காரங்கள அடிக்க வந்தியோ?"

போலீஸ்காரன் ஷண்முகனின் கன்னத்தில் ஓர் அறை விட்டான்.

ஷண்முகன் திடுக்கிட்டுப் போனான்.

போலீஸ் கள்ளக்கேஸ் போட்டிருக்கிறது.

''வக தொக தெரியாத பையன அடிச்சப்ப கேக்க வந்தது உண்மதான். அதில்லாம...''

''ஃபா, கழுவேறி. நீ யாருடா எதுத்துக் கேக்க, துருக்கி சாயிப்போ?''

போலீஸ் லத்தியை வீசினான். ஷண்முகன் கதிகலங்கி நின்றான். தலைக்குள்ளே மின்னல் வெட்டிப் போனது.

''மலத்தில முக்கின தொடப்பத்தாலதான் இவனுங்களயெல்லாம் அடிக்கணும்''

மத்தேப்பறம்பில் நாராயணன் சாணிக் குழியில் போட்டுச் சிலுப்பின துடைப்பத்தைக் கிருஷ்ணப்பனிடம் கைமாறினான்.

''அடி அவன''

அழுகின சாணியோட நாத்தம். போலீஸ்காரன் மூக்கைப் பொத்தினான்.

''நேத்து நீ இந்த வாசல்ல நின்னு என்னடா சொன்ன? யூனியன் தலையிடும்னா? எங்கடா உன்னோட யூனியன்?''

ஷண்முகனின் மீது துடைப்பத்தை வீசினான் கிருஷ்ணப்பன்.

''என்னைலருந்து உனக்கெல்லாம் இவ்ளோ தைரியம் வந்துச்சு?''

ஷண்முகனின் மூக்கிலும் வாயிலும் உடம்பிலும் அழுகின சாணி அப்பியது. அடிவாங்கி நெளிந்தான்.

''போதும், போதும் நிறுத்து. மிச்ச கேள்வி கேக்கறதும், மிதி மிதிக்கறதும் சாப்ட பெறகு பாத்துக்கலாம்''

வராந்தாவில் இளைஞர்கள் போலீசாருக்கும் ரௌடிகளுக்கும் இலை போட்டுப் பரிமாறினார்கள்.

வெளியே அடிபட்டு நைந்துபோன தொழிலாளார்கள்...

''பச்சத்தண்ணி கூடக் குடுத்துறாதீங்க, நன்றி கெட்ட கழுவேறிங்களுக்கு'' ராமன் கர்ஜித்தான்.

''இந்த ஊட்டு எளநியும் கஞ்சியும்தான் உங்களுக்கும் உங்க அப்பனுங்களுக்கும்...''

''அதெல்லாத்தையும் நன்றி கெட்ட நாய்ங்க என்னிக்கோ மறந்துடுச்சுங்க'' கட்டியாடன் மேல் துண்டை உதறி உள்ளே நடந்தார்.

''இவனுங்க இப்ப நேருக்கு நேரா நின்னு கேள்வி கேக்க வர்றானுங்க''

மாலை ஏழு மணிவாக்கில் தோழர் பிரபாகரனும், அனகாசயனும், பாக்கரனும் வேறு ஆறேழு தோழர்களும் போலீஸ் ஸ்டேஷனை நோக்கி வந்தனர். தூரத்தில்

மரங்களின் பின்னால் மறைந்து நின்றனர். அப்போது அங்கே மூன்று போலீஸ் வாகனங்கள் வந்து நின்றன. ஷண்முகன் உட்பட முதலில் பிடிக்கப்பட்ட பதினாறு பேர்களை இறக்கினர்.

உள்ளே இன்ஸ்பெக்டர் கோசி கையை முறுக்கியபடி குதித்தெழுந்தார். 'வாடா' அவர் ஒவ்வொருத்தரின் முடிக்கற்றையையும் பிடித்து, முதுகில் முட்டிக்கையால் அழுத்தமாக ஓர் இடிஇடித்து லாக்கப்பின் சுவரை நோக்கித் தள்ளினார். சுவரில் தலையை இடித்துக் கொண்டுதான் தோழர்கள் லாக்கப்பினுள் விழுகின்றனர்.

''போ, உன்னோட தலைவனுங்க எல்லாரும் தொணய்க்கு உள்ள இருக்கானுங்க''

''யாரெல்லாம் உள்ள இருக்காங்க?'' பிரபாகரன் உடனிருக்கிற தோழர்களைப் பார்த்தான்.

''தோழர்கள் பி.கே. மாதவன், கே.டி. பிரபாகரன், கே. தாஸ்...''

''அப்பறம் எ. ஸ்ரீதரன் தோழரும், சி. எஸ். ராமகிருஷ்ணனும், என்.எஸ்.பி. பணிக்கரும்''

''அதோ, இன்ஸ்பெக்டர் கோசி வெளிய வந்துட்டானே. அந்த ஆளு கண்ல படவேண்டாம். எம காதகன்''

பாக்கரன் அருகிலிருந்தவர்களைச் சீண்டினான். கோசி வெளியே வந்தார். போலீசார் அவரைப் பார்த்து சல்யூட் அடித்துவிட்டு நீட்டிப் பிடித்த கோல் போல நின்றனர்.

''இன்னிக்கி ராத்திரி உங்களுக்கெல்லாம் வேலயிருக்கு''

அவர் காக்கி நிக்கரின் இரண்டு பாக்கெட்டுகளிலும் கைகளை நுழைத்து, குதிகாலை உயர்த்தி நெளிந்தபடி நின்றார்.

''கடக்கரப்பள்ளி தெக்குப் பக்கமிருக்கற ஒத்த வீட்டையும் மிச்சம் வய்க்காதீங்க. இன்னக்கி ராவோட ராவா எல்லாத்தையும் தொடச்சு மொழுவணும். ஆணுன்னோ பொண்ணுன்னோ பாக்க வேண்டாம். ஏறி நெறவிடணும். நாளக்கி விடியறப்ப ஒத்தக் குடிசைங்களக் கூட அங்க பாக்கக் கூடாது. நொறுக்கிப் போட்டு நெருப்பு வச்சுடுங்க''

''பாக்கரா கேட்டுச்சா?'' அனகாசயனுக்குக் கோபம் ஏறியது.

பிரபாகரனின் உள்ளத்திலும் தீக்கனல் படர்ந்தது. காசித் தும்பைகள் பூத்து நிற்கும் வயலோரங்களுக்கு அருகே கைத்தரை பாப்பி தலை நிமிர்த்திப் பார்க்கிறாள்.

"வா, நாம தோழருக்குச் செய்தியத் தெரிவிக்கலாம்" பிரபாகரன் அவசரம் காட்டினான்.

இருட்டு மெதுவாக வலை விரிக்கத் தொடங்கியது. போலீஸ் வாகனங்கள் நகர்ந்தன.

"வா, சீக்கிரம் கௌம்பலாம்"

பாக்கரனின் உள்ளே கலக்கம் கூடியது. கொச்சுபாரு குடிசையில் தனியாகவே இருக்கிறாள்.

12

கண்ணில் உறுத்திய துரும்பு

லாக்கப்பின் கம்பிகளில் இறுக்கிப் பிடித்துக்கொண்டு குந்தி உட்கார்ந்திருக்கிறான் ஷண்முகன். சற்று தலைசாய்க்கவோ, சாய்ந்து உட்காரவோ இடமில்லை. தோழர்களை அடிமாடுகளைப் போல நெருக்கி அடுக்கியிருந்தார்கள். அடிபட்டதன் காயத்தினால் அகமும் புறமும் வெம்புகிறது. இன்ஸ்பெக்டர் கோசி ஒரே குத்தில் கைமுட்டியால் இடிச்ச இடி, மண்டைக்குள் சென்று மின்னல் பாய்ச்சியது.

தென்னை ஏறும் தொழிலாளர் யூனியனின் தோழர் அபுபக்கரையும், கயிறு பாக்டரி தொழிலாளர் யூனியனின் தோழர் ஏ.கே. பரமனையும் காலையில் கைது செய்து கட்டி இழுத்துக் கொண்டு வந்தார்கள். இன்ஸ்பெக்டர் கோசி பொறுமையிழந்து அங்குமிங்குமாக நடந்து கொண்டிருந்தார். மரத்துப் போனதுபோல கைகளை அடிக்கடி முறுக்கிக் கொண்டார். பூட்ஸ் கால்களால் தரையில் மிதித்தார்.

இடையில் லாக்கப்பைப் பார்த்து,

''ஃபூ, பரட்டக் கழுவேறிகளா, அத்தினி பேரையும் நான் மிதிச்சு நசுக்கிடுவேன்'' என்று ஆத்திரப்பட்டார்.

தோழர்களை போலீசார் அவருடைய காலடியில்தான் எறிந்தனர். ''ச்சீ... நாயே'' அவர் தோழர் பரமனின் அடிவயிற்றில் அழுத்தி மிதித்தார். பூட்சின் முனையால் ஒரு திருப்பு திருப்பினார். தோழர் வேதனை தாங்க முடியாமல் அலறவும், முன்னால் குனிந்து அபூபக்கர் தோழரை ஒற்றைக் கையால் தூக்கியெடுத்து தரை தொடாமல் நிறுத்தி வலக்கை சுருட்டி அடிவயிற்றில் ஓர் இடி இடித்தார். தோழர் சுருண்டு போனார்.

''எங்கடா உன்னோட தலைவனுங்க எல்லாம்?''

அவர் லாக்கப்பைப் பார்த்தார்.

''அவனுங்கல்லாம் எந்தக் கொகைல போய் ஒளிஞ்சாங்கடா? எம்முன்னாடி வந்து நிக்கச் சொல்லுங்கடா. அவனுங்கள இப்ப நான் கவனிச்சுக்கறேன்.''

அவர் அபுபக்கரின் கழுத்தை அழுத்திப் பிடித்துத் தூக்கினார். தோழர் அவருடைய காரிரும்பு கைகளில் நசுங்கித் துடித்தார்.

''இதுதான்டா போலீசோட கருடன் தூக்கு. ஹா... ஹா... ஹா...'' அவர் ஆர்ப்பரித்தார்.

''நீதானேடா திவான் ஆட்சி வேண்டாம் வேண்டாம்னு முழக்கம் போட்டது? அங்க *ஹஜூர் கச்சேரில ஒக்காந்திருக்கற திவான்ஜி அதக் கேட்டு பயந்துபோய், கடுகுக்குள்ள ஒளிஞ்சிக்கிட்டாருன்னு உங்களோட 'பிரபாதம்' பத்திரிகைல வந்திருக்கு. தில்லிருந்தா எம்முன்னால முழக்கம் போடுடா''

அவர் கையைத் தளர்த்தவும், அபூபக்கர் தோழர் தொண்டையைச் செருமிக்கொண்டு,

''திவான் ஆட்சி தொலையட்டும்.

கொடுங்கோல் ஆட்சி முடியட்டும்'' என்று கூவினார்.

அந்த முழக்கம் லாக்கப்பின் சுவர்களில் எதிரொலித்தது. ஜன்னல் கம்பிகளில் முகம் அழுத்தியிருந்த ஷண்முகனும் தன்னையறியாமல் முழங்கினான்.

''சர் சி.பி.யின் கொடுங்கோல் ஆட்சி தொலையட்டும்!

அடக்குமுறை ஆட்சி தொலையட்டும்...''

அடிபட்டு உடல் நசிந்திருந்தும் தோழர்கள் அனைவரும் ஒரே குரலில் முழக்கமிட்டனர்.

ஸ்டேஷன் சுவர்களில் அது எதிரொலித்தது. வெளியே நின்றிருந்த போலீசார் உள்ளே நெருக்கியடித்து நுழைந்தனர். இன்ஸ்பெக்டர் தோழரைத் தரையில் போட்டு மிதித்தார்.

''புடிச்சு வெளியத் தூக்கிட்டு வாடா ராஸ்கலெ'' கோசி ஷண்முகனைச் சுட்டிக் காட்டினார்.

''எங்கடா நாராப்பிள்ளை ஏட்டு?''

''ஐயா...''

* ஹஜூர் கச்சேரி - அன்றைய கேரள அரசாங்கத் தலைமைச்செயலகம்

கே. வி. மோகன்குமார் 151

ஒரு முறுக்கு மீசைக்காரன் வந்து சல்யூட் அடித்து நின்றான். ஹெட்கான்ஸ்டபிள் கல்லேறி நாராயணப் பிள்ளை. கள்ளக்கேஸ் சார்ஜ் பண்ணுவதில் திறமைசாலி.

''எங்கடா உன்னோட லத்தி? உன் ஆட்டத்தத் தொடங்கு''

''புடிச்சுக் கட்டுங்கடா அந்த தாந்தோணிய''

ஏட்டு நாராப்பிள்ளை போலீஸ்காரர்களின் பக்கம் திரும்பினான். காற்றில் புளித்த கள்ளின் நெடி. நாராப்பிள்ளையின் மூக்கைப் பிழிந்தால் மூணுபடி கள்ளு கிடைக்கும்.

போலீசார் ஷண்முகனைப் பிடித்து இழுத்துக் கொண்டுவந்து, மர பெஞ்சோடு கைகளிரண்டையும் பின்னால் பிணைத்துக் கட்டினார்கள். கால் பாதத்தை ஏற்றி நிறுத்தி கால்களையும் பிணைத்தனர். வாய்க்குள்ளே பழைய அழுக்குத் துணியைத் திருகினர்.

ஏட்டு லத்தியோடு நெருங்கி வந்து வாகு பார்த்தான். முறுக்கு மீசை துடித்தது. கண்கள் நெருப்பைக் கக்கின. இரையைக் கண்ட காட்டுப்பூனையின் ஆவேசம். உள்ளே புளித்த கள்ளின் மேலாக நுரைகள் உயர்ந்தன.

''ச்சீ, தாந்தோணி''

ஷண்முகனின் கால்பாதத்தின்மீது ஏட்டு நாராப்பிள்ளையின் லத்தி விழுந்தது. காது கொடுத்து கேட்க முடியாத கெட்ட வார்த்தைகளும் சேர்ந்து விழுகின்றன. துடித்த துடிப்பில் அவன் அட்டையைப் போலச் சுருண்டான். சத்தம் வெளியே வரவில்லை. ஆனால் ஒருவேளை ஷண்முகன் வானமே இடிந்து விழுமாறு அலறிக் கொண்டிருக்கலாம்.

''லத்தி ஒடயற வரைக்கும் அடி. அடிக்கிற அடியில அந்தப் பன்னியோட குதிகாலு ஒடையணும்''

இன்ஸ்பெக்டர் கோசி கர்ஜித்தார்.

''இனி இந்தக் கால வச்சுக்கிட்டு அந்தத் தாயோளி சிந்தாபாத் மொழங்கப் போவக் கூடாது''

ஏட்டு நாராப்பிள்ளை ஆவேசமானான். லத்தி பறந்தது. ஏட்டுக்கு வேர்வை வழிந்தது. லாக்கப்பின் கம்பிகளில் பிடித்துக் கொண்டு பார்த்து நின்ற ஒரு தோழர் தலை சுற்றித் தரையில் விழுந்தார். லத்தி மீண்டும் மீண்டும் சுழன்றது.

தோழர் ஷண்முகனின் குதிக்கால் எலும்பு உடைந்து இரத்தம் பீய்ச்சியது. வாய்க்குள் திருகியிருந்த பழந்துணியைத் தள்ளிவிட்டு ஷண்முகனின் கதறல் வெளியேறியது. ஏட்டு நாராப்பிள்ளை இரண்டு கைகளையும் சேர்த்துப் பிடித்து மறுபடியும் லத்தியை ஓங்கினான்.

''போதும், போதும்... இப்டி கண்ல கருணையே இல்லாம''

பார்த்துக் கொண்டிருந்த மற்றொரு போலீஸ் பாய்ந்து வந்து ஏட்டின் கைகளைப் பிடித்துத் தடுத்தார்.

''யாருடா அது?''

வெளியே இறங்கி வந்த இன்ஸ்பெக்டர் கோசி பூட்சைத் தரையில் ஓங்கி மிதித்தார்.

''ஐயா, மன்னிக்கணும்''

போலீஸ்காரர் உண்ணிக்கண்டன் வலது காலை உயர்த்தி சல்யூட் அடித்தார்.

இன்ஸ்பெக்டர் கோசி முறைத்தார். பின்னர் மோட்டார் சைக்கிளில் பெருஞ் சத்தத்துடன் பறந்து சென்றார்.

ஏட்டு நாராப்பிள்ளை அடிப்பதை நிறுத்தி சோர்ந்து அமர்ந்தான்.

நேரம் பொலபொலவென்று விடிவதற்குள் போலீசார் வந்து லாக்கப்பின் கதவைத் திறந்தனர்.

''எறங்கி வாங்கடா எல்லாவனுங்களும். போய் வெளிக்கிருந்துட்டு வா. இல்லன்னா நீங்கல்லாம் சேர்ந்து இந்த லாக்கப்ப நாறடுச்சுடுவீங்க''

ஆறேழு போலீசார் லத்தியுடன் வந்தனர். துப்பாக்கி ஏந்திய நான்கைந்து ரிசர்வ் போலீசார் முன்னாலும் பின்னாலும் காவலாகச் சென்றனர். ஷண்முகனை இரண்டு தோழர்கள் தூக்கிக் கொண்டனர். காலைத் தரையில் ஊன்ற முடியவில்லை. அடிபட்ட இடம் நீர் கோர்த்து வீங்கியிருந்தது.

''வேண்டாம். அவனுக்கொரு தகர டப்பாவை வச்சுக் குடு. பெறகு சொமந்துக்கிட்டுபோய் கொட்டுனாப் போதும்''

உள்ளேயிருந்து உண்ணிக்கண்டன் போலீஸ் உரக்கச் சொன்னார்.

''மிச்சமிருக்கறவங்க வேகமா நடங்கடா, அந்த வெளித்தோட்டத்துக்கு''

போலீசார் லத்திகளைத் தட்டினார்கள்.

ஓடைக்கரையில் முதல்நாள் வெளிக்கிருந்த அதே இடத்தில் உட்கார வைக்கப்பட்டனர். இந்தப் பக்கம், அந்தப் பக்கம் நகர்ந்து உட்கார அனுமதியில்லை.

''அஞ்சு நிமிஷந்தான். அதுக்குள்ள எல்லாம் முடிச்சுக்கணும்''

சிறைவாசிகள் வரிசையாக உட்கார்ந்தனர்.

''ம்ம்... நேரம் முடிஞ்சிருச்சு''

ஒரு போலீஸ்காரன் பாக்கெட்டிலிருந்து வாட்சையெடுத்துப் பார்த்தான்.

''இனி ஓடையில எறங்கிக் கழுவிட்டு சீக்ரமா மேல வா''

தயக்கத்தோடு உட்கார்ந்திருந்தவர்களின் பின்புறங்களில் லத்தியால் சுளீரென அடித்தான். மிதித்து ஓடைக்குள் தள்ளினான்.

''கால் கழுவி மொகத்தையும் கழுவிக்கிட்டு ஏறி வாங்கடா. உங்களுக்கெல்லாம் தனித்தனியா தண்ணி தர முடியாது''

''அது நடக்காது'' தோழர் பரமன் எதிர்த்தார்.

''கால் கழுவுற தண்ணீல மொகம் கழுவச் சொன்னா எப்புடி? பல் தேய்க்க எங்களுக்கு உமிக்கரியோ, மாவெலையோ வேணும். வாய் கொப்பளிக்க வேற தண்ணியும் வேணும். நாங்களும் மனுஷங்கதான். அத நீங்க மறந்துடாதீங்க''

''ச்சீய், தாந்தோணி''

ஒரு போலீஸ்காரன் பாய்ந்து வந்து அவருடைய உச்சி முடியை அள்ளிப் பிடித்து ஓடையின் அழுக்குத் தண்ணீரில் தள்ளி அழுத்தினான்.

''என்னீலருந்து நீயெல்லாம் மனுஷனானடா? வாயத் தொறந்தீன்னா இடிச்சு உன் பருப்ப நொறுக்கிடுவேன்''

''தோழர் சொன்னது நியாயம்தான்'' தோழர் அபூபக்கர் இடைமறித்தார்.

''யாரும் இந்த அழுக்குத் தண்ணீல மொகம் கழுவாதீங்க''

தோழர்கள் அனைவரும் அதைக் கேட்டதும் குதித்தெழுந்தனர்.

''ஒக்காருடா அங்கே''

போலீசார் துப்பாக்கியின் பட்டையால் அடித்தனர். முடியைப் பிடித்து அழுத்தி ஓடையின் அழுக்குத் தண்ணீரைக் குடிக்க வைத்தனர். குனிந்தவர்களின் முதுகில் மிதித்தனர்.

''சொல்றப்ப எல்லாத்தையும் சொல்லணுமில்லையா?''

ஒரு தோழர் ஓடையிலருந்து திமிறியெழுந்து மிகுந்த சங்கடத்தோடு, ''இந்த மாதிரி கண்ல கருணையில்லாம அடிக்கவும் கொல்லவும் நாங்க செஞ்ச தப்பு என்னதான் சகோதரங்களே? எங்கக் கூட்டத்துல ஒண்ணுந் தெரியாத ஒரு பையன அடிச்சப்ப, கேக்கப் போனதுதான் நாங்க செஞ்ச தப்பா?'' என்று கேட்டார்.

''நீ யாருடா அதக் கேக்க? உன்னையெல்லாம் அடிச்சாலும் கொன்னாலும் ஒருத்தனும் கேக்க வரமாட்டானுங்கடா. நீயெல்லாம் வெறும் புழுடா. புழு''

ஒரு போலீஸ்காரன் தோழரின் கழுத்தில் குத்தி அழுத்தினான்.

லாக்கப்பின் வாசலில் திடகாத்திரமான நாலைந்து போலீசார் சரளைக் கற்களும் லத்தியுமாக நின்றிருந்தனர். லாக்கப்பிற்குள் தள்ளுவதற்கு முன் முகத்தைப் பார்த்துக் குத்தினர்.

''நீயெல்லாம் பல்லு வெளக்கணுமில்லையாடா? அதுக்கு, நாளைக்கி உன்னோட வாயிலயெல்லாம் பல்லு இருந்தாதானேடா?''

வெளியே நான்கைந்து போலீஸ் வேன்கள் வந்து நின்றன. அவற்றின் உள்ளிருந்து பெருங்கூக்குரல்கள் கேட்டன.

பரமன் தோழர் இரத்தம் வழியும் முகத்தை நிமிர்த்திப் பார்த்தார். ரிசர்வ் போலீஸ் அப்பாவிகளான பெருங்கூட்டத்தை அடித்தும், இழுத்து உதைத்தும் வெளியே எறிந்து கொண்டிருந்தன.

வயலோரத்தின் சீமைப் புளிமா மரத்தடியில் பாக்கரன் நின்றிருந்தான். மேலிருந்த கிளைகளினிடையே ஒரு குலை புளிமா பழுத்துத் தொங்கிக் கிடக்கிறது. குளித்துவிட்டு வரும் வழியில் கொச்சுபாருதான் அதைக் கண்டுபிடித்தாள். அப்போதிலிருந்து பாக்கரன் கல்லெறியத் தொடங்கினான். ஆனால் அவன் குறி அதனருகில்கூடச் செல்லவில்லை. கொச்சுபாரு பொறுமையிழந்தாள்.

''இதுக்கு மேல என்னால முடியாது. என் கைக் கொறவையே அறுந்துடும் போலருக்கு'' பாக்கரன் கையை உதறினான்.

கொச்சு பாருவின் நிராசை அதிகரித்தது.

''அதோ வரானே குறி பாக்கறவன்''

அனகாசயன் வருவதை அவன் பார்த்தான்.

''நான் இப்பதான் மனசுல நெனச்சேன். அவன் குறிவச்சா தப்பாது இல்ல?''

கொச்சுபாரு எதிர்பார்ப்போடு அவனைப் பார்த்தாள்.

அனகாசயன் அருகே வந்தான்.

''என்ன விஷயம்?''

கொச்சுபாரு மேலே காண்பித்தாள்.

''அது கொஞ்சம் ஒசரத்துலதான் இருக்கு''

அவன் குறி பார்த்தான்.

''இந்தக் கோலக் கொண்டு எறிஞ்சா ஒண்ணும் கீழ விழாது. மூணு நாலு கெளைங்களுக்கு நடுவுல கெடக்குது பாத்தியா? நல்ல பெரிய கல்லுருக்கா?''

அவன் சுற்றிலும் தேடினான்.

''தோ, இது போதுமா?''

கொச்சுபாரு ஒரு கருங்கல் துண்டைத் தேடியெடுத்துக் கொண்டு வந்தாள்.

''இது கொஞ்சம் சின்னதுதான். இருந்தாலும் பாக்கலாம்''

அனகாசயன் கை நீட்டினான். அவள் கல்லைக் கை மாற்றுவதற்கிடையில் அறியாமல் அவனுடைய விரலில் தொட்டாள்.

அனகாசயன் ஒரு கண்ணை இறுக்க மூடி குறி பார்த்தான்.

கொச்சு பாருவின் ஆசை மீதூறும் உதடுகளைத்தான் அவன் அங்கே கண்டான். பத்தாள் உயரத்திலிருந்தது காய். அவன் மனதில் கணக்கிட்டான். மூணு கல் எறியறதுக்குள்ள ஒண்ணாவது விழணும். சர்வ சக்தியும் எடுத்து ஒரே எறி எறிந்தான். ஒன்றல்ல, மூன்றும் காம்புடன் கொச்சு பாருவின் காலடியில் வந்து விழுந்தன.

''ம்ம்... நீ இவ்ளோ நேரம் எங்க இருந்த?''

பிரபாகரன் தோழர் குரல் கேட்டுத்தான் அவன் திரும்பிப் பார்த்தான்.

''எங்கயெல்லாமோ தேடினேன்''

தோழரின் முகத்தில் ரத்த ஓட்டம் நிலைத்த மாதிரி இருந்தது.

கடக்கரப்பள்ளி, மாடய்க்காவுல நேத்து ராத்திரி போலீசும் ரௌடிங்களும் சேந்து பயங்கர அட்டூழியம். கண்ல கண்ட ஆம்பளைங்களையெல்லாம் வண்டியில போட்டுக்கிட்டுப் போயிருக்கானுங்க. எல்லாரையும் லாக்கப்புல போட்டிருக்கானுங்க. அதவிடக் கொடும என்னன்னா, வாங்கி வச்சிருந்த ரேஷன் அரிசியையும், கூலிக்காசு மொத்தத்தையும் எடுத்துக்கிட்டுப் போயிட்டானுங்க. கட்டுன துணிக்கு மாத்துத் துணியில்லாம அவங்கெல்லாம் அலைமோதுறாங்க''

''அதோ, கருணன் தோழர் ஓட்டமா ஓடிக்கிட்டு வர்றாரே''

இடைக் கால்வாய் தாண்டிக் கடந்து கருணன் வருவதை அனகாசயன் பார்த்தான். பொன்னாம்வெளிச் சந்தையில் பீடி சுற்றும் தொழிலாளி.

''நீ ஆம்பளங்க பேசிக்கிட்டிருக்கற எடத்துல வாயப் பாத்துக்கிட்டு நிக்காம குடிசைக்குப் போ''

பாக்கரன் கொச்சு பாருவைப் பார்த்தான். புளிமாவை ஆசையுடன் தின்று கொண்டிருந்தாள் அவள். அனகாசயனை ஓரக்கண்ணால் பார்த்தபடியே அவள் குடிலை நோக்கிச் சென்றாள்.

மூச்சிரைக்க ஓடி வந்த கருணன்,

''உங்களுக்குத் தெரியுமா? வீயாத்தரைலயும், வெட்டய்க்கலிலும் நேத்து ராத்திரி போலீசும் குண்டாசும் அட்டூழியம் பண்ணியிருக்கு. ஆளுங்களெல்லாம் பயந்து வீட்டைவிட்டு வெளிய வந்துட்டாங்களாம். சாயந்திரம் களவங்கோட்டுல கட்சிக் கூட்டமும், யூனியன் கூட்டமும் கூடப் போவுது. நாம திருப்பியடிக்காம கம்முன்னு இருந்தா மானம் மரியாதையா வாழ முடியாது. எளவயசுப் பொண்ணுங்கள, அவுங்க வீட்டு

ஆம்பளைங்க, கொழந்தைங்க, வயசான பொம்பளைங்க கண் முன்னாலேயே பலாத்காரம் பண்ணுனானுங்களாம். ஆம்பளைங்கள அடிச்சு, இஞ்சி நசுக்கற மாதிரி நசுக்கி வண்டியில ஏத்திக்கிட்டுப் போயிருக்கானுங்க'' என்றான்.

கருணன் சொல்லி முடிப்பதற்குள் இடைஓடை தாண்டி ஓர் இரைச்சல் கேட்டது. மூவரும் திரும்பிப் பார்த்தனர்.

மத்தேப்பறம்பில் நாராயணனும் நாலுகெட்டுங்கல் ராமனும் இன்னும் நிறைய பேரும் வருகின்றனர். பொடியன்களின் சின்னப் படையொன்று வால்போல அவர்களின் பின்னால் வருகிறது. நாலுகெட்டுங்கல் ராமன் கையிலொரு மெகாபோன் உயர்த்திப் பிடித்திருக்கிறான். கூட்டம் ஓடையினருகில் நின்றது. சுற்றிலுமிருந்த குடில்களிலிருந்து ஆட்கள் எட்டிப் பார்த்தனர்.

''அதோ பார்''

பாக்கரன் அனகனைச் சீண்டினான். மத்தேப்பறம்பில் நாராயணன் கைகள் இரண்டையும் சுருட்டி ஏற்றி பின்னால் பிணைத்து வைத்திருந்தான். மெகாபோனை நோக்கித் திரும்பியபோதுதான் பாக்கரன் அதைப் பார்த்தான். பின்னால் கோர்த்திருந்த கையில் கூரான பெரியதொரு குறுவாள்.

'' வாங்க, கவனிங்க... கேளுங்க...''

ராமன் மெகாபோன் உயர்த்திச் சுற்றிலும் பார்த்தான்.

''எல்லாம் வல்ல மகிமை நிரம்பிய பாட்டத்தில் கொச்சு நாணுகர்த்தா அறிவிப்பது என்னவென்றால்... தேச பக்தியுள்ள யாவரும் ராஜபக்தி சங்கத்தில் இன்றே உறுப்பினராகுங்கள். ராஜபக்தி சங்கத்தில் சேர்ந்து உறுப்பினர் ஆகிறவர்களை தெய்வம் தம்புரான் காத்தருள்வார். உறுப்பினர் ரசீது காட்டுபவர்களை போலீசோ, பட்டாளமோ தொடமுடியாது. வாங்க... இன்றே உறுப்பினராகுங்க... வெறும் ஒரு ரூபா மட்டுந்தான் உறுப்பினர் கட்டணம்''

''சொன்னது கேட்டுச்சா?''

நாராயணன் சிவந்து கலங்கிய கண்களைச் சுழற்றிச் சுற்றிலும் பார்த்தான்.

''எல்லாரும் கேக்கணும்னுதான் சொல்றோம்''

மெகாபோனைவிட உச்சத்திலிருந்தது அவன் குரல்.

''அப்ப எல்லாரும் மரியாதையா ராஜபக்தி சங்கத்துல சேந்துடணும். கேட்டுச்சா?''

அதொரு மிரட்டலாக இருந்தது.

மெகாபோன் கூட்டம் நடந்து அகன்றது.

''அப்படீன்னா போலீசும் பட்டாளமும் ஒரு கை பாத்துடலாம்னு எறங்கியிருக்கு'' என்றான் கருணன்.

''இன்னும் பேசாமயிருந்தா சரிப்படாது. சாயந்திரக் கூட்டத்துல நாம இதப் பத்தியெல்லாம் பேசணும்''

''ஆமாம், பேசணும்'' பிரபாகரன் வழிமொழிந்தான்.

கருணன் போன பின்புதான் பிரபாகரனின் பதைபதைப்பு கூடியது. பாப்பியைப் பற்றி நினைத்து மனதுக்குத் துளிகூட நிம்மதியில்லை. அவள் தனியாகத்தான் இருக்கிறாள். அவளுக்குத் துணையாக இருக்கிற கிழவி ஒருத்தி இருப்பதும் இல்லாததும் ஒன்றுதான். எப்ப எந்த நேரத்தில் போலீசும் பட்டாளமும் வரும் என்று தெரியாது. அவளின் வெட்டரிவாளின் பலமெல்லாம் போலீஸ், பட்டாளத்துக்கு முன்னால் காணாமல் போயிடும். அதற்கு முன்னால் ஏதாவதொரு வழி செய்ய வேண்டும். யோசிக்க யோசிக்க கண் முன்னால் ஒரு வழிதான் தெரிகிறது. ஆனால் அவள் சம்மதிப்பாளா?

''நான் யோசிச்சுக்கிட்டிருந்தேன்'' மிகுந்த தயக்கத்தோடு அவன் அனகாசயனிடம் சொன்னான்.

''பாப்பிய இங்கக் கூட்டிட்டு வரலாமா?''

''எங்க?'' அனகன் புரியாமல் பார்த்தான்.

''பாக்கரன் சித்தி கரம்பிம்மாவோட குடிசைக்கி. இங்கன்னா கொச்சு பாருவும் தொணய்க்கிருக்காளே. சுத்தி பத்து குடிசைகள்ல நம்ம ஆளுங்களும் இருக்காங்களே''

அனகன் அதைப் பாக்கரனிடம் சொன்னான். அவனுக்கும் சம்மதந்தான்.

''அப்படீன்னா நீங்க பாப்பியக் கூட்டிட்டு வரலாம்னே முடிவு பண்ணிட்டீங்களா? அதுக்கு அவளோட சம்மதம் வேண்டாமா?''

பிரபாகரன் அதற்கு ஏதும் பதில் சொல்லவில்லை. அவள் ஒத்துக் கொள்வாளா என்பது அந்த ஆண்டவனுக்குத்தான் வெளிச்சம். அந்த மாதிரியானவள் அவள். யாருக்கும் பிடி கொடுக்காத குணம். ஆனாலும் போய் கூப்பிட்டுப் பார்க்கணும்.

கடவங்கோடு கூட்டத்துக்குப் போகும் வழியில் காசித் தும்பைகள் பூத்துக் குலுங்கும் வயலோரமாகச் சென்ற பிரபாகரன் பாப்பியின் வீட்டின் முன் நின்றான். அனகனை உடன் அழைத்து வரவில்லை.

முதலில், மூத்த கட்சிக்காரர்கள் 'கொழந்த, கொழந்த' என்று சொல்லி அவனைக் கூட்டத்தில் சேர்த்துக் கொள்ள மாட்டார்கள். தோழர் பத்மநாபன் பார்த்துவிட்டால் உடனே எரிச்சலாகி விடுவார். இரண்டாவது, பாப்பியின் மனதுக்குள் என்ன இருக்கிறது என்று யாருக்குத் தெரியும்? கூப்பிடப் போனால் முகத்தில் அறையற மாதிரி ஏதாவது கேட்டுவிட்டால்? தனியாகப் போனால் வேறு யாருக்கும்

தெரியாதில்லையா? ஒருவேளை அவளுக்கு விருப்பம் இருக்கிறது என்றால், இப்படி ஒரு சின்னப் பையனையும் அழைத்துக்கொண்டு போனால் அவள் என்ன நினைப்பாள்?

முற்றத்திலும் தோட்டத்திலும் பாப்பியைக் காணவில்லை. பிரபாகரன் சுற்றிலும் தேடினான். யாரிடம் கேட்பது? இட்லிப்பூ செடியிலும் கனகாம்பரப்பூ செடியிலும் தண்ணீர் ஊற்றப்பட்டிருக்கிறது. தென்னை மரத்தடியில் பசு ஈரம் காயாத புல்லைத் தின்கிறது.

"என்ன விஷயம்?"

குரல் கேட்டு பிரபாகரன் திரும்பிப் பார்த்தான். வயலோரத்துக் குளத்தருகிலிருந்து குரல் கேட்கிறது. பிரபாகரன் அங்கே சென்றான். யாரையும் காணவில்லை. குளம் நிறைய மரோட்டிக்காய்கள் மிதந்து கொண்டிருந்தன. அவன் குளக்கரையை அடைந்தான். குளம் முழுக்கப் பரவிக் கிடக்கும் மரோட்டிக்காய்கள்...

"தோ, இங்கப் பாருங்க"

சத்தம் கேட்டு பிரபாகரன் தலை நிமிர்ந்து பார்த்தான். மரத்தின் மேற்புறக் கிளையில், கைலியை இறுக்கிக் கட்டிக்கிட்டு கால்களை இரண்டு பக்கமும் போட்டுக்கொண்டு, அரிவாள் வைத்துக் கட்டிய தொரட்டியைக் கையில் பிடித்தபடி பாப்பி...

தொரட்டியில் மாட்டிக் கொண்டிருந்த மரோட்டிக்காயைப் பாப்பி ஒரே இழுப்பில் பறித்துப் போட்டாள்.

"என்ன விஷயமா வந்தீங்க?"

அவள் கீழே குனிந்து பார்த்தாள்.

"சொல்லுங்க"

"இல்ல, அதிப்ப கீழயும் மேலயுமா நின்னுக்கிட்டு எப்புடிச் சொல்ல? ரொம்ப முக்கியமான விஷயமாச்சே?" பிரபாகரன் ஒரு வழியாகச் சொல்லி வைத்தான்.

"அதென்ன அவ்ளோ முக்கியமான விஷயம்?" பாப்பி தொரட்டியை நீட்டி வேறொரு காயைப் பறித்தாள்.

அது கிளையில் தட்டி, பிரபாகரனின் தோளில் விழுந்தது. சுளீரென வலித்தபோதும் அவன் வலித்ததாகக் காட்டிக் கொள்ளவில்லை.

"ம்ம், மேலருந்து விழற மரோட்டிக்குக் கண்ணும் மூக்குமில்லையே"

பாப்பி அதைப் பார்த்தாள்.

"அந்தப் பக்கம் ஒதுங்கி நிக்காட்டி, உச்சந்தலையிலயே வந்து விழும். அப்பறம் என்னச் சொல்லிப் பிரயோஜனமில்ல. கேட்டிச்சா?"

பிரபாகரனுள்ளே சங்கடமும் அவமானமும் தோன்றியது.

ஆம்பளையான என்னிடமே ஒரு வகைதொகை இல்லாமல்தானே பழகுகிறாள். வயலோரத்திலிருந்து தலை தூக்கிப் பார்ப்பதைப் பார்த்தால், ஏதோ கொஞ்சம் விருப்பம் இருப்பது மாதிரி தோன்றியது. ஆனால் அவளிடம் அப்படிப்பட்ட பாவனையே இல்லையே. யாரோ ஒருவன் என்றுதான் தன்னை அவள் நினைத்திருக்கிறாளோ?

''கீழே நின்னு சொல்ல முடியலன்னா நீங்க மேல ஏறி வாங்க''

பாப்பி கீழே பார்த்தாள்.

''தோ, அங்க தென்னமடலு சாச்சு வச்சிருக்கு. அதுமேல மிதிச்சு ஏறி வந்தாப் போதும். இல்ல, நான் மரோட்டிக்கா முழுசாப் பறிச்சு முடிக்கிற வரைக்கும் நீங்க கீழயே நிக்க வேண்டியிருக்கும். கீழே நின்னு சொன்னாலும் எனக்கு இங்க கேக்கும். நீங்க அதுக்கு ஒத்துக்க மாட்டேங்கறீங்களே, பின்ன நான் என்ன செய்ய?''

விஷயத்தை எப்படி வெளிப்படுத்துவது என்று பிரபாகரனுக்குப் புரியவேயில்லை. அவள் கீழே வந்தாள் என்றால் எதையாவது சொல்லி அதனுடனே இதையும் சொல்லி எப்படியாவது ஒப்பேற்றி இருக்கலாம். பாப்பியைப் பார்த்ததிலிருந்து கையும் காலும் உதறிக் கொண்டிருக்கிறது. அவளிடம் வாய் திறந்து பேசுவதே இதுதான் முதல் தடவை. ஒரே மூச்சில் அதெப்படிச் சொல்ல?

''அப்டீன்னா நான் போயிட்டு அப்றமா வரேன்''

பிரபாகரன் குளக்கரையிலிருந்து மேலே ஏறினான்.

''நிக்கறீங்கன்னா நான் கீழ எறங்கி வந்து கொஞ்சம் கட்டன் சாயா போட்டுத் தந்திருக்கலாம்''

பாப்பி கீழே எட்டிப் பார்த்தாள்.

''இவ்ளோ தூரம் என்னப் பாக்கறதுக்குன்னு வந்துட்டீங்கல்ல?''

அவள் கண்ணோரத்தில் எட்டிப் பார்த்த காதல், அவன் கண்களில் அகப்பட்டது. அவன் அசையாமல் நின்றான்.

களவங்கோட்டில் கூட்டம் துவங்குவதற்குமுன் போய்ச் சேரணும். புதுக்காட்டுக் குன்றுக்குப் பக்கத்தில் நாராயண குரு கண்ணாடி பிரதிஷ்டை செய்த கோவிலுக்கு அருகில்தான். கொஞ்சம் தூரமிருக்கிறது.

பாப்பி போடும் கட்டன் சாயா... முன்னே செல்ல முயன்றும் சுவடுகள் எழும்பவில்லை.

''நான் போட்டா?'' பிரபாகரன் தன்னை மறந்து கேட்டான்.

நாக்கு ஒன்று சொல்கிறது. ஆனால் கால்கள் நின்ற இடத்திலிருந்து அசையாமல் நிற்கின்றன. என்ன செய்வதென்று தெரியாமல் பிரபாகரன் குழம்பினான்.

''அப்படீன்னா நீங்க போயிட்டு வாங்க''

பாப்பி மேல்கிளைக்குத் தொரட்டியை நீட்டினாள்.

பிரபாகரனின் கால்கள் நிராசையோடு முன்னே நகர்ந்ததும், மரோட்டி உச்சியிலிருந்து பாப்பியின் பாட்டு எழுந்தது.

''கிளிப்பெண்ணே நீயிங்கே

வந்ததென்ன ஒரு செய்தி சொல்ல...?

விளைச்சல் பழுத்து கிடப்பதால்தானே

புலைச்சிகளோடு நீ வந்தாய்...

கதிர் அறுத்துக் கொண்டு

போக... கையும் கருத்தும் உனக்கு...?

தத்தைய்யம் தாத்தயம் தாரோ...

சிமி தத்தினம் திந்தாயி தாரோ...

தத்தினம் திந்தாயி தாரோ...

சிமி தத்தைய்யம் தாத்தய்யம் தாரோ...''

சுடுமணலில் அழுந்திய பிரபாகரனின் காலடிகளைப் பாப்பியின் இசை சிறைப் பிடித்தது.

13

கண்ணாடி மூர்க்கன்

வைத்தியசாலையின் வராந்தாவில் மல்லாந்து படுத்திருந்தபோது குமாரன் வைத்தியரின் மனதுக்குள் ஒரு நாற்றுப்பாட்டு இழைந்து வந்தது. சிறு தூற்றலில் புலையப் பெண்கள் வயலின் கணுக்கால் தண்ணீரில் நின்று பாடுகிறார்கள்.

''மாரி மழை பொழிஞ்சதே
சிறு வயலுகள் எல்லாம் நனஞ்சதே
ஏரு பூட்டி முடிஞ்சதே
சிறு நாத்துகள் கட்டி எறிஞ்சதே
ஓமலா, செந்திலை, மாலா, சின்னக்
கண்ணம்மா, காளி, கரம்பி,
சாத்த, சடையன்மாரென
புலையத்திகளெல்லாம் வந்தனரே...
வந்து வழியில் வரிசையாய் அவர் நின்றனரே,
கட்டிய நாத்தெல்லாம் எண்ணிப் பிரித்து
ஒப்பாய் நட்டு கரையேற அவர் குத்தி உடுத்து குனிஞ்சு
கண்ணம்மா புலைச்சி அப்போது
ஓமலையையும் அழைத்தாளே...
பாட்டொன்னு பாடிக்கிட்டே
நாம நட்டு கரையேற வேணும்...''

வயலிலும் தோட்டத்திலும் என்னவெல்லாம் அரங்கேறியது. அதை நினைத்ததும் கம்யூனிஸ்டுகள் மீதான கோபம் உள்ளே விர்ரென ஏறியது. கட்சிக்காரர்களும் யூனியன்காரர்களும் வந்து எல்லாவற்றையும் தாறுமாறாக்கினார்களே? நீச்சத்தண்ணீரைக் குடித்துவிட்டு அடங்கி ஒடுங்கிக் கிடந்திருந்த குடியானவர்களின் மனங்களில் அவர்கள் விஷம் ஏற்றி விட்டார்கள். இரண்டடி கொடுத்தாலும் பேசாமல் போனவர்கள் ஏறுக்கு மாறாகப் பேசத் தொடங்கியிருக்கிறார்கள். இந்தமுறை அறுப்புகாலம் முழுவதும் அவ்வளவு ஏடாகூடம். இது எங்கே போய் முடியப் போகிறதோ?

துறவூர் திருமலை தேவஸ்தானத்திற்குச் சொந்தமான வயலில் கம்யூனிஸ்டுகாரர்கள் வலுக்கட்டாயமாக அறுவடை செய்ய முயன்றார்கள். பாவம் கொங்கிணிகள். முதல்நாள் பயந்து எதுவுமே பேசவில்லை. திருமலை தேவஸ்தானத்திற்குக் கிட்டத்தட்ட பதினைந்தாயிரம் மரக்கா விதைப்பாடு நிலமிருக்கிறது. அதில் முன்னூறு விதைப்பாடு நிலத்தின் அறுவடைக்காகவே அவர்கள் அடித்துப் பிடித்து இறங்கினார்கள். ஜமீன் சங்கத்தின் தீர்மானப்படி திருமலை தேவஸ்தானத்தினர் அறுவடைக்காக வெளியூர்காரர்கள் நூறுபேரை ஏற்பாடு செய்திருந்தனர். அவர்கள் அறுவடைக்கு இறங்கியபோதுதான் உரிமைக்குரல் எழுப்பியபடி கம்யூனிஸ்டுகாரர்கள் வந்தார்கள்.

திருமலை தேவஸ்தானத்திற்காக அன்றே திவான்ஜிக்கு தந்தி அனுப்பப்பட்டது. தந்திச்சீட்டின் மறுபுறமே, திவான்ஜி ஐ.ஜி.க்கு உத்தரவு கொடுத்தார். ''அறுவடை முடியும்வரை ஒரு கம்பெனி ஆயுதப் போலீஸ் அங்கே முகாமிடட்டும்''

மறுநாள் விடியலில் ஒரு வண்டி நிறைய ஆயுதப் போலீசாரும், ஒரு வேன் நிறைய போலீஸ்காரர்களும் துறவூரை அடைந்தனர். திருமலை தேவஸ்தானப் பள்ளிக்கூடத்தில்தான் முகாம். காலையில் வரப்போரங்களில் துப்பாக்கியும் லத்தியுமாக வரிசையாக போலீஸ்காரர்கள். தேவஸ்தான வேலையாட்கள் வயலிலிறங்கியதும், யூனியன்காரர்களும் இடித்துக் கொண்டு இறங்கினர்.

''முட்டிக்கால் தண்ணீல நின்னு வெதச்சவங்க நாங்க. வெதச்சவங்க நாங்கன்னா அத அறுக்கறதும் நாங்கதான். அத்த் தடுக்க யாரும் வரவேண்டாம்''

ஒரு புலையன் நெஞ்சு நிமிர்த்தி நின்று சொல்கிறான்.

அவனுக்கெல்லாம் என்னவொரு அகந்தை? விதைப்பவர்களைக் கொண்டுதான் அறுவடை செய்ய வேண்டும் என்பது எந்தப் பக்க நியாயம்?

அதைக் கேட்டு ஆயுதப் போலீசுடன் வந்த இன்ஸ்பெக்டர் முன்னால் வந்து, ''இவங்க சொல்றது நெஜமா?'' என்று கேட்டார்.

திருமலை தேவஸ்தான பிரசிடெண்ட் பதறிக்கொண்டு, ''இவங்க வேல செஞ்சதா எனக்குத் தெரியல'' என்றார்.

''நீங்கதான் வேல செஞ்சீங்கன்றதுக்கு ஆதாரமிருக்கா?''

இன்ஸ்பெக்டர் யூனியன்காரர்களிடம் அறைகூவினார்.

''ஆதாரமிருக்குன்னா கொண்டுவா. இல்லன்னா மரியாதையா நவுந்து நில்லு''

''எசமானே,ஆதாரத்த நாங்க எங்கருந்தும் கொண்டுவர வேண்டாம். எங்க கைமேலயே இருக்கு''

கண்டன் புலையன் இரு கைகளையும் உயர்த்திக் காட்டினான்.

''அவங்க கையையும் பாருங்க. எங்க கையையும் பாருங்க. மம்பட்டி புடிச்ச தயும்பு யார் கைலன்னு எசமான் தீர்மானிங்க''

யூனியன் தொழிலாளார்கள் அனைவரும் கைநீட்டினார்கள். பத்து விரல்களிலும் உள்ளங்கைகளிலும் கறுத்து தடித்த கரிங்கொட்டைத்தோல் கவிழ்த்தி வைத்தது போன்ற மம்பட்டித் தழும்பு.

''இனி எசமான் அவங்க கையப் பாருங்க'' என்றான் கண்டன் புலையன்.

''காமிங்கடா உங்க கையெல்லாம்''

திருமலை தேவஸ்தானம் அழைத்து வந்த ஆட்கள் அதிர்ந்து நின்றனர்.

''என்னடா உங்க கைலல்லாம் தழும்பேயில்லயா?''

''இருக்கே''

''பின்ன என்னடா உன்னோட நாக்கெல்லாம் எறங்கிப் போச்சோ?''

''இது மம்பட்டி தயும்பில்ல''

''அப்பறம்?''

''கத்தித் தயும்புதான்''

''அதென்னடா கத்தித் தழும்பு?''

''கயிறாப்பீசில தடுக்கு நெய்யறப்ப கயிறு அறுக்கற தயும்பு''

''அப்ப நீயெல்லாம் இந்த வயல்ல வேல செஞ்சவங்க இல்லயா?'' இன்ஸ்பெக்டர் ஏமாற்றமடைந்தார்.

அவர்கள் ஒருவரை ஒருவர் பார்த்துக் கொண்டனர்.

''நாங்க வாரியம் பரம்பனின் கயிறாப்பீஸ் வேலைக்காரங்க. இன்னிக்கி இங்க வேல செஞ்சாப் போதும்னு சொன்னதால வந்தோம். எங்களுக்கு அறுப்பு அறுக்கவும் தெரியாது. ஆனாலும் ஒப்பேத்துவோம்...''

இன்ஸ்பெக்டர் பிரசிடெண்ட்டை நோக்கித் திரும்பினார். ''இதுக்குதானா எங்கள வர வச்சீங்க?''

பிரசிடெண்ட் தளர்ந்துபோய் வரப்பில் உட்கார்ந்தார்.

''உம்... அறுக்கத் தெரிஞ்சவங்க அறுங்க''

இன்ஸ்பெக்டர் வேறு வழியின்றிச் சொன்னார்.

''மீதிபேர் தொந்தரவு செய்யாம எடத்த காலி பண்ணுங்க''

யூனியன் ஆட்கள் ஜமீன்தார்களைப் பொதுமக்கள் மத்தியில் அவமானப் படுத்துவதற்குக் கச்சை கட்டி இறங்கியிருக்கிறார்கள். குமாரன் வைத்தியருக்கு ஆத்திரம் பொத்துக்கொண்டு வந்தது. திவானுக்குப் பாடுபட்டு தந்தியடித்தது வீணாகிவிட்டது. காலம் தலைகீழாக உருள்கிறது.

வைத்தியசாலையின் முற்றத்துச் சாய்வு நாற்காலியில் குமாரன் வைத்தியர் ராஜபாட்டையைப் பார்த்துக் கிடந்தார்.

கரைப்புறத்து கூட்டுவிதை விதைக்கப்பட்ட முண்டகன் வயல்களில் புரட்டாசிமாதம்தான் அறுவடைக்காலம். சித்திரையில் கூட்டுவிதை விதைப்பார்கள். விரிப்பும் முண்டகனும் ஒன்றாகவே விதைக்கப்படும். கரைப்புறத்து வயல்களில் காலங்காலமாக இருபோகம் பயிர்தான். சித்திரையில் விதைத்து புரட்டாசியில் அறுக்கும் விரிப்பு. தையில் முண்டகன். பங்குனியில் காளைகளைப் பூட்டி மரக்கலப்பையால் உழுது மறிப்பார்கள். உழுது முடித்ததும் புலையன்கள் எரிவெயிலில் நின்று கட்டை உடைப்பார்கள். சித்திரைக்கு முன்பே வயல் *கண்ணிகோரி தயாராகும். ஏழுபாகம் விரிப்பு விதைகளையும் மூன்றுபாகம் முண்டகன் விதைகளையும் கூட்டிக்கசக்கி கண்ணியின்மீதுதான் விதைப்பு நடக்கும். கண்ணி கோர முடியாத இடங்களில் நிரப்பு விதைப்பு நடைபெறும். நாற்று ஒன்றரையடி உயரும்போதே மம்பட்டியுடன் வேலையாட்கள் வயலிலிறங்கி கண்ணியை வெட்டி நிரவுவார்கள். அதன் கூடவே நாற்று குறைந்த இடங்களில் நிரவி நடுவார்கள்.

வைகாசி மத்தியில் வயலில் கணுக்கால் அளவுக்குத் தண்ணீர் நிற்கும். அப்போது பெண்களின் வேலை தொடங்கும். களை பறித்து வயலிலேயே குமித்து விடுவார்கள். வயல் தண்ணீரில் களை அழுகி உரமாகும். ஆடி விரிப்பு கள்ளக்கதிர் கொடுக்கும். ஆவணியோடு முற்றும். புரட்டாசியில் அறுவடை. கதிர் விளைந்த விரிப்பையும், கதிரில்லாத முண்டகனையும் சேர்த்துதான் அரிவார்கள். அதன்பிறகு முண்டகன் தழைத்து வளரும். நான்கைந்து முறை தழைக்கும். முண்டகன் தலையுயர்வதோடு புரட்டாசி முண்டன்மழை பெய்யும்.

* கண்ணிகோருதல் - நீர் வற்றிய காலத்தில் வயலில் மண்மேடுகள் உருவாக்கி அதில் விதைகள் ஊன்றி நாற்று உருவாக்குதல்

மழையில் விரிப்பின் கடை அழுகி முண்டகனுக்கு உரமாகும். பின்னாலேயே ஐப்பசி மழை. மீண்டும் களைபறித்தல். மார்கழியில் முண்டகன் கதிரிடும். தையில் அறுவடை.

முண்டகன் அறுக்கப்பட்ட வயல்களில் கரைப்புறத்துக்காரர்கள் புஞ்சை பயிரிடுவார்கள். நிலத்தில் சிறுகுளம் தோண்டி வேனிலில் புஞ்சையை நனைப்பார்கள். வெள்ளரி, பூசணி, பரங்கிக்காய், வெண்டை, பாகல், கீரை என நீளும். விதைத்து முடித்தால் வெண்டையும் பாகலும் வரப்பில் படர்ந்து ஏறும். வரப்பின் வாழைத்தடங்களில் காய்ந்த வாழைத்தார்களில் சுற்றிப் பிணைந்து கருமூர்க்கன்கள் தவமிருக்கும்.

அந்திவேளையில் குலை வெட்டப்போன செஞ்சேடத்துச் சாமியைக் கண்ணாடிமூர்க்கன் அப்படித்தான் கொத்தியது.

தவம் கலைந்த வேளையில் கோபமேறிய மூர்க்கன் கண் திறந்ததும், சாமியின் வெட்ட ஓங்கிய வலக்கையைத்தான் பார்த்தது. ஒரே கொத்து. தூக்கியெடுத்து நேராக அப்பாவிடம் கொண்டு வந்தனர். நீலாண்டன் வைத்தியர் அழுத்தமாக ஒருதடவை பார்த்தாலே போதும், ஒரு மாதிரிப்பட்ட விஷமெல்லாம் எறங்கிடும் என்பது நம்பிக்கை. அப்பா ஆழமாகப் பார்த்தார். உச்சிக்குடுமி வேர்த்தது. கொண்டுவந்த உடனே ஆட்டுப்பாலில் அமுக்காரம் அரைத்துக் கலக்கி சாமியின் அண்ணாக்கில் ஊற்றினார். முறுக்கிலை, எருக்கிலை, வேப்பமுத்து, தும்பை சமஅளவு சேர்த்துக் கசக்கி மூக்கில் பிழிந்து விட்டார். மூக்கிரட்டை வேரும், எருக்கின் வேரும், கடுக்கமூறி வேரும், நெருஞ்சியும், சந்தனமும், சதகுப்பையும், எட்டிமரப் பட்டையும், சித்தரத்தையும் சேர்த்து கோமியத்தில் அரைத்து கடிவாயில் புரட்டினார். கடிவாய் வழியாக விஷம் இறங்கி வரவில்லை. நேரம் கடந்து கொண்டிருக்கிறது. தெற்குக் கட்டிடத்தின் இளந்திண்ணையில் செஞ்சேடத்துச் சாமி கருநீலம் பாரித்து விறைத்திருந்தான்; செத்தும் சாகாமல். கடைவாயில் நுரை பொங்கியதைப் பார்த்து பயந்த சாமியின் மனைவி, நிறைமாத கர்ப்பிணி முற்றத்தில் தலையில் அடித்து அலறினாள்.

''தெரிஞ்சே கொத்தின கொத்துதான்'' என்றார் அப்பா.

''வெட்ட ஓங்கியது தன்னைத்தான் என்று மூர்க்கன் நெனச்சிருக்கு. யாரு நெனச்சாலும் இனி மருந்தாலக் காப்பாத்த முடியாது. என்னோட மருந்தோட பலத்தாலயே இவ்ளோ நேரம் புடிச்சு நிறுத்தினேன். இனி எனக்குத் தெரிஞ்சு ஒரேயொரு வழி தானிருக்கு. கடிச்ச பாம்பை மந்திரிச்சு வரவழைக்கணும். அத நான் செய்யறதில்ல. செய்யத் தெரியாமயில்ல. கொடுங்காரியம் அது. பல தீம்புகள் வரும்''

சாமியின் மனைவி மண்ணில் உருண்டு புரண்டாள்.

''காப்பாத்துங்க, எம்பொலையனக் காப்பாத்துங்க... எனக்கு இனி யாருமில்லயே...''

''கடிச்ச வெஷப் பாம்ப மந்திரிச்சு வரவழைங்க, வைத்தியரே''

ஜனங்கள் ஒன்றுகூடினர்.

''நெற வயிறோட ஒரு பொம்பளப்புள்ள தலையில அடிச்சு அழறதப் பாக்கலியா? அதுக்கு இனிமே யாரிருக்கா?''

''பல பொல்லாப்பும் கூட்டமா வந்தாலும் வரும். என்ன, ஏது வந்து சேரும்னு சொல்ல முடியாது''அப்பா தயங்கினார்.

'' நான் இதச் செஞ்சே ஆகணுமா?''

''உம்'' கொச்சு குமாரன்தான் முனகினான். கடித்த பாம்பு சரணடைய வருவதைப் பார்க்கும் ஆசையில் சொல்லிவிட்டான்.

''கொழந்த முனகினதக் கேக்கலியா?''

முற்றத்தில் நின்றிருந்த வாடக்கல் சிவராமன் கேட்டான்.

''வைத்தியர் அதச் செஞ்சாதானே, கொழந்த அதப் பாத்துக் கத்துக்க ஒரு வாய்ப்பாயிருக்கும். நம்ம காலம் கடந்தாலும் இதெல்லாம் தெரிஞ்சிருக்கணுமில்லையா?''

''உம், சரி'' அப்பா எழுந்தார்.

''தீண்டினவனத் தாங்கியெடுத்து கீழ *காவின் தரையிலக் கொண்டு போய்ப் படுக்க வைங்க. அவன் காலுக்குக் கீழ நெறய எண்ணெய் ஊத்தின குத்துவிளக்க ஏத்தி வைங்க. ஒரு தலைவாழை எலையிலக் கொஞ்சம் பூவையும், துளசியையும் எடுத்து வைங்க. சுத்தி யாரும் நிக்கக் கூடாது. கோபமும் ஆத்திரமுமாத்தான் அது வரும்''

மாலை மயங்கியது. வெளிச்சம் புற்றுகளில் ஒளிந்துகொண்டது. இருட்டு படம் விரித்தது.

''அந்த மருந்துப் பாத்திரங்களையும் எடுத்துக்கிட்டு வா''

சிவப்புத் துண்டை உடுத்து, வேறொரு துண்டைப் பூணூலாக்கி செஞ்சேடத்துச் சாமியின் தலைமாட்டில் உட்கார்ந்து அப்பா மந்திரிக்க ஆரம்பித்தார்.

''இங்கப் பாக்கறது எதயும் வெளியப் போய் சொல்லக்கூடாது, சரியா?'' மந்திரிக்கத் தொடங்கும் முன்னரே அவர் விலக்கி விட்டிருந்தார்.

* காவு - இயற்கை வளங்கள் சூழ்ந்த சிறுதெய்வ வழிபாட்டுத் தலம்.

கொச்சு குமாரன் தலையசைத்தான். மந்திரித்தல் நீண்டது. இரவு இருண்டது.

நேரம் சென்று உதித்த நிலாவும் மறைந்தது. சாமக்கோழிகள் கூவின. தூரத்தில் எங்கேயோ குறுநரிகள் ஊளையிட்டன.

கண் இரப்பைகளில் தூக்கம் கூடு கட்டியது.

விடிந்து ஆட்களின் ஆரவாரம் கேட்டுத்தான் கண் திறந்தான்.

''காவின் கல்படியில் தோ, ஒரு கண்ணாடி மூர்க்கன் செத்துக் கெடக்கு''

கொச்சு குமாரன் எழுந்து ஓடிப்போய் பார்த்தான். சரிதான்.

''கல்லு மேல தலய அடிச்சு செத்துக் கெடக்கு''வாடய்க்கல் சிவராமன் சொன்னான்.

''ஆமா, செஞ்சேடத்துச் சாமியெங்க?''

ஆரவாரம் கேட்டதும் இங்கே ஓடி வந்துட்டான். சாமியைப் பார்க்கவில்லை.

''சாமிதான, அதோ வாடிப்போன பயத்தன்தண்டு மாதிரி அந்த செரவப் பாலமரத்துல சாஞ்சு ஒக்காந்திருக்கான்''

சிவராமன் சுட்டிக் காட்டினான்.

''உயிர் பொழச்சு திரும்ப வந்திடுவான்னு நெனக்கவேயில்ல. நீலாண்டன் வைத்தியரப் பூப்போட்டுக் கும்பிடணும்''

''அப்பா எங்க?'' கொச்சு குமாரன் சுற்றிலும் பார்த்தான்.

''நேற்றைய தூக்கக் கலகத்தைத் தீர்க்க வைத்தியர் போய் படுத்திட்டார்''

குமாரன் வீட்டைப் பார்த்து ஓடினான்.

அப்பா நீண்டு நிமிர்ந்து படுத்திருக்கிறார். மகனைப் பார்த்ததும் கைகாட்டி அழைத்தார். அவன் அருகில் சென்றான்.

''எம்மகனே, எல்லாம் பாத்துக் கத்துக்கிட்டியா? கடிச்ச பாம்பை எப்படித் திரும்பக் கூப்பிடறதுன்றதக் கத்துக்கிட்டியா?'' அப்பா தலையைத் தடவிவிட்டார்.

ஒன்றுமே நினைவில்லை. எப்போது கண்ணைக் கட்டியது என்றே ஞாபகமில்லை. உறங்கிப் போனதால் கற்றுக் கொள்ள முடியாமல் போனது நல்லதாகப் போய்விட்டது. அவ்வளவு நல்ல காரியமில்லை அது.

அப்பாவின் உள்ளங்கை முதுகு வழியாக ஊர்ந்திறங்கியது. கட்டிலின் கரிஈட்டி மரப்படியின்மீது தலை இடித்து விழுந்தது. உள்ளங்கை இரண்டையும் கட்டில் படியில் ஓங்கியடித்துக் கொண்டிருக்கிறார். கால்களையும் அடித்துக் கொள்கிறார். வில்லாக மேலே வளைகிறார். வால் குத்தி நிற்கும் பாம்புபோல.

''அப்பா...'' கொச்சு குமாரன் கூச்சலிட்டான்.

அவருக்கு அது கேட்கவில்லை. மச்சினை வெறித்த கண்களில் கண்ணாடி மூர்க்கன் படம் விரித்தது. கடைவாய் வழியாக கருநிறக் குருதி வழிந்திறங்கியது.

மறதியின் புகைக்கறை படிந்த அந்தப் பழைய காட்சிகள் ஒவ்வொன்றாக கண்முன்னாகப் பாய்ந்து சென்றன. காலத்திற்குத்தான் என்ன வேகம்! வைத்தியர் சுருக்கம் விழுந்த முழங்கைகளைப் பார்த்தார். எல்லாம் தலைகீழாக மாறிக் கொண்டிருக்கிறது. கண்ணாடி மூர்க்கன்கள் பழி வாங்குவதற்காக இறங்கி வந்திருக்கின்றன. மன்னராட்சியும் இல்லாமல் போய்விடுமா? ஏய், அப்படியாகாது. மன்னராட்சி இல்லாமல் போகக் கூடாது. ராஜாவும் திவானுமில்லாத நாடா! அதை யோசிக்கவே முடியவில்லை. அப்பாவும் தாத்தாக்களுமாக சேர்த்து வைத்த நிலபுலன்கள். கண்ணடையும் வரைக்கும் அவையெதுவும் கைவிட்டுப் போய்விடக் கூடாது. நாசமாகப் போன கம்யூனிசம்!

கோமன் கொச்சுக் குஞ்ஞாசான் அப்படிச் சொன்னதைக் கேட்டதிலிருந்து ஒரே துக்கமாகிவிட்டது.

அவர் ஒரு தீவிர கம்யூனிஸ்டு. சமஸ்கிருதப் பாடசாலையில் அக்காலத்தில் ஒன்றாகப் படித்தவர்கள். இரண்டு பேருக்குமான நெருக்கம் அதையெல்லாம் கடந்தது.

கோமன் கொச்சுக் குஞ்ஞாசானைத் தவிர வேறொரு கம்யூனிஸ்டையும் வைத்தியசாலையின் வராந்தாவுக்குள் வர வைத்தியர் அனுமதித்ததில்லை. மகாராஜாவிடம் அவ்வளவு பக்தி. திவானிடமும் கொஞ்சம் நெருக்கம் உண்டு. அப்படித்தான் மகாராஜாவின் விஜிலென்ஸ் கமிட்டியில் உறுப்பினர் ஆனார். மாற்றலாகி வருகிற இன்ஸ்பெக்டர்கள் தறவாட்டில் வந்து பார்த்துவிட்டுதான் போவார்கள்.

போல்ஷ்விக் புரட்சியைப் பற்றி கொச்சுக் குஞ்ஞாசான் நீண்டநேரம் ஆவேசமாகப் பேசினார். ரஷ்யாவில் நிகழ்ந்தது அது.

கம்யூனிஸ்டு கட்சியின் தலைமையில் தொழிலாளர்கள் விவசாயிகளோடு சேர்ந்து நடத்திய புரட்சி. ஜார் மன்னரை வீழ்த்தி, தொழிலாளர்கள் ஆட்சியைக் கைப்பற்றினர்.

நில உடைமையாளர்கள் வசமிருந்த நிலங்களை மீட்டு ஏழை விவசாயிகளுக்குப் பகிர்ந்தளித்தனர். லெனின்தான் இதற்கு முன்கையெடுத்தார்.

''1917 அக்டோபரில் அந்தப் புரட்சி நடந்தது'' என்றார் கொச்சுக் குஞ்ஞாசான்.

''அதனால் அக்டோபர் புரட்சி என்ற பெயர் வந்தது. குமாரா, பாரு. இங்கயும் அக்டோபர் புரட்சி நடக்கும். இன்னிக்கில்லன்னாலும் நாளைக்கு வயல்வெளியெல்லாம், வயல்லயும் தோட்டத்துலயும் வேல செய்றவங்களோடதா மாறும்''

''ஏய், அதெல்லாம் சும்மா'' குமாரன் வைத்தியர் மறுத்தார்.

''அப்படியெல்லாம் நடக்காது''

கொச்சுக் குஞ்ஞாசான் இந்தியில் வந்திருந்த ஒரு புத்தகத்தைப் புரட்டி, அதில் லெனின், டிராஸ்கி... மற்றும் புரட்சியை முன்னெடுத்துச் செல்லும் தொழிலாளர்களின் மங்கலான படங்களைக் காட்டினார்.

''அப்ப அது உண்மைதானா?'' வைத்தியர் கவலையோடு பார்த்தார்.

''நாம எல்லாம் நெனக்கிற மாதிரி காலம் என்னைக்கும் ஒரே திசையில போயிட்டிருக்காது குமாரா...''

கொச்சுக் குஞ்ஞாசான் தூரத்தில் பார்வையைச் செலுத்தினார்.

''அதற்கு அதனுடையதான ஏற்ற இறக்கங்கள் உண்டு. வழிமாற்றிப் பாயும் நதிகளைப் போல புதிய புதிய நீர்த்தடங்களை அது உருவாக்கும். வளமான பூமிகளை அது வறளச் செய்யும். வறண்ட பூமிகளை அது...''

கொச்சு குஞ்ஞாசானின் வார்த்தைகள் இதயத்தைத் தைத்தன. காலம் என்னைக்கும் ஒரே திசையிலப் போயிட்டிருக்காது. வழிமாற்றிப் பாயும் நதிகளைப் போல அது...

மன்னராட்சி என்றைக்கும் நிலைத்திருக்க வேண்டும். திவான் ஆட்சிக்கு ஒரு கீறலும் விழக்கூடாது. ஜமீன்தாரி இல்லாமலாகக் கூடாது.

அதற்கு ஒருவழிதான் இருக்கிறது. கடுங்கை. கடித்த பாம்பைக் கொண்டே விஷம் இறக்க வேண்டும். வாசல்படியில் மூர்க்கன்கள் மண்டை உடைந்து சாக வேண்டும். வைத்தியர் அதை உரக்கவே சொன்னார்.

''அதுக்கு ஒரேவழி தானிருக்கு. பட்டாளத்தை எறக்கணும். வெஷப் பாம்புகளைச் சுட்டுப் பொசுக்கணும். இன்னைக்கே திவானுக்குத் தந்தி அனுப்பணும்''

''எந்தப் பாம்பப் பத்தி வைத்தியர் சொல்றீங்க?''

வராந்தாவில் பீடி சுற்றிக் கொண்டிருந்த விஸ்வப்பன் தலைநிமிர்ந்து பார்த்தான்.

''கம்யூனிஸ்டு விஷப்பாம்புங்க''

வைத்தியர் சாய்வு நாற்காலியில் காலை உயர்த்தி வைத்தார்.

''ஆரு? நம்மோட சி. கேயும், சி.ஜியுமா?''

விஸ்வப்பன் விரல் நுனிகளுக்கிடையில் பீடியை நெருடிக் கொண்டிருந்தான்.

''அவனெல்லாம் வெறும் தண்ணிப் பாம்புங்க'' வைத்தியர் பரிகசித்தார்.

''நெஜமான பாம்புங்க வேற இருக்கு. ஒண்ணு ரண்டெல்லாமில்ல'' வைத்தியர் உத்தேசிப்பது யாரெல்லாம் என்பது விஸ்வப்பனுக்குப் புரிந்தது.

தோழர் கிருஷ்ணப்பிள்ளை, பி. டி. புன்னூஸ், டி. வி. தாமஸ், ஆர். சுகதன், கே.வி. பத்ரோஸ்... அடிக்கடி தோழர்கள்மீது ஆத்திரம் வரும்போது வைத்தியர் தனக்குத்தானே சொல்லிக் கொள்வதுண்டு.

''அவனுங்க எல்லாந்தான் மூர்க்கனுங்க. அவனுங்கதான் இந்த நாட்டோட நிம்மதியக் கெடுக்கறவனுங்க''

விஸ்வப்பனுக்கு அவர்களுடன்தான் மனச்சாய்வு இருந்தது. வைத்தியர் முன்னால் அதை வெளிக்காட்டியதே இல்லை. தெரிந்தால் அந்த நிமிடமே வராந்தாவிலிருந்து மிதித்து வெளியேற்றிவிடுவார்.

பல வருடங்களாக வைத்தியசாலையின் வராந்தாவில் இருந்துதான் பீடி சுற்றுகிறான். பக்கத்திலிருந்த கயிறு பாக்டரிகளின் தொழிலாளிகள் சாயந்திரம் அரிஷ்டத்திற்காக வருவார்கள். வைத்தியரின் ஸ்பெஷல் அரிஷ்டத்திற்காக.

வழக்கமாக வருகிறவர்கள் எங்கிருந்தாலும் வைத்தியசாலையின் முற்றத்தில் வந்து விடுவார்கள். வைத்தியரின் அரிஷ்டம் உள்ளே போனால்தான் ஜோர். போகிறபோக்கில ஒரு கட்டு பீடியும் வாங்குவார்கள். சாயந்திரத்துக்குள் இருநூறு பீடியாவது விற்றுவிடும். அதுதான் விஸ்வப்பனின் ஒருநாள் வருமானம்.

''அதோ'' விஸ்வப்பன் வராந்தாவிலிருந்து எட்டிப் பார்த்தான்.

''சொல்லி முடிக்கல. அதுக்கு முன்னாடி பட்டாளம் வந்திடுச்சே... ஒரு வண்டி நிறையப் பட்டாளத்தானுங்க அங்க எங்கயோ போறாங்க...''

முன்னால் சாலை வழியாக இரண்டு வேன்கள் பாய்ந்து சென்றன.

''அது பட்டாளமில்லடா, ரிசர்வ் போலீஸ்'' வைத்தியர் திருத்தினார்.

''பட்டாளம் வந்துச்சுன்னா ஏதாவது பிரச்சனை வருமா வைத்தியரே?'' விஸ்வப்பன் பீடி இலைகளை மடியிலிருந்த முறத்திற்குள் நறுக்கிப் போட்டான்.

''யாருக்கு என்ன பிரச்சனை? கம்யூனிஸ்டு கழுவேறி மக்களை வரிசையா நிக்கவச்சு சுடாதா பட்டாளம்? அப்பறமென்ன பிரச்னை? மயிலாப்பூர் சுவாமியப் பத்தி உனக்கென்ன தெரியும்? பெருந்தலை அவரோடது. அய்யர்ல ஞானசூன்யமில்லன்னு கேட்டதில்லையா? ஒருவேளை அப்படியிருந்தா அது மாஜிஸ்டிரேட்டா இருக்கும். கம்யூனிஸ்டுகளை அப்படியெல்லாம் வெளையாட

திவான் சம்மதிப்பாருன்னு நீ நெனக்கிறியா, நசுக்கித் தேச்சிட மாட்டாரா?''

வைத்தியர் நிமிர்ந்து உட்கார்ந்தார்.

போலீஸ்வேன் சேர்த்தலை கயிறு பாக்டரி தொழிலாளர் யூனியன் அலுவலகத்தின் முன்னால் பாய்ந்து சென்று நின்றது. எஸ். ஐ. ராமன்குட்டிநாயர் நிலம் அதிரும்படி குதித்திறங்கினார். அவருடைய கழுகுக்கண்கள் யூனியன் அலுவலகத்தின் முன்னால் உயர்ந்து பறக்கும் செங்கொடியில் சென்று பதிந்தன.

''வாயப் பாத்து நிக்காம எல்லாரும் எறங்கி வாங்கடா''

அவர் உள்ளே பார்த்து ஆக்ரோஷமாக கத்தினார்.

''நாலஞ்சுபேர் சோதனைக்குன்னு சொல்லிட்டு அவனுங்களோட ஆபீசுக்குள்ள போகணும். அதுக்குள்ள நான் நேராப் போய் அந்தக் கொடியப் புடுங்கி அவனுங்க நெஞ்சுல எறிவேன். அவனுங்க எதிர்க்கறதுக்குன்னு கைய முறுக்கிக்கிட்டு வர்றதுக்கு முன்னாடியே நீங்கெல்லாம் துப்பாக்கியோட வளச்சுடணும். நாளைக்கு விடியறப்ப ஒத்த செவப்புக்கொடிகூட சேர்த்தலைத் தாலூக்காவுல பாக்கக்கூடாதுன்றது மேலிடத்து உத்தரவு''

ஆஜானுபாகுவானவர் ராமன்குட்டிநாயர். பார்க்க கம்பீரமானவர். நல்ல சிவந்த உடம்பும் கடப்பா மீசையுமாக இருப்பார். தறவாட்டுநாயர். மகாராஜாவின் குதிரைப்படையிலிருந்தார். அரண்மனையின் உள்ளிடங்களின் உறவு, எல்லை கடந்து அந்தப்புரத்திற்கு நீண்டதால் குதிரைப் படையிலிருந்து வெளியேற்றப்பட்டார்.

முதல் குழு உள்ளே போனதும் எஸ். ஐ. கொடி கட்டப்பட்டிருந்த பாக்குமரத்தின் எதிரில் நடந்தார். கனத்த பூட்சின் ஓசை கேட்டதும் கொடியின்கீழ் ஓர் அசைவு தோன்றியது. அவர் தயங்கி நின்றார்.

நூற்றுக்கணக்கான தொழிலாளர்கள் கொடியின்கீழே தலைகுனிந்து அமர்ந்திருக்கின்றனர். போலீஸ் நெருங்கியதும் அவர்கள் நிமிர்ந்தெழுந்து கோஷமிடத் தொடங்கினர்.

''தரமாட்டோம் தரமாட்டோம்

இந்தச் செங்கொடியை நாங்கள் தரமாட்டோம்

எங்கள் உயிர் செங்கொடி எங்கள் உயிர் செங்கொடி

உயிர் இருந்தால் இங்கே அருகே வா...''

எஸ். ஐ. ராமன்குட்டிநாயர் நின்ற நிலையில் சுற்றிலும் பார்வையைச் சுழற்றினார். தலைவர்கள் யாரையும் காணவில்லை. சாதாரணத்

தொழிலாளர்கள்தான். இவர்களை விரட்டி ஓட்டுவதற்குச் சிறிய பிரம்படி போதும். துப்பாக்கியைத் தூக்கினாலே பயந்தோடுபவர்கள்.

''நாங்க இந்தக் கொடிய எறக்க வந்திருக்கோம். நீங்க எழுந்து நகந்து நிக்கணும்''

ராமன்குட்டிநாயர் ஓசையுயர்த்திச் சொல்லவும், கடலின் இரைச்சல் போல அருகிலிருந்த வயலிலிருந்து ஆயிரக்கணக்கான தொழிலாளர்கள் பேரிரைச்சலோடு எதிர்வந்தனர்.

''சொன்னதக் கேக்கலியாடா? கொடிக்கிக் கீழருந்து நவுந்து நில்லுங்கடா''

துப்பாக்கியோடு வந்த ஒரு போலீஸ்காரன் தொழிலாளர்களைப் பார்த்துச் சீறினான்.

''இது எங்க கொடி'' தேங்காய் வெட்டுக்காரன் பனக்கில் குஞ்ஞுச்சன் எழுந்து முன்னால் வந்தான். ''நவுர வேண்டியது நீங்கதான்''

''திமிர்த்தனம் பேசிறியாடா நாயே?''

அவன் குஞ்ஞுச்சனைத் துப்பாக்கியால் குறி பார்த்தான்.

''ஒரே நிமிஷத்துல உன்ன காலி பண்ணிடுவேன் நான்''

''பண்ணுடா பாக்கலாம்''

குஞ்ஞுச்சன் ஒரே குதியில் துப்பாக்கியைக் கைப்பற்றிக் கொண்டான்.

''விடாதே அவனை விடாதே'' தொழிலாளர்கள் இரைச்சலுடன் முன்னேறினர்.

''அய்யோ, பிரசிடெண்டே ஓடி வா''

எஸ்.ஐ.ராமன்குட்டிநாயர் பரபரப்போடு யூனியன் அலுவலகத்துக்குள் ஓடி ஏறினார்.

யூனியன் பிரசிடெண்ட் தோழர் சி. கே. குமாரப்பணிக்கர்,

''ஆமா, நீங்க கொடி புடுங்க வந்தவங்க தானே?'' என்று பரிகசித்தார்.

''அதப் புடுங்கிட்டுப் போங்களேன். வந்த வேல நடக்கட்டும்''

''பிரசிடெண்டே, ஒதவுங்க'' எஸ்.ஐ. ராமன்குட்டி நாயர் கைகூப்பினார்.

''அவுங்க பத்தாயிரம் பேர் இருக்காங்க பாத்தீங்களா?'' சி.கே. சொன்னார்.

''கொடி புடுங்க நீங்க வரீங்கன்றது கேட்டுத் தெரிஞ்சு சுத்துப்பட்டுலருந்து வந்தவங்க. அவங்களோட உசிரு அந்தச் செங்கொடி. தொண்டைக்குழீல உசிரு இருக்கற வரைக்கும் அவுங்க அத உட்டுத் தரமாட்டாங்க. அந்த நெனப்புலருந்து பின்வாங்கிடுங்க நாயரே. அதுதான் உங்களுக்கும் நல்லது''

''வெளிய தொழிலாளிங்க போலீசை வளச்சு வச்சிருக்காங்க. பிரசிடெண்ட் வந்து சொல்லாம அவங்க வுடமாட்டாங்க''

ராமன்குட்டிநாயர் கெஞ்சினார்.

சி.கே. வெளியே வந்தார்.

''ம்ம்... அவுங்கள வுட்டுருங்க. நம்மோட சக்தி என்னான்னு தெரியாம அவங்களுக்கு ஒரு தப்பு நடந்து போச்சு, இல்லையா இன்ஸ்பெக்டரே?''

ராமன்குட்டிநாயர் தலையைத் திருப்பிக் கொண்டார்.

''ஆகட்டும், இப்பத்திக்குப் போயிடுங்க. இனிமே கொடி புடுங்கறோம்னு சொல்லி இந்தப் பக்கம் வந்தீங்கன்னா நடக்கறதே வேற'' எச்சரிக்கை செய்தார்.

போலீஸ் இடத்தை காலி செய்தது.

சாயந்திரம் எட்டுமணிவாக்கில் இன்ஸ்பெக்டர் கோசி நிறைய போலீசாருடன் சேர்த்தலை பீடித் தொழிலாளி யூனியன் ஆபீசின் முன்னால் வந்தார். யூனியன் செக்ரட்டரி தோழர் ராமச்சந்திரன் நாயர் வெளியே வந்ததும் வாய் கொள்ளாத கெட்ட வார்த்தைகளால் திட்டினார்.

''உன்னோட இந்தச் செங்கொடியப் பிச்சு கிழிச்சு உன்னையும் உன்னோட தலைவர்களையும் கோவணம் கட்ட வச்சுடுவேன் நான்''

அவர் கையை முறுக்கி ஏற்றிக் கொண்டார்.

''நான் மறுபடியும் வருவேன்னு உன்னோட பிரசிடெண்ட்கிட்ட சொல்லு. நாளை காலைல ஒம்பது மணீன்னு ஒண்ணு இருந்தா கோசி கொடியப் புடுங்கியிருப்பான்''

யூனியன் அலுவலக கடிகாரத்தில் மறுநாள் காலை ஒன்பதுமணி முள் நீண்டநேரம் காத்திருந்தது. அந்த வழியிலெங்கும் கோசியைக் காணவில்லை.

''**இ**தைவிட ஒரு வெக்கக்கேடு இந்த அரசாங்கத்துக்கு உண்டாகுமா?'' கட்டியாடன் அந்த்ரப்பேரைப் பார்த்தார்.

''கொடி புடுங்கப் போன போலீஸ், கொட்ட தொலச்ச அணிலப் போலத் திரும்பிட்டாங்களே. இவனுங்களுக்கு எதுக்குத் துப்பாக்கியும் லத்தியும்? இப்படியே போனா சரியா வராது. சுவாமி வந்தாருன்னா விஷயங்களைச் சரியாச் சொல்லிப் புரிய வைக்கணும்''

காயல்கரை பங்களாவில் பலவகை உணவுகள் பறிமாறப்பட்டன. கரிமீனும், காயல்மீனும் அரிந்து மிளகாய் பிரட்டி வறுத்தது; சிப்பிக்கறி வெங்காயம் போட்டுப் பிரட்டியது; மாங்காய் போட்டு வைத்த சாளைமீன் குழம்பு; வறுத்து அரைத்து வைத்த நாட்டுக்கோழிக்கறி. அதுவும் நெய்யில் வறுத்த கரும்பெட்டைக்கோழி. அழீக்கல் ஆண்டனி மால்ட் விஸ்கியை ஆறேழு டம்ளர்களில் ஊற்றினார். சமையல்காரன் அந்தப்பன் தண்ணிக்குப் பதில் காயலோரத்து இளம் தென்னையிலிருந்து வெட்டிப் போட்ட இளநீருடன் வந்தான்.

''கட்சிக்காரங்க எதுக்கும் தயாரா இருக்காங்க'' பாராயித் தரகன் சொன்னார்.

''அந்தக் கிருஷ்ணப்பிள்ள ஆலப்புழைக்கு வந்தப்பறம்தான் நெலம இவ்ளோ சிக்கலாப் போச்சு. கூடவே அந்தப் புன்னூசும், டி. வி. தாமசும், வர்கீஸ் வைத்தியனும், ஆர். சுகதன்னு ஒரு துப்புகெட்டவனும். இல்ல, தெரியாமத்தான் கேக்கறேன். இவனுங்களுக்கு என்ன கேடு வந்ததுன்னு தெரியலயே?''

''சுகதனில்ல, சுகியன்! தெரியாதா? அமெரிக்கன் மாடலுக்கு எதிராக் கலவரம் செஞ்சதுக்கு சுகியனை திவான் அரஸ்ட் பண்ணி உள்ளப் போட்டுட்டார். அவன் திமிர இனிமே போலீசுக்காரங்க அடக்கிடுவாங்க. இங்க ஒருத்தன் அரஸ்ட் வாரண்டு வந்ததும் தலைமறைவாயிட்டான். அந்த சி. ஜி. சதாசிவன். அவனையும் திவானோட போலீஸ்காரங்க தூக்கிடுவாங்க''

''ஆலப்பொழைல வேற யாரெல்லாமோ அரஸ்ட் ஆயிட்டதாக் கேள்விப்பட்டேன். பி. டி. புன்னூஸ், சங்கரநாராயணன் தம்பி, சைமன் ஆசான் இன்னும் சில பேரும் தேசப் பாதுகாப்புச் சட்டப்படி கைதாயிட்டாங்க. இனிமே ரொம்பகாலத்துக்குக் களியத் தின்னுக்கிட்டு உள்ள கெடக்க வேண்டியதுதான்''

''இவனுங்களுக்கு இல்ல, மொதல்ல அந்தக் கிருஷ்ணப் பிள்ளைக்குத்தான் வெலங்கு மாட்டணும்''

''இவருக்கென்னா இங்க வேல? எந்த ஊர்க்காரன் அந்தாளு? வந்தேறிகளுக்கு இந்த நாட்டுல என்ன வேல?''

ஜார்ஜ் பீட்டர் மது ஊற்றப்பட்ட டம்ளரைக் கையிலெடுத்தார்.

சிப்பிக்கறி பெரட்டலைக் கரண்டியால் தோண்டி ஒரு விள்ளலை அண்ணாக்கில் போட்டுக்கொண்டார்.

''வாழ வக்கத்த நாயர்'' பூப்பள்ளி கைமள் சொன்னார்.

''வைக்கத்துக்காரன். வைக்கம் கோவிலுக்கு மேற்கு வாசல்ல இருந்த டீக்கடையில முன்னாடி டீ ஆத்திக்கிட்டிருந்தான். இப்ப ஆளப் பாத்ததும்தான் எனக்கு அடையாளம் தெரிஞ்சுது. வைக்கத்துல அஷ்டமி கும்பிடப் போனப்ப எனக்கு டீ குடுத்த டம்ளரை எடுத்துட்டு மேசையையும் தொடச்சிட்டு போனான்''

''அப்பிடியா?'' ஆனைக்கோட்டில் கர்த்தா புருவம் நெளித்தார்.

''அப்ப டீ டம்ளரிலிருந்துதான் புரட்சியா?''

கிருஷ்ணப்பிள்ளை சிறுவயதில் வைக்கத்தில் ஏதோ ஒரு டீக்கடையில் வேலை செய்ததாகக் கேள்விப்பட்டிக்கிறோம். அதை வைத்து பூப்பள்ளி கைமள் இல்லாததும் பொல்லாததும் சொல்லி ஏற்றிவிட்டான் என்பது எல்லோருக்கும் தெரிந்தது. கம்யூனிஸ்டுகளின் தலைவன் பி. கிருஷ்ணப்பிள்ளை பூப்பள்ளி கைமளின் டீ டம்ளர் கழுவி வைத்தான் என்று சொன்னாலும் யாருக்குக் குறைச்சல்?

''இப்ப உங்க யாருக்கும் தெரியாத ஒரு சங்கதிய நான் சொல்றேன்''

பத்மநாபன் வக்கீல் கௌரவமாக நிமிர்ந்து உட்கார்ந்தார்.

''ஆலப்புழைல பக்கர் சேட்டோட பண்டகசாலைல கணக்குப் புள்ளையாயிருந்தான் இவனோட சகோதரி புருஷன். அந்தாளு ரெண்டு எடத்துல இவன வேலக்கிப் போட்டான். கயிறு பாக்டரில தறி சுத்தற வேல. ரெண்டெடத்துலயும் இந்தாளு தரிக்கல. ஒடம்பசைச்சு வேல செய்ய மாட்டான்றேன்... அப்பிடியே கம்யூனிசம் பேசிக்கிட்டு நடந்தா சில்லரைச் செலவும் நடந்துடுமில்லையா?''

''இல்லன்னாலும் ஒடம்பசைக்காத கள்ளனுங்களுக்கு சரியான வேலதானே?'' கைமள் உரக்கச் சிரித்தார்.

''இதுதானே நம்மோட இங்கத்திய கட்சிக்காரங்களும் செய்யற வேல''

''இந்தக் கிருஷ்ணப்பிள்ளை நல்ல நாயர்தானா? இல்ல, அந்த வெளக்கத்தற நாயரோ, என்னமோ?''

பாட்டத்தில் கர்த்தா சந்தேகித்தார்.

''நல்ல நாயருதான். மயிலேழத்து மண்ணாப்பிள்ளி நாராயணன் நாயருன்றதுதான் அவனோட அப்பா பேரு''

பரந்தாமன் வக்கீல் சொன்னார்.

''அந்தாளோட தாத்தா ஒருத்தரு வைக்கத்துல போலீசா இருந்தாராம். ஏட்டு நாராப்பிள்ள. இண்டன்துருத்தில் நம்பியாத்திரியோட குத்தகை எடத்திலதான் குடும்பம் இருந்திச்சு. அந்தாளு சொல்லியும் வழிக்கு வராம, வீட்ட விட்டுக் கௌம்பிப்போய் வடக்கே எங்கயெல்லாமோ ரொம்ப காலம் சுத்திக்கிட்டு இருந்தானாம். இந்தி நல்லாத் தெரியும். வைக்கம் போராட்டத்தப்பதான் ஊருக்குத் திரும்பி வர்றான். அன்னிக்கி இந்தாளுக்கு இருபது இருபத்தொண்ணு வயசிருக்கும்''

''அதச் சொன்னப்பதான் ஞாபகம் வருது. வைக்கத்தப்பன் உண்டன்துருத்தில் நம்பியாத்திரியோட குடியானவனா இருந்தாராமே. அப்படீன்னா கோவில் இருக்கற அந்த எடம் முழுக்க நம்பியாத்திரியோடதா இருந்துச்சாம்'' என்றார் ஆனைக்கோட்டில் கர்த்தா.

''ஆமாமாம்'' பத்மநாபன் வக்கீல் தலையாட்டினார்.

''அதனாலதானே காந்தி நேரடியாக் கலந்துக்கிட்ட சத்தியாகிரகப் போராட்டத்துக்கு எதிரா நம்பியாத்திரி ரௌடி கும்பல ஏவி விட்டப்ப, மகாராஜா சும்மா நிக்க வேண்டி வந்தது. நம்பியாத்திரி பெரிய ஆளுதான்'' என்றார் பூப்பள்ளி கைமள்.

''கோவிலச் சுத்தியிருக்கற வழீல கீழ்சாதிக்காரங்க வராம இருக்கறதுக்காக கம்பிவேலி போட்டுத் தடுத்தாரில்லயா? சத்தியாகிரகம் நடத்தின தம்பியோட கண்ணுல சுண்ணாம்பு தேச்சு குருடாக்குனாரில்லியா?''

''சத்தியாகிரகம் நடத்த வந்த காங்கிரசுக்காரன் கோட்டூர் குஞ்ஞு கிருஷ்ணப்பிள்ளையை ரௌடிங்கள உட்டு அடிச்சு பஞ்சராக்கினது மறந்திடுச்சா?'' பாட்டத்தில் கர்த்தா நினைவுபடுத்தினார்.

''ம்ம்... அதத்தான் நான் சொல்ல வந்தேன்'' பத்மநாபன் வக்கீல் இடைமறித்தார்.

''கோட்டூரை அடிச்சவங்களைத் திருப்பியடிச்சு ஓட உட்டது யாருன்னு தெரியுமா?''

''ஆரு?''எல்லாரும் தங்களுக்குள் பார்த்துக்கொண்டனர்.

''இதோ, இந்தத் தோழர் கிருஷ்ணப்பிள்ளை. வைக்கத்தப்பனோட நடையிலிருந்துதான் தொடக்கம். மோசமாகுமா என்ன?''

''ஆமா, இவரு சொல்லிக்கிட்டே வர்றதப் பாக்கும்போது வக்கீல் அந்தாளோட பக்கமா, நம்ம பக்கமாத் தெரியலியே'' அந்த்ரபேர் வெடிச்சிரிப்பு சிரித்தார்.

''இது என்ன கேள்வி?''

வக்கீல் விஸ்கியை உயர்த்தி சியர்ஸ் சொன்னார்.

''ஆனா ஒரு விஷயத்த சம்மதிச்சுத்தான் ஆகணும். அநியாய நெஞ்சுரம். நான் கண்ணாலப் பாத்ததுதானே'' கண்களை இறுக்கி ஒரு மிடறு விழுங்கினார்.

ஆலப்புழை கோர்ட் வராந்தாவில் பார்த்த காட்சி அது.

''ஒருத்தனை போலீஸ் வெலங்கு மாட்டி இழுத்துக்கிட்டு வருது. ஒரு சாதாரணத் தோழன். நம்மோட *எஸ்.ஐ. சத்யசேனன் நாடார் அவனோட அடிவயித்தப் பாத்து ஒரு குத்து உட்டார். கோர்ட்ன்றதெல்லாம் அந்தாளு பாக்க மாட்டாரே. மூர்க்கன்லயே கொம்பேறி மூர்க்கனில்லையா?''

''அதெப்படி? ஒசத்தியான திருவனந்தபுரத்து நாடாரில்லயா, மோசமாகுமா?''

ஜார்ஜ் பீட்டர் இடைமறிந்தார்.

''சர். சி.பி யோட செல்லப்புள்ளையாச்சே... கம்யூனிஸ்டுகாரன்னு கேட்டாலே கோபம் தலைக்கேறும் அந்தாளுக்கு''

''உம்...'' வக்கீல் முனகினார்.

*எஸ். ஐ. சத்யசேனன் நாடார் - பிற்காலத்தில் பிரபலமான நடிகர் சத்யன்

''எஸ். ஐ. சத்யசேனன் அவனைப் பார்த்துக் காலைத் தூக்கியதும் ஒருத்தர் அவரோட கையை ஒரே புடிபுடிச்சார். 'தொட்டுடாதீங்க அவர. இது கோர்ட் வராந்தாங்கிறது ஞாபகத்துல இருக்கட்டும்' என்றொரு எச்சரிக்கை. சத்யசேனன் அதிர்ந்து நின்றுவிட்டார். அது தோழர் கிருஷ்ணப்பிள்ளை. கனல் வீசும் பார்வை. கையை முறுக்கிப் பிடித்துக்கொண்டு நிற்கிறார் கிருஷ்ணப்பிள்ளை. சத்தம் கேட்டு மாஜிஸ்டிரேட்டே வெளியே வந்துட்டார்''

பங்களாவின் முற்றத்தில் இரைச்சலோடு ஒரு வின்டேஜ் கார் வந்து நின்றது. அரட்டைப் பேச்சுகள் அந்நிமிடம் நிலைத்தன.

அந்த்ரப்பேர் குதித்தெழுந்தார். ''தோ, சுவாமி வந்துட்டார்''

''பட்டாளத்தை எறக்கறதப் பத்தி...'' கட்டியாடன் அந்த்ரப்பேரோட காதில் கிசுகிசுத்தார்.

''உம்...'' என்றார் அந்த்ரபேர்.

எல்லாரும் எழுந்து பவ்யமாக நின்றார்கள்.

நாலாபக்கமும் போலீஸ் புடைசூழ டி.எஸ்.பி. வைத்யநாதய்யர் வந்திறங்கினார்.

தோழர் அடிவாக்கல் வாசுவிற்கு நினைவுகள் சற்றும் மங்கவில்லை. வயது எண்பத்தொன்பது.

''அப்படியெல்லாம் மறக்கமுடியுமா அந்தக் காலத்த?''

தோழரின் தோல் சுருங்கி வறண்ட முகத்தில் காலம் அலையடித்தது. மேனாசேரியின் போர்வீரனாக இருந்தவர் தோழர்.

''எனக்கு அன்னைக்கி இருபத்தோரு வயசு. போலீசையும், ஜமீன் அடியாளுங்களையும் எங்களால சகிக்க முடியாமப் போனப்ப, நாங்க கடக்கரப்பள்ளிச் சந்தைக்குப் பக்கத்துல கூட்டம் போட்டோம்''

''மத்தேப்பறம்பில் நாராயணனும் கூட்டாளிகளும் ஊரு முழுக்க அக்கிரமங்களை அவுத்து விட்டிருந்தாங்க. தொழிலாளிங்களோட வீடேறி அடிக்கிறது, பொண்ணுங்கள மானபங்கப்படுத்தறது... இதுக்கு மேலயும் திருப்பி அடிக்காம, பேசாம இருக்க முடியாது''

தோழர் புன்னச்சேரி கிருஷ்ணன் கொதித்தார்.

''எவ்ளோ காலத்துக்கு நாம இத சகிச்சுக்கிட்டிருக்கணும்?''

இளைஞர்கள் அனைவரும் இந்த விஷயத்தில் ஒத்துப் போனார்கள்.

''திருப்பியடிக்க உங்களுக்கு தைரியமிருக்கா?''

தோழர் சி.கே. பாஸ்கரன் கேட்டார்.

''தயார்'' என்றோம் நாங்கள்.

''அப்படீன்னா போயி மத்தேப்பறம்பில் நாராயணனோட கை ரெண்டையும் வெட்டிக் கொண்டு வாங்க''

தோழர் சி.கே. குமாரப்பணிக்கர் குரலை உயர்த்தி அதைச் சொன்னார்.

''இனி அந்தக் கையால அவன் நம்மளோட ஆளுங்கள உபத்திரவம் பண்ண வாய்ப்பே வரக்கூடாது''

அது ஒரு படைத்திரட்சியாக இருந்தது. பாவசேரியின் கிழக்குப்பக்கமாக ஊர்வலம் நகர்ந்து கொண்டிருக்கிறது. அடிவாக்கல் வாசுவின் கையில்தான் செங்கொடி இருந்தது.

''ஜமீன்தாரிமுறை ஒழியட்டும்!

மத்தேப்பறம்பில் நாராயணனின் பொறுக்கித்தனம் ஒழியட்டும்''

தொடக்கத்தில் ஐம்பதுபேருக்குமேல் இருந்தார்கள். ஊர்வலம் நகரநகர பார்த்துக்கொண்டு நின்றிருந்த ரத்தம் கொதிக்கும் இளைஞர்கள் ஒவ்வொருவராக ஓடிவந்து அணி சேர்ந்தார்கள். நாராயணனின் வீட்டின் நேராக ஊர்வலம் நகர்கிறது. இத்தாப்பறம்பில் மாத்துண்ணியின் வீட்டுக்குப் பக்கத்தில் போனதும் யாரோ சத்தம் போட்டுச் சொன்னார்கள்.

''அதோ ஓடிப் போறான், நாலுகெட்டுங்கல் ராமன்''

ராமன் சாப்பிட்டு முடித்து பீடி புகைத்துக்கொண்டு வீட்டுக்குள் படுத்திருக்கும்போதுதான் இரைச்சல் கேட்டது. வெளியே எட்டிப் பார்த்துவிட்டு, வரப்பு வழியாகக் குதித்தோடினான்.

நாராயணனின் வலதுகை இவன்தான், நாலுகெட்டுங்கல் ராமன். இத்தாப்பறம்பில் மாத்துண்ணியின் வீட்டுக்குள்தான் அவன் ஓடி ஏறினான்.

''உட்றாதீங்க அவன''

யாரோ குரல் உயர்த்திச் சொன்னார்.

''இவன்தான் வெஷப்பூச்சி. பதினாலு வயசுகூட ஆகாத கொழந்தய தென்னமரத்துல புடிச்சுக் கட்டி காளைய அடிக்கிற மாதிரி அடிச்சது இவன்தான்'' ஆலுங்கல் கேசவன் சொன்னான்.

''உட்றாதீங்க அவன. தோட்டத்துல வேல செஞ்சுக்கிட்டு நின்ன எட்டு தோழர்கள ஓடவுட்டு புடிச்சு அடிச்சானே அவன்''

"இவன்தான் போலீசோட ஒற்றன். புடி அவன..." தோழர்கள் பின்னால் ஓடினார்கள்.

ராமன் இத்தாப்பறம்பு வீட்டில் வேலை முடியாத அடுப்படிக்குள் நுழைந்து தாழ்ப்பாள் போட்டுக்கொண்டான். ஆட்கள் சுற்றி வளைத்துக் கொண்டார்கள். வீட்டிலிருந்தவர்கள் பயந்து நடுங்கி அலற ஆரம்பித்தனர். ராமன் கிழக்குப் பக்கப் புகைபோக்கிப் பக்கமாக வந்து, கூரைக்கு அடிக்கிற உலோக வளையத்தை ஓங்கிக்கொண்டு நிற்கிறான். மேல்கூரையின் வளையத்தில் தொங்கியபடி அவன் திட்டிக் கொண்டிருக்கிறான். ஆட்கள் அடுப்படியைச் சுற்றி வளைத்துவிட்டனர். கயிறு பாக்டரி தொழிலாளி தாயிமத்தாயி ஒரு கோடாலியெடுத்து அடுப்படிக் கதவை உடைத்தான். ராமன் தாயிமத்தாயி பக்கமாக வளையத்தை ஓங்கியபடி பாய்ந்தான். மத்தாயி அங்கே கிடந்திருந்த இரும்புத்தடியைத் தாவியெடுத்தான். ஆட்கள் ராமனைச் சூழ்ந்து கொண்டனர். அவனிடமிருந்து நீண்ட அலறல் கேட்டது.

"நாலுகெட்டுங்கல் ராமனை பார்ட்டிக்காரங்க கொன்னுட்டாங்க"

கூடியிருந்தவர்கள் கூவி அலறிக்கொண்டு நான்குபக்கமும் சிதறினர். ராமன் செத்துவிட்டான் என்றுதான் தோழர்களும் நினைத்தனர். ஆனால் சாகவில்லை. மாத்துண்ணி வீட்டு அடுப்படிக்குள் தலை உடைந்து ரத்தம் வழியக் கிடந்தான். அடித்த அடியில் கையும் காலும் உடைந்தது.

"பாத்துக்கிட்டு நிக்காம ஓடி வாங்க. தப்பிக்கறதுக்குள்ள அவனையும் தட்டணும்"

தோழர்கள் ஆரவாரமாகக் கத்திக்கொண்டே நாராயணனின் வீட்டைப் பார்த்து ஓடினார்கள்.

நாராயணன் வீடு குன்றின் மேல் இருந்தது. அறைப்புரையும், பத்திருபது தென்னைகளுமாக படிவைத்து, கழிகள் நட்டு மேலே போக வழி.

'மத்தேப்பறம்பில் நாராயணனோட அட்டூழியம் முடிவுக்கு வரட்டும்' தொழிலாளர்கள் அனைவரும் ஆரவாரித்தனர். குன்றின் மேல அசைவேயில்லை.

"மத்தேப்பறம்பீ நாராயணா, ஆம்பளயா இருந்தா எறங்கி வாடா"

பயில்வான் கேசவன் கூப்பிட்டார்.

"யாருடா அது?"

மேலேயிருந்து ஓர் அலறல் கேட்டது. குன்றின்மேல் தென்னைமரப்படிகள் முடியும் இடத்தில், லங்கோடு கட்டிக்கொண்டு இரண்டு கைகளிலும் குறுவாளைப் பிடித்தபடி நிற்கிறான் நாராயணன். தொழிலாளர்கள் சற்றுத் தயங்கினர்.

"தில்லு இருக்கறவன் ஏறி வாடா" நாராயணன் அறைகூவினான்.

தோழர்கள் முகத்தோடு முகம் பார்த்துக் கொண்டார்கள்.

உஷ்ணராசி 180

''தில்லு இல்லாதவன் நவுந்து நில்லுங்கடா''

பயில்வான் கேசவன் ஆட்கூட்டத்தை நகர்த்தி ஒதுக்கிவிட்டு முன்னால் வந்தார்.

நெஞ்சை நிமிர்த்தி கையை முறுக்கிக்கொண்டு, எந்த ஆயுதமுமில்லாமல் கேசவன் ஒவ்வொரு படியாக குதித்து ஏறினார். பயில்வான் ஏறுவதைப் பார்த்து தோழர்களுக்கும் தைரியம் வந்தது. அனைவரும் நெருக்கியடித்துக் கொண்டு ஏறினர்.

''குத்திக் கொடலெடுப்பேன்டா, எல்லாத்தையும்''

நாராயணன் குறுவாளை வீசியபடி நின்ற இடத்திலிருந்து மேலே பார்த்து ஒரு குதி. பிறகு தெற்குப்பக்கம் ஒரு குதி குதித்தான். அதற்குப்பிறகு அவனுடைய தூசியைக்கூடக் காணவில்லை.

நாலுகெட்டுங்கல் ராமன் ஆசுபத்திரிக்குப் போனதும் இறந்துவிட்டான். அன்று இரவு மத்தேப்பறம்பில் நாராயணன் மூன்று தொழிலாளர்களைக் குத்தினான். ஒருவன் செத்துப் போனான். குத்தியதும் அவன் நேராக போலீஸ் கேம்ப்புக்குப் போய்விட்டான்.

குமாரன் வைத்தியர் அன்றே திவானுக்குத் தந்தி அடித்தார். ''சிச்சுவேஷன் ஓர்ஸ்ட் இன் ஷேர்த்தலை. வி வான்ட் ஆர்மி. அர்ஜண்ட். சேர்த்தலையில் சூழல் மோசமாகியிருக்கிறது. பட்டாளத்தை உடனே அனுப்பவும்'' இரவில் தூக்கம் வரவில்லை.

நாலுகெட்டுங்கல் ராமனைக் கொன்றவர்கள் இனி ஜமீன்தார்களையும் கொல்லமாட்டார்கள் என்று சொல்ல முடியாது. அதற்கான சூழல் வருவதற்கு முன்பே கண்ணாடி மூர்க்கன்கள் எல்லாவற்றையும் சுட்டுப் பொசுக்க வேண்டும். ராணுவ வண்டி வருவதை எதிர்பார்த்து குமாரன் வைத்தியர் உறக்கமின்றி உருண்டு புரண்டு படுத்தார்.

14
சூன்யத்தில் எறிந்த வலை

திசா சுதேசாபிமானியிலிருந்து தாமதமாகவே திரும்பினாள். நேராக அவள் அபராஜிதாவின் அறைக்குச் சென்றாள்.

''நீங்க எங்க இருந்தீங்க? நான் எங்கயெல்லாம் தேடுனேன்'' திசா அவளைப் பார்த்தாள்.

''அனகன் குன்றுல'' அவள் அலட்சியமாகச் சொன்னாள்.

''நிரஞ்சன் எங்க?''

''ஆங்!''

''நீங்க ஒண்ணாத்தானே போனீங்க?''

''உம்''

''அப்பறம்? அவன் எங்கப் போனான்?''

''எனக்குத் தெரியாது''

''உனக்கு என்ன ஆச்சு?'' திசா அவளுடைய முகத்தைப் பார்த்து, ''உன் முகமென்ன ஒரு மாதிரி இருக்கு?'' என்று கேட்டாள்.

''தெரீல. ரொம்ப தலைவலிக்குது'' அவள் ஒதுங்கினாள்.

திசா சந்தேகத்துடன் நின்றாள்.

''மிருணாள்தா கூப்ட்டாரா?''

அவள் அதற்கு பதில் சொல்லவில்லை.

திசாவுக்கு உறுதியாகி விட்டது. மிருணாள்தா கூப்பிட்டிருக்கிறார். அதனால்தான் அவள் இவ்ளோ மூட் ஆஃப். சுதேசாபிமானியிலிருந்து திரும்பும்போதுதான் மிருணாள்தா அழைத்திருந்தார்.

''ஒரு சந்தோஷ செய்தி. உனக்கில்ல, அபராஜிதாவுக்கு. அவளுக்கு ஒரு தங்கச்சியோ தம்பியோ பொறக்கப் போவுது. நேத்துதான் எனக்குத் தெரியும். அவளோட அம்மாவோட நெலைமை கொஞ்சம் கஷ்டம்தான். மூணு மாசம் முழுமையான ஓய்வு. ஹை ரிஸ்க் ப்ரக்னென்சியாம். வயது, அது ஒரு பிரச்னைதானே?''

''மிருணாள்தா, அவங்க ஏன் இந்த வயசுல...?''

''சொந்தமுன்னு சொல்ல அவங்களுக்கும் யாராவது வேண்டாமா, இந்த பூமியில? ஒரேயொரு மகளும்...''

''அது அவளோட தவறா?''

''தவறும் சரியும்... சூழ்நிலைகள்தான் தீர்மானிக்கின்றன. நீ அவகிட்ட சாவகாசமாச் சொல்லு. ஒருவேளை உள்ளுக்குள்ளயாவது அவ சந்தோஷப் படலாம்''

''மன்னிக்கணும் மிருணாள்தா. என்னால இத அவகிட்ட சொல்ல முடியாது'' என்றாள் திசா.

அப்புறம் அவரே அவளைக் கூப்பிட்டிருப்பாரோ? சில சமயங்களில் அவருக்குக் கொஞ்சம்கூட இங்கிதம் தெரியாது.

திசா போனதும் அபராஜிதா கதவைச் சாத்திவிட்டு லாப்டாப்புக்கு முன்னால் அமர்ந்தாள். எழுத முடியவில்லை. விரல்கள் மரத்துப்போய் நிற்கின்றன. இல்லை மனதா?

என்ன நிகழ்ந்தது?

ஏதோ சுழலின் வலைப்பின்னல்களில் விழுந்த மீன்களைப் போல.

நிரஞ்சன்?

அவன் எங்கே போனான்?

அவனும் தலைகீழாக மாறிப்போன அவஸ்தையில் இருக்கிறான். நினைவுக்கும் நினைவின்மைக்கும் இடையிலான ஏதோ நூல்பாலத்தில் அது நிகழ்ந்தது. அந்த நிமிடம் அவன் அவனாக இருக்கவில்லை. கியூபாவின் சாந்தா கிளாராவைப் பற்றி அனகன் குன்றின் பயணத்திற்கிடையில் அவன் பேசினான்.

''சேவின் பூதவுடல் பத்திரப்படுத்தப் பட்டிருப்பது அங்கேதான். வரியா? நாம போகலாம். ஒரு நீண்ட பயணம்?'' கேலியாகப் பேசுகிறான் என்றுதான் நினைத்தாள்.

''ஓ, நான் ரெடி'' எதிர்வினையைக் கண்டதும் அவன் அழுத்தமாகப் பார்த்தான்.

''ஸீ, ஐ'ம் நாட் கிட்டிங். ஐ'ம் சீரியஸ்''

அவனுடைய கண்களில் தங்கிய வெளிச்சத்தின் கீற்று தீட்சண்யமாயிருந்தது. ஜான்லி ஆண்டர்சனின் புத்தகத்தின் மேலட்டையின் சிவப்புநிறம் அவன் கண்களில் பிரதிபலித்ததோ?

''என்னக்கி, எப்பன்னல்லாம் கேக்காத. பட் ஐ வில் கோ. க்யூபா வழியாக, சிலி வழியாக, பொலீவியா வழியாக, பெரு வழியாக, மச்சுபிச்சுவின் உயரங்களை நோக்கி. நெருடாவின் அந்தக் கவிதை வாசிச்சிருக்கியா?''

அவள் முணுமுணுத்தாள்.

''ப்ரம் ஏர் டு ஏர் லைக் ஆன் எம்டி நைட்... ''

''கான்டோ ஜெனரல்'' என்றாள் அவள்.

''தி ஹெட்ஸ் ஆப் மச்சுபிச்சு''

''யூ, ஜீனியஸ்'' அவன் அவளுடைய விரல்களை அழுத்தினான்.

''அதன் கடைசி வரிகள் ஞாபகமிருக்கா?''

அவள் மெல்லிய குரலில் பாடினாள்.

''க்ளிங் டு மை பாடி லைக் எ மேக்னட்

ஹேஸ்டென் டு மை வெயின்ஸ் அன்ட் டு மை மவுத்

ஸ்பீக் த்ரூ மை வேட்ஸ் அன்ட் மை ப்ளட்''

''நான் அதை மொழிபெயர்த்து இருக்கேன். கேக்கறியா?''

''என் உடலோடு காந்தமென நில்

அதிவேகம் என் நரம்புகளுக்கும் நாவுக்கும்

என் வார்த்தைகளினூடே, ரத்தத்தினூடே நீ பேசு...''

''நெருடாவைப் போல நானும் சஞ்சரிப்பேன், பூமியின் நரம்பு மண்டலங்களினூடே, காற்றிலிருந்து காற்றுக்கு ஒன்றும் சேகரிக்கத் தேவையற்ற சூன்யமான வலைபோல, நீயும் வர்றியா?''

அவள் பதில் சொல்லவில்லை.

'சூன்யத்தில் எறிந்த வலை' அவள் நினைத்துக் கொண்டாள்.

திசா கதவைத் தட்டினாள். அவள் வெளியே வந்தாள்.

''உன் தலைவலி கொறஞ்சிடுச்சா?''

அவள் 'உம்' கொட்டினாள்.

அம்மா குளித்து ஈரத்துணியோடு அறைக் கதவை விசாலமாகத் திறந்தாள்.

''இன்னக்கி ஆடி அமாவாசை. பித்ருக்களோட இரவு'' என்றாள் திசா.

ஆறேழு பழுத்த மாவிலைகளும், இரண்டாகப் பிளந்த பச்சைத் தென்னங்குச்சிகளும், கிண்டியில் நீருமாக அம்மா அறைக்குள்ளே போனாள்.

''பித்ருக்களுக்காக'' என்றாள் திசா.

''பல் தேய்க்க மாவிலை. நாக்கு வழிக்க தென்னங்குச்சி. வாய் கொப்பளிக்க தண்ணீர். படைக்க வேண்டியதெல்லாம் பின்னால வரும்''

''பித்ருக்கள்?'' அவள் சந்தேகத்தோடு பார்த்தாள்.

குஞ்ஞுண்ணித் தாத்தா, தாசி மூத்தம்மா உட்பட்ட பித்ருக்களின் நீண்ட நிரையை வரிசைப்படுத்தினாள் திசா. கடைசியில் அவளுடைய அப்பாவையும் சேர்த்துக்கொண்டாள்.

''உங்கப்பா கம்யூனிஸ்டாயிருந்தாரே?'' அபராஜிதா அதிசயித்தாள்.

''அதுக்கென்ன? செத்த பெறகு எல்லாரும் ஒண்ணுதானே? இங்க ஏறக்குறைய எல்லா பார்ட்டி குடும்பங்கள்லயும் ஆடி அமாவாசைக்குத் திதி குடுப்பாங்க''

அபராஜிதா சிரித்தாள்.

''சிரிக்காதே, உங்கப்பாவுக்கும் பங்கு வச்சிருக்காங்க. எளநீரும் வறுத்த அரிசிப் பொடியும். அதுக்குத்தான் அம்மா உன்னக் கூப்டறாங்க''

''எங்கப்பாவுக்கா?'' அவள் அதிர்ந்தாள்.

''செத்துப் போனவங்கள நெனக்கறதுக்கு ஒருநாள். அப்படி வச்சிக்கிட்டாப் போதும்'' என்றாள் திசா.

'நான் என்னைக்கும் நெனக்கறனே, எப்பவுமே' அபராஜிதா தனக்குள் சொல்லிக் கொண்டாள்.

''குஞ்ஞுண்ணித் தாத்தாவுக்குப் புடிச்சத மறந்தாச்சா?'' திசா அம்மாவைப் பார்த்துக் கேட்டாள்.

''மரநீரு?''

அம்மா வராந்தாவைப் பார்த்தாள்.

''இல்ல, இல்ல. தோ, வராந்தாவுல இருக்கு. இங்க எடுத்துக்கிட்டு வா''

''என்னது?'' அபராஜிதா எட்டிப் பார்த்தாள்.

''கள்ளு''

திசா பெரியதொரு மொந்தையில் கொண்டு வந்தாள்.

''குஞ்ஞுண்ணித் தாத்தாவுக்கு தெனமும் கொஞ்சமா குடிக்கிற பழக்கமிருந்ததாம். ரெண்டு தென்னைய கள்ளு எறக்கறதுக்குன்னே விட்டிருந்தாராம், தலைவரு''

அம்மா கள்ளையும் வெட்டிச் செதுக்கப்பட்ட நாலைந்து இளநீரையும் விளக்கின் முன்னால் வைத்துவிட்டு அறைக்கதவைச் சாத்தினாள்.

''அப்பாவ நெனச்சுக்கிட்டு ரூம் வாசல்லயே கண்ண மூடிக்கிட்டு நில்லு'' என்றாள் திசா.

அபராஜிதா கண்களை மூடினாள். மூடிய கண்களுக்குள் அப்பா தெளிவாகத் தெரிந்தார்.

'ஓட்டப்பல்லி'

அப்பாவின் முகத்தில் புன்னகை விரிந்தது.

'அப்பாவைப் பாத்து எவ்ளோ நாளாச்சு?'

அவள் கை கூப்பினாள். 'அப்பா ஆன்மான்னு ஒண்ணு இருக்குதா? இருக்குதுன்னா...' அவள் கண்கள் தளும்பின.

''அய்யய்யோ, புடிக் கொழுக்கட்டைய மறந்துட்டேனே, அப்பாவோட ஆன்மா என்ன நெனச்சுக்குமோ? பாத்துக்கிட்டு நிக்காம நீ கொஞ்சம் ஒதவக் கூடாதா தாசீ?''

அம்மா புலம்பிக்கொண்டே சமையல்கட்டுக்குள் ஓடினாள்.

''அப்பாவுக்கு ரொம்பப் புடிச்ச பலகாரம் புடிக் கொழுக்கட்டையும் கடலைக்குழம்பும். ஆவி பறக்கும் கொழுக்கட்டையை எடுத்து வச்சு அம்மா அப்பாவுக்காகக் காத்திருந்த அந்த இரவு''

திசா நினைத்துக் கொண்டாள்.

முற்றத்து சாய்வு நாற்காலியில் உட்கார்ந்து கரைப்புறத்தின் கதை சொல்லிக் கொண்டிருந்தார் அப்பா. நாற்காலியின் பிடியில் சேர்ந்து அமர்ந்துகொண்டு முடியை ஈத்தி விட்டுக் கொண்டிருந்தாள் அம்மா.

''கரைப்புறம் என்பது இந்த தேசத்தோட பழையபேரு. கரைப்புறம்னா 'கடலை விட்டு நகர்ந்த இடம்' அப்பா சாய்வுநாற்காலில காலை உயரமா வச்சுக்கிட்டார். கடலும் காயலும் சேர்ந்து உருமாறிய கரைன்னு சொல்றதுதான் இன்னும் சரி. கரை அரிச்செடுக்கப்படற மாதிரியே கடல் சிலவேளைகளில் கரையை உருவாக்கும். முன்னாடி புறக்காடும், கரைப்புறமும் ரெண்டு சிற்றரசுகளா இருந்துச்சு.

நெடுநீளத்துக்குத் தென்மேற்காக மண் குன்று கூட்டிய மேட்டு நிலம்தான் எல்லை. அதுக்குத் தெற்குல புறக்காடு. அதற்கப்பால் செம்பகச்சேரி அரசு. வடக்கே கரைப்புறம், தெற்கு புறங்காட்டிலிருந்து வடக்கே அரூர் கழிமுகம்வரை கொச்சி ராஜ்யத்தின் ஒரு பகுதியா இருந்தது. கிழக்கில் வேம்பனாட்டு காயல். மேற்கே கடல். இப்பவும் இங்கயெல்லாம் தோண்டித் தோண்டிக் கீழேப்போனா சங்கும் சிப்பியும் கிளிஞ்சலுமெல்லாம் கெடக்கும். உனக்கு ஞாபகமில்லையா மாலினி, நாம ஆழ்துளைக் கிணறு வெட்டுனப்ப?''

அப்பாவின் உதட்டசைவைப் பார்த்து அம்மா 'உம்' கொட்டினாள்.

கொச்சி அரச வம்சத்தின் பாளையத்தில்தான் கரைப்பிரிவின் தலைமையிடம். எழுபத்திரண்டு பாளையக்காரர்களின் ஆட்சி. தெற்கு வடக்காக மூத்தேடத்து கைமள், எளேடத்து கைமள் என இரண்டு சிற்றரசர்களின் ஆட்சி. தும்போளிதான் எளேடத்து கைமளின் தலைநகரம். முட்டத்துப்பள்ளியில் மூத்தேடத்து கைமள் இருந்தார். துரை அப்போதெல்லாம் மவுட்டன்னு கூப்டு கூப்டுதான் அது முட்டம் ஆச்சு.

கரைப்புறம் முன்பெல்லாம் செம்பகச்சேரி ராஜாவுக்குக் கீழே இருந்தது. புறக்காட்டில் நடந்த கோரமான சண்டையில் மார்த்தாண்ட வர்மாவுக்காக டச்சுக்காரனான டிலனோய் செம்பகச்சேரியத் தோற்கடித்தான். 1754 - இல் மாவேலிக்கரையில் ஏற்பட்ட உடன்படிக்கைப்படி செம்பகச்சேரி ராஜாவின் நண்பனான கொச்சிராஜாவுக்குக் கரைப்புறத்தை விட்டுக் கொடுத்தார்கள்...

''ஆமா, நீ எங்கயிருக்க?'' அப்பா அவளைப் பார்த்தார். முற்றத்துக் கிளிஞ்சல்களில் ஒரு தையல்சிட்டு. அவள் அதன் பின்னால் போயிருந்தாள்.

''உம், கரைப்புறம் கொச்சிராஜாவுக்குக் கீழ வந்திடுச்சு... அப்பறம்?'' அவள் திரும்பி வந்தாள்.

செம்பகச்சேரி ராஜாவின் கீழ் கரைப்புறம் தேசத்தில் ஒன்பது சிற்றரசர்கள் இருந்தனர். அதில் எட்டுபேரும் நெறிகெட்ட நாயர்கள். அவர்கள் கூச்சமேயில்லாமல் கொச்சிராஜாவின் சிற்றரசர்கள் ஆனார்கள். ஒருவர் மட்டும் விட்டுக் கொடுக்கவேயில்லை. அவர்தான் மாலூர் தண்டான். 'எனக்கு ராஜா இப்பவும் செம்பகச்சேரி ராஜாதான்' என்று மாலூர் தண்டான் அறிவித்தார்.

களரிப் பயிற்சிகள் பதினெட்டும் கற்றுக்கொண்ட வீரன். மார் மறைக்காத புலைச்சிகளும், ஈழவத்திகளும் மார் மறைக்க வேண்டுமென்று கட்டளையிட்டவர். மூளியாக்குவோமென்றும், ஆணையை மீறினால் நூற்றியோரு பொன்பணம் தண்டம் கட்ட வேண்டுமென்றும் கொச்சிராஜா ஆணையிட்டார். தண்டம் கட்ட முடியாதென்று தண்டான் சொல்ல, அவன் வீரத்தில் வெறிகொண்ட கொச்சி

தம்புரான் போர்ச்சுக்கீசியர்களோடு கூட்டு சேர்ந்தார். தண்டானின் சேனை பலத்தையறிந்த போர்ச்சுகீசியர்கள் தந்திரமாக வெளியேறினர். தனியாக எதிர்கொள்ள தம்புரானுக்கும் தைரியமில்லை. வெல்ல என்ன வழி? சதி செய்து கொல்வது. இரண்டு வீரர்களிடம் உடைவாள் கொடுத்து அனுப்பினார். முதல் ஆள், புளியம்கோட்டு குறுப்பு. கூட்டாளியாக அரீப்பறம்பத்து மேனோன். சதிகாரர்கள் தருணம் பார்த்துக் காத்திருந்தார்கள். கடைசியாக ஒரு அமாவாசை இரவு. பால்கஞ்சி குடித்துவிட்டு இரவில் சாய்ப்பின் கீழே காந்தாரி மிளகாய் செடியருகே தண்டான் வாய் கொப்பளிக்க வருவது வழக்கம். மகள் கிண்டியில் தண்ணீரோடு வந்தாள். காந்தாரிச் செடிக்குப் பக்கத்தில் ஒளிந்து கொண்டிருக்கிறான் கொலைகாரன். வாய் கொப்பளிக்க கிண்டியுடன் தண்டான் குனிந்ததும் இருட்டில் மின்னல்கீற்று போல வாள் ஒளிர்ந்தது. கிண்டி தனியாக, தலை தனியாக விழுந்தது. அறுத்தெடுத்த தலையோடு இருட்டில் சதிகாரர்கள் ஊளையிட்டனர். ராஜாவுக்குக் காணிக்கையாகக் கொண்டு போனார்களாம். தண்டானைச் சதி செய்து கொன்றவர்களுக்கு பார்வைக்கெட்டாத தூரம் வாய்மொழியாக கடற்கரை நிலம் கிடைத்தது.

''இந்த ஜமீன்தாருங்கல்லாம் உருவான கதை இப்பிடியெல்லாந்தான். சதி, வஞ்சனை, உடல் பலத்தோட கதைகள்''

''ஒரு காலத்துல இந்த நாட்டு நெலமெல்லாம் ஈழவங்களோடது தான். ரொம்ப ரொம்ப முன்னாடி ஈழத்துலருந்து வந்தவங்க நம்மோட ஆளுங்க. ஈழம்னா அந்தக் காலத்து சிலோன். தென்னைய எடுத்துக்கிட்டுத்தான் அவங்க வந்தாங்க. அன்னைக்கே செதுக்கற வேல தெரியும். வைத்தியம் தெரியும். ஒழவு வேல தெரியும். சுருக்கமா இந்தக் கேரளத்தை கேரளமாக்கினது நம்ம பூர்வீகர்கள்தான்''

'வரலாற்றுப் பார்வையில, ஒரு காலத்தில ஈழவரைவிட உயர்ந்த ஜாதிக்காரர்கள் யாரும் கேரளத்தில் இல்லாதிருந்தனர். சி.வி. குஞ்ஞுராமன் முன்னெப்போதோ ஒரு கட்டுரையில் எழுதியிருந்தார்னு ஞாபகம்' அப்பா ஞாபகப் படுத்தினார்.

அம்மா நாற்காலியின் பிடியில் சாய்ந்து உட்கார்ந்து முகம் சுழித்தாள்.

''பாரு, பாரு... அங்க மொகம் போறப் போக்கப் பாரு''

அப்பா அதைக் கண்டுபிடித்துவிட்டார்.

''இன்னமும் பெரிய நாயருன்னுதான் அவ நெனப்பு. இந்த ஈழவன்கூட வந்த பெறகு நாயருங்க அவங்க கூடவும் கூட்டிக்கிறதில்ல. ஈழவனுங்களை அவளாலயும் ஏத்துக்க முடியல'' அப்பா எப்போதும்போல அம்மாவைக் கிண்டல் செய்தார்.

''ஏய், அம்மா அப்பிடியெல்லாம் கிடையாது. பாவம்''

என்று அவள் அம்மாவைப் பார்த்துக் கண்சிமிட்டினாள்.

''அப்பா கூப்பிட்டதும் இறங்கி வந்தவங்கதானே வடக்குக் கோனாட்டு அச்சுதக் குறுப்பு வாத்தியாரோட ஒரே மக''

''ஓ, அப்படீன்னா நீயும் அவர்கூட சேந்துக்கோ''

''ஹேய், நான் ஒன்னாந்தரம் ஈழவத்திதானே'' திசா அறிவித்தாள்.

''எங்கப்பா ஒருபடி முன்னால யோசிக்கற ஆளாயிருந்ததனால தானே யாரும் பிரச்சனைக்கு வராம இருந்தாங்க. இல்லன்னா என்ன ஆயிருக்கும்?''

அம்மா கடிந்துகொண்டாள்.

''யார்யாரோ கௌறிவிடப் பாத்தப்ப, அப்பா ஒரு விஷயத்ததான் சொன்னாரு. ஆனந்தனை எனக்குத் தெரியும். பொதுவெளில ஈடுபாடா இயங்கற இளைஞன் அவன். அந்த ஈடுபாடு என் மககிட்டயும் இருக்கும்னு நான் நிச்சயமா நம்பறேன்''

''ஏய், நான் சும்மாதானே சொன்னேன் மாலினி. நீ அத இவ்ளோ பெரிசு பண்ணிட்டயே''

அப்பா அம்மாவின் இரண்டு கைகளையும் சேர்த்துப் பிடித்து, தோள்வழியாக முன்னால் போட்டுக்கொண்டார்.

''ம்ம்... நான் சொல்லிட்டு வந்தது, அந்தக் காலத்துல நம்ம தாத்தனுங்க எல்லாம் புத்த மதத்தினரா இருந்தாங்களாம். ஈழத்திலிருந்து வந்த பௌத்தர்களோட வழித்தோன்றல்கள். அந்தக் காலத்துல தெற்கில ரொம்ப உன்னத ஜாதிகளா இருந்தாங்களாம், ஈழத்துலருந்து வந்தவங்க. சனாதனப் பிரிவினைகளும், ஆதிசங்கரரின் அத்வைதக் கருத்துகளும், பொய்ப்பிரச்சாரங்களும் அப்பறமா நம்மள கீழ்ஜாதிக்காரங்களா ஆக்கிடுச்சு. எதுத்து நின்னவங்களக் கொன்னு ஒடுக்கி அடிமைங்களாக்கினாங்க. சொத்தெல்லாம் கைவசப்படுத்திக்கிட்டாங்க''

''யாரு?'' அவளுடைய நரம்புகள் முறுக்கேறின.

''வடக்கிலருந்து வந்த வந்தேறிங்க. ஆரியனுங்க. கோகர்ணம் வழியாத்தான் வந்தானுங்க. ஆளுங்க தூங்கிக்கிட்டிருக்கற நேரமாப் பாத்து ராவோட ராவா புத்த விகாரங்களைக் கைப்பற்றினாங்க. எல்லாத்தையும் சுட்டு எரிச்சுக்கிட்டு கெட்டவார்த்தை பேசிக்கிட்டுதான அவனுங்க வர்றானுங்க? அதனோட நெனவாத்தானே சேர்த்தலை புறப்பாடும், தீப்பந்தப் படையணியும் நடத்தறோம்? போருக்குப் போன பௌத்தர்களோட தலைய அரிஞ்செடுத்து தாம்பாளத்துல வச்சு விகாரத்துல சுத்தி வந்ததுதான இப்ப நாம கொண்டாடற தாலப்பொலி''

''புத்த கோயில்கள் எல்லாம் வட்டமாத்தானே இருந்தன. நம்மோட நாட்டுல இருக்கற எல்லாப் பழைய கோயிலுங்களையும் பாரு. எல்லாம் வட்டம்தானே? மருத்தோர்வட்டம், வேளூர்வட்டம், திருவிழா... எல்லாம் பழைய புத்த கோயிலுங்கதான்''

''நாம இப்பவும் ஏதாவதுன்னா அய்யோன்னு சொல்றோமில்லையா, எதனால?''

''அது எமனோட அம்மா பேருதானே?'' அம்மா சந்தேகத்தோடு பார்த்தாள்.

''மாலினீ... அது ஆர்யர்களோட இன்னொரு ஏமாத்துவேல. அய்யன்னா புத்தன்னு அர்த்தம். பழைய ஆளுங்க கடவுளுக்குச் சமமாக் கூப்பிட்டிருந்தாங்களாம். அவங்க அத எமனோட அம்மா பேராக்கிட்டானுங்க. அப்படி கூப்பிடாம இருக்கறதுக்காக. காலனியாதிக்க அரசியலுன்னெல்லாம் சொல்லுவோமில்லயா? அதுதான்''

''அதுசரி, ராத்திரி சாப்பிட என்ன வேணும்? கருவாடு வறுத்துட்டு கஞ்சியும் மொளகா சுட்டு அரச்ச தொவையலும் வச்சிடவா?''

''செல்ல அம்மா, உன்னோட போரான இந்த மெனுவக் கொஞ்சம் மாத்தேன்'' அவள் கிண்டலடித்தாள்.

''சரிதான்'' அப்பா யோசித்தார். ''நீ கொழுக்கட்டையும் கடலைக் குழம்பும் செஞ்சு எவ்ளோ நாளாச்சு மாலினீ...''

''ஆமாம்''அவள் ஆமோதித்தாள்.

''இப்பவே சொன்னது நல்லதாப் போச்சு. கடலைய ஊற வச்சுட்டு வர்றேன்''

அம்மா திரும்பியதும் அப்பா ஞாபகப்படுத்தினார்.

''பாரு, தேங்கா துருவிப் போட மறந்துடாதே''

அம்மா அதைக் கேட்கவில்லை.

''ம்... நான் சொல்லிட்டு வந்தது...''

அப்பா கரைப்புறத்தின் வரலாற்றுக்குள் நுழைந்தார்.

''கடைசீல ராஜா கேசவதாசன் திருவிதாங்கூர் திவானான பெறகுதான் கரைப்புறத்தைத் திருவிதாங்கூரோட சேத்தாங்க. சேர்த்த தலம்தான் சேர்த்தலை ஆயிருக்கணும். அன்னிக்கு ஆலப்புழையெல்லாம் கெடையாது. முள்செடிங்களும் புதர்காடுங்களுமா மக்கள் வசிக்காத சதுப்பாயிருந்தது. கடல் கொள்ளைக்காரங்களின் கூடாரமாயிருந்த கள்ளர்கோடுதான் தெற்கு களர்கோடு. துறைமுகம் உருவாக்க இடம் தேடி நடந்த திவான் கேசவப்பிள்ளயே ஆலப்புழையைக் கண்டடைந்தார். மேற்குல கடலையும் கிழக்குல வட்டக்காயலையும், கடலுக்கு வந்து சேர்ற பள்ளாத்துறுத்தி ஆத்தையும், புன்னமடை ஆத்தையும் பாத்த திவான் துறைமுகத்துக்குத் தோதான இடம் இதுதான்னு முடிவு செஞ்சார்.

புறக்காட்டுக்கும் கரைப்புறத்துக்கும் இடைப்பட்ட மண்மேட்டை நிரவித் தோண்டி சிற்றோடை வெட்டுனாங்க. கடலையும் காயலையும் சேர்த்து இன்னும் நிறைய ஓடைகளும் கிளை ஓடைகளும் வெட்டப்பட்டன. உப்பட்டி கால்வாய் வெட்டப்பட்டது. கால்வாயின் கரைகளில் பண்டகசாலைகள் கட்டப்பட்டன. சரக்குகள் கொண்டுபோக கப்பல்கள் உருவாக்கப்பட்டன. அயல்நாடுகளிலிருந்து வரவழைக்கப்பட்ட வணிகர்களுக்கு வாய்மொழியாக நிலங்கள் கொடுக்கப்பட்டு அவற்றில் குடியமர்த்தப்பட்டனர். அப்படி கரைப்புறத்தில் துறைமுகம் வந்தது. குஜராத்திகளின், வடக்கிலிருந்த வியாபாரிகளின் கப்பல்கள் புதிய துறைமுகத்தில் வந்து நின்றன. தெலுங்கு தேசத்திலிருந்து அரிசியும், பம்பாயிலிருந்து உப்பும் துணியும் வந்தன. யாழ்ப்பாணப் புகையிலை வந்தது. பதிலாக மிளகும் கிராம்பும் ஜாதிக்காயும் ஏலக்காயும் யானைக்கொம்பும் மலைச்சரக்குகளும் மரமும் ஏற்றிக்கொண்டு திருவிதாங்கூரின் கப்பல்கள் வடக்கே சென்றன.

அதோடு கரைப்புறத்தின் பேரு மறையத் தொடங்கிடுச்சு. சின்னச்சின்ன ஆறுகளின் தேசம் என்பதால் ஆலப்புழைன்னு பெயரிடப்பட்டுச்சு. ஆலம்னா தேசம்னும் அர்த்தமுண்டில்லயா? ஆறுகளின் தேசம். கேசவப்பிள்ளை திவான் அதுக்குள்ள ராஜா கேசவதாசனானார். ஆலப்புழையோட சிற்பியானார். அப்பறமும் அறுபது ஆண்டுகளுக்குப் பெறகுதான் ஆலப்புழையில கயிறு பாக்டரி வந்துச்சு''

அதையெங்கேயோ வாசித்திருக்கிறாள்.

ஜெயிம்ஸ் டேரா துரையின் டேராஸ்மைல் கம்பெனி. கயிற்றுக் கம்பளங்களும், தடுக்குகளும், கயிற்றுப்பாயும் நெய்யும் தறிகளைக் கொண்டுவந்தது டேரா துரைதான். டேராஸ்மைலுக்குப் பிறகு ஆஸ்பின்வால், வில்லியம் குடேக்கர், வோல்காட் பிரதர்ஸ், பியர்ஸ் லெஸ்லி, பம்பாய் கம்பெனி, மதுரா கம்பெனியென எல்லாமே வெள்ளைக்காரன் கம்பெனிகளாக வந்தன. இந்த ஊர்க்காரனுடையதா ஒண்ணேஒண்ணுதான். ஆலப்பி கயர் கம்பெனி. மொத்தம் இருபத்தியேழு பெரிய பெரிய கம்பெனிகள். பண்டகசாலைகளில் வேலை செய்வதற்காக, கரைப்புறத்தின் வயல்களிலும் தோட்டங்களிலும் வேலை செய்து கொண்டிருந்த தொழிலாளிகள் கொண்டு வரப்பட்டனர். அவர்களின் இரத்தத்தை நீராக்கி வேலை செய்ய வைக்க மூப்பன்களும் மூப்பத்திகளும் வந்தார்கள். தினமும் ஏழரைக்கு முதலாவது சங்கு பிடிப்பார்கள். எட்டுமணிக்கு மூன்றாவது சங்கு பிடிக்கும்போது, நகரம் முழுக்க இரும்புச்சட்டங்கள் இழுத்தடிக்கும் சத்தம் அலையடிக்கும். வானத்தைப் பார்த்து படம் விரிக்கும் புகைபோக்கிகள் நகரத்தின் உச்சிக்கு கருமேகங்களைப் பரப்பிவிடும்.

சின்னப் பசங்களை சக்கரம் சுத்த வைப்பாங்க. ஒரு சக்கரத்துல நாப்பது பத்தி கயிறு திரிக்கணும். கூலி நாலணா. அதுக்கும்மேல மூப்பனுங்களுக்காகத் தனியாத் திரிச்சு கொடுக்கணும். அதுக்குக் கூலி கெடையாது. அந்தக் கூலி மூப்பனோட பாக்கெட்டுக்குப் போயிடும். கயிறைக் காய வைக்கறதுக்கும் கூலியில்ல. வண்டியில சரக்கை ஏத்தறதுக்கும் கூலியில்ல. சாயத்தொட்டியில தண்ணி ரொப்பறதுக்கும் கூலியில்ல. அதையெல்லாம் சக்கரம் சுத்தற பசங்கள வச்சே முடிச்சிடுவாங்க. நாலுகோடி, எட்டுகோடி, பன்னண்டுகோடி தறிகள்ல வேல செய்யறவங்களுக்கு வெறும் எட்டணா கூலி. எட்டணான்னா அரைரூபா. அதாவது பதினாலு சக்கரம். மகாராஜாவோட தல பொறிச்ச செம்பு துட்டு. இருபத்தெட்டு சக்கரம் சேந்தா ஒரு திருவிதாங்கூர் ரூபா. ரூபான்னு சொல்லலாமே தவிர அது ரூபாயில்ல. ரெண்டு அரைரூபா சேர்த்த ரூபா. திருவிதாங்கூர் நாணயசாலையில ரூபா அச்சடிக்க ஈஸ்ட் இண்டியா கம்பெனியோட அனுமதியில்ல. ரூபான்னா பிரிட்டீஷ் ரூபா மட்டுந்தான். அதுக்கு இருபத்தெட்டு சக்கரம் குடுத்தாப் போதாது. இருபத்தெட்டரைச் சக்கரம் குடுக்கணும். அரைச்சக்கரம் அதிகமாக் குடுக்கணும். அது கப்பம். அன்னைக்கெல்லாம் திருவிதாங்கூர் நாணயசாலையில கால்சக்கரமும், அரைச்சக்கரமும் அரைவெள்ளி ரூபாயும் கால் ரூபாயும் மட்டுந்தான் அச்சடிச்சிட்டிருந்தாங்க. ஒருபடி அரிசி அன்னக்கி ஒரு சக்கரம். ஆனா ஒரு குப்பிக் கள்ளுக்கு அரைச்சக்கரம்தான் வெல. அப்படி ஆலப்புழை, தொழிலாளி வர்க்கத்தோட பட்டணமாச்சு. பண்டக சாலைகளுக்குள்ள மூப்பனுங்க கொடுங்கோல் ஆட்சி நடத்திட்டிருந்தானுங்க. இருட்டுற வரைக்கும் வேலை செய்ய வெப்பாங்க. வாரம் முழுக்க சரியான கூலியில்ல. முழுக்கூலியும் குடுக்காமப் புடிச்சு வெப்பாங்க. கேட்டா அடி ஒதை மிதி வசவு'' என்ற அப்பா மீண்டும் சிந்தனையில் ஆழ்ந்தார்.

வில்லியம் குடேக்கர் கம்பெனியின் குஞ்ஞுக்கன் மூப்பனின் கதையை எங்கேயோ வாசித்திருப்பதை அவள் நினைத்துக் கொண்டாள். தலையில் தலைப்பாகை கட்டி, முரட்டு மீசையோடு, வேட்டியை மடித்துக் கட்டி தொழிலாளிகள் நடுங்கச் செய்கிற மாதிரி புல்வெளியில் ஒரு நடை நடப்பார். வாரக்கடைசியில் சாயந்திரத்துக்குப் பிறகு மூப்பனின் வீட்டுக்கு வரவழைத்துதான் கூலி கொடுப்பார். வராந்தாவில் ஒரு பழக்குலை தொங்கிக் கொண்டிருக்கும். பூவன்கொலை. மூப்பனின் சகோதரி நான்கைந்து பழங்களைப் பிய்த்து வேலைக்காரங்களுக்குக் கொடுப்பாள். கணக்கு தீர்க்கும்போது பழத்தின் கணக்கில் அவளுக்கு நாலணா கொடுத்துவிட வேண்டும். ஒரு பழத்துக்கு ஓரணா. சந்தையில் ஓரணாவுக்கு ரெண்டு பூவன்பழம் கெடைக்கும். இங்க பழம் வேண்டாமென்றால், மறுநாளே மூப்பன் ஏதாவது காரணம் சொல்லி தண்டம் போட்டு விடுவான்.

ஒரு தடவை பாட்டுக்காரன் கிட்டப்பா சக்கரம் சுற்றிக் கொண்டிருக்கும்போது ஒரு பாடலை முணுமுணுத்தான். ''ஜெயஜெய ஜெய கோகுலபாலா...'' குஞ்ஞுக்கன் மூப்பன் தண்டம் போட்டுட்டான். மூணு ரூபாய். ஒரு வார்த்தைக்கு ஒரு ரூபாய் தண்டம்.

''அன்னைக்கெல்லாம் தொழிலாளிங்களுக்கு அமைப்புகள் இல்லியே? அப்பறமும் அறுபது வருஷங்களுக்குப் பெறகுதான் அமைப்பு உருவானது'' என்றார் அப்பா.

''எம்பயர் கயிறு கம்பெனி மூப்பனான வாடப்புறம் பாவா, கண்டாகர்ணன் களப்புரையின் வடக்குப் பக்க ஆலமரத்தடியில், கேசவனோட வெளித் தோட்டத்தில் ஒரு கூட்டம் கூட்டினார். முதல் தொழிலாளர் கூட்டம். மூப்பன் ஆவறதுக்கு முந்தி தொழிலாளியா இருந்தவரு பாவா. அப்படி லேபர் யூனியன் உருவாச்சு. பின்னால அது திருவிதாங்கூர் லேபர் அசோசியேஷன்னு ஆச்சு. தொழிலாளிகளுக்காக வாசகசாலை, இரவுப்பள்ளி உருவாச்சு. இரவுப்பள்ளியில 'தொழிலாளி' என்ற பேருல ஒரு பத்திரிகையும் தொடங்கியாச்சு. இரவுப் பள்ளியில இங்லீஷ் கத்துக் குடுத்தது யார் தெரியுமா? நம்மோட சுகதன் சார். தோழர் ஆர். சுகதன்.

ஆலப்புழையில் தொழிலாளிகள் வேலைநிறுத்தம் செஞ்சு ஊர்வலமா போனாங்க. நம்மோட பி. கேசவதேவ் இல்லையா, ஆங், 'அயல்காரன்' நாவலும், 'ஓடையிலிருந்து' நாவலும் எழுதிய கேசவதேவ் தோழர்தான் அன்னக்கி ஜெனரல் செக்ரட்டரி. அவரு ஒரு கலைஞனில்லயா? மொதல் வேலைநிறுத்தப் போராட்டத்திலும் ஒரு நாடகத்தன்மை இருந்துச்சு. பத்துமணிக்குக் கதினா வெடி வெடிச்சது. கயிறு பாக்டரிகள் அமைதியாச்சு. வண்டிச்சக்கரங்கள் சுழல்றத நிறுத்திக்கிச்சு. தறிகள் அசையல. தொழிலாளிங்க பாதைகளில் நெறஞ்சு வழிஞ்சாங்க.

வண்டானம், நீர்க்குணம், புனப்புரை, பரவூர், களர்க்கோடு பக்கங்களிலிருந்து நகரத்தோட மத்தியில பலப்பல குழுக்களாக அவங்க வந்து சேந்தாங்க. ஒவ்வொரு குழுவுக்கும் ஒவ்வொரு தலைவர் இருந்தாங்க. தேவஸ்வம்சிறையில் தம்பி, துண்டுபறம்பில் ராகவன், பனப்பறம்பில் வேலு, ஆலும்பறம்பில் கிருஷ்ணன், கிழக்கே வெளியில் சங்குண்ணி, உமிக்குப்பையில் பரமு, பொட்டன்டேவெளியில் கிட்டன், தைப்பறம்பில் தொம்மான், மோருவெளியில் கோரை, அய்யன்டேவெளியில் அகம்மது, மடத்தில் கிருஷ்ணப்பிள்ளை...

ஆலப்புழை நகரம் முழுவதும் ஒரே பேரிரைச்சல்.

''முதலாளிகளே கூலியைப் பணமாய்த் தா

கூலி நாம் கேட்டால் அடிப்பீரோ கொல்வீரோ?

முதலாளிகளே இனி அடிமைகளல்ல நாங்கள்

போராடும் தொழிலாளர் இனம் நாங்கள்...''

சுகதன் சாரோட வரிகள். தொழிலாளிங்க அதைப் பின்தொடர்ந்து பாடினாங்க. வேலைநிறுத்தம் செய்தும் பிரயோஜனம் ஒண்ணுமில்லை. கடைசியில அன்னதாதாவான பொன்னு தம்புரானைப் போயிப் பார்த்து சங்கடங்களைச் சொல்றதுக்கு ஐம்பது தொழிலாளர் பிரதிநிதிகள் ஆலப்புழையிலிருந்து கால்நடையாப் போனாங்க. திவான் ஹபீபுல்லா ஊர்வலத்தைத் தடை பண்ணாரு. எல்லாரையும் கைது செய்து லாக்கப்பில போட்டாரு.

அன்னதாதாவான பொன்னு தம்புரானின் கடைக்கண் பார்வை!

அதுக்குப் பிறகுதான் கிருஷ்ணப்பிள்ளை தோழரின் வருகை. தோழரின் வருகையோடு அதன் நோக்கும் போக்கும் மாறியது. அசோசியேஷன் புரட்சிகர சங்கமானது.

தொழிலாளர்களுக்குள்ள புரட்சிகர எண்ணம் உள்ளவங்களைத் தோழர் கண்டுபுடிச்சார். யாரையெல்லாம் தெரியுமா? தோழர்கள் கே. என். தத், பி. கே. பத்மநாபன், கே. கே. குஞ்ஞன், பி. வி. ஆண்ட்ரூஸ், வி. கே. புருஷோத்தமன், கொல்லம் ஜோசப், கே. வி. பத்ரோஸ், சைமன் ஆசான், பி. ஏ. சாலமன், சி. ஓ. மாத்யூ...

திருவிதாங்கூர் பகுதியின் முதல் காங்கிரஸ் சோசியலிஸ்ட் கட்சிப் பிரிவு, அதாவது சி. எஸ். பி. அன்னக்கி கம்யூனிஸ்டு அமைப்புன்னா சி.எஸ்.பி.தான். அதற்கு நடுவில் அசோசியேஷனின் பன்னிரண்டாம் ஆண்டுவிழா மாநாடு ஆலப்புழை வாணி விலாசம் கொட்டகையில் நடந்தது. தலைமை வி. வி. கிரி. அப்போது ரயில்வே தொழிலாளர் அமைப்பின் தலைவராத்தானே இருந்தார் கிரி. திருவிதாங்கூரில் முதல்முதலாக செங்கொடி உயர்ந்தது அன்னக்கிதான். சிவப்புத்துணி வாங்கி சைமன் ஆசான் சுண்ணாம்பினால அரிவாளும் சுத்தியலும் வரைந்தார்.

''உயரட்டும் உயரட்டும்

இரத்தச் செங்கொடி உயரட்டும்...

உயரட்டும் உயரட்டும்

பறக்கட்டும் பறக்கட்டும்

பாரின் நடுவில் பறக்கட்டும்...''

நாதசுரத்தின் பின்னணியில் தோழர்கள் ரத்தப் பதாகைக்கு வீரவணக்கம் செலுத்தினர். பதிமூன்று தீர்மானங்கள் நிறைவேற்றப்பட்டன.

தொழிலாளர்களுக்கு மாதம் முப்பது ரூபாய் கூலி.வேலைநேரம் எட்டு மணி

நேரமாக்க வேண்டும்... ஆனால் முதலாளிகள் செய்தது என்ன? கூலியைக் கொடுத்தாங்க. எதிர்த்து நின்னவங்களை போலீஸ் மற்றும் ரௌடிகளை அனுப்பி அடிச்சு நொறுக்கினாங்க. பொது வேலை நிறுத்தம் தவிர வேறு வழியில்லாமல் போயிடுச்சு. போராட்டத்தை அடக்கி ஒடுக்க சர். சி. பி. உத்தரவு போட்டார். சுகதன் சாரையும் தலைவர்களையும் சிறையில் அடைச்சாங்க. அம்பலப்புழை முதல் அரூர் வரை தொழிலாளர்கள் வேலைநிறுத்தம் செஞ்சதால கயிறு பாக்டரில்லாம் ஸ்தம்பிச்சு போச்சு. தலைவர்களை விடுதலை செய்யணும்னு சொல்லி, ஆலப்புழை ஸ்டேஷனுக்கு ஊர்வலமாப் போன தொழிலாளர்களை போலீஸ் எதிர்கொண்டது. தொழிலாளி வர்க்க உரிமைப் போராட்டத்தில முதல் ரத்தசாட்சியான தோழர் பாவா ஆலப்புழையில் அடிபட்டுத் துடிதுடிச்சுச் செத்தாரு''

அம்மா முற்றத்திற்கு வந்தாள்.

''மனித உரிமைகளுக்காகப் போராடுன பெருவாரியான, வீரத் தோழர்கள் தங்களோட ரத்தத்தையும், உயிரையும் பலிகொடுத்து கட்டியெழுப்பின அமைப்பு இது. தீயில் கறுத்தது வெயிலில் வாடாது'' அப்பா ஆவேசப்பட்டார். ''கொடியில கெடக்கற என்னோட சட்டைய எடு மாலினீ... அந்த கால் நீண்ட கொடையையும் எடு. மழ பெய்யும் போலருக்கு. பாரு, மேகம் மூடிக் கெடக்கு''

''இந்த நேரத்துல இப்ப எங்கப் போறீங்க?'' அம்மா விசனப்பட்டாள்.

''பார்ட்டி ஆபீஸ் வரைக்கும் ஒருவாட்டி போயிட்டு வர்றேன்'' அப்பா எழுந்தார்.

அம்மா சட்டையுடன் வந்தாள். ''சீக்கிரமா வந்திடுங்க. இல்லன்னா புடிக்கொழுக்கட்டை சூடு ஆறிடும்''

''பையன் எங்க?'' அப்பா நிரஞ்சனை விசாரித்தார்.

''அவன் எப்பவோ தூங்கிட்டானே''

''இவ்ளோ சீக்கிரமா? அவன்கிட்ட ஏதாவது நாலெழுத்தப் படிக்கச் சொல்லு. என்னால எதுவும் சேத்து வைக்க முடியாமப் போச்சு. இதுக்கும் மேலயும் ஒண்ணும் முடியாது. என் வாழ்க்கை பூரா பார்ட்டிக்குன்னு போயிடுச்சு. முன்னாடி உள்ளவங்க சேத்து வச்சத அழிக்கலேன்னு மட்டுமே சொல்லிக்கலாம். இனிமே உள்ள காலத்தை அவனவன் பாத்துக்க வேண்டியதுதான்''

''அப்பா ஏன் இப்பிடியெல்லாம் பேசறீங்க?'' திசா கோபித்தாள். ''நெறய சம்பாதிக்கற கட்சிக்காரங்களும் இருக்காங்களே? அப்பாதானே வேண்டான்னு விட்டுட்டீங்க?''

அப்பா அழுத்தமா ஒரு பார்வை பார்த்தார். ''அப்படி இருக்கறவங்களும் இருப்பாங்க. அவங்க சரியான கம்யூனிஸ்டுகள் கெடையாது. பெட்டி பூர்ஸ்வாசி

கலாச்சாரம் கொஞ்சம் கொஞ்சமா பார்ட்டிக்குள்ளயும் நொழஞ்சுக்கிட்டிருக்கு''

''கட்டன் சாயா, பருப்புவடை, சுத்து பீடியோட காலமெல்லாம் போயிடுச்சே அப்பா? அப்பாவ மாதிரி இருக்கறவங்க இப்பவும் அந்தக் காலத்திலயே இருக்கீங்க''

''காலம் மாறியிருக்கலாம்; சூழல் மாறியிருக்கலாம்; லட்சியங்கள் மாறலாமா?'' அப்பா முற்றத்திற்கு இறங்கினார். ''சரிதான். அடிப்படையில் கட்சியில பற்று உள்ளவங்களும், களங்கமில்லாதவங்களும், முற்போக்காளர்களுமான தோழர்களோட எண்ணிக்கை பழையது மாதிரி இல்ல. நாடு ஓடும்போது நடுவுல ஓடணும்னு நெனக்கிறவங்களும் அதிகரிச்சுக்கிட்டே வர்றாங்க. இருந்தாலும், எக்காலத்துலயும் தவறைத் திருத்திக்கிட்டே முன்னால போறது பார்ட்டிதான். காலம் பார்ட்டிய நேர்வழில கொண்டு போகும். இன்னக்கில்லன்னா நாளக்கி''

அப்பா கட்சி ஆபீஸ் நோக்கி நடந்தார். படியை எட்டியதும் திரும்பி நின்று, ''நீ லியூ ஷாவோக்கியோட 'எப்படி நல்ல கம்யூனிஸ்டாகலாம்?' வாசிச்சிருக்கியா? என்னோட மர பீரோவுல இருக்கு. அதுல சொல்றாரு...'' அப்பா முடிக்காமல் நடந்தார்.

அவர் நடந்து மறைந்ததும் மழை ஆரம்பித்தது. பெருமழையாகப் பெய்தது. மழையில் கிழக்குப் பக்கமிருந்த மூகாண்டன் மாமரம் வேரோடு விழுந்தது. தொழுவத்துப் பசுக்கள் ஓயாமல் அலறின. காற்றின் வேகத்தில் நான்கைந்து ஓடுகள் முற்றத்தில் விழுந்து உடைந்தன. மழை ஓயவேயில்லை. முற்றத்து மஞ்சள் வெளிச்சத்தை ஈசல் கூட்டங்கள் மறைத்தன. அப்பாவின் வருகையை எதிர்பார்த்து, புடிக் கொழுக்கட்டையை எடுத்து வைத்துக்கொண்டு அம்மா வராந்தாவில் காத்திருந்தாள். மழை கொஞ்சம் ஓய்ந்தால்தானே அப்பா இங்கே வர?

இரவு நீண்டநேரம் கழித்து கட்சித் தோழர்கள்தான் தூக்கியெடுத்துக்கொண்டு வந்தார்கள். கட்சிக் கூட்டத்தில் பேசிக் கொண்டிருக்கும்போதே அப்பா... ஆஸ்பத்திரிக்குக் கொண்டு போயிருக்கிறார்கள். போகும் வழியிலேயே ...

அவர் கட்சிக்குள் உள்கட்சிப் போராட்டங்களைப் பற்றி உணர்ச்சிக் கொந்தளிப்புடன் பேசிக் கொண்டிருந்தாராம். லியூ ஷாவோக்கியின் வார்த்தைகளைச் சுட்டிக்காட்டி, ''நாம் தவறைத் தவறாலத் திருத்தக்கூடாது. தவறுகளை எதிர்க்க சரியின் பக்கத்தில் நீக்கு போக்கில்லாம நிக்கணும். சிந்தாந்த ரீதியாக நம்முடைய தோழர்களில் சிலர் தவறு செய்யறாங்கன்றது சரிதான். கட்சியை அவங்களோட பூர்ஷ்வா விருப்பங்களுக்குப் பலியாக்கறாங்க. கூரான கத்தியால் ஒடம்பக் கிழிச்சா, அந்த வடு ஆறிடும். ஆனா கொடும் வார்த்தைகள் உண்டாக்குற வடு எப்பவுமே ஆறாதுன்னு ஒரு பழைய சீனப் பழமொழி இருக்கு. மலிவான

பிரச்சார வேலைகளுக்காக, நம்முடைய சில முதிர்ந்த தோழர்கள் உட்கட்சிப் பிரச்சனைகளத் தெருவுக்கு இழுத்துப் போயிடறாங்க. அவங்க ஒண்ணு ஞாபகத்துல வச்சிருக்கணும். கட்சின்றது நம்மோட அன்பான அம்மா. அந்த அம்மாவத்தான் அவங்க...'' வார்த்தைகள் தடுமாற கயிறு அறுந்த செங்கொடி போல அப்பா குழைந்து விழுந்தாராம்.

அம்மா அறைக் கதவைத் திறந்தாள்.

''பித்ருக்களின் முறை முடிஞ்சது''என்றாள் திசா.''இப்ப உயிரோட இருக்கறவங்களோட முறை'' படைக்க வைத்த பொருட்கள் ஒவ்வொன்றாக அம்மா எடுத்து வெளியே வைத்தாள்.

''மொதல்ல குஞ்ஞுண்ணித் தாத்தாவுக்குப் புடிச்சத இங்கக் குடுங்க'' திசா அவசரம் காட்டினாள். ''நிரஞ்சன் வந்தா ஒரு துளிகூடக் கெடையாது''

அவள் இரண்டு டம்ளர்களில் கள்ளை ஊற்றினாள்.

''சியேர்ஸ்'' அவள் டம்ளரை உயர்த்தினாள். ''தொட்டுக்க புடிக்கொழுக்கட்டை. அப்பாவுக்குப் புடிச்சது. நல்ல காம்பினேஷன்''

15

வழிமாறிய செங்கடல்

பாதிராப்பள்ளியிலிருக்கும் தோழர் பி.ஜி. பத்மநாபனின் வீடு.

இராமன்குட்டிநாயர், கிருஷ்ணன்குட்டிநாயர் உட்பட முப்பதுக்கும் அதிகமான தோழர்கள் ரகசியமாக ஒன்றுகூடினர். மலபாரிலிருந்து தோழர் ஏ.கே. கோபாலன். ஏ.வி. குஞ்ஞம்புவும் உடன் இருக்கிறார்கள். இருவரும் தலைமறைவில் இருப்பதால் பேரை மாற்றிக் கொண்டுதான் கூட்டத்திற்கு வருகின்றனர். ஏ.கே. கோபாலன் தோழர் வகுப்பெடுக்கிறார்.

''விவசாயத் தொழிலாளர்கள் ஒண்ணாச் சேரணும். அவங்கதான் மண்ணில் பொன்னு வௌச்சல் பண்றவங்க. இந்த நாட்ல பொருள் உற்பத்தி செய்யறவங்க. அவங்களுக்குதான் அதனோட பலன் கெடைக்கணும். அது ஜமீன்களோட தானமில்ல, அது இவங்களோட உரிமைதான்ங்கற உணர்வு இவங்களுக்குள்ள வரணும். விவசாயத் தொழிலாளர்களுக்குன்னு சங்கம் இருக்கணும். அதுக்காக நீங்க பல எடங்களுக்கும் போகணும். குட்டநாட்டில கைநகரி, மங்கொம்பு, புளிங்குன்னு, சம்பக்குளம், நெடுமுடி, காவாலம், நீலம்பேரூர், ஈர, செருகரை... ஒவ்வொரு குழுவாப் போகணும். ஒவ்வொருத்தவங்களுக்கும் செலவுக்காக கட்சி ஒவ்வொரு சக்கரம் தரும். இந்தச் சக்கரம், நாளை இந்த நாட்டோட ஆட்சிச் சக்கரத்தைச் சுழற்ற தொழிலாளர்களைத் தகுதியாக்கிக் கொள்ளத் தரப்படுகிறது. தோழர்களே, நாம ஒரு விஷயத்த ஞாபகம் வச்சுக்கணும்...''

திடீரென தோழர் அமைதியாக வாசலைப் பார்த்தார்.

''யாரது?'' தோழர் பி.ஜி. யிடம் கேட்டார். ''வேலிப் பக்கத்துல ஒரு தலையசைவு?''

வேலிப்பக்கத்திலிருந்து யாரோ எட்டிப்பார்த்தது போலிருக்கிறது. கட்சிக்காரர்களின் அசைவுகளைத் தெரிந்து கொள்ள சி.ஐ.டிக்கள் மாறுவேடங்களில்

அலைகிற காலமிது. கீற்று வேலியோரமாக மெலிந்து, பார்க்கவே பரிதாபமாக ஒருவன் இழுத்துஇழுத்து நடந்தபடி உள்ளே வந்தான். அழுக்கேறிய கைலியின் மடிக்குத்தில் ஏதோ கனமாகத் தொங்குகிறது. அவன் நேராக நடந்து வந்து பின்னால் சென்று சோர்ந்து அமர்ந்தான். மடிக்குத்தின் ஓட்டை வழியாகக் கையைவிட்டு எதையோ எடுத்து வாயில் போட்டு மென்றான்.

''நீ மட்டும் திங்கறியா? நாங்களும் பசியோடதான் ஒக்காந்திருக்கோம். கேட்டியா?'' பி. ஜி. பத்மநாபன் அருகே சென்றார். ''ஆமா, அப்பிடி என்னாத்த திங்கற?''

அவன் அங்கலாய்ப்போடு சுற்றிலும் பார்த்தான்.

பி.ஜி. கீழே குனிந்து மடிக்குத்தை நிமிர்த்தினார். ''என்னாது இது? பசுவுக்குப் போடற புண்ணாக்கா?''

அவன் நடுக்கத்தோடு பி.ஜி. யிடம் எதையோ முணுமுணுத்தான். பிண்ணாக்கோடு சேர்ந்து அந்த வார்த்தைகளும் உமிழ்நீரில் ஊறின.

''விவசாயக்கூலி. கொம்மாடிக்கு அந்தப் பக்கமிருந்து வர்றார்'' பி.ஜி. விளக்கினார். ''வேல செய்ய முடியலன்றதால யாரும் வேல குடுக்கறதுமில்ல. மூணுநாலு நாளாப் பட்டினி. இன்னக்கி எப்படியோ இந்த அப்பிராணிக்குக் கொஞ்சம் தேங்காப் புண்ணாக்கு கெடச்சிருக்கு''

பி.ஜி. அவனைப் பிடித்து எழுப்பினார். ''வா, கொஞ்சமாக் கஞ்சி குடிக்கலாம்''

தோழரின் கண்ணிமைகளில் ஈரத்தின் நிழல் படர்ந்தது. ''இதுதான் மண்ணுல வேல செய்ற விவசாயத் தொழிலாளர்களோட நெலம'' கைமடிப்பில் சொருகியிருந்த கைக்குட்டையை எடுத்து கண்களைத் துடைத்துக் கொண்டார். ''ரொம்ப கிட்டவேதான் திருவிதாங்கூரோட நெற்களஞ்சியம். பத்தாயிரம் மரக்காவும், லட்சம் மரக்காவும் வெளையற வயலுங்க. எல்லாம் விரல்விட்டு எண்ணக்கூடிய ஒரு சில ஜமீன்களோடதா மட்டுமேயிருக்கு. மண்ணில வேலை செய்யறவனுக்கு இந்த பூமியில என்ன உரிமையிருக்கு? இந்த பூமியோட நிஜமான உரிமையாளன் யாரு? ரத்தத்த நீராக்கி வேல செய்யற தொழிலாளிகளா, வரப்புமேல கொடையப் புடிச்சிக்கிட்டு நிக்கற மொதலாளிகளா?''

''விவசாயத் தொழிலாளிக்கு ஒரு நெல்மணியோட வெலமதிப்பாவது இருக்கா? அவன எப்பிடிக் கூப்பிடறாங்க? முரிக்கனோட புலையன், மங்கொம்பனோட புலையன், கவலய்க்கலோட புலையன், சாலே பணிக்கரோட புலையன்... இதில்லாம ஒரு பிடிமானம் இருக்கா அவனுக்கு? இந்த நெலம மாறணும். மாறியே ஆகணும். மாறும்''

பி.ஜி. பத்மநாபன் குட்டநாட்டின் ஒவ்வொரு பகுதிக்கும் போக வேண்டியவர்களின் பெயரை வாசித்தார். எம். டி. சந்திரசேனன், என். எஸ். பி. பணிக்கர், வி. எஸ். அச்சுதானந்தன், சி. கே. கேசவன், எம். கே. சுகுமாரன், ஆர். தங்கப்பன்...

''நீங்க ஒரு குழுவா குட்ட நாட்டுக்குப் போகணும்'' தோழர் சொன்னார். ''குட்ட நாட்டில் ஒரு கமிட்டியா செயல்படணும்''

''அங்க நாங்க எங்க போகணும்? அந்தப் பக்கமெல்லாம் எங்களுக்கு சுத்தமாத் தெரியாதே. ராத்ரீல எங்க தங்குவோம்?'' ஆர். தங்கப்பன் கேட்டார்.

தோழர் குஞ்ஞும்புதான் இதற்கு பதில் சொன்னார். ''நீங்க மனுஷங்களத்தான் பாக்கப் போறீங்க. அங்க உங்கள மாதிரி மனுஷங்க இருப்பாங்க இல்லையா? விவசாயத் தொழிலாளர்களோட வீடுகளுக்கு நீங்க போகணும். அவங்ககிட்ட விசயங்களைச் சொல்லிப் புரிய வைக்கணும். நீங்க சொல்றது அவங்களுக்குப் புரியும். ரத்தம் ரத்தத்தை உணர்ந்து கொள்ளும்''

ரத்தம் ரத்தத்தை உணர்ந்து கொண்டது.

புன்னப்புரை - வயலார் போராட்டத்திற்கு மூன்று வருடம் முன்புதான் குட்டநாட்டில் கம்யூனிஸ்டு கட்சி வேரூன்றத் தொடங்கியது. யுத்தகாலத்தில் நெல்லுக்கு விலை ஏறியது. நில உடமையாளர்கள் பணமாகக் கொடுத்திருந்த கூலியை நெல்லாகவே தர வேண்டுமென்றனர் தொழிலாளர்கள். கைனக்கரியிலும் காவாலத்திலும் தகழியிலும் கம்யூனிஸ்டு கட்சி கிளைகளை உருவாக்கின. திருவிதாங்கூர் விவசாயத் தொழிலாளி யூனியன் என்ற பெயரில் தோழர் டி. கே. வர்கீஸ் வைத்தியர் தலைவராக சங்கத்தை உருவாக்கினார்.

அறுவடை துவங்கியது.

மங்கொம்பன் வரப்பு வழியாக வருகிறார். அவர் பின்னாலேயே கணக்குப்பிள்ளை ராமன்நாயர். வெத்திலைச் செல்லத்துடன் சிப்பந்திகள் பின்னால் வருகின்றனர்.

''அறுவடையெல்லாம் அமோகமா நடக்குதில்லே?'' மங்கொம்பன் கேட்டார்.

''ஆமாமாம், கூலி விஷயத்திலதான் ஒரு சிக்கல். யூனியன் உள்ள நொழஞ்சிருக்கு'' என்றான் ராமன்நாயர்.

''அதெல்லாம் நடக்கற விஷயமே இல்ல'' மங்கொம்பன் வெட்டு ஒன்று துண்டு இரண்டாகச் சொன்னார்.

''அவனுங்க கேட்டானுங்கன்னா சாமீ?''

''அதுக்கு அந்தப் பொலச்சிங்களத்தானே அறுப்புக்கு நிறுத்தியிருக்கு. அவளுங்களுக்கு என்ன தைரியம்? நம்ம ஆளுங்க கண்ண உருட்டுனா அவளுங்க நின்ன எடத்துல ஒண்ணுக்குப் போயிடுவாளுங்க''

''அது சரிதான்'' கணக்குப்பிள்ளையும் சிப்பந்திகளும் அனுபவித்துச் சிரித்தார்கள்.

மங்கொம்பனும் ஆட்களும் வயலோரமாக வந்தனர். முதலாளியைக் கண்டதும் பெண்கள் அறுவடையை நிறுத்திவிட்டு வரப்பில் ஏறினார்கள்.

''உம்? என்னா எல்லாரும் ஒட்டுக்கா?'' அய்யர் அண்ணாக்கில் கிடந்த வெத்திலையைக் காறித் துப்பினார்.

''இன்னக்கி கூலி கேக்கணும்னுதான் தீர்மானம்'' கரம்பி கதிர்அரிவாளை உள்ளங்கையில் தேய்த்தாள்.

''கூலியா? என்ன கூலி? யாரோட கூலி? இங்க நான்தான் இருக்கேனே முடிவு பண்ண'' மங்கொம்பன் கோபத்தோடு கேட்டார்.

''எங்க யூனியனோட தீர்மானம்'' செந்திலை முன்னால் வந்தாள்.

''நீ அந்த கறுத்த பொலைச்சியோட மகதானே?''

''உம்'' செந்திலை முனகினாள். ''என்ன செந்திலைன்னு கூப்டுவாங்க''

''உம்... நல்லாயிருக்கு'' மங்கொம்பன் செந்திலையை அடிமுடி பார்த்தான். பொண்ணு வளர்ந்து திடமானது தெரியவில்லை. விளைஞ்ச கதிர். மதமதப்பு. இடுப்பெல்லாம் என்ன அகலம்! மார்பின் வேர்வையில் குத்திட்டு நிற்கும் இரண்டு நெல்மணிகள்.

வயலில் ஒளிந்திருந்த நீர்ப்பாம்பு அசைந்தது. நாற்றுகளுக்கிடையிலிருந்து அது தலையாட்டியது. மங்கொம்பன் காலசைத்தான். நீர்ப்பாம்பு இழைந்து வெளியேறியது.

''இவளுக்கு என்ன வேணுமோ அதக் குடுத்தனுப்பு'' மங்கொம்பன் ராமன்நாயரைப் பார்த்து கண் சிமிட்டினார். ''இன்னிக்கே ஆவட்டும். சுபஸ்யா சீக்ரஸ்யான்னுதானே சாஸ்திரம்?''

''ஆமாமாம்'' ராமன்நாயருக்கு சங்கதி புரிந்துவிட்டது.

''நீ சாயந்திரம் வேல முடிஞ்சு குளிச்சு சுத்தமா வந்து என்னப் பாரு'' ராமன்நாயர் செந்திலையின் காதில் சொன்னான்.

''அது எதுக்கு நான் மட்டுந் தனியா வரணும்?'' செந்திலை சத்தமாகக் கேட்டாள். ''அப்படின்னா நாங்க எல்லாருமா ஒண்ணாச் சேந்து குளிச்சு தலயசீவி பொட்டு வச்சுக்கிட்டு வர்றோம்''

"காந்தாரி" மங்கொம்பன் மனசில் சொல்லிக்கொண்டான். இவளுக்கு அறிவு கொஞ்சம் கூடத்தான். சூரியன் கொஞ்சம் சீக்கிரமா மேக்கால சாஞ்சுச்சுன்னா!

"கூலிக் கதிரோட விசயம் தீருமானிச்சுட்டு போதும் மத்ததெல்லாம்" கூட்டத்திலிருந்த கண்ணம்மா சொன்னாள். "தம்புரான் கூலி தருவீங்களா, மாட்டீங்களா? எங்களுக்கு ரெண்டுல ஒண்ணு இப்பத் தெரியணும்"

"கூலி நான் தரமாட்டேன். அது உறுதி"

மங்கொம்பன் முடிவாகச் சொன்னார்.

"யாருக்கு அவ்ளோ கொழுப்பு, என்னோட வயல்லருந்து கூலிய வாங்க? அப்படீன்னா நானும் அத ஒண்ணு பாக்கணுமே?"

"அப்பிடீன்னா அது தெரிஞ்சுக்கிட்டுப் போதும் மிச்ச அறுப்பு" கரம்பி அருவாளை இடுப்பில் சொருகினாள்.

மடைக்குப் பக்கத்தில் விளைஞ்சு மடிந்து கிடந்திருந்த நெற்கதிர்களுக்கிடையில் ஓர் அசைவு. மங்கொம்பனும் ராமன்நாயரும் திரும்பிப் பார்த்தார்கள். சிவப்பு ரிப்பன் கட்டிய தொழிற்சங்கத் தொண்டர்கள் ஆங்காங்கே எழுந்து நின்றனர். மிகச் சாதாரணமாகக் கையிலிருந்த சிறுகோல்களைச் சுழற்றினர். கோல்களின் நுனிகளில் செங்கொடிகள் பறந்தன.

"ராமா, தண்ணி"

மங்கொம்பன் வேர்த்து விறுவிறுத்தார். ராமன்நாயர் கூஜாவை கைமாற்றினான். மங்கொம்பன் கூஜாவை வாங்கி உதட்டோடு சேர்த்ததும், செந்திலை வந்து தடுத்தாள்.

"கூலி தருவீரா தரமாட்டீரா? மொதல்ல அதச் சொல்லு"

அவள் கூஜாவை எட்டிப் பிடித்தாள்.

"அது தெரிஞ்சிட்டுப் போதும் தண்ணி குடிக்கறது"

ஓங்கிய கையில் அரிவாள் பிடித்து நிற்கிறாள் செந்திலை.

மங்கொம்பன் வரப்பில் உட்கார்ந்தார். உடல் முழுக்கத் தளர்கிறது. பூமி வட்டமாகச் சுற்றுகிறது. வரப்பு எங்கேயோ நீளமாக ஓடுகிறது. இல்லை வட்டமாகவா? வானம் சுழல்கிறது.

"தம்புரா, பேசறப்பவே இப்புடி மயங்கம் போட்டா எப்புடி?"

செந்திலை கிண்டலடித்தாள்.

"நாம சாயந்திரம் சந்திக்கணுமில்லையா?"

பெண்கள் அதைக் கேட்டு வாய்பொத்திச் சிரித்தனர்.

''ராமன் நாயரே?''

மங்கொம்பன் பலவீனமாக அழைத்தார்.

''எப்படி வேணுமோ அப்பிடியே குடுத்துடு''

வயல்களில் நின்றிருந்த வாலண்டியர்கள் அதைக் கேட்டு ஒன்றாக கோஷமெழுப்பினர்.

''தொழிலாளர் ஒற்றுமை சிந்தாபாத்!

மீட்போம் மீட்போம்

உரிமைகளை மீட்போம்...''

பெண்கள் அதைத் திரும்பச் சொன்னார்கள்.

''இனிமே தம்புரானுக்குக் கொஞ்சம் தண்ணி குடு''

செந்திலை கூஜாவை நீட்டினாள்.

''ஆமா தம்புரா, சாயந்திரம் நான் எங்க வரணும்? அதக்கூட முடிவாச் சொல்லுங்க. கூப்டற எடத்துக்கு செந்திலை வரேன் கேட்டீரா? நாலுபேரு பாக்கற மாதிரி எனக்கு ஒரு பொடவ தந்தாப் போதும்''

பெண்கள் ஆரவாரமாகச் சிரித்தனர்.

மங்கொம்பனின் பேச்சு நின்றுவிட்டிருந்தது.

நீர்ப்பாம்பு கலங்கல் நீரில் ஒளிந்தது.

குட்டநாட்டின் வயல்களிலெல்லாம் கூலிக்கதிரின் செய்தி பரவியது. தொழிலாளி வர்க்கத்தின் முதல்வெற்றி.

விவசாயத் தொழிலாளி யூனியன், மாம்பழக்கரியில் ஆண்டுவிழா கூட்டம் நடத்த ஏற்பாடுகள் செய்தது. கட்டுமரங்களிலும் சிறுபடகுகளிலுமெல்லாம் செங்கொடிகள் விரிந்தன. செங்கொடி ஏந்திய தொழிலாளர்களின் படைவரிசை. மாம்பழக்கரி செங்கடலானது. செங்கடலில் அலையடித்தது. பி. டி. புன்னூஸ், கே. சி. ஜார்ஜ், சி. எஸ். கோபாலப்பிள்ளை போன்ற தலைவர்கள் வந்து சேர்ந்தனர்.

''ஜமீன்களே, சுரண்டல்காரர்களே, உங்களுக்கான மரணஒலி முழங்குகிறது. குப்பைமேடுகளில் பட்டினி கிடந்தும், புலையர்கள் இரவுபகல் பாராமல் வேர்வை சிந்தியும்தான் உங்களுடைய பத்தாயங்களில் நெல் குவிகிறது. நீங்கள் பார்க்கத்தான் போகிறீர்கள். இந்தத் தொழிலாளி வர்க்கம் உங்களுடைய மாளிகைகளை அடித்துத் தகர்க்கும். இடித்து நொறுக்கும்''

மெகாபோன் மூலம் ஆவேசமாகப் பேசிக் கொண்டிருந்த தோழர் வர்கீஸ் வைத்தியர், போலீசின் கனத்த பூட்ஸ் ஒலி கேட்டே திரும்பிப் பார்த்தார். துப்பாக்கியேந்திய ஒரு கூட்டம் போலீஸ் பின்தொடர டி.எஸ்.பி. வந்து கொண்டிருக்கிறார். அவர் காக்கிச்சட்டையின் பாக்கெட்டிலிருந்து ஒரு காகிதத்தையெடுத்து தோழரிடம் நீட்டினார்.

''என்ன இது?''

வர்கீஸ் வைத்தியர் அவரை உற்றுப் பார்த்தார்.

''தடையுத்தரவு. கூட்டம் நடத்துவதைத் தடை செய்வதற்கான கொல்லம் ஜில்லா மாஜிஸ்டிரேட்டின் ஆணை இது. நீங்க உடனே கலஞ்சு போகணும்''

''இல்லன்னா?''

''நாங்க பலம் பிரயோகித்து அரஸ்ட் பண்ண வேண்டியிருக்கும்''

''அப்படின்னா அரெஸ்ட் பண்ணுடா'' வர்கீஸ் வைத்தியர் டி.எஸ்.பியின் இடுப்பு பெல்ட்டைப் பிடித்து ஒரு தள்ளு தள்ளினார்.

போலீசார் துப்பாக்கியால் குறி வைத்து நெருங்கி வந்தபோது, 'வேண்டாம்' என்று தடுத்தார் டி.எஸ்.பி.

சுற்றிலும் செங்கடல். ஆட்கள் ஆரவாரித்தனர். போலீசுக்கு எதிராக முழக்கமிடுகின்றனர்.

''கலைஞ்சு போங்க, தடையுத்தரவை மதிக்கணும்'' என்றார். டி. எஸ். பி.

''கொல்லம் ஜில்லாவுக்குள்ளதானே தடையாணை?'' பி. டி. புன்னூஸ் கேட்டார்.

''உம்''

''நாங்க யோசிக்கிறோம்''

தலைவர்கள் ஆலோசித்தனர். தடையுத்தரவை மதிக்கலாம். அனாவசியமாக ஒரு அடிதடி வேண்டாம்.

''சரி, நாம போலீசுக்கு சவால்விட்டு கொடுப்புன்னைப் படைநிலத்தில் கூட்டம் நடத்துவோம். எல்லாரும் படைநிலத்துக்குப் போலாம்'' வர்கீஸ் வைத்தியர் மெகாபோன் வழியாக அறிவித்தார்.

மூன்றுமைல் தூரத்திலுள்ள கோட்டயம் ஜில்லாவில்தான் படைநிலம். போலீசைத் தாண்டி செங்கடல் படைநிலம் நோக்கிப் பாய்ந்தது. படகுகளில் ஆண்களும் பெண்களும் ஆரவாரித்துச் சிரித்தனர். ''படைநிலம்னா படைநிலம். எதிர்த்து வா போலீசே'' போலீஸ் கைகட்டிக்கொண்டு வேடிக்கை பார்த்தது.

வயலார் போராட்டத்திற்கு மூன்று மாதங்கள் முன்புதான் சேர்த்தலையில் மீனவத்

தொழிலாளர்கள் சங்கம் அமைக்கத் தீர்மானித்தார்கள். அதற்கு முன்னரே அம்பலப்புழை தாலுக்கா மீனவத் தொழிலாளி யூனியன் உருவானது. வட்டயால், வாடய்க்கல், புன்னப்புரை கடற்கரைகளில் சங்கம் சிறப்பாக செயல்பட்டு வந்தது. அதற்கு சைமன் ஆசான்தான் முன்கை எடுத்திருந்தார்.

வட்டயால் தேவாலயத்தின் மேற்குப் பக்கத்திலேயே சைமன் ஆசானின் வீடு இருந்தது. தேவாலயத்துப் பள்ளிக்கூடத்தில் வேதபாடம் நடத்துவதுதான் அவர் வேலை. ஞாயிற்றுக்கிழமை வகுப்புகளில் திருவசனத்துடன் கம்யூனிசத்தைக் கலந்ததையறிந்து கோபம் கொண்ட போதகர் வெளியேற்றினார். ''இனி இந்த ஆலயத்தோட சுத்துப்பட்டுல எங்கயும் உன்னப் பாக்கக் கூடாது. தெய்வ துரோகி, உனக்கு எப்பவும் எந்தக் காலமும் ஒரு நன்மையும் வந்து சேராதுடா'' போதகர் சபித்தார்.

வட்டயால் சைமன் அந்தோணி ஆலயத்தின் படியிறங்கினார். நேராக வட்டயால் கடற்கரைக்குச் சென்றார். ஆளரவமற்றிருந்தது கடற்கரை. மணலில் கையூன்றிப் படுத்தார். நிக்ளாவின் மகன் பெஞ்சமின் அப்போது அந்த வழியாக வந்தான். பெஞ்சமின் பொடியன். அவன் அப்பா கடற்கரையின் பிரபலங்களில் ஒருவர்.

''அப்பா பேசிக்கிட்டு இருந்ததக் கேட்டேன்'' பெஞ்சமின் அருகே வந்தான். ''ஆலயத்திலருந்து சைமன் ஃபாதரை வெளியேத்தப் போறாங்களாம். நீங்க எதுக்கு இந்த வேண்டாத வேலையெல்லாம் செய்றீங்க?''

''என்ன வேண்டாத வேல?'' சைமன் அந்தோணி கேட்டார்.

''கம்யூனிசம்'' என்றான் அவன். ''கர்த்தர் யேசு கிறிஸ்து கம்யூனிஸ்டுன்னுதானே நீங்க சண்டே கிளாசுல சொல்லிக் குடுத்தீங்க?''

''ஆமா, அதிலென்ன இவ்ளோ குழப்பம்?''

''யேசு கிறிஸ்து கம்யூனிஸ்டுன்னு சொன்னா, அது சரிப்பட்டு வராது''

''ம்ம்... ஆமா, அன்னக்கிதான் கம்யூனிஸ்டு கட்சியே இல்லியே?'' சைமன் அந்தோணி சொன்னார்.

''இருந்திருந்தா?''

''ஜெருசலேம் தெருக்கள்ல யேசு செங்கொடி புடிச்சு நடந்திருப்பார். கபட வேடதாரிகளாயிருந்த யூத புரோகிதர்களையும், பிரபுக்களையும் சாட்டையால அடிச்சவரில்லயா? அவங்களோட ஆலயங்கள நொறுக்கினாரே? ஒடுக்கப்பட்டவர்களுக்கு சுதந்திரமும், அடிமைகளுக்கு விடுதலையும் வாங்கித் தந்தாரே? பசிச்சவருக்கு உணவும் மரித்தவருக்கு உயிர்ப்பும் தந்தாரே? அக்காலத்து

அக்கிரமங்களுக்கு எதிராத்தானே யேசு நிலைகொண்டதும் ஓசையெழுப்பினதும். இப்ப சொல்லு, யேசு கிறிஸ்துவுக்கும் கம்யூனிஸ்டுகாரங்களுக்கும் என்ன வித்தியாசம்?''

''அப்பிடிப் பாத்தா நீங்க சொல்றது சரிதான்'' பெஞ்சமின் குழம்பிப் போனான். ''இருந்தாலும்...''

''இந்த சர்ச் ஆளுங்க உன்னோட அப்பன மாதிரியான மொதலாளிங்ககூட சேந்துக்கிட்டு என்ன செய்யறாங்க? உசிரக்கூட மதிக்காம இடிமழைன்னு பாக்காம மீன் புடிக்கப் போற பாவப்பட்டவங்க மேல மதத்தோட சாட்டைய வீசி சுரண்டத்தானே செய்யறாங்க? அவங்களக் கொள்ளயடிச்சு பட்டினி பாவங்களா ஆக்கறாங்கல்ல? மனுஷங்கள தங்களுக்குள்ளவே அடிச்சிக்க வக்கிறாங்கல்ல? முன்னால இந்தக் கடற்கரைல என்ன நடந்தது? நீயெல்லாம் அன்னக்கிக் கொழந்த. சர்ச் பாதர் கோயில்பிள்ளய வச்சு மணியடிக்கச் சொல்லி மந்தையாடுகளை முற்றத்திலக் கூட்டுனாரு. அவங்ககிட்ட கையில கெடச்ச ஆயுதங்கள எடுத்துட்டுப் போயி கண்ல பாக்கற முஸ்லீம்கள எல்லாம் அடிச்சுக் கொல்ல கடவுளோட பேர்ல ஆணையிட்டாரு. குடிச்சு போதையேறியிருந்த முக்குவனுங்க அதக் கேட்டவுடன், அந்த வெள்ளக்கிணறிலயும், சவக்கோட்டப் பாலத்துக்கு அந்தப் பக்கமும் குடியிருந்த முஸ்லீம்கள் எத்தன பேரக் கொன்னாங்க தெரியுமா?''

''அது எதுக்காக?'' பெஞ்சமின் அதிர்ச்சி அடைந்தான்.

''அந்த சவக்கோட்டப் பாலம்கிட்ட சில ரௌடிப் பசங்க, கிறிஸ்துவப் பொண்ணுங்க போனப்ப ஏதோ கிண்டல் பண்ணுனாங்கன்னோ, புடிச்சு இழுத்தாங்கன்னோ சொல்லித்தான் அப்புடிச் செஞ்சாங்க. அவனுங்க முஸ்லீம்கன்றதால, மரியாதையா வாழற மத்த முஸ்லீம்க என்ன பாவம் செஞ்சாங்க? எந்த சாமி மனுஷங்கள தங்களுக்குள்ள அடிச்சு சாகச் சொல்லிச்சு? என்னிக்காவது யேசு கிறிஸ்து திரும்பி வந்தாருன்னா இவனுங்கள சாட்டையால கண்டிப்பா அடிப்பாருல்ல?''

''அப்பிடிப் பாத்தா நீங்க இப்ப சொல்றதும் நாயந்தான்'' பெஞ்சமின் எழுந்தான். இன்னும் இங்கே உட்கார்ந்தால் சர்ச் வாசல்லகூட கால் வைக்கத் தோன்றாமல் போகலாம்.

''அப்ப சரி'' பெஞ்சமின் நடந்தான்.

சைமன் அந்தோணி கடலைப் பார்த்துக் கிடந்தார். மீனவத் தொழிலாளர்களை இந்தச் சுரண்டல்களிலிருந்து காப்பாற்ற வேண்டும். அவர்களைத் தெளிவடையச் செய்ய வேண்டும். கிடைக்கும் நேரங்களில் உட்கார வைத்து எழுதச் சொல்லிக் கொடுக்க வேண்டும், கூடவே உரிமையுணர்வையும். மீனின் விலையைக்கூடக் கணக்கு போடத் தெரியாதவர்கள்.

''நீங்க எழுத்து கத்துக்கணும். எழுதவும், படிக்கவும் கத்துக்கணும். அப்பதான் அடிமைத்தனத்திலிருந்து விடுதலை கெடைக்கும்'' அப்படியாக சைமன் அந்தோணி சைமன் ஆசான் ஆனார். ஏ. வி. குஞ்ஞம்பு அவரை கட்சி உறுப்பினர் ஆக்கினார். லத்தீன் கத்தோலிக்கச் சமுதாயத்திலிருந்து இரண்டுபேர் கம்யூனிஸ்ட்டானார்கள். சைமன்ஆசானும், கே. வி. பத்ரோசும்.

அப்போதெல்லாம் படகும் வலையும்கூட கடற்கரையின் முதலாளிகளுக்குச் சொந்தமானதாக இருந்தது. படகில் யார் ஏற வேண்டுமென்று தீர்மானிக்கிறதும் அவர்கள்தான். படகு உரிமையாளர் சொல்வதுதான் விலை. நேர்பாதி படகுக்கும், வலைக்குமான வாடகை. அதுபோக படகுப் பங்கு, வலைப் பங்கு. அதற்கும் மேல் கோயில் பங்கு, வழிபாடு பங்கு, கரைப் பங்கு, மூத்தோர் பங்கு எனக் கொடுத்துவிட்டு மிஞ்சியதில் நாலில் ஒரு பங்கு தொழிலாளிக்கு. வலை கெட்டுப் போனால் தொழிலாளிதான் அதைச் சீர் செய்ய வேண்டும். கூட்டிக் கழித்துப் பார்த்தால் தொழிலாளி எப்போதும் கடன்காரன்தான்.

அந்தியில் படகைக் கடலில் இறக்கும் நேரத்தில் சில முதலாளிகள் கடற்கரைக்கு வருவார்கள். யாரெல்லாம் கடலுக்குப் போகிறார்கள் என்று பார்ப்பார்கள். புறங்கடலின் எல்லை கடந்து படகு கண்ணுக்கெட்டாத தூரத்துக்குச் சென்ற பிறகு, சுற்றித் திரிந்து இருட்டின் மறைவில் பெண்களைத் தேடிக் குடிலுக்கு வருவார்கள். எதிர்த்தால் மிரட்டல். கடலுக்குப் போன ஆண்களுக்குப் பிறகு வேலை கிடைக்காது. அடித்துப் போட்டு கடலில் வீசி விடுவார்கள்.

செத்திக்காரன் யாக்கோபுக்கு அதுதான் நிகழ்ந்தது. கடல் மணலில் அழுந்திய படகை ஒற்றைக்கையால் பூப்போலத் தள்ளி நகர்த்தக் கூடிய பயில்வான் அவன். தனியாளாக ஒரு பெரிய சுறாவைப் படகின் படியில் சேர்த்துக் கட்டி இழுத்துக்கொண்டு வந்தவன். படகில் ஏறிவிட்டால் அமரக்காரன் யாக்கோபுதான்.

யாக்கோபின் கதை எழுத கீபோர்டின் பட்டன்களை நகர்த்துவதற்கிடையில் மிருணாள்தாவின் அழைப்பு வந்தது. அவள் மொபைலெடுத்தாள்.

''நொமஸ்கார்! அமி ஃபலோ அச்சி?'' அவர் வங்காளியில் பேசினார்.

''நீ நல்லாயிருக்கியா?''

அவள் 'உம்' கொட்டினாள்.

''ரன்பீர் பல தடவை கூப்பிட்டும் நீ போன் எடுக்கலன்னு சொன்னான்'' மிருணாள்தா கோபித்தார்.

சரிதான். அவன் பலமுறை அழைத்திருந்தான். அவள் வேண்டுமென்றே எடுக்கவில்லை.

''எழுத உக்காந்திருக்கும் போதாயிருக்கும்'' என்றாள் அவள்.

''அவனோட மிஸ்டுகால் அதில இருந்திருக்குமே? திருப்பிக் கூப்பிட்டிருக்கலாமில்லயா?'' மிருணாள்தா சிடுசிடுத்தார்.

''கூப்பிடணும்னு நெனச்சுக்கிட்டிருந்தேன்''

''இல்ல, நீ அவன வேணும்னே ஒதுக்கற. எதுக்காக இப்டி ஓடி ஒளிஞ்சுக்கற?''

''ஒளிஞ்சுக்கறதா?'' அவள் சிரித்தாள். ''அதுக்காகக்கூட ஒரு எடம் எனக்கில்லயே?''

அவர் மௌனமானார்.

இப்போதும் அவளுடனான காதலின் நூல்பாலத்திலேயே ரன்பீர் நின்று கொண்டிருக்கிறான். அவளும் அதை அறிவாள். அதனாலேயே அவன் அழைப்புகளுக்குச் செவிசாய்க்க வேண்டாமெனத் தீர்மானித்தாள். தோழர் சத்யதாசின் நினைவஞ்சலிக் கூட்டத்தின் கண்ணீருக்கிடையில் அவனுடைய காதல் வெடித்து விழுந்தது. அருகே வந்து அவளுடைய தோளைத்தட்டி, ''அபர்ஜீதா, (அவன் அப்படித்தான் அவளை அழைப்பான்.) தனியாயிட்டேன்னு வருத்தப்படாத. இன்னிலருந்து நானிருக்கேன் உன்கூட'' என்றான்.

''எனக்குத் தெரியும். நீ மட்டுமில்ல... நீங்க எல்லாருமே இருக்கீங்க எங்கூட, ஆனா என்னோட அப்பா...'' அதைச் சொல்லத் தொடங்கியதும் வார்த்தைகள் இடறின.

அவள் முகம் பொத்தினாள்.

''அபர்ஜீதா...'' அவன் கைகளைப் பிடித்தான். ''ஐ மீன்...''

அவள் ஈரப் படலங்களுக்கிடையில் அவனைப் பார்த்தாள். அவன் கண்களில் பரிதாபத்தோடு கூடிய காதல் ஒளிர்ந்து கொண்டிருந்தது. தோழர் சத்யதாசின் மரணம், அது அவளுக்குள் ஏற்படுத்திய ஆழம் என அவள் மீதான இரக்கத்தின் முனையிலிருந்தான் அவன்.

பிறகொருநாள் தபதியின் முன்பாக நடந்து போவதற்கிடையில் படியிறங்கி கூடவே வந்தான். தபதி விடுதியில் மாணவர்களும் மாணவிகளும் ஒன்றாகவே தங்கியிருந்தனர்.

''அபர்ஜீதா, நில்லு'' அவன் அருகில் வந்தான்.

''ஐ வான்ட் டு டெல் யூ சம்திங் சீரியஸ்'' அவள் நின்றாள்.

''வேகமா சொல்லு ரன்பீர். நான் கொஞ்சம் பிசியா இருக்கேன்''

''நான் பலதடவை மெசேஜ் பண்ணியிருந்தேன். எனக்கொரு பதில் வேணும்''

''பீ குட் ஃபிரண்ட்ஸ். தட்ஸ் மை ரிப்ளை''

''நீ அவனை ஒருவாட்டி கூப்பிடணும்'' மிருணாள்தா சொன்னார்.

''வாட் ஃபார்?'' அவள் சிரித்தாள். ''ஹி ஈஸ் எ க்ராக்''

''தோழர் சத்தியதாஸ் எனக்கும் வழிகாட்டியா இருந்ததால சொல்றேன். உனக்கொரு நல்ல வாழ்க்கை அமைச்சுக் குடுக்க அவனால முடியும். பாட்னாவுல பிரபலமான குடும்பங்கள்ல ஒண்ணு அவனோடதுன்றது உனக்குத் தெரியுமில்லயா? அப்பறம் கருத்தொற்றுமையும்கூட''

''மிருணாள்தா, என் காலடி மண்ணை அடையாளம் காண வேண்டிய முயற்சியிலயே நான் இருக்கேன். அது முடியட்டும்''

''ஓ... உன்னோட வேர்கள்? அதக் கண்டுபிடிச்சிட்டயா?''

''நோ டிரேசஸ் சோ ஃபார்'' அவள் ஏமாற்றத்துடன் சொன்னாள். ''ஐ லாஸ்ட் மை ஹோப்ஸ். தோழர் சத்யதாசை இங்கே யாருக்குத் தெரியும்? அந்த வேர்கள எப்பவோ பிடுங்கி எறிஞ்சாச்சே? என் எதிர்பார்ப்புகளோட வேர்களும் இத்துப்போச்சு''

''பறிச்செறிய முடியாது அந்த வேர்களை. உன்னால அதைக் கண்டுபிடிக்க முடியும். ரொம்ப சீக்கிரம் நீ அதைக் கண்டுபிடிப்பே. தொன்னோபாத்'' அவர் போனைத் துண்டித்தார். அவள் கீபோர்டின் பொத்தான்களை உயிர்பெறச் செய்தாள், யாக்கோபிற்கும் ரோசாக்குட்டிக்குமான காதலின் சிலுவை மரணத்தை நோக்கி...

16

அலை அறுத்த கொம்பன் சுறா

சேந்தவேலிக்காரி ரோசாக்குட்டியை அர்த்துங்கல் ஆலயத் திருவிழாவில் பார்த்துதான் யாக்கோபு விரும்பத் தொடங்கினான். எட்டாம் திருவிழாவில் வில்லும் அம்பும் ஊர்வலம் வர, யாக்கோபுதான் தமுக்குடன் கிளாரினெட் வாசிப்பான். தலைவழியாக வெள்ளைவெளேர் நெட் அணிந்து, முக்கால் பாவாடை உடுத்து முத்துக்குடையின்கீழ் வில்லும் அம்புமேந்தி ரோசாக்குட்டி வந்து நின்றபோது, யாக்கோபின் இசை கிளாரிநெட்டின் குழல்கள் வழியாக ஆகாயத்தை நோக்கிச் சிறகடித்தது.

கருமேகக் கூட்டங்களுக்கு இடையிலாக யாக்கோபு ரோசாக்குட்டியுடன் கைகோர்த்துப் பறந்தான். ஆலய வாத்தியக்காரர்களுக்கான தொங்கல் வைத்த ஆடையணிந்த யாக்கோபைக் கண்ணோரமாக அவளும் பார்த்தாள்.

அத்தித்தரை அவுசேப்பின் மகள் ரோசாக்குட்டி. மூத்த மகளை தும்போளியில் கல்யாணம் பண்ணிக் கொடுத்துவிட்டார். இளையவன் சின்னப்பையன். அவுசேப் மரைக்கான் கடலுக்குப் போனால் வீட்டைப் பார்த்துக் கொள்வது அவள்தான். பலதடவை அவளைத் தன்னோடு அழைத்துச் செல்ல யாக்கோபு முயன்றான். அது அவளுக்கும் அரைச்சம்மதம்தான். அப்பாவையும் தம்பியையும் யார் பார்த்துக் கொள்வார்கள்? சேந்தவேலித் துறையை விட்டு செத்தியில் குடிவைக்க யாக்கோபுக்கும் பலதடவை யோசிக்க வேண்டியிருந்தது. வேறு வழியில்லாமல் போனபோது யாக்கோபு அதற்கும் ஒத்துக்கொண்டான். அவுசேப்பு மரைக்கானும் சம்மதம் சொன்னார். ஓசானாவுக்கு முந்தைய ஞாயிற்றுக்கிழமை நிச்சயம்.

திருப்பலி முடிந்து வருகிற வழியில் யாக்கோபு தூரத்திலிருந்து வருவதைப் பார்த்து அத்திமரத்தின்கீழ் ரோசாக்குட்டி காத்திருந்தாள்.

''இதென்னா இந்தப் பொட்டலத்துல?'' யாக்கோபு அருகே வந்ததும் அவள் அவனுடைய கையில் இருந்த வண்ணக்காகிதம் சுற்றிய ஒரு பொட்டலத்தைப் பார்த்துக் கேட்டாள்.

''உனக்குத்தான். அந்தக் கைய நீட்டு''

''எதுக்கு?'' அவள் கண்களில் நாணம் மொட்டுவிட்டது.

''நீட்டு'' ரோசாக்குட்டி கை நீட்டினாள்.

யாக்கோபு பொட்டலத்தை அவிழ்த்ததும் கண்ணாடி வளையல்களின் ஓசை எழும்பியது. அவளின் நீட்டிய கைகளில் அவன் வளையல்களை அணிவித்தான்.

''ஜோராயிருக்குன்னா'' அவள் வளையல்களையே பார்த்தாள்.

''நாம இத ஒடைக்க வேண்டாமா?'' அவன் மெல்லிய குரலில் கேட்டான்.

''ச்சீ...போ...'' அவள் கை வீசினாள். கண்ணாடி வளையல்கள் குலுங்கின.

''நிச்சயம் முடிஞ்ச பெறகு நான் அங்க வருவேன். தாலி கட்டற வரைக்கும் என்னால தாங்க முடியாது''

''எப்ப?'' ரோசாக்குட்டி அவனை ஏறிட்டாள்.

''உங்கப்பன் கடல்ல போற நேரம் பாத்து''

''ராத்திரிலயா?''

''உம்ம்...''

''உம்ம்... நானெல்லாம் கதவத் தெறக்க மாட்டேன். அதெல்லாம் தாலி கெட்ன பெறகு போதும்''

கண்ணாடி வளையல்கள் குலுங்க அவள் ஓடிப் போனாள்.

மாலையில் அவுசேப்பு மரைக்காயன் கடலுக்குப் போனார்.

படகைக் கடலுக்கு இறக்கும் நேரத்தில் அந்தப்பன் முதலாளி கடற்கரைக்கு வந்தான்.

''ஹாங்... நீ பலே ஆளுதான்டா'' அந்தப்பன் முதலாளி அவுசேப்பைப் பார்த்து கோபித்துக் கொண்டான்.

அவுசேப்பு ஒன்றும் புரியாமல் விழித்தார். ''கோயில்மேட்டுல போனப்ப பாதிரியார் சொல்லித்தான் தெரிஞ்சுது, ஒன்னோட பொண்ணு ரோசாக்குட்டிக்கு நிச்சயம் பண்ணப் போற சங்கதி. எம் படகுல வேல செஞ்சிக்கிட்டு எங்கிட்டகூட ஒரு வார்த்த சொல்லவேயில்லயேடா''

அவுசேப்பு அதற்கு பதிலேதும் சொல்லவில்லை.

''இந்தத் தொறயில எதுக்கும் எல்லாத்துக்கும் துணிஞ்ச எத்தன ஆம்பளைங்க இருக்காங்க? இருந்தும் செத்திக்காரன் வந்தேறியத்தானேடா உம் பொண்ணுக்குப்

புடிச்சது? உம்... நிச்சயத்துக்கு துட்டு ஏதாவது வேணும்னா அங்க வா. அத பற்றா வச்சுக்க வேணாம் சரியா?''

அவுசேப்பின் உள்ளுக்குள் ஓரிடி நெருப்பாய் விழுந்தது. கடற்கரை மணலிலிருந்து கால் பெயரவில்லை.

''ஆந்த்ரயோசே'' அவுசேப்பு மரைக்கான் கரையில் நின்றிருந்த அயல்வாசியைக் கண்ணைக் காட்டி அழைத்தார். ''நான் கடல்ல போயிட்டு வர்ற வரைக்கும், என் குடில்ல ஒரு கண்ணு வக்கணும் கேட்டியா?''

ஆந்த்ரயோஸ் தலைகுலுக்கினான்.

''ராவு வேலைய இன்னியோட நிறுத்திடணும்'' அவுசேப் மரைக்கான் மனதில் தீர்மானித்தார். ''ரோஸக்குட்டியோட தாலிகட்டு முடியற வரைக்கும் இனிமே பகல் வேலையே போதும்''

அந்தப்பன் முதலாளி வேட்டியை மடித்துக்கட்டி படகில் கை வைத்தான்.

''ம்ம்... சேர்த்துப்புடி ஐலசா...

ஒரே எறக்கம் ஐலசா...''

அவுசேப்பு மரைக்காயன் படகு நுனியில் குதித்து ஏறினார்.

படகு நேர்கடலைக் கிழித்து முன்னேறுவதை அந்தப்பன் முதலாளி பார்த்துக்கொண்டு நின்றான்.

கடல் மேற்கிலிருந்து வளைந்து இரைச்சலோடு வருகிறது.

அவசேப்பு மரைக்காயன் படகிலிருந்து எட்டிப் பார்த்தார். அந்தப்பன் முதலாளி கடலையே வெறித்தபடி நின்று கொண்டிருக்கிறான்.

புறம் கடலைக் கடந்ததும் யாக்கோபைப் பார்த்தார். தென்மேற்குக் காற்றில் கடினப்பட்டு படகின் முனையைப் பிடித்துக் கொண்டிருக்கிறான் அவன். இப்போது உள்கடலுக்குத் துடிப்பு அதிகம். அமாவாசைகளில் கடலேற்றம் இறக்கம் உண்டு. அப்போது கடலின் துடிப்பு அதிகரிக்கும். ஆனாலும் யாக்கோபு படகைப் பிடித்துக் கொண்டு வாளைமீன் பாய்வதுபோல் போகிறான். ரோசாக்குட்டியை அவன் உள்ளங்கைமேல் வைத்துத் தாங்குவான். அவுசேப்பு மரைக்கான் உள்ளம் பூரித்தது.

ரோசாக்குட்டி ராச்சோறு சாப்பிட்டு பாயை விரித்துப் படுக்கும்வரை ஆந்த்ரயோஸ் ராந்தல் வெளிச்சத்தில் துணையாக இருந்தான். அவள் தம்பி பாயைப் போட்டதும் குறட்டைவிடத் தொடங்கினான்.

ராத்திரி ஒரு உறக்கம் முடியவும் கதவு தட்டும் சத்தம் கேட்டு அவள் விழித்தாள்.

''யாரு?'' அவள் கேட்டாள்.

''நாந்தான். கதவைத் தொற''

சன்னமான குரல்.

''யாரு?'' ரோசாக்குட்டி சந்தேகித்தாள்.

யாக்கோபு விளையாட்டாகச் சொன்னது அவளுக்கு நினைவு வந்தது.

''ஆரு? யாக்கோபா?''

வெளி இருட்டில் யாக்கோபின் மெல்லிய முனகல்.

''அதுக்கு நிச்சயம் முடியலயே?''

''நீ கதவத் தெற ரோசாக்குட்டீ'' யாக்கோபின் மெல்லிய குரல். கதவைத் திறந்ததும் முன்னால் கையிலொரு டார்ச் விளக்குடன் அந்தப்பன் முதலாளி நிற்கிறான். புளித்த கள்ளின் வாடை. அவள் வாசலை இழுத்து அடைக்க முயலவும், அவன் உள்ளே நுழைந்து ஏறினான். அவளுடைய வாயைப் பொத்தினான். இரண்டுபேர் அவள் கையையும் காலையும் பிடித்துக்கொண்டனர். அவர்கள் அவளைக் கரையில் ஏற்றி நிறுத்தியிருந்த படகுக்குத் தூக்கிக்கொண்டு போனார்கள். அவள் அலறிக் கூச்சலிடவும், அவளுடைய வாயைப் பொத்தினார்கள். அவள் கைகால்களை அடித்துக் கொண்டாள். காற்றில் நெளிந்தாள். அந்தப்பன் முதலாளி படகுக்குள் இறங்கி வந்தான். டார்ச் விளக்கை அழுத்தி அவள் உடலின்மீது வெளிச்சம் பாய்ச்சினான். அவளின் குரல் எழவேயில்லை.

''அந்தப்பன் மொதலாளி உன்ன ஒருவாட்டி நல்லாப் பாத்துக்கறேன் ரோசாக்குட்டி'' அவன் அவளுடைய கால்விரலிலிருந்து மேலே மேலே வட்டமாக வெளிச்சம் பாய்ச்சினான். ''உன்னோட அக்கா ஏலிக்குட்டிகிட்ட கேட்டுப்பாரு. அந்தப்பன் மொதலாளிக்கான காணிக்கையத் தந்துட்டுதான் அவ தும்போளிக்குக் கட்டிக்கிட்டுப் போனா. அவளோட புள்ளயோட மொகத்த நீ உத்து பாத்திருக்கியா? அது யாரோட சாயல்ல இருக்கு? அது உங்கப்பனுக்கும் தெரியும். நெத்திலிப் பருவத்துலருந்தே மொதலாளி உன்னப் பாத்து வச்சிருக்கேன். மொதலாளிக்கானது மொதலாளிக்கு, சாமிக்குள்ளது சாமிக்கு. இதுதான் இந்தக் கடக்கரையோட நடப்பு''

பேரலையொன்று கரையை நோக்கி வீசியடித்தது. அந்தப்பன் முதலாளி டார்ச் விளக்கைக் கரையில் வீசிவிட்டு அவளுடைய துடிப்புகளில் நங்கூரமிட்டான். கண்ணாடி வளையல்கள் உடைந்து சிதறின. திரைச்சொருகலில் ஒரு கட்டுமரம் ஊளியிட்டது. எட்டுத்திக்கும் வெடித்து விடும்படி யாக்கோபை அழைத்து அவள் அலறித் துடித்தாள். அந்தப்பன் முதலாளியின் குமட்டும் உதடுகள் அவளுடைய கதறல்களை அப்படியே உறிஞ்சியெடுத்தன. படகின் படியில் கால்விரல்களை ஊன்றி ரோசாக்குட்டி தன் கடைசி துடிப்பைத் துடித்தாள்.

செத்தி கடற்கரையில் கட்டுமரத்தைச் சேர்த்ததும், தகவல் யாக்கோபின் காதுகளை எட்டியது. வலையை உதறிவிட்டு நேராக சேந்தவேலிக்குப் பாய்ந்தான். அவுசேப்பு

மரைக்கானின் வீடு பூட்டிக் கிடக்கிறது. கரையில் ஏற்றி வைத்திருந்த படகை நோக்கி அவன் நடந்தான். படகின் படியில் பிடித்து உள்ளே எட்டிப் பார்த்த யாக்கோபு பெருங்குரலெடுத்துக் கதறினான். நொறுங்கிய கண்ணாடி வளையல்கள்.

''நீ அத ஒடச்சிட்டயேடா எமகாதகா'' அவன் அலறித் துடித்தான். ''என்னோடவள நாசம் பண்ணிட்டயேடா'' அந்தப்பன் முதலாளியின் படகுக் கூடங்களுக்கு எதிராக யாக்கோபு ஒரு கொடுங்காற்றாக மாறினான். படகுக் கூடங்கள் நின்று எரிந்தன. கரையில் ஏற்றி வைக்கப்பட்டிருந்த வள்ளங்களுக்கும் அவன் தீயிட்டான். கரையில் ஒரு சுழலடிக்கப் போவதைப் பார்க்க, துறைக்காரர்கள் வட்டமடித்து நின்றனர். அடித்து ஒடித்த துடுப்பின் ஒரு துண்டை எடுத்துக்கொண்டு அந்தப்பன் முதலாளியின் வீட்டை நோக்கி அவன் புயலாகப் பாய்ந்தான்.

''ஆம்பளையா இருந்தா எறங்கி வாடா'' யாக்கோப் அறைகூவினான்.

அந்தப்பன் முதலாளி இறங்கி வரவில்லை. இரண்டாம்நாள் செத்தி கடற்கரையின் தெற்கே, உடல் முழுக்க அடிபட்டு, உருக்குலைந்த யாக்கோபின் சடலம் மிதந்தது. சுறாக்கள் செத்து மிதப்பதுபோல, செத்திக்கரையின் கொம்பன்சுறா...

கடற்கரையில் யூனியனின் முதல்கூட்டம். மீனவத் தொழிலாளர்கள் கடலுக்குச் செல்லவில்லை. கல் அச்சில் அச்சடித்த நோட்டீஸ், கடற்கரையின் முக்கியஸ்தன் அழீக்கல் ஆண்டனிக்கும் கிடைத்தது. மாலையில் தொழிலாளர்கள் ஒன்று கூடினர். அழீக்கல் ஆண்டனி அடியாட்களுடன் வந்து சுற்றி வளைத்தான். வட்டமாக அமர்ந்திருந்த தொழிலாளிகளின் மீது மணலை வாரி இரைத்தான். வளைத்து வளைத்து அடித்தான். எதிர்பாராமல் அடிபட்ட தொழிலாளர்கள் அங்குமிங்கும் ஓடினர். முதல் கூட்டம் அவ்வாறு கலைக்கப்பட்டது.

ஒரே வாரத்துக்குள் அதே இடத்தில் மீண்டும் கூட்டம் நடந்தது. பத்துமடங்கு தொழிலாளர்கள் இருந்தனர். வெறுங்கையோடு வரவில்லை, துடுப்புகளுடன்தான் வந்தார்கள். ''அடின்னா அடிதான். துடுப்பு புடிச்சுத் தழும்பேறிய கைகள்'' தொழிலாளர்கள் அறைகூவினர். அழீக்கல் ஆண்டனியும் அடியாட்களும் அந்தப் பக்கமே வரவில்லை.

தலைவர்களின் ஒரு பெரும் வரிசையே இருந்தது. சைமன் ஆசான், கே. என். தத், சி. ஏ. மாத்யூ, கே. கே. குஞ்ஞன், கே. ஏ. ஜோசப், பி. ஏ. சாலமன்... டி. வி. தாமஸ் வருவாரென்று சொல்லியிருந்தாலும் இன்னும் வந்து சேரவில்லை. அகில திருவிதாங்கூர் டிரேட் யூனியன் கவுன்சிலின் பிரசிடெண்ட்தான் டி. வி. கடைசி ஆள் பேசி முடித்ததும், கடற்கரைப் பாதையில் ஒரு சைக்கிள் ரிக்‌ஷா வந்து நின்றது. வட்டக்கழுத்தில் ஒருபக்கம் படிந்த வெண்ணிற முரட்டு ஜிப்பாவும் மல்மல்வேட்டியுமாக டி.வி. இறங்கி வந்தார்.

இன்குலாப் முழக்கங்களுக்கிடையில் அவர் பேசினார். ''ஜமீன்தார்களும், தேவாலயத் தலைவர்களும் உங்களை அடிமைங்களா வச்சிருக்காங்க. உசிரக் குடுத்து, கடலோட மல்லுக்கு நின்னு, நீங்க புடிச்சிக்கிட்டு வர்ற மீனுக்கு யாரு வெல முடிவு பண்றது? நீங்களா, அவங்களா? பல தலைமுறைகளாச் சுரண்டப் படறீங்க சகோதரர்களே நீங்க. இதோ தெரியுற கடல், ஜமீன் மொதலாளிகளோடதா? இல்ல. இந்தக் கடல்ல கெடைக்கற மீன்கள் ஜமீன் மொதலாளிகளோடதா? இல்ல. இந்தக் கடலுக்குள்ள கெடைக்கற மீன்களுக்கு யாராவது வெல குடுக்கறாங்களா? இல்ல.

பின்ன எப்போ அதுக்கு விலை உண்டாகுது?

நீங்க உயிர அடகு வச்சு, எலும்பொடியப் பாடுபட்டு, வலைவீசிப் புடிச்சு, அதையெல்லாம் கரையில சேக்கும்போது. அப்படின்னா மீனுக்கு வெலையா, உங்க ஒழைப்புக்கா?'' டி. வி. ஒரு நிமிடம் நிறுத்தி, சுற்றிலும் பார்த்தார். யாரும் எதுவும் பதில் சொல்லவில்லை. அவர்கள் தங்களுக்குள் பார்த்துக்கொண்டனர்.

''மீனுக்கு வெலையா? நீங்க படற பெரும்பாட்டுக்கு வெலையா?'' சைமன் ஆசான் கேள்வியை மறுபடியும் கேட்டார்.

பட்டென ஒரு உள்ளொளி போலத் தொழிலாளர்கள் ஆரவாரித்தனர். ''எங்களோட பொல்லாப்பாட்டுக்கு''

''ஆமாம்'' என்றார் டி.வி. ''அந்த விலை உங்களுக்கானது. நீங்கதான் இந்தக் கடலோட சொந்தக்காரங்க. தேவாலயத் தலைவர்களாலயும் ஜமீன் மொதலாளிகளாலயும் அடிமைப் படுத்தப்பட்டு கிடக்கிற மீனவத் தொழிலாளர்களே, கடல் சீற்றங்களோடு போராடுற அதே வீரத்தோடவும் தைரியத்தோடவும் நீங்க அதிகார வர்க்கத்தோட போராடணும்''

டி.வி. யின் சொற்பொழிவு மீனவத் தொழிலாளர்களை ஆவேசம் கொள்ளச் செய்தது.

''இனிமேல் நாம புடிக்கற மீனோட வெலய நாமளே தீர்மானிப்போம்'' என்றார் சைமன் ஆசான். ''கரையில் நிற்கிற தொழிலாளர்கள் கடல்ல போற தொழிலாளர்களோட வீட்டைக் காவல் காப்பாங்க''

அதைக் கேட்டதும் மீனவத் தொழிலாளிகள் ஆரவாரித்தனர்.

''இன்குலாப் சிந்தாபாத்!

மீனவத் தொழிலாளி யூனியன் சிந்தாபாத்!''

கடற்கரையில் செங்கொடிகள் அணிவகுத்தன.

''கரைப்புறத்துக் கடலுக்கு உலகத்துல எங்கயுமே இல்லாத ஒரு விசேஷமுண்டு'' வாசுதேவன் சார் சொன்னார். ''அதுதான் சாகரா. தெக்குல காயங்குளத்தில இருந்து

வடக்கே பள்ளித்தோட்டுக்கு அந்தப்பக்கம் வரைக்கும் இருக்கும். அதாவது பழைய கரைப்புறப் பகுதிகள். தகழியோட செம்மீன் வாசிச்சிருக்கியா? ஆங், அதுல சொல்லியிருக்காரு''

அபராஜிதா கருத்தம்மாவையும், பரீக்குட்டியையும் நினைத்துக்கொண்டாள். பழனியை நினைவில் கொண்டுவந்தாள். மார்க்ஸ் பட்டர்லியின் காமிராக் கண்களையும், ரிஷிகேஷ் முகர்ஜியையும், சலீல்தாவையும் நினைத்தாள். மன்னாடே பாடிய அந்தப் பாடலின் வரிகள் மனதில் எழுந்தன. கல்கத்தா ஃபிலிம் ஃபெஸ்ட்டிவலில் அப்பாவுடன் சென்று பார்த்தது. அவரில்லாமல் மீண்டுமொருமுறை டில்லி காம்பஸ் ஃபெஸ்ட்டிவலிலும் பார்த்திருக்கிறாள்.

வாசுதேவன்சார் கடற்கரையின் நெரிசலில் நடந்தார்.

''கரைப்புறத்தில் வைகாசி, ஆனி, ஆடி மாசங்களில் கடல் ஆவேசமாப் பொங்கும். ஆவணி வந்தால் அடங்கும். இந்தக் காலத்தில்தான் சாகரா வரும். அதோட வருகையப் பாத்தாலே தெரியும். கடலில் சேறு படிஞ்சு அதன் வாசம் வீசும். கடல் ஓடி அசந்து சாந்தமாகும். மீன்களின் அறுவடைக்காலம். செம்மீன், சாளை, கோரா, மாந்தள்... சாரப மீனுங்கதான் அதிகம். ஒரே எடத்திலயே இருக்காது. இருவது வருஷத்துக்கு அப்பறம் இப்பத்தான் அர்த்துங்கல் கடற்கரைல தோ, சாகரா வருது. இந்த வாட்டி சாளைதான் அதிகம்'' வாசுதேவன் சார் கடலைப் பார்த்தபடி நின்றார்.

கடற்கரையில் சாகராவின் நெரிசலில் அபராஜிதா செம்பன் குஞ்ஞைத் தேடினாள். பரீக்குட்டியை, பழனியை, கருத்தம்மாவைத் தேடினாள். கடற்கரை உயிர்ப்போடு இருந்தது. வள்ளங்களும் படகுகளும் வரிசை கட்டிய கடல். தட்டுக் கடைகளிலும் டீக்கடைகளிலும் ஆட்களின் பெருங்கூட்டம். வண்டிக்காரர்களும் புரோக்கர்களும் வள்ளங்களின் வருகையை எதிர்பார்த்து நிற்கின்றனர்.

''முன்னாடில்லாம் சாகரா வந்தா கடற்கரை படகுக் கூடங்களால நிறையும். செம்மீன் முழுவதையும் மொதலாளிங்க வாங்கி வேகவச்சு காயவச்சு பருப்பாக்கி படகுக் கூடங்கள்ல வச்சுக்குவாங்க. அத வாங்க கொச்சீலருந்து சேட்டுங்க வருவாங்க. சிலோன், ரங்கூன், சிங்கப்பூருக்கெல்லாம் ஏத்தி அனுப்புவாங்க. இப்போ வள்ளம் நெருங்கறதுக்குள்ள வண்டிக்காரங்க வந்து அப்பவே மீன் மொத்தத்தையும் வெலைபேசிக் கொண்டு போயிடறாங்க''

''தொழிலாளிக்குக் கெடக்கறதோ?'' அபராஜிதா கேட்டாள். வாசுதேவன்சார் சிரித்தார். ''அதெல்லாம் அன்னைக்கும் இன்னைக்கும் ஒரேமாதிரிதான்''

''சுரண்டப்படுபவன் அறிவதில்லை, சுரண்டுபவனின் ஆபரணப் பெட்டியின் புதிய வேடங்களை''

திசா அவளைப் பார்த்தாள்.

''ஒரு வங்காளப் பழமொழியிது'' என்றாள் அபராஜிதா.

17

மர்மத்தின் வேர்கள்

"திடுக்கிடச் செய்வோம்...

நடுங்கச் செய்வோம்

உங்களை நாங்கள்

துஷ்டப் பிரபுக்களே..."

மரங்காட்டுதை பக்கப் பாதையில் சத்தமாகப் பாட்டு பாடிக்கொண்டு வருகிறான் அனகாசயன். உடன் சாத்துவும் இருக்கிறான். அவனுக்கு நேர் மூத்தவன். ஆனால் ராகவனுக்கு இளையவன். மூத்தவனாக இருந்தாலும் அவனின் இடுப்புக்குள் ஒதுங்கிவிடுவான். ஆஸ்துமா அவனை நோஞ்சானாக்கியது. அமாவாசை நெருங்கி விட்டால் சாத்து மூச்சு இழுப்பதைத் தாங்கவே முடியாது. அனகாசயன் அந்த நேரம் பார்த்து எங்கேயாவது நகர்ந்துவிடுவான். குடிசையில் சாய்ந்து உட்கார்ந்து நெஞ்சை இழுத்து இழுத்து மூச்சுவிடுவான். வானத்து நிலாவுக்கும் பூமியின் இருட்டுக்கும் சாத்து ஒரு போலவே பயப்படுவான். பௌர்ணமி வந்தால் அவனுக்கு இளைப்பு தொடங்கிவிடும். அமாவாசையிலும் வரும். அந்நேரம் சுவாசம் நெஞ்சுக்கூட்டுக்குள் மணிப்புறாக்களைப் போலக் குருகும். கபத்தின் ஒட்டடைகளை விரித்து கோழை மூச்சுக்குழலின் பாதைகளில் இரைதேட இறங்கும்.

"என் சாமிங்களா, நான் எப்படி இத சகிச்சுக்குவேன்?"

அம்மா காளிக்குட்டி நெஞ்சிலடித்துக் கொள்வாள்.

ஓணத்தின்போதுதான் சாத்துவின் காலில் கண்ணாடித் துண்டு துளைத்து ஏறியது. சிறு நாயுருவியையும் உழிஞையையும் பச்சை மஞ்சளையும் அரைத்துத் தடவினார்கள். ஆறி வந்த புண் மறுபடியும் பொக்கு கட்டிப் பழுத்துவிட்டது.

தேங்காயெண்ணையும், ரேஷன் மண்ணெண்ணெயும் சமமாகக் கலந்து தேய்த்தனர். மூக்குத்திப்பூவை அரைத்துத் தேய்த்த பிறகும் பழுப்பு குறைந்தாலும் புண் ஆறவில்லை. பொன்னாம்வெளி கேசவன் வைத்தியரும் கைவிட்டுவிட்டார்.

''இனி இங்கிலீசு டிஸ்பென்சரீல போயி கம்போண்டரைக் காமிச்சுப் பாரு. அவுங்க கைல ஏதாவது மருந்தோ ஊசியோ போடுவாங்க''

அதற்காகவே அனகாசயன் சாத்துவைத் தூக்கித் தோளில் போட்டுக்கொண்டு தங்கவயல் டிஸ்பென்சரிக்கு அழைத்துப் போனான். மாத்துக்குட்டி கம்பவுண்டர் ஒரு தடவைதான் ஊசி போட்டார். கால் புண் ஆறுவதற்குக் குண்டியில் ஊசி போடுவதைப் பார்த்து அனகாசயன் அதிர்ச்சியில் நின்றுவிட்டான். ஒரே குத்து. அத்துடன் புண்ணில் நீர் இழுத்துக் கொண்டது. கண்ணாடித் துண்டு குத்தின இடத்தில் மருந்து வைத்துக் கட்டினார். இரண்டு தடவை கட்டுவதற்குள் சாத்துவால் ஓரளவுக்கு நடக்க முடிந்தது. மூன்றாவது கட்டு போட்டுவிட்டுத் திரும்பி வருகிறான் அவன்.

இந்த முறை ஓணத்துக்கு சாத்துதான் மாவேலி வேஷம் கட்டினான். சென்ற வருடம்வரை அனகாசயனே கட்டியிருந்தான். பாளை வெடித்த இளந்தென்னை போல திடீரென்று அனகனின் தலை உயரமானது. வாட்டசாட்டமாக மாறிவிட்டான்.

''இந்த வாட்டி அனகன் மாவேலி வேஷம் போட்டா இந்த ஊர்ல வைக்கோலு பத்தாமப் போயிடும்''

பொலத்தரையில் பவித்ரன் சொன்னான்.

''சாத்துவுக்குன்னா ஒருபிடி புல்லு போதுமே''

பொலத்தரையில் பவித்ரன்தான் மாவேலி கட்டுவதில் ஆசான். சாத்துவை அவன் கோவணம் கட்டி நிறுத்தினான். கணுக்கால் முதல் மேலே உடம்பு முழுக்க வைக்கோலைத் திரித்துச் சுற்றினான். ஓலைக்குடையைப் பிடித்துக் கொண்டு மாவேலியாக மக்களைப் பார்க்க வந்தான்.

''மாவேலி வந்தாரு தேதே...

ஆண்டுக்கொரு முறை தேதே...

திருவோணம் உண்ண தேதே...''

பாடல் குழு ஆட்டம் போட்டு முன்னால் போனது.

பாட்டின் ஜோரில் ஆவேசமான சாத்து மாவேலி, மணல் குன்றுகளுக்கு மேல் துள்ளி ஆடினான். காலில் கண்ணாடித் துண்டு துளைத்து ஏறியது. சாத்து மாவேலிக்கு ஊர் சுற்றிக் கிடைத்த காசை வைத்தியர் கொண்டு போனார்.

அனகாசயன் அடுத்த பாட்டுக்குக் கடந்தான்.

''அடிமைகளல்ல நாங்கள்

அடங்கமாட்டோம் நாங்கள்

உறுதியாக நின்று போராடுவோம் நாங்கள்...''

''இந்தப் பாட்டு யாரு எழுதனாங்கன்னு தெரியுமா சாத்துவண்ணா?''

''எனக்குத் தெரியாது. நீயே சொல்லு'' சாத்துவுக்கு இப்பிடிப்பட்ட சங்கதியெல்லாம் தெரியாது.

''இது தோழர் எழுதின பாட்டு'' என்றான் அனகாசயன்.

''எனக்கே தெரியாமத்தான் இருந்தது. அன்னக்கி பொன்னாம்வெளி பேரணிக்குப் போயிருந்தப்ப பாஸ்கரன் தோழர் சொல்லித்தான் தெரிஞ்சது''

''அது எந்தத் தோழரு?'' சாத்து விழித்துப் பார்த்தான்.

''டேய், என் பெருவெரல் வழியா கோவம் ஏறுது தெரியுதா? அண்ணன்னெல்லாம் நான் பாக்கமாட்டேன். எடுத்து தோ, இந்த ஓடையில வீசிடுவேன்'' அனகாசயனுக்குக் கோபம் தலைக்கேறியது.

''ஏது தோழருன்னா கேக்கற? கிருஷ்ணப்பிள்ளத் தோழரு. அவர இல்லாம தோழர்னு யாரக் கூப்டுறோம்?''

சாத்துவுக்கு ஒன்றும் தெரியாது. நோஞ்சானாக இருப்பதால் வெளியில் சுற்றுவதும் குறைவுதான். இன்றுவரை கட்சிக் கூட்டத்துக்கும் போனதில்லை. நோவு குறைந்தால்தானே? அனகாசயனுக்கு அவனிடம் அனுதாபம் தோன்றியது.

''நான் திடீர்னு ஏதோ ஒரு ஏத்தத்துல சொல்லிட்டேன் சரியா, ஒன்னும் நெனச்சுக்காத அண்ணா''

''இல்லன்னாலும் நான் என்ன நெனச்சுக்க? நீ கோவக்காரன்றது யாருக்குத்தான் தெரியாது?'' சாத்து சிரித்தான்.

''ஆமா, இதிப்ப எப்புடி இந்த ஓடையத் தாண்டிப் போறது? அந்தாண்ட போறதுக்கு இங்கயிருந்த தென்னமரப் பாலத்த அதுக்குள்ள யாரு எடுத்துக்கிட்டுப் போனாங்க?''

அனகாசயன் இடை ஓடையினருகே தயங்கி நின்றான். ஓராள் அகலத்தில் ஓடை. இடுப்பளவு தண்ணீர் சுழித்து ஓடிக்கிட்டு இருக்கிறது. கைலியை ஏற்றிக் கட்டினாலும் நனையும். 'அந்தப்பக்கம் போனபோது தென்னைமரப் பாலம் தாண்டித்தான் போனோம். அதை யாரு எடுத்துட்டுப் போயிருப்பாங்க?'

அனகாசயன் சுற்றிலும் பார்த்தான். தூரத்தில் சாண்டி அந்த்ரப்பேரும் கையாள் சௌர்யார் மாப்ளயும் தென்னைத் தடமெடுக்கும் நான்கைந்து வேலைக்காரர்களும் ஒன்றும் தெரியாததுபோல் நிற்கிறார்கள். சாண்டி அந்த்ரப்பேரின் தோட்டத்தின் எல்லையில்தான் ஓடையிருக்கிறது.

''ஆமா, சௌர்யார் மாப்ள, இங்க கெடந்த தென்னமரப் பாலத்த யாரு எடுத்துக்கிட்டுப் போனாங்க? அந்தாண்ட போனப்ப இங்க இருந்துச்சே''

''அதக் கேக்க நீ யாருடா நாயே''

சௌர்யார் மாப்ள தலை தூக்கிக் கேட்டான்.

''அதென்னா அப்பிடிப் பேசறீங்க? தங்கி பள்ளிக்கூடத்துல படிக்கிற காலத்தில இருந்தே நாங்க நடக்கற வழிதான இது''

அனகாசயன் பதிலடி கொடுத்தான்.

நாலாங்கிளாசு வரைக்கும் தங்கி பள்ளிக்கூடத்துக்குப் போய் வந்த வழிதான். ஊர்க்காரர்கள் நடக்கும் பொதுவழி.

''அதெல்லாம் அப்ப. கண்ட கண்ட கம்யூனிஸ்டு கழுவேறிங்களுக்கு சும்மாசும்மா ஏறி எறங்கி நடக்கறதுக்கானதில்ல சாண்டி அந்த்ரப்பேரோட தோட்டம்''

சௌர்யார் மாப்ளைக்கு ஆத்திரம் ஏறியது.

''நீங்க அப்பிடி சொல்லாதீங்க சௌர்யார் மாப்ள''

அனகாசயன் தணிந்தான்.

''கம்யூனிஸ்டுகாரங்களும் மனுஷங்கதானே? பத்தாததுக்கு தோ பாருங்க, கால்ல மருந்து வச்சுக்கிட்டு வர்றோமே, தண்ணில கால் வக்க முடியாதுங்களே''

''அப்படீன்னா நீ எடுத்து தலைல வச்சுக்கிட்டுப் போடா''

சௌர்யார் மாப்ள பரிகசித்தான்.

''அத நீங்க சொல்லித் தரவேண்டாம்''

அனகாசயன் கைலியை அவிழ்த்து தலையில் சுற்றினான். சாத்துவைத் தூக்கியெடுத்துத் தோளில் அமர்த்தினான். ஓடையின் குறுக்கே கடந்தான். காலைப் பறித்தெறியும் நீரொழுக்கு. சாத்துவின் கால் நனையக் கூடாது. ஒவ்வொரு அடியையும் பதறாமல் எடுத்து வைத்தான். அவனை அக்கரையில் விட்டான்.

''ஆனாலும் சாண்டி அந்த்ரப்பேரே, இது கொஞ்சம் கூடித்தான் போச்சு'' அக்கரை கடந்து கைலியை உதறிக் கட்டுவதற்கிடையில் அனகாசயன் சொன்னான்.

''இந்த மண்ணு உங்க அப்பன் தாத்தனுங்க ஒண்ணும் சீமைலருந்து கொண்டு வந்ததில்ல. நாங்க எல்லாம் இங்கதான் இருப்போம். அது ஞாபகமிருக்கட்டும்''

''நீ என்னன்னுடா கூப்பிட்ட?'' சௌர்யார் மாப்ள கோபத்தோடு பாய்ந்து வந்தான்.

''சாண்டி அந்த்ரப்பேருன்னா? மரியாதையா சாண்டியப்பான்னு கூப்புடுடா. அந்த்ரப்பேரர்களை அப்பான்னு சேத்து சொல்ல உனக்கெல்லாம் கத்துக் குடுக்கணுமாடா?''

''அந்த்ரப்பேரர்கள அப்பான்னு கூப்டவா? இது நல்ல கூத்து'' அனகாசயன் கிண்டலடித்தான்.

''அப்படீன்னா அப்பறம் எங்க அப்பாவ நான் என்னான்னு கூப்படறது? அந்த்ரப்பேர்ன்னா?''

''ச்சீ, தூ, என்ன அகம்பாவம்? மரியாதையாக் கூப்புடுடா சாண்டியப்பான்னு'' சௌர்யார் மாப்ள ஓடைக்கரையை நெருங்கினான்.

''அவுங்க சொல்றமாரி கூப்புடுடா. இல்லன்னா அவுங்க ஏதாவது செஞ்சுடுவாங்க'' சாத்து பயந்தான்.

''சாத்து அண்ணா, நீ வீட்டுக்குப் போ'' அனகாசயன் கைலியை மடித்துக் கட்டினான்.

''எனக்கு இந்த ஆளுகிட்ட ரெண்டு வார்த்த பேசணும்''

''புடிச்சுக் கட்டுடா அவன'' சாண்டி அந்த்ரப்பேர் அலறினார். ''பாத்தியா அவன் திமிர?''

வேலைக்காரர்கள் ஓடையை நோக்கிப் பாய்ந்து வந்தார்கள்.

''அனகா, ஓடிக்கோ'' சாத்து மிரண்டு போனான். முடியாத காலையும் இழுத்துக்கொண்டு ஓடினான்.

''அப்பிடின்னா புடிச்சுக் கட்டுடா'' அனகாசயன் நெஞ்சு நிமிர்த்திக்கிட்டு முன்னால் சென்றான்.

சாத்து போகும் வழியில் கண்ணில் பட்டவர்களையெல்லாம் கூவி அழைத்துச் சொன்னான்.

''நம்ம அனகன சாண்டி அந்த்ரப்பேரு ஓடக்கரைல பிடிச்சுக் கட்டப் போறாரு. ஓடி வாங்க''

ராகவன் அருகிலிருந்த எளவட்டப் பயல்களை அழைத்துக் கொண்டு பாய்ந்து வந்தான். முடியாத காலையும் இழுத்துக்கிட்டு சாத்துவும் பின்னால் வந்தான். ஓடைக்கரைக்கு வந்த ராகவனும் மற்றவர்களும் அதிர்ந்து நின்றனர். சாண்டி அந்த்ரப்பேரின் கையாள் சௌர்யார் மாப்ளதான் தென்னைமரத்தில் தொங்கிக் கொண்டிருந்தான். அந்த்ரப்பேரின் வேலைக்காரர்களை வைத்து, ஓடையின் குறுக்கே தென்னை மரப்பாலத்தைக் கட்டிக் கொண்டிருந்தான் அனகாசயன்.

''இனிமே யாரு இந்தப் பாலத்த எடுத்து மாத்தறாங்கன்னு நானும் பாக்கறேன்'' அனகாசயன் சவால் விட்டான்.

''டேய், என்ன எறக்கி உடுடா'' சௌர்யார் மாப்ள நெளிந்தான்.

அனகாசயன் கையோங்கினான்.

''வேண்டாம்'' சௌர்யார் மாப்ள மிரண்டான்.

அனகன் அந்த ஆளின் கீழ்த்தாடையைக் கைக்குள்ளாக்கி நெறித்தான்.

''உங்க வயச நெனச்சு இப்ப நாங்க ஒண்ணும் செய்யல'' அவன் பற்களைக் கடித்தான்.

''இனிமேலும் ஏதாவது திமிருத்தனம் காமிக்க வந்தீங்கன்னா, அனகாசயனோட தனி கொணம் நீங்க பாப்பீங்கடா புளுவாண்டி''

''நீ அந்த மாதவன் மானேஜரோட கயிறு பாக்டரி வேலைக்காரன்தானே? ரொம்ப ஆடாதடா. நான் உன் வேலைய காலி பண்ணிடுவேன்'' சாண்டி அந்த்ரப்பேர் தூரத்திலிருந்து சவால் விட்டார்.

''போடா பித்தச் சாண்டீ'' அனகாசயன் அந்த ஆளை நோக்கிக் கையோங்கினான்.

சாண்டி அந்த்ரப்பேர் நின்ற நிலையில் காணாமல் போனார். ''நாங்க போறோம். நீங்க வேலை முடிஞ்சதுக்கு அப்பறம் இந்த ஆளோட கட்ட அவுத்து வுடுங்க'' அனகாசயன் வேலைக்காரர்களிடம் சொல்லிவிட்டுச் சென்றான்.

அபராஜிதா கீபோர்டின் முன்னால் அமர்ந்திருக்கிறாள். நிரஞ்சன் அவ்வழியாகக் கடந்து போனான்.

''ஹோய்'' அவள் வெளியே வந்து அவனை அழைத்தாள்.

அவன் நின்றான்.

''என்ன சமீபமா ஒரு மெதப்புல சுத்தற?''

''ஏய், நத்திங்'' அவன் கைவிரித்தான்.

''ஏய், மேன் டோன்ட் ரன் அவே''

''ஐ'ம் சாரி, ஃபார் வாட் ஹாப்பன்டு தட் டே?'' தயங்கியபடி கூறினான்.

''அத இப்பதான் சொல்றியா?'' அவள் சிரித்தாள்.

''சாரி'' அவன் மீண்டும் சொன்னான்.

''ஹூம், விடு'' அவள் கீபோர்டை ஒதுக்கி வைத்தாள்.

"அதெல்லாம் முடிஞ்சுபோன விஷயம். நாமெல்லாம் மனுஷங்கதானே? இந்த ஒடம்புங்கறது, மஜ்ஜையும் சதையும் கொண்டு செய்யப்பட்டதுதானே? நம்மை அறியாம அப்படியெல்லாம் நடந்திருக்கும். தெரிஞ்சே நடந்ததில்லையே"

"தெரிஞ்சே நடந்திருந்தா?" அவன் கேட்டான்.

"யூ மீன்?" அவள் எழுந்தாள்.

"ஏய், ஒண்ணுமில்ல" அவன் தவிர்த்தான்.

"இருக்கு" அவள் அருகே சென்றாள். "யூ ஆர் ஹைடிங் சம்திங்"

"நிரஞ்சன்" அவள் அவன் விரல்களைத் தன் கைக்குள்ளாக்கினாள்.

"நீ எங்கிட்ட எத வேணாலும் சொல்லலாம். ஒரே வேவ்லென்த் உள்ளவங்கதான் நாம ரெண்டுபேரும்னு எனக்கு எப்பவும் தோணும்"

"ஐ நோ தட் பட்..." அவன் தயங்கி நின்றான்.

அவள் அவனை உள்ளே இட்டுச் சென்றாள்.

"அன்னக்கி திடீர்னு ஒரு ஷாக்ல நான் அப்படி உன்னோடு... ஐ'யாம் சாரி" என்றவாறு அவள் மச்சுப் படிகள் ஒன்றில் அமர்ந்தாள்.

"நான்தானே அதுக்குக் காரணம்"

"நானும்..."

"எனக்குத் தெரியல. சமீபமா நான் ரொம்ப..."

"அதுக்கென்ன?" அவள் சிரித்தாள்.

"நீ சேயைப் பின்தொடர்பவனில்லையா? காதலிலுமாகலாம் கொரில்லா போர்முறை" என்றாள்.

அவன் அவளை சந்தேகத்தோடு பார்த்தான். எவ்வளவு முயன்றும் அவள் மனதை வாசிக்க முடியவில்லை. அவள் வார்த்தைகள் சதுரங்கப்பலகையின் குதிரைகளைப் போன்றவை. நேர்பாதைகளில் அவை சஞ்சரிப்பதேயில்லை.

'நிரஞ்சன் நீ என்னோடு காதல் வயப்பட்டிருக்கிறாய். என்னால் அதைத் தொட்டுணர முடிகிறது' என்று அவள் சொல்வதாக அவனுக்குத் தோன்றியது.

"தாசக்காவும் அம்மாவும் வர்றதுக்குள்ள நான் போறேன். என் முகம் எதையும் ஒளிச்சு வைக்காது"

அவன் எழ முயன்றான்.

"அவங்க லேட்டாதான் வருவாங்க. உன்னோட முகம்... பொலீவியன் காடு. நீயறியாமலே அந்த வனம் எல்லாத்தையும் ஒளிச்சு வச்சிடுது"

அவன் பார்த்தான்.

அவள் முகம் அசைத்தாள்.

''என்னிடம் தவிர'' என்றாள் அவள்.

''சில நேரங்களில் நானும் ஒரு பொலீவியன் காடாவதால்கூட இருக்கலாம்''

''ட்ரூ...'' என்றான் அவன்.

''எனக்கும் அப்படித் தோணும். யாராலும் அவ்ளோ சீக்கிரம் படிக்க முடியாத டாவின்சி கோட்''

''அப்பறம்?'' அவள் அவனை நோக்கினாள்.

''உன்னால் அதை வாசிச்சுத் தெரிஞ்சுக்க முடிஞ்சுதா?''

''நான் அத வாசிக்க முயற்சி பண்ணிட்டிருக்கேன். அது என்னால முடியும்''

''உனக்குன்னு இல்ல, யாராலயும் அது முடியாது''

''எனக்கு ஒரு வலசைப் பறவையா மாறணுன்றதுதான் ஆசை. எங்கேயும் ஒரு கூடு கட்டாம...'' என்றபடி அவள் அவன் தோளில் முகம் சாய்த்தாள்.

'நிரஞ்சன் எனக்குப் பிடிச்சிருக்கிறது உன்னை' அவள் தனக்குள் சொன்னாள்.

'உன்னோட சேயின் முகவடிவும் அந்த தோரணையும் பாவனையும்... கம்யூனிச சிந்தாந்தத்துடனான உன் கமிட்மென்ட்... உன்னோட இந்த தீட்சண்யமான இளமை... நிரஞ்சன், நீ எங்கப் போற? உன்னோட பாதைகள் எவையெவை என்பதை நான் அறிவேன். திசை மாறிய பயணங்கள் என்னுடையவை. என் பாதைகள் ஏதுன்னுதான் எனக்குத் தெரியல'

''நீ அன்னக்கி சொன்னியே, சாந்தா கிளாராவுக்கான பயணத்தைப் பத்தி? நான் தயார். கியூபா வழியாக, சிலி வழியாக, பெரு வழியாக, மச்சுபிச்சுவின் உயரங்களுக்கு... வலசைப் பறவையின் பயணப் பாதைகளிலொன்று அந்த வழிகளிலுமாகலாம்''

''நான் வேறொரு பயணத்துக்காகப் புறப்பட்டுக்கிட்டு இருக்கேன்'' என்றான் அவன்.

''எங்க?''

''பஸ்தர்ல ஆதிவாசிகளுக்கிடையே, ஆளும் வர்க்க அரசியல் அவங்களோட வாழ்க்கைல ஏற்படுத்துன பின்னடைவைப் பத்தி ஓர் ஆராய்ச்சி''

''நீ தனியாவா?'' அவள் சந்தேகத்தோடு பார்த்தாள்.

''தனியாச் செய்யக் கூடிய காரியமல்ல அது''

''திசாவும், அம்மாவும்?''அவள் அவன் முகத்தைத் திருப்பினாள்.

''அவங்க சம்மதிச்சிட்டாங்களா?''

''சொல்லல. அவங்க இதுக்கு சம்மதிக்க மாட்டாங்க''

''அப்பறம், நீ?''

''நான் போவேன். என் வழக்கமான பயணங்கள் போல, எங்கேன்னு சொல்லாம. அவங்களுக்கு அதெல்லாம் இப்பப் பழகிப் போச்சு''

''நிரஞ்சன், எதார்த்த ஒலகத்துல இருந்து ரொம்ப தூரத்துல இருக்கற நீ. இதோ பாக்கறதில்ல இந்த வாழ்க்கை. இப்பவும் ஏதோ கனவுலகத்துலதான் இருக்க''

''ஆல்பர்ட்டோவோட பைக்ல பயணத்தத் தொடங்கும்போது எர்னஸ்டோ என்ற இளைஞனும் கனவு கண்டுக்கிட்டுதான் இருந்தான். அந்தக் கனவுதான் அவரை சேகுவேரா ஆக்கியது''அவன் எழுந்தான்.

''பஸ்தர் பயணம் இப்பத்திக்கி நமக்குள்ள மட்டும் இருக்கட்டும். மூணாவதா ஒருத்தர் தெரிஞ்சுக்க வேண்டாம்''

அவள் அதற்கு பதில் சொல்லவில்லை. அவன் வெளியேறி பைக்கில் நடைபாதையினூடே பறந்து அகல்வதைப் பார்த்து நின்றாள்.

பொலீவியன் பயணத்துக்கு முன்பு அலிடாவையும் குழந்தைகளையும் பார்ப்பதற்காக மாறுவேடத்தில் சே வந்தது அவள் நினைவுக்கு வந்தது. 'இவோக்கேஷன்' அலிடாவின் நினைவுக் குறிப்புகள். ரன்பீர் பிறந்தநாள் பரிசாகத் தந்த புத்தகம்.

''அலிடா'' சே அவளை அழைத்தார் .

''நாளை நான் பொலீவியாவுக்குப் புறப்படுறேன். இம்முறை என் பயணத்தின் முக்கியத்துவம் உன்னால் ஊகிக்க முடிகிறதல்லவா? போவதற்கு முன்னால் குழந்தைகளோடு நாம் நிறைய நேரம் செலவழிப்போம். மத்தியானம் ஒன்றாகவே சாப்பிடலாம். நான் அவர்களின் அப்பா என்று அவர்கள் தெரிந்துகொள்ள வேண்டாம். என்னை அவர்களுக்குப் புரியாது. அறுபதையடைந்த உருகுவேக்காரனின் வேடத்தில்தான் நானிருப்பேன். அவர்களின் அப்பாவின் நண்பரென்றே சொல். நீயன்றி வேறு யாரும் என்னைத் தெரிந்துகொள்ளக் கூடாது. நகரத்தின் பூங்காவுக்கு வா''

அலிடா குழந்தைகளோடு வந்தாள். உருகுவேக்காரக் கிழவன் அவர்களுக்காகக் காத்திருந்தான். அலிடா அவன் காதில் சொன்னாள்.

''குழந்தைகள் இல்லையென்றால் நானும் உன்னோடு வந்திருப்பேன்,

தலைமறைவுப் போராளியாக. கியூப ராணுவத்தில் நாமிருந்த அந்த நல்ல நாட்களை நானும் நினைத்துக் கொள்கிறேன். ஆபத்தான அந்த மலையுச்சியில் நம்முடைய முதல் சந்திப்பையும்''

''அலிடா'' சே கிசுகிசுத்தார்.

''நீயும் என்னோடு இருந்திருக்க வேண்டுமென்று நானும் ஆசைப்படுகிறேன்''

''நான் உன் உடனிருப்பேன், எப்போதும் நிழல்போல'' என்றாள் அவள்.

''அலிடா, நம் குழந்தைகள் இதோ வருகிறார்கள். என்னை நீ அவர்களுக்கு அறிமுகப்படுத்து''

''இது யாருன்னு தெரியுதா? அப்பாவோட நண்பர் ரமோன் மாமா''

குழந்தைகள் அப்பாவின் நண்பருடன் விளையாடத் தொடங்கினர். பூங்காவெங்கும் அவர்கள் ஓடிக் கொண்டிருந்தனர். அதற்கிடையில் ஏழு வயதுக்காரி அலிடாவின் தலை இடித்துக்கொண்டது. ரமோன் மாமாவின் பரிதவிப்பைப் பார்த்திருக்கணும். அவர் அவளை மடியில் படுக்கவைத்துத் தடவி விட்டார்.

சிறிது நேரம் கழித்து அவள் எழுந்து வந்து அம்மாவிடம், ''அந்த மாமாவுக்கு எம்மேல எவ்ளோ இஷ்டம் தெரியுமா? அப்பாவுக்கு எங்கிட்ட இருக்கற மாதிரியே'' என்றாள்.

காமிலோவும் அதையே சொன்னான். ''அவர்கிட்ட ஒக்காரும்போது அப்பாவோட வேர்வை வாசம் வருது''

அவன் அதை எவ்வளவு சீக்கிரம் உணர்ந்து கொண்டான்? விடைபெறும்நேரம் மூன்று வயதுக்காரி ஸீலியாவின் கன்னத்தில் முத்தமிட்டபோது சேயின் கண்கள் நிறைவதைக் கண்டேன். எர்னஸ்ட் அவனுடைய சிறு நட்சத்திரக் கண்கள் சிமிட்டி அப்பாவைப் பார்த்தான்.

மனித உறவுகளின் ஆழத்தை சே அறிந்திருந்தார். நிரஞ்சன் அதை அறிந்திருக்கவில்லை. பஸ்தருக்கான அவன் பயணம். திசாவின், அம்மாவின் வற்றாத கண்கள். திசாவிடம் இதைப்பற்றி தெரிவிக்காமல் இருப்பது எப்படி என்று அவள் நினைத்தாள். பஸ்தரில் அவனுடைய கடமை, அது நிஜமாயிருக்குமா? மர்மத்தின் வேர்கள் அவளை இழுத்து முறுக்கின.

18

ஏழுவண்டிப் பட்டாளம்

ராமன் கொலைக்கேஸ் சூடு பிடிக்கிறது.

''நாட்டினரே, உங்களுக்குத் தெரியுமா? கட்டியாட்டு கணக்குப்பிள்ளை நாலுகேட்டுங்கல் ராமனை கம்யூனிஸ்டுகாரங்க கொடூரமா கொல செஞ்சிருக்காங்க''

மெகாபோன் வழியாக கிருஷ்ணப்பன், சந்திரப்பன் குழுவினர் கூவிச் சொன்னார்கள்.

''நாட்டினரே, மதிப்பிற்குரிய மகாஜனங்களே, கம்யூனிஸ்ட் கழுவேறிங்களைத் தனிமைப் படுத்துங்க. ஜமீன்தாரி ஜெயிக்கட்டும். கம்யூனிஸ்டுகாரங்களைக் கொன்னு போடுங்க. வஞ்சிபூபதி நீடூழி வாழ்க''

மெகாபோன் சங்கம் சுற்றுலா மாளிகையின் முன்னால் வந்ததும் கிருஷ்ணப்பனும் சந்திரப்பனும் வேட்டியைத் தழைத்துக் கொண்டார்கள். டிபியைச் சுற்றி போலீஸ் நிற்கிறது. சப்இன்ஸ்பெக்டர் ராமன்குட்டிநாயர், ரிசர்வ் இன்ஸ்பெக்டர்கள். அந்த்ரப்பேரும் நாலைந்து ஜமீன்களும் வாசலில் யாருக்காகவோ காத்து நிற்கிறார்கள்.

''குட்டப்பனால் மனநிம்மதியா தூங்க முடியுதா?'' கட்டியாடன் கேட்டார்.

''உண்மையச் சொல்றனே, என்னால முடியல. எந்த நேரத்துல இவனுங்க ஈட்டியோட வருவானுங்கன்னு தெரியல இல்லயா? கடக்கரப்பள்ளில ஒரு நாயரோட வீட்லப் போயி, தூங்கிக் கெடந்த வீட்டாளுங்களக் குத்திட்டானுங்க. நம்மோட வீடுங்களுக்கெல்லாம் அவனுங்க எந்த நேரமும் வரலாம். சி. ஐ. டி. கொச்சுபிள்ளை வந்து சொன்னாரு. கவனமா இருக்கணும்''

டி.பி. யின் முன்னால் ஒரு போலீஸ்வண்டி வந்து நின்றது. கட்டியாடன் தலை திருப்பிப் பார்த்தார்.

இன்ஸ்பெக்டர் கோசி.

''வந்து சேந்தாச்சா?'' அந்த்ரப்பேர் அதிகார தோரணையில் கேட்டார்.

கோசி பணிவோடு நின்றார்.

''ஆலப்புழையிலருந்து கெளம்பியாச்சு. இன்னும் கிட்டத்தட்ட அரைமணி நேரம். நேரா பாய்ஸ் ஸ்கூலுக்குத்தான்''

திவான்ஜியின் சிறப்பு அறிவுறுத்தலில், மேற்கொண்டு நிகழ்வுகளைப் பற்றி ஜமீன்களுடன் கலந்து யோசிப்பதற்காக டி.எஸ்.பி. வைத்தியநாதய்யரும், ஏ.எஸ்.பி. அச்சுதனும் வருகிறார்கள்.

''அப்படீன்னா ஸ்கூலுக்குப் பொறப்படலாமா?'' கட்டியாடன் அந்த்ரப்பேரைப் பார்த்தார்.

''எப்படியிருந்தாலும் இன்னக்கி ஒரு பைனலாயிருக்கணும். இன்னமும் இவனுங்கள இப்பிடி கவுறு அவுத்து வுட்டா சரியாவாது'' அந்த்ரப்பேர் கோசியைப் பார்த்தார்.

''எட்டு மணிக்குப் பட்டாளம் வந்து சேந்துடும்'' கோசி அறிவித்தார். ''வந்துச்சுன்னா சும்மா இருக்குமா?''

''ஊம்... அந்த விசயத்த நான் சுவாமிகிட்ட பிரத்யேகமா சொல்லி ஏற்பாடு பண்ணியிருக்கேன்''

அந்த்ரப்பேர் தலைதூக்கிச் சுற்றிலும் பார்த்தார்.

''ஆமாம்'' கோசி ஒத்து ஊதினார்.

''பட்டாளக்காரங்க தங்கறதுக்குக் கொச்சு நாணுவோட ஃபாக்டரிஷெட் ஏற்பாடு பண்ணச் சொல்லியிருந்தேனே?'' அந்த்ரப்பேர் கேட்டார்.

''ஆமாம்'' ராமன்குட்டிநாயர் அட்டன்ஷனில் நின்றார்.

''ஆன் ஐ ஃபார் ஆன் ஐ, அன்ட் டூத் ஃபார் த டூத்'' கட்டியாடன் நெஞ்சு விரித்தார். ''கேட்டில்லையா, லா ஆப் டாலியன். பழி வாங்குதலின் சட்டம்''

''பல்லுக்குப்பல், கண்ணுக்குக்கண்'' இன்ஸ்பெக்டர் கோசி அதை மொழிமாற்றம் செய்தார்.

''பட்டாளம் இன்னிக்கி ராத்திரி அடங்கியிருக்காது. கேப்டன் பிரசாத், வாட்டசாட்டமான ஈழவத்திகளும், பொலக்கள்ளிகளும் இருக்காளுங்களாடா கோசின்னு எங்கிட்ட கேட்டார். ஆசானே, இங்க வாங்க, நாம ஏறி மிதிக்கலாம்னு சொன்னேன். ஹாஹாஹா...''

''அப்பன்னா, இன்னக்கி போலீசும் பட்டாளமும் தூங்காதோ?'' அந்த்ரப்பேர் பொடி வைத்துச் சிரித்தார்.

''எங்கருந்து தூக்கம் வர?'' கோசி அட்டகசித்தார்.

''எல்லாத்தையும் தொலச்சுக் கட்டணும். முன்னாடி மார்த்தாண்டவர்மா எட்டு வீட்டுப் பிள்ளமார்கிட்ட செஞ்ச மாதிரி... ராமனைக் கொன்னவங்களப் பழிக்குப்பழி வாங்கணும்'' கட்டியாடன் பற்களை நெறித்தார்.

''பழிக்குப்பழி வாங்கியாச்சே. மத்தேப்பறம்பன் குத்திக் கிழிச்ச ரண்டுபேர்ல அந்தப் பொலயன் செத்துட்டானே''

சப்-இன்ஸ்பெக்டர் ராமன்குட்டி குறுக்கே புகுந்தார்.

''அது போலவா இது?''

கட்டியாடனுக்கு இந்தப் பேச்சு ரசிக்கவில்லை.

இன்ஸ்பெக்டர் கோசி ராமன்குட்டிநாயரை முறைத்துப் பார்த்தார்.

''சார்...'' அவர் மீண்டும் அட்டன்ஷனில் நின்றார்.

''அப்பறம், மத்தேப்பறம்பன் எங்கே?'' தூரமாக நின்று கொண்டிருந்த பாட்டத்தில் கர்த்தா விசாரித்தார்.

''நம்மோட காம்ப்ல இருக்கான், போலீஸ்காரங்களோட'' என்றார் கோசி.

''அப்படின்னா சரி. அங்கயிருந்தா பயமில்லையே'' கர்த்தா தலையாட்டினார்.

''ராமனோட பொணம்'' ராமன்குட்டிநாயர் எதையோ கேட்க முயன்றார்.

கட்டியாடனுக்கு விஷயம் புரிந்தது.

''அத அந்த ஓடக்கரைலயே எங்கயாச்சும்...'' கட்டியாடன் அருவெறுப்போடு சொன்னார்.

''வெட்டிக்கீறி பழம்பாயிலச் சுருட்டிக் கட்டினதை யாருக்குப் பாக்கணும்?''

''செத்துப் போனவன் போயிட்டான். வா நேரத்த வீணாக்காமப் போவோம்'' என்றார் அந்த்ரப்பேர்.

'மனித நேயமே தொட்டுத் தீண்டாத வர்க்கம். அந்தாளு சொல்றதப் பாரு. செத்துப் போனவன் போயிட்டானாம்!' ராமன்குட்டி நாயர் மனதில் நினைத்துக் கொண்டார்.

கட்டியாடன் வெளிவராந்தா விட்டு இறங்கினார்.

ராத்திரி ஏழுவண்டியில் பட்டாளம் கடக்கரப்பள்ளியில் வந்து இறங்கியது.

தினார் முதல்நாள் மூன்று புத்தகங்களைக் கொண்டு வந்திருந்தான். புன்னப்புரை போராட்டம் - சரித்திரத்தில் கதையும், கதையில் சரித்திரமும். ஏ.எம். ஜோஷி அரசர்கடவில் எழுதியது; புன்னப்புரை வயலார் போராட்டம் - அனுபவங்களினூடே. ஃபாதர் அலோஷியஸ் டி. ஃபெர்னாண்டஸ் எடிட் செய்தது; புன்னப்புரை வயலார் மறைக்கப்பட்ட உண்மைகள் - ரவிவர்மா தம்புரான்.

''போராட்டத்திற்குப் பிறகு நடத்திய விசாரணைகள். சரித்திர உண்மைகளை மறைத்தும் சிலர் எழுதினர்'' தினார் புத்தகங்களைக் கொடுத்துக்கொண்டே சொன்னான்.

''தோ, வஞ்சிக்கப்பட்ட வேணாடை இப்பதான் வாசிச்சு வச்சேன். கம்யூனிஸ்டுகாரர்கள் அறைப்புரட்சி நடத்திக் கொண்டிருந்தனர் என்பதுதானே ஸ்ரீகண்டன்நாயரின் குற்றச்சாட்டு. அதுவும் அந்தக் கூட்டத்தில் சேருமே?'' என்றாள் அபராஜிதா.

தினார் அவளருகில் இருந்த புத்தகத்தையெடுத்துத் திருப்பினான். ''எப்படி எழுதியிருக்கு பாத்தியா?''

'வேணாடே, உன் ரத்தத்தை அதிகாரதாகம் கொண்ட இவர்கள் உறிஞ்சிக் குடிக்கின்றனர். வேணாட்டின் மானம் காக்க சுதந்திர பலிபீடத்தில் உயிர்த் தியாகம் செய்த ஆயிரமாயிரம் வீர ஆத்மாக்கள் இப்பெரும் சதியை முன்பே அறிந்திருந்தால்!'

''சி. நாராயணப்பிள்ளையின் திருவிதாங்கூர் சுதந்திரப் போராட்ட வரலாறும் கிட்டத்தட்ட இதே போல்தான்''

''அவர் மாநிலக் காங்கிரஸ் தலைவராயிருந்தாரோ?''

''ஒருதுளி ரத்தமும், ஒருதுண்டு மாமிசமும் உடம்பில் மிச்சமிருக்கும்வரை போராடுவோம்னு சொன்ன சி. கேசவனைப்போல சொரணையுள்ள காங்கிரஸ் தலைவர்களும் இங்கே இருந்திருக்காங்க'' என்றாள் அவள்.

''வேறு யார் எழுதியிருந்தாலும், தோழர் டி. வி. யுடன் சேர்ந்து சர். சி.பியிடம் சமரசப் பேச்சுவார்த்தைக்குப் போன ஸ்ரீகண்டன்நாயர் அப்படி எழுதியிருக்கக் கூடாது'' தினார் காலடியோசை கேட்டுத் திரும்பிப் பார்த்தான்.

திசா.

''யாரு? தினாரா?'' அவள் கிண்டலாகச் சிரித்தாள். ''இங்கயிருந்த காம்ரேடை எங்கயாவது பாத்தியா?''

''உண்மையச் சொல்லட்டா? இன்னிக்கு இந்த நிமிஷம் வரைக்கும் ஒரு வெவரமும் இல்ல. அவன் இருந்தா ஒருவாட்டி பாத்துட்டுப் போலான்னு நெனச்சுதான் இங்கயே வந்தேன்''

''அன்னக்கிப் பாத்த அந்த போலீஸ்காரன் அப்பறம் வந்தானா?'' திசா அவனைப் பார்த்தாள்.

''அப்ப ரெண்டு கேள்விய கேட்டதில்லாம...'' தினார் எதையோ நினைத்தான்.

''இல்லல்ல, இந்த லைப்ரரியப் பத்தி விசாரிச்சப்ப...'' என்றான்.

''உம்ம்...'' திசா உள்ளே சென்றபடியே, ''அவனை வழியில எங்கயாவது பாத்தீன்னா இருட்டறதுக்குள்ள இங்க வரச் சொல்லு'' என்றாள்.

''உம்... என்னமோ அவன நா மறச்சு வச்ச மாதிரியில்ல இவளோட தோரண'' சங்கடப்பட்டான் தினார்.

''அவளுக்குள்ள ஏதோ டென்ஷன்'' என்றாள் அபராஜிதா.

''அது எதுக்காம்?''

''ஆஹ்...'' அவள் ஏறிட்டுப் பார்த்தாள். அவனுடைய முகத்திலிருந்து எதையும் வாசிக்க முடியவில்லை. பொலீவியன் வனவெளியைப் போல...

அபராஜிதா கீபோர்டுக்குத் திரும்பினாள்.

குந்திரிசேரி தறவாட்டுக்கான நடைவழியோடு சேர்ந்திருந்த பசும்புல் படர்ந்த மைதானத்தில் கே.சி. வேலாயுதன், நாகப்பன், ஸ்ரீதரன், ராமன்குட்டி, சேகரன் உள்ளிட்ட தோழர்களுடன் ஆலோசனையிலிருந்தார் தோழர் குமாரப்பணிக்கர்.

''அதோ, இன்னும் ஆளுங்க வராங்களே, இங்கதான் வராங்க பணிக்கரப்பா'' சேகரன் தொலைவில் சுட்டிக் காட்டினான்.

''ம்ம்... வரட்டும்பா''

''அவங்க நேத்து ராத்திரி ஒருதுளிகூட கண்ணு மூடல, கையில கெடச்சத எல்லாம் பட்டாளம் எடுத்துக்கிட்டு ஓடிட்டாங்களே'' என்றான் வேலாயுதன்.

''கடக்கரப்பள்ளி, வெட்டய்க்கல், மேனாச்சேரிலருந்தெல்லாம் கொழந்தங்களை இடுப்புல தூக்கிக்கிட்டு விவசாயக்கூலிப் பொண்ணுங்களும் வயசானவங்களும் கூட்டமா வந்து நிக்கறாங்க. ஆம்பளைங்க கொஞ்சபேரும் இருந்தாங்க, கட்டுன துணிக்கு மறுதுணியில்லாம''

''ஆமா, சீர அம்மம்மாவோட சின்னப்பொண்ணு எங்க? எல்லா ஊர்வலத்துலயும் முன்னால நின்னு நம்மோட கைத்தரை பாப்பிகூட, வானமே வெடிச்சு விழற மாதிரி கோஷம் போடற அந்த ரோஷக்காரி எங்க?'' என்று கேட்டான் நாகப்பன்.

''எனக்கொன்னும் தெரியலயே எங்கடவுளே!'' சீர அம்மம்மா தளர்ந்துபோய்

தென்னை மரத்தடியில் உட்கார்ந்து விட்டாள்.

★காராமையைக் குத்துகின்ற ஒரு கரிங்கொட்டைக் கோல் அவள் கையில் இருந்தது.

''எஞ் சின்னப் பொண்ணுக்கு என்னாச்சுடீ கரம்பீ? அவ எங்கப் போயிட்டான்னு நீ கண்டியாடீ?'' அவள் தன் வெள்ளி விழுந்த கண்களால் காடும் மேடும் தேடி அலைந்தாள்.

''பட்டாளம் புடிச்சு வண்டியில போட்டுக்கிட்டுப் போயிட்டாங்களாம்'' பொலத்தரை கரம்பி சொன்னாள்.

''ஒரக்கச் சொல்லாத என்னா... அம்மம்மாவுக்குக் கேட்டுச்சுன்னா கத்திக் கூப்பாடு போடுவா'' என்றான் நாகப்பன்.

''எளவயசுப் பொண்ணுங்களைப் பட்டாளம் வண்டியில எடுத்துப்போட்டுப் போனாங்க. கைக்குழந்தைங்களோட நின்ன எங்கள மாதிரிப் பொண்ணுங்கள எங்க ஊட்டு ஆம்பளைங்க கண்ணு முன்னாடியே...'' என்றாள் கூட்டத்தில் ஒருத்தி. அவளுடைய தொண்டை அடைத்துக் கொண்டது. கண்கள் சிவந்து கலங்கின.

''ஒருத்தன் ரெண்டு பேரில்ல, ஆறேழு பேருங்க. மூக்குமுட்டக் குடிச்சிட்டு மப்போடதான் வந்தானுங்க...''

''கண்ணுல தெம்பட்ட சாமானுங்கள எல்லாம் எடுத்துக்கிட்டுப் போயிட்டானுங்க. கோழிங்கள... ஆடுங்கள... எல்லாத்தையும்...''

''ரேஷனரிசியக்கூட எடுத்துக்கிட்டுப் போயிட்டானுங்க. ஆம்பளைங்கள அடிச்சு நொறுக்கிட்டானுங்க. நாங்க உசிரக் கையிலப் புடிச்சிக்கிட்டு ஓடியாந்துட்டோம்''

''பத்து பதினஞ்சு குடிசைங்களுக்கு பட்டாளமும் போலீசுமா சேந்து நெருப்பு வச்சுட்டானுங்க''

''பட்டாளம் தனியாயில்ல. அவங்ககூட ரௌடிங்களுமிருந்தாங்க. அவனுங்கதான் குடிசைங்களுக்கு நெருப்பு வச்சதும், அடிச்சு ஒடச்சதும்''

ஒரு சிறுவன் எங்கிருந்தோ ஓடிவந்தான். பணிக்கரின் முன்னால் நின்றான். வந்தவன் அரைஞாண் கயிற்றுக்குள் ஒளித்து வைத்திருந்த கடிதத்தை எடுத்து நீட்டினான்.

''யாரு குடுத்து வுட்டாங்க?'' சி.கே. அவனைப் பார்த்தார். ''இந்தப் பக்கம் எங்கயும் பாத்த மொகமா இல்லயே''

★காராமை - தோட்டங்களில் காணப்படும் நிலத்தில் வாழும் ஒருவகை ஆமை

''அதச் சொல்ல வேண்டான்னு சொன்னாரு. எல்லாம் அதுல எழுதியிருக்காம். ஒருத்தர் எங்கைல குடுத்து, உங்ககிட்ட தரச் சொல்லி ஒப்படைச்சாரு. நான் போறேன்''

எந்தத் தயக்கமுமின்றிச் சொல்லிவிட்டுத் திரும்பிப் பார்க்காமல் ஓடினான்.

பணிக்கர் கடிதத்தைத் திறந்து பார்த்தார்.

''பத்திரமா இருக்கணும். பாய்ஸ் ஸ்கூலில் நடந்த ரகசியக் கூட்டத்தில் சி.கே. வைப் போட்டுத் தள்ளணும்னு தீர்மானமாயிருக்கு''

''யாரோட கடிதமிது?'' கே. சி. வேலாயுதன் மெதுவாகக் கேட்டார்.

''பார்ட்டிகிட்ட இருந்து இல்ல''சி.கே. யூகித்தார்.

''நம்ம மேல உள்ளூற அக்கறை இருக்கற யாரோ ஒருத்தர் கிட்டயிருந்து''

''முக்கியமா என்ன இருக்கு?'' கே.சி. க்கு ஆர்வமேறியது.

சி. கே. கடிதத்தை மடித்து மடியில் சொருகினார்.

''ஒன்னாம் ரெகுலேஷன் அறிவிக்கப்பட்டுவிட்டது. செங்கொடி தடை செய்யப்பட்டுள்ளது. இன்குலாப் கோஷமும் தடை செய்யப்பட்டுள்ளது. கூட்டங்களும் ஊர்வலங்களும் தடை செய்யப்பட்டுள்ளன''

சி. கே. பொய் சொன்னார்.

இதெல்லாம் முன்பே சொல்ல வேண்டுமென்று கருதியிருந்த செய்திகள்தான்.

கொலைமிரட்டலை வெளியே சொல்லி, உடனிருப்பவர்களின் நெஞ்சுறுதியைக் குலைக்க வேண்டாம். பிறந்தால் என்றாவது ஒருநாள் இறக்கத்தான் வேண்டும். மரணத்தைக் கண்டு பயந்து யாராவது கடுகில் ஏறி ஒளிந்து கொள்வார்களா? நாட்டின் நிலைமைகளில் ஒரு மாற்றம் ஏற்படுத்த முயன்று இறந்தாலும் அதில் ஓர் அர்த்தமுண்டல்லவா?

''அப்படீன்னா வீடும் குடும்பமும் விட்டுட்டு வந்திருக்கற இந்த பாவங்களோட கதி?'' ராமன்குட்டி கேட்டார்.

''பத்தாயத்தில வேணுங்கற அளவுக்கு நெல்லும், தென்னமரத்துல தேங்காயும் இருக்கு. சமைச்சுப் பரிமாற நாலஞ்சுபேர் ஒதவிக்கு இருந்தாப் போதும். சர்.சி.பியோட போக்கப் பாத்தா இது இத்தோட நின்னுடும்னு தோணல. என்னயிருந்தாலும் குந்திரிசேரி தறவாட்டுல அபயம் தேடி வந்தவங்க யாரும் பட்டினி கெடக்க வேண்டியிருக்காது''

தறவாட்டிலிருந்து இளைஞன் ஒருவன் ஓடி வந்தான்.

''மொகம்மைலருந்து என். கே. அய்யப்பனும் மாதவனும் கருணாகரனும் பாக்க வந்து நிக்கறாங்க. இங்க வர்றத யாரும் பாத்துடக் கூடாதுன்னு மேற்குப் பக்கமாத்தான் அவங்க வந்திருக்காங்க''

''படிப்புரைக்கு வரச் சொல்லு''

கே. சி. வேலாயுதனும் சேகரனும் உடன்வர சி. கே. படிப்புரையைப் பார்த்து நடந்தார்.

''கணிச்சுக்குளங்கரையிலும், முகம்மையிலும், கஞ்சிக்குழியிலும், மாராரிக்குளத்துலயுமெல்லாம் நிலைமை மோசமாயிருக்கு'' என்றார் என். கே. அய்யப்பன்.

''சேர்த்தலை, ஆலப்புழை, கஞ்சிக்குழி லாக்கப்புகளில் தோழர்களை நிரப்பி, கொடூரமா அடிச்சு நொறுக்குறாங்களாம். தோழர்களோட கூக்குரல் ரோடுவரை கேக்குதாம். இன்னும் இத சகிச்சுக்கிட்டுப் போறது முடியாத காரியம். ஒடனடியா ஒரு பரிகாரம் செய்யணும்''

''நெறயப்பேரு சாக வேண்டியிருக்கும். அப்படீன்னாதான் இதுக்கு ஒரு முடிவு வரும்''

அதைச் சொல்லும்போது சி. கே. யின் முகம் சாந்தமாயிருந்தது.

''கட்சிக்காக சாகவும் நாங்க தயார். சி.பி யோட அகம்பாவத்துக்கு பயந்து கட்சி கீழடங்கும்ன்ற பேச்சுக்கே எடமில்ல'' மாதவன் முஷ்டி உயர்த்தினார்.

''எப்பன்னாலும் சாகத்தானே போறோம்?'' என்று கேட்டார் சி.கே.

''அது ஆண்மையோட சாகலாம். எதுக்கும் நான் ஆலப்புழை வரைக்கும் ஒருவாட்டி போயிட்டு வந்திடறேன். தோழர் இ. எம். எஸ். அங்க பத்ரோசோட வீட்ல இருக்காரு. பத்ரோசையும் ஒருவாட்டி பாத்துட்டு வரேன். அதுக்கப்பறம் எல்லாத்தையும் முடிவு பண்ணிக்கலாம்''

குந்திரிசேரி வீட்டு முற்றத்தில் நாலைந்துபேர் மூச்சு வாங்க ஓடி வந்தார்கள்.

''என்ன, என்னாச்சு?''

கே. சி. வேலாயுதன் எழுந்து சென்றார்.

''தோட்டுச்செறை பனையேறி மணிக்கனோட பொஞ்சாதிய பட்டாளத்தானுங்க பட்டப்பகல்ல வந்து...'' வந்தவர்கள் திணறியபடி நின்றனர்.

''கொன்னுட்டாங்களா?'' சி. கே. பதற்றத்துடன் கேட்டார்.

''இல்ல, மூணுநாலுபேர் ஒண்ணா சேந்து பலாத்காரம் செஞ்சிருக்கானுங்க. ஏழு மாச கர்ப்பிணி அவ''

''அப்பறம்?''

''இரத்தத்துல குளிச்சு நெனவிழந்து கெடக்கா''

''வேகமா எடுத்துக்கிட்டு ஆஸ்பத்திரிக்குப் போங்க''

குமாரப்பணிக்கர் கைச்சுருளிலிருந்து பிரிட்டீஷ் ரூபாயையெடுத்து சேகரனின் கையில் கொடுத்தார்.

''சேகரா, ராமன்குட்டி நீங்களும் கூடப் போங்க''

கொச்சுபாருவைக் காயல்கரையில் அப்பச்சியின் வீட்டில் விட்டுவிட்டு வருகிற வழியில்தான் பிரபாகரன் மூச்சு வாங்க ஓடி வருவதைப் பாக்கரன் பார்த்தான்.

''பாப்பிய ராத்திரீலருந்து காணல'' பிரபாகரன் படபடப்போடு சொன்னான்.

''பட்டாளக்காரங்க புடிச்சிக்கிட்டுப் போனாங்கன்னுதான் பேசிக்கறாங்க''

''பட்டாளக்காரங்களா?'' பாக்கரனுக்குப் பதட்டமானது.

'என்ன இருந்தாலும் கொச்சுபாருவைக் காயல்கரைல கொண்டு விட்டுட்டு வந்தது நல்லதாப் போச்சு' அவன் மனதில் நினைத்துக் கொண்டான்.

''பட்டாளமும், போலீசும், ரௌடிங்களும் ஒண்ணாச் சேந்து ராத்திரி முழுக்க வெறியாடியிருக்கானுங்க. பாப்பியக் கையோட இங்க கூட்டிட்டு வரலான்னு நெனச்சு போன எடத்துலதான் ஆளுங்க சொல்றதக் கேட்டேன்''

பிரபாகரனின் குரல் பதட்டதோடு இருந்தது.

''அவனுங்க எங்க கொண்டு போனாங்க?''

''எங்க கொண்டு போனாங்கன்னு யாருக்கும் தெரியல. போலீஸ் ஸ்டேஷனுக்குக் கொண்டு போவலயாம். துப்பாக்கி புடிச்சிருந்த நாலஞ்சுபேர் தூக்கியெடுத்துக்கிட்டு இருட்டுல வண்டீல போடறதப் பாத்திருக்காங்க. கதவாண்ட வந்து அவனுங்க தட்டிக் கூப்பிட்டப்ப, அவ அருவாள எடுத்துக்கிட்டு வெளிய குதிச்சிருக்கா. முற்றத்துல துப்பாக்கியோட நிக்கற பட்டாளத்தானுங்களப் பாத்ததும் குதிச்சு ஓடியிருக்கா. அவனுங்க பின்னாலயே ஓடியிருக்கானுங்க. ஓடைக்கரைலப் புடிச்சிருக்கானுங்க. அவ கைய காலப் போட்டு அடிச்சுப் பெருங்கொரல்ல கத்திக் கூப்பாடு போட்டதக் கேட்டவங்க இருக்காங்க...''

பிரபாகரன் களைப்புடன் தரையில் உட்கார்ந்தான்.

''பொன்னாம்வெளிச் சந்தை பக்கமாதான் கொண்டுட்டுப் போயிருப்பாங்க'' பாக்கரன் ஊகித்தான்.

''நாம அங்க வரைக்கும் போயிப் பாத்துட்டு வந்தா என்ன?''

''அங்க முழுக்க பட்டாளம். கிட்ட யாராலயும் நெருங்க முடியாது''

பிரபாகரன் நம்பிக்கை இழந்தான்.

''நீங்க நேரங்காலத்தோட போயி பாப்பியக் கூட்டிட்டு வந்திருக்கலாமில்ல?'' பாக்கரன் குற்றப்படுத்தினான்.

''இனி இப்ப மேலப் பாத்துக்கிட்டு ஒக்காந்து என்ன பண்றது?''

''நான் கூப்பிடப் போவாமயா இருந்தேன்?''

பிரபாகரன் அவனைக் கையறுநிலையில் பார்த்தான்.

''முன்னாடி நான் ஒருவாட்டி போனப்ப அவ மரோட்டிக்காய் பறிச்சிக்கிட்டிருந்தா. நேத்து மதியானத்துக்குப் பெறகு நான் அந்த வழியாப் போனேனே. எங்குத்தம் எதுவுமில்லையே''

''அப்படீன்னா, அப்பவே நீங்க கூட்டிட்டு வந்திருக்கலாமில்ல?''

'பாக்கரன் கேட்டது சரிதான்' பிரபாகரன் நினைத்துக் கொண்டான். 'அப்பவே கூட்டிட்டு வந்திருந்தாப் போதுமே. அதெப்பிடி? பொண்ணுங்க கூட்டமாக் கூடி வெளயாடிட்டிருந்த எடத்துலப் போயி...'

மதியானத்துக்குப் பிறகு காசித்தும்பைகள் பூத்துக் கிடக்கும் வயலோரம் கடந்து பிரபாகரன் அங்கே போனான். கிழக்கே தென்னந் தடத்தில் பாப்பியின் பூவாலிப்பசு புல் தின்றபடி நிற்கிறது. வழக்கத்தைவிட அதிகமாக கனகாம்பரம் பூத்திருக்கிறது. பிரபாகரனைப் பார்த்ததும் பாப்பியின் பூவாலி, தீனியை நிறுத்தி தலையைத் திருப்பியது. அருகில் சென்றதும் அது அவனைப் பார்த்து முகத்தை நீட்டியது. அவன் அதனுடைய தாடையைச் சொறிந்தான். பூவாலி சொரசொரத்த நாக்கை நீட்டி, அவனுடைய முழங்கை ரோமத்தை நக்கியது.

''ஆமா, எங்கடீ உன் வளத்தம்மா?''

பிரபாகரன் பூவாலியின் நெற்றியில் பாப்பி வைத்து விட்டிருந்த குங்குமப்பொட்டில் முகம் சேர்த்தான். பாப்பியைக் கூப்பிடுவது மாதிரி பூவாலி வடக்குத் தோட்டத்தைப் பார்த்துக் குரலெடுத்துக் கத்தியது.

அதற்கு பதிலாகவே வடக்குவெளித் தோட்டத்தில் பெண்களின் ஓசை எழுந்தது.

''பூப்பறிக்க வர்றியா, வர்றியா

அதிகாலைல?''

பிரபாகரன் அங்கே சென்றான். கரிங்கோட்டைக் காட்டுக்கப்பால் தோட்டத்தில் பாப்பியும் தோழிகளும் விளையாடிக் கொண்டிருக்கிறார்கள். அவன் ஒரு கரிங்கொட்டைப் புதருக்குப் பின்னால் மறைந்து நின்றான். இரண்டு குழுவாகப் பிரிந்து விளையாடுகிறார்கள். நடுவில் ஒரு கோடு. கோட்டுக்கு இரண்டு பக்கமும் தோளோடுதோள் சேர்ந்து கை கோர்த்துக்கொண்டு பக்கத்துக்கு ஐந்து பேராக நிற்கிறார்கள். ஒரு பக்கம் பாப்பி நடுவில். மறுபக்கம் மண்ணாம்தரை மாரா. மாராவின் குழு பின்னால் போனதும் பாப்பியின் குழு ஒரே தாளத்தில் அடிவைத்து முன்னால் வந்தது.

''யார் உங்களுக்குத் தேவை,

தேவை விடிகாலைல?''

மாராவும் குழுவும் அதற்கு பதிலாகச் சுவடு வைத்து முன்னால் வந்தது.

''பாப்பிய எங்களுக்குத் தேவை,

தேவை விடிகாலைல''

ஐந்து பேருக்கு நடுவில் சிவப்பு ஜம்பர் போட்டு, கைலியை இழுத்துக் கட்டி, கருப்புப்பொட்டு வைத்த பாப்பிதான் அழகு. எல்லாரையும்விட அவள்தான் சீரும் செட்டுமாக இருந்தாள். பிரபாகரன் கரிங்கொட்டையின் இலைத்துணுக்குகளின் வழியாகப் பாப்பியைக் கண்ணெடுக்காமல் பார்த்துக் கொண்டிருந்தான்.

''யாருவந்து கொண்டுபோவார்,

கொண்டுபோவாரு அதிகாலைல?''

பாப்பியும் குழுவும் பாடிக்கிட்டே முன்னால் வந்தது.

''தூரத்துலருந்து ஒரு ஆளு வருவாரு,

அந்தாளு வந்து கொண்டு போவாரு...''

மாரா கிண்டலடித்துப் பாடினாள்.

''அப்பன்னா அந்த ஆளு எங்க?

பாப்பியக் கூட்டிட்டுப் போக வந்த ஆளு எங்க?''

பாப்பியோட குழுப் பெண்கள் கையிலிருந்த அருகம்புல்லை ஆட்டிக்கொண்டே முன்னால் வந்தனர்.

''ஆளு அதோ, அங்க''

மாராவும் குழுவும் கரிங்கொட்டைத் தோட்டத்தின் பக்கமாகச் சுட்டிக் காட்டினர்.

பிரபாகரனுக்கு சங்கடமானது. ஒளிந்து கொண்டிருப்பதை மாராவும் குழுவும் பார்த்துவிட்டார்களா? அப்படியென்றால் மானக்கேடு. ஊரெல்லாம்

பாட்டாகிவிடும். பிரபாகரன் பதுங்கினான். திரும்பி நடந்தான். வரப்போரத்தைக் கடந்ததும் பின்னால் பெண்களின் ஆரவாரம் மீண்டும்...

''பூப்பறிக்க வர்றீயா...

வர்றீயா அதிகாலைல?

யாரு உனக்குத் தேவை

தேவை விடிகாலைல?''

அவர்கள் பார்க்கவில்லை. வெறுமனே தோன்றினதுதான். விளையாட்டு முடிவதுவரை நின்று அவளை அழைத்துக்கொண்டு வந்திருக்கலாம். அதை நினைத்தபோது பிரபாகரனின் நெஞ்சில் ஓர் இடி விழுந்தது. பாப்பி வருவாள். பட்டாளத்தின் கட்டை உடைத்துக்கொண்டு கைத்தரை பாப்பி திரும்பி வருவாள். உயிருள்ள ஒருவனும் அவளுடைய உடம்பைத் தொட்டுவிட முடியாது. அதுதான் பாப்பி. ஒருவேளை இனிமேல் ஏதாவது குற்றங்குறை இருந்தாலும் வந்தது வந்துவிட்டது. கையோடு அழைத்துக்கொண்டு போய்விட வேண்டும்.

அந்த வழியாக ஓடி வந்த தோழர் கருணன், ''கைத்தரை பாப்பிய போட்டுல ஏத்தி, டூரிஸ்டு பங்களாவுக்கோ வேற எங்கயோ கொண்டுட்டுப் போயிட்டாங்க. பொன்னாம்வெளி கேம்ப்புல ஒரு பட்டாள மேலதிகாரியோட கைய அவ கடிச்சிட்டா. அங்க சுத்தி துப்பாக்கி புடிச்ச பட்டாளமாயிருக்கு. ஒரு ஈ காக்காகூட நெருங்கமுடியாது'' என்றான்.

''கருணன் தோழா, நம்மால என்ன செய்ய முடியும்?''

பிரபாகரன் வானத்தை வெறித்துப் பார்த்தான்.

19

கொம்பு முளைத்தவள்

குமாரன் வைத்தியரின் வைத்தியசாலையின் வாசல் வழியாக பீரங்கிப்பட்டாளம் சேர்த்தலை பாய்ஸ் ஸ்கூல் மைதானத்துக்குச் சென்றது. வராந்தாவிலிருந்து விஸ்வப்பன் பதட்டத்துடன் எட்டிப் பார்த்தான். முதல் தடவையாக இப்போதுதான் பீரங்கி வண்டியைப் பார்க்கிறான்.

''இப்ப எப்பிடியிருக்கு? நான் தந்தி அடிச்சதும் பட்டாளம் எறங்கிடுச்சு பாத்தியா? பீரங்கிவண்டி வந்திடுச்சு பாத்தியா?''

வராந்தாவின் சாய்வு நாற்காலியில் மல்லாந்து படுத்து வைத்தியர் பெருமையடித்துக் கொண்டார்.

''ஆமாமா...'' விஸ்வப்பன் மடியிலிருந்த முறத்தில் பீடியிலைகளைத் துண்டித்துப் போட்டான்.

''இல்லன்னாலும் திவானுக்கும் வைத்தியருக்குமான நெருக்கம் அப்படிப்பட்டதுதானே?''

''ம்ம்... இப்பப் புரிஞ்சதில்லயா?''

குமாரன் வைத்தியர் நரம்புகளெழும்பி நின்ற கழுத்தை நீட்டிக் காட்டினார்.

''அது இப்ப இந்த ஊர்ல யாருக்குத்தான் தெரியாம இருக்கு?''

விஸ்வப்பன் திரித்துப் போட்ட பீடியிலையைச் சுற்றினான். அந்த்ரப்பேரும் கட்டியாட்டு சிவராமப்பணிக்கரும் திவானைப் பார்த்து விஷயங்களை விளக்கிய பிறகுதான் பட்டாளம் எறங்கிச்சுன்னு ஊர்ல ஒரே பேச்சாகக் கிடக்கிறது. நிலைமைகளை நேரில் பார்த்துத் தெரிந்துகொள்ள திவான் ஆலப்புழை அரண்மனைக்கு வந்திருந்தார். ஐ. ஜி. பார்த்தசாரதி அய்யங்காரும் மிலிட்டரி

கமாண்டர் பரமேசுவரன் பிள்ளையும் கூடவே இருந்தார்கள். அந்த்ரப்பேரையும் கட்டியாடனையும் அழைத்திருந்தார்கள். யூனியன் ஆட்கள் சொல்லிக் கேள்விப்பட்டதுதான். இருந்தாலும் வைத்தியர்கிட்ட எப்பிடி மறுத்துப் பேசுவது?

''இனிமேத்தானே பாக்கப் போறோம் சேர்த்தலைப் பூரம் திருநாள. மைலாப்பூர் ஐயருகிட்டயேவா அவங்களோட விளையாட்டு?'' வைத்தியர் குலுங்கிச் சிரித்தார்.

''அப்படீன்னா பட்டாளம் கம்யூனிஸ்டுகாரங்களை குண்டு போட்டுக் கொல்லுமோ? அவங்களும் பொன்னு தம்புரானின் குடிமக்கள்தானே?''விஸ்வப்பன் சந்தேகத்தோடு கேட்டான்.

''வெடி வைக்கறதுக்கு இல்லாம, பின்ன எதுக்குடா அந்த பீரங்கி?'' வைத்தியர் கோபப்பட்டார்.

''ஒத்த கம்யூனிஸ்டுகாரனையும் பட்டாளம் விட்டு வைக்காது. இவனுங்களெல்லாம் வீங்கிச் சாகறத நீ பாப்ப''

பாய்ஸ் ஸ்கூல் மைதானம் வழியாக பீரங்கிவண்டி இரைச்சலோடு வருவதைப் பார்த்து சிறுவர்கள் ஆரவாரமாகக் கூடினர். நாலைந்து மிலிட்டரிக்காரர்கள் இரண்டு பக்கமுமாகக் காலை வெளியே நீட்டி நிமிர்ந்து நின்று அலறினார்கள்.

''பீரங்கி ஏறிச் சாவாதீங்க. வழீலருந்து நவுந்து நில்லுங்கடா முட்டாப் பசங்களா!''

சாலையில் பேரிரைச்சலுடன் வயலாறு நோக்கி பீரங்கிவண்டி பாய்ந்து சென்றது. பட்டணக்காடு சிவன்கோவில் மைதானத்தை வட்டமிட்டு, கோயில் குளக்கரையோர நீர்ப்பரப்பின்மீது பலமுறை ஓடியது. அதிர்ந்து நின்ற ஆட்களைப் பார்த்து மிலிட்டரிக்காரர்கள் கூவிச் சொன்னார்கள்,

''பாத்தீங்கள்ல, கரையிலயும் போவும், தண்ணிலயும் போவும்''

பீரங்கியின் குழாயை ஆட்களின் பக்கமாகத் திருப்பி வைத்தனர்.

''இந்தக் குழாயப் பாத்தீங்களா? ஒரே குண்டுக்கு நூறுபேரு சாவான். இதப் பாத்தீங்களா?'' அவன் பீரங்கிக் குழாயை நாலாபக்கமும் திருப்பினான்.

''ஒரே ஒருத்தன்கூட உசிரோட மிஞ்ச மாட்டீங்க''

ஆட்கள் அதைக் கேட்டதும் பயந்து அரண்டுபோய் பின் நகர்ந்தனர்.

பொன்னாம்வெளி பீடிசுற்றுக் கடையின் முன்னால் வந்ததும், பட்டாளம் பீரங்கிவண்டியை நிறுத்தியது. பீரங்கிக்குழலை கடை வராந்தாவின் நேராகத் திருப்பி வைத்துக் குறி பார்த்தது. வராந்தாவில் உட்கார்ந்து பீடி சுற்றிக் கொண்டிருந்த பதினாறு தொழிலாளர்களும் மடியிலிருந்த முறத்தைக் கீழே போட்டுவிட்டு மிரண்டு ஓடினார்கள். பட்டணக்காட்டு கயிறு பாக்டரி தொழிலாளி யூனியன் ஆபீசுக்கு

முன்னாலும் பீரங்கி வண்டியைக் கொஞ்சநேரம் நிறுத்தி வைத்தார்கள். பீரங்கிக்குழாயை யூனியன் ஆபீசுக்கு நேராகத் திருப்பி வைத்து, பட்டாளம் சுற்றிலும் பார்த்துக் கண்களை உருட்டியது.

''மரியாதையா நடந்துக்கலேன்னா எல்லாத்தையும் சுட்டுப் பொசுக்கிடுவோம். உசிரு வேணுன்னா அடங்கி ஒடுங்கி இருந்துக்கோங்க. கூட்டம் கூடவும், சங்கம் சேரவும் நடந்தீங்கன்னா ஒருத்தனையும் உசிரோடப் பாக்க முடியாது... ஹூம், தெரியலன்னா சொல்றோம்''

ஆபீசுக்குள் இருந்த தோழர் சி. கே. பாஸ்கரன் அதைக் கேட்டு வெளியே வந்தார். பீரங்கிக் குழாயின் எதிரில் சென்று அவர் நெஞ்சு விரித்து நின்றார்.

''துப்பாக்கியும் பீரங்கியும் காமிச்சு தொழிலாளி வர்க்கத்தைப் பணிய வெக்கலாம்னு நெனக்காதீங்க. முதலாளித்துவத்தின் காலின் கீழ நசுங்கி அழிய இனி தொழிலாளி வர்க்கம் கிடைக்கும்னு கனவு காணாதீங்க. தைரியமிருந்தா வைங்கடா வெடிய. என் நெஞ்சு மேலயே வைங்கடா மொத வெடிய. உம்...''

தோழர் சட்டை பட்டன்கள் சிதற நெஞ்சு நிமிர்த்தி நின்று ''வைங்கடா வெடி'' என்றார்.

''உம், உங்களச் சுடறதா இருந்தா எங்களையும் சுடட்டும்''

சாலையோரமாகக் கூட்டமாக நின்றிருந்த தொழிலாளர்களும் நெஞ்சை நிமிர்த்தி முன்னால் வந்தனர். அவர்கள் பீரங்கி வண்டியை வளைத்துக் கொண்டனர்.

பட்டாளக்காரர்கள் மிரண்டனர். பீரங்கிக் குழாய் தாழ்ந்தது.

''வேண்டாம் வேண்டாம் விட்ருங்க. அவங்களுக்கு சங்கதி புரிஞ்சிடுச்சே, அது போதும்'' என்றார் தோழர் பாஸ்கரன்.

ஆட்கள் ஆர்ப்பரித்தனர். பட்டாளம் பின்வாங்கியது.

சாயந்திரம் நான்கு மணிவாக்கில் இரண்டு வண்டி ரிசர்வ் போலீஸ் யூனியன் ஆபீசுக்கு முன்னால் வந்து நின்றது. போலீசார் கூச்சலிட்டபடி ஆபீசுக்குள் நுழைந்தனர். உள்ளேயிருந்த ஐந்து தோழர்களை அடித்து மண்டையை உடைத்தனர். மேசைகளையும், நாற்காலிகளையும், அலமாரிகளையும் உடைத்து நொறுக்கினர். ஒரு ஜீப் இரைச்சலோடு வந்து நின்றது. இன்ஸ்பெக்டர் கோசி குதித்து இறங்கினார். ஆபீசுக்கு முன்னால் நட்டிருந்த கொடிமரத்துக்குக் கீழே வந்து நின்றார்.

''இழுத்துக் கிழிச்சு கீழ வீசுங்கடா அவனுங்களோட செங்கொடிய'' அவர் அலறினார்.

ஒரு போலீஸ்காரன் கொடிமரத்தின்மீது ஏறினான். கொடியைப் பறித்தெறிந்தான். அது தரையில் விழுந்ததும் இன்ஸ்பெக்டர் கோசி பலமுறை ஆத்திரத்தோடு மிதித்தார்.

''அவனுங்களோட நாசமாப்போன செங்கொடி. ஒரு கொடியக்கூட இனிமே இந்த நாட்டுல பாக்கக்கூடாது''

மண்டை உடைந்து ரத்தத்தில் குளித்த தோழர்களையும் தூக்கிப் போட்டுக்கொண்டு போலீஸ் வேன் வடக்கே பாய்ந்தது. பொன்னாம்வெளிச் சந்தையில் மேலும் சில போலீஸ் வாகனங்கள் வந்து நின்றன. கடைகளைக் கொள்ளையடித்தனர். கண்ணில் பட்டவர்களையெல்லாம் ஓடவிட்டு அடித்தனர்.

போலீசாரின் ஒரு குழு, அங்கிருந்த கேசவன் வைத்தியரின் வைத்தியசாலைக்குள் புகுந்தது. கம்யூனிஸ்டுகாரர்களிடம் கேசவன் வைத்தியர் பரிவு காட்டுவதாகப் புகார். இன்ஸ்பெக்டர் கோசி ஜீப்பில் வந்து இறங்கினார்.

''அவனோட வைத்தியசாலைய அடிச்சு ஒடைங்கடா'' என்று கூறிக் கொண்டே வைத்தியசாலைக்குள் பாய்ந்தார்.

போலீசின் அடிஉதை பட்டு முதுகெலும்பில் காயத்தோடு கிடக்கும் தோழர் பரமனுக்கு மருந்தும் தைலமும் போட்டு கட்டு கட்டிக் கொண்டிருந்தார் கொச்சுராமன் வைத்தியர். கேசவன் வைத்தியரின் தூரத்து உறவுக்காரன். தோழர் பரமனின் மகன் குஞ்ஞுமணியின் கையில் மருந்துப் பொட்டலத்தைக் கொடுக்கவும், இன்ஸ்பெக்டர் கோசியின் முட்டிக்கை வைத்தியரின் முதுகில் விழுந்தது. ''அய்யோ...'' என்று வைத்தியர் சுருண்டு கீழே உட்கார்ந்துவிட்டார்.

கோசியின் கால் வைத்தியரை நோக்கி உயர்ந்ததும் குஞ்ஞுமணி கூவினான்.

''ஓடி வாங்க, கொச்சுராமன் வைத்தியரக் கொல்றாங்களே''

அவர் அவன் பக்கம் திரும்பினார்.

''நாறப் பொலயாடி மவனே, முட்டைலருந்து விரியல, அதுக்குள்ளயேவா?'' அவர் அவனைத் தூக்கியெடுத்து ஜீப்புக்குள் எறிந்தார். ஜீப்பில் விழுந்ததும் அவன் உச்சத்தில் முழங்கினான்.

''இங்குலாப் சிந்தாபாத்.

இங்குலாப் சிந்தாபாத்''

'இங்குலாப்' என்றால் என்னவென்று அவனுக்குத் தெரியாது. ஆனாலும் அவனைப் போன்ற பாவப்பட்டவர்களின் விமோசனத்துக்கான ஏதோதானென்று அவனுக்குத் தெரியும். வைத்தியரையும் அடித்து உருக்குலைத்து ஜீப்பின் பின்னால் போட்டார்கள். போலீஸ் அடித்து உடைத்த அலமாரிகளின் பீங்கான் ஜாடிகளிலிருந்து அரிஷ்டமும் மருந்துகளும் தரையில் ஒழுகியது.

கையிரண்டையும் பின்னால் பிணைத்துக் கட்டி, பொன்னாம்வெளி பட்டாள முகாமிலிருந்து படகில் எங்கே கொண்டு போகிறார்கள் என்று பாப்பிக்குப் புரியவில்லை. மண்ணாம்தரை மாராவையும் சீர அம்மம்மா வீட்டுச் சின்னப் பொண்ணையும் ஒரே வண்டியில்தான் பிடித்துப் போட்டார்கள். ராணுவ முகாமின் இருட்டறையில் மூன்று பேரையும் ஒன்றாகத்தான் அடைத்திருந்தார்கள். காய்ந்த தேங்காய் நாரின் வாசம். தரையின் பருபருப்பில் தலைசாய்த்து கண்ணை மூடிய போதுதான் மாராவின் கதறல் கேட்டது. திறந்திருந்த கதவிடுக்கு வழியாக உள்ளே ஊர்ந்து வந்த வெளிச்சத்தில் அவளை யாரெல்லாமோ தூக்கியெடுத்துக் கொண்டு போவதைப் பார்த்தாள். கூச்சல் போடத் தோன்றினாலும் குரல் மேலெழும்பவில்லை. தரையின் வெளிச்சத்தில் தடவிப் பார்த்தபோதுதான் சீர அம்மம்மாவின் சின்னப் பொண்ணையும் காணவில்லை. வாராந்தா வழியாக கனத்த பூட்சின் ஒலி நெருங்கி நெருங்கி வந்தது.

மூன்று பட்டாளக்காரர்கள் உள்ளே நுழைந்தார்கள். இருண்ட வெளிச்சத்தில் அவர்களின் கறுத்த பூட்சுகள்...

''நீதானாடீ கைத்தரை பாப்பி?''

ஒருவன் அவளை நோக்கி டார்ச் விளக்கை அழுத்தினான்.

''நீதானேடீ பொன்னாம்வெளி முக்குல அரிவாள வீசி கோஷம் போட்டவ?''

அவள் அதற்கும் பதில் பேசவில்லை. டார்ச் விளக்கின் வெளிச்சத்தில் கண்கள் கூசின.

''ஓ... இவ கம்யூனிஸ்டா?''

''சரிதான். இவ இப்ப பாக்கற மாதிரி சாதாரணமானவயில்ல. எட்டடி மூர்க்கன். இவ கதய நீயெல்லாம் கேக்கணும். அதக் கேட்டதுலருந்து நம்ம கேப்டன் தொரைக்கு ஒரே புடிவாதம்... அவரோட கையாலேயே இவள...''

''ஹாஹாஹா... கையாலேயா?'' அவன் அட்டகசித்தான்.

''இல்ல, அது அப்பறம்...'' உடனிருந்தவர்களும் சிரித்தனர்.

''நீ ஆளு பெரிய தெறமக்காரிதானேடீ'' ஒருவன் அவளருகில் வந்தான்.

அவள் அறையின் மூலைக்குள் சென்று ஒடுங்கிக்கொண்டாள்.

''வா, உன்னோட தெறமய எங்க கேப்டன் எசமான்கிட்ட ஒருவாட்டி காமிச்சிரு. அதுக்கப்பறம் நாங்க அஞ்சாறு பேரும் இருக்கோம் கேட்டியாடீ''

உடனிருந்த பட்டாளக்காரர்கள் அதைக் கேட்டுச் சிரித்தனர்.

''வேண்டாம், என்னத் தொட்டுடாதீங்க''

அவள் சுவருக்குள் மீண்டும் ஒடுங்கினாள்.

''இங்க வாடீ''

அவன் அவளின் மார்பைப் பிடித்து இழுத்து இறுக்கினான்.

''பட்டாளத்துக்கிட்டயா நீ வெளயாடற?''

அவள் உட்கார்ந்த இடத்திலிருந்து காலை நீட்டி அவனுடைய நாபியில் உதைத்தாள்.

''புடிச்சுக் கட்டுடா இந்த நாறக் கூத்தச்சிய''

அடிவயிற்றை அழுத்திப் பிடித்துக்கொண்டு அவன் அலறினான்.

''அடங்கியிருடீ மரியாதையா...''

அவர்கள் அவளுடைய கைகளையும் கால்களையும் பிடித்து இழுத்துக் கொண்டுபோய் வெளியே போட்டனர். வெளியே இருட்டில் ஒருவன் அவளுடைய மார்பைத் திருகினான். அவள் அவனின் முழங்கையைக் கடித்துக் குதறினாள். அவன் கையை விடுவித்துக் கொண்டதும் அவள் உதறினாள். தலைகீழாக உருண்டு இருட்டினூடாக முங்காங்குழியிட்டாள்.

''அவளப்புடி'' பட்டாளக்காரர்கள் பாய்ந்தோடினார்கள்.

இருட்டிலும் ஊர்ப்பாதைகள் அவளுக்கு அத்துப்படிதான். கொச்சுநாணு கர்த்தாவின் கயிறு பாக்டரிக்கு அடுத்து இரண்டு தோட்டம் தாண்டினால் வயல்தான். கரம்பிப் பசுவுக்குப் புல்லறுக்கவும், ஒருதடவை அறுப்புக்கும் வந்திருக்கிறாள். பட்டாளத்திடம் தப்பித்து அந்த வயலை நோக்கித்தான் அவள் ஓடினாள்.

இருட்டில் வழி தெரியாமல் அவர்கள் தவித்தனர். அவள் வரப்போரமாக ஓடினாள். ஓடிஓடி களைத்து வயலின் வெளிச்சத்தைப் பார்த்து மூச்சிரைத்து நின்றாள். பெட்ரோமாக்ஸ் வெளிச்சத்தில் தவளை பிடிக்க வந்த ஆறேழு இராணுவத்தினரின் முன்னால் நிற்கிறாள்.

''தோ பாரு, பெரிய தவளை. தப்பிச்சுப் போறதுக்குள்ள அவளப் புடிடா''

அவர்கள் அவளை வளைத்துக் கொண்டனர்.

அவள் கீழே குனிந்து வரப்பின் பொடிமணலை வாரி எறிந்தாள். கணுக்கால் தண்ணீரில் ஓடினாள்.

''விடாதே அவளை''

இரண்டுபேர் அவள் பின்னால் ஓடினார்கள். வயலோரமாக தத்தி வரும் மீன்களைப் பிடிக்க விரித்த வட்ட வலைக்குள்ளே அவள் வந்து விழுந்தாள்.

''கடசீல நீ எங்க வலையிலயே வந்து விழுந்திட்டியே'' பட்டாளத்தான்கள் அவளைக் கொத்தி எடுத்தனர்.

காயலின் ஆகாயத் தாமரையினைப் பகுத்து, படகு ஒரு பங்களாவின் முன்னால் வந்து நின்றது. முற்றத்துப் புல்வெளியில் நான்கைந்துபேர் உட்கார்ந்திருந்தனர். அதில் ஒருவரைப் பார்த்து பட்டாளக்காரர்கள் கால் தூக்கி சல்யூட் அடித்தனர். அவர் உதட்டிலிருந்த சிகரெட் உயர்த்தி, புகைச்சுருள்களை ஊதிவிட்டார்.

''இவதானேடா அந்தக் கொம்பு மொளச்சவ'' கையிலிருந்த டம்ளரின் மஞ்சள் திரவத்தை அவர் உதட்டோடு சேர்த்தார்.

''சாப்'' பட்டாளக்காரர்கள் கால்களைச் சேர்த்து வைத்தனர்.

''இவளக் கழுவிச் சுத்தப்படுத்தி உளும்பும் செதிலுமெல்லாம் சுத்தமாக்கிக் கொண்டுபோய் படுக்க வை''

அவர் அவளை அடிமுடி பார்த்தார்.

''பரவாயில்லயேடீ நீ. இன்னும் ரெண்டு ரவுண்டு முடிச்சிட்டு வர்றேன், உன்ன அறுத்துக் கீறி மொளகா தேய்க்க. உன்னோட துடிப்ப நான் பாக்கணும்''

''ஹா ஹா ஹா...'' உடனிருந்தவர்கள் சிரித்தனர்.

''கவனமா இருக்கணும். வெட்டிப் போட்டாலும் சேந்துக்கற எனம்''

அருகேயிருந்த வெளுத்த சொட்டைத்தலையன் சொன்னான்.

காப்டன் சிரித்தார்.

''கொக்கு எத்தன கொளம் பாத்திருக்கும்?''

''ப்பூ...''

அவள் காறித் துப்பினாள். காப்டனின் உதட்டில் உப்பு கரித்தது. அவர் கோபமேறி குதித்தெழுந்தார்.

''தேவுடியா முண்டை....''

அவர் அவளின் செவிட்டில் ஓங்கி அறைந்தார்.

''கொண்டுபோயி கையையும் காலையும் கட்டிப்போடுடா இந்தப் பொலையாடிச்சிய. இவ அகந்தைய இன்னியோட தீத்துக் கட்டணும். யாருக்கெல்லாம் வேணுமோ வரச் சொல்லு. அப்பறமா கொன்னு காயல்ல அழுத்தணும் அந்தத் தேவிடியா மவள''

காப்டன் பிரசாத் நாயைப் போல மூச்சிரைத்தார்.

பனையேறி மணிக்கனின் கர்ப்பிணி மனைவியைச் சேர்த்தலை ஆசுபத்திரியில் சேர்த்துவிட்டு வரும் வழியில்தான் பக்கத்து ஸ்டேஷனிலிருந்து சின்னப் பையனின் கதறல் கேட்டது. சேகரன் காதைத் தீட்டினான். வெறும் கதறல் அல்ல, மரண

ஓலமிடுகிறான் சிறுவன். அவன் பாதையோரத்துச் சிறுபுன்னையின் பின்னால் மறைந்து நின்றான். உள்ளே இன்ஸ்பெக்டர் கோசியின் அலறல் கேட்கிறது.

''கூவுடா உன்னோட கடைசி இங்குலாப்ப''

அப்போதும் அவன் அலறுகிறான்.

''என்னக் கொல்றாங்களே, என்னக் கொல்றாங்களே''

சிறிது நேரத்தில் ஸ்டேஷனின் உள்ளேயிருந்து ஒரு போலீஸ்காரர் வெளியே இறங்கி வந்தார். சேகரன் அவர் கண்ணில் படாமல் மறைந்து நின்றான். உண்ணிக்கண்டன் போலீஸ் என்று பக்கத்தில் வந்தபோதுதான் தெரிந்தது. அவர் கையிலிருந்த துவாலையை எடுத்து கண்ணைத் துடைக்கிறார். அவரை சேகரனுக்குத் தெரியும். சேகரன் புன்னையின் மறைவிலிருந்து முன்னால் வந்தான்.

''நீ என்னடா இங்க?'' அவர் விசாரித்தார்.

''இல்ல, அங்க ஏதோ ஒரு சின்னப் பையனோட கதறல் சத்தம் கேட்ட மாதிரி இருந்துச்சு''

சேகரன் தலை சொறிந்தான்.

''வா, சொல்றேன். இங்க நிக்க வேண்டாம். அந்தப் பிசாசோட கண்ல படவேண்டாம்''

உண்ணிக்கண்டன் தலைதிருப்பி ஸ்டேஷனைப் பார்த்தார்.

அவர் அவனை அழைத்துக்கொண்டு குறுக்குச் சந்துக்குத் திரும்பினார்.

''போதும்னு போச்சுடா இந்த வேல''

அவர் கூரான முனையுள்ள தொப்பியை அவிழ்த்து சொட்டைத் தலையைத் துடைத்துக்கொண்டார்.

''மனசாட்சிக்கு ஒத்துக்கறதெல்லாம் இல்லடா அங்க நடக்கறது. வேற கதியில்லாமத்தாண்டா. மூணு நாலு பொம்பளப் புள்ளங்க இருக்காங்களே? அதுங்க வளந்து வராங்கன்றத நெனக்குறப்ப... ஆமா, நீ எங்க போயிட்டு வர்ற?''

சேகரன் சங்கதியைச் சொன்னான்.

''அந்த பனையேறி மணிக்கனோட பொஞ்சாதியா?''

உண்ணிக்கண்டன் போலீஸ் புருவம் உயர்த்தினார்.

''அவன்தானே கொஞ்ச நாளு முந்தி தென்னமரத்துல இருந்து விழுந்து செத்தான்? அவெம் பொஞ்சாதி எப்புடிடா மாசமானா? நீ ஏதாவது ஏடாகூடம் பண்ணிட்டியா?''

''மணிக்கன் செத்து ஆறு மாசந்தானே ஆகுது? இவ ஏழு மாசம் முழுவாம இருக்காளே?'' சேகரன் திருத்தினான்.

''ஓ, அப்பிடி...'' உண்ணிக்கண்டன் போலீஸ் தலைகுலுக்கினார்.

''ஆங், அப்பறம் நீ கேட்ட அந்தப் பையனோட கதறல்...''

அதைச் சொல்லும்போது அவருடைய மனதிலூடே மிருகத்தனமான அந்தக் காட்சிகள் கடந்து போயின.

கொச்சுராமன் வைத்தியருடன் கொண்டு வரப்பட்ட அந்தப் பையனின் கன்னத்தில் ஓரடி கொடுத்திட்டு அந்தப் பிசாசு, 'இங்குலாப்னு சொல்லுடா'ன்னு சொல்லியிருக்கிறான். அவன் சொன்னதும் அந்த ஆள் அவனைத் தொப்புளோடு அள்ளியெடுத்துத் தூக்கவும், அவன் குனிந்து ஒரு கொமட்டு கொமட்டினான். அதன் கோபத்தைத் தீர்க்கறான் அந்தக் கொலைகாரன்.

''இந்தப் பரட்டைக் கழுவேறிக்கு வேண்டியது, அடியும் ஒதையுமெல்லாம் கெடையாது. இவனுக்கான மருந்தே வேற. எடுத்துக்கிட்டு வாடா ஒரு பச்சத் தென்னங்குச்சிய''

கோசி, உண்ணிக்கண்டன் போலீசைப் பார்த்து அலறினான்.

எப்போதும் சின்னப் பசங்களை தென்னங்குச்சி கொண்டுதானே அடிப்பார்கள்? உண்ணிக்கண்டன் வேகமாக ஒரு பச்சைத் தென்னங்குச்சியைக் கொண்டு வந்தார். அந்தப் பிசாசு அதைத் தட்டிப் பறித்துப் பிடுங்கினான்.

''அந்த மேசை மேல புடிச்சுப் படுக்க வைங்கடா அந்த தாந்தோணிய''

உண்ணிக்கண்டன் படாத பாடுபட்டுத்தான் அவனை மேசைமீது பிடித்துப் படுக்க வைத்தார். அவ்வளவு திமிறலோடு இருந்தான் அவன்.

''அடங்கிப்படுடா'' இன்ஸ்பெக்டர் கோசி மேசையினருகே வந்தார். அவர் அவனுடைய நிக்கரை உருவியெடுத்தார். இடதுகை நீட்டி அவன் பிறப்புறுப்பை நெறித்தார். பையன் அலறித் துடித்தான்.

''பாத்து நிக்காம கையையும் காலையும் அழுத்திப் புடிங்கடா. இவனெல்லாம் வெஷ வெதை. இவன்லாம் தல தூக்கனான்னா... இந்த நாட்ல நாம எல்லாம் வாழவே முடியாது''

அவர் அவனுடைய குஞ்சியை இழுத்து நீட்டி வைத்துத் தென்னங்குச்சியின் முனையை மூத்திர துவாரத்தின் வழியாக உள்ளே ஏற்றி நுழைத்தார்... பையன் பிராண வேதனையால் துடித்தான்.

உண்ணிக்கண்டன் போலீஸ் அப்புறம் அங்கே நிற்கவில்லை.

''கேட்டியா அந்தப் பையனோட கதறல. நீ பாருடா சேகரா. இதுக்கெல்லாம் அனுபவிக்காம இவனெல்லாம் இங்கருந்து போமாட்டான். இவனில்லன்னா இவனோட சந்ததி, பரம்பரை. இன்னிக்கி இல்லன்னா என்னைக்காவது ஒருநாள் வட்டியோட திரும்பக் கெடைக்கும்டா. நீ பாத்துக்கோ'' அவர் மூக்கைப் பிழிந்தார்.

அவ்வளவையும் டைப் செய்வதற்குள் மிகுந்த சோர்வு தோன்றியது. திசாவும் அம்மாவும் ஆழ்ந்து தூங்கியிருப்பார்கள். அபராஜிதா லேப்டாப்பை மூடி வைத்தாள். படுத்தவுடன் மிருணாள்தா அழைத்தார்.

''நீ தூங்கல இல்லியா?''

''இல்ல'' அவள் மொபைலுடன் படுக்கையில் சாய்ந்தாள்.

''ஹேமந்த் மிஸ்ராவை உனக்குத் தெரியுமில்லையா?''

அவள் நினைவில் கொண்டுவர முயன்றாள்.

ரேடிக்கல் லெஃப்ட் விங்க்கின் விவாதங்களில் உயிர்ப்புடன் இருந்த... ஐசாவின்...

''ஓ...'' அவள் நினைவில் வந்தது.

''அந்தக் குறுந்தாடிக்காரன் புஜி''

''சத்தீஸ்கட்டின் மாவோயிஸ்டுகளுடன் தொடர்பு இருந்ததாகச் சொல்லி அவரைக் கொஞ்ச நாட்களுக்கு முன்னால் கைது செய்திருந்தனர். ஆனால் அதுவல்ல பிரச்னை''

அவருடைய உரையாடல் இந்தியிலிருந்து வங்காளத்துக்கு வழுக்கிச் சென்றது.

''இதன் தொடர்ச்சியாக டில்லி பல்கலைக்கழகப் பேராசிரியர் சாயிபாபாவை மகாராஷ்டிரக் காவல்துறை கைது செய்தது. விசாரணைக்கிடையில் அவருடைய மாவோயிசத் தொடர்பைக் காவலர்களிடம் வெளிப்படுத்தினாராம். மாவோயிஸ்டுகளின் டெல்லி லிங்க்காக இருந்தாராம் பேராசிரியர். ஹேமந்த் அவருடைய கொரியராகவும் செயல்பட்டாராம்''

''ஐசா எதிர்க்கவில்லையா?'' அவள் கேட்டாள்.

''அதக் கேக்கணுமா? இன்னக்கி கே. ஜி. மார்க்கின் மகாராஷ்ட்டிர சதனுக்கு முன்னால்தான் எதிர்ப்பு நடந்தது''

''ஐசா இந்த வாட்டியும் கல்லூரித் தேர்தலில் காலி பண்ணுமா?''

''இந்த தடவ அது நடக்காதுன்னு நெனக்கலாம். பெடரேஷன் ரொம்ப முன்னேற்பாடோட இருக்கு. ஆனாலும் வளாகத்துக்குள்ள காத்து மாறி வீசுது. தீவிர இடதுசாரி நிலைப்பாடுடன்தானே இளந்தலைமுறைக்குச் சாய்வு''

"பழைய நிலைப்பாடுகளில் அவர்களுக்கான நம்பிக்கை நட்டமடைந்திருக்கலாம். அதைப் புரிந்துகொள்ள நாமெல்லாம் தாமதித்துவிட்டோம்"

மிருணாள்தா அதற்கு பதில் சொல்லவில்லை.

"ஓ, நேரம் ரொம்ப ஆயிடுச்சு. குட்நைட்"

அப்போதுதான் இன்பாக்சில் வந்து விழுந்த நிரஞ்சனின் குறுஞ்செய்தியை அவள் பார்த்தாள்.

"தூங்கியாச்சா?"

"இல்ல, தூங்கப் போறேன்" அவள் பதில் அனுப்பினாள்.

"ஐ வான்ட் டு டாக் டு யூ" அவனின் மறுபதில்.

"இப்பவா? மணி பன்னண்டாவுது. படுத்துத் தூங்கப்பாரு பையா. பொழுது விடியட்டும்" அதற்குள் அவன் மொபைலில் அழைத்தான்.

"ஐ'யம் லீவிங் ஃபார் பஸ்தர்"

"எப்ப?"

"யேர்லி மார்னிங்"

"நீ இதச் சொல்லலயே"

"நான் அதச் சொல்லத்தான் கூப்பிட்டேன்"

"அம்மா, திசாகிட்ட நீ என்ன சொன்ன?"

"என்ன சொல்ல? எப்போதையும் போன்ற பயணம்"

"???"

"வில் யூ கம்?"

"ஆர் யூ க்ரேசி, மேன்?"

"எனக்குக் கொஞ்சம் பேசணும்"

பட்டென அவள் எதையோ நினைத்துக்கொண்டாள்.

"டோன்ட் ட்ரஸ்ட் யுவர் போன்"

"வில் யூ கம்?"

"சாரி..."

அவள் போனைத் துண்டித்தாள்.

தூங்க முடியவில்லை. அவனுடைய இந்தப் பயணம் எங்கே போகிறது? பஸ்தருக்கா, இல்லை?

கே. வி. மோகன்குமார்

ஹேமந்த் மிஸ்ராவின் குறுந்தாடியிலும் ஒளிஞ்சிருந்ததல்லவா இந்த பொலீவியன் வனவெளி.

ஜன்னலில் யாரோ தட்டினார்கள். அவள் கீழ்க்கதவைத் திறந்தாள்.

நிரஞ்சன்.

''உனக்கென்னாச்சு? தூங்கலயா? விடியக்காலைல போகணுமில்லையா?'' அவள் கேட்டாள்.

''எனக்கு உன்கிட்ட பேச வேண்டியிருக்கு''

''சீரியஸ்? ரியலி?'' அவள் அவனைப் பார்த்தாள்.

அவன் தலையசைத்தான். ''கேன் யூ கம் அவுட்? நாம கொஞ்சநேரம் வெளிய ஒக்காரலாம்''

அவள் அவனுடைய கண்களையே பார்த்தாள்.

''உம்'' அவள் எழுந்தாள்.

20

கண்ணுக்கெட்டாத பயணவழி

அனகாசயனும் பாக்கரனும் விடிகாலையிலேயே பொன்னாம்வெளிச் சந்தையை அடைந்தார்கள். முக்கால்வாசி கடைகள் திறக்கப்படவேயில்லை. சந்தை முழுக்க பெருத்த அமைதி. பட்டாளத்தினர் பரபரப்புடன் ஓடிக் கொண்டிருக்கின்றனர். ஆனக்கோடு கயிறு பாக்டரியிலும், சந்தையின் வடக்கிலுள்ள இரண்டடுக்குக் கட்டிடத்திலும்தான் பட்டாளம் கேம்ப் போட்டிருந்தது. பட்டாளத்தினரின் பற்றுப்படிக்கு பயந்து டீக்கடைக்காரன் கோபாலன்நாயர் முதல்நாளே கடையை அடைத்துவிட்டுப் போயிருந்தான்.

தையல்காரன் கொச்சனியன்பிள்ளை பாதி திறந்து அடைப்பலகை நான்கைச் சுவரில் சாய்த்து வைத்திருந்தான். கொச்சனியன்பிள்ளையின் காலுக்குக் கீழே தையல் இயந்திரம் 'கடகட' ஓசையோடு வறண்ட பெருமூச்சுகளைத் தைத்துக்கொண்டே இருந்தது.

கேசவன் வைத்தியரின் வைத்தியசாலை திறந்திருக்கவில்லை. கடையின் இளம்திண்ணையில் வழிந்திறங்கிய அரிஷ்டத்தின், பல்வேறு மருந்துகளின் கருங்கறை அப்படியே இருந்தது. பக்கத்து பலசரக்குக் கடையும் மூடியிருக்கிறது. போலீசும் பட்டாளமும் கொள்ளையடித்த கடை. கடலைப் புண்ணாக்கும் புளியாங்கொட்டைப் பொடியும் தவிர மற்றதெல்லாம் கொள்ளை போயிருந்தது.

வெற்றிலைக்கடை குஞ்ஞன் நாயர் பாசிங்ஷோ சிகரெட் நான்கை பிளாஸ்டிக் டப்பாவில் போட்டு முன்பக்கத் தட்டின்மீது அடுக்கி வைத்தார். சார்மினார் கோபுரத்தின் படம்வெட்டி ஒட்டப்பட்டிருந்த இரண்டொரு டப்பாக்களும், கழுத்து ஒடுங்கிய சோடாப்புட்டிகளும், நான்கைந்து கண்ணாடி ஜாடிகளிலுமாக மிட்டாய்களும் இருந்தன. உருண்டை மிட்டாய், ஜீரக மிட்டாய்... பாக்கரன் ஓரணாவுக்கு நான்கைந்து கோலுமிட்டாய்கள் வாங்கினான்.

''நீயெல்லாம் எதுக்காக இங்க சுத்திக்கிட்டுத் திரியற?'' குஞ்ஞுன்நாயர் கேட்டார்.

''நீயெல்லாம் கட்சிக்காரனில்லையா? அவனுங்க பாத்துட்டாங்கன்னா புடிச்சு உள்ளப் போட்டுடுவானுங்க. அப்பறம் ஏன் சொல்லலைன்னு கேக்காதே''

''நாங்க தோ, சட்ட தைக்கக் குடுத்திருந்தோம். அது என்னாச்சுன்னு கேக்க வந்தோம்''

''ஆமா, புடிச்சிட்டுப் போன ஆளுங்கள எங்கதான் கொண்டுகிட்டுப் போனாங்க?'' அவன் மெதுவாகக் கேட்டான்.

கைத்தரை பாப்பி எங்கே இருக்கிறாள் என்று கண்டுபிடிக்கணும். பிரபாகரன் தோழர் இரண்டுநாட்களாக குடிசைமேல் சாய்ந்து உட்கார்ந்தபடியே இருக்கிறார். எதற்கும் ஒரு உற்சாகமில்லை. சாப்பாடில்லை. தூக்கமில்லை.

''ம்ம்...'' குஞ்ஞுன் நாயர் கைவிரித்தார்.

''வைத்தியரைக் கொண்டுபோயி நெனவில்லாம வெளிக்கிருக்கற அளவுக்கு அடிச்சுப் போட்டாங்கன்னு சொன்னாங்க. அப்பறம் அந்தப் பையனுக்கு ஒண்ணுக்குப் போகாம ஆஸ்பத்திரீல போட்டிருக்காங்கன்னும் சொன்னாங்க. அவங்குஞ்ஞி நீர்கோத்து வீங்கிப்போய் இந்தா, காட்டலரிக்காய் சைசுல இருக்காம், எமகாதகனுங்க''

''ஆமா, அவுங்க புடிச்சிட்டுப் போன வாலிபப் பொண்ணுங்க எங்க இருக்காங்க தெரியுமா?''

''ஊஹூம்...'' குஞ்ஞுன்நாயர் மறுபடியும் கைவிரித்தார்.

''கண்ட பொலச்சிக, ஈழவத்திக பத்தியெல்லாம் இங்க யாரு விசாரிக்க? எப்படியிருந்தாலும் அவளுங்களுக்கு கும்மாளந்தான்'' குஞ்ஞுன்நாயர் கேவலமாகச் சிரித்தார்.

''ஓச்சரக் கோயில் காளைகளத்தானே புடிச்சிட்டுப் போயிருக்காங்க? போதும்ன்ற வரைக்கும் அனுபவிப்பானுங்க. அப்பறம் மீனும் முட்டையும் கறியும்தானே சாப்பாடு. குண்டிய ஆட்டக்கூட வேண்டாமே இவளுங்களுக்கு. சும்மாப் படுத்துக் கெடந்தாப் போதுமே?''

பாக்கரனுக்குக் கோபம் சுர்ரென ஏறியது. குஞ்ஞுன்நாயரின் தலைமண்டையை அடித்து உடைக்க வேண்டுமென்று தோன்றியது. கொச்சுபாரு உள்ளேயிருந்து, 'வேண்டாம் பாக்கரண்ணா, வுட்டுடு' என்று சொல்வதாகக் கேட்டது.

''வாடா'' அனகாசயன் பாக்கரனின் கையைப் பிடித்திழுத்து கொச்சனியனின் தையல்கடையை நோக்கிச் சென்றான்.

கொச்சனியனின் தலைக்குமேல் சுண்ணாம்புக்காரை பெயர்ந்திருந்த சுவரில், கண்ணாடிச் சட்டத்திலிருந்து வஞ்சிபூபதி ஸ்ரீசித்திரைத் திருநாள் ராமவர்மா எட்டிப் பார்த்தார்.

தையல் எந்திரத்தைச் சுற்றுவதற்கிடையில் கொச்சனியன்பிள்ளை தடிமன் மூக்குக்கண்ணாடி வழியாகப் பார்த்தான். ''உம், அத இன்னும் தைக்கலப்பா. இதோ பாரு வெட்டித்தான் வச்சிருக்கேன்''

அவனுடைய தடித்து உருண்ட மூக்கு திரும்பிய பக்கம் அனகாசயன் பார்த்தான். சிவப்புநிறத் துணித்துண்டுகள் அந்த மூலையில் சுருட்டிக் கட்டி வைக்கப் பட்டிருந்தது.

''எப்ப தச்சுத் தருவீங்க? ஓணத்துக்குப் புதுத்துணி போட்டுக்கலான்னுதான் எடுத்தது. ஆனா ஓணம் முடிஞ்சு ஒரு மாசமாயிடுச்சு''

பாக்கரனுக்கு, ராகவன் அண்ணனுக்கு, பிரபாகரன் தோழருக்கு, அவனுக்கும் சேர்த்து வாங்கின சிவப்புச் சட்டைத்துணி. அம்மா சிறுவாடு சேர்த்துவைத்த காசெடுத்து, முட்டத்து அங்காடி ஜவுளிக்கடைக்குப் போய் வாங்கிட்டு வந்தது. நாலுபேரும் ஒண்ணா ஓணத்துக்குச் சிவப்புச்சட்டை போட்டுக்கிட்டு சாடுகுத்துக்குப் போயிருந்தா எவ்ளோ நல்லா இருந்திருக்கும்!

''இன்னியோட இந்த வேல முடிஞ்சிடும். பட்டாளக்காரங்களோட யூனிபாரம். நீங்க நாள கழிச்சு நாளான்னிக்கி வாங்களேன்''

மடித்து வைத்த நாடாவைத் துள்ளிக் குதிக்கும் ஊசிக்குள் தள்ளி விட்டுக்கொண்டே கொச்சனியன்பிள்ளை கேட்டார்.

''இல்ல,தெரியாமத்தான் கேக்கறேன். இனிமே செவப்புச் சட்டையெல்லாம் போட்டுக்கிட்டு வெளிய எறங்கி நடக்கலாமா? செங்கொடி, இங்கிலாப்பை எல்லாந்தான் சர். சி.பி. தடை பண்ணிட்டாராமே?''

அவன் அதற்குப் பதிலடி கொடுக்க வாயெடுத்தான். 'அதப்பாரு' என்று அதற்குள் பாக்கரன் சீண்டினான். தையல் எந்திரத்தின் 'கடகட' சத்தத்தில் வெளியில் நடக்கும் கோலாகலம் தெரியவில்லை. சந்தைமுக்கில் இரண்டு ஆமைக்கார்கள் வந்து நின்றன. அவற்றிலிருந்து ஜமீன்தார்கள் இறங்கி வருகிறார்கள். கட்டியாடன், பாட்டத்தில் கர்த்தா, அந்த்ரப்பேர், பாறாயித் தரகன், கல்லுவீட்டுக் குஞ்ஞச்சன், அழீக்கல் ஆண்டனி, ஜார்ஜ் பீட்டர், குட்டப்பா கைமள், ஆனக்கோட்டில் கொச்சுநாராயண கர்த்தா...

கொச்சனியன்பிள்ளை தைப்பதை நிறுத்தி வெளியே பார்த்தான்.

''ராஜபக்தி சங்கத்து ஆளுங்க, சேர்த்தலைக்கு கோஷயாத்திரை போறாங்க''

‘‘அதோ பாரு, மத்தேப்பறம்பில் நாராயணன்’’ பாக்கரன் சுட்டினான்.

காக்கிக் காலுறையும் கோட்டும் தொப்பியும் போட்டுக்கொண்டு, கையில் ஒரு குறுவாள் பிடித்தபிடி அவன் போலீசுடன் வந்திறங்கினான். ரோட்டில் அடியாட்களின் படை. கிருஷ்ணப்பன், சந்திரப்பன், குருக்கள், கீட சங்குண்ணி... வெட்டரிவாள் உயர்த்திப் பிடித்து மத்தேப்பறம்பன் முன்னால் போகிறான். அவனைத் தொட்டு பக்கத்தில் காக்கிக் காலுறையும் முழுக்கை பனியனும் போட்டு குறுவாள் பிடித்து குருக்கள். பின்னால் கிருஷ்ணப்பனும் சந்திரப்பனும் வருகிறார்கள்.

ஒரு போலீஸ்வேன் இரைச்சலோடு வந்து நின்றது. இன்ஸ்பெக்டர் கோசி குதித்து இறங்கினார்.

‘‘சரி, தொடங்கலாமில்லயா?’’ அவர் அந்த்ரப்பேரைப் பார்த்தார்.

‘‘அப்படீன்னா எல்லாரும் ஏறி நில்லுங்க. ஒரு வண்டி போலீஸ் முன்னால போகும். பின்னாலயும் ஒண்ணு போகும். முன்னாலயும் பின்னாலயுமா பட்டாள வண்டியுமிருக்கும். அப்புறம் இவங்கெல்லாம் இருக்கறப்ப போலீசும் பட்டாளமும் எதுக்கு?’’

கோசி மத்தேப்பறம்பனின் பக்கமாக வந்து முஷ்டி சுருட்டி இடுப்பில் மெல்ல இடித்தார்.

ஜமீன்தார்கள் முன்வரிசையில் நின்றார்கள். அடித்து விரட்டிக் கொண்டுவந்த கூலிக்கார நாயர்களை மூன்று வரிசையாகப் பின்னால் நிறுத்தினார்கள்.

இரண்டு ரிசர்வ் போலீஸ்காரர்கள் கொச்சனியன் பிள்ளையின் தையல் கடைக்கு வந்தார்கள்.

‘‘உம்ம்... எல்லாரும் வந்து ஊர்வலத்துல நில்லுங்க. மீதியெல்லாம் அப்பறம் பாத்துக்கலாம். வேகம், வேகம்’’

அவர்கள் குஞ்ஞுன்நாயரின் வெத்தலைப் பாக்குக் கடைக்கு நகர்ந்தார்கள்.

‘‘கடைய அடைச்சுட்டு சீக்கரமா வந்து நில்லு... உம்...வேகம்’’

கொச்சனியன்பிள்ளை மனசேயில்லாமல் எழுந்தான்.

சந்தையில் கண்ணில் பட்டவர்களை எல்லாம் ஊர்வலத்துக்குச் செல்லுமாறு போலீஸ் விரட்டியது.

‘‘அப்ப இனி தாமதிக்க வேணாம். தொடங்கலாம். வஞ்சீச மங்கலம் பாடுங்க’’ கட்டியாடன் கட்டளையிட்டார்.

கொச்சனியன்பிள்ளை அடைப்பலகையை அடுக்கி நிறுத்தி கடையைப் பூட்டி இறங்கினான். ரிசர்வ் போலீசார் திரும்பி வந்தனர். அனகாசயனும் பாக்கரனும் தையல்கடையின் மறைவில் நின்றனர்.

மத்தேப்பறம்பில் நாராயணன் வெட்டரிவாளை மூக்குக்கு நேராக உயர்த்திப் பிடித்து கால்களைச் சேர்த்து வைத்து வஞ்சீச மங்கலம் பாடினான்.

''வஞ்சிபூமி பதே சிரம் ஸஞ்சிதாபம் ஜெயிக்கணும்

வஞ்சிபூமி பதே சிரம்...

தேவதேவன் பகவான் என்றும் உடல் சௌக்யம் வளரணும்...

வஞ்சிபூமி பதே சிரம்...

தாவகமாம் குலம் மேன்மேல் ஸ்ரீ வளர்ந்து உல்லாசிக்கணும்...

வஞ்சிபூமி பதே சிரம்...''

''ஹிஸ் ஹைனஸ் ஸ்ரீபத்மநாபதாச வஞ்சிபால மகாராஜ சர் பாலராம வர்ம குலசேகர கிரீடபதி மன்னே சுல்தான் மகாராஜ ராமராஜ பகதூர் ஷம்ஷேர்ஜங் ஸ்ரீ சித்திரைத் திருநாள் மகாராஜா நீண்ட நா...ள் வாழட்டும்''

கட்டியாடன் ஒரேமூச்சில் நீட்டிச் சொன்னான்.

''ஸ்ரீ சித்திரைத் திருநாள் மகாராஜா நீண்டநாள் வாழட்டும்''

ஜமீன்தார்கள் வழிமொழிந்தார்கள்.

ஊர்வலம் முன்னேறியது.

''வஞ்சி அரசு வெல்லட்டும்'' குருக்கள் தொண்டை கிழியக் கத்தினான்.

''திவான் ஆட்சி வெல்லட்டும்...

சர் சி.பி. ராமசாமி ஐயர் நீண்டநாள் வாழட்டும்...''

ஊர்வலம் ஆவேசமாக முன்னேறுகிறது.

''கம்யூனிஸ்டு பிசாசுகளைக் கொன்று ஒடுக்குக,

கம்யூனிசம் நாட்டுக்கு ஆபத்து

கம்யூனிசம் அரபிக்கடலில்...

சுவாமி ஆட்சி எங்களுக்கு வேணும்...

திவான் ஆட்சி நாட்டுக்குப் பாதுகாப்பு...''

மத்தேப்பறம்பில் நாராயணன் கூவினான்.

''ஜமீன்தாரி நம் பாதுகாப்பு...

ஜமீன்தாரி நாட்டுக்குப் பாதுகாப்பு...

ஜமீன்தாரி ஈஸ்வர நிச்சயம்...

ஜமீன்தாரி நீண்ட நாள் வாழட்டும்...''

ஊர்வலம் நான்குமைல் தூரத்தில் உள்ள சேர்த்தலை நகரத்தை நோக்கி நகர்ந்தது.

குறுக்குப் பாதைகளும், முந்திரித் தோப்புகளும் சிற்றோடைகளும் கடந்து சி.கே. குமாரப்பணிக்கரும், நண்பர்களும் காட்டுங்கல் கண்டத்தில் வீட்டை நோக்கி நடந்தனர். கே. சி. வேலாயுதனும், ஸ்ரீதரனும், ராமன்குட்டியும் உடனிருக்கின்றனர். கொம்மாடிக்கு அந்தப் பக்கமிருந்து நடக்கத் தொடங்கியிருந்தனர். காரைச் சற்று தூரத்திலேயே ஒதுக்கி நிறுத்தியிருந்தனர். பத்ரோசின் வீட்டுக்குத்தான் வருகிறார்கள் என்பது யாருக்கும் தெரிந்துவிடக் கூடாது. போலீசின் கண்காணிப்புக்குள் இருக்கும் வீடு. சர். சி.பி. யின் சி.ஐ.டிக்கள் எல்லாத் திசைகளிலும் இருப்பார்கள்.

''இது நம்மோட குந்திரிசேரி தறவாட்டுக்குப் போற வழி போலத் தெரியுதே''

மூன்றாவது தென்னமரப்பாலத்தைக் கடப்பதற்கிடையில் ஸ்ரீதரன் சொன்னார்.

''காக்கா கருணாகரன் வழியில காத்துக்கிட்டிருப்பாருன்னு சொன்னாங்களே. ஆளக் காணுமே''

கே.சி. வேலாயுதன் தலை திருப்பிப் பார்த்தார்.

''தோ, சொல்லி முடிக்கல. நூறு ஆயுசு''

சி. கே. இடது பக்கத்தில் சுட்டிக்காட்டினார். தூரத்தில் பாக்கு மரங்களுக்கு இடையிலாக, விரிந்த நெஞ்சை நிமிர்த்தி, யாருக்கும் பயப்படாத மிலிட்டரி கம்பீரத்தில் நடந்து வருகிறார்.

''மகாராஜாவின் பட்டாளத்திலிருந்து வெளியேற்றிய பிறகு போலீசின் ஒரு கண் அவர் மேலேயே இருக்கிறது'' என்றார் சி.கே.

''அது எதுக்கு பட்டாளத்திலருந்து வெளியேத்தினாங்க?'' ராமன்குட்டியால் அதை ஏற்றுக்கொள்ள முடியவில்லை.

''ஈழவனா இருந்ததால. நாயர் பட்டாளத்துல ஈழவங்கள வச்சுக்குவாங்களா?'' கே. சி. வேலாயுதன் கேட்டார்.

''கமாண்டர்கிட்ட எதுத்துப் பேசினார். அவர் நாயர். அப்பவே புடிச்சு வெளியேத்திட்டாங்க''

''ஆமா, நீங்க இவ்ளோ நேரமா எங்கயிருந்தீங்க?'' காக்காச்சி அருகில் வந்தார்.

''நானு எவ்ளோ நேரமாக் காத்துக்கிட்டிருக்கேன் தெரியுமா? இ.எம். எஸ். தோழரைப் பாக்கறதுக்காக விடியக்காலையே பரவூர்லருந்து வந்தேன். உங்களப்

பாத்துபாத்து நின்னு கழுத்து வலிச்சுடுச்சு. வாங்க, வேகமா வாங்க''

காக்காச்சி முன்னே நடந்தார்.

''நாங்க இந்த வழியில வந்தோம். அதான் பாக்க முடியாமப் போயிடுச்சு'' என்றார் கே.சி. வேலாயுதன்.

''ஓ, தோழர் வந்துட்டாரா? அது நல்லதாப் போச்சு'' என்றார் சி.கே.

''இ.எம்.எஸ். தோழர் நேத்தே வந்துட்டாரு. கோழி கூவறதுக்கு முன்னாடியே எழுந்து குளிச்சிடுவாரு. வேட்டி சட்டையெல்லாத்தையும் அவரே அடிச்சு தொவச்சு நீலம் புழிஞ்சு போடுவாரு. ராத்திரி முழுக்க சிம்னி விளக்க வச்சுக்கிட்டுதான் எழுத்தும் படிப்பும் நடக்குது. தோழரும் நடுவுல இங்க வந்து தங்குவார். யாரு வந்தாலும் சமைச்சுப் பரிமாற அம்மா இருக்காங்களே''

''அது யாரு?'' கே.சி. பார்த்தார்.

''பத்ரோசோட அம்மா. அன்னா ரோசம்மா. எங்கயாவது கேட்டு வாங்கிக்கிட்டு வந்தாவது எல்லாருக்கும் சமைச்சுப் போடுவாங்க. அப்பறம் அவங்க பட்டினியாப் படுப்பாங்க. கட்சியோட அம்மான்னுதான் நம்ம தோழர் கூப்பிடறார். அம்மாவோட கப்பக்கெழங்கும் கஞ்சியும், காஞ்ச மொளகாயச் சுட்டு அரைச்ச தொவையலும். அதோட ருசியறியாத கட்சிக்காரங்க யாருமே கெடையாது''

நான்குபேரும் காட்டுங்கல்கண்டத்து வீட்டை நோக்கி வந்தனர். எட்டி மரங்களுக்கு இடையிலாக ஓலை வேய்ந்த வீட்டைப் பார்க்கலாம். தூக்கி நகர்த்தி வைக்கப் பட்டிருந்த கீற்றுத் தட்டியில் சாய்ந்தமர்ந்து தோழர் இ.எம்.எஸ். செய்தித்தாள் வாசித்துக் கொண்டிருந்தார். ஆள் அசைவைப் பார்த்துத் தலை உயர்த்தினார்.

''வயலாரிருந்து வர்ற தோழருங்க'' என்றார் காக்கா கருணாகரன்.

''சி.கே. குமாரப்பணிக்கரும், கே.சி. வேலாயுதனும் அப்பறம்...''

தோழரின் இருண்ட முகத்தில் பகல் வெளிச்சம் பரவியது.

''உ...உ... உக்காருங்க. ப...ப... பத்ரோசும் வந்திரட்டும்''

எழுந்து உள்ளே வருமாறு அழைத்தார். உள்ளேயிருந்து ஒட்டிய வயிறுடன் ஓர் அம்மா கதவருகில் வந்து,

''மக்களே, ஏதாவது சாப்பிட்டு வந்தீங்களா?'' என்று கேட்டார்.

''ஆமாம்மா'' காக்காச்சி தலைகுலுக்கினார்.

''நெஜம்மா?'' அம்மா வந்தவர்களைப் பார்த்துச் சிரித்தார்.

''நெஜந்தாம்மா. இவுங்கெல்லாம் வயலாருலருந்து வந்திருக்காங்க''

''அப்படீன்னா ஆகட்டும். அவன் இப்ப இங்க வந்திடுவான். சரியா?'' அவள் உள்ளே சென்றாள்.

தூக்குக் குளத்துக்குப் பக்கத்தில் நூலகத்தில் வகுப்பெடுக்கப் போயிருக்கிறார் பத்ரோஸ்.

''கேட்டீங்கல்ல? அரைப்பட்டினிதான். இருந்தாலும் கேக்கறதப் பாத்தீங்கல்ல?''

''வயலாரிலும் இருக்காங்க இவங்களப் போல ஒரு அம்மா'' சி.கே. கருணாகரனைப் பார்த்துச் சொன்னார்.

''நம்மோட மதரு''

தோழர் இ.எம்.எஸ். தான் அதற்கு தலையசைத்தார்.

''உம், தோழர் சமீபத்துல வந்திருந்தாரே?'' சி.கே. நினைத்துக்கொண்டார்.

அவள் கீபோர்டிலிருந்து விரல் எடுத்ததும் திசா அமைதியாக அருகில் வந்தாள்.

''ஒரு பார்வை பாக்கிறியா?''

அவள் மானிட்டரிலிருந்து முகமுயர்த்தினாள்.

''வேண்டாம். மூடில்லை'' என்றாள் திசா.

''மூடில்லாமப் போறதுக்கு என்னாச்சு?''

அபராஜிதா லேப்பை மூடி வைத்தாள்.

''நீ கொஞ்சம் வரியா? வெளியக் கொஞ்சம் நடக்கலாம்''

''ஓ, ஒய் நாட்? ஒக்காந்து ஒக்காந்து வேர் எறங்கிடுச்சு'' அவள் எழுந்தாள்.

''ஆமா, இதென்ன டிரஸ்?''

அப்போதுதான் அவள் கவனித்தாள். முட்டிவரைக்குமான குட்டைப் பாவாடை அணிந்திருந்தாள்.

''பழைய அலமாரியைத் தேடியபோது கிடைத்தது. அப்பா கடைசி ஓணத்துக்கு வாங்கித் தந்தது...''

அவள் சுருக்கங்களை நீவிவிட்டாள். வயலை நோக்கி நடந்தாள். வயல் வரப்பினூடே...

''நிரஞ்சன் எங்கதான் போயிருக்கான்?'' தடாலென அவள் கேட்டாள்.

''தெரியாது''

''உனக்குத் தெரியும்''

அவள் குரல் உயர்ந்தது.

''ஐ நோ யுவர் ஈக்வேஷன்ஸ்''

''திசா'' அவள் பதறினாள்.

திசா அவளைத் திரும்பிப் பார்த்தாள்.

''உனக்குத் தெரியாது?''

அவளுடைய கண்களில் பார்வைக்கெட்டாத முனைகள் நீண்டன.

''உங்கிட்டதான் அவன் கடைசியாப் பேசியிருக்கான். ஐ ஹேவ் எவிடென்ஸ்''

''சரிதான். என்கிட்ட அவன் பேசினான். ஆனா...''

''உம்ம்...''

''அவனோட மிஷன். அதெனக்குத் தெரியாது''

''ராத்திரி இருட்டற வரைக்கும் ஒக்காந்து பேசிக்கிட்டு இருந்துட்டும், நீ அதக் கேக்கவுமில்ல?''

அபராஜிதா அதிர்ந்து நின்றாள். ராத்திரி இருட்டற வரைக்கும்...

தெற்கு முற்றத்தின் செண்பக மரத்தடிக்குத்தான் அவள் நடந்தாள். இரவில் நிரஞ்சன் அவளை அழைத்துச் சென்ற இடம்.

''பார்''

திசா கீழே காட்டினாள். செண்பகத்தின் கீழே பொடிமணலில் பதிந்த காலடித் தடங்கள்.

''கரைப்புறத்தின் மணலுக்கு ஒன்றையும் ஒளித்து வைக்கத் தெரியாது''

''நீ இவ்ளோ பேசறதுக்கு என்ன இருக்கு? என்கிட்ட என்னென்னமோ சொல்லணும்னு அவன் சொன்னான். நான் வந்தேன். அதுக்கப்பறம் எதுவும்...'' அவள் கோபித்தாள்.

''அதுக்கப்பறம்''

திசா அவளைப் பார்த்தாள்.

''நான் அதையெல்லாம் உன்கிட்ட கேக்கல. யுவர் லைஃப். யுவர் ரூல்ஸ். இட்டீஸ் அப் டு யூ. எனக்கு ஒண்ணுதான் தெரியணும். அவன் எங்க போயிருக்கான்?''

''பஸ்தருக்கு'' அவள் கீழடங்கினாள்.

''பஸ்தருக்கா?'' திசா சலனமற்று நின்றாள்.

"தினார் கூப்பிட்டிருந்தான். பைக்கை ரயில்வே ஸ்டேஷன்ல போட்டுட்டுதான் போயிருக்கான். எங்கதான் அவன் போறான்?"

அவள் எதுவும் பேசவில்லை.

'கடைசியில் *லா பொதெரோசா ஓய்வெடுத்துக் கொண்டதா?' அவள் நினைத்துக் கொண்டாள்.

'எல்லையற்ற ஓடுபாதைகளினூடே ஓய்வின்றி ஓடிக் கொண்டிருந்த அவனுடைய கம்பீரமான மோட்டார்பைக்'

"என்னால உன் எழுத்துக்குப் பங்கம் வர வேண்டாம்" திசா திரும்பி வீட்டை நோக்கி நடந்தாள்.

*லா பொதெரோசா - சேகுவேராவின் மோட்டார் பைக்

21

திவானின் சதிச்செயல்

கோமன் கொச்சுக் குஞ்ஞாசான் வெயிலில் நடந்து தளர்ந்துதான் வைத்தியசாலைக்கு வந்தார். குமாரன் வைத்தியர் உள்ளே ஏதோ வேலையாய் இருந்தார். வராந்தாவில் விஸ்வப்பனைக் காணவில்லை. கொச்சுக் குஞ்சாசான் வெளியிலிருந்த மரப்பெஞ்சில் உட்கார்ந்தார்.

நான் வந்திருக்கேன்'' ஆசான் உள்ளே பார்த்தார்.

''வெயில்ல வாடி வதங்கி வந்திருக்கேன். ஒரு அவுன்ஸ் தசமூலம் குடு'' ஆசான் உள்ளே பார்த்துச் சொன்னார்.

''ஏய், நீ வந்திட்டியா? இவ்ளோ நாளா எங்கருந்த?'' உள்ளேயிருந்து வைத்தியரின் குரல் கேட்டது.

''நீ வருவன்னு நான் பாத்துக்கிட்டே இருந்தேன், தெரியுமா? உள்ள வந்து கொஞ்சம் உதவி செய்''

கையிலிருந்த பொட்டலத்தை பெஞ்சில் வைத்துவிட்டு ஆசான் உள்ளே போனார். பலவிதமான மருந்துகளையும் கஷாயங்களையும் ஜாடிகளில் நிரப்பிக் கொண்டிருக்கிறார் வைத்தியர்.

''அவன இன்னும் காணல. அந்த விஸ்வப்பன. இங்க சாய்ப்புல ஒக்காந்து பீடி சுத்திக்கிட்டிருப்பான்... இப்பிடி எப்பவும் வராம இருக்கமாட்டான். இன்னக்கி என்ன ஆச்சோ? நேத்து உன்னோட அண்ணன் மவன் அவன்கிட்ட யூனியன் மெம்பர்ஷிப் போடச் சொல்லிக் கேட்டுக்கிட்டு வந்தான். அவன் கண்டுக்கவேயில்ல கேட்டியா? என்மேல அவனுக்கு அவ்ளோ பயம்''

''யாரு சேகரனா?''

''ஹாங், அந்தக் குமாரப்பணிக்கரோட வால்தொங்கித் தோழரு. இந்த குமாரன் வைத்தியரோட நெஞ்சுல ஏறி விளையாடற அவனோட பார்ட்டி விளையாட்டெல்லாம் இங்க வேணான்னு அவங்கிட்ட சொல்லி வை''

''அத நான் சொல்லிக்கிறேன். ஆமா இதெல்லாம் என்னாது?'' ஆசான் பேச்சை மாற்றினார்.

''இதுவா? இது தசமூலாரிஷ்டம். இது ஜீரகாரிஷ்டம். இது திராக்ஷம். இது திரிபலா. ம்ம்... இது என்னான்னு தெரியுமா? நீ இந்த ஜாடியக் கொஞ்சம் புடி'' வைத்தியர் ஆசானின் உதவியோடு ஜாடியை எடுத்துச் சாய்த்தார். ''இதுதான் தாதுபுஷ்டி லேகியம்... ஆமா, இப்ப இதையெல்லாம் உன்கிட்ட சொல்லிட்டு என்ன பிரயோஜனம்?''

ஆசானுக்கு எதுவும் புரியவில்லை.

''டேய், இது ஆம்பளைங்க சக்திய கூட்டறதுக்கானது. பொண்டாட்டியும் குடும்பமும் இல்லாத ஒனக்கெல்லாம் புரியாது. என்ன சரிதானே?''

''ஓஹோ...'' ஆசான் தலை குலுக்கினார்.

''ஆமா, இப்ப இதெல்லாம் எதுக்கு இவ்ளோ செஞ்சு வச்சிருக்க?''

''பட்டாள மேலதிகாரிங்களோட ஆர்டர். பங்களாவுக்கு எடுத்துக்கிட்டுப் போவ இப்ப பட்டாள வண்டி வரும்''

''இல்ல, எனக்கு இப்பவும் புரியலையே? அதுக்கு இந்த அரிஷ்டங்கள் எல்லாத்தையும் ஒண்ணாச் சேத்துக் கலக்கறது எதுக்காக?'' ஆசான் சந்தேகத்தோடு பார்த்தார்.

''டேய், சாயங்காலம் பிராந்தில கலந்து ஊத்திக்க''

வைத்தியர் ஜாடியை மூடிக் கட்டினார்.

''நானும் என் ஜென்மத்துல இதுவரைக்கும் கேட்டதில்ல தெரியுமா? ஒவ்வொரு கண்டுபிடிப்புகள''

''இல்ல, அவனுங்களுக்கு இப்ப இது எதுக்குத் தேவைன்னு கேக்கறேன். தூப்பாக்கியத் தூக்கி வெடிவெடிச்சாப் போதாதா?'' ஆசானின் சந்தேகம் தீரவில்லை.

''அது பகல்ல'' வைத்தியர் இடைப்பல்லைக் காட்டிச் சிரித்தார்.

''சாயந்திரம் ஆச்சுன்னா அவனுங்களுக்கு அது போதாதே? விதைக் காளைகளைப் போலல்ல கையிருப்பு?''

''எனக்கு இப்ப இதக் கேட்டுட்டு சிரிப்பு வரல்ல''

ஆசானின் முகம் இருண்டது.

''அப்படீன்னா நீ அந்தாண்ட நவுந்து நின்னு காட்டுக் கூச்சல் போடு...''

வைத்தியர் மண்கோப்பையில் ஒரு அவுன்ஸ் தசமூலாரிஷ்டம் ஊற்றி வைத்தார்.

''தோ பாரு, இதக் குடிச்சிட்டுக் கூச்சல் போடு''

ஆசான் கஷாயத்தை ஒரே மடக்கில் விழுங்கினார். வைத்தியர் வராந்தாவிற்கு வந்து சாய்வு நாற்காலியில் காலையுயர்த்தி உட்கார்ந்தார். ஆசான் மரபெஞ்சில் அமர்ந்தார். பாதையில் ஒரு மிலிட்டரி வேன் பாய்ந்து சென்றது.

''அப்ப ஒரே முடிவோடதான் சி.பி. கௌம்பியிருக்காரு''

கொச்சுக் குஞ்ஞாசான் வைத்தியரைப் பார்த்தார்.

''சி. கேசவன் பேரு போட்டு அச்சடிச்சு வெளியிட்ட அறிக்கையைப் பாத்தியா?''

ஆசான் காகிதக் கட்டைக் கையிலெடுத்தார்.

''ஆமா, இது என்ன?'' வைத்தியர் அதைப் பார்த்தார்.

''தோழர் கே. தாமோதரனோட 'குத்தகை பாக்கி' நாடகம். சேகரன் கைப்பட எழுதிக் கொண்டு வந்தது''

ஆசான் அதனுள்ளிருந்து ஒரு காகிதச் சுருளை விரித்து வாசித்தார்.

''இவ்வளவு துயரம் நிறைந்ததொரு காலம் நம்முடைய நாட்டின் வரலாற்றில் இருந்ததில்லை. எல்லா இடங்களிலும் பட்டினியின், வேதனையின் கருத்திருண்ட சித்திரங்களைத்தான் காண முடிகிறது. எங்கே போனாலும் அதன் அழுகுரலையே கேட்க முடிகிறது. அரிசி கிடைப்பதில்லை. துணி கிடைப்பதில்லை. மண்ணெண்ணெயும் சர்க்கரையும் கிடைப்பதில்லை... அரசாங்கம் இதை எதிர்கொள்ள கையிலிருக்கும் ஆயுதங்களையெல்லாம் பயன்படுத்திக் கொண்டிருக்கிறது. திருவிதாங்கூர் முழுவதும் ஊர்வலத்துக்கான தடையுத்தரவை மேலும் மூன்று மாதங்களுக்கு நீட்டித்துள்ளது. நாட்டின் எல்லாப் பகுதியிலும் வேலைநிறுத்தம். பிரச்சாரக் கூட்டங்கள் நடத்தக் கூடாது. ஆலப்புழை, கோட்டயம், ஆலுவா, புனலூர் முதலிய இடங்களில் ராணுவமும் ரிசர்வ் போலீசும் தயாராக நிறுத்தப்பட்டுள்ளன. நம்முடைய மக்கள் நடத்திக் கொண்டிருக்கும் சுதந்திரப் போராட்டத்தை, அதன் லட்சியத்தை அடையச் செய்ய நாம் விரும்புகிறோமென்றால் இனிமேலும் மௌனமாக இருக்கக் கூடாது. எல்லா அரசியல் கைதிகளையும் விடுதலை செய்து, எல்லாத் தடையுத்தரவுகளையும் நீக்க வேண்டும். நம்முடைய நகரங்களில் ரோந்து சுற்றும் ராணுவத்தைத் திரும்ப அழைத்துக்கொள்ள வேண்டும். ஒரு சுதந்திரக் குடிமகனின் முழு உரிமைகளும் நமக்குக் கிடைக்க வேண்டும்... இவற்றை நாம் அடைய சமுதாய, கட்சி எல்லைகளை அறுத்தெறிந்து, எல்லா தேசபக்தர்களும் சுதந்திர விரும்பிகளும் ஒன்றாகச் சேர்ந்து

போராட வேண்டும். இதுதான் என்னுடைய பணிவான வேண்டுகோள். நிச்சயம் நாம் வெல்வோம்!''

''எப்பிடியிருக்கு? அட்டகாசமான எழுத்தில்லையா?''

கொச்சுக் குஞ்ஞாசான் வைத்தியரைப் பார்த்தார். வைத்தியர் வெளியே பார்த்துக்கொண்டு உட்கார்ந்திருக்கிறார்.

''ஒரு வேலை நிறுத்தம் செஞ்சதால உண்டான அவமானமே இன்னும் தீரல்ல. அதுக்குள்ள...''

ஆடியில் ஆலப்புழையிலும் சேர்த்தலையிலும் மூன்று நாட்கள் நடந்த வேலை நிறுத்தத்தைப் பற்றித்தான் வைத்தியர் சொல்கிறார்.

''இது அப்பிடியில்லை. நாடு முழுக்க நடக்கும்''

''அதத்தான் நானும் சொல்றேன்'' வைத்தியர் முகம் சுளித்தார்.

''திவான் இதைப்பற்றி சட்டசபைல சொன்னாரே? தேசிய விபத்துன்னு. ஆனாலும் ஆலப்புழைலயும் சேர்த்தலைலயும் அஞ்சணாவுக்கு ரேஷன் சாப்பாடு ஏற்பாடு பண்ணாரே?'' என்றார் வைத்தியர்.

''ஒரு சின்னக் கொழந்தக்கிக்கூட அதச் சாப்புட்டா வயிறு ரொம்பாது. அதுதான் ரேஷன் சாப்பாட்டோட குணம்''

ஆசான் எதிர்த்தார்.

''நல்லதச் செஞ்சா அத நல்லதுன்னு சொல்றதுக்கு உங்க கம்யூனிஸ்டுகாரங்களுக்கு அது என்னா அப்பிடி ஒரு தயக்கம்? உங்க யூனியன்காரங்க மூலமாத்தானே அஞ்சணா சாப்பாட்டுக்கு டிக்கெட் குடுக்கறாங்க?''

''அது, கொலச்சோறு குமாரா, நீங்க வேணா பாருங்க'' ஆசான் கொதித்தார்.

''அதுக்குப் பின்னாலேயேதானே பட்டாளத்தை எறக்கினாங்க. கம்யூனிஸ்டுகளைக் கொன்றொழிப்பதற்கான சர்.சி.பி.யோட சதி இது. கடைசில நாம ஈழவனுங்களும் பொலையனுங்களும் இந்த நாட்டுல ஒட்டுமொத்தமாக் காணாமப் போயிடுவோம்''

''அதெல்லாமில்ல'' வைத்தியர் மறுத்தார்.

''பிற்படுத்தப்பட்ட சமுதாயத்தோட உயர்ச்சிக்காக திவான் கூட்டின கூட்டத்துக்கு நானும் போயிருந்தேனே? அதுவும் பக்தி விலாசத்துல இல்ல நடந்துச்சு. ஈழவங்களும் பொலையங்களும் ஒத்துப் போகலியே? திவானுக்கு அதில எவ்ளோ வருத்தம் தெரியுமா?''

''அது குள்ளநரிப் புத்தி''

ஆசானுக்குக் கோபம் தலைக்கேறியது.

''பிற்படுத்தப்பட்டவங்களை ஒண்ணு சேக்கறதுக்காக கைனிக்கரை பத்மநாபப் பிள்ளையை ஏற்பாடு பண்ணதும், கிளிகொல்லூர்ல மாநாடு நடத்துனதும்... எதுக்கு சர். சி.பி. க்கு இவ்ளோ அவசரம்? எதையெல்லாமோ மனசில கண்டுக்கிட்டுதான் சி. பி. இந்த வெளையாட்டெல்லாம் வெளயாடறாரு. நீங்களே பாருங்க, ஜெர்மனில அந்த ஹிட்லரோட கூட்டத்துல சேக்கலாம் இந்தாள. யூதர்களை அந்தாளு கொன்னு ஒடுக்கின கத கேட்டிங்கல்ல...''

''ஏய்... சர். சி.பி. அப்பிடிப் பட்டவர் இல்ல'' வைத்தியர் எதிர்த்தார்.

''கம்யூனிஸ்டுகாரங்க ரெளடித்தனம் பண்ணா, போலீசும் பட்டாளமும் கையக் கட்டிக்கிட்டு சும்மா நிக்கணுமா?''

''சர். சி.பி. டமாரம் அடிக்கறது மாதிரி கம்யூனிஸ்டுகாரங்க இங்க என்ன குழப்பம் பண்ணாங்கன்னு நீங்க சொல்றீங்க?''

கொச்சுக் குஞ்ஞாசான் குரலை உயர்த்தினார்.

''இவ்வளவு அதிகமா அட்டூழியங்கள அவுத்து விட்டுட்டும் தொழிலாளிங்க ஒரு வார்த்தை பேசினாங்களா? சகிச்சுக்கிட்டுதானே இருந்தாங்க. பொந்துல கைய உட்டா சாரையும் கடிக்குமில்லையா? இதோ, போன புரட்டாசிலருந்து இங்க என்னல்லாம் நடக்குது? பட்டாளத்தோடதும் போலீசோடதும் அழிஞ்சாட்டியமில்லையா?''

''சொல்றப்ப எல்லாத்தையும் சொல்லணுமில்லையா? டேய், நீ எவ்ளோ காலமா பெரிய கம்யூனிஸ்டுன்னு சொல்லிக்கிட்டுத் திரியற? உன்னோட ரோமத்தையாவது இன்னிவரைக்கும் யாராவது தொட்டிருப்பாங்களா?'' வைத்தியர் அடுக்கினார்.

''ஆமா, ஆயுசு கெட்டியா இருக்கறதுனால நான் இங்க ஒக்காந்திருக்கேன். உனக்குத் தெரியுமில்லையா? அன்னக்கி போலீஸ் அடிச்சு ஒதக்கவும் ஆத்துல குதிச்சது?''

கோமன் கொச்சுக் குஞ்ஞாசானின் மனதிலூடே, பீதியேற்படுத்தும் அந்தக் காட்சி கடந்து போனது.

சர்.சி.பி. யின் அமெரிக்கன் மாடலுக்கெதிராக ஆலிச்சேரி மைதானத்தில் நடந்த கூட்டம். தோழர் சுகதன்தான் தலைமை. சைமன் ஆசானும், கே.வி. பத்ரோசும், என். ஸ்ரீகண்டன்நாயரும் அமெரிக்கன் மாடலுக்கெதிராக கர்ஜித்தார்கள். கூட்டம் முடிந்து திரும்பும்போது யூனியனாபீசில் சில தோழர்களும் மாநிலக் காங்கிரசின் காந்தியவாதிகளும் ஒன்று கூடினர்.

''பொறுப்பு அரசாங்கத்தைத் தவிர வேறெதுவும் நமக்கு வேண்டாம்''

தோழர் ஓ. ஏ. கோவிந்தன் பளிச்செனச் சொன்னார்.

''சர். சி. பி. ஜனநாயகத்தைக் குழிதோண்ட முயற்சிக்கிறாரு. மாநிலக் காங்கிரசில சில தலைவர்களும் அவர் சொல்றபடி ஆடுறாங்க. நாம எச்சரிக்கையா இருக்கணும்''

பட்டத்தையும், டி.எம். வர்கீசையும்தான் தோழர் கோவிந்தன் குறி வைத்தார் என்பது ஆசானுக்குப் புரிந்துவிட்டது.

''சர். சி.பி. அதையும் செய்வார். அதுக்கு மேலயும் செய்வார். அந்தாளோட மனசுல என்ன இருக்குன்னு இந்த திருவிதாங்கூர்ல எந்தக் கொழந்தக்கிதான் தெரியாது?''

தோழர் ஸ்ரீதரனுக்கு ரோஷம் ஏறியது.

''பிரிட்டீஷ்காரங்களோட காலுக்குக் கீழே திருவிதாங்கூருக்காரங்கள சரணடைய வெக்கணும்னு அவர் முயற்சி பண்றாரு. அது நடக்கவே நடக்காது. ரத்தம் சிந்தியாவது நாம அதைத் தடுக்கணும்''

''பிரிட்டீஷின் வளர்ப்பு மகன்னுதானே இப்பவே எல்லாரும் அந்தாளைக் கூப்பிடறாங்க?''

''அதுவும் சரிதான். அந்தாளோட போக்கு அப்பிடியில்ல இருக்கு?''

தோழர் தேவஸ்வம்சிறை தம்பி சுருட்டு பற்ற வைத்தார்.

''அந்தாளோட பற்று நம்ம நாட்டுமேல கெடயாது. வெள்ளக்காரங்க மேலதான்''

''அதுக்காகத்தானே அந்தாளுக்கு பிரிட்டீஷ்காரங்க 'சர்' பட்டம் குடுத்தாங்க, திருவிதாங்கூரைக் காட்டிக் குடுக்க''

தோழர் வி. ஏ. குமாரன் பரிகசித்தார்.

''ஆனா, சி. பி. யோட கணக்கு இந்த வாட்டி தவறிப் போகும்''

தோழர் ஏ. கிருஷ்ணன் சட்டைக்கையை மேலே ஏற்றினார்.

''அப்படி அதுக்குள்ள ஒரு முடிவுக்கு வந்திடாதீங்க. சர். சி.பி. தன் ஆட்டத்தைத் தொடங்கிட்டார்''

கக்கத்தில் ஒரு பத்திரிகைச் சுருளுடன் திவாகரன் ஆசான் உள்ளே வந்தார்.

''என்ன அது?'' எல்லோரும் ஆவலோடு பார்த்தார்கள்.

''புன்னப்புரை சந்தைமேட்டுல நடந்த கூட்டத்துல பட்டத்துக்கும், டி.எம். வர்கீசுக்கும், டி.வி. க்கும் இடையில் பெரிய கருத்துமோதல் ஏற்பட்டது தெரியுமா? திவான் முன்வைத்த திட்டங்களை ஒரு தடவை பரிசோதிச்சுப் பாக்கறதுல என்ன தப்புன்னு பட்டமும், டி.எம். வர்கீசும் சொல்ல, டி.வி. அதை எதுத்தார்.

மூணுபேருக்குமிடையில பயங்கர வாக்குவாதம். அதனால கம்யூனிஸ்டுகாரங்க கூட்டத்தைக் கலைச்சாங்கன்ற கெட்டபேரு வேற. பட்டத்தையும் டி.எம்.வர்கீசையும் முன்னால நிறுத்திக்கிட்டு விளையாடறார் ஐயர். அந்தாளு வெளியிட்ட பிரஸ்நோட் பாத்தீங்களா?''

திவாகரன் ஆசான் கையிலிருந்த மலையாள ராஜ்யம் செய்தித்தாளை விரித்து வாசித்தார்.

''மகாராஜாவின் பரம அதிகாரத்தின்கீழ் வயது வந்தோருக்கு வாக்குரிமையும் ஜனநாயக ஆட்சியும் அனுமதிக்கப்படும்...''

''அது நல்லது தானே?''

ஸ்ரீதரன் சந்தேகத்தோடு கேட்டார்.

''அத அப்பறம் முடிவு பண்ணிக்கலாம். மொதல்ல முழுசாப் படிக்கட்டும்'' கொச்சுக் குஞ்ஞாசான் சொன்னார்.

ஸ்ரீதரன் நெருங்கி நின்றார். இருவரும் ஒரே குரலில் வாசித்தார்கள்.

''ஜனநாயக ஆட்சித் தலைவராக திவானை மகாராஜா நியமிப்பார். மக்கள் பிரதிநிதிகளை உள்ளடக்கிய சட்டசபை திவானைக் கட்டுப்படுத்தாது. சட்டசபையின் எந்தத் தீர்மானத்தையும் வீட்டோ செய்ய திவானுக்கு அதிகாரமுண்டு. மகாராஜாவின் உத்தரவுகளை திவான் நடைமுறைப்படுத்துவார். இதில் எந்த மாற்றத்தையும் யாரும் ஏற்படுத்த முடியாது. மகாராஜாவின் அதிகாரமும் பதவியும் இன்றுபோலவே தொடர்ந்திருக்கும்...''

எல்லோரும் தங்களுக்குள் பார்த்துக் கொண்டனர். இதுதான் பொறுப்பு அரசாங்கமா?

''மாநிலக் காங்கிரஸ் பொறுப்பு அரசாங்கமென உத்தேசித்தது அதில்லையே'' காங்கிரஸ்காரனான பி.எஸ். மாதவன் திருத்தினார். ''நாங்க சொன்ன ஆட்சிமுறையில திவானே இல்லையே?''

''அமெரிக்கன் மாடலில் திவான் இருக்கிறார். திவானின் பதவியும், அதிகாரங்களும் அமெரிக்க அதிபருடையதைப் போலவே! அங்கதான் விஷயமிருக்கு. வயது வந்தவர்களுக்கு வாக்குரிமை இருக்கும். இருந்தாலும் மந்திரிசபைக்குத் தேர்ந்தெடுக்கப்படற மக்கள் பிரதிநிதிகளுக்கு சபையில் எந்த அதிகாரமும் இருக்காது. மகாராஜாவும் திவானும் விருப்பமுள்ள ஒன்று இரண்டு பேரை மந்திரியாக்கலாம். அவர்களுக்கும் சொல்லிக்கற மாதிரி துறையொன்றும் ஒதுக்கமாட்டாங்க. இதுதான் சி.பி. கொண்டு வந்த அமெரிக்கன் மாடல்''

கொச்சுக் குஞ்ஞாசான் விளக்கினார்.

''சாயந்திரம் நகரம் வழியாக அமெரிக்கன் மாடலுக்கு எதிராப் பேரணி இருக்கு'' திவாகரன் ஆசான் நினைவுபடுத்தினார்.

''அப்படீன்னா நேரத்தை வீணாக்க வேண்டாம்''

தோழர் ஸ்ரீதரன் முன்னால் இறங்கினார்.

நகரத்துத் தெரு வீதிகளில், செம்படை வீரர்களும், காந்தித் தொப்பியணிந்த போராட்ட வீரர்களும் நிறைந்தனர்.

''வாருங்கள் வாருங்கள் நாட்டினரே

போர்க்களம் செல்வோம் நாட்டினரே

சேர்வோம் சேர்வோம் நம் நாட்டின்

சுதந்திரப் போராட்டத்தின் பங்காளிகளாய்...''

சவக்கோட்டைப் பாலத்திலிருந்து ஆரம்பித்து நகரத்துப் பாதைகள் வழியாக போராட்டக்காரர்கள் ஓர் ஒழுங்கோடு நகர்ந்தனர். ஒவ்வொரு நாற்சந்தியைக் கடக்குந்தோறும் ஊர்வலத்தின் நீளம் அதிகரித்துக் கொண்டேயிருந்தது. போராட்டக்காரர்கள் ஆவேசமாக முஷ்டி உயர்த்தினர்.

''லத்தியடியும் துப்பாக்கிச்சூடும்

போலீசின் நரவேட்டையும்

ஜமீன்தாரியின் குரூரமும்

அடக்குமுறை ஆட்சியும் வேண்டவே வேண்டாம்

வேண்டாம் வேண்டாம் திவான்ஆட்சி!

ஒழியட்டும் ஒழியட்டும் அடக்குமுறை ஆட்சி...

அமெரிக்கன் மாடல் அரபிக்கடலில்!

முடிவு கட்டுவோம் முடிவு கட்டுவோம்

திவான்ஆட்சிக்கு முடிவு கட்டுவோம்!

வேண்டாம் வேண்டாம் மன்னராட்சி

வேண்டும் வேண்டும் மக்களாட்சி''

திடீரென்று அனைத்து திசைகளிலிருந்தும் போலீஸ் இரைச்சலோடு பாய்ந்து வந்தது. ஊர்வலம் சிதறியது. தோழர்கள் லத்தியடிப்பட்டு மண்டை உடைந்து விழுந்தனர். சாலைகள் செவ்வண்ணம் பூசிக்கொண்டன. அடிபட்டு விழுந்த தோழர்களின் உயிர்க்குருதி விரித்த செம்பதாகையினூடே கொச்சுக் குஞ்ஞாசான் ஓடினார்.

வேட்டை நாய்களைப் போல போலீஸ் பின்னால் துரத்தியது. நேரம் இருட்டத் தொடங்கியது. வழி தெரியாமல் கால்கள் முன்னோக்கி ஓடின. ஷூலேஸ் சுற்றிய

நிறைய கால்கள் துரத்தின. இருட்டில் ஷூலேஸ்கள் உரசும் ஒலி கேட்டது.

''அந்த நொண்டிக் காலன உடாத. கைல கெடச்சா மண்டைல அடிச்சுக் கொல்லணும், கழுவேறி மவன''

போலீஸ் அலறியது.

நொண்டிக்கால்களுடன் கொச்சு குஞ்ஞாசான் ஆற்றின்முன் நின்றார். போலீஸ் மிக அருகில். 'புடி அவனை' பிறகொன்றும் யோசிக்கவில்லை. ஆற்றுக்குள் ஒரே குதி. இருட்டில் மூழ்கி அடியாழத்துக்குச் சென்றார்.

தோழர் சுகதனையும் சைமன் ஆசானையும் போலீஸ் கைது செய்தது என்ற தகவல் அடுத்த நாள்தான் தெரிந்தது. ஸ்ரீகண்டன் நாயருக்கும் கே. வி. பத்ரோசுக்கும் அரஸ்ட் வாரண்ட். தோழர்கள் தலைமறைவானார்கள்.

''அன்னக்கி இந்த நொண்டிக்காலு இல்லன்னா தெரிஞ்சிருக்கும் சேதி''

கொச்சுக் குஞ்சாசான் தன்னுடைய மெலிந்த சூம்பிய கால்களைப் பெருமிதத்துடன் பார்த்தார்.

''என்னக் காப்பாத்துனது இதுங்கதான். அன்னிலருந்து இன்னிவரைக்கும் போலீசு எத்தனபேரப் புடிச்சு ஜெயில்லப் போட்டாங்க?''

ஆசான் கேள்வியோடு நிறுத்தினார்.

''மலபார் கலவர நினைவுநாள்ல பேசினதுக்குதானே தோழர் என்.எஸ்.பி.யையும், ஏ. ஸ்ரீதரனையும் உள்ளே போட்டாங்க? பி.டி. புன்னூசையும், சங்கரநாராயணன் தம்பியையும், கே.ஜி. மாதவனையும் வீட்டுக்காவல்ல வச்சாங்க? மாநிலக் காங்கிரசுல இடதுசாரி சிந்தனையுள்ள அக்கம்மா செரியனையும், ஆர்.வி. தாமசையும், எம்.எம். வர்க்கியையும், சி.ஏ. ஆண்ட்ரூசையும் அரஸ்ட் பண்ணி உள்ள போட்டாங்களே? தோழர் பாஸ்கரனையும், சி.கே. வேலாயுதனையும், வி.கே. கருணாகரனையும்கூட ஜெயில்ல அடைச்சாங்களே? நம்மோட சி.ஜி. உட்பட எத்தனை பேருக்கு வாரண்டு அனுப்பினாங்க? அதனாலதான அவங்கெல்லாம் தலைமறைவானாங்க? இவங்கெல்லாம் செஞ்ச குத்தம்தான் என்ன? மாநிலக் காங்கிரஸ் தலைவர்கள் சி. கேசவனும் கும்பளத்து சங்குபிள்ளையும் இதெல்லாம் அநீதின்னு பகிரங்கமாவே சொன்னாங்களே?

அப்பிடியிருந்தும் கொல்லத்துலயும், ஆலப்புழைலயும், கோட்டயத்திலயும், ஆலுவாயிலயும், கூத்தாட்டு குளத்துலயுமெல்லாம் பட்டாளத்தையும் ரிசர்வ் போலீசையும் குவிச்சிருக்கறது எதுக்காக? ஊர்வலம் வேலைநிறுத்தப் பிரச்சாரக் கூட்டம் எல்லாம் தடை செய்யப்பட்டதே! அரூர்ல ஜார்ஜ் பீட்டரும் அந்தாளோட ரௌடிங்களும் போலீசுமா ஒம்பதுநாளா தொழிலாளிகளை வேட்டையாடுறாங்க. அதை எதிர்த்து நோட்டீஸ் போட்ட அச்சாப்பீசைப் பூட்டிட்டாங்க. கம்யூனிஸ்டு

கட்சியோடதும், சங்கத்தோடதும் அறிக்கையை அச்சடிக்கக் கூடாதுன்னு பிரஸ்காரர்களை மிரட்டுனதால அவங்க பயந்துட்டு அச்சடிக்கறதேயில்ல. பத்திரிகைங்களுக்கும் தடை போட்டுட்டாங்களே? கம்யூனிஸ்டுகாரங்களையும் யூனியன்காரங்களையும் சி.பி.யோட போலீசும் பட்டாளமும் தேடிப் புடிச்சு வேட்டையாடத்தானே செய்யுது? இருந்தும் ஈவிரக்கமேயில்லாம எப்படிப் பேசத் தோணுது?''

கொச்சுக் குஞ்ஞாசானின் தொண்டை வறண்டது. உடல் முழுக்கத் தளர்வடைந்தது போலானது.

''கூஜாவுல தண்ணி இருக்கா?'' ஆசான் சுற்றிலும் பார்த்தார்.

''அதோ இருக்கு'' வைத்தியர் வராந்தாவின் மூலையைக் காண்பித்தார்.

''ஏதோ கொஞ்சமெல்லாம் சரிதான். அதுக்காகக் கொஞ்சம் மரியாதையாப் பாத்து நடந்துக்கிட்டா பட்டாளமும் போலீசும் யாரையும் ஒண்ணும் பண்ணாதுல்ல''

ஆசான் கூஜாவுக்கு அருகில் செல்லவும், ஒரு பெண் ''காப்பாத்துங்க, காப்பாத்துங்க'' என்று அலறியடித்துக்கொண்டு, வைத்திய சாலையைப் பார்த்து ஓடி வந்தாள்.

''அட யாரது?'' ஆசான் எட்டிப் பார்த்தார்.

''இவ அந்த விஸ்வப்பனோட தங்கச்சிதானே?'' வைத்தியர் தலையைத் திருப்பினார்.

''கயிறு பாக்டரீல வேலக்கிப் போறவளாச்சே?''

''காப்பாத்துங்க''

அவள் முற்றத்தில் வந்து நின்று மாரிலடித்து அழுதாள்.

''விஸ்வப்பனண்ணன போலீஸ் புடிச்சிக்கினு போயிடுச்சு...''

''ஏன்? எதுக்கு?'' வைத்தியர் பரிதவிப்போடு எழுந்தார்.

அவளுக்கு மூச்சிரைத்தது.

''விடிகாலைல போலீசும் ரௌடிங்களுமா வந்தாங்க. வந்தவொடனே குடிசைய அடிச்சு நொறுக்குனாங்க. அவங்கெல்லாம் உள்ள பாயிலப் படுத்துத் தூங்கிட்டு இருந்தாங்க. கூச்சல் கேட்டு எழுந்து வந்தவுடனே அண்ணன அவுங்க...'' அவள் பெருங்குரலில் அழுதாள்.

''இனிமே திரும்பக் கெடச்சும் பிரயோசனமில்ல. அந்த கணக்காத்தான் அண்ணன அவனுங்க அடிச்சு தொவச்சிருக்காங்க''

வைத்தியர் ஆசானைப் பார்த்தார்.

''சி.பி.க்குத் தந்தியடி. நீ பேசப்பேச தந்தியடிக்கிற ஆளாச்சே?'' ஆசான் பரிகசித்தார்.

''கொச்சு குஞ்ஞா. சவத்துலக் குத்தாதே'' குமாரன் வைத்தியரின் குரல் தாழ்ந்திருந்தது.

வேம்பனாட்டு காயலின் நடுவே சற்று நேரமாக ஒரு கட்டுமரம் இழைந்து நகர்ந்து கொண்டிருக்கிறது. துடுப்புக்காரன் துடுப்பை மெதுவாகப் போடுகிறான். கிளிஞ்சல் வாருவதற்கு இறங்கிய தொழிலாளிகள் மூழ்கி எழுந்தார்கள். கலங்கரை விளக்கைப்போல, சுற்றிச் சுழன்று கொண்டிருக்கிறது அவர்களின் பார்வை. சர். சி.பி.யின் கொடுங்கோல் ஆட்சிக்கெதிராக எதிர்கால நடவடிக்கைகள் குறித்து கலந்து ஆலோசிப்பதற்காகக் கட்சி அறிவுறுத்தலின்படி கோழிக்கோட்டிலிருந்து தோழர் இ.எம். எஸ். வந்திருக்கிறார். கட்டுமரத்தில் கே.வி. பத்ரோசும், கே.சி. ஜார்ஜூம் மேலும் நான்கைந்து தோழர்களும் இருக்கிறார்கள். சர். சி.பி.யின் மஞ்சள் டெக்கோட்டா விமானம் ஆகாயத்தில் எப்போது அலறிக்கொண்டு வரும் என்பது தெரியாது.

பத்ரோசும் ஜார்ஜூம் இருபுறமும் வந்து உட்கார்ந்தார்கள். இ.எம்.எஸ். கையிலிருந்த 'பிரபாதம்' பத்திரிகையை நான்காக மடித்து கட்டுமரத்தில் சொருகி வைத்தார். பத்ரோஸ் கேசரி நாளிதழை அவரிடம் கொடுத்தார். தெலுங்கானாவிலும் வங்காளத்திலும் நடைபெறும் மக்கள் போராட்டத்தைப் பற்றித்தான் இ.எம்.எஸ். பேசத் தொடங்கினார்.

''யுத்தம் முடிவடைந்ததும் திருவிதாங்கூரின் நிலைமைதான் தெலுங்கானாவிலும் உருவானது. நிலப்பிரபுக்களின் கொடூர வன்முறைகள். இங்கே மகாராஜா என்றால் அங்கே நிஜாமும் சிற்றரசர்களும் விவசாயிகளை அடிமைகளாக்கினர். எல்லா இடங்களிலும் ஆக்கிரமிப்புகளும் தீவைப்புகளும் நடந்தன. சுரண்டலுக்கும் அடக்குமுறைக்கும் எதிராக விவசாயிகள் ஒன்றிணைந்தனர். மகாசபை எதிர்த்து நிற்கத் துணிந்தது. கிராமங்கள் தோறும் விவசாயிகள் குழுக்களை உருவாக்கினர். கம்யூனிஸ்டு கட்சிக்கெதிராக அரசின் பக்கமிருந்து கடுமையான நடவடிக்கைகள்தான் அங்கேயும் இருக்கிறது. கட்சி தடை செய்யப்பட்டுள்ளது. ஆனால் மக்கள் போராட்டத்தைத் தடுப்பதற்கு அவர்களால் முடியாது. கிராமங்களை அவர்கள் விடுவிப்பார்கள். வரும் நாட்கள் அவற்றை நிரூபிக்கும்.

வங்காளத்தில் *தெபாகாவை முன்வைத்துதான் போராட்டம் நடக்கிறது. ஜமீன்களுக்கு இனிமேல் குத்தகையில் மூன்றில் ஒரு பங்குதான். அதற்காகச் சட்டம்

*தெபாகா - கூலி உயர்வுக்காக வங்காளத்தில் நடைபெற்ற போராட்டம்

உருவாக்கக் கோரித்தான் போராட்டம். போராட்டத்தின் அலைகளால் விமானப் படையிலும் கப்பற் படையிலும் கலவரம் வெடித்ததல்லவா?

''புரட்சி வெல்லட்டும், ஏகாதிபத்தியம் அழியட்டும்'' என்ற கோஷங்கள் முழங்கியபடி ராணுவக் கலவரங்கள் நடந்தன. கடந்த பிப்ரவரியில் பம்பாய் நகரத்தில் கடையடைப்பு நடைபெற்றது. இரண்டு லட்சம் தொழிலாளர்கள் அங்கே வேலைநிறுத்தம் செய்தனர். யுத்தத்திற்குப் பிறகான போர்களிலும், மக்கள் எழுச்சிகளிலுமெல்லாம் கம்யூனிஸ்டு கட்சியே முன் வரிசையில் நின்றது. இங்கேயும் அதற்கான நேரம் வந்திருக்கிறது. 1938 அக்டோபரில் ஆலப்புழையில் நடந்த தொழிலாளர் வேலை நிறுத்தத்தில் நாற்பதினாயிரத்துக்கும் மேற்பட்ட தொழிலாளர்கள் அல்லவா மூன்று வாரத்திற்குமேல் போராடினார்கள்? யாரால் அதை மறைத்து வைக்க முடியும்? இன்று ஆலப்புழையின்அமைப்புசார் தொழிலாளி வர்க்கத்தின் சக்தி, அதைவிட இரண்டு மடங்கு அதிகமாகலாம். எனக்குத் தெரிந்தவரை சர். சி.பி. ராமசாமிஐயர் மகாபுத்திசாலிதான். ஆனால் ஆலப்புழையிலும் சேர்த்தலையிலும் கம்யூனிஸ்டு கட்சிக்கும் தொழிலாளி வர்க்கத்துக்கும் எதிராக அவர் எடுத்த நடவடிக்கைகள் முட்டாள்தனமாகிவிட்டதோ என்பதே என் சந்தேகம். திருவிதாங்கூரின் வரைபடத்திலிருந்தே ஆலப்புழையையும் சேர்த்தலையையும் பிரித்தெடுத்து, தனிமைப் படுத்துவதுதான் சி.பி.யின் தந்திரம். அக்கிரமங்களை அவிழ்த்துவிட்டு கம்யூனிஸ்டு கட்சியை நிர்மூலமாக்குவது என்பது உள்நோக்கம். அதைத் தெரிந்து கொண்டுதான் நாம் இவ்வளவு நாளும் மௌனம் காத்தோம். ஆனால் நிலைமை கைவிட்டுப் போனதாகத் தெரிகிறது. வயலாரிலிருந்து சி. கே. குமாரப்பணிக்கர் என்னையும் பத்ரோசையும் பார்த்து விஷயங்களை விளக்கினார். புன்னப்புரையிலும் நிலைமை மோசம்தான். இந்த விஷயத்தில் கட்சியின் நிலைப்பாடு இனி என்னவாக இருக்க வேண்டும்?''

இ.எம்.எஸ். இரண்டு பேரையும் பார்த்தார்.

''ஆயுதப் புரட்சி'' என்றார் பத்ரோஸ்.

''ஒரு கம்யூனிச மக்கள் புரட்சி'' என்றார் கே. சி. ஜார்ஜ்.

இ.எம்.எஸ் வார்த்தைகளை எட்டுவதற்கான விக்கலின் இடைவேளையில் எதையோ யோசித்த பிறகு சொன்னார்.

''கட்சியளவில் விரிவான விவாதம் நடத்த வேண்டியிருக்கு. தோழர் கிருஷ்ணப்பிள்ளையிடமும் கலந்தாலோசிக்க வேண்டும்''

முன்னாலிருந்த கேசரி பத்திரிகையை விரித்து இ.எம்.எஸ். சாய்ந்து உட்கார்ந்தார்.

கட்டுமரம் மெதுவாகக் கரைநோக்கி நகர்ந்தது.

22

வெளிச்சம் சிதறிய ஒளிவிடம்

காயலின் அலைகளுக்கு மேலாக நிலா தலை குப்புற விழுந்தது. இருளின் கரும்போர்வை அவிழ்ந்து கிடந்தது. நிலவின் உடல் மரத்திருந்தது. இருட்டு காயல் புதர்களில் ஒளிந்துகொண்டது. இருட்டின் நரம்புகளினூடே ஆவல் பூண்ட கருமூர்க்கன்கள் வளைகளைத் தேடி இழைந்தன. உறக்கத்தில் ஆழ்ந்த நீர்க்கோழிகள் திடுக்கிட்டெழுந்து அலறின. கரிமூர்க்கன்களின் அணைப்பில் அவை துடிதுடித்துச் சரணடைந்தன.

அறைக்குள்ளே ஊடுருவிய மங்கலான வெளிச்சத்தில் அவள் கண் திறந்தாள். சுவர்களில் புலப்பட்ட நிழல்கோலங்கள் தலையைச் சுற்றிக் கொட்டு மேளங்கள் கொட்டின. உடல் முழுக்க இழுத்து முறுக்கும் வேலிக்காத்தான் முள்ளின் எரிச்சல். தலைக்குள்ளே பூமி பம்பரமாகச் சுழல்கிறது. இரண்டு காதுகளிலும் காட்டுக் கருவண்டின் குடைச்சல். கைத்தரை பாப்பி கண்களைக் கசக்கினாள். மரத்துப்போன இரவு வெளிச்சம். செத்த கன்றின் ஜடம்போல நூல் உறவற்ற உடல். அவிழ்ந்து கலைந்த கூந்தல். எதுவும் நினைவில் தெளிவாகவில்லை. உதட்டின் வறண்ட எரிச்சலில் கெட்டித்துப்போன குருதிவாடை. எச்சிலின், சாராயத்தின் குமட்டல் வீச்சம். மெல்ல கையை ஊன்றி எழ முயன்றாள். முதுகுத் தண்டினுள்ளே ஒரு சங்கிலிப் பிணைப்பு. உடல் முழுக்க உழுது மறித்த சேற்றின் வாடை. முலைக்காம்புகளில் புகைச்சல். அடி வயிற்றிற்குக் கீழே கடுமையான குடைச்சல். அவள் கீழே குனிந்து பார்த்தாள். தொடைகளினூடே வழிந்திறங்கும் குருதியில் விரல்கள் பதிந்தன. உழுதுபோட்ட கன்னி நிலத்தின் சேற்றுவாடை. அடிவயிற்றில் ஊறிக் கெட்டித்த வழவழப்பிற்கு, பிணம்நாறிப் பூவின் நாற்றம். மதம் கொண்ட உழவுக்காளைகள் மிதித்துத் துவைத்துப் போன குளம்பின் வடுக்கள்.

ஜன்னல் கம்பிகளினூடே வெளியே இருட்டினை வெறித்துப் பார்த்தாள். நினைவுகளுக்குமேல் வலை பின்னிய கருஞ்சிலந்தி சற்று அசைந்தது. நான்கு பட்டாளக்காரர்கள். அவர்கள்தான் அவளை அறைக்குள் தள்ளினார்கள். இருண்ட அறைக்குள் மற்போர் நடந்தது. தலைவழியாக ஊற்றப்பட்ட நீரின் குளிர்ச்சியில் சோப்பின் வாசம் பரவியது. உடை முழுவதையும் அவர்கள் பறித்து எறிந்தார்கள். அதில் ஒருவனின் கையைக் கடித்தது ஞாபகம் வந்தது. அவன் கழுத்தைக் குத்திப் பிடித்தபடி அலறினான். ''உன்னக் கொன்னுடுவேன் கழுவேறி மவளே''

''இந்தப் பொலையாடி நெனவோட இருந்தா பிரச்சனைதான். சீறுற புலி இவ. கேப்டன் சாரைக் கடிச்சுக் கொதறிடுவா. தரித்திரம் புடிச்சவ'' என்றான் ஒருவன்.

''அதுக்கு அவ கையையும் காலையும் சேத்துக் கட்டிப் போடலாமே''

''ச்சீ... முட்டாளே, கையையும் காலையும் சேத்துக் கட்டிப்போட்டா அப்பறம் எப்புடிடா?''

''அதுக்கொரு மருந்து என் கைல இருக்குதே''

இடுப்பு பெல்ட்டில் சொருகி வைத்திருந்த சாராய பாட்டிலை அவன் தூக்கிக் காண்பித்தான்.

''ப்பூ''

அவள் அவன் முகத்தில் காறித் துப்பினாள்.

உதறியோட முயன்றதும் அவர்கள் அவளைச் சுற்றி வளைத்து அமுத்திக் கொண்டார்கள். தூக்கியெடுத்து அறைக்குள் கட்டிலில் கட்டிப் போட்டார்கள். வாயைத் திறந்து சாராய பாட்டிலைக் கவிழ்த்தார்கள். அவளுக்குச் சுட்டெரித்தது. கூக்குரல் எழுப்பினாள். போதையின் வலை நரம்புகளுக்குள் கருஞ்சிலந்தி கொடுக்குகளை நீட்டியது. மதம்கொண்ட உழவு மாடுகள் உடலை உழுது மறித்து ஓடின. கலப்பையின் காரிரும்புமுனை பூமியின் துளைகளுக்குள் ஆழ்ந்து இறங்கியது. அவளுக்கு எதுவும் நினைவில்லை. தலைக்குள்ளே தீப்பிசாசுகள் அலறியபடி நெருங்குகின்றன. நினைவின் இழைகளால் கருஞ்சிலந்தி பாதையமைக்கிறது.

அவள் எழுந்தாள். படுக்கையில் சுருண்டிருந்த உடைகளை வாரியெடுத்துப் போர்த்திக்கொண்டாள். வெறுமனே சாத்தப்பட்டிருந்த வாசலைத் தாண்டி வெளியே வந்தாள். காயலைப் பார்த்து நின்றாள். காயலின் மேற்பரப்பில் நிலவின் ஊறிப் பெருத்த ஜடம். பாசிகள் இழை பின்னிய பழம்பாயில் வெட்டி அறுக்கப்பட்ட நிலவை இருள் இழுத்துக் கட்டுகிறது.

இனியும் வாழவே வேண்டாம். அவள் காயலைப் பார்த்தாள். குதித்துச் செத்து விடவேண்டும். செத்து மிதக்கணும், அவன்களின் கண் முன்னாலேயே.

கால்கள் குழைந்தன. சுவடுகள் எழும்பவில்லை. பங்களாவின் முற்றத்து விளக்குக் கம்பத்தில் பிடித்து நின்றாள். நிலவை விழுங்கும் இருட்டினை நோக்கி அவள் பைத்தியமென அலறினாள்.

''என்னைக் கொல்லுங்கடா காலனுங்களா... சுட்டுத் தின்னுங்கடா சொடல மாடனுங்களா...''

இரவு உண்ணிக்கண்டன் போலீஸ் கழுத்தில் மப்ளர் சுற்றிக்கொண்டு சைக்கிளில் ஸ்டேஷனுக்கு வந்தார். ஹேண்டில்பாரில் இருந்த கண்ணாடி விளக்கின் வெளிச்சத்தில்தான் நடையில் ஒருவன் உட்கார்ந்திருப்பதைப் பார்த்தார்.

''ச்சீ... தாந்தோணி, நவுந்து ஒக்காருடா வழீலருந்து''

சடன்பிரேக் அடித்து சைக்கிளிலிருந்து குதித்து இறங்கினார்.

''உன் மண்டைலயே என் மண்டை இடிச்சு விழுந்திருப்பேன்டா நானு''

விளக்கின் திரியைத் தாழ்த்தினார். சைக்கிளைச் சுவரில் சாய்த்து வைத்து மப்ளரைக் கழற்றினார்.

சேர்த்தலை காவல்நிலையத்தில் சைக்கிள் சொந்தமாக உள்ள இரண்டே இரண்டு போலீஸ்காரர்கள்தான் இருக்கிறார்கள். போலீஸ்காரர் பப்பன்பிள்ளையின் புது ஹெர்குலஸ் வெயிலும் மழையும் படாமல் சாய்ப்பினுள்ளே இருக்கிறது. இது பழையது. எங்கேயும் வைக்கலாம். மாற்றலாகிப் போன ஏட்டு மதனன்பிள்ளை அன்பளிப்பாகக் கொடுத்தது. அன்பளிப்பு என்று சொல்ல முடியாது. அவ்வப்போது கைமாற்றாக வாங்கினதுக்கு பதிலாகக் கொடுத்துவிட்டுப் போனது. கடைசியாகப் போகும் நேரத்தில், எல்லோரும் கேட்க தானமாகக் கொடுப்பதுபோல ''என் ஞாபகமா நீ இத எடுத்துக்கோடா உண்ணிக்கண்டா'' என்று சொல்லிவிட்டுப் போனார்.

அவர் சைக்கிளைச் சாய்த்து வைத்து வரும்போதும் அவன் அங்கிருந்து ஒரு துளிகூட நகரவில்லை. எலும்புந்தோலுமாக ஒருத்தன்.

''டேய்...தாந்தோணி, சொன்னா கேக்க மாட்டியாடா நீ?'' அவர் தோளில் தொங்க விட்டிருந்த லத்தியைக் கையிலெடுத்தார்.

''அடிக்கவோ மெரட்டவோ விருப்பமில்ல, இருந்தாலும் செல பயலுங்க அடி கேட்டு வாங்கினா என்ன செய்ய? போலீசாப் போச்சே. அகந்தையப் பாத்தா எப்படி சகிச்சுக்க?''

அவர் நிலத்தில் ஓங்கி மிதித்தார்.

''சீ, எந்திரிச்சு நவுருடா வழியிலருந்து''

அவன் கையிரண்டும் கூப்பி ஏதோ ஓசை எழுப்பினான்.

அவர் தயக்கத்துடன் நின்றார்.

''இதாருடா, இவங்காலுல வெலங்கு போட்டுப் பூட்டினது?'' உண்ணிக்கண்டன் போலீஸ் காவலாளியைப் பார்த்தார்.

அவன் கை விரித்தான்.

''எதுக்குடா உன்னப் புடிச்சாங்க?'' அவர் அவனிடமே கேட்டார்.

அவன் தீனமாக முனகினான்.

''நீ என்னா செவுட்டுப் பயலா?''

உண்ணிக்கண்டன் நாடா சுற்றிய பூட்ஸ் முனையால் அவன் தாடியைத் தட்டினார்.

அவன் அதற்கும் தீனமாக முனகினான்.

''ஏதோ திருடனோ வழிப்பறியாவோ இருக்கலாம்''

அவர் உள்ளே போனார்.

லாக்கப் சுவரின்மீது சாய்ந்தும் சரிந்தும் பத்துக்கும் மேற்பட்ட தோழர்கள்.

''அந்த வைத்தியன் எங்கே?'' அவர் உள்ளே பார்த்தார்.

''அந்தாளை ஜாமீன்ல அனுப்பியாச்சு. போறப்ப இன்ஸ்பெக்டர் ஐயா பொட்டுல பாத்து ரண்டு போடு போட்டாரு''

மேசைக்கருகே உட்கார்ந்திருந்த ஏட்டு தலைதூக்காமல் சொன்னார்.

''இனிமே உசிரு மேல ஆசயிருந்தா கம்யூனிஸ்டுகாரங்களுக்கு அந்தாளு மருந்து குடுக்கமாட்டான்... ஹாஹாஹா...''

உண்ணிக்கண்டன் மரபெஞ்சில் கால் நீட்டி உட்கார்ந்தார்.

''வெளிய ஒருத்தனுக்கு கால்ல வெலங்கு மாட்டியிருக்கே?''

''அவன் ஆளு கில்லாடி''

ஏட்டு முன்னாலிருந்த குறிப்பேட்டில் எதையோ குறித்தார்.

''கைவிலங்கோடவே நம்ம போலீச ஏமாத்திட்டு ஓடப் பாத்தான் இவன். அவனுங்க அவன என்ன பண்ணப் போறாங்கன்னு இப்பப் பாக்கலாம்''

சொல்லி முடிப்பதற்கு முன்னால் மூக்குமுட்டக் குடித்த மூன்று போலீஸ்காரர்கள் அவனைத் தூக்கியெடுத்துக் கொண்டுவந்து லாக்கப் வாசலில் போட்டு அடிக்கத் தொடங்கினார்கள். வழமையானதுதானே என்று அவரும் பார்த்துக் கொண்டிருந்தார். அடிவிழுந்து அட்டையைப் போலச் சுருளுகிறான் அவன்.

‘‘திருட்டுப்பயலே, நீ போலீசயே ஏமாத்திட்டு ஓடுவியாடா?’’ ஒருத்தன் அவனுடைய அடிவயிற்றைப் பார்த்து மிதித்தான்.

அவன் சுருண்டான். படுத்துக் கொண்டிருந்த நிலையிலேயே சிறுநீர் கழித்தான். சுற்றிலும் சிறுநீர் வாடை.

‘‘போதும்டா போதும்’’

உண்ணிக்கண்டன் எழுந்துபோய் தடுத்தார்.

‘‘இன்னும் அடிச்சா இவன் செத்துருவான்’’

‘‘இவன் யாருன்னு உனக்குத் தெரியாது. லேசுப்பட்ட ஆளில்ல இவன்’’

ஏட்டு முகம் சுளித்தார்.

‘‘போன வேலைநிறுத்த காலத்தில சந்திரசேகரன்நாயர் ஐயா மேல குத்தீட்டி ஓங்கினவன் இவந்தான்’’

‘‘அப்படியாடா?’’

அவர் அவனுடைய முகத்தைப் பிடித்து உயர்த்தினார்.

அவன் காது உடைந்து ரத்தம் வழிகிறது. தலையை இருபக்கமும் ஆட்டி கையிரண்டையும் கூப்பி உண்ணிக்கண்டன் போலீசின் காலுக்குக் கீழே அவன் குனிந்தான்.

‘‘இவன் ஆளு பெருங்கள்ளன். இதெல்லாம் இவனோட நாடகம். நீ இதுல தலையிடாதே’’

போலீஸ்காரர்களில் ஒருவன் சொன்னான்.

‘‘இவன சாவடி அடிச்சு உண்மைய வரவழைப்பேன். சொல்லுடா பன்னீ...’’ அந்த ஆள் அவனைத் தூக்கினான்.

‘இது புலிவால் புடிச்ச கதையாப் போச்சே’

உண்ணிக்கண்டன் வெளியே வந்தார். ராத்திரி ரோந்துக்கு நேரமாகிவிட்டது. அவர் சைக்கிளை எடுத்து விளக்கேற்றினார்.

‘அது அவனா?’ பெடல் சுழற்றி விடுவதற்கிடையில் உண்ணிக்கண்டன் யோசித்தார். ‘ஏய், அவனா இருக்காது’

சவக்கோட்டைப் பாலத்தை நோக்கி, குத்தீட்டி பிடித்துக்கொண்டும் கோஷமிட்டபடியும் இரைச்சலோடு வருகிறது ஊர்வலம். பாலத்துக்கு அப்பால் துப்பாக்கி பிடித்துக் கொண்டு பட்டாளமும் போலீசும் நிற்கிறது. ஏ.எஸ்.பி. சந்திரசேகரன்நாயர் முன்னால் வந்தார்.

''நில்லுங்க'' ஏ.எஸ்.பி. சொன்னார்.

போராட்டக்காரர்கள் முரண்டு நின்றனர்.

''எல்லாரும் உடனே கலஞ்சு போகணும்''

அவர் குரலுயர்த்திச் சொன்னார்.

''நாங்க முன்னேறிப் போகணும். நகந்து நில்லு''

முன்வரிசையில் நின்றிருந்த தோழர் ஈட்டியைச் சாய்த்துப் பிடித்தார். ஈட்டிமுனை முன்னால் நீண்டது.

''கலஞ்சு போலன்னா துப்பாக்கிச்சூடு நடத்த வேண்டியிருக்கும்'' அவர் முன்னறிவிப்பு செய்தார்.

''துப்பாக்கி எங்களுக்கு மயிருக்குச் சமானம்''

இரண்டாம் வரிசையில் நின்றிருந்த இளந்தோழர்கள் முன்னால் குதித்து வந்தனர்.

''துப்பாக்கியும் லத்தியும் எங்களுக்கு மயிருதான்''

ஏ.எஸ்.பி.க்கு நேராக ஓர் ஈட்டி பாய்ந்து வந்தது. அது தொலைவில் தெறித்து விழுந்தது. மீண்டும் வேறொரு ஈட்டி. பாலத்தின் கைப்பிடியின் நேராக வந்தது. ஒரே குதியில் உண்ணிக்கண்டன் அதைப் பிடித்தார். இல்லையென்றால் அவருடைய வாட்டசாட்டமான நெஞ்சிலே அது ஆழமாகக் குத்தியிருக்கும். குத்தீட்டிகள் மேலும் மேலும் பாய்ந்து வருகின்றன. பின்னால் எங்கேயோ விசில் முழங்கியது. துப்பாக்கிச் சூட்டிற்கான ஆயத்தம். இரண்டு போலீசார் சிவப்புக்கொடி காட்டினார்கள். ஏ.எஸ்.பி. வலது கையைத் தலைக்கு மேலே உயர்த்தினார். துப்பாக்கிச் சூட்டிற்கான சமிக்ஞை அது. துப்பாக்கிகள் சீறின. யாரும் பின்வாங்கவில்லை. வீரத்தோடு நெஞ்சை நிமிர்த்திக்கொண்டு முன்னேறுகிறார்கள் தோழர்கள். ஈட்டிகள் பாய்ந்து வந்தன. ஒரு போலீஸ்காரனின் தோளில் அது குத்தியது. அவன் மல்லாந்து விழுந்தான். 'ஃபயர், ஃபயர்' யாரோ அலறினார்கள். படபடவென தோட்டாக்கள் பாய்ந்தன. லத்திகள் சுழன்றன. போலீசார் அலறிக் கூவினர். தோழர்கள் சிதறினர்.

தோழர்களைத் துரத்தியோடச் செய்து பாலத்தினருகே திரும்பி வருவதற்குள் துப்பாக்கியோசை நிலைத்திருந்தது. மொத்த அசைவுகளும் நிலைத்திருந்தன. மயான அமைதி.

சிதறி விழுந்த குத்தீட்டிகள். இரண்டு தோழர்கள் இறந்து கிடக்கின்றனர். அருகில் வேறொருவன். அவனுடைய வலது கையிலும் காலிலும் குண்டடிபட்டு ரத்தம் வழியக் கிடக்கிறான். ஏ.எஸ்.பி. அருகே சென்றதும் அவன் ஒரு கண் சிமிட்டிப் பார்த்தான். உதட்டில் ஊறிச் சேர்ந்த ரத்தத்தைக் காறி அவர் முகத்தில் உமிழ்ந்தான். இடது கையை உயர்த்தி அவன் முழங்கினான்.

''புரட்சி வெல்லட்டும்... சர். சி.பி.யோட போலீஸ் நாசமாகட்டும்''

ஏ.எஸ்.பி. தொப்பியைக் கழற்றி அவன் முன்னால் தலைகுனிந்து நின்றார். உண்ணிக்கண்டன் அன்று இரவு உறங்கவேயில்லை. கண்மூடத் தொடங்குவதற்குள் அவனின் குரல் காதைக் கிழிக்கிறது.

ரோந்து முடித்துத் திரும்பி வந்தபோது, எதிரில் ஒரு போலீஸ் வண்டி வந்தது.

உள்ளேயிருந்த போலீஸ்காரர்கள் தலையை வெளியே விட்டு, ''உன்னோட கரிநாக்கு பலிச்சிடுச்சு. அவன் செத்துட்டாண்டா'' என்றனர்.

உண்ணிக்கண்டன் ஒற்றைக்காலை நிலத்தில் ஊன்றி நின்றார். 'நீயெல்லாம் சேந்து அடிச்சே கொன்னிட்டீங்களேடா அந்த வாயில்லாப் பூச்சிய?' கேட்க நினைத்தார். 'வேண்டாம். செத்தவன் செத்துட்டான். கூட இருக்கறவங்களை வெறுக்க வைக்க வேண்டாம். போலீசுகாரனுக்கு ஒரு ஆபத்துன்னு வந்துச்சுன்னா அவங்க இல்லாம வேற யாரும்...'

''வா, நீயும் வண்டீல ஏறு''

உள்ளேயிருந்தவர்கள் அழைத்தார்கள்.

''எங்க?''

''காயலுக்கு. இப்பன்னா வேற ஒருத்தனுக்கும் தெரியாது''

அவர் சைக்கிளை ஒதுக்கி வைத்து சங்கிலி போட்டுப் பூட்டினார். ஜீப்பின் பின்னால் ஏறினார்.

மதியத்துக்குப் பிறகு வயலாரிலிருந்து இரண்டு தோழர்களை தினார் அழைத்து வந்தான். புன்னப்புரை வயலார் போராட்ட ரத்தசாட்சிகளின் நினைவஞ்சலி. அதைப் பற்றி ஆலோசிக்க வெடிக்குன்றில் மாலையில் கூட்டம் நடக்கிறது. வயலார் போராட்ட வீரர்களும் வருவார்கள்.

''கூட்டம் தொடங்குறதுக்கு முன்னாடியே நாம போயிட்டா போராட்டத் தோழர்களோட...'' தினார் ஞாபகப்படுத்தினான்.

அபராஜிதா சுவரிலிருந்த தேசாபிமானி காலண்டரைப் பார்த்தாள். அக்டோபர் இருபத்தேழு. ஐப்பசி பத்து.

''அதுக்கு நாம இன்னும் பாக்காத தோழர்கள்னு யாராவது இருக்காங்களா?'' அவள் கையிலிருந்த புத்தகத்தை மடித்து வைத்தாள்.

தினார் அதைப் பார்த்தான்.

கே.வி. பத்ரோஸ் - ஈட்டிக்காரனும் பலியாடும்.

''அதுவும் சரிதான்... அடிவாக்கல் வாசு அண்ணன், மேஸ்திரி கருணாகரண்ணன், மட்டத்தில் கங்காதரண்ணன்... ராகவண்ணன்'' அவன் விரல்களை மடித்தான்.

''ஆனாலும் எல்லாரையும் ஒண்ணாப் பாக்கறது...''

''அதான் சரி'' என்றாள் திசா.

''நாளக்கி மொகம்மைக்குப் போறீங்களா? ஸ்ராம்பிக்கல் கருணாகரன் தோழரைப் பாக்க'' தோழர்களுள் ஒருவர் தினாரைப் பார்த்தார்.

''அதோடவே மாராரிக்குளத்துப் பாலத்தையும் பாக்கலாம்'' என்றான் தினார்.

''ம்ம், முன்னாடி பட்டாளம் குண்டு போட்டது அங்கதானே? பாலத்தை ஒடைச்சதுக்கு''

''புன்னப்புரையில அப்ளோன் ஔரோஜின் வீடு இருந்த எடத்தையும் ஒருவாட்டி பாக்கணும். பழைய போலீஸ் கேம்ப். அங்கயிருந்துதானே தொடக்கம்'' என்றாள் அபராஜிதா.

''தொடக்கம் அங்கருந்தில்ல'' தோழர்களுள் முதியவர் சொன்னார்.

''ஆர்யாட்டு தோழர் எஸ். குமாரனோட வீட்டுவாசல்ல இருந்துதான். அங்கருந்துதானே தோழர்கள் புன்னப்புரை போலீஸ் முகாமை ஆக்கிரமிச்சு துப்பாக்கிகளைக் கைப்பற்றத் தீர்மானிச்சாங்க''

''ஆமாமா'' அபராஜிதா ஒத்துக்கொண்டாள்.

தோழர்கள் வீட்டு மதில் சுவரில் அமர்ந்தனர்.

''அப்படீன்னா நீ பொறப்படு. நான் குடிக்கறதுக்கு ஏதாவது...'' என்றாள் திசா.

''ஏய், அதெல்லாம் வேணாம்'' தினார் மறுத்தான்.

''அப்படிச் சொல்றது சரியில்ல''

திசா உள்ளே சென்றாள்.

''ஆனந்தன் தோழர் இருந்த காலத்தில நாங்கெல்லாம் ஒக்காந்து தேச்ச திண்ணதான் இது''

மூத்த தோழர் திண்ணையையும், உத்திரத்தையும் கண்களால் துழாவினார்.

''பழைய கட்சிக் குடும்பமில்லையா? குஞ்ஞுண்ணித் தோழரோட காலத்துல இந்த முற்றத்துலதான் கட்சி கிளைக் கூட்டங்கள் கூடும். கட்சி தடை செய்யப்பட்ட காலத்துல, கிருஷ்ணப்பிள்ளைத் தோழரு இந்த மச்சுமேல ரண்டுநாளு மறைஞ்சிருந்தாரு தெரியுமா?''

''உண்மையாவா?'' அபராஜிதாவும் தினாரும் அதிர்ந்துபோய்க் கேட்டார்கள்.

''உண்மையில்லாம?'' தோழர் புருவம் நெளித்தார்.

''பேட்ரியாட் பத்திரிகையோட டெல்லி நிருபராயிருந்த எம். ஆர். நாயர்கிட்ட கேட்டுப் பாருங்க. அவர் எழுதின ஒரு கட்டுரைல நான் அத வாசிச்சிருக்கேன்''

''எம். ஆர். நாயரா?'' அபராஜிதா மீண்டும் அதிர்ந்தாள்.

''என்ன, அவரப்பத்திக் கேட்டிருக்கியா?'' இப்போது தோழர் அதிர்ந்தார்.

''இப்பத்தி தலைமுறைக்குத் தெரிஞ்சிருக்க வாய்ப்பில்லயே''

அவள் ''உம்'' கொட்டினாள்.

''அப்பா சொல்லிக் கேட்டிருக்கேன். மொதல்ல ஸ்டேட்ஸ்மேன்ல இருந்தாரு. அப்பறம் ஏதோ நியூஸ் ஏஜென்சில சேந்தாரு. ஏஜன்சிக்காக இந்தோ - பாகிஸ்தான் யுத்த காலத்தில் பாகிஸ்தான் பிரசிடென்ட் யாக்யாகானை நேர்காணல் செய்த ஒரேயொரு இந்தியப் பத்திரிகையாளர்''

திசா மோருடன் வந்தாள்.

''ஆஹா, அப்படிச் சொல்லு. இல்லாட்டி இப்ப யாருக்கு எம். ஆர். நாயரைத் தெரியப் போகுது?'' தோழர் மோரைக் கையிலெடுத்தார்.

''ஆமா, எம்.ஆர். நாயருக்கு எப்படி இந்த வீட்டைத் தெரியும்?''

அபராஜிதா சந்தேகத்தோடு கேட்டாள்.

''இந்த வீடா? சரிதான். அவரு எழுபுன்னைக்காரர்தானே? சின்ன வயசுலயே ஊர விட்டுப் போனவரில்லையா? டெல்லில கட்சி ஆபீசுல இருந்துதானே படிச்சதும் பத்திரிகையாளன் ஆனதும்''

திசா கதை எதுவுமறியாமல் பார்த்தாள்.

''உனக்குத் தெரியுமா?'' அபராஜிதா கேட்டாள்.

''கிருஷ்ணப்பிள்ளைத் தோழர் இந்த வீட்டு மச்சுல மறைஞ்சிருந்தாராம்''

''கிருஷ்ணப்பிள்ளைத் தோழரா?''

அவளுடைய கையிலிருந்த பிளாஸ்டிக் டிரே நடுங்கியது.

''அப்படீன்னு இதுவரைக்கும் யாரும் சொல்லிக் கேட்டதேயில்லயே, இன்னிக்கு வரைக்கும்''

''அது யாருக்குத் தெரியும்? வேற ஏதோ பேர்லதான வந்தார், ஒருத்தருக்கும் தெரியாம''

திசாவுக்கு அப்போதும் அதிசயம் தீர்ந்தபாடில்லை.

‘‘ஆனந்தன் தோழருக்கு இது தெரிஞ்சிருந்திருக்கணும்’’ உடனிருந்த தோழர் சொன்னார்.

‘‘ஆமாம், அப்பாவுக்குத் தெரிஞ்சிருக்கலாம்’’ என்றாள் திசா.

‘‘தோழரின் தலைமறைவு வாழ்க்கையப் பத்தி மூணோ நாலோ மாசத்துக்கு முன்ன ஏதோ பத்திரிகைல எம்.ஆர்.நாயர் எழுதிய கட்டுரைலதான் நான் அதை வாசிச்சேன்’’ மூத்த தோழர் சொன்னார்.

‘‘அந்தக் கட்டுரை கெடைக்கறதுக்கு என்ன வழி?’’ அபராஜிதா கேட்டாள்.

‘‘எனக்குத் தெரிஞ்சு ஒருவழிதான் இருக்கு. எம். ஆர். நாயரை நேர்ல போய்ப் பாத்து கேக்கறது’’ என்றார் தோழர்.

‘‘அதுக்கு அவரு எங்க இருக்காருன்னு தெரிய வேண்டாமா?’’

‘‘அதான் தெரியல’’ தோழர் கைவிரித்தார்.

‘‘யாரு இந்த எம்.ஆர். நாயர்?’’

திசா அவளைப் பார்த்தாள்.

‘‘அதெல்லாம் சொல்றேன். நீ போய் ரெடியாயிட்டு வா’’

அபராஜிதா உள்ளே சென்றாள்.

‘‘சரி, நாங்க கௌம்புறோம்’’ தினார் எழுந்தான்.

‘‘நீங்க ரெண்டுபேரும் கௌம்பி ஒரு ஆட்டோ புடிச்சு வந்திடுங்க’’

‘‘நாங்க வர்றோம். வயலாருல பாக்கலாம்’’

தோழர்கள் விடைபெற்றுக் கொண்டனர்.

அபராஜிதா கையசைத்தாள்.

திசா எதையோ யோசித்தபடி நிற்கிறாள். கிருஷ்ணப்பிள்ளைத் தோழர் தலைமறைவிலிருந்த விஷயம்...

‘‘உம்ம்...’’ அபராஜிதா அவளைப் பார்த்தாள்.

‘‘ஆமா, அது உண்மையா இருக்குமா?’’

‘‘உம்ம்?’’

‘‘இல்ல, இதுவரைக்கும் யாரும்...’’

‘‘வேற ஏதோ பேர்லதான் வந்திருந்தார்னு சொன்னாருல்ல?’’

‘‘இருந்தாலும்... ’’ திசா உள்ளே நடந்தாள்.

சுவரின் மங்கலான கண்ணாடிச் சட்டத்துக்குள்ளிருந்து குஞ்ஞுண்ணித் தாத்தா எட்டிப் பார்க்கிறார்.

'இதோ கேட்டது உண்மையா?' அவள் சட்டத்துக்குள் பார்த்தாள். முன்னாடி யாரோ வரைந்த ஓவியம். நிரஞ்சனின் அதே கண்கள்.

"தெரிஞ்சிருந்தா இங்கயிருந்து போறதுக்குள்ள, எங்கப்பாகிட்ட ஒரு வார்த்தை சொல்லியிருந்திருக்கலாமில்ல. பாவம் தோழர், எவ்ளோ சந்தோஷப் பட்டிருப்பார்"

அவள் குஞ்ஞுண்ணித் தாத்தாவைப் பார்த்து உதட்டைச் சுழித்தாள்.

அப்பா எவ்வளவு பெருமிதத்தோடு அந்தக் கதைகளைச் சொல்வார்.

கைய்யூர் போராட்டத் தோழர்களுக்கு வீரவணக்கம் செலுத்த, திருவிதாங்கூரிலிருந்து போன நடைப் பயணத்தில் குஞ்ஞுண்ணித் தாத்தாவும் இருந்தார். 'மதராஸ் கவர்னரே, கைய்யூர் தோழர்களைத் தூக்கில் ஏற்றாதே' என்று எழுதப்பட்ட ப்ளக்கார்டுகளைப் பிடித்துக்கொண்டு சைமன் ஆசானின் பின்னாலிருந்தார் குஞ்ஞுண்ணி தாத்தா. ஊர்வலம் கண்ணூரை அடைந்தது. கைய்யூர் தோழர்களை அதற்குள் தூக்கிலேற்றி இருந்தனர். கழுமரத்தின் கீழே அலையடித்த புரட்சியின் பெருமுழக்கம்...

'இன்குலாப் ஜிந்தாபாத்' முழங்கிக்கொண்டேதான் கைய்யூர் தோழர்கள் தூக்கிலேறினார்கள் என்று யாரோ சொன்னார்கள்.

பொறுப்பு அரசாங்கத்துக்கான மக்கள் எழுச்சிக்கு ஆதரவு தெரிவித்து மலபாரிலிருந்து ஏ.கே.ஜி. யின் தலைமையில் வந்த ஊர்வலத்தை ஆலுவாவில் வரவேற்கப் போன குழுவிலும் குஞ்ஞுண்ணித் தாத்தா இருந்தார். மாநிலக் காங்கிரசையும் யூத்லீகையும் சர்.சி.பி. தடை செய்த காலமது. நாடு முழுவதும் சட்டமறுப்புப் போராட்டங்கள், ஊர்வலங்கள். போலீசின் நரவேட்டை. நெய்யாற்றின் கரையிலிருந்து திருவனந்தபுரத்துக்குத் திரும்பிய மக்களின்மீது போலீஸ் துப்பாக்கிச்சூடு நடத்தியது. கொல்லம், கோட்டயம், புதுப்பள்ளி, கணிச்சுகுளங்கரை, கடய்க்கல், கல்லறை, பாங்கோடு - எல்லா இடங்களிலும் துப்பாக்கிச்சூடு நடந்தது. நிரபராதிகள் குண்டடிபட்டு இறந்தனர். மக்கள் கொந்தளித்தனர். அரசு எந்திரம் ஸ்தம்பித்தது. தலைவர்களைச் சிறைச்சாலைகளில் அடைத்தனர். பட்டம் தாணுப்பிள்ளை, டி.எம். வர்கீஸ், சி. கேசவன், ஜான் பிலிப்போசு, பி.கே. குஞ்ஞு... சர்.சி.பி.யின் சிறைக்கூடங்கள் நிரம்பின. மலபாரிலிருந்து ஏ.கே.ஜி, மதுரையிலிருந்து பாண்டியன் தலைமையில் ஊர்வலங்கள் வந்தன. ஏ.கே.ஜி.யை ஆலுவாவில் போலீஸ் கைது செய்தது. பாண்டியனை செங்கோட்டை லாக்கப்பில் போட்டு போலீஸ் அடித்தே கொன்றது.

இரண்டு மாதத்திற்குப் பிறகு மகாராஜாவின் பிறந்தநாள் கொண்டாட்டம். ஐப்பசி ஏழு. சிறையிலிடப்பட்ட தலைவர்களை விடுதலை செய்யக் கோரி மகாராஜாவுக்கு விண்ணப்பம் கொடுக்க அக்கம்மா செரியன் தலைமையில் ஊர்வலம் அரண்மனை

நோக்கிப் புறப்பட்டது. திருவிதாங்கூரின் நாற்புறமிருந்தும் இளைஞர்கள் திருவனந்தபுரத்துக்கு வந்தனர். கயிறு பாக்டரி தொழிலாளர்கள் யூனியன் இருபத்தைந்து போராட்டவீரர்களை அனுப்பியது. அதில் குஞ்ஞுண்ணித் தாத்தாவும் இருந்தார். அந்தக் கதையையும் அப்பா பலமுறை சொல்லிக் கேட்டிருக்கிறாள்.

திவான் ஆட்சி எல்லா முன்னேற்பாடுகளையும் செய்திருந்தது. ஆனால் அவரின் கணிப்புகளைப் தவிடு பொடியாக்கிக் கொண்டு ஆயிரக்கணக்கானோர் தெருவீதிகளில் பெரும் ஒழுங்கோடு நகர்ந்தனர். காந்தித் தொப்பியணிந்த போராட்ட வீரர்கள்... சிவப்பு உடையணிந்த வாலண்டியர்கள்... ஊர்வலம் மகாராஜாவின் கோவில் தரிசன நேரம் பார்த்து கிழக்குக் கோட்டைக்கு நகர்ந்தது. கோட்டையின் உட்புறம் கோஷங்களால் நிரம்பின. ராணுவ ஜெனரல் வாட்கிஸ், துப்பாக்கி ஏந்திய ராணுவத்துடன் எதிரே வந்தார்.

''நீங்க கலைஞ்சு போகணும்'' வாட்கிஸ் கர்ஜித்தார்.

''இது என்னோட எச்சரிக்கை''

ராணுவம் துப்பாக்கிகளைத் தூக்கிக் குறிபார்த்தது.

அக்கம்மா செரியன் நெஞ்சை நிமிர்த்திக்கொண்டு முன்னேறி வந்தார்.

''பாண்டியன அடிச்சுக் கொன்ன கொலையாளிகளே, எங்களையும் கொல்லுங்க''

மக்கள் வெள்ளம் கொந்தளித்தது. வாட்கிஸ் பின்னால் திரும்பிப் பார்த்தார். மனிதக்கடல் ஆர்ப்பரித்து வருகிறது. வாட்கிஸ் தொனியை மாற்றினார்.

''தயவு செஞ்சு நீங்க கலைஞ்சு போங்க''

அக்கம்மா செரியன் நின்றார்.

''ஊர்வலம் புத்தரிக்கண்டத்துக்கு மார்ச் செய்யட்டும். சிறைப்பட்ட தலைவர்களை விடுவிக்கும்வரை நாம் போராட்டம் தொடர்வோம்''

ஊர்வலம் புத்தரிக்கண்டம் மைதானத்தை நோக்கிப் பாய்ந்தது.

ஹிஸ் ஹைனஸ் ஸ்ரீபத்மநாபதாச வஞ்சிபால மகாராஜா சர் பாலராமவர்மா குலசேகர கிரீடபதி மன்னெ சுல்தான் மகாராஜா ராமராஜ பகதூர் ஷாம்ஷேர்ஜங் ஸ்ரீசித்திரைத் திருநாள் மகாராஜா பின்வாசல் வழியாகத் தப்பித்துச் சென்றார். சர். சி.பி. கீழடங்க வேண்டி வந்தது. மகாராஜாவின் பரிசு என்ற பெயரில் சிறைக்கதவுகள் திறந்தன. தலைவர்கள் விடுவிக்கப்பட்டனர்.

''அந்த எம். ஆர். நாயர் எங்க இருக்காருன்னு கண்டுபிடிக்கணும்'' என்றாள் திசா.

''உம்'' என்றாள் அபராஜிதா.

வெடிக்குன்றை நோக்கியுள்ள பயணத்துக்கிடையில் அபராஜிதா யோசித்துக் கொண்டிருந்தாள். தெலுங்கானாவிலும் நளகொண்டாவிலும் இரண்டாயிரத்துக்கும் மேற்பட்ட கிராமங்களைப் போராட்டவீரர்கள் கைப்பற்றியிருந்தனர். புன்னப்புரை வயலார் போராட்டத்துக்கு இரண்டு மூன்று வருடங்கள் முன்னதாகவே, நிஜாமும், ரஜாக்கர் கூலிப்படையும் போலீசும் பார்த்துக் கொண்டிருக்க, கம்யூனிஸ்டு இயக்கம் ஒரு வெகுஜன இயக்கமாக மாறியதை தெலுங்கானா உணர்ந்திருந்தது. விவசாயிகள் நில உடைமையாளர் ஆவது என்ற பெருங்கனவினை நோக்கி மக்கள் ஒற்றுமையாய் முன்னேறினர்... இருந்தும்... மக்கள் எழுச்சி எங்கே கால் தவறி விழுந்தது?

தெலுங்கானா கம்யூனிஸ்டுப் புரட்சியின் இடிமுழக்கம் கேட்டுத்தானே புன்னப்புரை வயலார் வீறுகொண்டது. அல்லது அதற்கு முன்பா? அவள் மனதில் குறித்திருந்த புரட்சியின் நாள்வழிகளிலூடே சஞ்சரித்தாள்.

கோழிக்கோடு திருவண்ணூரில் சேர்ந்த கூட்டத்தில் காங்கிரஸ் சோசலிஸ்ட் கட்சி உதயமானது. அதற்கடுத்த வருடம்தான் மாநிலக் காங்கிரஸ் உருவானது. நாட்டையே புரட்டிப் போட்ட * நிவர்த்தனக் கிளர்ச்சியைத் தொடர்ந்து, ஆயிரத்து தொள்ளாயிரத்து முப்பத்தொன்பது

டிசம்பரில், கண்ணூர் பிணராயியில் கூடிய கூட்டத்தில் காங்கிரஸ் சோசலிஸ்ட் கட்சி இந்திய கம்யூனிஸ்டு கட்சியாக மாறியது.

''நீ என்ன யோசிச்சுக்கிட்டிருக்க? மிருணாள்தா இரண்டாவதுமுறை கூப்பிட்டார். நீ போன் எடுக்கலன்னு கொற பட்டுக்கிட்டாரு''

''என்னோட மனசில இப்ப மிருணாள்தாவுக்கு எடமில்ல'' அவள் சிந்தனை அறுபட்ட கோபத்தோடு சொன்னாள்.

''அப்பறம்?''

''எ ரோட் மாப் டு புன்னப்புரை - வயலார்''

''அப்பப்ப நீ ரொம்ப எக்சென்ட்ரிக்காவற''

''அப்பப்பவா?'' அவள் உரக்கச் சிரித்தாள். ''எப்ப இல்லாம இருந்தேன்?''

திசா அவளுடைய தொடையில் கிள்ளினாள். ''அந்த ஆட்டோக்காரன் உனக்குப் பைத்தியம்னு நெனச்சுக்குவான்'' அவள் கிசுகிசுத்தாள்.

''அது உண்மைதானே'' அவள் மீண்டும் சிரித்தாள். ''நீ கேட்டிருக்கியா? ரைட்டர்ஸ் ஆர் எக்சென்ட்ரிக் அன்ட் என்ஜாய் பாத் டப்ஸ்''

* நிவர்த்தனக் கிளர்ச்சி - ஆட்சிச் சீர்த்திருத்தம் கோரி நடத்தப்பட்ட போராட்டம்

திசா அவளைப் பார்த்தாள்.

''எழுத்தாளர்களின் கிறுக்குத்தனத்தைப் பற்றித் தெரிஞ்சுக்க, சமீபத்துல வால் ஸ்டிரீட் பத்திரிகை சில எழுத்தாளர்களோட ஒரு நேர்காணல் நடத்தியது. புலிட்சர் விருது பெற்ற ஜூனோட் தயசின் கிறுக்குத்தனம் என்ன தெரியுமா? மூட் வரும்போது அவர் பாத்ரூமுக்குள் போய் பூட்டிக் கொள்வாராம். மான்புக்கர் விருதுபெற்ற ஹிலாரி மான்ரெல், எழுத்து தடைபடும்போது ஷவருக்கு ஓடுவாராம். ஓரான்பாமுக்கின் கிறுக்குத்தனம் என்ன தெரியுமா?''

திசாவின் போன் ஒலித்தது.

''வீட்டிலருந்து அம்மாவாச்சே'' அவள் போனெடுத்தாள்.

''ஹே, எப்ப?'' திசாவின் முகம் வெளிறியது. நரம்புகள் இறுகின.

''வேகமா வண்டியத் திருப்பு'' அவள் ஆட்டோக்காரனின் தோளில் தட்டினாள். ''வேகமாப்பா''

''என்ன, என்னாச்சு?'' அபராஜிதா அவள் முழங்கையில் பிடித்தாள்.

''வீடு முழுக்க போலீசாம்'' அவளுடைய உதடுகள் துடித்தன. ''அவங்க நிரஞ்சனோட அறைய சோதன போடறாங்களாம்''

'நிரஞ்சன்?' அபராஜிதா தனக்குள் கேட்டுக் கொண்டாள்.

''எனக்கு ஒண்ணும் தெரியல'' திசாவின் இதயத்துடிப்பு அவளுக்குக் கேட்டது.

23

அடிமாட்டின் எல்லை

கோமன் கொச்சுக் குஞ்ஞாசானைத் தேடி குமாரன் வைத்தியர் வந்தார்.

ஆசான் அதிர்ந்து நின்றார். இடையோடை கடந்து தென்னைமரப்பாலம் தாண்டி வருகிறார் வைத்தியர்.

''ஆமா, உனக்கு இந்த வழியெல்லாம் ஞாபகமிருக்குதாடா?''

முன்னால் 'தங்கி' பள்ளிக்கூடத்தில் படிக்கப் போயிருந்தபோது, இரண்டுபேரும் ஒன்றாக இந்த வழியாகத்தான் போக்குவரவு எல்லாம். அதற்குப் பிறகு இன்றுவரை கொச்சுக் குஞ்ஞாசான் அங்கே போய்ப் பார்ப்பதன்றி அவர் இங்கே வந்ததேயில்லை.

''டேய் சேகரா, உள்ளயிருந்து ஒரு மனைக்கட்டையை எடுத்து வாசல்ல போடு. தோ பாரு, யாரு வந்திருக்கான்னு''

சேகரன் வெளியே எட்டிப் பார்த்தான்.

''ம்ம்... இது யாரு வைத்தியரா? காக்கா மல்லாக்கப் பறக்கத் தொடங்கிடுச்சா?''

சேகரன் கிண்டலாக வானத்தைப் பார்த்தான்.

''ஆமாம், யூனியன் அதுஇதுன்னு சொல்லிக்கிட்டு வைத்தியசாலை வாசல்ல வந்தா காலையும் கையையும் அடிச்சு ஒடப்பேன்னு சொன்னது முந்தாநேத்துதானே?''

''அதையெல்லாம் வீட்ல ஏறி வர்றப்பயாடா சொல்றது?''

ஆசான் குமாரன் வைத்தியரை வரவேற்றார்.

''வா, வா, இங்க ஒக்காரு''

சேகரன் உள்ளேயிருந்து ஒரு தழைப்பாய் கொண்டுவந்து சாணி மெழுகிய வராந்தாவில் விரித்தான்.

'குமாரன் சோகத்தில் இருக்கிறான். என்னவோ பிரச்னை இருக்கு' ஆசான் நினைத்தார்.

''பழைய வழியெல்லாம் மாறிப்போச்சு. ரொம்ப காலமாயிருச்சு இல்லயா?'' வைத்தியர் முற்றத்தில் அமர்ந்தார்.

''பட்டிக்காட்டுவெளீல கரிங்கண்ணன் நாணப்பனோட பையனுக்கு சித்தபிரமை பிடிச்சிருக்கு. மாயித்தரை கயிறு பாக்டரீலருந்து வேல முடிஞ்சு ஆனத்தரவெளீ வழியா வரும்போது, நேரங்கெட்ட நேரத்துல பேயப் பாத்து பயந்துருக்கான்னு குஞ்னுக் கணியான் கணி கேட்டு சொல்லியிருக்காரு''

''அப்பறம்?''

''பேய் பிசாசுன்னு எதுவுமில்ல. மனப்பிரமைதான். அவங்கண்ணு முன்னாலயே அவங்கூட வேல செஞ்ச யாரையெல்லாமோ போலீசுக்காரங்க அடிச்சு மண்டைய ஒடச்சுருக்கானுங்க. அதப் பாத்து நின்னதோட பலன் தானிது. 'யார்யாரோ கொல்ல வராங்க'ன்னு சொல்லி வீட்டு மச்சு மேலயே ஒக்காந்திருக்கான்''

''கஷ்டம்'' கொச்சு குஞ்ஞாசானுக்குச் சங்கடம் தோன்றியது.

சேகரனுடன் சிறு வயதில் ஒன்றாகப் பள்ளிக்கூடத்துக்குப் போயிட்டு வந்த பையன்.

''அப்பறம் இப்ப எப்பிடி இருக்கான்?''

''இன்னும் ஒண்ணும் சொல்றதுக்கில்ல. வெள்ள ஊமத்தத்தோட வடக்கே ஓடுன வேரப் போட்டு பால்கஷாயம் வச்சு, சிறுதேனும் சேத்து இருபத்தோரு நாளு குடுக்கச் சொல்லியிருக்கேன். கஷாயத்துல எழச்சுக் குடுக்க ஒரு மருந்தையும் குடுத்திருக்கேன். ஓரளவுள்ள பிரமையெல்லாம் கொறயும். இல்லன்னா அப்பா தாத்தா காலத்து வைத்தியம் ஒண்ணு கைவசமிருக்கு. எப்படியாப்பட்ட கொலக்கொம்பன் சித்தபிரமையும் பஞ்சாப் பறந்துடும்''

''பட்டிக்காட்டு வெளீலருந்து இங்க வர்றது கொஞ்ச தூரமாச்சே? ஆள உட்டுச் சொல்லியிருந்தா நானே அங்க வந்திருப்பேனே? இவ்ளோ தூரம் நடந்து கஷ்டப்பட்டிருக்க வேண்டாமே?''

ஆசான் அருகே வந்து அமர்ந்தார்.

''ஆமா, அந்தப் பையன் நெலம என்னாச்சு?''

''அதையும் சொல்லிட்டுப் போகலான்னுதான் வந்தேன்''

வைத்தியர் தோள்ல இருந்த துண்டைடெடுத்து வேர்வையை ஒற்றினார்.

''அந்தப் பையனஅவனுங்க இஞ்சி நசுக்கறமாதிரி நசுக்கிட்டானுங்க''

''அதுக்கு அவன் என்ன செஞ்சான்?''

''அன்னிக்கி அங்க அலறிக்கிட்டு வந்தாளில்லயா அவனோட தங்கச்சி? அவ தேவஸ்வம்செறை கயிறு பாக்டரீல வேலக்கிப் போயிட்டிருக்கா. அம்மா செத்தம்பெறகு விஸ்வப்பன்கூடதான் அவ தங்கியிருக்கிறா. கொஞ்ச நாளுக்கு முன்னாடி தும்போளில அப்பா வீட்டுக்குப் போயிருந்தப்ப, அங்க யாரோ திருவாதிரை விளையாடறதப் பாத்துட்டு கயிறுபாக்டரிக்கு வந்து ஏழெட்டு பொண்ணுங்களக் கூட்டிக்கிட்டு அந்தமாதிரி ஒரு கூட்டத்தை ஏற்பாடு பண்ணியிருக்கான்றதுதான் விஷயம்''

''அதில இப்ப என்ன தப்பு இருக்கு?'' ஆசான் நெற்றி சுளித்தார்.

''கயிறு பாக்டரீல சி.ஐ.டி. இதப்பத்தி விசாரிக்கப் போயிருக்கு. அதோடகூட எதையெல்லாமோ எழுதி எடுத்துக்கிட்டுப் போயிருக்கு. ரெண்டாவது நாளுதான் விடிகாலைல போலீசும் ரௌடிங்களும் விஸ்வப்பனோட வீட்ல நொழஞ்சிருக்கானுங்க. அந்தப் பொண்ணு வீட்டுக்குத் தூரமா, பக்கத்து குடிசைலப் படுத்திருந்தாளாம். போலீஸ் போய் அவ எங்கன்னு கேட்டதுக்கு அவன் பதிலே சொல்லலையாம். அதுக்குத்தான் அவனுங்க அவனை...''

''இல்ல, பொண்ணுங்க திருவாதிரை விளையாண்டதுக்காக சி.ஐ.டி. விசாரிக்கற அளவுக்கு அதுல என்னயிருக்கு?'' ஆசான் சங்கடப்பட்டார்.

''அதுல விஷயமிருக்கு சித்தப்பா''

சேகரன் அதைக் கேட்டு வெளியே இறங்கி வந்தான்.

''பாதிரப்பள்ளீல மீனாட்சி தோழரைத் தெரியுமில்லையா? அந்த கயிறு பாக்டரி ஒர்க்கர்ஸ் யூனியன் கமிட்டியோட பெண் தோழர்''

''ஆமாம், கேள்விப் பட்டிருக்கேன்'' ஆசான் தலைகுலுக்கினார்.

''ஐந்து உறுப்பினர் கமிட்டியில ஒரேயொரு...''

''ஆமாமாம், மீனாட்சித் தோழர் கட்சிக்காகத் தயார் பண்ணுன திருவாதிரைப் பாட்டு அது'' சேகரன் நினைவு கூர்ந்தான்.

''செவப்பு ஜம்பர் போட்டு, முடியிழைல செவந்த வெட்சிப்பூ கோத்து வச்சுக்கிட்டு பொண்ணுங்க திருவாதிரை ஆடுறத, தும்போளி யூனியன் ஆண்டு விழாவுக்குப் போனப்பதான் பாத்தோம். பத்து பன்னண்டு வயசிருக்கற ஒரு ஒல்லியான பொண்ணு இனிமையாப் பாடிக்கிட்டிருந்தா''

"பாரத பூமியிலும் பாசிச வர்க்கம்

கொள்ளயடிக்கிறது மக்களை...

நடந்து கொண்டிருக்கும் போராட்டத்துக்கு

தெருவில் இறங்கி வாருங்கள் மக்களே..."

ஆசுகவி ராமன்குட்டி ஆசான் எழுதிக் கொடுத்த பாட்டு இது.

"முல்லைக்கொடி மாதிரி மெலிஞ்ச ஒரு பொண்ணு"

சேகரன் அவளுடைய பேரை நினைவில் கொள்ள முயன்றான்.

"அவதான் பாடினா"

"கட்சிக் கூட்டங்களில் எல்லாம் பாடற பொண்ணு ஒண்ணு இருக்கு அங்க" ஆசான் ஞாபகத்தில் கொண்டு வந்தார்.

"அனுசூயா. நல்லாப் பாடுவா"

"ஏய், இல்லல்ல. அனுசூயா வளந்த பொண்ணுல்லயா? இது சின்னது" சேகரன் கண்மூடி நின்றான்.

"ஆங்... மேதினி, மேதினி. அவளோட பாட்ட நீங்க கேக்கணும். தெரியுமா?"

"அடுத்த யூனியன் ஆண்டுவிழாவுக்கு ரெண்டுபேரையும் நாம கூப்புடுவோம்" ஆசான் சொன்னார்.

"கேசவதேவோட 'விவசாயி'யை நாம ஆட வைக்கணும். அனுசூயான்னா பாடவும் ஆடவும் செய்வாளே"

"அப்ப, 'குத்தகை பாக்கி'?" சேகரன் பார்த்தான்.

"அதுவும்தான்" ஆசான் வைத்தியனின் பக்கம் திரும்பினார். "அப்ப சொல்லிக்கிட்டு இருந்த விஷயம்?"

"விஸ்வப்பன இனிமே திரும்பக் கெடச்சும் பிரயோஜனமில்லன்னு தோணுது. முதுகுத்தண்டுலதான் காயம். நான் போயிப் பாத்தேன். இனி வாழ்க்கை முழுக்க நிமிந்து ஒக்காந்து அவனால பீடி சுத்த முடியாது. நிச்சயமா முடியாது"

"சர்.சி.பி.க்குத் தந்தி குடுத்திருக்கலாமே?" ஆசான் கேட்டார்.

வைத்தியர் சங்கடத்தோடு பார்த்தார். "நீ என்னை கேலி பண்றியா?"

"இல்லல்ல, நான் சும்மா தமாஷ்தானே பண்ணேன். ஆமாம், நீங்கதான் விஜிலென்ஸ் கமிட்டி மெம்பர் ஆச்சே?"

"அதெல்லாம் நான் ராஜினாமா செஞ்சிட்டேன்"

வைத்தியர் ஆசானைப் பார்த்தார்.

ஆசான் அதிர்ந்துபோய் வைத்தியரைப் பார்த்தார்.

''உனக்கென்ன ஆச்சு?''

''அலுத்துப் போச்சு கொச்சுக் குஞ்ஞா''

குமாரன் வைத்தியர் குனிந்தமர்ந்தார்.

''பாத்தும் கேட்டும் சகிக்க முடியாமப் போச்சு. ஜமீன் சங்கத்துல இருந்தும் நான் ராஜினாமா பண்றேன். கொள்ளைக்கும் கொலைக்கும் தொண போக முடியலடா''

''அவனுங்க உன்ன சந்தேக லிஸ்டுல வச்சிடுவாங்க தெரியுமா? இப்ப இருக்கற மாதிரியே இருந்தாப் போதும்''

கொச்சுக் குஞ்ஞாசான் உபதேசித்தார்.

''அதெல்லாம் எனக்குத் தெரியும் கொச்சுக் குஞ்ஞா. சாவறதா இருந்தாலும் நீதிக்குப் பக்கத்துல நின்னுட்டுதான் செத்தோம்னு சமாதானமா இருக்கலாமே. நான் எல்லாத்தையும் தீர்மானிச்சு உறுதிப்படுத்திக்கிட்டேன். எங்கூட நீங்க இருந்தாப் போதும்''

வைத்தியரின் கண்களில் ஈரம் படர்ந்தது.

கொச்சுக் குஞ்ஞாசான் அவரை மார்போடு அணைத்துக் கொண்டார்.

''நான் மட்டுமில்ல, எங்க கட்சியும் என்னிக்கும் உங்கூட நிக்கும்''

''நானும் இனி கம்யூனிஸ்டுதான்''

குமாரன் வைத்தியனின் உதடுகள் துடித்தன.

கொச்சுக் குஞ்ஞாசானின் கண்கள் நிறைந்தன.

''மனசிலருந்த பெரிய பாரத்தை எறக்கி வச்சா மாதிரி இருக்கு இப்ப'' வைத்தியர் கொச்சுக் குஞ்சாசானின் விரல்களைப் பற்றினார்.

சேகரன் கைமுஷ்டி உயர்த்தினான். ''லால்சலாம் வைத்தியரே''

குமாரன் வைத்தியரின் வலதுகை தானாக உயர்ந்தது. விரல்கள் தன்னைறியாமல் சுருட்டிக் கொண்டன.

வைத்தியர் போனபிறகும் கொச்சுக் குஞ்ஞாசான் அதைப் பற்றியே நினைத்துக் கொண்டிருந்தார். பாசிசத்தின் ஆக்டோபஸ் கைகளுக்குள் அழுந்துகிறது தேசம். ஹிட்லரும் முசோலினியும் ஒன்றாக வேடம் தரித்து வந்ததுபோல இருந்தார் சி.பி. நிவர்த்தனக் கிளர்ச்சி காலத்தில்தான் கொச்சுக் குஞ்ஞாசான் பொதுவாழ்க்கைக்கு

வருகிறார். பாலகிருஷ்ணப் பிள்ளையின் கேசரி பத்திரிகையே அதற்குக் காரணம். கேசரியை விடாமல் தொடர்ந்து வாசித்துக் கொண்டிருந்தார். வாராவாரம் வெளிவந்த பிரபாதத்தில் தோழர் தொடர்ந்து எழுதிக் கொண்டிருந்தார். நிவர்த்தனக் கிளர்ச்சியை அடக்குவதிலேயே சி.பி. முழுமூச்சாக இருந்தார். கிளர்ச்சியாளர்களை எதிர்கொள்ள, குண்டர்களையும் அஞ்சுரூபாய் போலீசையும் இறக்கிவிட்டார். மாநிலக் காங்கிரஸ் செயலாளர் கே.பி. நீலகண்டப் பிள்ளையை இரும்புத் தடியால் அடித்து மண்டையை உடைத்தனர். பொருளாளர் மாதவ வாரியரையும் அடித்தார்கள். ஆனி மஸ்க்ரீன் வீட்டில் நள்ளிரவில் உடைகள் உட்பட மொத்தப் பொருட்களும் கொள்ளையடிக்கப்பட்டன. மாணவர்களை அடக்குவதற்கு குதிரைப்படை அனுப்பப்பட்டது. செங்கன்னூரில் நடந்த கூட்டத்தைக் கலைக்க போலீசும் ரௌடிகளும் குண்டர்களும் ஒன்றாக வந்தனர். கூட்டத்தை வளைத்துக் கல்லெறியத் தொடங்கினர். மக்கள் ரௌடி கும்பலைத் துரத்தினார்கள். ஜனநாயகப் போராட்டங்களுக்கு எதிராக சர் சி.பி. யின் இரும்புச் சக்கரங்கள் நெறிந்தன. இரண்டு மாதத்திற்குள் பன்னிரெண்டு துப்பாக்கிச் சூடுகள்...

இரண்டாம்கட்டச் சட்ட மறுப்பாயிருந்தது அது. அதற்கு முன்னோடியாகசர்.சி.பி. க்கு எதிரான குற்றச்சாட்டுகளை வரிசைப்படுத்தி மகாராஜாவுக்கு மனு கொடுக்கப்பட்டது. மனுவைத் திரும்பப் பெறாமல் பேச்சுவார்த்தைக்குத் தயாரில்லையென்றார் திவான். மகாத்மாகாந்தி தலையிட்டார். ஆலய நுழைவுப் போராட்ட காலத்தில் காந்தி திருவிதாங்கூருக்கு வந்திருந்தார். அன்றிலிருந்தே சி.பி. யுடன் கடிதப் போக்குவரத்து இருந்து வந்தது. சி.பி. க்கு எதிராக குற்றச்சாட்டுகள் உயர்ந்தது காந்திக்குப் பிடிக்கவில்லை. பட்டமும் டி.எம். வர்கீசும் காந்தியைப் பார்க்கப் புறப்பட்டார்கள். மாநிலக் காங்கிரசின் குற்றச்சாட்டுகளைப் பற்றி அறிந்ததிலிருந்து காந்தி முரண்பட்டிருந்தார்.

''பாரதத்தின் ராஜதந்திரிகளில் முக்கியமானவர் சி.பி. ராமசாமி ஐயர். மிகுந்த கருணையுள்ளவரும், மக்கள்நலனில் அக்கறை கொண்டவருமே உங்களின் மகாராஜா. ராமசாமி அய்யரைப் போலொரு திவானின் சேவையை நீங்கள் இல்லாமல் ஆக்காதீர்கள். அந்த மனுவைத் திரும்பப் பெறுங்கள்''

காந்தி அறிவுறுத்தினார். பட்டமும் டி.எம். வர்கீசும் திரும்பினர்.

மனு கொடுத்த மாநிலக் காங்கிரஸ் தலைவர்களை சர். சி.பி. சிறையிலடைத்தார். விசாரணை செய்ய சிறப்பு நீதிமன்றத்தை நியமித்து ஆணையிட்டார். பட்டமும், டி.எம். வர்கீசும் திரும்பி வந்ததும் மனு திரும்பப் பெறப்பட்டது. யூத்லீகும் சி.எஸ்.பி.யும் அதை எதிர்த்தது. யூத்லீக் போராட்டக் குழுவை உருவாக்கி, மனுவில் உள்ள குற்றச்சாட்டுகளை விளக்கி பொதுக்கூட்டங்களை நடத்தின. கடைசியில் தோழர் கிருஷ்ணப்பிள்ளை அறிக்கை வெளியிட்டார். 'சி.பி.யின் மீதான

குற்றச்சாட்டுகளைத் திரும்பப் பெறத் தீர்மானித்தது சரியல்ல. இருந்தாலும் மாநிலக் காங்கிரசில் ஒற்றுமையை நிலைநிறுத்தவும், போராட்டங்களை மேலும் தீவிரத்துடன் கொண்டு செல்லவும் வேண்டி இந்த விவாதத்தை முடிவுக்குக் கொண்டு வருகிறோம்' மாநிலக் காங்கிரசைப் பெரியதொரு விரிசலிலிருந்து காப்பாற்றியிருந்தார் அவர். ஆர். சங்கர்தான் அன்றைய மாநிலக் காங்கிரஸ் தலைவர். குற்றச்சாட்டுகளைத் திரும்பப் பெற்று, காங்கிரஸ் மதுவிலக்குத் திட்டங்களுடன் முன்னேற வேண்டுமென்று சங்கர் சொன்னது எதிர்ப்பை உருவாக்கியது. காங்கிரஸ் செயற்குழுக் கூட்டம் கூடியது. போராட்டம் தொடங்கத் தீர்மானமானது. முந்தையநாள் காந்தியிடமிருந்து போராட்டத்தை நிறுத்தி வையுங்கள் என்று தந்தி வந்தது. முற்போக்குக் குழுவினர் ஏமாற்றமடைந்தனர். அப்போதும் தோழரின் எதார்த்த நிலைப்பாடு மாநிலக் காங்கிரசைக் காப்பாற்றியது.

''மாநிலக் காங்கிரசில், இடது வலது குழுக்களின் மறுஒற்றுமைதான் இன்று வேண்டியிருக்கிறது. பொது எதிரியை வெல்ல, பிரிந்திருப்பதைவிட சேர்ந்திருப்பதே புத்திசாலித்தனமானது'' என்றார் தோழர்.

அந்த வருட ஓணத்திற்கு முதல்நாள், சி.ஓ. மாத்யூ ஒரு கடிதத்துடன் ஒருவனை அனுப்பினார். ''நாளை காலையில் எட்டுமணிக்கு தங்கி சிற்றாலயத்துக்கு முன்னால் தயாராக நிற்க வேண்டும். கொஞ்சம் காகிதங்களும் பேனாவும் மையும் கையில் எடுத்துக்கொள். நான் அந்த வழியாக வருவேன். மற்றவை நேரில்' சி.ஓ. மாத்யூ காரில்தான் வந்தார். கே.வி. பத்ரோசும், கே.கே. குஞ்ஞனும், கே. ஜோசப்பும், பி.கே. பத்மநாபனும் உடனிருந்தனர். தோப்பும்படியில் பி.கேசவதேவின் வீட்டிற்குத்தான் போனார்கள்.

தோழர் கிருஷ்ணப்பிள்ளை கேசவதேவுடன் உள்ளேயிருந்து வந்தார். தோழரின் கண்கள் ஒவ்வொருவரிலும் சுற்றித் திரிந்து கொச்சுக் குஞ்ஞனில் பதிந்தது. தோழர் பத்ரோசைப் பார்த்தார்.

''மாத்தச்சன் கூட்டிட்டு வந்தாரு. கூட்டத் தீர்மானங்கள் எழுத'' பத்ரோஸ் சொன்னார்.

''அச்செழுத்து தோத்துடும். இவங்கையெழுத்துக்கு முன்னால''

''ஆஹா...'' தோழரின் உதட்டிலொரு புன்னகை விரிந்தது.

விவாதம் துவங்கியது.

''புரட்சிகரமான எண்ணமுடையவர்களின் ஒற்றுமை மிகவும் அவசியம். விரைவாகவும் அது நடைபெற வேண்டும்''

தோழர் சொல்லத் துவங்கினார்.

"ஆனால் மாநிலக் காங்கிரசை நம்முடன் சேர்த்து நிறுத்திக்கொண்டே இனி திட்டமிட வேண்டும். பொது வேலைநிறுத்தத்துக்கு வெகுஜன அடித்தளம் உருவாக்க அது அவசியம். மாநிலக் காங்கிரஸ் தலைமையிலுள்ள சிலருக்கு திவானுடன் ரகசிய உறவு இருப்பதை அனைவரும் அறிவர். வெளிப்படையான போராட்டம் தொடங்க, நாம் அவர்களை வற்புறுத்த வேண்டும். பட்டத்தைப் போலுள்ள தலைவர்கள் எந்த எல்லைவரை போனாலும், பிளவிற்கான வாய்ப்பினை நாம் தவிர்க்க வேண்டும். ஒன்றாக முன்னேற வேண்டிய காலமிது"

வேலைநிறுத்தப் போராட்டத்தின் ஒவ்வொரு கட்டத்தையும் தோழர் வரிசைப்படுத்தி விளக்கினார்.

மாலைக்குள் பொது வேலைநிறுத்தத்துக்கான வரைவு தயாரானது. கிட்டத்தட்ட முப்பது முழுத்தாள்கள். தோழர் அதை கவனமாக வாசித்துப் பார்த்தார். காகிதங்களை பத்ரோசிடம் ஒப்படைப் பதற்கிடையில், "உண்மைதான். அச்செழுத்து தோத்துடும்" என்றார்.

தோழர் கை நீட்டினார். கைகள் தமக்குள் கோர்த்துக் கொண்டபோது தோழரின் கண்களின் வெளிச்சக் கீற்று நரம்புகளினூடே பாய்ந்தது.

"அடுத்தவாரம் நான் கொம்மாடிக்கு வர்றேன். பொது வேலைநிறுத்தத்தோட அரசியல் முக்கியத்துவத்தைப் பத்தின கே. தாமோதரனோட வகுப்பு இருக்கு. வரணும்"

தோழர் அழைத்தார். தோழருடனான நெருக்கம் அப்படித்தான் தொடங்கியது.

ஆலப்புழை நகரத்தின் ஒரு நூலகத்தின் அருகிலுள்ள அறையில்தான், ஆயிரத்தி தொள்ளாயிரத்து முப்பத்தெட்டின் வேலைநிறுத்த காலத்தில் தோழர் தங்கியிருந்தார். மிக அருகில் போற்றியின் டீக்கடை. சர். சி.பி. யின் சி.ஐ.டிக்கள் கிருஷ்ணப்பிள்ளையைத் தேடி நடக்கும் காலம். போற்றியின் டீக்கடையில் இரண்டு ரசவடை சொல்லிவிட்டு உட்கார்ந்திருக்கும்போதுதான் சி.ஐ.டி. மாதவன்பிள்ளை வந்து எதிரே உட்கார்ந்தார். ஒரே பார்வையில் தோழர் ஆளைப் புரிந்துகொண்டார். போற்றி ரசவடை எடுத்துக்கொண்டு வந்தார்.

"ஸ்டிராங்கா ஒரு டீ" அவர் சொன்னார்.

தோழர் பரிச்சய பாவனையில் சிரித்தார்.

"வடை எப்பிடியிருக்கு?" சி.ஐ.டி. மாதவன்பிள்ளை கேட்டார்.

"காரம் கொஞ்சம் தூக்கலா இருக்கு. உள்ள போறப்பதான் அதனோட எரிச்சல் தெரியுது. ருசி பாக்கறீங்களா?"

சி.ஐ.டி. சுற்றிலும் பார்த்தார்.

''தயங்க வேண்டாம். எடுத்துக்கோங்க''

சி.ஐ.டி. தயங்கித்தயங்கி ஒரு ரசவடையை எடுத்தார்.

''மூணுநாலு நாளா உள்ளேயும் வெளியேயுமா எரிச்சலும் பொகச்சலுமாயில்ல நடக்கறோம்''

''உம்?'' தோழர் ஏறிட்டுப் பார்த்தார்.

''மலபார்லருந்து ஒரு கொடூரன் வந்திருக்கிறான். ஒரு கிருஷ்ணப்பிள்ள. இந்தக் கொழப்பத்துக்கெல்லாம் காரணம் அவன்தான். அவனெக் கண்டுபுடிக்கணும்னு நாங்க நாலுபேரு சுத்திச்சுத்தி நடக்கத் தொடங்கி ரொம்ப நாளாயிடுச்சு. அவன் தலைமறைவாவே இருக்கான். பகல்ல வெளிய வரவேமாட்டானாம்''

''அவனப் பத்திக் கூடுதலா ஏதாவது தகவல் தெரியுமா?'' தோழர் கேட்டார்.

''நல்லா இந்தி தெரியுமாம். வடக்கே எங்கேயோ போயிக் கத்துக்கிட்டு இந்தி வாத்தியாரா வந்திருக்கானாம். ஆனா கையிருப்பு வேறயாயிருக்கு. நம்ம வைக்கத்துக்காரன்தான்''

போற்றி டீ கொண்டுவந்தார். சி.ஐ.டி. ஒரே முழுங்கில் உள்ளே தள்ளினார்.

''ஆளு பாக்க எப்புடி இருப்பான்?'' தோழர் கேட்டார்.

''அதுக்கு யாரு பாத்திருக்கா?''

''நல்லதாப் போச்சு''

சி.ஐ.டி. புரியாமல் விழித்தார்.

''இல்ல, ஏதாவது அடையாளம் சொன்னீங்கன்னா பாத்து வக்கலாமில்ல'' தோழர் சொன்னார்.

''ஓ, அப்பிடி'' சி.ஐ.டி. தலைகுலுக்கினார்.

''இருந்தாலும் ஒரு கண்ணு இருக்கட்டும். கறுப்பா, ஒல்லியா, கிட்டத்தட்ட ஆறடி ஒயரம், ஒட்டுன முகவெட்டு. யாரையாவது சந்தேகப்பட்டா...''

சி.ஐ.டி. பேகிலிருந்து சிகரெட் எடுத்து நீட்டினார்.

''டீ கூட சிகரெட் பழக்கமில்ல'' தோழர் மறுத்தார்.

''அப்படீன்னா சரி'' அவர் எழுந்தார்.

சரியான நெஞ்சுரம்! கொச்சுக் குஞ்ஞாசான் மனதில் நினைத்தார். தலைமறைவாகப் போகாமல் பகல் வெளிச்சத்தில் நின்றுகொண்டு, வேலை நிறுத்தத்தை வழி நடத்த தோழர் காண்பித்த நெஞ்சுரம்!

‘‘**சா**ப்புடற நேரமாச்சு. கை கழுவிட்டு வந்து ஒக்காருங்க’’ என்றான் சேகரன்.

கொச்சுக் குஞ்ஞாசான் நினைவுகளிலிருந்து வெளியேறினார். சமையலறையிலிருந்து கறிக்குழம்பின் வாசனை.

‘‘ஆமா, இது எங்கருந்து கறிக்கொழம்பு வாசன? இதப் போட்டுக்கிட்டு நான் எப்பிடி சாப்புடறது?’’ ஆசான் இயல்பிலேயே சைவம்தான்.

‘‘இது கறிக்கொழம்பெல்லாமில்ல’’ சேகரன் சிரித்தான்.

‘‘காலைல எழுந்து பாத்தப்ப, நீங்க படுத்திருந்த அறையோட மூலைல ஒரு பெரிய காளான் வெடிச்சு மொளச்சு நிக்குது. அதப் பறிச்சு பலாத்தூளப் போட்டு கறிக்கொழம்பு வக்கிற மாதிரி வச்சிருக்கேன்’’

ஆசானின் வாயில் உமிழ்நீர் ஊறியது. ‘‘அப்படீன்னா இன்னைக்கே அங்க சீர்பண்ணி சாணி போட்டு மொழுவணும். இல்லன்னா தரை வெடிச்சிடும்’’

கொச்சுக் குஞ்ஞாசானும் சேகரனும் ஒன்றாகத்தான் வசிக்கிறார்கள். சொந்தமென்று சொல்லிக்கொள்ள அவனுக்கும் வேறு யாருமில்லை. கம்யூனிசத்துக்கு அப்பறம் ஆசானுக்கு ஒன்றே ஒன்றின்மீதுதான் விருப்பம். ருசியான சாப்பாடு. சேகரனுக்கு ஏதோ கொஞ்சம் சமையல் தெரியும். அம்மிக்கல்லில் அவன் அரைக்கும் அரைப்புக்கு அவ்வளவு ருசியிருக்கும். ஆனாலும் ஒரு பெண்ணின் குறை அங்கே இருந்தது.

ஆசான் கைகழுவி வந்து மனைக்கட்டையில் உட்கார்ந்தார். ‘‘நானோ இப்பிடி ஆயிட்டேன். நீயாவது ஒரு கல்யாணம் பண்ணிக் குடும்பம் நடத்தணும். இல்லன்னா இந்தத் தறவாடு வாரிசு இல்லாமப் போயிடும்’’

‘‘அதெல்லாம் அப்பறமாப் பாத்துக்கலாம்’’ சேகரன் தட்டில் சோற்றைப் போட்டான்.

‘‘யூனியன் வேலைகளப் பாக்கறதுக்கே நேரம் பத்தல. அப்பறந்தானே கல்யாணம் பண்ணிக்கிறது’’

‘‘உன்னோட வாலிபப் பருவமில்ல வீணாப் போவுது’’

ஆசான் சோற்றை இரண்டாகப் பிரித்தார்.

‘‘அது ஒனக்கு நெனப்புல இருக்கட்டும்’’

சேகரன் ‘உம்’ கொட்டினான்.

உண்ணிக்கண்டன் போலீஸ் ராத்திரி வீட்டுக்குப் போக வெளியில் இறங்கியபோது ஸ்டேஷனுக்கு முன்னால் மூன்று கார்கள் வந்து நின்றன. சுவற்றில்

சாய்த்து வைத்த சைக்கிளை எடுத்து பெடலில் கால் வைக்கவும் நடுங்கிப் போனார். டி.எஸ்.பி. வைத்தி ஐயர். கூடவே இன்னும் சிலரும் இருக்கிறார்கள். உண்ணிக்கண்டன் குதித்திறங்கினார். சைக்கிளைத் தள்ளிவிட்டு ஸ்டேஷனின் பின்வாசல் வழியாக உள்ளே ஓடினார். போலீசாரெல்லாம் அட்டென்ஷனில் சல்யூட் அடிக்கத் தயாராக நின்றனர். டி.எஸ்.பி. உள்ளே நுழைந்தார். உடன் இரண்டு ஜமீன்தார்கள். அந்த்ரப்பேரும் பாட்டத்தில் கர்த்தாவும். மூவரும் மூக்குமுட்டக் குடித்திருந்தனர். இன்ஸ்பெக்டர் கோசியும் எஸ். ஐ. ராமன்குட்டியும் சல்யூட் அடித்தனர். டி.எஸ்.பி. நேராக லாக்கப்பினருகே சென்றார்.

''ப்ளடி ஃபூல், வாட் தி ஹெல் ஆர் யூ டூயிங் ஹியர்?''

அவர் கோசியின் பக்கமாகச் சீறினார்.

''சார்'' கோசி நடுங்கினார்.

''இந்த லாக்கப் நெறைய இவாளை அமுக்கி நெறைக்க உங்கிட்ட சொன்னேனே நான்'' டி.எஸ்.பி. சீறினார்.

''உனக்கு இத்தன பேரைத்தான் கெடச்சுதா?''

உண்ணிக்கண்டன் பக்கத்திலிருக்கும் போலீஸ்காரனை நெருங்கி மெதுவாக, ''லாக்கப் முழுக்க கம்யூனிஸ்டுகாரங்களால நெறப்பணுமாம், கேட்டுக்க'' என்றார்.

''ஸ்ஸ்...'' அவர் உதட்டில் விரல் வைத்தார்.

''சார்'' கோசி மீண்டும் சல்யூட் அடித்தார்.

''நாளைக்கே ரொப்பிடறேன் சார்''

''ம்...ம்...'' அவர் திருப்தி அடையாத விதமாக முனகினார்.

''எங்கடா லீடர்ஸ்? பிடிச்சு வெளியக் கொண்டு வந்து மிதிங்கடா. இவாகூடப் பாக்கட்டும்'' அவர் ஜமீன்தார்களைப் பார்த்துச் சிரித்தார்.

''வாங்கோ, உக்காருங்கோ''

மூவரும் அமர்ந்தனர்.

கோசி போலீசார் நின்றிருந்த பக்கம் நகர்ந்தார்.

''இழுத்து வெளியக் கொண்டு வாடா அவனுங்கள''

உண்ணிக்கண்டன் போலீசும் மற்றவர்களும் முன்னால் வந்தனர். லாக்கப் திறந்து தலைவர்களை வெளியேற்றி வரிசையாக நிறுத்தினர்.

''என்னடா உம்பேரு?'' டி.எஸ்.பி. தோழர் பிரபாகரனைப் பார்த்தார்.

''பிரபாகரன்''

''உம், நெக்ஸ்ட்?''

''பி.கே. மாதவன்''

''கே. தாஸ்''

''ஏ. ஸ்ரீதரன்''

''சி. எஸ். ராமகிருஷ்ணன்''

''ஓ.எம். அபூபக்கர்''

''ஏ.கே. பரமன்''

''என்.எஸ்.பி. பணிக்கர்''

''நீதானாடா என்.எஸ்.பி? திருட்டு ராஸ்கல்'' டி.எஸ்.பி. அலறினார்.

''உம்... நான்தான்'' தோழர் கம்பீரமாக நின்றார்.

''உன்னப் பாத்தா சோடாபுட்டி மாதிரி இருக்கியே...'' அவர் கைமுஷ்டி சுருட்டினார்.

''குனிஞ்சு நிக்கவச்சு முதுகிலயே குத்துங்கடா. முதுகெலும்பு ஒடையட்டும்''

அவர் கோசியின் பக்கம் திரும்பினார். கோசி ராமன்குட்டி நாயரைப் பார்த்தார்.

''உம்... குனிஞ்சு நிறுத்தி எல்லாவனுங்களையும் மிதிங்கடா''

ராமன்குட்டிநாயர் போலீசாருடன் சேர்ந்துகொண்டார்.

போலீசார் கைகளைச் சுழற்றி அடிக்கத் தொடங்கினர். தோழர்கள் அலறி அரற்றினர்.

டி. எஸ். பி. எழுந்துகொண்டே, ''நீயெல்லாம் பாத்துக்கிட்டே இரு. கம்யூனிஸ்டு கட்சியச் சுட்டுச் சாம்பலாக்கிடுவேன் நான்'' என்றார்.

ஜமீன்களும் உடன் எழுந்தனர்.

வெளியேறுவதற்கிடையில் அவர் திரும்பிப் பார்த்து,

''நீயெல்லாம் சாவத் தயாராய்க்கோ. உனக்கெல்லாம் நாளு நெருங்கிடுச்சு'' என்று அலறினார்.

''கேட்டுச்சாடா ஐயா சொன்னது?''

ராமன்குட்டிநாயர் தோழர் ஏ.கே. பரமனைத் தூக்கியெடுத்து சுவரில் அழுத்தி நெறித்தார்.

''நீயெல்லாம் சாவத் தயாராயிடு. மகாராஜாவோட திருநாளு முடியட்டும். எல்லாவனுங்களையும் சுட்டுப் பொசுக்கறோம்''

'ஐப்பசி ஏழுதானே மகாராஜாவோட பிறந்தநாள். இன்னும் கொஞ்சநாளு தானே இருக்கு' உண்ணிக்கண்டன் நினைத்துக்கொண்டார்.

இன்ஸ்பெக்டர் கோசி டி.எஸ்.பி.யை வழியனுப்பிவிட்டு உள்ளே வந்தார்.

"உன்னையெல்லாம் சரிப்படுத்த நாளைக்கி ஆலப்புழை ஸ்டேஷன்லருந்து கிளிப் வர்றாப்ல"

அவர் உதைப்பட்டுத் தளர்ந்திருக்கும் தோழர்களைப் பார்த்து அட்டகசித்தார்.

ஏட்டு அப்புக்குட்டன் பிள்ளையைப் பற்றி உண்ணிக்கண்டன் கேள்விப்பட்டிருக்கிறார். தொண்டைலதான் கிளிப்போட புடி. குரல்வளையைக் குத்தியழுத்தி மூச்சுமுட்ட வைப்பார். தொண்டைக்குழியில் சுட்டு விரலால் குத்தி, தரையைத் தொடாமல் தூக்கி நிறுத்துவார். ஒற்றைக் கையால்தான் பிடிப்பார். அந்தப் புடியில் ஈரேழு பதினாலு உலகத்தையும் பாக்கலாம்.

"பாத்துக்கிட்டு நிக்காம இடிச்சு அவனுங்க பருப்ப ஒடைங்கடா"

கோசி போகிற போக்கில் தோழர் தாசின் அடிவயிற்றில் ஒரு குத்துவிட்டார்.

உண்ணிக்கண்டன் முட்டிக்கை மடித்து தோழர் பி.கே. மாதவனின் நடுமுதுகில் இடித்தார். அவர் வேதனையால் துடிதுடித்துத் தரையில் மூக்கு உடைய விழுந்தார்.

அவரைத் தூக்கியெடுத்து கால்முட்டியை உயர்த்தவும் இன்ஸ்பெக்டர் கோசி,

"உங்காத்தா தலைசுத்தி விழுந்திட்டான்னு தெரிஞ்சு கௌம்பினவன்தானே? போய்ட்டு வா. சாவறதுக்கு முன்னாடி வீடு போய் சேரப்பாரு" என்றார்.

உண்ணிக்கண்டன் நெற்றி வேர்வையை வழித்தெடுத்து தோழர் மாதவனைப் பார்த்தார். லாக்கப் கம்பிகளுக்குக் கீழே விழுந்து கிடக்கிறார் அவர்.

தொப்பியைக் கழற்றி தலைகுனிந்து இருட்டில் வெளியேறினார்.

விளக்கு மரத்தின் கீழே நின்று அலறி அழைத்தது ஞாபகமிருக்கிறது. இருட்டில் நான்கு பக்கமிருந்தும் வேட்டைநாய்கள் மூச்சிரைக்கும் ஓசை. கால்கள் குழைய அவள் கீழே சரிந்து விழுந்தாள். நினைவுகளின்மீது இப்போதும் அந்தக் கருஞ்சிலந்தி. தலைக்குள்ளாக அது தத்தித்தத்தி நடக்கிறது. கைத்தரை பாப்பி கண் திறந்தாள். பூட்டிய அறைக்குள் இருந்தாள். பகல் வெளிச்சத்தின் ஊசிமுனைகள் கதவிடுக்குகள் வழியாக உள்ளே துளைத்திறங்கியது. சிமெண்ட் தரையில் விரித்திட்ட தழைப்பாயில், வாரிச் சுருட்டிய படுக்கையினுள்ளே உடைந்த எட்டிக்காய்போல அவளின் உடல்...

வெளியே கனத்த காலடியோசைகள். வேட்டை நாய்கள். கதவைத் தள்ளித் திறந்துகொண்டு ஒருவன் உள்ளே பாய்ந்து வந்தான். அறைக்குள் குவிந்த

வெளிச்சத்தில் அவள் கண்கள் கூசின. வேர்வையின், கெட்டித்த பசையின் வாடை. யூனிபார்ம் போட்ட ஒருவன். அவள் கையிரண்டையும் மாரில் பிணைத்து வைத்தாள்.

"கடைசீல நீ எங்க கைலயே வந்து சேந்துட்ட இல்ல" அவன் அட்டகசித்தான்.

"இனிமே நாங்களும் கொஞ்சம் பாத்துக்கறோமே, உன் உடம்போட உப்பையும் புளிப்பையும்"

அவன் யூனிபார்மை கழற்றி எறிந்தான். அவள் கால்களை பலமாகப் பிடித்து அகற்றினான். இடுப்பை உயர்த்தி முழங்கையில் அவளைத் தாங்கியெடுத்துக் கொண்டு, "மரியாதையாப் படுடீ" என்று அலறினான்.

அவள் உதறவில்லை. அதற்கும்கூட அவளில் துளித் தெம்புமில்லை. உடலைத் தளர்த்தி கண்களை மூடிக் கிடந்தாள்.

அடிமாட்டின் எதிர்ப்புக்கு எந்தப் பொருளுமில்லை என்பதை அந்த நினைவிழந்த நிலையிலும் அவள் அறிந்தேயிருந்தாள்.

24

மச்சுபிச்சுவின் உயரங்களை நோக்கி

திசாவும் அபராஜிதாவும் பாய்ந்து வந்து சேர்வதற்குள் தேடுதல் முடிந்திருந்தது. மண்பாதை வழியாக புழுதியைக் கிளப்பியபடி இரண்டு போலீஸ் ஜீப்புகள் பாய்ந்து சென்றன. முற்றத்தில் சிதறி நின்றிருந்த ஆட்கள் எட்டிப் பார்த்தனர். மரக்கிளைகளில் கரையும் காகங்கள். அவள் உள்ளே பாய்ந்து சென்றாள். படுக்கையில் கவிழ்ந்து கிடந்து வாய்விட்டு அழுகிறாள் அம்மா. அபராஜிதா வாசலில் தயங்கி நின்றாள்.

திசா கட்டிலில் அமர்ந்தாள்.

அழுது கலங்கிய முகத்தைத் திருப்பி அம்மா அவளைப் பார்த்தாள்.

''என்கிட்டயும் உன்கிட்டயும் அவன் இத செஞ்சிருக்கக் கூடாது''

''அவன் என்ன செஞ்சான்றீங்க?''

''எனக்கு ஒண்ணும் தெரியாது'' அம்மா முகம் கவிழ்ந்தாள்.

அவள் வெளியே வந்தாள்.

கிணற்று மதிலின்மீது சாய்ந்துகொண்டு கட்சித்தோழர்கள் புதர் மண்டிய பார்த்தீனியச் செடிகளை மிதித்தபடி நிற்கின்றனர். தோழர் சாமியண்ணனும் உடன் நான்கைந்து இளைஞர்களும். அவள் அங்கே சென்றாள். வேட்டியை மடித்துக்கட்டி, கையிரண்டையும் கட்டிக்கொண்டு ஏதோ சிந்தித்துக்கொண்டு நின்றிருந்தார் சாமியண்ணன்.

''சாமியண்ணா, என்ன நடந்துச்சு? போலீஸ் எதுக்கு வந்திச்சு? கேட்டிருக்கலாமில்ல?''

தோழர் சாமிநாதன் உடனிருந்தவர்களைப் பார்த்தார்.

அவர்கள் எங்கேயோ பார்த்தபடி நின்றிருந்தனர்.

''அதப் போலீசோட வாயிலருந்து கேக்கறதுதானே நல்லது''

தோழர் சாமிநாதன் முகம் திருப்பினார்.

''ஆனந்தன் தோழரோட குடும்பமா இருக்கறதுனால எங்களால கையக் கட்டிக்கிட்டு சும்மா பாத்துக்கிட்டு மட்டும் நிக்க முடியாதே. அதனால வந்தோம். இல்லன்னா... தோழர் இருந்திருந்தா இதுமாதிரி சிக்கல்கள் எதுவும் நடந்திருக்காதே''

''என்ன சிக்கல்?'' திசா அவர்களை மாறிமாறிப் பார்த்தாள்.

''ஏம்மா, ஒண்ணுந்தெரியாத மாதிரி நடிக்காதே''

சாமிநாதன் தோழர் கைமடிப்பை ஏற்றிவிட்டார்.

''இந்த வீட்டுக்கும் கட்சிக்குமான உறவை நீங்களா இல்லாமப் பண்ணாதீங்கன்னு, நான் எத்தன தடவை இந்த வீட்டு முற்றத்துல வந்து சொல்லியிருக்கேன். நீங்க யாராவது அதைக் கண்டுக்கிட்டீங்களா?''

''அதுக்கு நான் இங்கயே இல்லாமத்தானே இருந்தேன் அண்ணா? அம்மாவுக்கும்... இல்ல, அதுக்கும் இதுக்கும் என்ன சம்பந்தம்?''

''சம்பந்தமா?'' சாமிநாதன் தோழர் உடனிருந்த இளைஞர்களைப் பார்த்து, ''சொல்லிக் குடுடா அஜயா'' என்றார்.

இளைஞர்கள் தங்களுக்குள் பார்த்துக்கொண்டனர்.

அஜயகோஷ் முகத்தை இறுக்கி நின்றிருந்தான். கல்லூரியில் அவளைவிட இரண்டு வருடம் சீனியர் அவன்.

''ஆமாம், அத இப்ப நாம என்னன்னு சொல்ல? தோழரும் ரொம்ப சொல்லிப் பாத்ததுதானே? அவன் மனசுக்குள்ள இதுதான் இருந்துதுன்னு யாருக்குத் தெரியும்?''

''அவம்போக்கு அவ்ளோ சரியில்லன்னு எனக்கு முன்னாடியே தோணியிருந்திச்சு''

சாமிநாதன் வேட்டியை இறுக்கிக் கட்டினார்.

''அவன் முன்னாடி எங்கிட்ட கேட்ட ஒரு கேள்வியப் பத்தி, நான் உங்கிட்ட சொல்லியிருந்தேன்னுதான் ஞாபகம்''

சாமியண்ணன் அஜயகோஷைப் பார்த்தார்.

''ஹாங், பார்ட்டி ஆபீசுக்கு ஏன் வரதேயில்லன்னு கேட்டப்ப, என்கிட்ட அவன் எகிறினானே?''

''சாமியண்ணங்கிட்டயா? அவனா?'' திசா நம்ப முடியாமல் கேட்டாள்.

''சரித்தான்'' சாமியண்ணன் கிணற்று மதிலில் கையைப் பரப்பி நின்றார்.

''எல்லாருமா சேந்து நாட்ட சரி பண்ணறேன்னு கௌம்பிட்டுக் கொள்ளக் காலமாச்சேன்னு எங்கிட்ட கேக்கறான். இருபத்தேழு கோடி ஜனங்க இங்க பட்டினியாக் கெடக்கற விஷயம் யாராவது சிந்திச்சிருக்கீங்களா?ன்னு கேக்கறான். அது நம்ப கட்சிகிட்ட கேக்க வேண்டிய கேள்வியில்ல. காங்கிரஸ்காரங்ககிட்டயும் பிஜேபிகாரங்ககிட்டயும் போய்க்கேளுன்னு சொன்னேன். அவங்கதானே ஆண்டாங்க நம்பள?''

''நூறு வருஷம் ஆகப் போகுதே. நிலையான என்ன மாற்றத்தை கம்யூனிஸ்டு கட்சியால கொண்டுவர முடிஞ்சதுன்னு அவன் எங்கிட்டயும் கேட்டிருக்கான்''

''ஆமா, சரியாச் சொல்றதுன்னா ஆயிரத்தி தொள்ளாயிரத்தி இருபதுலதானே தாஷ்கண்டில இந்தியக் கம்யூனிஸ்டு கட்சி உருவானது?''

''உம், கட்சி லைனில பாத்தா அது சரிதான். அக்டோபர் பதினேழுக்கு''

''அப்பிடிப் பாத்தா இன்னும் நாலஞ்சு வருஷம் போச்சுன்னா, நூறு வருஷமாச்சே?''

''நீ வரிசையாச் சொல்லியிருக்கலாமே, மார்க்ஸிஸ்ட் கம்யூனிஸ்டு கட்சி சமூகத்தில் செய்த மாற்றங்கள், நில உச்சவரம்பு முதல் இன்றுவரை?''

சாமியண்ணனுக்குக் கோபமேறியது.

''இதென்ன கண்ண மூடி இருட்டாக்கறதா?''

''அவனோட கேள்வி அதில்ல தோழா'' அஜயன் பார்த்தீனியச் செடியை நெருடினான்.

''கல்கத்தா தீசிஸ் முதல் இதுவரை, கட்சி எத்தனை ஆயுதப்புரட்சி நடத்தியிருக்குன்றதுதான்?''

சாமியண்ணன் எளக்காரமாகச் சிரித்தார்.

''கல்கத்தா தீசிஸ் தத்துவார்த்தத்தில் தவறானதுன்னு கட்சியே உணர்ந்துகிட்டதுதான். தவறான கொள்கைகளைத் தவறான முறையில் நடைமுறைப் படுத்தினார்னுதானே தோழர் பத்ரோசைக்கூட கட்சி வெளியேத்திச்சு? ஜனநாயக முறையிலான போராட்ட வழிகளைத்தான் கட்சி நம்புறதுன்னு சொல்ல வேண்டியதுதானே?''

''யார்கிட்ட சொல்ல? அதெல்லாம் யாரு கேக்க?''

''இல்ல, சாமியண்ணா'' திசா குறுக்கிட்டாள். ''நாம இனி என்ன பண்றது?''

''நீங்கள்லாம் ஒண்ணும் செய்ய வேண்டாம். செய்ய வேண்டியதையெல்லாம் அவுங்களே செஞ்சுக்குவாங்க''

''யாரு?''

''போலீசுக்காரங்க. வேற யாரு? சரி... அப்பறம்'' சாமியண்ணன், அஜயகோஷைப் பார்த்தார்.

''அவங்களாச்சு. அவங்க பாடாச்சு. நாம மெதுவா நகரலாமா?''

''இல்ல, சாமியண்ணா'' அவள் எதையோ சொல்லத் தொடங்கினாள்.

தோழரின் சட்டைப்பையில் மொபைல் போன் ஒலித்தது.

''யாரு?'' சாமியண்ணன் மொபைலை காதில் வைத்தார்.

''எப்போ? ம்ம்... நாங்க தோ வர்றோம்''

''என்னாச்சு தோழா?'' அஜயகோஷ் பரபரப்பானான்.

''ஒருத்தனால எத்தன பேருக்கு நெருக்கடி வருது பாரு'' சாமியண்ணன் அவனைப் பார்த்தார்.

''நம்ம தினார விசாரணைன்னு சொல்லி போலீஸ் கஸ்டடில எடுத்திருக்காம். சுதேசாபிமானியப் பூட்டிட்டாங்களாம். வா, போய்ப் பாக்கலாம்''

சாமியண்ணன் வேட்டியை மடித்துக் கட்டிக்கொண்டு அனுதாபிகளையும் அழைத்துக் கொண்டு நடந்தார்.

அபராஜிதா வெளியே வந்தாள்.

''நாம ரெண்டுபேரும் நாளைக்கி ஸ்டேஷனுக்குப் போகணுமாம்''

''யாரு சொன்னாங்க?''

''அவங்க அம்மாகிட்ட சொல்லிட்டுப் போனாங்களாம்''

ஆட்கள் கலைந்தார்கள்.

''அவன் என்ன தப்பு பண்ணான்?'' திசா அவளைப் பார்த்தாள்.

''அவன் எந்தத் தப்பும் செஞ்சிருக்கமாட்டான்''

''அப்பறம்?''

''முன்னாடியும் இந்த வீட்டுக்குள்ள போலீஸ் வந்து அடிச்சு நொறுக்கியிருக்கில்ல? அன்னிக்கெல்லாம் என்ன தப்பு பண்ணாங்க?''

அபராஜிதா கண்ணாடியைக் கையிலெடுத்துத் துடைத்தாள்.

''நீரோட்டத்துக்கு எதிரான துழாவல் அவ்வளவு எளிதல்ல. கொஞ்சம்பேர் என்னைக்கும் அதுக்கு பலியாக வேண்டியிருக்கும். பொலீவியாவில் சேவுக்கு நேர்ந்தது அதுதானே?''

''நீ சொல்லிட்டு வர்றது...?'' திசா அவளை வேதனையோடு பார்த்தாள்.

''வாட் ஐ கெஸ்'' அவள் கண்ணாடியை மாட்டிக்கொண்டாள்.

இரவில் லேப்டாப்பின் முன் வெறுமனே உட்கார்ந்திருந்தாள். எழுத இயலவில்லை. நிரஞ்சனுக்கு முயன்று பார்த்தாள். அவன் போன் எப்போதும் தொலைத்தொடர்புக்கு அப்பால் இருந்தது. எஸ்.எம்.எஸ்.களுக்கும் பதிலில்லை. தினாரைத் தொலைபேசியில் வேண்டுமென்றே அழைக்கவில்லை. அவனை போலீஸ் விட்டுவிட்டதா என்றும் தெரியவில்லை. படுத்திருக்கும் அந்த நிலையிலிருந்து அம்மா எழுந்திருக்கவேயில்லை. திசாவும் அம்மாவின் அருகில் படுத்தாள். யாரெல்லாமோ வந்து போனார்கள். அவர்களுக்கெல்லாம் பதில் சொல்லி அலுத்துவிட்டது.

அவள் மேசைவிளக்கின் முன்னால் வந்து அமர்ந்தாள். பொலீவியன் டயரியை எடுத்தாள்.

திசாவின் அம்மா குத்துவிளக்கின் முன்னால் கண்கள் மூடியமர்ந்து ராமாயணத்தை விரித்து, ஏழுவரிசையையும் ஏழுஎழுத்தையும் தள்ளி வாசிப்பதைப் பார்த்தாள். ராமன் போருக்கான ஆயத்தத்திலிருந்தான்.

அவள் பொலீவியன் டயரியைப் பிரித்தாள்.

1967 அக்டோபர் ஒன்று.

சே அடர்த்தி குறைவான ஒரு வனத்தை அடைந்தார். நாற்பதுபேர் கொண்ட ராணுவக் குழுவொன்று குண்டுகள் உதிர்த்துக்கொண்டே மலையிடுக்கை நோக்கி நகர்கிறது. மாலையில் கடைசி வெடியோசை கேட்டது. ஐந்து ராணுவத்தினர் கீழே போவதை அர்பானோ பார்த்ததாகச் சொன்னான். உடனிருப்பவர்கள் தண்ணீர் கொண்டுவரச் சென்றனர். இரவு ஒன்பது மணிவாக்கில் அவர்கள் திரும்பி வந்தனர். அவர்களிலொருவன் இறைச்சியைச் சுட்டான். இந்த இடம் பாதுகாப்பானது என்று நினைத்துக்கொண்டார் சே. வெளியேற வழியிருக்கிறது. ராணுவத்தின் நகர்வைப் புரிந்து கொள்வதும் எளிது. மேலும் ஒருநாள் அங்கே தங்கத் தீர்மானித்தார்கள்...

நிரஞ்சன் இப்போது எங்கேயிருப்பான்?

எங்கேயிருந்தாலும் அவன் பத்திரமாயிருக்கணுமே, அவள் அறியாமல் வேண்டிக்கொள்வது போல கண்களை மூடிக் கொண்டாள். யாரிடமென்று தெரியவில்லை. யாரிடம் வேண்டுவது? யார் வேண்டுதலைக் கேட்பார்கள்? அலிடாவும் ஒரு நிமிடம் வேண்டியிருப்பாளோ?

தட்டென ஒரு திடுக்கிடலோடு அவள் தாள்களைத் திருப்பினாள். அக்டோபர் ஏழு. டயரி நிறைவடைகிறது.

''எங்களின் கொரில்லா சங்கம் பதினோரு மாதங்களைக் கடந்த தினமின்று... முதியவள் ஒருத்தி ஆடு மேய்க்க வந்தாள். அவளைத் தடுத்து நிறுத்தி, அவளிடமிருந்து மலைத்தொடர்களைப் பற்றி ஓரளவு தெரிந்து கொண்டோம்.

நாங்கள் நிலவொளியில் திரும்பிப் பயணித்தோம். கடினமான பயணம். வழியிலெங்கும் மக்கள் வசித்திருக்கவில்லை. இனியும் பயணம் தொடர்வதில் பொருளில்லை. இரவு இரண்டு மணிவாக்கில் முகாமிட்டோம். எங்களின் இருப்பிடம் அசெரோ, ஓரோ நதிகளுக்கிடையிலாக இருக்கலாம். இரண்டாயிரம் மீட்டர் உயரத்தில்''

பொலீவியன் டயரி முடிவடைகிறது.

மறுநாள்... மறுநாள்தான் சே எதிர்ப்புரட்சிப் படையிடம் பிடிபட்டார். அதற்கு அடுத்தநாள்தான் அவர்... அவள் திறந்து வைத்த பக்கத்தை பயத்துடன் பார்த்தாள். மிச்சமுள்ளவை ஏழு நாட்கள்... அவள் புத்தகத்தை மடித்து வைத்தாள். நெஞ்சு படபடவென்று அடித்துக் கொள்கிறது. தொண்டை வறள்வதாகத் தோன்றுகிறது. அவள் எழுந்து கூஜாவைச் சரித்துக் கொண்டாள். விரல்கள்... கூஜா வழுக்கி விழுந்து உடைந்திருக்க வேண்டியது. விழாமல் பிடித்துக் கொண்டாள்.

திரும்பியதும் கதவருகே திசா. அவளுடைய கன்னத்தில் உலர்ந்த கண்ணீர்த் துளிகள்.

''தூங்க முடியலடா'' அவள் உள்ளே வந்தாள்.

''அம்மா?''

''தூங்கிட்டாங்கன்னு தோணுது''

அபராஜிதா அவளைச் சேர்த்தணைத்தாள்.

''உம்மனசு என்ன சொல்லுது?'' அவள் தோளில் சாய்ந்துகொண்டாள்.

''நீ வருத்தப்படாதே'' அவள் வருடினாள்.

''அவனுக்கு ஏதாவது...''

''இல்ல'' அவள் ஆசுவாசப்படுத்தினாள். ''அவன் திரும்ப வருவான்'' அவள் கண்கள் நிறைந்து வழிந்தன.

''நீயும் அழுவறியா?'' திசா முகமுயர்த்தினாள். ''நீ எதுக்கு அழுவற?''

''ஏய்... ஒண்ணுமில்ல'' அவள் கண்களைத் துடைத்துக்கொண்டாள்.

இரவு திசா தூங்கிய பிறகுதான் அவள் நிரஞ்சனின் அறைக்குச் சென்றாள். அதன் உள்ளே அலங்கோலமாகக் கிடந்தது. போலீஸ் வாரிக் குவித்துப் போட்ட புத்தகங்கள், காகிதங்கள், துண்டறிக்கைகள்... சுவரிலிருந்த ஓவியத்தில் சேயின் மங்கலான முகம். தோழர் கிருஷ்ணப்பிள்ளை, பகத்சிங்கின் கருப்புவெள்ளைப் படங்களை அவள் முதல்முதலாகப் பார்க்கிறாள். சுவரின் பின்புறம் அவை முன்பே இருந்திருக்கலாம். அலமாரியின்மீது அப்பாவின் லேமினேட் செய்த புகைப்படம்.

அவள் நிரஞ்சனின் படுக்கையிலமர்ந்தாள். அறை முழுவதும் அவன் வாசம் அவளைச் சூழ்ந்தது. மடித்து வைத்திருந்த அவனுடைய போர்வையை அவள் முகத்தோடு சேர்த்தாள். அவளைக் கீழடக்கும் ஏதோ ஒன்று அவனுடைய வாசனையில் இருக்கிறது. அனகன்குன்றின் வாகைமர நிழலில்தான் அவள் அதை முதல்முதலாக உணர்ந்தாள். பின்னர்தான் அது புரிந்தது. தோழர் சத்யதாசின் வாசனை. அப்பாவின் முழங்கைகளில் முகம் புதைத்து உறங்கிய இளம் பால்யத்திலாக இருக்க வேண்டும், அந்த வாசனையை முதல்முதலாக... அதே வாசனைதான் அவனிடமும். தோழர் சத்யதாசிலிருந்து அவள் என்றோ வரைந்த அந்த நேர்க்கோடு அவளுமறியாமல் நிரஞ்சனிடம் வந்து சேர்ந்திருந்தது.

நிரஞ்சனின் வாசத்தில் முகம் அழுத்திப் படுத்தாள்.

காலடியோசை கேட்டுத்தான் கண் திறந்தாள்.

''நீ?'' அவள் மேலதிகமாக எதுவும் கேட்கவில்லை.

அபராஜிதா எழுந்தாள்.

திசா அவளுடைய கண்தடங்களில் ஊறிய ஈரத்தை உற்று நோக்கினாள். பிறகு அவளைக் கட்டியணைத்துக் கொண்டாள்.

வெளிப்புற ஆரவாரங்களிலிருந்து ஒதுங்கிய ஒரு அறையில்தான் அவர் அவளை விசாரித்தார். திசாவை வேறொரு அறைக்கு அழைத்துச் சென்றார்கள். இன்டர்னல் செக்யூரிட்டி இன்வெஸ்டிகேஷன் டீமின் இன்ஸ்பெக்டர் அவர். நீண்ட நேரமாக மாற்றிமாற்றி ஒவ்வொன்றாகக் கேட்டுக் கொண்டிருக்கிறார். பச்சைநிறத்துணி விரிக்கப்பட்ட மேசையும் இரண்டு நாற்காலிகளும். மேசைக்கருகே அமைதியாக இருந்து வேலை செய்யும் ரெக்கார்டிங் இயந்திரம் மட்டுமே அடிக்கடி ரீங்காரமிட்டுக் கொண்டிருந்தது. அவரின் கேள்விகளையும் அவளுடைய பதில்களையும் அது ஆன்மாவில் ஒற்றியெடுக்கிறது.

எல்லாம் முடிந்த பிறகு, ''இப்ப சொன்னது தவிர உனக்கு வேறெதுவும் தெரியாதா?'' என்று கேட்டார்.

''இல்லை'' என்றாள் அவள்.

அவருடைய கர்வம் நிறைந்த கேள்விகள் அவளை மனம்புரட்டச் செய்தன.

''மறுபடியும் நான் உன்கிட்ட கேக்கறேன். அவன் எங்கே போகிறான்னு உன்கிட்ட சொல்லலையா?'' அவர் அவளுடைய கண்களை உற்றுப் பார்த்தார்.

அவள் இல்லையென்று தலையசைத்தாள்.

''உம்...''

போலீஸ் எவ்வளவுதான் கேட்டாலும் அவனுடைய பஸ்தர் பயணத்தைப் பற்றிச் சொல்லக்கூடாதென்று அவள் திசாவிடமும் சொல்லியிருந்தாள். அவர்கள் அவனை வேகமாக வலைக்குள்ளாக்குவார்கள். அவனுடைய கனவுகள் ஒரு போலி என்கௌன்ட்டரில் பொய்த்துப் போகாமலிருக்கட்டும்.

அகமதாபாத்தின் நெரிசல் மிகுந்த தெருவில் நிகழ்ந்தது அது. அதை நினைக்கும்போதே அவள் நெஞ்சம் பதறுகிறது. கறுப்புத் துணியால் வாயை மூடிக்கொண்டு ஜந்தர்மந்தர் பாதை வழியாக மாணவர்கள் நடத்திய எதிர்ப்பு ஊர்வலம். இஷ்ரத் ஜகானின் படம் ஒட்டப்பட்ட ப்ளக்கார்டுகளில் ஒன்று அவள் கையில் இருந்தது. கொல்லப்பட்டவர்களுள் ஒருவன் ப்ராணேஷ்பிள்ளை, மலையாளி என்பது பின்னர்தான் தெரிந்தது. லஷ்கர் இ தொய்பா தீவிரவாதிகளென்ற சந்தேகத்தில் போலீஸ் அவர்களைக் கருணையின்றி சுட்டுக் கொன்றிருக்கின்றனர். மனித உயிரின் விலை -

''அவன் பஸ்தருக்குத்தான் போயிருப்பானென்று நாங்கள் சந்தேகப்படுறோம். இதைப் பற்றி உனக்கு ஏதாவது தெரியுமா?'' அவர் கேட்டார்.

''இல்லை'' அவள் நடுங்கினாள்.

அவர் அவளுடைய கண்களின் நடுக்கத்தை கவனித்தார்.

''நீ நடுங்கினாயே?''

''ஏய்'' அவள் அதை மறைக்க முயன்றாள்.

மேசை மீதிருந்த ஹோல்டரிலிருந்து ஒரு காகிதத்தை உருவியெடுத்து நீட்டி, ''இது அவன் அறையிலிருந்து கிடைத்தது'' என்றார்.

அவளுடைய விரல்கள் நடுங்கின.

''உம்... வாசிச்சுப் பாரு''

குரல் கடுத்துச் சொன்னார்.

அவள் வாசித்தாள்.

'கம்யூனிஸ்டு பார்ட்டி ஆப் இந்தியா (மாவோயிஸ்ட்), தண்டகாருண்ய ஸ்பெஷல் சோன் கமிட்டி. பிரஸ் கம்யூனிக்கே'

''உம்ம்...'' அவர் முகமசைத்தார்.

'எலிமினேஷன் ஆஃப் ஃபாசிஸ்ட் சால் வா ஜுடும் லீடர் மகேந்திரகர்மா...'

அவள் தொடர்ந்து வாசித்தாள்.

'காங்கிரஸ் தலைவர் மகேந்திரகர்மா உட்பட இருபத்தேழு பேரை பீப்பிள்ஸ் லிபரேஷன் கொரில்லா ஆர்மி ஒரு மோதலில் கொன்றது. பஸ்தர் வனத்தின் வழியே

பாதுகாப்புப் படையினருடன் வாகனங்கள் புடைசூழத் திரும்பும்போது நிகழ்ந்தது. முன்னாள் மத்திய அமைச்சர் வித்யாசரண் சுக்லா உட்பட முப்பதுபேர் படுகாயமடைந்தனர். பாதுகாப்புப் படையினரை வீழ்த்தி இருபத்துமூன்று ஆயுதங்கள் பறிக்கப்பட்டன'

''சார்'' அவளுடைய உதடுகள் நடுங்கின.

''நிரஞ்சனுக்கு இதில் ஏதாவது...''

''படி'' அவர் கடுமை காட்டினார்.

'த டோக்ஸ் டெத் ஆப் மகேந்திரகர்மா... நொட்டோரியஸ் ரிட்டன்ட், மர்டரர், ரேப்பிஸ்ட், ராபர் அண்ட் மலைன்ட் ஆஸ் கரப்ட்டு...'

கொல்லப்பட்ட மகேந்திரகர்மாவைப் பற்றி எழுதப்பட்டிருக்கிறது.

'கொடியவன், கொலைகாரன், வன்புணர்வாளன், கொள்ளைக்காரன், ஊழல்வாதி...'

பஸ்தர் பகுதி முழுக்க அவனுடைய மரணம் திருவிழாவாகக் கொண்டாடப்பட்டது. கம்யூனிக்கா தொடர்கிறது.

'உண்மையில் எங்களின் நோக்கம் மகேந்திரகர்மாவையும் அவருடைய நெருங்கிய சில அனுதாபிகளையும் வேரறுப்பதே. அவர்கள் மக்கள் விரோதிகள். துர்பாக்கியவசமாக எதிரிகள் அல்லாதவர்களும் பலியாக நேர்ந்ததற்கு தண்டகாருண்ய ஸ்பெஷல் சோனல் கமிட்டி மனப்பூர்வமாக வருந்துகிறது. இந்தக் கொலைகளுக்கான பொறுப்பை நாங்கள் ஏற்றுக் கொள்கிறோம்'

மகேந்திரகர்மா கடந்து வந்த பாதையே கம்யூனிக்காவின் மீதிப்பகுதி.

'பஸ்தரின் ஒரு நிலப்பிரபுத்துவக் குடும்பத்தில்தான் அவர் பிறந்தார். ஆதிவாசிக் கொடுமைகளின் சரித்திரமாயிருந்தது அவருடைய இளமைக்காலம். சட்டக்கல்லூரி மாணவனாக இருந்தபோது, அனைத்திந்திய மாணவர் பெருமன்ற உறுப்பினர் ஆனார். 1978 இல் இந்தியக் கம்யூனிஸ்டு கட்சியின் சட்டசபை உறுப்பினரானார். அதற்கு அடுத்த தேர்தலில் கட்சி அவரை வேட்பாளராக்க மறுத்ததால் காங்கிரசில் சேர்ந்து, நாடாளுமன்ற உறுப்பினர் ஆனார். மத்தியப்பிரதேச மந்திரியானார். சத்தீஸ்கட் உருவானபோது அங்கேயும் மந்திரியானார். பஸ்தர் வனங்களின் பலகோடிகள் மதிப்பிலான மரங்களை வெட்டிக் கடத்தும் மாஃபியா கும்பலுக்குத் துணை நின்றார். தனியார்இரும்புத்தொழிற்சாலைக்காககாவல்துறையின் துணையுடன் ஆதிவாசிகளைக் கூட்டம் கூட்டமாக வெளியேற்றி விட்டு வனங்களை அபகரித்தார். ஆதிவாசிகளைப் பாதுகாக்க வந்த மாவோயிஸ்டுகளை எதிர்கொள்ள 'சால் வா ஜூடும்' என்ற குண்டர்கள் படையை உருவாக்கினார். கோண்டி மொழியில் 'தூய்மை வேட்டை' என்பதே அதன் பொருள். மாவோயிஸ்டுகளுக்கு எதிரான

எதிர்புரட்சி அமைப்பு. நூற்றுக்கணக்கான ஆதிவாசிகள் வேட்டையாடப் பட்டு சிறையிலடைக்கப்பட்டனர். ஏராளமான குடிசைகள் தீ வைக்கப்பட்டன. பெண்கள் மானபங்கப் படுத்தப்பட்டனர்...'

'கடைசியில் எங்களுக்கு அவனை அழிக்க வேண்டியதாயிற்று. பீப்பிள்ஸ் லிபரேஷன் கொரில்லா ஆர்மிக்கு எங்களின் புரட்சிகர வணக்கங்கள்!'

''வாட் டு யூ ஃபீல்?'' அவர் அவளைப் பார்த்தார்.

''மகேந்திரகர்மாவை மாதிரி ஆட்களைக் கொன்னதில என்ன தவறு?'' அவள் கேட்டாள்.

அவர் அதை எதிர்பார்க்கவில்லை.

''ஆர் யூ எ மாவோயிஸ்ட்?''

''நோ'' அவள் மறுத்தாள். ''எ ஹியூமனிஸ்ட்''

''தென் ஒய் தட் கொஸ்ட்டீன்?''

''அவர்கள் செய்தது சரிதான் என்று எனக்குத் தோன்றுகிறது''

''தவறும் சரியும் தீர்மானிக்க இங்கே நீதிமன்றங்கள் இருக்கின்றன. மகேந்திர்கர்மாவைக் கொன்றது சரியா தவறா என்பதல்ல எங்களுக்குத் தெரிய வேண்டியது''

அவருடைய குரல் உயர்ந்தது.

''நிரஞ்சனுக்கு இதனோடுள்ள தொடர்பு. அவனிடம் இந்த நோட்டீஸ் எப்படி வந்து சேர்ந்தது?''

''சார், இது ஒரு பத்திரிகைக் குறிப்புதானே?''

''இருக்கலாம்'' அவருடைய கண்முனைகள் கூர்மையாயின.

''என் கையிலயும் உன் கையிலயும் ஏன் இது அகப்படல?''

அவள் பதிலற்று இருந்தாள்.

''டென்மார்க்கில் ஏதோ அழுகி நாற்றமெடுக்கிறது'' அவர் நக்கலாகச் சிரித்தார். ''பழசாப்போன கிளிஷே இல்லையா?''

''சார், பட் ஐ டோண்ட் திங்... நிரஞ்சன் ஹேஸ் எனி...''

''அத நாங்க பாத்துக்கறோம். அதுதானே எங்க வேல'' அவர் எழுந்தார்.

''அவன் போன் செய்தாலோ, அவனைப் பத்தி ஏதாவது தகவல் கிடைத்தாலோ எங்களுக்குத் தெரியப்படுத்தணும். தெரிவிக்கலைன்னாலும் நாங்க தெரிஞ்சுக்குவோம். அது அப்பறம்''

அவர் அவளை அழுத்தமாகப் பார்த்தார்.

''தெரியுமில்லையா? ரொம்ப கஷ்டப்பட வேண்டியிருக்கும்''

அவர் அவளையும் அழைத்துக்கொண்டு வெளியே வந்தார். அங்கே திசா காத்திருந்தாள். அவளுடைய முகம் கன்னிப் போயிருந்தது.

''இப்பப் போலாம். ரெண்டுபேரும் எங்களோட கண்காணிப்புலதான் இருக்கீங்க. மறுபடியும் பாக்க வேண்டியிருக்கும்''

''சார்'' அவள் அழைத்தாள்.

''அந்த தினார், அவன் ரொம்ப பாவம் சார். அவனுக்கு ஒண்ணுந் தெரியாது''

''ம்... ம்...'' அவர் அழுத்தமாக முனகினார்.

பாதையில் நடப்பதற்கிடையில் ''தினார அவுங்க டார்ச்சர் பண்றாங்க'' என்றாள் திசா.

''நீ பாத்தியா?''

''உம்''

திசா அந்தக் காட்சியை அவளிடம் விவரிக்கவில்லை.

தன் அறைக்குப் பக்கத்தில் இருந்த அறையினுள் ஜன்னல் கம்பிகளுக்கு இடையிலாக அவள் பார்த்தாள். கைகள் பின்னால் பிணைத்துக் கட்டப்பட்டு ஜட்டி மட்டும் அணிந்த நிலையில், சுவரோடு சேர்ந்து தரையின் ஒரு மூலையில் அவன்... அவனுடைய அடிவயிற்றில் அழுந்தும் பூட்சின் முனை. கேள்வி கேட்பதற்கிடையில் அது மீண்டும் அழுந்தும். வலியால் அவன் துடிப்பதைப் பார்த்தாள். அவளால் உரக்கக் கூக்குரலிடாமல் இருக்க முடியவில்லை. அப்போதுதான் அந்த கனத்த பெண் பாய்ந்துவந்து...

''உன்ன அவுங்க ஏதாவது?'' அவள் கன்றிய இடத்தைத் தொட்டாள்.

''இல்ல'' அவளுடைய கண்தடங்கள் விம்மின. ''உன்னை?''

''என்னையா?'' அவள் சிரித்தாள். ''ஜார்ஜ் ஆர்வெல்லின் 'தாட் போலீஸ்' வர வேண்டியிருக்கும் என் மனசை வெளிப்படுத்த''

அவள் திசாவைப் பார்த்தாள். ''ஆர்வெல்லின் 'நைன்ட்டீன் எயிட்டிஃபோர்' நீ வாசிச்சிருக்கல்ல? மனுஷனோட மனசில இருக்கறத வெளியக் கொண்டு வர்ற போலீஸ்''

''அன்னக்கி ராத்திரி நீங்க பேசிக்கிட்டிருந்ததப் பத்தி அவர் கேக்கலியா?''

''இல்ல. நீ அதப் பத்தி எதுவும் சொல்லலியே?''

''இல்ல. ஆனா - ''

''உம்?''

''நிரஞ்சனோட கால் லிஸ்ட்ட செக் பண்ணுனா அவங்க அதக் கண்டு புடிச்சுடுவாங்க. பாதிராத்ரீல அவன் உனக்கு அனுப்பின மொபைல் மெசேஜ்கள், மிஸ்டுகால்கள்... உன்ன அவுங்க மறுபடியும் விசாரிக்கலாம்''

''ம், விசாரிக்கட்டும்''

அவள் ஒரு ஆட்டோ ரிக்ஷாவைக் கையசைத்துக் கூப்பிட்டாள். அது நிறுத்தாமல் சென்றது.

திசா சந்தேகத்தோடு அவளைப் பார்த்தாள்.

''என்னன்னவோ நீ ஒளிச்சு வைக்கற. உண்மைல அன்னக்கி ராத்திரி உங்கிட்ட என்னதான் சொன்னான்?''

''என் செல்ல நாத்தனாரே, கொஞ்சம் நிறுத்து'' அவள் கைகூப்பினாள்.

''அந்த போலீஸ்காரனோட கேள்விகளிலிருந்து இப்பதான் ஒருவிதமாத் தப்பிச்சு வந்திருக்கேன். அதுக்குள்ள நீ வேற...''

''நான் எதுவும் கேக்கல''

அவளுடைய முகம் சுருங்கியது.

செண்பகத்தின் உச்சியில் நிலா வழிந்திறங்கிய இரவு.

உதிர்ந்து கிடந்தவொரு பூவையெடுத்து முகர்ந்தாள். மனம் மயக்குவதாக இருந்தது அதன் வாசம். அந்த மரத்தில் சாய்ந்து அவள் அமர்ந்தாள். எதிரில் அவன். நிலா மேகக் கீற்றுகளுக்கிடையே ஒளிந்துகொண்டது. வயலிலிருந்து எழுந்த சில்வண்டுகளின் சங்கீதம் நிறைத்தது.

''ரொம்ப நேரமாயிடுச்சு'' அவள் ஞாபகப்படுத்தினாள். ''விடிகாலைல போகணுமில்லையா?''

''இந்த ராத்திரி தூங்கறதுக்கில்ல'' என்றான் அவன்.

''எனக்குத் தூக்கம் வருது''

''எனக்காக இந்த ஒரு ராத்திரி மட்டும்''

''உன் இனிமையான சொற்கள் காற்றோடு

கரைந்து போனது''

அவள் பாடினாள்.

''யாரோட வரிகள்?''

''குமாரன் ஆசான்'' என்றாள் அவள். ''திவாகரன் நளினியின் பிரிவில் பாடியது''

''அது ஒரு நிராகரிக்கப்பட்ட காதல்கதை தானே? நளினியின் காதலைப் புரிந்துகொண்ட பிறகும், திவாகரன் ஏன் யோகமார்க்கம் தேடிப் போனான்? திரும்பி வந்தும் அவளுடைய காத்திருப்பின் ஆழத்தை ஏன் அவன் அறியாமல் போனான்?'' அவன் கேட்டான்.

''யோகியுடையதும் புரட்சியாளனுடையதும் வழி ஒன்றுதானே? புரிந்து கொள்ளப்படாத காதலின் துயரம்'' அவள் கேட்டாள்.

''நீ புரிஞ்சுக்கறது?''

''அவமதிக்கப்படும் காதல்'' அவள் கையிலிருந்த செண்பகப்பூவைக் கீழே போடுவதற்கிடையில், ''திவாகரன் செய்ததைத்தானே நீயும் செய்கிறாய்?''

''உன் காதலை நான் அவமதித்தேனா?''

''உம். என் மனதின் ஆழங்களில் எங்கேயோ, நானேகூட அறிந்துகொள்ள முடியாமல்... நீதான் அதை உணர்த்தினாய். கடைசியில் நீ...''

''நான் திரும்பி வரமாட்டேனா?'' அவன் அவளுடைய தோளில் கைகளைச் சுற்றினான்.

''நாம ஒண்ணாப் பயணம் செய்ய வேண்டாமா? கியூபா வழியா, சிலி வழியா, பொலீவியா வழியா, பெரு வழியா, மச்சுபிச்சுவின் உயரங்களை நோக்கி?''

அவன் அவளைச் சேர்த்தணைத்தான்.

'' *துமீ ஷுந்தோர்'' அவள் கண்களை மூடினாள்.

''க்ளிங் டு மை பாடி லைக் எ மாக்னட்

ஹேஸ்டன் டு மை வெயின்ஸ் அன்ட் டு மை வேர்ட்ஸ்...''

''என் உடலோடு நீ காந்தமென ஒட்டிக்கொள்...

என் நரம்புகளுக்குள்ளும் சொற்களுக்குள்ளும்...''

அவன் அவளுடைய நெற்றியிலும் மூடிய விழிகளிலும் உதடுகள் பதித்தான்.

* துமீ ஷுந்தோர் - வங்காளத்தில் ''நீ அழகன்'' என்று பொருள்.

25

இழக்க இருப்பவை அடிமைச் சங்கிலிகளே

சிற்றோடை தாண்டிக் கடந்து பாக்கரன் பத்தாய வீட்டின்முன் நின்றான். பிரபாகரன் அங்கே தோட்ட வேலைக்குப் போயிருப்பதாகக் கேள்விப்பட்டான். அவனைப் பார்த்து நாலைந்து நாட்களாகிவிட்டது. கயிறு பாஃக்டரிக்கு வேலைக்குப் போவதில்லை என்று சொன்னார்கள். கைத்தரை பாப்பி காணாமல் போன பிறகு யாரிடமும் பேசுவதுமில்லை என்று அனகாசயனும் சொன்னான். அவன் இரண்டுமுறை தேடிப் போன போதும் வீடு பூட்டிக் கிடந்தது. கடைசியாக இரண்டுவாரம் முன்னால் ஓலை வேய்ந்தது. தென்கிழக்கு மூலையில் ஒரு கொட்டாயும் கட்டப்பட்டிருக்கிறது. உள்ளே நுழைந்து பார்த்தபோதுதான் தெரிகிறது அது பசுவைக் கட்டுவதற்கான குற்றி. முற்றத்தில் நான்கைந்து கனகாம்பரச் செடிகள். ஊசி முல்லை, பிச்சி. சமையற்கட்டு பக்கம் வாழைக்கன்றுகள். முட்டம் கடைத்தெருவில் போய் நான்கைந்து கல்சட்டிகளும் மரக்கரண்டிகளும் இரண்டு தூக்கு மண்குடங்களும் மெத்தையும் பாயும் வாங்கி வருவதைப் பார்த்ததாக கருணன் தோழர் சொன்னார். பிரபாகரன் தோழருக்கு என்னானது? பாப்பி காணாமல் போனதற்கு இப்படி யாரிடமும் பேசாமல் நடப்பது என்ன நியாயம்?

''ஆரு? பாக்கரனா? நீயென்னாடா இந்தப் பக்கம்?''

குரலைக் கேட்டு மேலே பார்த்தால் பனையேறி கொச்சாப்பி தென்னை மரத்திலிருந்து இறங்குகிறான்.

''ஆங், கொச்சாப்பி அண்ணனா? ஆமா, நீங்க எப்ப தொடங்கினீங்க இந்தப் பக்கமெல்லாம் செதுக்க?''

பாக்கரன் அவனைப் பார்த்து நின்றான்.

பனையேறி தானவனின் வீட்டில் எல்லாருக்கும் இளையவன் கொச்சாப்பி. தானவனுக்குப் புத்தி பேதலித்த பிறகுதான் கொச்சாப்பி செதுக்கக் கற்றுக்கொண்டான். அந்தக் கதையை அனகாசயன் சொல்லக் கேட்டது.

அவன் அப்ப கோவணம் கட்டிக்கிட்டு நடக்கற சின்னப்பையன். பனையேறி தானவன் மொகம்மைலருந்து கட்டிக்கொண்டு வந்தவளைக் கல்லுவீட்டுக் குஞ்ஞுச்சன் ஜமீன்...

தென்னைகளைச் செதுக்கணும்னு சொல்லி தானவனை கோமன்துருத்துக்கு அனுப்பி விட்டார்கள். அவனை அனுப்பிவிட்டு குஞ்ஞுச்சன் மொதலாளி கொச்சுத் தங்கத்தை வரவழைத்தான். அவள் வந்ததும் மொதலாளியின் குணமே மாறியது. கொச்சுத் தங்கம் எதிர்த்தாள். உடும்பு பிடிபிடித்தான் முதலாளி. கடைசியில் கொச்சுத் தங்கம் அவருடைய மர்ம உறுப்பையே கடிச்சிட்டா... தகவலறிந்து தானவன் ஓடி வருவதற்குள் கொச்சுத் தங்கம்... அன்னக்கித்தான் தானவனுக்குப் புத்தி பேதலித்தது.

கொச்சாப்பி கலயத்தைச் சொருகிக்கொண்டு கீழேயிறங்கினான். இடுப்பில் இறுக்கிய கலயத்துக்குள் அந்திக்கள் நுரைத்தது. பாக்கரனின் வாயில் எச்சில் ஊறியது. கொச்சாப்பி அதைப் பார்த்துவிட்டான். கள்ளுக்கு ஆசைப்பட்டால் அந்த ஆசையை அடக்க வேண்டும். இல்லையென்றால் தென்னையில் கள் இறங்காமல் போய்விடும். பிசாசு வந்து கள்ளை முழுவதும் குடித்தாலும் குடிக்கும். பாக்கரனிடம் கொஞ்சம் நாட்களாகவே ஒரு சங்கதியைக் கேட்கணும்னு இருந்தது. அது அப்படியே மனதில் கிடந்து நுரைக்கிறது. இதுதான் சந்தர்ப்பம்.

''உனக்குக் கொஞ்சமா அந்திக்கள்ளு தர்றேன். ருசி பாக்கிறியா?''

''அதுக்கு இங்க பக்கத்துல எங்கயும் ஒரு காலி கொட்டாங்குச்சிகூட இல்லயே?''

பாக்கரன் நிராசையோடு சுற்றுமுற்றும் தேடினான்.

''நீ வரியா எங்கூட? இன்னிக்கி வேல இத்தோட முடிஞ்சுது. நீ வந்தா நாம ரெண்டுபேருமா ஒரு பக்கமாப் போயி ஒக்காந்து சும்மா பேசிக்கிட்டிருக்கலாமே'' கொச்சாப்பி அழைத்தான்.

கொச்சாப்பி கள்ளுக் கலயத்துடன் நடந்தான். ஏற்றிக் கட்டின துண்டுக்குக் கீழே கொச்சாப்பியின் திரட்சியான தொடைச்சதைகள் முறுகின. விரிந்த முதுகு நெடுக்க வேர்வை வாய்க்கால் கீறியது.

''ஆமா, நீ யாரத் தேடி வந்த?''

அவன் தலை திருப்பிப் பார்த்தான்.

''நானு தோ, நம்ப பிரபாகரன் தோழரத் தேடி வந்தேன். ஆளப் பாத்து மூணுநாலுநாள் ஆச்சே''

‘‘அதுக்கு நீ இந்தப் பக்கமா ஏன் இப்புடி சுத்திக்கிட்டு இருக்க?’’

‘‘இல்ல, பிரபாகரன் தோழரு இங்கத்தான் வேலக்கி வந்தாருன்னு கேள்விப்பட்டேன்’’

‘‘அது நேத்து’’ என்றான் கொச்சாப்பி.

‘‘சாயந்தரம் வேல செஞ்சு கெடச்ச சக்கரத்தையும் எடுத்துக்கிட்டு எங்குடிசைக்கு ஒரு மொந்தைக் கள்ளு கேட்டுக்கிட்டு வந்தாரு. எங்கிட்ட மிச்சமிருந்த ஒரு குப்பிக் கள்ளை வடிகட்டி எடுத்துக் குடுத்தேன். ஒரு குப்பிக்கு அரைச்சக்கரம். மிச்சம் அரைச்சக்கரத்த நான் அவருகிட்ட குடுத்தேன். ஆனா மனுஷன் வாங்கவேயில்லயே. ஆமா, வாங்கவே மாட்டன்னுட்டாரு. ஒண்ணும் பேசாம ராக்கெட் மாறி பாஞ்சு போயிட்டாரு’’

‘‘பிரபாகரன் தோழரு இப்ப கள்ளு குடிக்கவுந் தொடங்கிட்டாரா?’’ பாக்கரன் அதிசயப்பட்டான்.

‘‘ஆமா, இப்ப இப்புடி கள்ளு குடிக்கற அளவுக்கு இந்தாளுக்கு என்னதான் ஆச்சு? இதெல்லாம் முன்னாடி இல்லாம இருந்திச்சே’’

‘‘ஆங்’’ பாக்கரன் எதையும் வெளிப்படுத்தவில்லை.

கொச்சாப்பி நடையை மெதுவாக்கினான்.

‘‘நீ யார்கிட்டயும் சொல்லலன்னா நான் ஒரு ரகசியம் சொல்றேன்’’

பாக்கரன் அவனோடு சேர்ந்துகொண்டான்.

‘‘அந்த கைத்தரைப் பொலைச்சிய பட்டாளம் புடிச்சுக்கிட்டுப் போனது உனக்குத் தெரியுமா?’’

‘‘உம், யாரோ சொல்றதக் கேள்விப்பட்டேன்’’ என்றான் பாக்கரன்.

‘‘ஆளு ஜெகஜாலக்காரிதான் எம்மோ! அவ இவரோட எணக்கமா இருந்திருக்கா. அவங்களுக்குள்ள கசமுசான்னு ஏதோ ஆயிருக்குன்னு ஆளுங்க இப்ப குசுகுசுன்னு பேச ஆரம்பிச்சுட்டாங்க’’

‘‘கொச்சாப்பி அண்ணங்கிட்ட யாரு இதெல்லாம் சொன்னா?’’

‘‘டேய், அவளப் பட்டாளம் புடிச்சு வண்டிக்கு உள்ளாறப் போட்டப்ப, அந்தாளக் கூப்ட்டுதான் அவ கூப்பாடு போட்டாளாம். ‘பிரபாகரன் சேட்டா, பிரபாகரன் சேட்டா ஓடி வாங்களேன்’னு கூப்பிட்டிருக்கா. வண்டிக்குப் பின்னால அலறி அடிச்சிக்கிட்டு ஓடிக்கிட்டிருந்த காளி அம்மம்மா கேட்டிருந்தாளாம். அப்ப அவங்களுக்குள்ள ஒரு இது இல்லாம இருந்துருக்குமா?’’

பாக்கரனின் இதயத் துடிப்பு கூடியது. 'பிரபாகரன் தோழருக்கு இது ஏதாவது தெரிஞ்சிருக்குமா? தெரிஞ்சுக்கிட்டுதான் இந்த மாதிரி குட்டைல வுழுந்துட்டாரா?'

''நீயென்னடா இதக் கேட்டுட்டு ஒண்ணும் பேசாம இருக்க? அப்பிடீன்னா உனக்கும் தெரியுமா?''

கொச்சாப்பி குடுக்கையை அவிழ்த்து வைத்தான்.

''அதோ ரெண்டு கொட்டாங்குச்சி கெடக்குது பாரு. நீ அந்தக் கொளத்துல கழுவிட்டு வா''

பாசி மூடிய குளம்.

''ஆளுங்க யாராவது வெளிக்கிருந்து கழுவுற கொளமாண்ணே?'' பாக்கரன் அருவெறுத்தான்.

''சீச்சீ, பஸ்ட்டுகிளாஸ் பூசை கொளம்டா. போன பத்தாம் ஒதயத்துக்கு ஆதித்ய பூசைக்குன்னு தோண்டுன புதுக்கொளம்டா இது. நம்மோட சஷ்டி மடத்துக்காரங்க பூசை நடத்தனது இங்கதானேடா''

ராத்திரி பூசைக்கு அவனும் அனகாசயனும் அப்பம் தின்ன வந்ததை நினைத்துக் கொண்டான். அதனோட ருசியே வேறதான். பகல்ல சூரிய பகவானுக்கு நைவேத்தியம் காட்டற அப்பத்தைவிட ருசி, ராப்பூசைல வைக்கற அப்பத்துக்குத்தான்.

'வெயிலவிட அழகு நிலாவுக்குன்றதனாலகூட இருக்கலாமில்லடா?' பாக்கரன் கேட்டான்.

'இல்லடா, வெயிலுதான்டா அழகு' அனகாசயன் ஒத்துக் கொள்ளவில்லை.

பாக்கரன் இரண்டு கொட்டாங்குச்சியையும் கழுவிக்கொண்டு வந்தான்.

''நீ போய் அந்தத் தென்னமரத்திலருந்து பன்னாடையைப் பறிச்சுக்கிட்டு வா''

பாக்கரனுக்கு சங்கதி புரிஞ்சது. பன்னாடையை வடிகட்டியாக்கி அந்திக் கள்ளை வடிக்கத்தான்.

கொச்சாப்பி கலயத்தை எடுத்துச் சரித்தான். பன்னாடைக்கு மேல் கள் குடித்து மயங்கிப்போன வண்டுகளும் புழுக்களும் கிருமிகளும் மிதந்தன.

சிரட்டையில் வடிந்த தெளுவைப் பாக்கரன் ஆவலோடு குடித்தான்.

''இதுதான் கள்ளுக்குள்ள கொணம்'' கொச்சாப்பி சிரித்தான்.

''புழு செத்துக் கெடந்தாலும் கிருமிங்க மெதந்தாலும் கள்ளோட கொணம் கெடறதில்ல. நம்ப குடிக்கிற தண்ணீல ஏதாவது இத்துனூண்டு பூச்சி இருந்திச்சின்னா நாம அந்தத் தண்ணியக் குடிப்பமா?''

''சர்த்தான்''

பாக்கரன் கொட்டாங்குச்சியை நீட்டினான்.

கள்ளை மறுபடியும் ஊற்றுவதற்கிடையில் குரலைத் தாழ்த்திக் கேட்டான்.

''பாக்கரா, ரொம்ப நாளாவே உங்கிட்ட ஒண்ணக் கேக்கணும்னு இருக்கேன்''

பாக்கரன் கள்ளிலிருந்து கண்ணையெடுத்தான். ''என்னாது?''

''இல்ல, கொச்சுபாருவ நீ யாருக்காவது சொல்லி வச்சிருக்கயா?''

பாக்கரனின் கையிலிருந்த கள்ளுச் சிரட்டை வழுக்கி விழுந்தது.

கோமன் கொச்சுக் குஞ்ஞாசான் அதிகாலையிலேயே வைத்தியசாலைக்கு வந்தார். வைத்தியசாலையைத் திறந்து அடைப்புப் பலகைகளைச் சாய்த்து வைத்துக் கொண்டிருந்தார் குமாரன் வைத்தியர்.

''ஆமா, நீயெதுக்கு இதத் தனியா செய்ற? முதுகுல எங்கயாவது புடிச்சிக்கிட்டு நீ படுத்திட்டீன்னா உன்னப் பாத்துக்க யாரிருக்கா? குருஞ்சாத்தனுக்கே வாதம் வந்தா என்ன செய்ய?'' ஆசான் ஒரு கனத்த அடைப்புப் பலகையை எடுத்து நகர்த்தி வைத்தார்.

''இதெல்லாம் அந்த விஸ்வப்பன் செய்ததுதானே?'' வைத்தியருக்கு மூச்சு வாங்கியது.

''உண்மையச் சொல்றதுன்னா, இதெல்லாம் இவ்ளோ கஷ்டமான வேலைன்னு இதுவரைக்கும் தெரியாமத்தான் இருந்தேன் நான். அவனவனா செய்யறப்பதானே அதனோட பாரமெல்லாந் தெரியுது''

''எல்லா வேலையும் இப்பிடித்தாண்டா. பாவங்க செய்யும்போது அதோட பங்கப்பாடு நமக்குத் தெரியாது. அவனவன் செஞ்சு பாக்கறப்பத்தான் தெரியும். இந்தக் கயிறு பாக்டரீல கயிறு திரிக்கற வேல ரத்தத்த நீராக்கறதுதானே. வயல்லயும் தோட்டத்திலயும் வேல என்ன அவ்ளோ சுளுவா? கடசீல நோய்வாய்ப்பட்டுதானே பாவங்க ஆயுசு முடியாம செத்துப் போறாங்க?''

''சரிதான்டா'' வைத்தியர் ஒரு பக்கமாக உட்கார்ந்தார்.

''இப்பதான் இதெல்லாம் தலையில ஏறுது. ஜமீன்தார்களும் மொதலாளிகளும் மேனி வணங்காம சொகமா ஒக்காந்தாப் போதுமே''

''நீ இப்பதான்டா நெஜமான மனுஷனாயிருக்க'' கொச்சுக் குஞ்ஞாசான் கிண்டலடித்தார்.

‘‘ஆமா, நீயென்ன இன்னக்கி பாயில இருந்து எழுந்து நேரா வந்திட்டிருக்க... ஒடம்புக்கு ஏதாவது முடியாமக் கெடக்கா?’’

‘‘எனக்கென்ன முடியாம? நான் இன்னிக்கும் காலைல எழுந்து ரண்டு நாழிகை தோட்டத்தில வேல பாத்துட்டுத்தான் வர்றேன்’’

கொச்சுக் குஞ்ஞாசான் முழங்கையின் எழுந்து நிற்கும் நரம்புகளைப் பார்த்தார்.

‘‘நீ கேட்டியே, நோய்நொடி ஏதாவது வந்தா என்னப் பாத்துக்க யாரிருக்கான்னு? எனக்கு ஏதாவதுன்னா எங்கூடப் பொறந்தவளாவது இருக்கா. உனக்கு யாரிருக்கா, அந்தப் பையனத் தவிர?’’

‘‘அதுக்கிப்ப இந்த வயசான காலத்துல’’ ஆசான் தன் உடம்பைப் பார்த்துக்கொண்டார்.

‘‘உன் விஷயத்தச் சொல்லலடா’’ வைத்தியர் பரிகசித்தார்.

‘‘நீ இனிமே கல்யாணம் கட்டியும் பிரயோசனமெல்லாமில்ல. நான் சொன்னது அந்தப் பையன் விஷயம். அதான் உன்னோட சேகரன்’’

‘‘அதுக்கு அவன் எந்த நேரமும் பார்ட்டி, யூனியன்னு சொல்லிக்கிட்டுப் போறானே? சமீபமாக்கூட அவங்கிட்ட சொன்னேன். அவன் கண்டுகிட்டாத்தானே? முந்தாநேத்து மதியம் சாஞ்சதும் ஆலப்புழைக்குப் போறேன்னு போனவன்தான். இன்னிக்கி இவ்ளோ நேரமா ஒரு வெவரமுமில்ல. அதனாலதான் நானே ஏதாவது பேசிக்கிட்டு ஒக்காந்துக்கிட்டு இருக்கலாமேன்னு இங்க வந்தேன்’’

‘‘அதென்ன ஆலப்புழைல விசேஷம்?’’

‘‘ம்ம்... அங்க தோழர் பத்ரோஸ் எதையோ ஆலோசிக்க வேண்டியிருக்குன்னு சொல்லி கூட்டம் ஏற்பாடு பண்ணியிருக்காராம். சி.கே. போகும்போது இவனையும் கூட்டிட்டுப் போயிருக்காரு. பத்ரோசைப் போலவே இவரும் தோழர் ஸ்டாலின் மாதிரிதானே’’

‘‘யாரு?’’

‘‘நம்ம சி.கே’’

‘‘ஓ... நான் சேகரன்னு நெனச்சேன்’’

வைத்தியர் எழுந்து வந்து சாய்வு நாற்காலியில் உட்கார்ந்து கொண்டார்.

‘‘அவரும் அப்படித்தான். வெட்டு ஒண்ணு, துண்டு ரெண்டு. அதுக்குக் கொறச்சல் கெடையாது’’

கொச்சுக் குஞ்ஞாசான் உள்ளேயிருந்த மர நாற்காலியைத் தாங்கியெடுத்துக் கொண்டுவந்து அவர் பக்கத்தில் போட்டு உட்கார்ந்தார்.

''கட்சி ஒரு விஷயத்தைத் தீர்மானிச்சிடுச்சுன்னா அப்புறம் பத்ரோஸ் இடம்வலம் பாக்க மாட்டாரில்ல?''

வைத்தியர் செல்லத்தைத் திறந்து இரண்டு துளிர் வெற்றிலைகளைச் சுண்ணாம்புடன் நீட்டினார்.

''தெங்காசீலருந்து கொண்டு வந்தது''

''வேண்டாம், என் வாயில வாய்ப்புண்ணோட அறிகுறி தெரியுது. இப்பத்தான் பிச்சியோட எலைய மென்னு துப்பிட்டு வர்றேன்''

''எங்க காட்டு, நான் பாக்கறேன்''

வைத்தியர் ஆசானின் வாயைத் திறந்து பார்த்தார்.

''நாக்குல பூஞ்சை மாதிரி தெரியுதே''

ஆசான் கண்ணை விரித்துப் பார்த்தார்.

''வாத தோஷமா இருக்கும்''

வைத்தியர் வெற்றிலையின் நரம்பைக் கீறினார்.

''வாதம் நிமித்தமா வாயில் ஏற்படும் கருகருப்பு அது. பாடகத்திலை போலாகி கருப்பும் நாக்கு வீங்கவும் செய்தால் அது வாததோஷமென்று பெயர் என்பதுதான் சாஸ்திரம். போறப்ப நானொரு கஷாயக் கலவை தர்றேன்''

''உம்'' ஆசான் முனகினார்.

''நீ நேத்து கேசரி பத்திரிகையைப் பாத்தியா?''

வைத்தியர் டைரிக்குள் மடித்து வைத்திருந்த பத்திரிகையை எடுத்து நீட்டினார்.

''பொது வேலைநிறுத்தம் நடத்தத் தீர்மானிச்சாங்களே, அதப்பத்தித்தான். இந்த வாட்டியாவது நல்லபடியா நடந்தா சரி. ஓரணா போராட்டம்போல ஆயிடக்கூடாது''

அக்டோபர் இருபத்திரெண்டு முதல் நாடு முழுக்கப் பொது வேலைநிறுத்தம் நடத்த திருவிதாங்கூர் டிரேட் யூனியன் சம்மேளனத் தீர்மானம். ஆயிரத்து தொள்ளாயிரத்து முப்பத்தெட்டின் வேலைநிறுத்தம் போல இந்த முறையும் மகாராஜாவின் திருநாள் கணக்கிலெடுத்துதான் இம்முடிவு.

''அன்னக்கி சுகுணன் தோழருக்கு ஏற்பட்ட ஒரு அபத்தமில்லையா? கடைசீல சுகுணன் தோழரைக் காப்பாத்தறதுக்காக கிருஷ்ணப்பிள்ளை தோழரும் ஏ.கே. கோபாலன் தோழரும் அதுக்கு சப்போர்ட் பண்ண வேண்டியதாப் போச்சில்ல?''

ஆசான் பத்திரிகையை விரித்தார்.

'கடம்பைக்காய் கொண்டு குடம் உடைக்காதே' ஆயிரத்து தொள்ளாயிரத்து முப்பத்தெட்டின் வேலைநிறுத்தத்தைப் பற்றிய செய்தி.

'சரிதானே' கொச்சுக் குஞ்ஞாசான் நினைத்துக்கொண்டார்.

தோப்பும்படியில் எழுத்தாளர் பி. கேசவதேவின் வீட்டிலிருந்தபடி தன் கைப்பட எழுதிய செய்திகள் இப்போதும் அச்சுபிசகாமல் ஞாபகமிருக்கிறது. கடைசியில் போராட்டம் படுகுழியில் விழுவதை கிருஷ்ணப்பிள்ளைத் தோழரும், கே. வி. பத்ரோசும் இதயம் நொறுங்கப் பார்த்துக்கொண்டு நிற்க வேண்டியதாகிவிட்டது. ஆலப்புழையில் நடந்த ஆலோசனைக் கூட்டத்தில் ஒரு மூலையில் கொச்சு குஞ்ஞாசானும் இடம் பிடித்திருந்தார்.

அந்தக் காலத்தில் பத்ரோஸ், வில்லியம் குடேக்கரின் தொழிலாளியாக இருந்தார். இளையவர்கள் மூன்றுபேர் டேராஸ் ஸ்மைலில் இருந்தனர். ஆறுகோடி தறியிலும், எட்டுகோடியிலும் கயிறு சுற்றுவதில் பத்ரோசை மிஞ்ச ஆளே கிடையாது. கயிறு பாக்டரிகளின் தறிகளுக்கிடையிலிருந்துதான் தோழர் கிருஷ்ணப்பிள்ளை பத்ரோசைக் கண்டடைந்தார். கஷ்டப்பட்டு மூன்றாம் வகுப்புவரை போயிருக்கார். வீட்டைப் பார்த்துக்கொள்ளும் பொறுப்பில் படிப்பை நிறுத்த வேண்டியிருந்த பத்ரோசினுள்ளே அநீதிக்கெதிரான கோபத்தின் நெருப்பெரிவதைத் தோழர் அன்றே உணர்ந்திருந்தார். அதுதான் தோழர். கயிறு பாக்டரிகளில் ஏறியிறங்கி தொழிலாளர்களிலிருந்து, நெஞ்சில் நெருப்பைச் சுமப்பவர்களைக் கண்டடைந்தார். அவர்கள்தான் ஆலப்புழையின் தொழிலாளர் போராட்டங்களின் தலைமை இடங்களுக்கு வந்தனர்.

தொடக்கத்தில் கட்சி வகுப்புகளைத் தோழர் மட்டுமே தனியாக எடுத்திருந்தார்.

''குடின்ஹோ ஃபாதருக்கும் மொதலாளிங்களுக்கும் எங்கயிருந்து இவ்ளோ சொத்து?''

தோழர் முன்னாலிருக்கும் தொழிலாளர்களின்மீது கண்களை நகர்த்துவார். வரிசையான வெண்மையான பற்களில் அந்நேரம் ஒரு மந்தகாசம் படரும்.

''தோழர்களே, அது நம்மோட உழைப்பின் உபரி மூலதனம்தான்''

உபரி மூலதனம் என்று அவர்கள் முதல்முதலாக கேள்விப்படுகின்றனர். தோழர் அதை விவரிப்பார். ''நீங்க நெய்யற தடுக்கும் பாயுமெல்லாம் வெளிநாடுகளுக்கு முதலாளிங்க கப்பல்வழியா ஏத்தி அனுப்பறாங்க. அதுக்கு அவங்களுக்குக் கெடைக்கற வெல என்னான்னு தெரியுமா? உங்களுக்குக் குடுக்கற பிச்சைக் கூலியோட ஆயிரம் மடங்கு. எப்படி அது கயிறு தடுக்கு பாயின்னு ஆனது? அதுக்கும் முன்ன அது என்னவா இருந்தது?''

''கயிறு''

''அதுக்கும் முன்னாடி?''

''நார்''

''அதுக்கும் முன்னாடி?''

''மட்டை''

''தென்னமரத்துல இருந்த மட்டை எப்படி மொதலாளிங்கேளாட பணப்பெட்டிங்களை நெரப்பற தடுக்கும் பாயுமா ஆச்சு?'' தோழரின் கறுத்த உதடுகளில் வெளிச்சம். ''உங்களோட உழைப்பு'' தோழர் சற்று நிறுத்தி எல்லாவரிலும் சஞ்சரிப்பார். ''அப்படீன்னா அதனோட உண்மையான வருமானம் யாருக்கு உரிமையுடையது?''

''நமக்கு'' முன்னால் கூடியிருந்தவர்கள் ஒரே குரலில் சொல்வார்கள்.

''அந்த வருமானம் எங்க போச்சு?''

''மொதலாளிகளோட பாக்கெட்டுகளுக்கு''

''அது நமக்கு உரிமைப்பட்டதுதானே? அத நாம கேட்டு வாங்கணுமில்லையா?''

''வாங்கணும், வாங்கணும்''

''அது முழுக்கவும் நமக்கு வேணுன்னு நாம யாரும் கேக்கல. நாரு மொதலாளியோடது. கயிறு பாக்டரி அவங்களோடதுதான். மூலதனம் போட்டதும் அவங்கதான். நமக்கு நம்முடைய உழைப்புக்கேத்த சரியான வருமானத்தைத் தந்தாப் போதும். அதுதான் தோழர் காரல்மார்க்ஸ் சொன்ன உபரி மூலதனம்''

பொது வேலை நிறுத்தத்தின் தேவைகளில் தோழர் முன்வைத்த முக்கியச் செய்தியும் அதுவாகவே இருந்தது. குறைந்தபட்ச சம்பளம் முப்பது ரூபாய் என்றாவது ஆக்க வேண்டும். பெண் தொழிலாளர்களுக்குப் பிரசவகாலச் சம்பளம் கொடுக்கப்பட வேண்டும். யாரும் கனவில்கூட யோசிக்காத விஷயத்தைத்தான் தோழர் அன்று சொன்னார்.

''இல்ல தோழா'' விவாதத்திற்கிடையில் பத்மநாபன் தோழர் கேட்டார்.

''பிரசவ காலத்தில அவுங்க வேல செய்யறதில்லையே? அப்ப நாம அதக் கேக்கறது தப்பில்லையா?''

தோழர் வேட்டியை இழுத்து ஏற்றிக் கட்டினார்.

''அப்படீன்னா பெண் தோழருங்க பிரசவ காலத்துல பட்டினி கெடக்கட்டும்னுதான் தோழர் சொல்றீங்களா?''

தோழர் முன்நெற்றியில் விழுந்திருந்த முடியை ஒதுக்கினார்.

''அப்பிடியில்ல...'' பத்மநாபன் தோழர் தலை சொறிந்தார்.

''மனிதகுலத்தை நிலைநிறுத்துவதற்காகச் செய்யப்படும் மகத்தான செயல்தான் பிரசவம். அதைவிடப் பெரிய செயல் உண்டா தோழா இந்த பூமியில?

அவங்களுக்குக் கொறஞ்சது மூணுமாசமாவது வேலையிலிருந்து ஓய்வு கொடுக்க வேண்டாமா? இருந்தும் அவுங்க பிரசவம் முடிஞ்சு நாப்பத்தோரு நாளுக்கப்பறம் வேலைக்கு வர்றது எதுக்கு? பட்டினி கெடக்க முடியாமத்தானே''

தோழரின் வாதத்தை எல்லோரும் கைதட்டி அங்கீகரித்தனர்.

''இந்தப் போராட்டத்தில் தொழிலாளி வர்க்கம் முழுக்க வீறுகொண்டு எழ வேண்டும். முதலாளி வர்க்கத்தையும் அதிகார வர்க்கத்தையும் மண்டியிட வைக்க வேண்டும். உரிமைப் போராட்டங்களின் வழியாகவே நாம் அதிகாரத்தை வென்றெடுக்க முடியும்.

ரஷ்யப் புரட்சியாளர்கள் சொல்வதைப் போல இழக்க நம்மிடம் இருப்பவை அடிமைச்சங்கிலிகள் மட்டுமே, கிடைக்க இருப்பதோ புதியதொரு பொன்னுலகம்'' தோழர் ஆவேசத்தோடு பேசினார்.

''கயிறு பாக்டரி தொழிலாளர் யூனியன் பிரசிடெண்ட் தோழர் பி.கே. குஞ்ஞும் ஜெனரல் செக்கரட்டரி ஆர். சுகதனும் சிறையில இருக்காங்க. பத்ரோஸ் எல்லாத்தையும் பொறுப்பாப் பாத்துக்கணும்'' தோழர் அறிவுறுத்தினார்.

ராணுவப் பணியிலிருந்து வெளியேறிய பத்மநாபன் தோழரைத் தலைச்சேரியிலிருந்து வரவழைத்து, ஐயாயிரம் செம்படைத் தொண்டர்களுக்குப் பயிற்சியளிக்கப்பட்டது.

பத்ரோஸ் தோழர் அந்த கோஷத்தை முன்னெடுத்தார்.

'இழக்க நம்மிடம் இருப்பவை அடிமைச்சங்கிலிகள் மட்டுமே, கிடைக்க இருப்பதோ புதியதொரு பொன்னுலகம்'

சாலைகள் எங்கும் அம்முழக்கம் அலைகளை எழுப்பின. அரூர் முதல் வண்டானம் வரை எல்லாக் கயிறு பாக்டரிகளும் சலனமற்றுப் போயின. சக்கரங்கள் சுழல்வதை நிறுத்திக் கொண்டன. கப்பற்படைத் தொழிலாளர்களும் வேலைநிறுத்தம் செய்ய, சரக்குப் போக்குவரத்தும் நிலைத்தது. சர். சி.பி. போராட்டத்தை இரும்புக்கரம் கொண்டு ஒடுக்கவே முடிவெடுத்தார். மாநிலக் காங்கிரஸ், பொறுப்பு அரசாங்கத்துக்கான போராட்டத்தைக் கையிலெடுத்தது முதல், நாடு முழுக்க ஐந்து ரூபாய் போலீசின் ஆட்டம் அதிகரித்தது. பொறுக்கிப்படை கண்ணில் கண்டவர்களையெல்லாம் அடித்து நொறுக்கியது. சிறைச்சாலைகள் நிரம்பி வழிந்தன. சிறைகளில் இடமில்லாமல் போனது. சி.பி. அதற்கும் ஒரு வழி கண்டுபிடித்தார். போராட்டக்காரர்கள் கூட்டமாகப் பிடிக்கப்பட்டு, அடித்து உதைத்து நடுராத்திரியில் தூரமாக மக்கள் நடமாட்டமற்ற காட்டுப்பகுதிகளில் விடப்பட்டார்கள். இதுவும் ஒருவிதமான நாடு கடத்தலே.

வேலை நிறுத்தம் தொடங்கி மூன்றாம் நாள். ஐப்பசி ஏழு. வஞ்சி பூபதியின் திருநாள். சர். சி.பி. புதியதொரு ரகசியத் திட்டத்தை அரங்கேற்றினார். சிறையிலிருந்த தலைவர்களை நிபந்தனையின்றி விடுதலை செய்தார். மகாராஜாவின் பிறந்தநாள் பரிசு. தொழிலாளர்களுக்குக் காத்திருந்ததோ துப்பாக்கிச்சூடு மட்டும்.

மாலையில் ஆலப்புழை கடற்கரையில் வேலைநிறுத்தம் செய்த தொழிலாளர்களின் பெருங்கூட்டம். கிருஷ்ணப்பிள்ளை தோழர் பேசுகிறார்.

அதை நினைத்ததும் கொச்சுக் குஞ்ஞாசானின் முழங்கையில் மயிர் கூச்செறிந்தன.

''என்னாச்சுடா, உங்கைல முடியெல்லாம் கோல்போல நிக்குது?''

குமாரன் வைத்தியர் கேட்டார்.

''ஆலப்புழை கடற்கரை செங்கடலானதை நெனச்சுக்கிட்டேன்டா''

ராணுவம் போல ஐயாயிரம் செம்படைத் தொண்டர்கள். அவர்களுக்குப் பின்னால் பெண் தோழர்கள். அதற்கும் பின்னால் மேலே நான்குவரிசையில் செங்கொடி ஏந்தி பத்தாயிரத்துக்கும் மேல் தொழிலாளி வர்க்கத் தோழர்கள்.

கடற்கரை முழுக்க மனிதக் கடலின் இரைச்சல்.

கடலுக்கு வெகு அருகில் நாலைந்து மரபெஞ்சுகளை அடுக்கிவைத்து, அதன்மீது ஏறி நின்றுகொண்டு, கடலின் இரைச்சலையும் மீறி மேற்குப் பக்கமிருந்து தோழர் கிருஷ்ணப்பிள்ளை உரையாற்றுகிறார். ஜன சமுத்திரத்தின் நடுவில் ஆங்காங்கே போடப்பட்ட மேஜைகளில், மூன்று நான்கு தோழர்கள் ஏறி நின்றுகொண்டு பின்னால் நிற்பவர்களுக்கும் கேட்குமாறு, தோழரின் உரையை மறுபடியும் சொல்கிறார்கள்.

இருட்டில் கூட்டம் முடிந்து திரும்பி வருகின்ற தொழிலாளர்களை எதிர்பார்த்து போலீஸ் சவக்கோட்டைப் பாலத்தினருகே காத்துக் கொண்டிருந்தது. எதிர்பாராத வேளையில் தாக்குதல் நடந்தது. இருட்டிலேயே அடிபட்டு மண்டை உடைந்து கீழே விழுந்து உருண்ட போராட்டத் தோழர்களைத் தூக்கியெடுத்து கமர்ஷியல் கால்வாயில் எறிந்தனர்.

இரவில் சேர்த்தலைக்குப் போக முடியவில்லை. யூனியன் அலுவலகத்தின் வராந்தாவில் படுத்துறங்கினார். மறுநாள் தோழர் அவசரமாக போராட்டக்குழு கூட்டத்தைக் கூட்டினார். அவர் முன்னதாகவே வந்து காத்திருந்தார். நூற்றிஒன்று உறுப்பினருள்ள கமிட்டி. வந்தது பதினோருபேர் மட்டுமே. கே.வி. பத்ரோஸ், கே.கே. வாரியர், சி.ஓ. மாத்யூ, பி.ஏ. சாலமன்...

''மற்ற தோழர்கள் எங்கே?'' தோழர் நிராசையோடு சுற்றிலும் பார்த்தார்.

''போலீசைப் பாத்து பயந்துட்டாங்கன்னு தோணுது'' என்றார் கே.கே. வாரியர்.

''முந்தாநேத்து லத்தி சார்ஜ்ஜும் துப்பாக்கிச் சூடும் முடியறதுக்குள்ள...''

பி.ஏ. சாலமன் தயங்கித் தயங்கித்தான் அதைச் சொன்னார்.

''அதுதான் சி.பியோட குறுக்குப் புத்தி'' என்றார் தோழர்.

''தலைவர்களைச் சிறையிலிருந்து விடுவிக்கறது... தொழிலாளர்களைச் சுட்டுக் கொல்லறது... தொழிலாளி வர்க்கத்துக்கு அமைப்பின் மீதான நம்பிக்கையை இல்லாமல் ஆக்குறது...''

''மாநிலக் காங்கிரஸ் தலைவர்கள் யாரும் வேலைநிறுத்தப் போராட்டத்தைத் திரும்பிக்கூடப் பாக்கல. கள்ளக் கழுவேறிகள்''

கே.வி. பத்ரோஸ் ரோஷத்தோடு சொன்னார்.

''அந்தப் பட்டமும், டி.எம். வர்கீசும்...''

''நாடு முழுக்க சிறையிலிருந்து வந்ததோட வரவேற்பு விழாக்கள்தானே நடக்குது? எல்லாம் மறந்து ஓடிக்கிட்டுல்ல இருக்காங்க அந்த ஆளுங்க'' என்றார் கே.கே. வாரியர்.

''தேசிய முதலாளிகள் எப்பவும் வஞ்சனையைக் கைவிடமாட்டாங்க. அவங்களை நம்பக்கூடாது. வஞ்சகம் அவங்களோட ரத்தத்துல ஊறுனது''

தோழரின் முகம் இருண்டது.

''இருந்தாலும் நம்ம தொழிலாளி வர்க்கம் தோற்றுப் பின்வாங்க கூடாது. இந்த வேலைநிறுத்தம் தோத்துப் போனா உரிமைப் போராட்டங்களோட கடைக்கால் ஆட்டங்காணும். இனி சி.பி. யின் குறுக்குப்புத்தி கருங்காலிகளைக் கூட்டத்தோடு வேலைக்கு வரவழைச்சு, வேலைநிறுத்தத்தை உடைக்கிறதா இருக்கலாம். நாம இதை முறியடிக்கணும். நாளைக்கே அணி திரட்டத் தொடங்கணும். மொதல்ல வேலைநிறுத்த கமிட்டி உறுப்பினர்கள் அணி திரட்டப் போகணும். முதல் பாட்ச்சில் கீரனும் மாத்யூவும் இருக்கணும்''

தோழர், கே.கே. வாரியரைப் பார்த்தார்.

''என்ன சொல்றாரு கீரன்?'' கே.கே. வாரியர் தலையசைத்தார்.

''வேற யாரெல்லாம் தயாரா இருக்கீங்க?'' தோழர் ஒவ்வொருவரையும் பார்த்தார்.

''நான் ரெடி'' பி.ஏ. சாலமன் கைதூக்கினார்.

''எங்கிட்ட கேக்கவே வேண்டாமே?'' கே.வி. பத்ரோஸ் தலை உயர்த்தினார்.

கூட்டத்துக்கு வராத உறுப்பினர்களின் பெயர்களையும் உட்படுத்தி, தோழர் ஒரு நீண்ட பட்டியலை உருவாக்கினார்.

''இன்னிக்கே எல்லாருக்கும் அறிவிப்பு போகணும்''

பட்டியலை பத்ரோசிடம் கொடுத்தார்.

'அன்னிக்கி தோழர் அந்த முடிவெடுக்காம இருந்திருந்தா அமைப்புசார் தொழிலாளி வர்க்கத்தின் சவப்பெட்டியின் மேல் சர். சி.பி. ஆணியடிச்சிருப்பார்'

கொச்சுக் குஞ்ஞாசான் நினைத்துக்கொண்டார்.

''சர். சி.பி. எல்லாவற்றையும் தகர்த்து எறிஞ்சிருப்பார்''

''இருந்தும் வேலைநிறுத்தம் தோத்துதானே போச்சு? சுகதன் சார் அதைத் தகர்த்தெறிஞ்சிட்டாரே?''

''உம்'' என்றார் கொச்சுக் குஞ்ஞாசான்.

போராட்டக் குழுவுக்குத் தெரியாமல் சுகதன் சார் முதலாளிகளுடன் ஓர் உடன்படிக்கை செய்து கொண்டார். போராட்டம் விலக்கிக் கொள்ளப்பட்டது. தொழிலாளிக்குக் கிடைத்த லாபம் ஒரு ரூபாய்க்கு ஓரணா.

தொழிலாளர்கள் அனைவரும் எதிர்த்தனர். ஏ.கே. கோபாலனையும் சேர்த்துக்கொண்டு கிருஷ்ணப்பிள்ளைத் தோழர் இரவோடு இரவாக கூட்டத்தைக் கூட்டினார். பத்ரோஸ் கோபத்தால் பொங்கினார். சுகதன் சாரைக் கடுமையாகத் திட்டினார். போராட்டம் தொடர வேண்டுமென்றனர் தோழர்கள்.

எல்லாம் கேட்டுக் கொண்டிருந்த தோழர் கடைசியில்,

''வேலை நிறுத்தத்தை விலக்கிக்கிடச் சம்மதிச்ச சுகதன் சார் நம்முடைய தலைவர்தான். இரத்தமும் வேர்வையும் சிந்தி நாம நடத்திய போராட்டம் ஓரணாவுக்கு முன்னால் சரணடைஞ்சதுங்கறது உண்மைதான். ஆனால்... இந்தச் சூழ்நிலையில் இன்னும் வேலை நிறுத்தத்தைத் தொடர்ந்தா முதலாளிகள்தான் ஜெயிப்பாங்க. நமக்குள்ளயும் கருத்து வேறுபாடுகள் வரும்'' என்றார்.

போராட்டக் களத்தில் உள்ள தோழர்களைப் பின்வாங்கச் செய்ய விடியும்வரை தோழர் விளக்க வேண்டியிருந்தது. ஒருவழியாக அது முடிவுக்கு வந்தது. விடிந்ததும் தீர்மானம் கல்லச்சில் அச்சடித்தெடுத்து வார்டுகளுக்குக் கொடுத்தனுப்பப்பட்டது.

''இந்த தடவை அதுபோல ஆகாதுடா. இந்த முறை நாம அதிகாரத்தக் கையில எடுப்போம். சர்.சி.பி. கீழ எறங்க வேண்டியிருக்கும். அமெரிக்கன் மாடல அரபிக்கடல்ல எறிவோம். நீ பாருடா''

ஆசான் கேசரி பத்திரிகையை மடித்து வைத்தார்.

இரவு மிருணாள்தா அழைத்தார்.

"உன் எழுத்து எவ்ளோ தூரம் போயிருக்கு?"

"உம், நடக்குது" என்றாள் அவள்.

"உடனடியா முடியுமா?"

"தெரியாது" அவள் சிரித்தாள்.

"கதாபாத்திரங்கள் ஒவ்வொருத்தங்களா சரித்திரத்தோட திரைச்சீலைக்குள்ளிருந்து வந்துகிட்டேயிருக்காங்களே?"

"நீ அறியாமலா? எல்லாம் உன் மனசுக்குள்ள இருக்கறதுதானே?"

"நானும் அப்படித்தான் நெனச்சேன். ஆனா, அனுபவம் தலைகீழா இருக்கு. கதாபாத்திரங்கள் எங்கயிருந்தோ விரல் நுனிகளுக்கு இறங்கி வர்றாங்க, எனக்கே தெரியாம. அவங்கதான் என்னை கீபோர்டில் ஒவ்வொரு எழுத்தாக எழுத வைக்கிறாங்க. கதையை முன்னோக்கி நகர்த்தறதும் அவங்கதான். நான் அவங்களோட கைப்பாவை மட்டுந்தான்"

"வெளையாட்டில்லையே? நெஜந்தானே" மிருணாள்தா சிரித்தார். "அவங்களுக்குச் சொல்ல ஏராளம் இருக்கலாம். வரலாறு குறித்து வைக்கத் தவறியவை. உம், உன் நாவலுக்குப் பேர் வச்சிட்டயா?"

"இல்ல. மிருணாள்தா, நீங்களே ஒரு பேரு யோசிச்சுச் சொல்லுங்க"

"இதிகாசபூர்வமான அந்தப் போராட்டத்தின் கதைதானே? அந்த எடத்தோட பழைய பேரென்ன?" அவர் கேட்டார்.

"கரைப்புறம்"

"உம், நான் கொஞ்சம் யோசிக்கிறேன்"

தட்சிணாபுரியின் ஒரு மாலைவேளை ஞாபகத்துக்கு வந்தது. கோதாவரி ஹாஸ்டலின் முன்னால், பரந்த பாறையின்மீது வழக்கமான விவாதக் கூட்டம். மிருணாள்தா முன்னதாகவே வந்து இடம் பிடித்து உட்கார்ந்திருந்தார்.

விவாதப் பொருள் : கூடங்குளம் அணுமின் நிலையம். திருநெல்வேலிக்காரன் இளங்கோவன் ஊருக்குப் போய் திரும்பும் வழியில் கூடங்குளம் போய்விட்டு அப்போதுதான் வந்திருந்தான். கல்யாணம் முடிந்த பிறகுதான் அவன் மேற்படிப்புக்கு வந்தான். கர்ப்பிணியான தமிழ்ச்செல்விக்கு ஆக்ரா பேடா என்றால் கொள்ளைப் பிரியம். ரெண்டு கிலோ பேடா வாங்கிக் கொண்டுதான் பொங்கலுக்கு அவன் ஊருக்குப் போனான்.

கூடங்குளம் அணுமின் நிலையத்துக்கெதிராக இளங்கோவன் ஆர்ப்பரித்துப் பேசிக் கொண்டிருப்பதற்கு நடுவில் தரையிலிருந்த மொபைல்போன் ஒலித்தது.

மிருணாள்தா போனெடுத்தார்.

''பஸ் கர், பஸ் கர்'' மிருணாள்தா சந்தோஷத்துடன் கூவினார்.

''ஹாப்பி நியூஸ்! இளங்கோவன் கோ பேட்டீ ஹூயி ஹே''

''இளங்கோவனுக்குப் பெண் குழந்தை பிறந்திருக்கு''

அவன் மிருணாள்தாவின் கையிலிருந்து போனைத் தட்டிப் பறித்தான்.

''நாம இவளுக்கொரு பேர் வைக்கணுமே?'' இளங்கோவனை எல்லோருமாகத் தூக்கியெடுத்தனர்.

''இந்த சந்தர்ப்பத்துக்குச் சேர்றதா ஒரு பேரு?''

யோசிக்கவே தேவையில்லாமல் போனது. மிருணாள்தா அறிவித்தார்.

''ஹம் இஸ்கோ காளிந்தி பூலாயேங்கே...''

''நாம் இவள காளிந்தி என்று கூப்பிடுவோம்''

காளிங்கன் நஞ்சாக்கிய நதி. கால்நடைகள் செத்து மடிவதைக் கண்டு மனம் நொந்த கிருஷ்ணன் தன்னந்தனியாக மீட்டெடுத்த நதி.

''திசாவை நான் கூப்பிட்டிருந்தேன்''

மிருணாள்தா அவளை நினைவுகளிலிருந்து விடுவித்தார்.

''நடந்ததெல்லாம் அவ சொன்னா. பஸ்தரில் விசாரிக்க ஏற்பாடு செய்யறேன். ஆனா அவன் பஸ்தருக்குத்தான் போயிருக்கான்றது என்ன நிச்சயம்?''

''அவன் பஸ்தருக்குத்தான் போயிருக்கான்'' அவள் சொன்னாள்.

''ஆம், அப்பறம் நான் கூப்ட்டது... வேண்டாம். இப்ப இந்த நெலமையில நீ அவகூடத்தான் இருக்கணும்'' அவர் தயங்கித் தயங்கிப் பேசினார்.

''நீங்க கூப்ட்ட விஷயம்?'' அவள் கேட்டாள்.

''நீ ஒரு தடவை டெல்லி வரைக்கும் வர வேண்டியிருக்கும்''

''டெல்லிக்கா? எதுக்கு?'' அவள் அதிர்ந்தாள்.

''சேச்சே, ஒண்ணுமில்லை. நான் அப்பறமாக் கூப்டறேன்''

மிருணாள்தா குட்நைட் சொல்லிவிட்டு போனைத் துண்டித்தார்.

26

கண்ணுக்கெட்டாதவை

அனகாசயனை ஊரெல்லாம் தேடி நடந்தாயிற்று. அவன் சாத்தன்செறைதரையில் கட்சி வகுப்பில் இருக்கிறான் என்று கடைசியில்தான் தெரிந்தது. சாத்தன்செறைக்குப் பொன்னாம்வெளி முக்கிலிருந்து இரண்டே மைல்தான். பட்டாளத்துக்கு மட்டும் தெரிந்து விட்டால் அவ்வளவுதான். வடக்கில் எங்கிருந்தோ தலைமறைவில் வந்த ஒரு தோழரின் வகுப்பாம் இது. அதனாலதான் நான்கு பக்கமும் காவல் போட்டு நிறுத்தியிருக்கிறார்கள். சாத்தன்செறைதரைக்குப் போவதைப் பார்த்ததும் அவர்கள் நிற்க வைத்து கேள்வி கேட்க ஆரம்பித்து விட்டார்கள். அதற்குள் கருணன் தோழர் அந்த வழியாக வந்தார்.

பூவரச மரத்தின் நிழலில் ஏறக்குறைய இருபது தோழர்கள் கூடி இருந்தார்கள். கணுக்கால்வரை எட்டுகிற வெள்ளைவேட்டியும், நீளமாகத் தொங்கும் பனியனுக்கு மேல் ஜெபமாலையும் போட்டுக்கொண்டு, முகச்சவரம் செய்து, எண்ணெய் தேய்த்து அழுத்தி வாரிய முடியைப் பின்னால் ஒதுக்கி வைத்திருக்கிறார் அந்தத் தோழர். ஆளை அடையாளம் தெரிந்து கொள்ளாமல் இருப்பதற்காக மாறுவேடத்தில் வந்திருக்கிறார் என்பது பாக்கரனுக்கு ஒரே பார்வையிலேயே தெரிந்தது. பார்க்க முஸ்லீம் மாதிரி ஒன்றும் தெரியவில்லை. முன்வரிசையில் பத்மநாபன் தோழர் முழங்காலில் கையை ஊன்றி உட்கார்ந்திருக்கிறார். தாடையில் கையை வைத்துக்கொண்டு தோழர் கே. ஆர். சுகுமாரனும் அவருக்குப் பக்கத்தில் என்.பி. தண்டாரும் இருக்கிறார்கள்.

பாக்கரன் ஓர் ஓரமாகப் போய் உட்கார்ந்தான்.

"தோழர்களே, அப்ப நான் என்ன சொல்லிட்டு வரேன்னா... சர். சி.பி.யும் இந்த நாட்டின் ஜமீன் மொதலாளிகளும் பெரியதொரு போராட்டத்துக்குள்ள நம்மள

தள்ளி விடுறாங்க. ஜனங்களோட எதிர்ப்பத் துப்பாக்கியாலயும், லத்தியாலயுமே எதிர் கொள்ளலாம்னுதான் சர். சி.பி. நெனக்கறாருன்னா, கம்யூனிஸ்டு தோழர்களின் முன்னால் அது விலை போகாது. உயிர்த்தியாகம் செஞ்சாவது நாம ஒத்துமையா நின்னு அதை எதிர்கொள்வோம்''

''தோழர்களே, மலபாரோட நெலமையும் இதுபோலத்தான். மொறாழைல என்ன நடந்தது?'' தோழர் சுற்றிலும் பார்த்தார்.

''விலையேற்றத்தைத் தாங்க முடியாம போனதாலத்தானே விவசாயத் தோழர்கள் அங்க போராட்டத்துல எறங்கினாங்க. வெள்ளைக்காரக் கலெக்டர் ஊர்வலங்களையும் கூட்டங்களையும் தடை செஞ்சார். அதப் பொருட்படுத்தாம விவசாயிங்க சங்கம் பேரணி நடத்திச்சு. அமைதியாப் போராட்டம் நடத்தின விவசாயத் தோழர்கள்மேல அரசு துப்பாக்கிச் சூடு நடத்திச்சு. தலைச்சேரியில நம்மோட ரெண்டு தோழர்கள், அபூவையும் சாத்துக்குட்டியையும் அவங்க சுட்டுக் கொன்னாங்க. இதேமாதிரிதான் மொறாழை, மட்டனூர், கூத்துபறம்பிலயும் விவசாயத் தொழிலாளர்களுக்கும் போலீசுக்கும் மோதலாகி, ஒரு சப் இன்ஸ்பெக்டர் இறந்து போனார். அதனால நம்மோட முப்பத்தெட்டு தோழர்கள் மேலயும் கொலைக்குற்றம் சுமத்தி கேஸ் போட்டாங்க. தலைச்சேரியில சாகடிக்கப்பட்ட நம்மோட ரெண்டு தோழர்களோட உயிர ஒரு புழுவாக்கூட மதிக்கல. கடைசியில் ஏழு வருஷக் கடுங்காவல் தண்டனையை விசாரணை நீதிமன்றம் வழங்கியது . அரசாங்கம் அதுக்கெதிரா மெட்ராஸ் ஐகோர்ட்டில் அப்பீல் பண்ணிச்சு. தோழர் கே.பி.ஆர். கோபாலனுக்குத் தூக்குதண்டனையும், தோழர் விஷ்ணு பாரதீயன் உட்பட ஏழு தோழர்களுக்கு ஆயுள்தண்டனையும் கிடைக்கற மாதிரி ஆங்கிலேய நீதிபதிகளை வச்சு தீர்ப்பு எழுத வச்சாங்க. தீர்ப்பைக் கேட்டு மலபார் முழுக்க ஜனங்க கொதிச்செழுந்தாங்க. காந்தியும் நேருவும் தலையிட்டாங்க. கடைசியில இருபத்தெட்டாம்நாள் நீதிமன்றத்தில தூக்கு தண்டனை ரத்தாகி ஆயுள் தண்டனையாக் குறைச்சாங்க''

தோழர் பக்கத்திலிருந்த மண்குடத்தைத் தூக்கி மடமடவென்று குடித்துவிட்டு கீழே வைத்தார். வாயைத் துடைத்துக் கொண்டு ஆழமாக மூச்சை இழுத்துவிட்டார்.

''தோழர்களே, இதே பூர்ஷ்வா கோர்ட்தானே நம்மோட கைய்யூர் போராட்ட வீரர்களைத் தூக்கில ஏத்திச்சு? அவங்க என்ன தப்பு செஞ்சாங்க? வீடுவீடா ஏறியிறங்கி பெண்களைக்கூட விட்டு வைக்காம போலீஸ் தாக்கினப்ப எதிர்த்து நின்னதுதானா அவங்க செஞ்ச தப்பு? மோதல்ல ஒரு போலீஸ்காரன் இறந்ததால, அவங்க மேல பொய்யான கொலைவழக்கை ஜோடிச்சாங்க. தோழர்கள் மடத்தில் அப்புவையும், குஞ்ஞம்பு நாயரையும், கோயித்தாட்டில் சீருகண்டனையும், பள்ளிக்கல் அபுபக்கரையும் கருணையேயில்லாம தூக்கில ஏத்தினாங்களே?

இருந்தாலும் போலீசோட துப்பாக்கிக்கும், லத்திக்கும் முன்னால நெஞ்ச நிமித்தி கையில செங்கொடி புடிச்சு நாம தெருவிலறங்கறது எதுக்காக? மனுஷனப்போல வாழ! வாழறதாயிருந்தா நாம மனுஷனப்போல வாழணும். அடிமைங்களா வாழறதவிட உயர்ந்தது உரிமைகளுக்காகப் போராடி சாகறதுதான். நமக்கும் முன்னாடி போன வீரதீர ரத்தசாட்சிகளோட பாதையை நாமும் பின்தொடரலாம், தோழர்களே''

மூச்சடக்கி உட்கார்ந்திருந்தது சபை.

பூவரசின் இலைகளை வந்து தழுவும் காற்றின் சலசலப்பைத் தவிர வேறொன்றும் கேட்கவில்லை. தட்டென ஓரசைவு. கூட்டத்தினிடையிலிருந்து அனகாசயன் குதித்தெழுந்து ஆகாயத்தை நோக்கி முஷ்டி உயர்த்தி முழங்கினான்.

''தீர ரத்தசாட்சிகள் சிந்தாபாத்!

தீர ரத்தசாட்சிகள்...''

''யாரும் எதிர் முழக்கம் செய்யாதீங்க'' பத்மநாபன் தோழர் கையிரண்டையும் வீசி குதித்தெழுந்தார்.

''இது ஒரு கட்சி வகுப்புன்றது ஞாபகமிருக்கட்டும். சுத்தி சி.ஐ.டி. ங்க மோப்பம் புடிச்சிக்கிட்டுருக்காங்க''

''அறிவு கெட்டவன்'' பத்மநாபன் தோழர் அனகாசயனைக் கோபத்துடன் பார்த்தார். அவன் அங்கே தன்னுள் சுருங்கி நின்றான்.

பாக்கரன் எழுந்து அருகே சென்றான். ஜெபமாலை போட்டிருந்த தோழர் அனகாசயனைப் பார்த்துப் புன்னகைத்தார்.

''இங்க வா''

அவன் தயங்கித் தயங்கி முன்னால் சென்றான். தோழர் அவனுடைய தோளைச் சுற்றிக் கைகளைப் போட்டார்.

''ரோஷக்காரன்! தோழர் சி.சி. கிருஷ்ணன்நாயரைப் பத்திக் கேள்விப்பட்டிருக்கீங்களா?''

தோழர் கூட்டத்தைப் பார்த்தார்.

''கையூர் போராளி. இவனோட வயசுதான். இளவயசைக் கணக்கிலெடுத்துத் தூக்கு தண்டனையை ரத்து செய்து ஆயுள்தண்டனை விதிச்சாங்க''

தோழர் அவனுடைய தோளில் தட்டினார். அவனை நோக்கி வலதுகை சுருட்டி மேலே உயர்த்தினார். அவனும் தோழரைப் பார்த்து அதுபோலச் செய்தான். அப்போதுதான் அவனுடைய இருளடைந்த முகம் சற்றுத் தெளிந்தது. பத்மநாபன் தோழர் இதைக் கண்டும் காணாமல் நின்றார்.

''வா, நாம ஒரு எடத்துக்குப் போயிட்டு வரலாம்''

பாக்கரன் அவனையும் அழைத்துக்கொண்டு வெளியேறினான்.

''எங்க போறோம்?'' அவன் கேட்டான்.

''அந்தப் பனையேறி கொச்சாப்பியோட வீட்டுக்கு''

''எதுக்கு?''

''அவரு நேத்து எங்கிட்ட ஒரு விஷயம் சொன்னாரு''

''ம்... என்னாது?''

''நம்மோட கொச்சு பாருவ யாருக்காவது பேசி வச்சிருக்கியான்னு கேட்டாரு''

அனகாசயனின் முகம் வெளிறியது.

''நீ என்ன சொன்ன?''

''இல்ல, நாம யாருகிட்டயும் அப்படில்லாம் ஒண்ணும் சொல்லி வக்கலியே''

''அதுக்கு அவ கொழந்ததானே?''

''கொழந்ததான்னாலும் பொண்ணு பொண்ணுதானேடா? இந்தப் பொண்ணுங்களே அதோஇதோன்னு வளந்து நிக்கும். இப்பவே அவ வளந்த பொண்ணாதானே இருக்கா?''

''அதுக்கு இப்ப நீங்க என்ன செய்யப் போறீங்க?''

''நாம அதப் பேசி முடிக்கலாண்டா. கொச்சாப்பி அவளப் பொன்னாட்டம் பாத்துக்குவான். இப்பத்தி காலம் கெட்டுல்ல கெடக்கு. கைத்தரை பாப்பியப் பத்திக் கேள்விப்பட்டதிலருந்து எம்மனசு கெடந்து துடிதுடிக்குதுடா. சரியான நேரத்துல காயல்கரைல கொண்டுபோய் விட்டதுலதான் கொஞ்சம் நிம்மதியா இருக்கு. ஆனா எவ்ளோ நாளைக்கிதான் அத்தை வீட்லயே தங்க வக்கிறது? அவங்களும் அரைப்பட்டினி காப்பட்டினிக்காரங்கதானே? அப்றம் நாம ஒரு விஷயத்தப் போயி சொல்றப்ப...''

''அப்ப நீ அத முடிவு பண்ணிட்டியா?''

''அதுக்குதாண்டா உன்னையும் கூப்பிட்டேன். நீயும் எங்கூட வா. நாம போயிட்டு வரலாம்'' பாக்கரன் அவன் கையைப் பிடித்தான்.

அனகாசயன் கையை விடுவித்தான்.

''என்னால முடியாது. எனக்கு வேற ஒரு எடம் வரைக்கும் போவணும்''

அவன் உதறிவிட்டுச் சென்றான்.

அவன் போவதையே பாக்கரன் பார்த்து நின்றான்.

‘அதைச் சொன்னவுடன் அவன் முகத்தில் என்ன அப்படியொரு வாட்டம்? அவனுக்கு ஏதோ புடிக்கல. பனையேறி கொச்சாப்பியை முன்னாடியே அவனுக்குப் பிடிக்காது. கொச்சாப்பி எப்பவுமே சொந்த காரியம் சிந்தாபாத்துன்னு இருப்பவன்னு அவன் சொல்லுவான். அது உண்மையும்தான். எப்படியாவது நாலு சக்கரம் சம்பாதிக்கணும்னுதான் அவன் எண்ணம். மை வச்சுப் பாத்தாலும் கட்சி நிகழ்ச்சி எதுக்கும் வரமாட்டான். தண்ணிப் பாம்பின் குணம். எந்த இடத்திலயும் வாழத் தெரிஞ்சவன். அதுவேதான் அவனிடம் பாக்கரன் எதிர்பார்க்கும் குணமும். கொச்சுபாரு வேட்டியை இறுக்கிக் கட்டி பட்டினி கிடக்க வேண்டியிருக்காது’

சாத்தன்தரைசெறையிலிருந்து கொஞ்சம் தெற்கே போய் மேற்கே திரும்பினால் கொச்சாப்பியின் குடும்ப வீடு. சற்று தூரம் நடக்க வேண்டியிருக்கிறது. நிலப்பனைகள் தழைத்திருந்த வயல்வரப்பின் வழியாகப் பாக்கரன் தன் மெலிந்த கால்களை நீட்டி வைத்தான்.

‘புலைச்சிப் பெண்ணைக் கட்டிக்கொண்டு வந்ததற்கு பனையேறி தானவனைக் கண்ணைக்கட்டி இறக்கிவிட்ட வீடு. அது கிட்டனாசான் இருந்த காலம். ஆசான் ஒரே பிடியாக நின்றார். சொந்த மகனாகவே இருந்தாலும் முறையில்லாமல் செய்தால் வெட்டு ஒன்று, துண்டு இரண்டுதான். அதனால்தானே கல்லுவீட்டுக் குஞ்ஞச்சன் முதலாளி, ‘குடியிருக்க இடந்தரேன்’ என்று சொல்லவும், தானவன் நாலுகாலில் குதித்துக் கொண்டு ஓடினான்? இல்லையென்றால் எல்லோரும் சாப்பிட்டு மிச்சமிருக்கும் பழங்கஞ்சியைக் குடித்து அந்தப்பாவம் கொச்சுத் தங்கம் அந்தக் குடிசையிலேயே படுத்திருந்திருப்பாளே? அதனால்தானே இந்தத் தீம்பெல்லாம் வந்து சேர்ந்தது? கிட்டனாசான்தான் இதுக்கெல்லாம் காரணம்னு இப்போதும் ஊர்க்காரர்கள் பேசிக்கிறாங்களே? குடும்பச் சொத்தாக எழுபது சென்ட் வீட்டு பாகம் கிடைச்சதோட திமிர் அது. அதன் பலனை அந்த மனிதன் அனுபவிக்கவும் செய்தாரே? கடைசியில் நெஞ்சு வெடித்து மூச்சு முட்டித்தானே அவரும் செத்துப் போனார், கொச்சுத் தங்கம் செத்த பதினாறாம் நாள் கருமாதியன்று! பாலத்தரையில் காளியம்மாவின் வீட்டிலிருந்து நடுராத்திரி மந்திரவாத பூஜை முடித்துத் திரும்பி வரும்போது, கொச்சுத் தங்கத்தோட ஆவி வந்து பழி வாங்கிடுச்சு என்றும், படுகொலை செய்ததென்றும் சொல்லக் கேட்டிருக்கு. ஆனால் ஏன் குஞ்ஞச்சன் முதலாளிக்கு ஒன்றும் ஆகவில்லை? கொச்சுத் தங்கத்தோட ஆவி முதலில் பிடிச்சிருக்க வேண்டியது அந்த ஆளின் குரல்வளையத்தானே?

சுட்ட கோழியைப் பறக்க வைக்கும் மந்திரவாதியாக இருந்தாரே கிட்டனாசான்? ஊரையே நடுநடுங்க வைத்த எவ்வளவோ அறுகொலைகளை அவர் கிழித்த கோட்டுக்குள் நிறுத்தியிருக்கார்? சிவப்புத் துண்டைச் சுற்றிக்கொண்டு, சடைமுடியைக் கோதி விட்டுக்கொண்டு, உடம்பு முழுக்கச் சுடலைச் சாம்பலைப்

பூசி, கையில் மந்திரக்கோலும் பிடித்துக்கொண்டு வரப்பு வழியாக கிட்டனாசான் நடந்து போவது இப்போதும் மனதிலிருந்து போகவில்லை. குழந்தையாக இருந்தபோது அடம்பிடித்து அழுதால், 'கிட்டனாசான் வருவாரு' என்று சொல்லித்தான் புதுக்காட்டுப் பாட்டி அழுகையை நிறுத்துவாள்.

பாட்டியின் அம்மாதான் புதுக்காட்டுப் பாட்டி. புதுக்காட்டில் தனியாக இருந்த அவர்களின் குடிலின் முற்றத்தில் எங்கே பார்த்தாலும் காராமை ஓடுகள் இருக்கும். ஆமை ஓட்டுக்குள் உமிக்கரி போட்டு வைத்திருப்பாள். தண்ணீர் இறைக்க வைத்திருந்ததும் காராமை ஓடுதான். காசு போட்டு வைத்திருந்ததும் அதற்குள்தான். பாட்டி செத்தபோது சாணி மெழுகிய தரைக்கடியிலிருந்து ஒரு உண்டி கிடைத்தது. இரண்டு காராமை ஓடுகளைச் சேர்த்து வைத்து கயிறு சுற்றி இழுத்துக் கட்டியிருந்த உண்டி முழுக்க மல்லனின் கடையிலிருந்து கிடைத்த சக்கரங்கள் இருந்தன.

விடிவதற்குள் பாட்டி காராமை குத்தக் கிளம்பிவிடுவாள். போகிற வழியில் இருக்கிற தோட்டங்கள் முழுக்க ஏறி இறங்கி கண்ணில் படும் மூலிகைச் செடியையெல்லாம் பறித்துக்கொண்டே போவாள். வெள்ளி முளைப்பதற்கு முன்னாலேயே கையில் கூரான ஒரு மூங்கில் கழியும், புட்டுக் கூடையுமாக இடுப்பில் குட்டித் துண்டைக் கட்டிக்கொண்டு கிளம்பிவிடுவாள். காய்ந்து வற்றிப்போன மாரிரண்டும் கீழே தொங்கி ஆடிக் கொண்டிருக்கும். மண்ணுக்கடியில் காராமை எங்கே ஒளிந்து கொண்டிருக்கும் என்பது அவளுக்கு அத்துப்படி. அங்கேயே சரியாகப் பார்த்துக் குத்துவாள். பெரிய பெரிய காராமைகளைப் பிடித்து கூடைக்குள் போட்டுக் கொண்டுதான் குடிசைக்குத் திரும்புவாள். காராமையின் ஓடுகளை உடைத்துவிட்டுத் துண்டுதுண்டா வெட்டிப் போட்டுக் குழம்பாக்கி கப்பக்கிழங்கோ, காச்சில்கிழங்கோ வேகவைத்து ராச்சாப்பாடு சாப்பிடுவாள். பறித்த மூலிகைச் செடிகளை வெயிலில் காயப்போட்டு வாரத்துக்கு ஒருமுறை முட்டத்து அங்காடியில் மல்லனின் கடையில் கொண்டுபோய் விற்று சக்கரம் வாங்குவாள். நூற்றிப்பத்தாவது வயதில்தான் அவள் செத்துப் போனாள். நன்னாரிக் கிழங்கைத் தோண்டிக்கொண்டே போனபோது, மூர்க்கன் பாம்பு கொத்திவிட்டது. தோண்டித் தோண்டி மூர்க்கனின் வளைக்குள் கையை விட்டிருக்கிறாள். காராமையின் சாபம்! இல்லையென்றால் புதுக்காட்டுப் பாட்டி இன்னும் உயிரோடு இருந்திருப்பாள். காராமை தின்று தின்று காராமையின் உயிர் அவளுக்கு வந்துவிட்டது. ஆயுள் முடிந்து சாவதற்கு முன்னால் மூர்க்கன் கடித்து உயிர் போகும்படி ஆகிவிட்டது. சாவுதோஷம் தீர்க்க, அப்பா கிட்டனாசானைத்தான் போய்க் கூப்பிட்டார். ஆனால் கிட்டனாசான் வரவில்லை. முதுபொலச்சி செத்ததற்கு சாவுதோஷமான்னு அப்பாவை கேலி செய்து அனுப்பி விட்டாராம். கடைசியில் எங்கேயோ அரவக்காட்டுப்பக்கம் ஒரு பறையன் மந்திரவாதியை வரவழைக்க வேண்டியதாப் போச்சு.

கிட்டனாசான் போனதும் கொச்சாப்பியின் ஆட்களுக்குத் தீட்டு, தொடுவது எல்லாம் மாறிக்கொண்டே வருகிறது போலிருக்கிறது. அதனால்தானே கொச்சுபாருவைக் கேட்டுக்கொண்டு கொச்சாப்பி இங்கே வந்திருக்கிறான்? இல்லையென்றாலும் நாயர்களையும் நம்பூதிரிகளையும் பழிசொல்லி என்ன பிரயோஜனம்? ஈழவர்களை நாயர்களும் நம்பூதிரிகளும் தீண்டலாம் என்றால், ஈழவன் பொலைச்சிகளைக் கூட்டிட்டுப் போவதில் என்ன தவறு இருக்கிறது? மூத்த சகோதரியிடமும் உறவுக்காரர்களிடமும் கலந்து பேசாமல் ஒரு ஏற்றத்தில் குதிக்கிறவன் கிடையாது கொச்சாப்பி. அப்படியென்றால் அவன் எல்லாவற்றையும் சிந்தித்தே முடிவு செய்திருப்பான்...'

ஏதேதோ யோசித்துக்கொண்டே பாக்கரன் கொச்சாப்பியின் வீட்டு முற்றத்தில் வந்து நின்றான். கையில் கருவியும் செதுக்குக் கத்தியும் இடுப்புக்கயிற்றில் சொருகியிருந்த கலயமுமாக தென்னை கழிக்கப் புறப்படுகிறான் கொச்சாப்பி. நல்ல சகுனம் என்று பாக்கரன் மனதில் நினைத்துக்கொண்டான்.

''ஆ, இது யாரு? பாக்கரனா? வந்த காலோட நிக்காம உள்ள ஏறி ஒக்காரு'' கொச்சாப்பி வராந்தாவைக் காட்டி வரவேற்றான். பாக்கரன் வெளித்திண்ணையில் அமர்ந்தான்.

''குடிக்க ஏதாவது? கடுங்காப்பியா, தேத்தண்ணியா?'' உள்கதவின் மறைவில் நின்றுகொண்டு ஒரு பெண்குரல்.

மூத்த சகோதரி.

''இருந்து சோறு சாப்புட்டுப் போலாம், சரியா?'' என்றான் கொச்சாப்பி.

''இப்ப ஒண்ணும் வேணாம்''

பாக்கரன் கொச்சாப்பியைப் பார்த்துச் சிரித்தான்.

''சாப்புடவும் குடிக்கவும் இன்னும் நெறய நாளும், சந்தர்ப்பமும் இருக்கே?''

கொச்சாப்பியும் அதைக்கேட்டு சன்னமாகச் சிரித்தான்.

''கொச்சாப்பியண்ணன் செதுக்கப் போணுமே? நானா காலங்கடத்தல'' பாக்கரன் விஷயத்துக்குள் நுழைந்தான்.

''கொச்சு பாருவோட விஷயத்தப் பத்தி நாங்க ஒண்ணாக் கலந்து பேசினோம். இப்பிடி ஒரு கல்யாண யோசனை அமைஞ்சதுல அத செஞ்சிட்டா நல்லது தானேங்கறதுதான் பொண்ணு வூட்டுக்காரங்க எங்களோட அபிப்பிராயமும்''

''அப்பிடீன்னா இழுத்துக்கிட்டே போவ வேண்டாம். ஐப்பசியிலயே முடிச்சிக்கலாம்றேன். இன்னிக்கே குட்டன் கணியானப் பாத்து நாளக்

குறிச்சுக்கிடலாம். ரொம்ப பேரக் கூப்புட வேணாம். நாம அஞ்சாறுபேரு மட்டும் போதும்''

கொச்சாப்பியின் பதிலைக் கேட்டு விழி பிதுங்கி நின்றான் பாக்கரன்.

ஐப்பசி தொடங்கிடுச்சே?

''ஏதோ கொஞ்சம் பொடவயும் பவுனும் ஏற்பாடு பண்றதுக்கான நேரம் வேணாமா?''

''அதப் பத்தியெல்லாம் பாக்கரன் கவலப்படாத. அதயெல்லாம் நாங்க பாத்துக்கறோம்''

''அப்பிடீன்னா'' பாக்கரன் அதிர்ந்து நின்றான்.

''யோசிக்கறதுக்கெல்லாம் நேரமில்ல பாக்கரா'' கொச்சாப்பி அவசரப்பட்டான்.

''பெரிய போராட்டம் வரப் போகுதில்லயா? மகாராசா பொன்னு தம்புரான் கையக் கட்டிக்கிட்டு நிப்பாருன்னு தோணுதா? யாரெல்லாம் செத்து விழுவாங்கன்னு ஆண்டவனுக்குத்தான் வெளிச்சம். பாக்கரனும் கம்யூனிஸ்டுகாரங்ககூடத்தானே இருக்க? அப்பறம் இதுக்கெல்லாம் நேரமிருக்காதுடா. அதுக்கு முன்னாடி காலாகாலத்துல...''

''அப்படீன்னா...'' பாக்கரனுக்கு நா எழவில்லை.

''அதோ, தானவண்ணன் பதுங்கி நடுங்கி வர்றதப் பாத்தியா?'' என்றாள் கதவுக்குப் பின்னால் நின்றிருந்த மூத்த சகோதரி.

''நீ சண்ட சாடிக்கெல்லாம் போவாத. கொச்சாப்பி செதுக்கப் போயிட்டான்னு நெனச்சு பம்மிப்பம்மி வர்றாரு''

கொச்சாப்பி வெடுக்கென வெளியே குதித்தான். தானவன் அவனைப் பார்த்ததும் அச்சத்தோடு நின்றான்.

''அய்யோ கொல்லாதீங்க கொல்லாதீங்க... குஞ்ஞுச்சன் மொதலாளீ, என் கொச்சுத் தங்கத்தக் கொல்லாதீங்க...''

தானவன் அலறினான்.

கொச்சாப்பி கையிலிருந்த செத்துக்கத்தியை வீசியதும் தானவன் ஓடினான்.

''இதுதான் இப்பத்தி நோவு''

கொச்சாப்பி திண்ணையில் வந்து அமர்ந்தான்.

''மூளைக்கோளாறாயிடுச்சே... குமாரன் வைத்தியரோட சிகிச்சையிலதான சரியாப் போச்சு. இருந்தாலும் இப்பவும் என்னப் பாக்கறப்ப குஞ்ஞுச்சன் மொதலாளின்னு நெனச்சுக்கறாரு. வேற ஒரு பிரச்சினையுமில்ல. காலையில எழுந்து

குளிச்சு வெளுத்ததை உடுத்திட்டு வர்ரதைப் பார்த்தீங்கல்ல?''

''தானவன் அண்ணன நெனச்சா கஷ்டமாத்தான் இருக்கு. இனிமே என்னதான் வழி?'' அவனை நினைத்துப் பாக்கரன் பரிதாபப்பட்டான்.

''வழியெல்லாம் இருக்கு. குமாரன் வைத்தியர் சொன்ன ஒரு வழி''

''குமாரன் வைத்தியரு சொன்னதுக்கு அப்பறம் முன்னபின்ன எதையும் யோசிக்க வேண்டாம். கண்ண மூடிக்கிட்டு அத அப்படியே செஞ்சாப் போதும்''

''தானவனுக்குக் கொச்சு தங்கத்தப்போல இருக்கற ஒரு பொண்ணப் பாத்துக் கட்டிவச்சா அவன் சித்தம் தெளிஞ்சிடும்னு வைத்தியர் சொல்றாரு''

பாக்கரனின் நெஞ்சுக்குள் ஓர் இடி தீயென விழுந்தது.

''இதோ, தேத்தண்ணி''

உள்ளேயிருந்து வளையலோசை. கொச்சாப்பி எழுந்து உள்ளே போய் இரண்டு கோப்பை தேத்தண்ணீருடன் வெளியே வந்தான்.

''சீனி போட்டதுதான்டா. போன தடவ மட்டாஞ்சேரி அங்காடிக்குப் போனப்ப கொள்ள வெல குடுத்து வாங்கிட்டு வந்தது''

கொச்சாப்பி கோப்பையைப் பாக்கரனின் கைகளுக்கு மாற்றினான்.

''அப்ப கொச்சாப்பி அண்ணன் கொச்சு பாருவக் கட்டிக்கறதாச் சொன்னது?''

''நானு கட்டிக்கிறதா? அப்படீன்னு நான் எப்ப சொன்னேன்? இது நல்ல கூத்து'' கொச்சாப்பி அதிர்ந்தான்.

கோப்பையைக் கீழே வைத்துவிட்டு பாக்கரன் எழுந்தான்.

''நான் இப்ப கல்யாணம் கட்டிக்கறதாவே இல்லையே. தானவண்ணன் கட்டிக்கிட்டு வந்துட்டா அப்பறம் இங்கத்தி வேலயெல்லாம் பாக்க கொச்சுபாருவே போதும். அதுக்கு அப்பறம் அக்கா இங்க இருக்கமாட்டா. அவ அவளோட புருஷன் வூட்டுக்குப் போகத் துடிச்சிக்கிட்டு நிக்கறா''

கொச்சாப்பியின் சிரிப்பில் ஆபாசம் எட்டிப் பார்த்தது.

பாக்கரன் முற்றத்துக்கு இறங்கி நடக்கத் தொடங்கினான்.

''ஆமா, ஒண்ணும் சொல்லாமப் போறியே? இந்தத் தேத்தண்ணியக் குடிச்சிட்டுப் போ பாக்கரா''

கொச்சாப்பி பின்னாலிருந்து அழைத்தான்.

''இன்னும் ஒரு வாட்டி யோசிச்சுப் பாரு. இங்க இருக்கறதுல மூணுல ஒரு பங்கு தானவன் அண்ணனோடதுதான்''

இரண்டு நாட்களாக சி.கேயுடன்தான் சேகரன் காரில் சுற்றிக் கொண்டிருக்கிறான். எங்கே போனாலும் சி.கே யின் ஆகிருதி ஒரு குளிர்மையாக இருந்தது. நிலைமை தீவிரமடைகிறது. இம்முறை பொது வேலைநிறுத்தம் நினைத்தது போல இருக்காது. கம்யூனிஸ்டு கட்சியை நேரடி மோதலுக்குள் தள்ளுவதுதான் சி.பி.யின் தந்திரம். இதற்கு மேலும் கட்சி பொறுமை காத்தால் தொண்டர்கள் நம்பிக்கை இழப்பார்கள். அதனால் ஒரு மோதலுக்குத் தயாராக வேண்டியிருக்கும்.

சர்.சி.பியின் தாக்குதல்களை எதிர்கொள்வதே அடுத்த நகர்வு. திருவிதாங்கூர் முழுக்க தொழிலாளர்கள் ஒருநாள் வேலைநிறுத்தம் செய்தனர். அகில திருவிதாங்கூர் டிரேட் யூனியன் கவுன்சில் கொல்லத்திலும் ஆலப்புழையிலும் கூட்டம் கூட்டியது. திருவிதாங்கூர் மக்களையும் தொழிலாளர்களையும் பாதிக்கும் ஐந்து கோரிக்கைகள் அடங்கிய மனுவை அரசாங்கத்திடம் கொடுக்கத் தீர்மானிக்கப்பட்டது. திருவிதாங்கூர் தொழிலாளி யூனியன்களின் மாநாடு ஆவணியில் ஆலப்புழையில் நடந்திருந்தது. மாநிலக் காங்கிரஸ் தலைவர் சி.கேசவனை சேகரன் முதல்முறையாக அன்றுதான் பார்த்தான். தோழர் டி.வி. தாமஸ் தலைமை. சிறையிலிருந்து விடுதலையானவுடன் தோழர் பி.டி. புன்னூஸ் நேராக மாநாட்டுப் பந்தலுக்கு வந்தார்.

திருவிதாங்கூர் முழுக்க வேலைநிறுத்தம் செய்யணும் - சி.கே உட்பட எல்லோரும் சொன்னார்கள். சி.கேசவன் ஆவேசத்தோடு எழுந்தார்.

''வேலைநிறுத்தம் தொடர்பான உங்களின் ஒற்றுமையை நான் பாராட்டுகிறேன். மாநிலக் காங்கிரஸ் பொறுப்பு அரசாங்கத்துக்கான போராட்டம் நடத்துவதில் உறுதியாக இருக்கிறது. எப்படியிருந்தாலும் மயிலாப்பூர் ஐயருக்கு முன்னால் சரணடைய நாம யாரும் தயாரில்லை. ஆனால் பட்டத்தின் எண்ணம் வேறாக இருக்கிறது. அமெரிக்கன் மாடலில் சில மாற்றங்கள் ஏற்படுத்துவதற்காக சர்.சி.பியுடன் நடத்தி வரும் பேச்சுவார்த்தைகளுக்கு இந்த வேலைநிறுத்தம் தடையாகுமென்பதுதான் பட்டத்தின் நிலைப்பாடு. நமக்கிடையே எந்தப் பிளவும் ஏற்படாதிருக்க இரண்டுவாரக் கெடுகூட பட்டத்திற்குக் கொடுக்கலாம். சர்.சி.பி. என்ன உறுதி கொடுத்தாலும் அதிகாரங்கள் எதுவும் மக்கள் பிரதிநிதிகளுக்கு விட்டுத்தரத் தயாராக இல்லாத அமெரிக்கன் மாடல் நாம் ஏற்றுக்கொள்ளக் கூடியதல்ல. மாநிலக் காங்கிரசின் அடுத்த செயற்குழு, போராட்டத்தில் பங்குபெறுவதாகத் தீர்மானிக்கும் என்று நாங்கள் நம்புகிறோம். பட்டம் என்ன சொன்னாலும் சரி, உங்களிடம் ஒன்றை உறுதியாகச் சொல்கிறேன்''

சி.கேசவன் ஆவேசத்துடன் நெஞ்சில் கை வைத்தார். தொண்டை இடறியது.

''மாநிலக் காங்கிரஸ், போராட்டம் தொடங்கத் தீர்மானித்தாலும் இல்லை என்றாலும், நானும் கும்பளத்துச் சங்குப்பிள்ளையும் உங்களுடனிருப்போம். இந்த

தேசத்தின் அறுதிப் பெரும்பான்மை இளைய சமுதாயமும் நம்முடன் இருப்பார்கள். நான் உறுதியாகச் சொல்கிறேன். அதனால் எனக்கு ஒரு வேண்டுகோள் இருக்கிறது. புரட்டாசி 25 ஆம் தேதி காங்கிரஸ் செயற்குழு முடிந்தபிறகுதான் பொது வேலைநிறுத்தம் தொடங்க வேண்டும்''

சி. கேசவன் அமர்ந்ததும் சி.கே. எழுந்தார்.

''நேர்மையின் குரலைத்தான் நாம் கேட்டோம். போராட்டத் தீர்மானத்தை நாம் இரண்டு வாரத்துக்குத் தள்ளி வைக்கலாம்''

பி.டி. புன்னூஸ் அதனை வழிமொழிந்தார். வேலைநிறுத்தத் தீர்மானம் புரட்டாசி 27 க்கு மாற்றி வைக்கப்பட்டது.

உண்ணிக்கண்டன் போலீஸ் வழக்கமான ரோந்து முடித்து ஸ்டேஷனுக்கு வந்தார். சைக்கிளைச் சுவரில் சாய்த்து வைத்தார். தொப்பியைக் கழற்றி வேர்வையைத் துடைத்தபடி உள்ளே நுழையும்போதுதான் கவனித்தார். யாரோ ஒருவனைத் துப்பாக்கி ஏந்திய நாலைந்து ரிசர்வ் போலீசார் தூக்கியெடுத்துக் கொண்டு போகிறார்கள். அவர் எட்டிப் பார்த்தார். இருபத்தைந்து வயதுக்காரன். அடிமுதல் முடிவரை நடுங்குகிறது. அவர் அதை கவனிக்காதவராக உள்ளே போனார். லாக்கப்பில் ஆட்களின் எண்ணிக்கை கூடியிருக்கிறது. இன்ஸ்பெக்டர் கோசி டி. ஒய். எஸ். பி. யிடம் கொடுத்த வாக்கைக் காப்பாற்றிவிட்டார். நாற்காலியில் வந்து உட்கார்ந்ததும் பின்னாலிருந்து ஒரு குரல் கேட்டது.

''ஐயா...''

லாக்கப்பின் உள்ளேயிருந்துதான் குரல் கேட்டது. சிறைக்குள்ளிருந்து பரிதாபமாகப் பார்க்கிறான் அவன்.

''என்னடா?''

உண்ணிக்கண்டன் மீசையை முறுக்கினார்.

''ஐயா, அவனக் காப்பாத்துங்க. அவனுக்கு ஜன்னி கண்டிருக்கு ஐயா'' அவன் நின்று கெஞ்சினான்.

''யாரப் பத்திடா நீ சொல்ற...?''

''இப்ப ஒருத்தன ரிசர்வுகாரங்க தூக்கிட்டுப் போனாங்களே, அவனப் பத்திதான்'' கான்ஸ்டபிள் நாணப்பன் சொன்னான்.

''உம்'' உண்ணிக்கண்டன் நாணப்பனைப் பார்த்தார்.

நாணப்பன் சமீபத்தில்தான் போலீஸ் வேலையில் சேர்ந்திருந்தான். அதற்கு முன்பு கஞ்சிக்குழி, முகம்மை பகுதிகள்ல அஞ்சலோட்டக்காரனாக இருந்தான்.

அதனாலேயே ஊரிலுள்ள அனைவரையும் அவனுக்குத் தெரிந்திருந்தது.

''புத்தன் அங்காடியில பீடி சுத்தறதுதான் அவன் வேல'' நாணப்பன் உண்ணிக்கண்டனின் காதில் சொன்னான்.

''முகம்மை பீடி சுற்றும் யூனியனோட ஏதோ பொறுப்பில இருக்கான். ஒரு தப்பும் செய்யாமயே அவன ரிசர்வ்காரங்க புடிச்சிக்கிட்டு வந்திருக்காங்க. நேத்து ராத்திரி முழுக்க அவனுங்களோட கேம்ப்ல போட்டு அடி பின்னியிருக்கானுங்க. இன்னிக்கிதான் லாக்கப்புக்குக் கொண்டு வந்தாங்க. அவனுக்கு ஜன்னி கண்டிருக்கு. இங்க அப்படியே கடகடன்னு ஒதறிக்கிட்டிருந்தான். அப்பிடியிருந்தும் அவங்க அடிச்சாங்க, அந்தப் பாவத்த...''

''நீ கடைசியாச் சொன்ன அந்த வார்த்தைய வாபஸ் வாங்கு. மீதியச் சொல்லு'' என்றார் உண்ணிக்கண்டன்.

''என்னது?'' நாணப்பன் பார்த்தான்.

''கடைசியாச் சொன்னது. அது நம்மள மாதிரி போலீசுக்காரங்களுக்காக சொல்லப்பட்டதில்ல. நம்ம போலீஸ்காரங்க பார்வைல இவங்களெல்லாம் பயங்கரவாதிங்கதான். ம்ம்... அப்பறம் சொல்லு''

''நோவு கூடிப்போயி அவனால அசைய முடியாமப் போச்சு. ராவா பகலான்னு தெரியாம கெடக்கற அவன ஓடைல கொண்டுபோயி மூழ்கடிக்கத் தூக்கிட்டுப் போயிருக்காங்க அவுங்க''

''ஐயா சாமி, காப்பாத்துங்க அந்தப் பாவத்த'' கம்பிகளில் அழுத்தி நின்று அவன் கதறினான்.

''உம்'' உண்ணிக்கண்டன் தொப்பியெடுத்துத் தலையில் வைத்துக்கொண்டார். லத்தியையெடுத்து கக்கத்தில் திருகி வெளியே போனார். மங்கலான வெளிச்சத்தில் பார்த்தார். சிறைக்கைதிகள் காலைக்கடன் கழிக்கும் இடத்தின் வழியாக ஓடைக்கரையை நோக்கி அவனை இழுத்துக்கொண்டு போகிறார்கள். உண்ணிக்கண்டன் பின்னாலேயே சென்றார். அவர்கள் அவனைத் தூக்கியெடுத்து ஓடைக்குள் எறிகிறார்கள்.

''டேய், டேய்... நில்லுங்கடா அங்க. அவனுக்கு ஜன்னி கண்டு அசைய முடியாம கெடக்கான்'' அவர் எட்டி அடி வைத்தார்.

ஓடைக்கரையிலொரு கூக்குரல் காதில் வந்து விழுந்தது. ''என்னக் கொல்லாதீங்க''

ரிசர்வ் போலீசாரின் ஆக்ரோஷங்கள்

''ஃப்பூ, பன்னிக் கழுவேறி, போலீசப் பாத்து நீ கை ஓங்குவியாடா?''

உண்ணிக்கண்டன் ஓடைக்கரையை அடைந்தார். நான்குபேருமாக ஓடையின் அழுக்குத் தண்ணீரில் அவனை அழுத்திப் பிடித்திருக்கிறார்கள். 'குளுகுளு குளுகுளு...' அவர் அதிர்ந்துபோய் ஓடையைப் பார்த்தார். பாதி உடம்பு தண்ணீரில் அழுந்த அவன் மரணத்துடிப்பு துடித்துக் கொண்டிருந்தான்.

''நிறுத்துங்கடா'' உண்ணிக்கண்டன் அலறினார்.

போலீசார் நால்வரும் திடுக்கிட்டுத் திரும்பிப் பார்த்தனர்.

''கரைக்கு ஏத்துங்கடா அவன''

''உங்களுக்கென்ன இங்க வேல?''

ஒருவன் திரும்பிப் பார்த்துச் சீறினான்.

''இந்த நாறக் கழுவேறி எங்க நாலுபேர் மேலயும் கையோங்கினான் தெரியுமா? இதோ நிக்கிற இந்த குட்டிக்கிருஷ்ணனோட கொரவளயத்தான் இந்தத் தாயோளி எகிறிப் புடிச்சான்''

''அதுக்கு? இப்பிடி இரக்கமில்லாம... ஓடையிலருந்து ஏத்திக்கிட்டு வாங்கடா அவன''

அவர் ஓடைக்கரையை நோக்கி இறங்கினார்.

''உம், நடடா பன்னீ...''

ஒருவன் அவன் முதுகைப் பிடித்துத் தள்ளினான்.

உண்ணிக்கண்டன் அவனைத் தாங்கிப் பிடித்தார்.

''நீங்கள்லாம் மனுஷ ஜென்மங்கதானாடா?''

அவர்களைக் கடுங்கோபத்தோடு பார்த்தார்.

''நீ ஒண்ணும் எங்களுக்கு புத்தி சொல்ல வேண்டாம்''

அவர்களுள் வயது முதிர்ந்தவன் சீறினான்.

''நீங்கல்லாம் ஸ்டேஷனுக்குள்ள என்ன செய்யறீங்கன்றத நாங்களும் பாத்துட்டுதானே இருக்கோம்''

உண்ணிக்கண்டன் பதிலேதும் பேசவில்லை.

பாதையின் குறுக்கே கடந்ததும் அவன் குழைந்து விழுந்துவிட்டான். வாயிலிருந்து நொப்பும்நுரையும் வழிந்தது.

''பாத்துக்கிட்டு நிக்காம வேகமா ஆசுபத்திரிக்குக் கொண்டு போ''

காவல் நிலையப் பொறுப்பாளர் ஓடி வந்தார். ரிசர்வ் போலீசாரே அவனை வேனில் தூக்கிப் போட்டனர்.

மறுநாள் மாலைப்பொழுதில் உண்ணிக்கண்டன் போலீசின் முன்னால் ஒரு துண்டுக்காகிதம் பறந்து விழுந்தது. ஸ்டேஷனின் குறிப்பேட்டில் அவர் இப்படி எழுதி வைத்தார்.

'முகம்மை கொச்சுவெளியில் ராமன் மகன் நாராயணன், இருபத்துநான்கு வயது, மரணக் காரணம் : ஜன்னி பாதிப்பு'

அதை எழுதும்போது அவருடைய உள்ளத்தில் எங்கேயோ ஒரு சொட்டு கண்ணீர்த்துளி வழுக்கி விழாமல் நின்றது.

தினாரைக் கட்சிக்காரர்கள் தலையிட்டு ஜாமீனில் விடுவித்ததாக மாலையில் யாரோ சொல்லித்தான் தெரிந்தது. நிரஞ்சனின் பைக்கை சிறப்புப் புலனாய்வுக் குழு கைப்பற்றியது. ஜாமீனில் வெளிவந்த தினாரை நேராக வண்டானம் மருத்துவக்கல்லூரிக்கு அழைத்துக்கொண்டு போனார்கள். அடிவயிற்றில் நீர் கோர்த்துக் கொண்டதால் டியூப் போட்டுத்தான் சிறுநீரை வெளியேற்றினார்கள்.

திசா இதைச் சொல்வதற்காக அபராஜிதாவின் அறைக்குள் நுழைந்தபோது அவள் யாரிடமோ போனில் பேசிக் கொண்டிருந்தாள்.

'ரன்பீர்' அவள் காற்றில் எழுதிக் காட்டினாள்.

''ரன்பீர், உங்கிட்ட நான் எத்தனையோ தடவை சொல்லிட்டேன். என் மனசில அதுக்கெல்லாம் எடமில்ல. இல்ல, என்னால உன்கிட்ட எப்பவும் அப்படி...''

அவள் இந்தியில் பேசிக் கொண்டிருந்தாள்.

அவள் இயர்போனின் ஒரு முனையை திசாவின் காதில் சொருகினாள். ரன்பீரின் சன்னமான குரல் அவள் காதுகளில் விழுந்தது.

''அபர்ஜீதா, ஒய் ஆர் யூ ரன்னிங் அவே ஃப்ரம் மீ? ஐ நோ யூ ஹாவ் பீலிங்ஸ் ஃபார் மீ. பட்... யூ''

அவள் கையறுநிலையில் திசாவைப் பார்த்தாள். இயர்போனின் மறுமுனையையும் திசாவின் காதில் சொருகினாள்.

''நான் தோத்துட்டேன். இனிமே நீ கொஞ்சம் சொல்லு''

''ரன்பீர் ஐ ஆம் திசா. ஜஸ்ட் லீவ் ஹர் அலோன். தேர் ஈஸ் நத்திங் லைக் யூ திங்க். ஐ நோ ரன்பீர்''

''வெல், தாங்க்ஸ் ஃபார் ஹியரிங் ஃப்ரம் யூ. பை''

அவன் போனை வைத்தான்.

''ம்ம்...'' அபராஜிதா பெருமூச்சுவிட்டாள்.

''அவன் மறுபடியும் கூப்பிடுவான்'' என்றாள் திசா.

''இல்ல'' அவளுடைய இமைகளில் ஈரம் படர்ந்தது. ''இனி அவன் கூப்பிடவே மாட்டான்''

''ஒய் யூ லுக்கிங் சோ லோ?''

திசா அதிர்ந்துபோய் அவளைப் பார்த்தாள். அவள் கண்கள் தளும்புகின்றன.

''ஏய், ஒண்ணுமில்லடா''

அவள் கண்ணீரை ஒற்றினாள்.

27
சேற்றில் புதைந்த தாமரை

நேரம் பரபரவென விடியத் தொடங்கியிருந்தது.

கிழக்கே வானத்தில் செங்கொடி பறந்தது. விடியல் வெளிச்சத்தின் கதிர்கள்தோறும் செவ்வானம் சிவப்பை வீசியெறிந்தது. *கரிவயல் கோட்டுவாய் விட்டு எழத் தொடங்கியிருக்கிறது. ஏற்றம் இறைக்கும் சக்கரங்கள் கடகடவென உருளத்தொடங்கின. விடிவதற்கு முன்பு புலையன்கள் வழக்கம்போல வயலிலிறங்கி சக்கரம் உருட்டத் தொடங்கினர்.

செம்பகச்சேரி கரிவரப்பு வழியாக காலியான காவடியைச் சுமந்துகொண்டு மேற்கே ஓடிக் கொண்டிருந்தான் சவரோ மாப்ள. நன்றாக சீவப்பட்ட பாக்குமரத் தண்டு தழும்பேறிய தோளின் இருபுறமும் ஆடி அலைந்தது. தொங்கியாடும் காவடியின் கூடைகள். அழீக்கல் கடற்கரைக்கு இன்னும் நான்கைந்து பர்லாங் தூரமிருக்கிறது. கடற்புறத்தை அடைய கரிவரப்பு தாண்டி சற்று வடக்கே போய், அப்படியே மேற்கே சென்று மணல்திட்டைக் கடந்து போகவேண்டும். அழீக்கல்காரர்களும், வாணியாங்குழிக்காரர்களும், மாவுங்காக்காரர்களும், மாவேலித்தயிக்காரர்களும் அந்தப் பக்கங்களில்தான் குடியிருக்கின்றனர். அவர்களுடையதுதான் வள்ளமும் வலையும். மணல்திட்டைத் தாண்டி கடற்கரைக்குப் போய்ச்சேர சற்றுத் தாமதமானால் சிறுதோணிக்காரர்கள் அத்தனை மீனையும் கொண்டுபோய் விடுவார்கள். நேரங்காலத்தோடு பொன்னாம்வெளிச் சந்தையில் மீனைக் கொண்டுபோனால்தான் அன்றன்றைக்கு வயிற்றுப் பிழைப்பு ஓடும். பட்டாளம் வந்ததற்குப் பிறகு பொன்னாம்வெளிச் சந்தையில்தான் இப்ப

* கரிவயல் - கழிமுகத்து வயல்

சாகரா. மீன் வந்து சேர வேண்டியதுதான் பாக்கி. பெரிய ஆபீசர்களுக்கு பெரிய சொரகோ, தெரண்டியோதான் வேண்டும். சாளையும் அயிலையும் எடுத்துக்கொண்டு போனால் மிச்சம் காக்காவுக்குக் கூடக் கிடைக்காது. கடைசியில் ஊருக்குள் கொடுப்பதற்குப் பொடிமீன்தான் இருக்கும். அவர்களுக்கு எதுவாகயிருந்தாலும் போதுமே. முள்ளுக்குறிச்சியோ, வேளூரியோ, சூடனோ, கரிநந்தனோ அதுவுமில்லையென்றால் இந்த நங்கோ, கோக்கால மத்தியோ... இப்போதெல்லாம் பட்டாளத்தான்கள் அதையும் விட்டு வைப்பதில்லையே... தேங்காய் போட்டுப் பிரட்டினாலும், எண்ணையில் போட்டுப் பொரிச்சாலும் நன்றாயிருக்குமே பொடிமீனு? சாயந்தரம் அவனுங்களுக்குச் சீமக்கள்ளு குடிக்கறப்பக் கொறிக்கறதுக்கும் தொட்டு நக்கவும்... எட்டு பத்து உயிரைக் காவு வாங்காமல், பட்டாளம் உடனேயெல்லாம் திரும்பிப் போகிற மாதிரி தெரியவில்லை. நேற்று மீன் விற்றுவிட்டு வரும்போது, ஒரு லோடு துப்பாக்கிகளைக் கொண்டுவந்து இறக்குவது கண்ணில் பட்டது. 'யாரையெல்லாம் சுட்டுக் கொல்லப் போறாங்களோ என் புனிதரே!' சவரோ மாப்ள நெற்றியிலும் நெஞ்சிலும் சிலுவைக் குறியிட்டான்.

கரிவயலின் தண்ணீரில் துள்ளும் சிறுமீன்களைக் கொத்துவதற்காக, வரப்பின்மீது இறகுகள் ஒதுக்கி வரிசையாக உட்கார்ந்திருக்கின்றன நாரைகள். சவரோ மாப்ளயின் காலடியோசை கேட்டதும் அவை பறந்துயர்ந்தன. ''பறக்காதீங்க, பறக்காதீங்க. நான் எதுவும் செய்யமாட்டேன்'' அவன் நாரைகளிடம் சொன்னான்.

''நீயெல்லாம் புடிக்கறத விடவும் பெரியமீனப் புடிச்சுக்கிட்டு வரப்போறேன் நானும்''

சவரோ மாப்ள நடந்து அகன்றதும் மீண்டும் அவை பழைய இடங்களில் திரும்பி வந்தமர்ந்தன.

''இது யாருகிட்ட இந்த விடிகாலைல பேசிக்கிட்டிருக்கீங்க?'' ஏற்றச் சக்கரத்தின் உச்சியிலிருந்து கண்டன் புலையன் கேட்டான்.

''அதோ, அந்த நாரை கழுவேறிங்ககிட்டதான்''

சேற்றில் புதைந்த காலைப் பறித்தெடுத்து சவரோ மாப்ள வேகம் நடந்தான்.

''அதுங்க என்ன செஞ்சுச்சாம்?''

கண்டன் புலையன் சக்கரத்தைச் சுற்றினான்.

''ஒண்ணும் செய்யலப்பா. விடிஞ்சதும் வழீல ஒக்காந்துக்கிட்டு இருக்குது பாரு, கழுவேறி மக்க''

சவரோ மாப்ளயின் வார்த்தைகளில் ஊறிய வாத்சல்யத்தை கண்டன் புலையன் உணர்ந்துகொண்டான்.

''அதுங்களுக்கு யாரக் கண்டு பயப்பட வேண்டியிருக்கு? நம்மள மாரியில்லயே? படுத்த பாயிலருந்து எழுந்திரிக்கறதுக்கு முன்னாடியே ஏற்றம் எறக்கலன்னா நம்மளப்போல, மொதலாளிங்ககிட்ட திட்டும் ஒதையும் கேக்க வேணாமில்ல''

''இதச் சொன்னியே, அது சரித்தான்''

சவரோ மாப்ள முன்னோக்கிய பாய்ச்சலுக்கு இடையில் திரும்பிப் பார்த்தான்.

கண்டன் புலையன் காவடி தூக்கிய அவனுடைய பாய்ச்சலை ரசித்துப் பார்த்தபடி நின்றான். சவரோ மாப்ள காவடியைத் தூக்கிக்கொண்டு முன்னால் பாயும்போது கரிவரப்பு பின்னால் ஓடுகிறது. தோளில் இருக்கும் காவடி நிறைய மீனிருந்தாலும் அப்படித்தான். அந்நேரம் சவரோ மாப்ள ஓடறதாகத் தெரியாது. காவடியைத் தாங்கி பூமியின் உச்சி மண்டையில் நட்ட ஏற்றத்தின் சக்கரம் மிதித்துத் திருப்புவதாகவே தோன்றும்.

கரிவரப்பு தாண்டி தாழம்புதர் பக்கமாகத் திரும்பும்போது ஒற்றைக் குள்ளநரியின் ஊளை கேட்டது. இடுப்பில் சொருகியிருந்த கைலி நழுவியது. அவன் அதை அவிழ்த்து இறுக்கிக் கட்டினான். தாழம்காட்டிலிருந்துதான் ஊளை கேட்டது. ஓடைக்கரையின் இரண்டு பக்கமும் தழைச்சிருக்குது தாழைக்காடு. அதுக்குப் பக்கத்துலதான் புலையக்குடில்கள். தட்டிகளில் சாய்த்து வைத்திருந்த பாதி முடைந்த வட்டில்களும் கூடைகளும் இருந்தன. ஓடைக்கரையோடு சவரோ மாப்ள நடந்தான். புலையக் குடில்கள் விழித்திருக்கவில்லை. திடீரென எங்கிருந்தெல்லாமோ வந்து சேர்ந்த காக்கைகளின் கரைச்சல் கேட்டுத்தான் ஓடை ஓரமாக எட்டிப் பார்த்தான். கொஞ்சதூரத்தில் வெள்ளையாக ஏதோ தெரிகிறது. எவனோ குடிச்சிட்டு மப்பேறிப் போயி ஓடை ஓரமாகப் படுத்திருக்கிறான். கரிவயலில் இது வழக்கம்தான். மூக்குமுட்ட கள்ளக் குடிச்சிட்டு வாந்தியெடுத்துப் படுத்துருக்கலாம்...

சவரோ மாப்ள ஓடைக்கரைக்கு இறங்கினான். காக்கைக்கூட்டம் தாழம் நுனிகளில் வந்தமர்ந்து கீழே பார்த்துக் கரைந்தன.

அவன் எட்டிப் பார்த்தான்.

இரண்டு சொறி நாய்கள் செத்துவிட்டதா உயிர் இருக்கா என்று வாசம் பிடிக்கின்றன. பார்வை தப்பினால் கடித்துக் குதறவும் செய்யும்.

''ச்சீ... போ நாய்களா...''அவன் காவடியால் வீசினான். ஆனாலும் அவை மறுபடியும் வரும். கள்ளின், வாந்தியின் எச்சிலை நக்கிநக்கி உதட்டையும் வாயையும் கடிச்சுக் குதறினாலும் குதறும். பிடித்து எழுப்பி உட்கார வைக்கலாம். காவடியையும் கூடைகளையும் இறக்கி வைத்துப் பக்கத்தில் சென்றான்.

பார்த்தவன் நடுங்கிவிட்டான்.

குத்திட்டு நிற்கும் இரண்டு முலைகள்.

அவன் சுற்றிலும் பார்த்தான். தூரத்தில் சக்கரம் சுற்றும் கண்டன் புலையனைத் தவிர யாரையும் காணவில்லை.

முன்னால் குனிந்து மறுபடியும் பார்த்தான். செத்துவிட்டதா உயிர் இருக்கிறதா என்று தெரிந்துகொள்ள முடியவில்லையே. முகம் ஒரு பக்கமாகச் சாய்ந்து, முடி முகத்தில் விழுந்து கிடக்கிறது. கையிரண்டும் இரண்டு பக்கமுமாக விரித்து வைத்து மல்லாந்திருக்கிறாள். யாருடைய துண்டையோ வாரிச் சுற்றிக்கொண்டு வந்தது போலத் தெரிகிறது. அதில்லாமல் ஒரு நூல்கூட உடம்பில் இல்லை. நாசமாப் போன அந்த நாய்கள்தான் போலிருக்கு, அந்தத் துணியையும் கடித்து இரண்டுபக்கமாக இழுத்து விட்டிருக்கிறது. இதுகளுக்கு என்ன கேடு வந்தது? இருபது வயது இருக்கிற நெடுநெடுன்னு வளந்த பெண். முடியைப் பார்த்தால் பொலச்சிப் பெண் என்றுதான் தோன்றுகிறது. சுருண்ட பனைக்குலை மாதிரி முடி. வாய் கொஞ்சமாகத் திறந்திருக்கிறது. காலிரண்டும் ஓடுகிற தண்ணிக்குள் இறங்கிக் கிடக்கிறது. பொடிமீன்களும் பூஞ்சான் மீன்களும் சுற்றிலும் கூடிநின்று விரலில் கிழிந்திருக்கிற இடத்தில் குதறிக் கொண்டிருக்கிறது. நடக்கக் கூடாதது எதுவோ நடந்திருக்கு. இல்லை ஏதாவது அரளிக்காய் தின்றுவிட்டு ஓடைக்கரையில் வந்து கிடக்கிறாளோ? ஏய்... அப்பிடி என்றால் ஒரு துண்டுத் துணிகூட இல்லாமல் வந்து படுப்பதற்கு என்ன வந்திருக்கும்? இது ஏதோ இசகுபிசகு ஆகியிருக்கிறது. விடிகாலையில் இது ஒரு வேலையாப் போச்சே என் புனிதரப்பா. இப்படிக் கெடக்கறதைப் பார்த்து விட்டுட்டுப் போறதெப்படி? சுவடு நோட்டம் பாக்கறவங்க யாராவது வந்து பாத்தா சவரோமாப்ளதான் இந்த வழியாக வந்துட்டுப் போனான் என்று கட்டாயமாகச் சொல்லுவாங்க. அப்புறம் புலிவாலைப் பிடித்த கதையாயிடுமே கர்த்தாவே... கண்டன் புலையனைக் கூப்புட்டுச் சொல்லிடலாம். இரண்டொருத்தர் வருவதற்குள் காவடியை எடுத்துக்கொண்டு நாம ஒதுங்கிடுவோம். இல்லைன்னா இன்னைக்கு நம்பாடு பெரும்பாடுதான்.

அவன் கரிவரப்பின் பக்கமாக ஓடினான். கண்டன் புலையனைப் பார்த்துக் கூவினான். ''ஃப்பூ... ஏய்''

கண்டன் புலையன் அதைக் கேட்டுத் திரும்பக் கூவினான். ''ஃப்பூ... ஏய்''

சக்கரம் மிதிப்பதை நிறுத்தி ஆட்கள் எட்டிப் பார்த்தனர்.

சவரோ மாப்ள கையிரண்டையும் காற்றில் வீசினான். மேலே இரண்டுமுறை குதித்து மீண்டும் கூவி அழைத்தான்.

கண்டன் புலையன் அதைப் பார்த்ததும் ஏற்றம் இறைப்பதை நிறுத்திவிட்டு குதித்திறங்கி ஓடி வந்தான்.

கரிவரப்பின் பக்கமாகப் பார்த்துக் கொண்டிருந்தவர்களும் ஓடி வந்தனர்.

''அய்யோ, ஆண்டவனே... நம்ப கைத்தரைல பாப்பிப் பொண்ணுல்ல இது?'' கண்டன் புலையனுடன் ஓடி வந்தவர்களுள் ஒருவன் நெஞ்சிலடித்துக் கொண்டான்.

''செத்துடுச்சா? உசிரு இருக்கா?'' கண்டன் புலையன் முட்டிபோட்டு முன்னால் அமர்ந்தான்.

''அதோ... அட்டை''

அடிவயிற்றின் ரோமங்களுக்கிடையில் ரத்தம் குடித்துப் பெருத்த இரண்டு அட்டைகள்.

கண்டன் புலையன் அவளுடைய முகத்தை நேராகப் பிடித்து நிறுத்தினான். ''இல்லல்ல... இது பாப்பிப் பொண்ணு கெடயாதுப்பா''

''பின்ன யாரு?'' ஆட்கள் நெருங்கி வந்து உற்று நோக்கினர்.

''இது நம்மோட மண்ணாந்தரை பொண்ணுதானே? பாப்பியோட கூட்டாளிப்பொண்ணு''

கண்டன் புலையன் ஊகித்தான்.

''பாப்பி கூடவே பட்டாளம் புடிச்சிக்கிட்டுப் போன...''

''ஆமாண்ணே'' உடன் வந்த ஒருவன் உறுதிப்படுத்தினான்.

''இது அவதான் மண்ணாந்தரை மாரா''

''அட்டைகடி உடாம இருந்துச்சுன்னா உசுரு போவலன்னு தெரியுது''

ஒருவன் முன்னால் குனிந்து மூக்கின்மீது விரல் வைத்தான்.

''ஆமாங்றேன், மூச்சிருக்கு''

கண்டன் புலையன் இடுப்பில் திருகியிருந்த தீப்பெட்டியெடுத்துஉரசினான். அட்டைகள் இரண்டும் கடிப்பதை விட்டன.

''பாரு, நாசமாப் போனதுங்க. ரத்தத்த உறிஞ்சிக் குடிச்சு குடிச்சு...''

சவரோ மாப்ள அட்டைகளைத் தரையில் மிதித்துத் தேய்த்தான். சேற்றில் ரத்தம் சிதறியது.

''நில்லு, நில்லு, ரத்தம் குடிக்காத மூணுநாலு அட்டைங்க''

வேறொருவன் குனிந்தான்.

''பொன்னாம்வெளீல மணியம் வைத்தியரு ரண்டு அட்டைங்க வேணும்னு நேத்துகூடச் சொல்லியிருந்தாரு''

அவன் கீழே சேற்றில் அழுந்திக் கிடந்த பெரிய இரண்டு மூன்று அட்டைகளை தாழம் ஓலையால் தோண்டியெடுத்தான்.

''போலீஸ் அடிச்ச அடீல கண்ணில ரத்தம் கட்டின நம்மோட கொச்சுதரைல ஷண்முகனில்ல? அந்தோளோட கண்ணுல உள்ள சீழை அட்டையக் கொண்டு கடிக்க வச்சு எடுக்கறதுக்குத்தான்...''

''ஓணத்துக்கு நடுவுலதான் அவனோட பூட்டு வியாபாரம். நவுந்து நில்லுடா மனுஷன வெறி கெளப்பாம''

சவரோ மாப்ளய்க்குக் கோபம் ஏறியது.

கண்டன் புலையன் ஓடையிலிருந்து கையால் தண்ணீரையெடுத்து அவளுடைய முகத்தில் தெளித்தான். அவள் மெதுவாக முனகினாள்.

''பாரு, அவளோட மொலக்கண்ணப் பாத்தியா? அதனோட அடி பக்கத்த யாரோ கடிச்சுக் கொதறி வச்சிருக்காங்க. ரத்தம் வடியுது பாத்தியா?''

''யாரோல்லாம் இல்ல, அந்த எமக்காதகனுங்கதான்''

கண்டன் புலையன் அவளை முழங்கையில் தாங்கியெடுத்தான்.

''சட்டுன்னு மணியன் வைத்தியர்கிட்ட கொண்டு போவணும். கடுகளவு உசிரு மிச்சமிருந்தாலும் வைத்தியரு திருப்பிக் கொண்டாந்துடுவாரு'' சவரோ மாப்ள துணியை இழுத்துவிட்டு அவளை மூடினான். ''இனிமே நீங்க பாத்துக்குங்க. நாம்போறேன்''

அவன் காவடியை எடுத்துத் தோளில் மாட்டிக்கொண்டான்.

''மீனு எடுத்துக்கிட்டு வர்ற நேரமாயிருச்சு''

''அதென்னா அப்படிப் போறது?'' கண்டன் புலையன் குறுக்கிட்டான்.

''சும்மா வேல செஞ்சுக்கிட்டு நின்ன நாலஞ்சுபேரக் கூவி வரவச்சிட்டு இப்ப நீங்க எங்க போறீங்க?''

கண்டன் புலையனும் இரண்டுபேருமாகச் சேர்ந்து அவளைத் தாங்கியெடுத்து காவடியில் படுக்க வைத்தனர்.

சவரோ மாப்ள இதை எதிர்பார்க்கவில்லை.

''கூடையில படுக்க வச்சா மீன்நாத்தம் அடிக்குமப்பா. அப்பறம் எவ்ளோ தேச்சுக் குளிச்சாலும் அது போவாது''

''இங்கக் கெடந்து சாவறதவுட நல்லதுதானே மீனுநாத்தம்''

கண்டன் புலையன் அவளுடைய காலிரண்டையும் கூடையினுள்ளே மடித்து வைத்தான்.

சவரோ மாப்ள என்ன செய்வதென்று அறியாமல் குழைந்தான்.

''நீங்க தனியாச் சொமக்க வேண்டாமே''

கண்டன் புலையன் இடையில் புகுந்து நின்றான்.

''நாம மூணுபேருமாச் சொமக்கலாம்''

சவரோ மாப்ளயை நடுவில் நிற்க வைத்து இருவரும் இரண்டு பக்கமும் நின்று கொண்டனர்.

''அப்படீன்னா சரி'' சவரோ மாப்ள குனிந்தான்.

''இன்னக்கி வயித்துப் பொழப்பு அவ்ளோதான்''

ஒரு நடைக்கு நூத்தியம்பது ராத்தல் மீன் சொமக்கற காவடி அது. தனியா சொமக்கக்கூடியதுதான்.

''ரண்டுபேரும் நவுந்து நில்லுங்க''

சவரோ மாப்ள காவடியையெடுத்துத் தோளிலே ஏற்றிக்கொண்டான்.

''காலியான கூடைப்பக்கமா யாராவது கொஞ்சம் அழுத்திப் புடிச்சுக்கிட்டாப் போதும். ஒராளு தலப்பக்கமும் தாங்கிப் புடிச்சிக்கோங்க''

சவரோ மாப்ள காவடியைத் தூக்கி முன்னோக்கி நடந்தான்.

தோளில் பாரம் ஏறியதும் நாக்கில் வந்துவிடும் வழக்கமான கூவல் வெளியே வந்து விழுந்தது.

''மீனு வாங்கலியா, மீனேய்... ஃபூ... ஹோ...ய்...''

சவரோ மாப்ள வெளிவந்த வார்த்தைகளைத் தொண்டைக்குள் விழுங்கினான்.

முக்கட்சி மாநாடு முடிந்ததும் அறிவிப்பு வந்தது. மாலையில் பக்த விலாசத்தில் தேனீர் உபசரிப்பு. எல்லோரையும் திவான்ஜி அழைத்திருக்கிறார். முற்றத்து தேன்கனி மரத்தடியில் நகர்ந்து நின்று பேசுவதற்கிடையில் கண்ணந்தோட்டம் ஜனார்த்தனன்நாயர் சந்தேகத்தோடு, ''இது ஒரு வலையில்லையா?'' என்று கேட்டார்.

''எது?'' தோழர் டி.வி. தாமஸ் விஷயம் புரியாமல் பார்த்தார்.

''திவானின் அழைப்பு. தேனீர் விருந்து''

''அதுக்கென்ன?'' ஆர். ஸ்ரீகண்டன்நாயர் மீசையின் நுனியை நெருடினார்.

''கண்ணந்தோடன் சந்தேகித்தது சரிதான்''

டி.வி. தாமசுக்கு சங்கதி புரிந்தது.

''இவருக்கு எதிராக வாரண்டு இருக்கே? போலீசோட கண்ணுல பட்டா...''

''வேண்டாம், வேண்டாம்'' ஸ்ரீகண்டன்நாயர் விலக்கினார்.

''சர்.சி.பி. சாமர்த்தியமா காய் நகத்துறார். மாநிலக் காங்கிரசை வசப்படுத்திட்டாரு. அமெரிக்கன் மாடலுக்கு எதிராக அவங்க போராட்டத்தில் இறங்கமாட்டாங்கங்கறது உறுதியாயிடுச்சு. இனி கம்யூனிஸ்டு கட்சியை ஒழிக்கப் பார்க்கிறார்'' என்றார் டி.வி. தாமஸ்.

''தொழிற் சங்கத்தையும் கட்சியையும் பிரிக்கறது... கட்சியிலிருந்து தொழிலாளர்களை விலக்கி விடறது... இந்தப் பேச்சுவார்த்தையே ஒரு ஏமாற்றுவேலைதான்''

''முக்கட்சி மாநாட்டில போனஸ் விஷயத்துல சி.பி. காமிச்ச ஈடுபாட்டைப் பாத்து என் முழி பிதுங்கிப் போச்சு. மாநாட்டில் நாம ஏதாவது சொல்லத் தொவங்கறதுக்குள்ள நிறுத்தி வைக்கப்பட்ட கூலியைப் பத்தி விளக்கினதப் பார்த்தோமே? பெரிய விவாதத்துக்கெல்லாம் இடந்தராம நாலு சதவீதம் போனஸ் தரோம்னு ஒத்துக்கலையா?''

''அதத்தான் சொல்லிக்கிட்டு வர்றேன்... இது ஐயரோட குறுக்குப் புத்தியத்தான் காட்டுது, நம்மள வளைக்க'' என்றார் டி. வி.

''கடைசியாச் சொன்ன மூணு விஷயங்களக் கேட்டீங்கல்ல? அரசாங்கம் ஊழியர்கள் விஷயத்தில் உறுதியான முடிவெடுக்குமாம். போனஸ் அறிவிப்பு அதன் தொடக்கமாம். முதலாளிங்க அரசாங்கத்தோட நிலைபாட்டைப் புரிஞ்சுக்கணும்னும், தொழிலாளிங்க அரசாங்கத்தோட ஒத்துழைக்கணும்னும் அறிக்கை''

''தேனீர் விருந்துக்கு நேரமாயிடுச்சு''

ஸ்ரீகண்டன் நாயர் சுவர்க்கடிகாரத்தைப் பார்த்தார்.

''அப்டீன்னா சரி'' கண்ணந்தோடன் எழுந்து சென்றார்.

தேனீர் விருந்தில் முதலில் சிகரெட்தான் வந்தது. பின்னால் சர். சி.பி. வந்தார்.

டி. வி. சிகரெட் எடுத்துப் பற்ற வைத்தார்.

தேனீர் உபசரிப்பு முடிந்ததும், தலைப்பாகையும் மார்ச்சட்டையும் அணிந்த டபேதார் வந்தான்.

''ரண்டு பேரையும் சுவாமி உள்ளே வரச் சொல்றாரு''

உள்ளே போனபோது திவான் கவனமாக ஏதோ ஒரு ஃபைலைப் பார்த்துக் கொண்டிருந்தார்.

வெள்ளைத் தலைப்பாகை டீப்பாயில் வைக்கப்பட்டிருக்கிறது. உள்ளே நுழைந்ததும் கோலன் ஸ்பிரேயின் வாசம் கமழ்ந்தது. மேசையின் அருகில்

அன்னிபெசன்ட்டின் சிறியதொரு புகைப்படம்.

அன்னிபெசன்ட்டுக்கும் சி.பி.க்குமான ஆத்ம பந்தத்தைப் பற்றி டி.வி. கேள்விப்பட்டிருந்தார். அடிக்கடி தன்னைக் காண வரும் துடிப்பான இளைஞர்களுக்குக் காப்பி கொடுப்பதற்காகத் தங்கத்தாலான டம்ளரை வைத்திருந்தார். தங்கமான ஓர் உறவு!

அன்னிபெசன்ட்டின் ஹோம்ரூல் இயக்கத்தின் செயலாளராக இருந்தார் சி.பி. அங்கிருந்து நேருவுடன் காங்கிரசின் தலைமையிடத்துக்கு உயர்ந்தார்.

''வெல்கம் ஜென்டில்மென். ப்ளீஸ் பீ சீட்டட்''

முன் இருக்கைகளின் பக்கம் கைநீட்டினார்.

அமர்ந்ததும் சி.பி. பைலை மூடி நகர்த்தி வைத்தார். இருவரின் கண்களையும் மாறிமாறிப் பார்த்தார்.

''ஐ ஹோப் யூ ஆர் ஹாப்பி அபௌட் டுடேஸ் டெசிஷன்''

தீட்சணியமான கண்களில் மறைத்து வைத்திருந்த சிரிப்பு எட்டிப் பார்த்தது.

வெள்ளைச்சட்டையின் மேல் கழுத்தில் சுற்றப்பட்டிருந்த சால்வையை இழுத்து விடுவதற்கிடையில் ''வாட் டூ யூ சே?'' என்று கேட்டார்.

''வீ ஆர் அப்சலியூட்லி ஹாப்பி எபௌட் தி டெசிஷன் டு கிவ் போனஸ்'' தோழர் டி.வி. சொன்னார்.

''அஃப்கோர்ஸ், அஃப்கோர்ஸ். ஐ நோ தட்''

சி.பி.யின் உதடுகளில் ஒளி பரவியது.

''அன்ட் டெல் மீ'' அவர் பின்னால் சாய்ந்தபடியே, ''நௌ வாட் ஈஸ் யுவர் ஆட்டிடியூடு டுவேட்ஸ் த கவர்ன்மெண்ட்?'' எனக் கேட்டார்.

''வீ வில் கோஆப்பரேட். அரசாங்கத்துடன் நாங்கள் ஒத்துழைப்போம். அப்போதுதானே முதலாளிகளையும் ஜமீன்களையும் எங்களால் எதிர்கொள்ள முடியும்?'' என்றார் டி.வி.

''ஐ நோ... யூ ஆர் ப்ராக்டிகல்... அன்ட் ஐ ஹாவ் எக்ஸ்பெக்ட்டட் தட் ஃப்ரம் யூ''

சி.பி. பாராட்டினார். சுவரில் சிதறி விழுந்த மஞ்சள் வெளிச்சத்தில் சி.பி.யின் முகம் கூடுதல் பிரகாசமானது.

''ஐ வாண்ட் டு டெல் யூ சம்திங் வெரி கான்ஃபிடென்ஷியல்''

சி.பி. முன்னுரையோடு எதையோ சொல்லத் தொடங்கினார். தோழர் டி.வி.யும், ஸ்ரீகண்டன்நாயரும் சி.பியின் உதட்டசைவுக்காகச் செவி கூர்ந்தனர்.

''ஐ ஹாவ் ரிசர்வ்டு டூ சீட்ஸ் ஃபார் யூ இன் த நியூ அசெம்பிளி. தாட்ஸ் ஃபார் யூ. புதிய சட்டசபையில் நான் உங்களுக்காக இரண்டு இடங்களை ஒதுக்கி வைத்திருக்கிறேன்''

சி.பி. கருணையின் ஈரம் படர்ந்த ஆங்கிலத்தில் அதைச் சொன்னார்.

''உங்களுக்குத் தெரியுமல்லவா, சுதந்திரத் திருவிதாங்கூருக்காக நானொரு அரசியலமைப்புச் சட்டத்தை எழுதிக் கொண்டிருக்கிறேன் என்பது?''

''பழைய அமெரிக்கன் மாடல்தானே?''

தோழர் டி.வி. பரிகாசமாகவே அதனைக் கேட்டார்.

விரிந்த உதடுகளில் திடீரென நிழல் பரவியது. வளைந்த மூக்குநுனி துடித்தது. ஆனாலும் அதை மறைத்துக்கொண்டு சி.பி. சால்வையின் ஒரு முனையை முன்னால் இழுத்துப் போட்டு...

''வாட்ஸ் யுவர் ஒப்பீனியன் அபௌட் தி ப்ரொவிஷன் ஃபார் பெர்மனன்ட் எக்சிக்கியூட்டிவ் இன் மை நியூ கான்ஸ்ட்டிடியூஷன்?''

''நாங்கள் அதனோடு உடன்பட முடியாது, முழுமையான ஜனநாயகத்தைத் தவிர வேறு எதையும்'' டி.வி. வெட்டு ஒன்று துண்டு இரண்டாகச் சொன்னார்.

''ஓ, ஆர் யூ சப்போர்ட்டிங் தி அனார்க்கிஸ்ட்ஸ் இன் தி ஸ்டேட் காங்கிரஸ்?'' சி.பி. குரலுயர்த்தினார்.

டி.வி. திடீரெனக் கோபப்பட்டார். ''வாட் டு யூ மீன் பை அனார்க்கிசம்? வீ ஆர் ரெடி ஃபார் எ டிபேட் ஆன் தட்''

சி.பி. மேசையின்மீது வெள்ளி டம்ளரில் மூடி வைத்திருந்த தண்ணீரை ஒரு மிடறு இறக்கினார். கைக்குட்டையை எடுத்து வாயைத் துடைத்துக்கொண்டார்.

டி.வி. சி.பி.யின் தலைக்குப் பின்னால் சுவரில் மாட்டியிருந்த மகாராஜாவின் ஓவியத்தைப் பார்த்தார். தூரத்தில் எங்கேயோ பார்த்துக் கொண்டிருந்தார் செயலற்றுப் போன ராஜா.

''ஃபிரண்ட்ஸ், ப்ளீஸ் லிசன் டு மீ. ஐ வுட் லைக் டு டெல் யூ சம்திங்... ஃபார் யுவர் சேக்'' சி.பி. தெளிவான ஆங்கிலத்தில் பேச்சைத் துவக்கினார்.

''சட்டபூர்வமான அரசாங்கத்தின்மீது விடப்பட்ட சவால் இது. தனிப்பட்ட முறையில் எனக்கு இதில் ஒன்றுமில்லை. நான் செய்வதெல்லாம் திருவிதாங்கூரின் நன்மைக்காகத்தான். இப்போதே இங்கே பலரும் பல குழப்பங்களை விளைவிக்கவும், போராட்டங்கள் நடத்தவும் திட்டமிடுகின்றனர். அதெல்லாம் நல்லதற்கில்லை. அது ராஜதுரோகம். அதனால் நான் உங்களுக்கு என்ன

சொல்றேன்னா... நீங்கள் எந்த அரசியல் அமைப்புகளுடனும் தொடர்பு கொள்ளக்கூடாது. தொழிலாளர் பலத்தால் நீங்கள் அதைவிடக் கூடுதலாக அடைய முடியும். அரசியலில் ஈடுபடுவது உங்களுக்கு இழப்பைத்தான் தரும். உங்களை அது நாசமாக்கும். இந்த திருவிதாங்கூரை அது...''

அதைக் கேட்டதும் டி.வி. குறுக்கிட்டார்.

''மன்னிக்கணும் திவான். தங்களின் பார்வையின் குழப்பம் அது. தொழிலாளி வர்க்கமென்பது இங்கேயுள்ள மக்கள்தான். மக்களின் விருப்பம்தான் அவர்களின் விருப்பமும். அதுதான் அரசியல். மக்களிலிருந்து விலகி, தனியாகத் தொழிலாளி வர்க்கமென்று ஒன்று இல்லை. இங்கே மட்டுமல்ல எங்கேயும். அதனால்தான் தொழிலாளி வர்க்கம் அரசியலிலிருந்து விலகி, தனித்து நிற்க வேண்டுமென்று சொல்வது சாத்தியமற்றது''

சர். சி.பி.யின் முகம் சிவந்தது. டீப்பாயில் அவிழ்த்து வைத்திருந்த வெண்ணிறத் தலைப்பாகையை எடுத்துத் தலையில் வைத்துக்கொண்டார். நாற்காலியில் நிமிர்ந்து உட்கார்ந்தார்.

''சோ எவ்ரி திங் ஈஸ் வெல் பிளான்டு?''

அவருடைய மூக்கின்நுனி விரிந்தது.

''நெள ஐ மஸ்ட் வார்ன் யூ தட் யுவர் ஸ்டான்ட் ஈஸ் ஹைலி டிஸ்ட்ரக்டீவ்''

தோழர் டி.வி. அதற்கு பதில் சொல்லவில்லை.

''ஆர் யூ அவேர் தட் யூ ஆர் டாக்கிங் டு த சுப்ரீம் கமான்டன்ட் ஆஃப் போத் த ஃபோர்சஸ்?''

''தெரியும்'' தோழர் டி.வி. அழுத்தமாகச் சொன்னார்.

''இந்த நாட்டின் எட்டாயிரம் போலீசும் நாலாயிரம் ராணுவமும் எனக்குக் கீழேதான் இருக்கிறார்கள் என்பது ஞாபகமிருக்கட்டும். நான் இப்போது வெறும் திவானல்ல. மொத்தப் படைகளுக்கும் சேனாதிபதி''

''அதுவும் தெரியும்''

உதட்டோரத்தில் டி.வி. ஒரு பரிகாசப் புன்னகையை நெளியவிட்டார்.

''வெல்! சீ யூ தென்''

சி.பி. பேச்சுவார்த்தையை முடித்துக்கொண்டு நகர்த்தி வைத்திருந்த கோப்பினைத் திறந்தார்.

வெளியே ஐ.ஜி. பார்த்தசாரதி அய்யங்கார் காத்திருக்கிறார். டபேதார் அதைச் சொல்வதற்காக உள்ளே போனான்.

மாடிப்படி இறங்குவதற்கிடையில், ''அந்தாளு நம்மள மிரட்டினார் பாத்தீங்களா?'' என்று கேட்டார் ஸ்ரீகண்டன்நாயர்.

''அந்தாளோட மிரட்டல் நம்மகிட்ட வெல போகாதுன்னு அந்தாளுக்கே புரிஞ்சிடுச்சு''

''திவானை மொத்தப் படைகளுக்கும் தலைவனாக்கினால் அப்பறம் மகாராஜாவுக்கு என்னதான் வேலை?''

''ராஜாதானே கர்னல் இன் சீஃப். எப்போதாவது சல்யூட் வாங்கிக்குற வேல மட்டுந்தான் மகாராஜாவுக்கு'' டி.வி. கிண்டலடித்தார். ''உள்நாட்டுக் குழப்பம் ஏற்பட்டால் இராணுவத்தைவிட்டு வேட்டையாடும் அதிகாரம் மட்டும் திவானுக்கு''

''கவனமாயிருக்கணும். அந்தாளு மொதல்ல இராணுவத்தைவிட்டு வேட்டையாடுவது ஆலப்புழைலயும் சேர்த்தலைலயுமாத்தான் இருக்கணும்'' என்றார் ஸ்ரீகண்டன்நாயர்.

''உம்'' டி.வி. முனகினார்.

''வர்றத வர்ற எடத்துல வச்சுப் பாக்கலாம்''

மாலை மயங்கிய வேளை.

கண்டன் புலையன் வரப்போரமாக இறங்கி மணியன் வைத்தியரின் வீட்டை நோக்கி நடந்தான். மண்ணாந்தரை மாராவைப் பார்த்ததிலிருந்து ஆட்கள் கேட்க ஆரம்பித்து விட்டார்கள். 'பட்டாளம் புடிச்சிட்டுப் போன கைத்தரை பாப்பி எங்க? சீர அம்மம்மா வூட்டுச் சின்னப்பொண்ணு எங்க?' பதில் மாராவுக்குத்தான் தெரியும். நினைவு வந்த பிறகு கேட்க வேண்டும். நேரத்தோடு நேரம்தான் நினைவு வரும் என்று மணியன் வைத்தியர் கணித்துச் சொல்லியிருந்தார். அவர் சொன்னால் சொன்னதுதான். கண்டன் புலையன் வைத்தியனின் வீட்டுக்கான நடைபாதையில் திரும்பினான். ஆனைக்கோட்டில் கர்த்தாக்களின் பாக்குத்தோட்டம் ஏறியிறங்கியதும், ஓலைக்கூடைகளைத் தலையில் வைத்துக்கொண்டு நான்கைந்து ஈழவப்பெண்கள் எதிரே வருகிறார்கள். அவனைப் பார்த்ததும், ''மண்ணாந்தரையில மாராவுக்கு நெனவு திரும்பிடுச்சா?'' என்று கேட்டனர்.

''அவ வாயத் தொறந்து ஏதாவது பேசினாளா? நம்ம கைத்தரைல பாப்பியப் பத்தி ஏதாவது சொன்னாளா?''

''அதக் கேக்கத்தான் நான் போறேன். அதுக்கு முன்னாடி என்னக் கேட்டா நான் என்ன சொல்லறது?''

‘‘இல்ல, நாங்க நெனச்சோம்...’’ வார்த்தைகளை முடிக்காமல் அவர்கள் நடந்து அகன்றனர்.

பாக்குத்தோட்டம் தாண்டி ஒரு ஏற்றம். புன்னைக்காடு வழியாகக் குன்றிறங்கி கீழே வரும் வழியில் நாலைந்து பெண்கள் உட்கார்ந்து தேங்காய் நாரை அடிக்கிறார்கள். அழுகிய தேங்காய் நாரின் வாடை. மண்ணில் புதைந்த நாரின் சோற்றுப் பிசுபிசுப்பின்மீது, இரும்புக் குழாய்கள் வந்து விழும் தாளத்திற்கேற்ப கண்டன் புலையன் நடந்தான். பெண்கள் எட்டிப் பார்த்தனர்.

‘‘ஆமா, கண்டன் மூத்தாரே, நம்மோட கைத்தரை பாப்பியோட சங்கதி ஏதாவது தெரிஞ்சுதா?’’

புலையப் பெண்கள்.

கண்டன் புலையன் நின்றான். கோபம் முகத்தில் துடித்து ஏறியது. கறுத்து இருண்ட முகம் மேலும் சுருங்கியது.

‘‘ஆமா, இவ்ளோ வருத்தப்படறவங்க இத்தினி நாளும் ஏதாவது கேட்டீங்களா? கைத்தரை பாப்பி செத்துட்டாளா, உயிரோட இருக்காளான்னு நீங்க விசாரிச்சீங்களா? உன்னயெல்லாம் அந்தப் பட்டாளம் கொண்டு போயிருந்தா, நீயெல்லாம் வருத்தப்பட்டிருப்பியா?’’

‘‘அதுக்கு இப்ப நாங்க என்னா செய்யறது? இது நல்ல கூத்து’’ பெண்கள் சங்கடப்பட்டனர்.

‘‘நீங்கல்லாம் என்ன செய்யலாம்னா கேக்கறீங்க? ஏண்டி, நீயெல்லாம் பொண்ணுங்களா சேந்துக்கிட்டு பொன்னாம்வெளில கொடியப் புடிச்சுக்கிட்டு ஊர்வலமா அவனுங்ககிட்டப் போயிருக்கலாமில்ல? என்ன, கொறஞ்சா போயிருவீங்க?’’

பெண்கள் முகத்தோடு முகம் பார்த்தனர்.

‘‘உம்ம்... இதுக்கு மேல என்ன எதுவும் சொல்ல வைக்க வேண்டாம்’’ கண்டன் புலையன் வெடுக்கெனக் கூறிவிட்டு கீழே இறங்கி நடந்தான்.

குன்றிறங்கி அழீக்கல்காரர்களுக்குச் சொந்தமான கரைவயலின் எதிரில் போய் நின்றான். ஐந்தாறு வருஷங்களுக்கு முன்னால் அறுவடைக்கு ஆள் கிடைக்காத கோபத்தில் அவர்கள் இரண்டு ஏக்கர் வயலைக் குழிதோண்டி மீன் குளமாக்கிவிட்டார்கள். குளம் நிறையத் தாமரையை நட்டார்கள். தாமரைக் கொடிகளுக்குள்ளே கௌுத்தியும், சங்கராவும், விராலும் பெற்றுப் பெருகியது. ஒருநாள் விட்டு ஒருநாள் தாமரைப்பூவைப் பறிப்பதற்குக் கொச்சியிலிருந்து ஆட்கள் வருவார்கள்.

"ஆமா, கண்டன் அண்ணா எங்க இந்தப் பக்கம்?" தாமரைக் குளத்திலிருந்துதான் சத்தம் வருகிறது.

கண்டன் திரும்பிப் பார்த்தான்.

செருக்கப் புலையன். தூண்டிலில் மீன் பிடிக்கிறான்.

"நானு, இதோ இந்த மணியன் வைத்தியர்ட்ட வந்தேன்" என்ற கண்டனின் கண்கள் விரிந்தன. குளத்தின் ஆழமான இடத்தில் மலர்ந்து நிற்கும் ஏழெட்டு தாமரைகள்.

"நீ அதுலருந்து ரெண்டு பூவப் பறிச்சு குடு" கண்டன் தாமரையைப் பார்த்துக்கொண்டே நின்றான்.

மண்ணாம்தரை மாரா நினைவு திரும்பி எழுந்து வரும்போது அவளுக்குக் கொடுக்கலாமே?

"ஏய், என்னால முடியாது. ஆழம் தெரியாத எடம் அது" செருக்கப் புலையன் தூண்டிலைத் தூக்கினான்.

"ஆமா, நீ இங்க என்ன பண்ற? அழீக்கல் ஆளுங்க அவங்க மீனத் திருடிட்டுப் போறதப் பாத்தா உன்ன வெட்டிப் போட்டுடுவானுங்க. உம், சொல்லலன்னு நெனச்சுக்காதே"

"பட்டாளத்தானுங்க புடிச்சிட்டுப் போவலாமுன்னா அப்றம் நாமளும் புடிச்சா என்ன?" செருக்கப் புலையன் முணுமுணுத்தான்.

"பட்டாளத்தானுங்களா?"

"அப்படீன்னா ஒங்களுக்கு ஒண்ணும் தெரியாதா? நாளக்கி விடியறப்ப பொன்னாம்வெளிச் சந்தையில வந்திருக்கற பட்டாளத்தானுங்க மொத்த மீனுங்களையும் புடிச்சுட்டுப்போக வருவானுங்க. அழீக்கல்காரங்க மொத்த மீனையும் பட்டாளத்தானுங்களுக்குப் புடிச்சுக் கொடுத்துடுவானுங்க. அப்பறம் பெரியமீனு ஒண்ணுத்தக்கூடப் பாக்க முடியாது"

"அப்படீன்னா தாமரை?"

"ஆ" செருக்கப் புலையன் கைவிரித்தான்.

கண்டன் நடந்தான்.

பட்டாளக்காரர்கள் வந்ததிலிருந்து ஊரெல்லாம் அக்கிரமம் நடக்கிறது. ஒரு கோழியையும், ஆட்டையும் மிச்சம் வைக்காமல் பிடித்துக்கொண்டு போகிறார்கள். வரப்பில் நட்டு வைத்த புஞ்சை விளைச்சலை முழுசாக அறுத்துக்கொண்டுப் போய்விட்டார்கள். பழுத்த நேந்திரன்பழக் குலைகளையும் வெட்டி

எடுத்துக்கொண்டு போனார்கள். ஜமீன்களின் கையையும் காலையும் பிடித்து குடியானவர்கள் படாத பாடுபட்டு நட்டு வளர்த்தது. யாரிடம் கேட்க?

கண்டன் புலையன் நடைபாதை தாண்டி நடந்தான்.

மணியன் வைத்தியர் வராந்தாவில் உட்கார்ந்துகொண்டு இரண்டு கால்களிலும் எண்ணெய் தேய்த்து உருவிக் கொண்டிருந்தார். கண்டன் புலையன் தான் வந்ததைத் தெரிவிக்கும்பொருட்டு இருமினான். வைத்தியர் தலை நிமிர்ந்தார். ''இன்னும் சரியா நெனவு திரும்பல'' மணியன் வைத்தியர் அண்ணாக்கில் ஒட்டியிருந்த வெற்றிலையைக் காறினார். ''நெத்தியில க்ஷீரப்பல குருந்தோட்டிய தாரயா ஊத்தறாங்க''

''நெனவு வந்துச்சுன்னா சிலதெல்லாம் கேக்கணுமே'' கண்டன் புலையன் தலை சொறிந்தான்.

''அதுக்குப் பட்டாளக்காரனுங்க சம்மதிக்க வேண்டாமா? அவனுங்க தேடி வந்திருந்தானுங்க'' மணியன் வைத்தியர் கோளாம்பி எடுத்து வெத்திலைக் குதப்பலைத் துப்பினார்.

''பட்டாளத்தானுங்க சம்மதிக்க வேண்டியது என்ன இருக்கு இதில?'' கண்டன் புலையன் தயக்கத்தோடு கேட்டான்.

''அவங்க கஸ்டடில இருந்து நேத்து பாதி ராத்திரிலயோ எப்பவோ ஓடி வந்துட்டாளாம். நாளக்கிக் காலைல தாமரைக்கொளத்துல மீன்புடிக்க வர்றப்ப அவங்ககிட்ட திரும்ப ஒப்படைக்கணுமாம். மொதல்ல நெனவு திரும்பட்டும். அதுக்கப்பறம் யோசிக்கலாம்னு நான் சொன்னேன். அத அவகிட்டயும் கேக்கணுமில்ல?''

மணியன் வைத்தியர் கம்யூனிஸ்டு அனுதாபியாக இருந்தார். அவர் சொன்னது அவனுக்கும் சரியென்று பட்டது.

''அப்படீன்னா சரி'' கண்டன் புலையன் திரும்பி நடந்தான்.

காலையில் குளக்கரையில் ஒதுங்க வந்த ஈழவப் பெண் போதிதான் பார்த்தாள்.

குளத்தின் நட்டநடுவில் கூம்பி நின்ற தாமரைக்களுக்கிடையில் விறைத்துப்போன இரண்டு கால் பாதங்கள். போதி மறுபடியும் பார்த்தாள்.

''அய்யோ!'' அவள் அலறினாள்.

''ஏண்டீ பொட்டச்சி, உனக்கு இந்தப் புத்திய யாரு சொல்லிக் குடுத்தாங்கடீ?''

கூக்குரல் கேட்டு வெளியிடங்களில் வெளிக்கிருந்தவர்கள் துணியைப் பாதி தூக்கிப் பிடித்துக்கொண்டு எட்டிப் பார்த்தனர்.

‘‘கவுந்து கெடக்கற அந்த கெடப்பப் பாத்தா சகிக்க முடியல கடவுளே’’ போதி குளத்தைக் காட்டிப் பெருங்குரலெடுத்து அழுதாள்.

‘‘யாரது?’’

‘‘மண்ணாந்தரை மாரா மாதிரி இருக்கு’’

‘‘ஊஹூம்... மாரா வைத்தியர் வீட்ல இருக்காளே?’’

‘‘அப்பறம் யாரு?’’

‘‘ஒடம்பைப் பாத்தா...’’

‘‘கைத்தரை பாப்பி மாதிரி தெரியுதே?’’

‘‘எங்கடவுளே!’’ போதி அலறித் துடித்தாள்.

தாமரைக்குளத்தில் மீன் பிடிக்க பரிவாரங்களுடன் வந்து கொண்டிருந்த பட்டாளத்தினரின் காதுகளில் அது முழங்கியது.

28

இந்திராணிசென் இப்போதும் பாடுகிறாள்...

மாலையில் பொன்னாம்வெளிச் சந்தையில் தையல்காரன் கொச்சனியன் பிள்ளையின் கடையில் இருக்கும்போது கருணன் தோழர் அந்த வழியாகப் போவதை பிரபாகரன் பார்த்தான். அவன் அவர் கண்ணில் படாமல் மறைந்து நின்றான். பாப்பிக்கு இரண்டு ஜம்பர் தைக்கக் கொடுத்திருந்ததை வாங்க வந்திருந்தான். முட்டத்து அங்காடி ஜவுளிக் கடையிலிருந்து இரண்டு கைலியும் வாங்கியிருந்தான். எப்ப, எந்த நேரத்தில் பாப்பி ஏறிவருவாள் என்று தெரியாதே. வந்தால் உடுதுணிக்கு மறுதுணி வேண்டாமா? கருணன் தோழர் பார்த்தால் ஒவ்வொன்றையும் துருவித்துருவிக் கேட்பார். அப்புறம் ஊரெல்லாம் சொல்லித் திரிவார். துணிப்பொட்டலத்தோடு வெளியேறவும் தையல்காரன் கொச்சனியன்பிள்ளை, ''ம்ம்... அப்பறம், அந்தப் பசங்களப் பாத்தா சட்டையத் தெச்சு வச்சிருக்கேன்னு சொல்லு'' என்றார்.

அனகாசயனையும் பாக்கரனையும் உத்தேசித்துதான் அவர் அப்படிச் சொன்னார். ஓணத்துக்கு முன்பே துணியெடுத்துக் கொடுத்தது. புரட்டாசி முடிஞ்சு ஐப்பசிலதான் அவருக்குத் தைக்க நேரம் கிடைத்திருக்குது.

''சொல்லிரு, இதப் போட்டுக்கிட்டு எறங்கினா செங்கொடி தோத்துடும்'' பின்னாலிருந்து கொச்சனியன் பிள்ளையின் பரிகாசச் சிரிப்பு.

''ஓ'' பிரபாகரன் தலையைக் குலுக்கிக்கொண்டு இறங்கியதும், எதிரே கருணன் தோழரைக் கண்டான்.

''இதென்னங்க, பொட்டலத்தையெல்லாம் கக்கத்துல வச்சுக்கிட்டு'' கருணன் வழிமறித்தார்.

''நவுந்துநில்லு கருணன் தோழா. போயிட்டுக் கொஞ்சம் சோலியிருக்கு'' பிரபாகரன் ஒதுங்கிப் போனான்.

''அதுக்கு நானும் அந்த வழியாத்தானே வர்றேன். நம்மோட ஆச்சாரியோட ஆலைவரைக்கும்'' கருணன் கூடவே நடந்தார்.

''பிச்சுவாக்கத்திக்கு ஒரு புடி வெக்கணும்''

பிரபாகரன் ஒன்றுமே பேசாமல் நடந்தான். சற்றுநேரம் கருணனும் பேசவில்லை. பொன்னாங்கண்ணியின் மஞ்சள் பூக்களணிந்து நின்ற, நடைபாதை இரண்டாகப் பிரியுமிடத்துக்கு வந்ததும் கருணன் வலப்பக்கம் திரும்பினார்.

''நீங்க இப்படிப் பேசாம கொள்ளாம இருந்துக்கிட்டு யாருகிட்ட முரண்டு புடிக்கிறீங்க?''

''உங்களப் பாத்தா, நாங்க ஏதோ தப்பு பண்ணிட்டதாத் தோணுதே?''

பிரபாகரன் தலைகுனிந்து நின்றான்.

''சொல்ல வேண்டியதச் சொல்ல வேண்டிய நேரத்துல சொல்லணும். இல்லன்னா...'' அவர் எதையோ பொடிவைத்துப் பேசினார். ''வாயில கோலப் போட்டுக் குத்தினாலும்...''

பிரபாகரன் ஒன்றும் பேசவில்லை.

''உம், வேகமாப் போங்க'' கருணன் திரும்பி நடந்தான்.

''மண்ணாம்தரைப் பொண்ணு பட்டாளத்த ஏமாத்தித் தப்பிச்சு வந்து, நெனவில்லாம மணியன் வைத்தியர்ட்ட படுத்திருக்கா. அங்கப் போய் விசாரிங்க''

''மண்ணாம்தரைப் பொண்ணா? பாப்பியப் பத்தி ஏதாச்சும் அவ பேசினாளா?'' பிரபாகரனின் உயிர் திரும்ப வந்தது.

''டேய், உனக்கு மூள கொழம்பிடுச்சா? டேய், அவ நெனவு திரும்பாமப் படுத்திருக்கான்றேன்'' கருணன் தோழருக்குக் கோபம் முற்றியது.

பிரபாகரனின் முகத்தில் ஒரு சங்கடம். கருணன் அவனை ஆழமாக ஒரு பார்வை பார்த்துவிட்டு முன்னால் நடந்தார். சமீபமாக அவன் எறும்புத்தின்னியைப் போலத் திரிகிறான். யாரிடமும் பேசுவதில்லை. எந்த நேரமும் தலைகுனிந்து விந்தி விந்தி நடப்பதைப் பார்க்கலாம். கைத்தரை பாப்பியைப் பிடித்துக்கொண்டு போன பிறகுதான் இப்பிடியிருக்கிறான்.

கைத்தரை பாப்பியும் பிரபாகரனும் காதலிக்கிறார்கள் என்று ஊரெல்லாம் ஒரே பேச்சாகக் கிடக்கிறது. பிரபாகரன் கூட்டிக்கொண்டு வரலாம் என்று இருந்தபோதுதான் பட்டாளம் அவளைப் பிடித்துக்கொண்டு போனது.

பட்டறைக்குள் நுழைவதற்கு முன் கருணன் திரும்பிப் பார்த்தார். பிரபாகரன் அம்பாகப் பாய்கிறான். எறும்பு தின்னிக்குத் தீப்பிடித்ததுமாதிரி.

பிரபாகரன் அங்கேதான் ஓடினான். மண்ணாம்தரை மாராவுக்கு நினைவு திரும்பினவுடன், கைத்தரை பாப்பி எங்கே என்று அவளிடம் கேட்க வேண்டும். அவளும் பட்டாளத்தை ஏமாற்றிவிட்டு எங்கேயாவது ஓடிப் போய்விட்டாளா? அவளும் ஏதாவது சிக்கலில் மாட்டிக்கொண்டாளா? அவளிடம் அதெல்லாம் செல்லுபடி ஆகாது. அவள் ஊன்றி நிற்பாள். அது உறுதி. அவள் எங்கே போனாள்? பட்டாளத்தின் கண்ணில் மண்ணைத் தூவிவிட்டு எங்கேயாவது போய் ஒளிந்துகொண்டாளா? எங்கேயிருந்தாலும் கண்டுபிடித்துக் கூட்டிக்கொண்டு வர வேண்டும். பட்டாளம் பிடித்துக்கொண்டு போகும்போதும் அவள் வேறு யாரையும் கூப்பிட்டுக் கத்தவில்லை. சீர அம்மம்மாவின் வாயிலிருந்து அதைக் கேட்ட போதிருந்து நெஞ்சு படபடக்குது. மனதறியாமல் ஏதாவது பிரச்னையில் மாட்டியிருந்தாலும் அது அவள் குற்றமில்லையே? கொல்லன்தரை கொச்சுக்காளி மருத்துவச்சியிடம் சொல்லி, காதும்காதும் வைத்த மாதிரி உருக்கி முடித்துக்கொள்ள வேண்டியதுதான். மாதமுறை தவறாமல் இருந்தால் போதுமே? அதுவரைக்கும் ஒரு குடிசையில் இரண்டு உடலாக இருக்க வேண்டும். அவ்வளவுதான். கண்ட பட்டாளக்காரர்களின் எச்சில் பண்டம் சுமப்பதைவிட இது நல்லதுதானே...

ஒவ்வொன்றாக யோசித்து பதைபதைப்போடு தாமரைக்குளத்துக்கு அருகே வந்தபோது கண்டன் புலையன் எதிரே வருகிறான்.

''ஆமா, வாணம் விட்ட மாதிரி நீங்க இப்பிடி எங்கப் போறீங்க?'' கண்டன் புலையன் நின்றான்.

''பாப்பியோட சங்கதிதான் கேக்க வந்தீங்கன்னா, அந்தப் பொண்ணுக்கு இந்த நிமிஷம் வரைக்கும் நெனவு திரும்பல கேட்டீங்களா? விடியற வரைக்கும் நீங்க தூங்காம முழுச்சிக்கிட்டிருக்க வேண்டியிருக்கும்'' அவன் நடந்தான்.

பாப்பிக்காக ஓர் ஆயுசு முழுக்க தூக்கம் முழிச்சிருக்கலாம். பாப்பி அவன் உயிர். பொன் குடத்து முத்து. உயிரையே கொடுப்பதாக இருந்தாலும் பாப்பிக்காக பிரபாகரன் கொடுப்பான்.

''ஆமா, இது யாரு? நீ இந்த வழியெல்லாம் மறக்கலியோ?''

மணியன் வைத்தியர் திண்ணையில் நின்றுகொண்டு முன்னாலும் பின்னாலும் வளைந்து நெளிந்தபடி உடற்பயிற்சி செய்து கொண்டிருந்தார். உடம்பை கவனித்துக் கொள்பவர்தான் வைத்தியர்.

''பாப்பியப் பத்தி எதுவும் இதுவரைக்கும் சொல்லல கேட்டியா? அதுக்கு அவளுக்கு இன்னும் நெனவு திரும்பவேயில்லையே?''

"எப்பதான் நெனவு திரும்பும் வைத்தியரே?"

"அத இப்பச் சொல்ல முடியாதேப்பா"

வைத்தியர் நிமிர்ந்து கையிரண்டையும் நீட்டிப் பிடித்தபடி பின்பக்கம் வளைந்தார்.

பிரபாகரன் பொறுமையோடு காத்திருந்தான்.

"நெனவு வர்றதாயிருந்தா நேரத்தோட நேரம் தாண்டாது. இல்லன்னா நம்ம கையில புடிச்சாலும் நிக்காது"

"அதென்னா? நெனவு போற அளவுக்கு என்ன ஆச்சு? ஏதாவது தாழம் மூர்க்கன் தீண்டியிருக்குமோ?"

"மூர்க்கனில்ல, மூர்க்கனுங்க. ஒண்ணு ரண்டு பேரில்லப்பா" வைத்தியர் குரலைத் தாழ்த்திச் சொன்னார். "தொப்புள்ளருந்து ரத்தம் கொடகொடன்னு கொட்டிக்கிட்டிருந்துச்சு. வல்லாரைக் கீரைய அரச்சுப் பொரட்டினப் பெறகுதான் கொட்டறது நின்னுச்சு"

"அப்ப ஏதாவது தீட்டுகீட்டு பட்டிருக்குமோ...?" பிரபாகரன் சந்தேகத்தோடு கேட்டான்.

"அதேதான். அதேதான். கறுப்பா கட்டிகட்டியா ரத்தப் போக்கு. அப்பவும் அந்த மூர்க்கனுங்க...கொலகாரப் பாவிங்க..."

பிரபாகரன் இளந்திண்ணையில் சோர்ந்தமர்ந்தான். மாராவுக்கே இந்த நெலமைன்னா பாப்பியோட கதி...?

இரவில் நடைவாசல் கதவைத் தாழிட வந்தபோது அவன் ஒரு பொட்டலத்தைத் தலைக்குக் கீழே வைத்துக்கொண்டு படுத்திருப்பதை வைத்தியர் பார்த்தார்.

விடியலில் போதியின் கூக்குரலோடுதான் அவன் எழுந்தான். "அய்யோ கடவுளே.. கைத்தரைப் பாப்பிதானேஅது...? எதுக்கு கொளத்துல வுளுந்து செத்தாளோ...?"

பிரபாகரன் நேராகக் குளத்தை நோக்கி ஓடினான். பெண்கள் கூடி நின்று மாரிலடித்துக் கதறுகின்றனர். பிரபாகரன் எட்டிப் பார்த்தான். சுருண்ட பனைக்குலை போன்ற முடி தாமரை இலைகள்மீது பரவி... துருத்தி நிற்கும் பாத வெளுப்பு... அடுத்தநொடி அவன் குளத்துக்குள் பாய்ந்தான். தாமரைகளைப் பகுத்து மரணத்தின் குளிர்மையினூடே நீந்தினான். பாப்பியைத் தாங்கியெடுத்துத் தோளில் போட்டுக்கொண்டு திரும்ப நீந்தினான். கரையை எட்டியதும் மயங்கிச் சரிந்தான். பெண்கள் தலையிலடித்துக் கொண்டு நெருங்கி வந்தனர். சடலம் கவிழ்ந்து கிடக்கிறது, பிறந்த மேனியாக.

''அதோ'' போதிதான் அதைப் பார்த்தாள். வலக்கையில் ஒரு தாமரைக் கொடி. அதன் நுனியில் விரியத் தொடங்கிய ஒரு தாமரை மொட்டு. அவள் அதை இறுக்கிப் பிடித்திருந்தாள்.

ஒருவன் முன்னால் வந்து சடலத்தைத் திருப்பவும், மணியன் வைத்தியர் ஓடிப் பாய்ந்து வந்தார்.

''சாய்ப்பில பாத்தேன் காணல'' அவர் நின்றபடியே மூச்சு வாங்கினார்.

''நேத்து ராத்திரிதான் நெனவு திரும்புச்சு. பட்டாளத்தானுங்க வர்றதுக்கு முன்னாடியே தப்பிச்சுப் போயிடுன்னு நான் சொன்னேன்''

போதி கூர்ந்து பார்த்தாள். ''இது பாப்பியில்லயே, மண்ணாந்தரை மாராதானே?''

பிரபாகரன் துடித்தெழுந்தான்.

''பாப்பியில்ல, மண்ணாந்தரை மாரா'' மணியன் வைத்தியர் சோர்ந்து நின்றார்.

''ராத்திரி ஒறக்கத்துக்கு நடுவுல விழிப்பு வந்தபோது தாழ்வாரத்துல அசைவு கேட்டுச்சு. அவளுக்கு நெனவு திரும்பலன்னு தெரிஞ்சதும் எட்டிமர வேரும், பச்சை நெல்லிக்காயும் சமமா எடுத்துக் கஷாயமாக்கி, மோரில் கலந்து ரண்டு நாழிகை நேரம் தாரை ஊற்றினேன். வாசல் பெருக்கற சின்னப் பொண்ணைத் தொணய்க்குப் படுக்க வச்சிட்டுதான் கொஞ்சம் கண் மூடலாம்னு போனேன். அசைவைக் கேட்டுப் போய்ப் பாத்தப்ப சின்னப் பொண்ணு மாடாட்டம் தூங்கறா. கயித்துக்கட்டில்ல படுத்திருந்தவ அடைப்பலகை மேல சாஞ்சு ஒக்காந்திருக்கா. உள்ளே நொழஞ்சதும் அவ எந்திரிச்சு தாழ்வார மூலைக்கு ஓடினா. 'பயப்படாதே. நாந்தான், மணியன் வைத்தியரு'ன்னு சொன்னதும் அவ 'நா எப்பிடி இங்க வந்தேன்?'ன்னு கேட்டா. 'அதெல்லாம் அப்றம் சொல்றேன். இப்பப் படுத்துத் தூங்கு. பொழுது விடிஞ்சவொடனே பட்டாளத்தானுங்க வருவாங்க. அதுக்கு முன்னாடியே எங்கயாவது தப்பிச்சுப் போகப் பாரு'ன்னு சொன்னதும் இருண்ட வெளிச்சத்துல அவளோட கண்ணுங்கள்ல பயம் பரவறதப் பாத்தேன். சாய்ப்பின் மூலைக்குள் அவள் ஒடுங்கிக் குனிஞ்சிருந்தா.

''விடிகாலைல தாமரைக் கொளத்துல மீன்புடிக்க அவனுங்க வருவானுங்க. நீ அவனுங்க கண்ணுல மண்ணத் தூவிட்டு ஓடி வந்திட்டதானே?''

''நா எங்கப் போவ?''

அவ கால்முட்டில தலையச் சாச்சுக்கிட்டு உக்காந்தா. 'எங்கயாவது'ன்னு சொல்லி தாழ்வாரக் கதவைச் சாத்தினேன். இப்பப் படுத்துத் தூங்கு. அதோ, அந்த மூலையில கொஞ்சம் நொய்யரிசிக் கஞ்சி மூடி வச்சிருக்கு. அத எடுத்துக் குடி. காலைல ஒரு வாரத்துக்குக் கஷாயத்தையும் தந்தனுப்பறேன்'னு சாய்ப்போட இளம் திண்ணைல எறங்கும்போது, அவளோட தேம்பலைக் கேட்டேன்''

மணியன் வைத்தியர் தோளில் கிடந்த துண்டைப் போர்த்தி அவளுடைய நிர்வாணத்தை மறைத்தார்.

''அய்யோ, மண்ணாந்தரை மாரா போயிட்டாளே'' பெண்கள் கூட்டம் அலறியது.

''நல்ல பொண்ணாச்சே... அதுவும் போயிடுச்சே...''

தூண்டில்களும் வட்டவலைகளுமாகக் குளத்துக்கு மீன் பிடிக்க வந்த பட்டாளம் பாதி வழியிலேயே நின்றுவிட்டது.

சி.கே. கொடுத்தனுப்பின கடிதத்துடன்தான் சேகரன் கொம்மாடியில் வந்து இறங்கினான். காத்திருந்து காத்திருந்து கடைசியில் சரக்கை ஏற்றிக் கொண்டு காயங்குளத்துக்குப் போய்க் கொண்டிருந்த ஒரு மாட்டு வண்டியில் ஏறினான். புறவழியில் போவதா? அல்லது குறுக்கு வழியில் போவதா? தயங்கி நின்றான் அவன். இரண்டு வழியிலும் காரிக்குழிக்குப் போகலாம்.

'முன்னால் ஒரு தடவை சி.கே.யுடன் பத்ரோஸ் தோழரைப் பார்க்க வந்திருக்கிறேன். அன்றைக்குப் புறவழியில்தான் வந்தோம். வந்த வழியிலயே போக வேண்டாம் என்று பத்ரோஸ் தோழர் சொன்னதால் போகும்போது குறுக்குவழியில் திரும்பினோம். அவர் சி.கே.யின் காதில் ரகசியமாக எதையோ சொல்வதைப் பார்த்தேன். என்னவென்று சி.கே. சொல்லவில்லை. நான் கேட்கவுமில்லை. யாரெல்லாம் வருகிறார்கள், போகிறார்கள் என்று கண்டுபிடிக்க வழி முழுக்க ஐந்து ரூபாய் போலீஸ்காரர்களும், சி.ஐ.டிக்களும் மப்டியில் நிற்கிறார்கள் என்று கேள்விப்பட்டோம்.

கடிதத்தை வேட்டியின் குத்தில் மறைத்துக்கொண்டு சேகரன் கரிங்கொட்டைக் காட்டுவழியில் நடந்தான். இருபுறமும் எட்டி மரங்கள் அடர்ந்து நெருங்கி நின்றிருந்த குறுக்குவழி தாண்டிச் சென்றதும், ஒரு துண்டை மட்டும் இடுப்பில் கட்டியிருந்த ஒருவன் எதிரே வந்தான்... உதட்டில் எரிந்து முடியப் போகும் பீடித்துண்டு. ''இந்தப் பக்கமெல்லாம் இதுவரைக்கும் பாத்ததில்லயே? எங்கப் போறீங்க?'' அவன் துண்டு பீடியை மண்ணில் போட்டுத் தேய்த்தான். ''தூரத்துலருந்து வர்றேன். இதோ இங்கதான் போறேன்'' சேகரன் வேகவேகமாக நடந்தான்.

காட்டுச் சிலம்பன்களின் கீச்சொலிகளைத் தவிர வேறெதுவும் கேட்கவில்லை. மாலை மயங்குகிற நேரம் வெளிச்சம் மங்கத் தொடங்குகிறது. முந்திரித் தோட்டங்கள் கடந்து காட்டுங்கல் வயல்புற வீட்டின்முன் சென்று நின்றபோதுதான் மூச்சு வந்தது. வயல் வரப்பின் ஓரத்து ஆஞ்ஞிலி மரத்திலிருந்த மரங்கொத்தி தலை திருப்பிப் பார்த்தது. உள்ளே யாரும் இருப்பதற்கான தடயமேயில்லை. சேகரன்

ஓசையெழுப்பினான். அசைவில்லை. வாழைத்தடம் வழியாகப் பின்பக்கம் நடந்தான். தென்னந்தடத்தில் நான்கைந்து கோழிகள் கிளறிக் கொண்டிருக்கின்றன. கொடியில் காயப் போட்டிருந்த துண்டு தரையில் விழுந்து கிடக்கிறது. தோழருடையதாகலாம். சேகரன் அதை மடித்து எடுத்துக்கொண்டான். ''இங்க யாருமில்லையா?'' அவன் நான்கு பக்கமும் எட்டிப் பார்த்தான்.

''யாருப்பா அது?'' உள்ளேயிருந்து ஒரு குரல்.

''வயலாரிலிருந்து வர்றேன்''

சேகரன் காத்து நின்றான்.

குடிசை வாசல் திறந்து அம்மா எட்டிப் பார்த்தாள்.

''இதோ'' அவன் துண்டைக் கைமாற்றினான்.

''முத்தத்துல விழுந்து கெடக்குது. கோழி ஏறி மிதிச்சிருக்கும்''

''அவன் இதோ, இப்பத்தான் கோழிக்கோட்டுக்குப் போறேன்னுட்டுப் போனான். இனிமே என்னிக்குத் திரும்புவானோ? எனக்கு ஒண்ணும் தெரியாதுப்பா'' அம்மா வெளியே வந்து கேட்டாள்.

''என்ன விஷயம்பா?''

''தோழரப் பாத்து ஒரு கடுதாசி குடுக்கணும்மா'' சேகரன் இடுப்பில் சொருகி வைத்திருந்த கடிதத்தைக் கையில் ஒதுக்கிக் கொண்டான். உரையின் வெளியே இருந்த எழுத்துகள் வேர்வையில் நனைந்து பரவியிருந்தன.

'' என்ன குடிக்கிற தம்பி? நான் கொஞ்சம் கட்டன்சாயா போடட்டுமா?''

''வேண்டாம்மா'' சேகரன் திரும்பி நடக்கத் தொடங்கினான்.

''அதோ மரியான் வந்துட்டானே. அவங்கைல குடு. அவன் குடுத்துடுவான்''

மரியான் ஓடை தாண்டிக் குதித்து ஓடி வந்தான்.

''வவுறு பசிக்குது கெழவி. ஏதாவது சாப்பிட இருக்கா?''

சேகரனை கவனிக்காமல் அவன் உள்ளே பாய்ந்தான். உள்ளே காலியான பாத்திரங்களின், சட்டிகளின் ஓலங்கள் கேட்டன.

அம்மா உள்ளே எட்டிப் பார்த்தாள். ''அவ்ளோ பசீன்னா அந்தத் தட்டுமேல கொஞ்சம் தேங்காப் புண்ணாக்கு இருக்குது. அத எடுத்துத் தின்னு''

உள்ளே மரியானின் கோபமும் சங்கடமும் நுரைத்துப் பொங்கின. ''தேங்காப் புண்ணாக்கு... ம்ம், நீங்க என் வாயால எதையும் சொல்ல வச்சுடாதீங்க. இன்னிக்கி காலைல இங்க இருந்த ஒழக்கு அரிசி எங்கப் போச்சு?''

அம்மா ஒரு நிமிடம் பேசாமல் நின்றுவிட்டு ''அது, கஞ்சி குடிச்சாச்சுன்னு போக்கு காமிச்சுட்டுதான் அவன் கோழிக்கோட்டுக்குப் போனான்'' என்றாள்.

''நாசமாப் போவ'' காலியாயிருந்த மண் கலத்தையெடுத்து வெளியே எறிந்தான். அது முற்றத்தில் விழுந்து சிதறியது. அம்மா வெறுமனே பார்த்துக்கொண்டு மட்டுமே நின்றாள். மரியான் வெட்டரிவாளுடன் வெளியே ஓடினான். சேகரன் பயந்து நடுங்கிப் பின்வாங்கினான்.

அவன் தெற்குப் பக்க முற்றத்துக்குப் போனான்.

''நெசத்த சொல்றதுன்னா நானும் இத்தினி தேங்காப் புண்ணாக்கத் தின்னுட்டு, ஆழாக்கு கஞ்சித் தண்ணியையும் குடிச்சிட்டுதான் நிக்கறேன்''

அம்மா மரியானைப் பார்த்தாள்.

''அவென் நம்ம நாட்டோட நல்ல காரியத்துக்காகப் போறப்ப...''

''நல்ல காரியம்!''

மரியான் முற்றத்திலிருந்த இளந் தென்னையை ஒரே இழுப்பாக இழுத்தான். அம்மா ஓடிச் சென்று தடுத்தாள்.

''உனக்குப் பைத்தியமா மரியானே?''

'' விடு'' அவன் சீறினான்.

தேங்காயை வெட்டிப் பிளந்து உள்ளேயிருந்த பொங்கைச் சுரண்டிப் பறித்துத் தின்றான். அம்மாவின் கண்களில் ஈரம் ஏடு கட்டியது. அவள் சேகரனைப் பார்த்தாள்.

''அப்படீன்னா மக்கா, போயிட்டு அப்பறமா வா''

சேகரன் கேள்விப்பட்டிருக்கிறான். பத்ரோஸ் தோழரின் கடைசி தம்பிதான் மரியான். அவனுக்குப் பசிதான் பிரச்னை. அவன் ஊரைச் சுற்றிவிட்டு வருவதற்குள் அம்மா சமைத்து வைத்தது எல்லாவற்றையும் அண்ணனும் தோழர்களும் சாப்பிட்டுவிட்டு போய்விடுவார்கள். அம்மா ஒட்டிய வயிற்றைச் சட்டைத் துணியால் இறுக்கிக் கொள்வாள்.

சேகரன் சட்டைப் பாக்கெட்டில் தடவிப் பார்த்தான். அரைச் சக்கரம் மிச்சமிருக்கு. வழிச் செலவுக்குத்தான் ஆகும்.

''அப்படீன்னா சரி''

அவன் இடைவழியைப் பார்த்து நடந்தான். பின்னால் தோழரின் வீட்டுக் கூரையின் மீதாக மஞ்சள் வெயில் சாய்ந்து கொண்டிருந்தது. கூரை நைந்து தொடங்கியிருந்தது. புதியதாக வேய வேண்டிய காலமாகியிருக்கு. ஆனால் தோழருக்கு அதைப் பத்தியெல்லாம் சிந்திக்க நேரமில்லையே?

சேகரன் கடிதத்தை மீண்டும் வேட்டி மடிப்பில் திருகிக் கொண்டான்.

பத்ரோஸ் கோழிக்கோட்டிலிருந்து திரும்பறதுக்குள்ள கொம்மாடிக்குப் போய் கடுதாசியச் சேத்துடணும்னு சி.கே. சொல்லியிருந்தார். ஆலப்புழையில் நடந்த திருவிதாங்கூர் கம்யூனிஸ்ட் கட்சிக் கூட்டத்தில்தான் பத்ரோசைக் கோழிக்கோட்டுக்கு அனுப்புவதற்கு முடிவு செய்தனர். இருபத்தைந்தாம் தேதி நடக்க இருந்த மாநிலக் காங்கிரசின் செயற்குழு கூட்டம் கூடவில்லை. சி.பி.யின் மனம் கோணாமலிருக்க பட்டம் தாணுப்பிள்ளை கால் மாறினார். பாவம், சி.கேசவனின் வார்த்தைகளுக்கு மதிப்பில்லாமல் போனது. 'இதுக்குப் பெறகும் மாநிலக் காங்கிரசை எதிர்பார்த்து நிக்கறதுல அர்த்தமில்ல'ன்னு பத்ரோஸ் சொல்லித்தான் அவசரக் கூட்டம் கூடியது. பூட்டப்பட்ட அறைக்குள் கூட்டம் நடந்தது. சி.கே. இறங்கி வருவதை எதிர்பார்த்து கதவுக்கு வெளியே சேகரன் காத்துக் கொண்டிருந்தான். வர்கீஸ் வைத்தியனுடன் டி.வி. தாமதமாகவே வந்தார். பி.டி. புன்னூஸ் முதலில் சொல்ல வந்த விஷயங்களைச் சொல்லி நிறுத்தவும், பத்ரோஸ் தடாலென எழுந்தார்.

''ஒரு பக்கம் சர்க்கார் பட்டாளத்தையும் போலீசையும் அவுத்துவுட்டு, கட்சியையும் யூனியனையும் முடக்கப் பாக்குது. இன்னொரு பக்கம் ஜமீன்களும் குண்டாசும் பட்டாளமும் போலீசுமாக் கூட்டு சேந்து குடியகற்றுது. இப்பவே சி.பி. அடக்குமுறைச் சட்டத்தை அமல்படுத்திட்டார். காற்று தண்ணீர் தவிர சகல வாழ்வாதாரங்களோட கழுத்திலயும் வச்ச கத்தின்னுல்ல சி.கேசவன் ஒண்ணாம் ரெகுலேஷனப் பத்திச் சொன்னாரு? தொழிலாளி வேலை நிறுத்தம் செஞ்சா அஞ்சு வருஷம் கடுங்காவல் தண்டனையும் ஆயிரம் ரூபா அபராதமும்; ஊர்வலங்களுக்கும் பேரணிகளுக்கும் தடை; பொதுக்கூட்டங்கள் நடத்தக்கூடாது. நாடகம், திருவாதிரைக் களி, சொற்பொழிவு எதையும் போலீஸ் தடை செய்யலாம்; யாருடைய சொத்துக்களையும் முடக்கலாம்; யாரை வேணும்னாலும் நாடு கடத்தலாம்; பத்திரிகைகள் மீதும் வாய்ப்பூட்டு; சுருக்கமாச் சொல்லணும்னா, திருவிதாங்கூரை ஒரு சிறைச்சாலையாக மாற்றியிருக்கிறார் சி.பி. திருவிதாங்கூர் மாநிலக் காங்கிரஸ் இந்தக் கறுப்புச் சட்டத்தை எதிர்க்க முன்னணியில் நிற்க வேண்டாமா? ஆனா, உடன்படிக்கைக்குன்னு சொல்லி பக்தி விலாசத்தின் வாசல்படிகள்ல காத்து கிடக்கிறாங்க. அதுவும் அவங்களோட தலைவர் பண்டிட் நேருவோட இடைக்கால அரசு அதிகாரத்துக்கு வந்திருக்கற இந்தக் காலகட்டத்துல. இனிமே கையக் கட்டிக்கிட்டு சும்மாப் பாத்துக்கிட்டு நிக்கச் சொன்னா என்னை மாதிரி ஆளுங்களால அத ஏத்துக்க முடியாது. ஒரு மோதலுக்கான நேரமிது''

பத்ரோஸ் நரம்புகள் புடைத்த கைகளையுயர்த்தினார்.

டி.வி. அதை மறுத்தார்.

''ஒரு ஜோருக்கு அப்படிச் சொல்லலாம்''

எழுந்து நின்ற அவர் ஜிப்பாவின் கசங்கல்களை நீவி விட்டுக் கொண்டார். சேகரன் கதவிடுக்கு வழியாகப் பார்த்தான்.

''தேவையான முன்னேற்பாடுகள் இல்லாம அப்படி ஒரு மோதலுக்குத் துணியக்கூடாதுன்றதுதான் என்னோட நிலைப்பாடு''

வர்கீஸ் வைத்தியரும் அதை ஒத்துக் கொண்டார்.

பத்ரோஸ் தீக்காற்றானார்.

''தோழர் டி. வி. சொல்றாப்பல பாத்துக்கிட்டு நின்னா இங்கத்தி கம்யூனிஸ்ட்டு கட்சியப் பொணக்குழீலதான் தேடணும். அந்த கதிகெட்ட நெலமைக்கி கம்யூனிஸ்ட் கட்சியையும் கட்சித் தோழர்களையும் கொண்டு போயிடாதீங்க''

''இந்தியக் கம்யூனிஸ்ட் கட்சியோட ஒரு பாகமா இருந்தப்ப சி.பி.க்கு ஜீரணக் கோளாறு வந்தது. அதை சரி பண்ண நாம திருவிதாங்கூர் கம்யூனிஸ்ட் கட்சின்னு போர்டெழுதி வச்சோம். பேருதான் மாறிச்சே தவிர, கொள்கைகள் மாறலன்னு தெரிஞ்சதும், மறுபடியும் அவருக்கு ஜீரணக் கோளாறு. இந்தக் கட்சியையும் கட்சித் தோழர்களையும் இல்லாம ஆக்கறதுக்குத்தான் அவர் முயற்சி பண்றார். பட்டத்தையும் டி.எம். வர்கீசையும் போல மாநிலக் காங்கிரஸ்ல உள்ள வாலாட்டிங்க அவருக்கு ஒத்துப்பாட இருக்காங்களே! கம்யூனிஸ்ட் கட்சியில அது நடக்காது. யாரும் அதுக்குத் துணியவும் வேண்டாம்''

''தோழர் எதையோ தப்பாப் புரிஞ்சிக்கிட்டுப் பேசறாரு''

டி.வி. திருத்த முயன்றார். பி.டி. பொன்னூஸ் மௌனம் காத்தார்.

பத்ரோஸ் கோபத்துடன் ''திருவிதாங்கூர் மாநிலக் காங்கிரஸ் பொறுப்பு அரசாங்கத்துக்கான போராட்டம் நடத்தும்னு யாரும் கனவு காணாதீங்க. மாநிலக் காங்கிரஸ் தலைவர் பட்டம் தாணுப்பிள்ளைங்கறதையும் மறக்க வேண்டாம். பாம்பும் கீரியும் போலயிருந்த பட்டமும் சி.பி. யும் இப்ப ஒரே குழியிலதானே வெளிக்கிருக்கறாங்க? போன ஏப்ரல்லதான் இந்த கட்சி தாவல் தொடங்குனது. காபினெட் மிஷன் முடிஞ்சு வந்து, பக்தி விலாசத்துல சி.பி. என்ன சொன்னாரு? பட்டம் தாணுப்பிள்ளை முதல்தர தேசபக்தராம். காஷ்மீருல சிற்றரசுகளின் குடிமக்கள் மாநாட்டில் கலந்து கொள்ளப் போன வழியில டெல்லில பட்டமும் சி.பி.யும் தங்களுக்குள் சந்திச்சுக்கிட்டது யாருக்குத்தான் தெரியாது? அதுக்கப்புறம் ஐ.என்.ஏ. தலைவி கேப்டன் லட்சுமி சிறையிலருந்து விடுதலையாகி திருவனந்தபுரம் வந்தப்ப நடந்த கூட்டத்துல, சி.பி.யை வானளவு புகழ்ந்து பட்டம் பேசிய பேச்சை மறந்துட்டீங்களா? அமெரிக்கன் மாடலைப் பரிசோதிச்சுப் பாக்க வேண்டியதுதான்னு அவர் பகிரங்கமாப் பேசினாரே. அதே சி.பி. தானே போன

வருஷம் ஐ.என்.ஏ. விசாரணைக்கு எதிராக இந்தியா முழுக்க டிஃபன்ஸ் ஃபண்ட் வசூல் பண்ணப்ப திருவிதாங்கூரில் அதைத் தடுத்தார்?'' என்று கொதித்தார்.

''அதுல இப்ப சொல்றதுக்கு என்ன இருக்கு?''

டி.வி. எதிர்த்தார்.

''ஐ.என்.ஏ. பாதுகாப்பு நிதிக்காக அப்பறமா சி.பி. பத்தாயிரம் ரூபாய் பொருளுதவி அளிக்கலையா?''

''அது தெரியும்''

பத்ரோஸ் தழும்பேறிய உள்ளங்கைகளை உரைத்துக் கொண்டார்.

''சேம்பர் ஆஃப் பிரின்சஸ் கூட்டத்தில் பங்கெடுக்க பம்பாய்க்குப் போனப்ப ஐதராபாத் நிஜாமும், போபால் நவாப்பும் கலந்தாலோசிச்சு திருவிதாங்கூரைச் சுதந்திர நாடாக்க முன்னணி உருவாக்கியது அங்கேதானே? நாம எதிர்க்கறதும் அதைத்தானே? திருவிதாங்கூரில் இனி திவான் ஆட்சி வேண்டாம். இந்தியா ஒரே நாடாகணும். திருவிதாங்கூர் இந்தியாவின் பகுதியாகணும்''

பத்ரோஸ் உட்கார்ந்ததும் சி.கே. எழுந்தார்.

''ஒரு மோதலுக்கான நேரம் நெருங்கிட்டதுங்கறதைத்தான் நானும் சொல்றேன். பொது வேலைநிறுத்தத்தை இனியும் தாமதிக்கக் கூடாது''

''சரிதான். ஒரு மோதலுக்கான நேரம்தான் இது''

கே.கே. குஞ்ஞன், பி.ஜி. பத்மாநாபனின் குரல்கள் உயர்ந்தன.

''ஒண்ணு செய்யலாம்''

அதுவரை பேசாமல் அமர்ந்திருந்த தோழர் கீரன் புதியதொரு யோசனையுடன் எழுந்தார்.

''திருவிதாங்கூரில் கட்சிப் பொறுப்பாளர்ங்கற நிலையில கே. சி. ஜார்ஜ்கிட்ட இந்த விஷயம் பத்திக் கலந்து பேச வேண்டாமா? தோழர் ஜார்ஜ் இப்ப தேசாபிமானியிலதானே இருக்கார்? அங்கே போய் கட்சித் தோழர்களோட கலந்து பேசணும். தோழர், இ.எம்.எஸ், ஏ.கே. கோபாலனுடனும் கலந்து பேசி ஒரு தீர்மானம் எடுக்கறதுதான் நல்லது''

''யாரு போறது?''

''பத்ரோஸ் தோழர்''

பெரும்பான்மையோர் ஒரே குரலில் சொன்னார்கள்.

டி.வி. சங்கடத்துக்குள்ளாவதைக் காண முடிந்தது.

கரிங்கொட்டைக் காடுகளுக்கு இடையிலூடே நடந்து, சேகரன் கொம்மாடி முக்குக்கு வந்து வடக்கு நோக்கிச் செல்லும் வண்டிக்காகக் காத்து நின்றான்.

அந்தக் காட்சி அபராஜிதாவின் கண்களில் சிவப்புக் கம்பளம் விரித்தது.

அனகன் குன்றின் வாகை மரம் இலைகள் மறையும்படி சிவப்பு அணிந்திருக்கிறது. இப்போது இங்கே நிரஞ்சன் இருந்திருக்க வேண்டும் என்று அவள் நினைத்தாள். திசாவும் பின்னால் குன்றேறி வந்தாள். கொச்சு ராகவன் சாரும் பழைய நண்பர்களும் இப்போது இங்கே இருந்திருக்க வேண்டும். அப்படி திட்டமிட்டிருந்ததுதான். அதற்குள் நிரஞ்சனின் தலைமறைவு. போலீசின் தலையீடு. நேற்றும் அவர்கள் வந்திருந்தனர். அந்த இன்ஸ்பெக்டர் அவன் அறை முழுக்க மறுபடியும் சோதனை செய்தார். அலமாரியில் அடுக்கி வைத்திருந்த புத்தகங்கள், பத்திரிகைகள்...

''அன்று மத்தியான ரயிலிலேயே அவன் கிளம்பிப் போயிருக்கிறான். ஆலுவா பாலம்வரை அவன் மொபைலுக்கு டவர் கிடைத்திருந்தது. அதற்குப் பிறகு... ஒருவேளை அவன் அந்த சிம்கார்டை ஆத்துல வீசியிருக்கணும். இல்லன்னா தவறான பி.ஐ.என். கோடும், பி.யு.கே. கோடும் பயன்படுத்தி அதை முடக்கி இருப்பான். பஸ்தரை மையப்படுத்தி மாவோயிஸ்ட்டுகள் நாடு முழுசும் ஆதிவாசிகள்ட்டருந்து அபகரிச்ச நிலங்களை மீட்கறதுக்காக புது போராட்டங்களுக்குத் திட்டமிட்டிருக்கிறாங்க. அங்கேதான் அவன் போயிருக்கணும். கூப்பிடாமல் இருக்கமாட்டான்''

இன்ஸ்பெக்டர் அபராஜிதாவைப் பார்த்தார். ''பீப்பிள்ஸ் லிபரேஷன் ஆர்மியைப் பத்திக் கேள்விப்பட்டதில்லையா? மாவோயிஸ்ட்டுகளுக்கான ஆயுதங்கள் சைனாவிலிருந்து அவங்க மூலமாத்தான் வருது, மியான்மர் வழியா, கல்கத்தா வழி... ஒரு கல்கத்தா கனெக்ஷன் இந்த விஷயத்தில் சந்தேகம் எழுப்புது''

அவர் அவளைப் பார்த்து அர்த்தபூர்வமாகச் சிரித்தார்.

''நான் விரிவாக இன்னுமொரு முறை விசாரிக்க வேண்டியிருக்கும்''

''ஓ, ஷுவர்லி''

அவள் சற்றும் தயக்கமின்றிச் சொன்னாள்.

திசா வாகை மரத்தடியில் வந்து நின்றாள். தலைக்குமேல் செம்பட்டுக் குடை விரித்து நிற்கிறது வாகை.

அபராஜிதா ஐபோடில் ஏதோ பாட்டைத் தேடிக் கொண்டிருந்தாள். அவள் வாகையோடு சேர்ந்து அமர்ந்தாள். அருகில் எங்கேயோ நிரஞ்சன்... என்று அவளுக்குத் தோன்றியது. காற்றில் அவன் வாசனை.

''என்ன பாட்டு?''

திசா அருகே வந்தமர்ந்தாள்.

அவள் இயர் போனின் ஒரு முனையை திசாவின் காதில் வைத்தாள்.

வாகையின் சலசலப்புடன் ஐபோடில் ஒரு வங்காளப்பாடல் வழிந்து வந்தது.

''கோத்தோபாரோ தே தே சீனு

ஆபொனா புலியா...

தோமாரோ சரோணே தீபு

ஈதோனோ குலீயா...''

''ரவீந்திர சங்கீதம். இந்திராணி சென் பாடியது''

''அந்த வரிகளுக்குப் பொருளென்ன?'' திசா கேட்டாள்.

''நான் எத்தனைமுறை விரும்பினேன் தெரியுமா...?

என் இதயத்தை உன் காலடியில் சமர்ப்பிக்க,

என் சுயத்தை வெளிப்படுத்த...

நீயதை அறிந்திருந்தாயா?''

வாகையைச் சிறியதொரு காற்று உலைத்தது. அது அவளின் மீதாக பூக்களை உதிர்த்தது.

திசாவின் கண்களில் ஈரம் படர்ந்தது.

இந்திராணி சென் இப்போதும் பாடுகிறாள்...

''கோத்தோபாரோ தேதே சீனு

ஆபொனா புலியா...''

29

இப்போலித்தின் பாளையத்தில் படை

அது தெரிந்தது முதல் கொச்சுக் குஞ்ஞாசானால் தரித்திருக்க முடியவில்லை. சேகரன்தான் வந்து சொன்னான். ராத்திரி அவன் வீட்டுக்கு வரும் வழியில் உண்ணிக்கண்டன் போலீஸைப் பார்த்தானாம். அவர் அவனிடம் ரகசியமாகச் சொல்லியிருக்கிறார். அதைக் கேட்டது முதல் உள்ளே ஏதோ புகைச்சலாக இருக்கிறது. எப்படியாவது விடிந்தால் போதுமென்று இருக்கிறது. இரவு உருண்டும் புரண்டும் படுத்து விடிய வைத்தார்.

குமாரன் வீட்டிலிருந்து போவதற்குள் அங்கே போய்விட வேண்டும். தனியாக எங்கேயாவது போய் அகப்பட்டுக்கொண்டால்? சேகரன் விடிவதற்குள் எழுந்து எங்கேயோ போய்விட்டான். இருட்டின பிறகுதான் வருவான். சமீபமாக அவனைச் சரியாகப் பார்க்கக்கூட முடிவதில்லை. எந்த நேரமும் சி.கே.யின் வாலில் தொங்கிக் கொண்டிருக்கிறான். அவன் இல்லாமல் சி.கே. யும் எங்கும் போவதில்லை.

விடிந்ததும் கொச்சுக் குஞ்ஞாசான் கொடியில் கிடந்த கதர் ஜிப்பாவையெடுத்து தலை வழியாக நுழைத்துக் கொண்டார். மல்மல் வேட்டியை உதறிக் கட்டிக் கொண்டார். நீண்ட குடையை எடுத்துக் கொண்டார். 'ஏதாவது நாய் குறுக்கே வந்து விழுந்ததென்றால்?' குமாரன் வீட்டுப்பக்கம் போய் எவ்வளவோ காலமாகிவிட்டது. மூன்று நான்கு பர்லாங் நடக்க வேண்டும்.

சர் சி.பி. எதற்கும் துணிந்து இருக்கிறார். எலியைக் கொல்ல வீட்டைக் கொளுத்துவது என்று கேட்டுதான் இருக்கிறேன். கம்யூனிஸ்ட்டுகள் எலிகளல்ல, புலிகள் என்பது சர்.சி.பி.க்கு நன்றாகவே தெரியும். அதனால்தான் ஒன்றாம் ரெகுலேஷனை அறிவித்தார். இனிமேல் போலீசும் பட்டாளமும் எதை வேண்டுமென்றாலும் செய்து கொள்ளலாம் இல்லையா? இப்போதே அழிச்சாட்டியம் செய்கிறார்கள்.

போர்க்காலச் சூழலொன்றும் இல்லாமலிருக்க, சி.பி. அவசரநிலைச் சட்டம் அறிவித்திருப்பதற்குப் பின்னால் ஏதோ கெடுமதி இருக்கிறது. தென்னிந்திய ரயில்வே பணியாளர்களின் வேலை நிறுத்தத்திற்கு ஆதரவாக, செப்டம்பரில் ஆலப்புழையிலும், கொல்லத்திலும், ஆலுவாயிலும், புனலூரிலுமாக எழுபதாயிரத்துக்கும் அதிகமான தொழிலாளர்கள் வேலை நிறுத்தம் செய்தார்கள். சி.பி. யை அது வெறிகொள்ளச் செய்தது. ஆர். சுகதனும், பி.டி. புன்னூசும், சங்கரநாராயணன் தம்பியும், தோழர் பாஸ்கரனும் கைதானார்கள். புன்னூஸ் கைது செய்யப்பட்டதை அறிந்ததும், ஒட்டுமொத்தத் தொழிலாளர்களும் கூட்டத்துடன் வேலை நிறுத்தம் செய்தனர். அதன்பேரில் காக்காச்சியும் சி.கே. வேலாயுதனும் கைது செய்து சிறையில் அடைக்கப்பட்டதாக சேகரன் சொல்வதைக் கேட்டேன்.

ஊர்வலங்களும் கூட்டங்களும் மட்டுமல்ல பாடல்களும் தடை செய்யப்பட்டன. தோழர் எஸ்.கே.தாஸ் எழுதிய,

''வேண்டாம் வேண்டாம் திவான் ஆட்சியும்

போதும் போதும் போதுமே திவானின் ஆட்சியும்''

பாடல் தடை செய்யப்பட்டது. மகாராஜாவின் பிறந்தநாள் சமீபத்தில் வருகிறது. அமெரிக்கன் மாடலை அன்றைக்கு அறிவிக்கப் போகிறார்கள். மன்னராட்சிக்கும் திவான் ஆட்சிக்குமெதிராக நாடே கொந்தளித்துக் கொண்டிருக்கிறது. எதிர்ப்பவர்களையெல்லாம் ஒடுக்கத் தீர்மானித்திருக்கிறார்கள்.

வளைவு திரும்பி நடக்கும்போது எதிரே வருகிறான் குமாரன். ஒற்றை வேட்டி கட்டி அரைக்கைச் சட்டையணிந்து தோளில் ஒரு துண்டை மடித்துப் போட்டு, காலில் மிதியடியோடு வைத்தியசாலைக்கான புறப்பாடு. கொச்சுக் குஞ்ஞாசான் நின்றார்.

''தேடியக் கொடி'' என்று சொல்லத் தொடங்கியதும் குமாரன் முடித்தார்.

''கால்ல சுத்திக்கிச்சு இல்லையா? நான் சொல்ல வந்தேன். நீ சொல்லிட்ட. கொஞ்ச நேரம் பேசிக்கிட்டிருக்க கொச்சுக் குஞ்ஞாசான் வந்திருந்தா நல்லாயிருக்குமேன்னு இப்பதான் நெனச்சேன்''

''கவனமா இருக்கணும்'' என்றார் கொச்சு குஞ்ஞாசான்.

குமாரன் வைத்தியர் புரியாமல் பார்த்தார்.

''நெலமை ரொம்ப சிக்கலாயிருக்கு''

''என் தெய்வமே!''

குமாரன் அதிர்ந்து நின்றார்.

''கொஞ்ச நாளைக்கு வைத்தியசாலையத் தொறக்க வேண்டாம். விஜிலென்ஸ்

கமிட்டிக்குக் குடுத்த ராஜினாமா கடுதாசி சி.பி. கைக்குப் போயிடுச்சு. கூடவே இருந்த ராஜ சேவகர்கள் கட்சி மாறிட்டா அந்த ஆளால சகிச்சுக்க முடியுமா? முடிஞ்சா நாலஞ்சு நாளைக்கு எங்கயாவது போய்த் தங்கிடு''

''எங்க போக?''

''கோமன் துருத்துல எங்களுக்கு ஒரு பழைய வீடு இருக்கு. அப்பா, தாத்தா காலத்து வீடும் கட்டிடமும் அது. எப்பவாவது ஒரு வாட்டி போய்ப் பெருக்கி விட்டுட்டு வருவேன். நாம அங்க போலாம். அங்கன்னா ஒருத்தனுக்கும் தெரியாது''

குமாரன் வைத்தியர் கண்மூடி நின்றார்.

கண்ணாடி மூர்க்கன் படம் விரிக்கிறது.

வழக்கமான ரோந்து சுற்றலை முடித்து உண்ணிக்கண்டன் போலீஸ் சைக்கிளைச் சுவரில் சாய்த்து வைக்க வந்தபோதுதான், உள்ளே ஏ.எஸ்.பி. அச்சுதனும், இன்ஸ்பெக்டர் கோசியும் தங்களுக்குள் ரகசியமாகப் பேசிக் கொள்வதைக் கேட்டார். சுவரோடு சாய்ந்து நின்று கொண்டார்.

''கம்யூனிஸ்டு கட்சிய முழுசா இல்லாமப் பண்ணணும். அப்படீன்னா வம்ச நாசம். அதுதான் திவானோட கட்டளை. அம்பலப்புழை, சேர்த்தலை தாலுக்காக்களிலிருந்து அதைத் தொடங்கணும்ங்றதுதான் திருவனந்தபுரத்தில் கூடிய ரகசியக் கூட்டத்தின் தீர்மானம். நிறைய பேரைச் சாகடிக்க வேண்டியிருக்கும்''

ஏ. எஸ். பி. அச்சுதனின் குரல்.

''பொன்னு தம்புரானோட திருநாள் கொண்டாட்டம் எப்படியாவது முடிஞ்சதுன்னா போதும்... அதுவரைக்கும்...'' என்றார் இன்ஸ்பெக்டர் கோசி.

''அதுக்கு முன்னாலயே முழுசா முடிச்சிடணும்... அப்பிடீன்னா...''

''புரிஞ்சது... புரிஞ்சது... மொத்தப் பெருச்சாளிகளையும் பொகைய வுட்டு பொந்துக்குள்ளருந்து வெளியேத்தணும்...''

''கண்ண மூடிக்கிட்டு அடிச்சு வெரட்டணும்'' ஏ.எஸ்.பி. குரல் தழைத்து, ''அதுக்கான பரிந்துரை ஜமீன் சங்கத்துக்குப் போயிருக்கு'' என்றார்.

''அந்த வைத்தியசாலையோட விஷயம்?''

''சொன்னேனே, திவான் கோபத்துல இருக்கார். நாளைக்கே அதைப் பூட்டி சீல் வைக்கணும். விஜிலென்ஸ் கமிட்டி மெம்பரா இருந்தாருன்ற தயவு தாட்சணியமெல்லாம் அந்தாளுகிட்ட இனிமே வேண்டாம்''

''ராஜபக்தி சங்கத்துலருந்து ராஜினாமா பண்ணிட்டு, கம்யூனிஸ்டு பார்ட்டீல

சேரப் போறதா சி.ஐ.டி. ரிப்போர்ட். ஜமீன்தாரா இருந்தாலும் ஈழவந்தானே அவன்? இனம் இனத்தோட வெள்ளாடு தன்னோட''

இன்ஸ்பெக்டர் கோசியின் சிரிப்பு.

''வினாச காலே விபரீத புத்தி'' ஏ.எஸ்.பி. எழுந்தார்.

நாற்காலிகள் தரையில் உரசும் ஒலி. உண்ணிக்கண்டன் போலீஸ் விரைவாக வாசலுக்கு வந்தார்.

ஏ.எஸ்.பி. வெளியேறினார். உண்ணிக்கண்டன் இழுத்து வைத்து ஒரு சல்யூட் அடித்தார்.

''நீ எங்கயிருந்தடா?''

இன்ஸ்பெக்டர் கோசி உற்றுப் பார்த்தார்.

''எசம்மா...ன்''

உண்ணிக்கண்டன் அவருக்கும் ஒரு சல்யூட் கொடுத்தார்.

''உம்... உள்ள போ''

கோசி இன்ஸ்பெக்டருடன் ஜீப்பில் ஏறினார்.

ஸ்டேஷன் நடையில் கால் வைத்ததும், லாக்கப்பிலிருந்து ஒரு சிறுவனின் கூக்குரல் காதை வந்தடைந்தது. உண்ணிக்கண்டன் லாக்கப்பைத் திரும்பிப் பார்த்தார். உள்ளே படுத்திருந்த ஒருவனை அடித்து உதைத்து, வெளியே இழுத்துக்கொண்டு வருகின்றனர் இரண்டு ரிசர்வ் போலீஸ்காரர்கள். லாக்கப்பினுள்ளே பத்து பன்னிரெண்டு புதிய நபர்கள். வெளியே ஆலப்புழைக்காரன் ஏட்டு அப்புக்குட்டன்பிள்ளை கையிலொரு கொறடுடன் நிற்கிறான்.

''அரூர் கயிறு பாக்டரி ஒர்க்கர்ஸ் யூனியனிலருந்து தூக்கிட்டு வந்தது இவங்கள எல்லாம்''

போலீஸ் நாணப்பன் ரகசியமாகச் சொன்னான்.

''அந்தப் பையன?''

லாக்கப் கம்பியில் தலையை இடித்துக்கொண்டு அலறுகிறான் அவன்.

''அதோ, அவன் புள்ளதான், ஏ.எஸ்.பி. ஐயாவைக் கொல்ல வந்தவன் அவன்''

''யாரு?''

''அந்த மீசைக்காரன். அவன் அப்பன்''

ஏட்டு நாராப்பிள்ளை ஒரு கை பார்த்துவிடலாம் என்று நிற்கிறான்.

''இங்கயிருந்த பாக்குவெட்டி எங்க?'' அவன் நாணப்பனைப் பார்த்துக் கேட்டான்.

நாணப்பன் பாக்கு வெட்டியை எடுத்துக்கொண்டு ஓடி வந்தான்.

''அந்தச் சுண்ணாம்புச் சொரண்டியையும் பாத்திரத்தையும் எடுத்தா'' நாராப்பிள்ளை முகத்தை உயர்த்தினான்.

ரிசர்வ் போலீஸ்காரர்கள் ஏ.எஸ்.பி.யைக் கொல்ல வந்தவனின் கையையும் காலையும் ஒன்றாக இழுத்துக்கட்டி, ஏட்டு அப்புக்குட்டன் பிள்ளையின் முன்னே போட்டனர்.

''அவனுக்குள்ள தண்டனைய ஏ.எஸ்.பி. ஐயாவே சொல்லிட்டுதான் போயிருக்காரு'' நாணப்பன் அருகில் வந்தான்.

''என்னாது?''

''அவனோட மீச மயிரு எல்லாத்தையும் ஒவ்வொண்ணாப் புடுங்கிட்டு மொளகாய அரைச்சு தேச்சு... அப்றம் கால்ல நகக்கண்ணுல குண்டூசியால...''

லாக்கப்பின் கம்பிகளில் தலையை இடித்து இடித்து அலறிக் கொண்டிருக்கிறான் அந்தப் பையன்.

''அய்யோ... எங்க அப்பாவ ஒண்ணும் செஞ்சுடாதீங்க... எங்கப்பா பாவம்... அய்யோ... எங்கப்பாவக் கொல்றாங்களே...''

''அடங்குடா தாயோளீ...''

ஏட்டு நாராப்பிள்ளை மேஜைமீது தட்டினார்.

''நிம்மதியா உட மாட்டேன்றான்''

''நேரா புடிச்சு நிறுத்துடா இந்தத் தாந்தோணிய''

ஏட்டு அப்புக்குட்டன் பிள்ளை கொறடுடன் நெருங்கினார். ரிசர்வ் போலீசார் அவனைத் தோளில் அழுத்திப் பிடித்து நிறுத்தினர்.

ஏட்டின் கையிலிருந்த இரும்புக் கொறடா அவனுடைய மீசை முடியை நோக்கி வாய் பிளந்தது. கொறடா வாய் மூடியதும் பின்னால் ஒரே இழுப்பு.

அவன் எட்டு ஊர் நடுங்க அலறினான்.

''அய்யோ எங்கப்பாவக் கொல்றாங்களே... அய்யோ...''

சிறுவன் லாக்கப்பின் கம்பிகளைப் பிடித்துக் குலுக்கினான்.

''சீ, நிறுத்துடா உன் கடசீ கூச்சல... இனிமே சத்தம் வந்துச்சுன்னா உன் குஞ்சிய துண்டு துண்டாக்கி நாய்க்கி போட்ருவேன்''

ஏட்டு நாராப்பிள்ளை பாக்கு வெட்டியுடன் அலறினார்.

சிறுவன் நடுநடுங்கிப் போய் லாக்கப்பின் மூலைக்கு ஓடினான். அத்தோடு அவன் குரல் ஒடுங்கியது.

"நீ என்ன நின்னு வேடிக்கை பாக்கறியா? சும்மா நிக்காம இவன் தலைய சரியாப் புடிடா"

ஏட்டு அப்புக்குட்டன்பிள்ளை உண்ணிக்கண்டன் போலீசைப் பார்த்து கண்களை உருட்டினார்.

காக்கிக்குள்ளிருந்த உண்ணிக்கண்டன் போலீஸ் விழித்தெழுந்தார்.

"ச்சீ, அடங்கி நில்லுடா நாறக் கழுவேறி மவனே..."

உண்ணிக்கண்டன் அவனுடைய கழுத்தை இழுத்து அழுத்திப் பிடித்தார்.

நிக்ளாவின் மகன் பெஞ்சமின் கடல் பார்த்து அமர்ந்திருந்தான்.

பெஞ்சமினின் உள்ளம் எரிகிறது. மனதில் எதுவோ பிசைகிறது. சைமன் ஆசானை போலீஸ் கைது செய்து அழைத்துப் போனபிறகு மனதுக்குள் எந்த நேரமும் கடல் காக்கைகள் சிறகடிக்கின்றன.

ஆசானின் வலது கையாக இருந்திருக்கிறேன். கடைசியில்... ஒரு மிதப்பில் மத்தாயி சொல்வதைக் கேட்கப் போனதால் நடந்தது இது. பெஞ்சமனின் மனதில் குற்ற உணர்வு உருண்டு திரண்டது. ஆசானை விட்டுக் கொடுத்திருக்கக் கூடாது. மீனவத் தொழிலாளர் யூனியனை விட்டு வந்திருக்கக் கூடாது. எல்லாம் நடந்து முடிந்துவிட்டது. இனிமேல் என்ன சொல்லி என்ன ஆகப் போகிறது?

கடற்கரையின் மூன்று முக்கிய நிலச்சுவான்தாரர்களின் செல்லப் பிள்ளைகள் பென்னும், பெஞ்சமினும், மத்தாயியும். அப்பாக்களும் திருச்சபையினரும் துறைக்காரர்களும் எதிர்த்தும் அதைக் கண்டு கொள்ளாமல் கம்யூனிஸ்ட்காரன் சைமன் ஆசானின் வலது கையாக அவர்கள் மாறினார்கள். மாநிலக் காங்கிரஸ் தலைவர் அப்ளோன் அரௌஜின் மகன் மத்தாயி. கறுகப் பறம்பில் சில்வா வைத்தியரின் மகன் கே.எஸ்.பென், அரசர்கடவில் பொள்ளயில் நிக்ளாவின் மகன் பெஞ்சமின். மூவரும் ஆசானின் நிழலாக நின்றார்கள். வள்ளத்தில் போகிறவர்களும், கூடங்களில் வேலை செய்பவர்களும் யூனியனில் சேரத் தயங்கினபோது, சைமன் ஆசானுக்குத் தோன்றிய யோசனைதான் அவர்கள் மூன்று பேரையும் யூனியனில் சேர்த்தது. அதற்குப் பிறகு தயங்கி நின்ற தொழிலாளர்களில் பலர் முன் வந்தனர். கடற்கரையில் அவர்கள் கூட்டங்கள் நடத்தினார்கள். சைமன் ஆசானுடன் நின்று முழங்கினார்கள்..

"மீனவத் தொழிலாளத் தோழர்களே, ஒத்துமையா ஒண்ணு சேந்து நில்லுங்க! நாம் இழக்க இருப்பவை அடிமைச் சங்கிலிகள். கிடைக்கப் போவதோ...?"

அப்பாக்களும் குடும்பத்தினரும் திருச்சபையினரும் திட்டினார்கள், மிரட்டினார்கள். மூன்றுபேரும் அவற்றைப் பொருட்படுத்தவேயில்லை.

புன்னப்புரை சந்தை மைதானத்தில் நடந்த கூட்டத்தின்போதுதான் எல்லாம் தலைகீழாகிப் போனது. மாநிலக் காங்கிரசின் ஆலப்புழை மாநாடு. வாழ்க்கையில் இதுவரை பார்த்தேயில்லாத தலைவர்களின் வருகையின் கோலாகலம். பட்டம் தாணுப்பிள்ளை, டி.எம். வர்கீஸ், சி.கேசவன், கும்பளத்துச் சங்குபிள்ளை, கண்ணந்தோடத்து ஜனார்த்தனன்நாயர், ஆர். ஸ்ரீகண்டன்நாயர், கே. பாலகிருஷ்ணன், சங்கர நாராயணன் தம்பி, பனம்பிள்ளி கோவிந்தமேனன், ஏ.பி. உதயபானு, ஜனார்த்தனக் குறுப்பு... புன்னப்புரைக்காரன் கே.எஸ். ஜோசப்பும், வி.கே. கருணாகரனும் ஓடிஓடி வேலைகள் செய்தார்கள். மூவரும் பெருமுயற்சி எடுத்துதான் கடற்கரையின் ஆட்களைத் திரட்டினர்.

பட்டம் தாணுப்பிள்ளை தன் தலைமையுரையில் சர்.சி.பி. யின் அமெரிக்கன் மாடலை சோதனை செய்து பார்ப்பதில் என்ன தவறு என்று கேட்டதும், சங்கரநாராயணன் தம்பி அதை எதிர்த்தார். எதிர்ப்பு தெரிவிக்கிற காங்கிரசின் உள்ளேயிருக்கும் கம்யூனிஸ்ட்டுகாரர்களைப் பிடித்து வெளியேற்ற வேண்டுமென்றார் பட்டம். அதைச் சொன்னதும் கூட்டத்தில் கூச்சல் எழுந்தது.

பட்டத்திற்கு எதிராக கோஷம் எழுப்பியபடி ஆசானும் பென்னும் மற்றும் சிலரும் மேடையை நோக்கிப் பாய்ந்து வந்தனர். அதற்கிடையில் யாரோ பட்டத்தின்மீது சேறும் மண்ணும் வாரியிறைத்தனர். கூட்டத்தைப் பாதியில் நிறுத்திவிட்டு பட்டம் அப்போதே வெளியேறினார். காங்கிரஸ்காரர்களும் சோசலிஸ்ட்டுகளும் இரு குழுவாகப் பிரிந்தனர்.

மாலையில் வாடய்க்கல் கடற்கரையில் நடந்த யூனியன் கூட்டம் பிரச்சனையில் முடிந்தது. சந்தை மைதானத்தில் நடந்த கூட்டத்தைக் கலைத்தது சரியில்லையென்று மத்தாயி சொன்னான். பெஞ்சமினுக்கும் அப்படியே தோன்றியது.

கூட்டத்தைக் கலைக்க சைமன் ஆசானும் கே.எஸ். பென்னும் சதி செய்தார்கள் என்றான் மத்தாயி. ஈன்ற புலியைப் போல வெறி பிடித்து நின்றிருந்தான் அவன். அவனுக்கு வலிக்காமல் இருக்காதல்லவா? மாநிலக் காங்கிரஸ் தலைவர்கள் அவனுடைய ஊருக்கு வந்த நேரம் பார்த்து அவன் அப்பா அப்ளோன் அரௌஜின் முகத்தில் சேறு வாரிப் பூசினது போலாகி விட்டதே? அவன் சொல்வதிலும் நியாயமிருப்பதாக அப்போது தோன்றியது. அதுவும் இதுவும் பேசி வாக்குவாதமானது. சைமன் ஆசானும் பென்னும் சில மரைக்காயர்களும் ஒரு பக்கம் உறுதியாக நின்றார்கள். கடைசியில் மத்தாயி வெளியேறினான். பெஞ்சமினும் கூடவே வெளியேற வேண்டியதாகி விட்டது. இரண்டு பேரும் சிறு வயதிலிருந்தே நண்பர்கள்.

அப்படி செய்திருக்க வேண்டாமென்று இப்போது தோன்றுகிறது. பெஞ்சமின் பச்சாதாபப்பட்டான். அடி பதறாமல் ஆசான் கூடவே இருந்திருக்க வேண்டும். அதன்

பலனைக் கடற்கரை அனுபவிக்கத்தான் போகிறது. ஆசானை போலீஸ் பிடித்துக்கொண்டு போனவுடன் பென் எல்லாவற்றையும் தன் கைக்குள் போட்டுக் கொண்டான். யூனியன் அவனுடைய கட்டுப்பாட்டுக்குள் வந்துவிட்டது.

அரசர்கடவின் பொள்ளயில் குடும்பத்தோடு ஜென்மம் முழுக்க தீராத குடும்பப் பகை பென் மனதில் இருக்கிறது. அந்தக் குடும்பத்து இப்போலித்தும் இவனும் நேருக்குநேர் பார்த்துக்கொண்டால் பாம்பும் கீரியும்தான்.

மேற்கிருந்து கடற்காற்று வீசியடித்தது. அலைக்குள்ளிருந்து கடற்பன்றிகள் பாய்ந்து வருகின்றன. கடல் முழுவதும் அடிமுடி கலங்கி அலறி நெருங்குகிறது. பெஞ்சமின் எழுந்து கூடங்களுக்கு இடையே நடந்தான்.

ஆடி மாதத்தில்தான் ஆசானைக் கைதுசெய்து கொண்டு போனார்கள். டி.எஸ்.பி. வைத்தி ஐயரின் கண்காணிப்பு வளையத்துக்குள் இருந்தார் ஆசான். தேசப் பாதுகாப்புச் சட்டத்தை மீறினார் என்ற பொய் வழக்கு போடப்பட்டிருந்தது. வட்டயால், வாடய்க்கல், புன்னப்புரை கடற்புறங்களின் முதலாளிகள் அனைவரும் ஆசானுக்கு எதிராக ஒன்று கூடி நின்றனர். அப்ளோன் அரௌஜ், அந்தப்பன் மொதலாளி, இப்போலித், மீனவ சமுதாயத்தின் தலைவர் சுள்ளியில் சக்கரபாணி, நிகர்ப்பில் கிளாரன்ஸ் மொதலாளி... ஆசான் வந்த பிறகுதானே கடற்புறத்தின் பிரச்சனைகளுக்கெல்லாம் ஒரு முடிவு வந்தது. தொழிலாளர்களுக்கு ஒரு பிரச்சனை என்றால் கேட்கவும் சொல்லவும் அவர்தான் இருந்தார். அவர் போனதோடு எல்லாம் தலைகீழாக மாறிப் போனது. இதுவரைக்கும் அமைதியாக இருந்த புன்னைப்புரை புகையத் துவங்கிவிட்டது. இனிமேல் எப்போது எந்த நேரத்தில் கடற்புறம் பற்றி எரியப் போகிறதோ?

கடந்த புனித வெள்ளியன்று கடலுக்கு வேலைக்குப் போகவில்லையென்று கூறி, பத்து பன்னிரெண்டு தொழிலாளர்களை முதலாளிகள் தென்னைமரத்தில் கட்டி அடித்தார்கள். வேதப்பன் மொதலாளி, அவரது படகில் வேலை செய்யும் ஸ்ராங் மார்ட்டினை யூனியனில் சேர்ந்ததற்காக, அடித்து உதைத்து புதர்காட்டில் எறிந்ததிலிருந்து தொடர்கிறது யூனியனுக்கு எதிரான முதலாளிகளின் ஆத்திரம். வேதப்பன் முதலாளியுடனும், அந்தோணி முதலாளியுடனும் மார்ட்டீன் பரவூர் கள்ளுக்கடையில் குடித்துவிட்டுத் திரும்பி வரும்போது, புன்னப்புரை சந்தையில் நெஞ்சை நிமிர்த்திக்கொண்டு காக்கச்சி நிற்பதைப் பார்த்தான். காக்கச்சி தலைவர் அல்லவா? அவரைப் பார்த்ததும் மார்ட்டின் மடித்துக் கட்டியிருந்த வேட்டியை இறக்கிவிட்டு வணக்கம் சொன்னான். காக்கச்சி இடுப்பு வேட்டியை இழுத்துக்கட்டி சட்டைக்கையை முறுக்கி ஏற்றினார். வேதப்பன் முதலாளிக்கு அது பிடிக்கவில்லை. முதலாளி மார்ட்டினைப் பார்த்து கண்களை உருட்டினான்.

''டேய் மயிரு, இங்க வாடா''

மார்ட்டின் அதைக் கேட்டதாகவே காட்டிக் கொள்ளவில்லை. கள்ளு உள்ளே போன ஜோரில் அவன் தள்ளாடிக்கொண்டே காக்கச்சியுடன் யூனியன் விஷயங்களைப் பற்றிப் பேசிக் கொண்டிருந்தான். கடைசியில் காக்கச்சியே அவனை வலுக்கட்டாயமாக அனுப்பி வைத்தார்.

மறுநாள் சந்தைக்கு மேற்கே குறுக்குவழியில் மீன் விற்கச் சென்ற பெண்கள் சிலர் வழியருகிலுள்ள புதர் காட்டிலிருந்து முனகல் சத்தம் கேட்டு, அருகில் சென்றபோது, சாகும் தருவாயிலிருந்த மார்ட்டினைப் பார்த்தனர். வேதப்பன் முதலாளியின் ஆட்கள் இரவோடு இரவாக அடித்து முதுகெலும்பை ஒடித்து புதர்காட்டில் எறிந்திருந்தனர். அதற்குப் பிறகு மார்ட்டின் இன்றுவரை வள்ளத்தில் வேலைக்குப் போகவேயில்லை. வேதப்பன் முதலாளி அவனை வெளியேற்றிவிட்டார். சைமன் ஆசான் அதைப் பற்றிக் கேட்கப் போனார். அவர்கள் இருவரும் பேசிப்பேசி உரசிக் கொண்டனர்.

''தேவாலயத்துக்கும் பங்குத் தந்தைக்கும் எதிரா நிக்கற தெய்வத் துரோகி... பாத்துக்கோ... நான் உன்ன என்ன பண்றேன் பாருடா''

வேதப்பன் முதலாளி அறை கூவினார்.

சைமன் ஆசான் அசரவேயில்லை. மறுநாள் காக்கா கருணாகரனையும் அழைத்துக்கொண்டு ஆசான் வேதப்பனைப் பார்க்கப் போனார். காக்கச்சியைப் பார்த்ததும் முதலாளிக்கு மூத்திரக்கடுப்பு வந்தது. ஆறடி உயரம். கரிஈட்டி மரத்தில் கடைந்தெடுத்த தேகம். காக்கச்சி நெஞ்சை நிமிர்த்தி தலையைத் தூக்கி நின்றார்.

''என்ன வேணும்னாலும் சொன்னாப் போதும்'' வேதப்பன் முதலாளி சரணடைந்தார்.

''உம்... மார்ட்டினை அடிச்சு நீங்க அவனோட முதுகெலும்பை ஒடிச்சீங்க இல்லையா? இனிமே மாசாமாசம் அவன் குடும்பச் செலவுக்கான ஒரு தொகைய நீங்க குடுக்கணும். இல்லைன்னா நடக்கறதே வேற''

காக்கச்சி முஷ்டி முறுக்கினார்.

வேதப்பன் முதலாளி எழுந்து நின்று மூன்றுமுறை தலையைக் குலுக்கினார். காக்கச்சி சொன்னால் சொன்னதுதான்.

ஆயிரத்தி தொள்ளாயிரத்து முப்பத்தியொன்றில் நடந்த போராட்டத்தில் புன்னப்புரையிலும் பரவூரிலும் காற்றாடி மரங்களை வெட்டி வழியில் போட்டும், பாலங்களை உடைத்தும், பட்டாளத்தையே எதிர்த்த காக்கா கருணாகரன்தான் இப்போது தன் முன்னால் வந்து நிற்கிறான்.

‘ரெண்டு வருஷம் ஜெயில்ல கெடந்து நாறிட்டும் அவனோட அகங்காரம் கூடித்தானே இருக்கு’ வேதப்பன் முதலாளி உள்ளுக்குள் பற்களை நெறித்துக் கொண்டார்.

காக்கச்சிக்கு இரட்டை சங்குதான் என்று சைமன் ஆசான் அடிக்கடி சொல்லுவார். லாக்கப்பில் வைத்து மார்பில் குழவிக்கல்லால் அடித்தபோதும் காக்கச்சி அசரவில்லை. ஒவ்வொரு அடிக்கும் அவர் பெருங்குரலில் ‘சாம்ராஜ்யத்துவம் தொலையட்டுட்டும்! பாரத் மாதா கீ ஜே!’ என்று முழங்கினார். ஒருமுறை பி.கேசவதேவைக் கவிழ்த்துப் போட்டு போலீஸ்காரர்கள் கொட்டுகோலால் அடிக்க ஓங்குவதைப் பார்த்ததும், காக்கச்சி தேவின்மீது விழுந்து தடுத்தார். பிறகென்ன? காக்கச்சியின் கரிஈட்டி உடலில் போலீஸ்காரர்கள் மாறிமாறி அடித்து தங்களின் கையரிப்பைத் தீர்த்துக் கொண்டனர். ‘அடியோ அடி... நொய்யரிசிக் கஞ்சி! கோழிப்பீ சட்டினி!’ பெஞ்சமினின் மனதுக்குள் அந்தப் பாட்டு இழைந்து வந்தது.

ஏதேதோ யோசித்தவாறே கூடங்களுக்கு இடையே நடந்து அவன் வள்ளத்துறையை எட்டியதும் கூட்டுங்கல் குட்டப்பன் முன்னாலும், ஏழெட்டுபேர் பின்னிலுமாக பொள்ளயில் இப்போலித்தை வாய் கொள்ளாத அளவு கெட்ட வார்த்தைகளால் திட்டிக்கொண்டே கொடுங்காற்று போலப் பாய்ந்து செல்கின்றனர். நான்கைந்து பேர்களின் தோள்களிலாக நீட்டிப் பிடித்திருந்த பாய்மரம். குட்டப்பன்தான் முன்னால் நின்று கோஷம் போடுகிறான்.

இப்போலித்தின் வள்ளத்தில் வேலைக்காரனாக இருந்தவன் குட்டப்பன். இப்போது மூத்த தொழிற்சங்கத் தலைவர். மூன்று கடற்கரைகளிலும் பெரிய வள்ளம் இப்போலித்துடையதுதான். அரசர்கடவு பொள்ளயில் அம்புரோஸ் பெரியவரின் நான்கு பிள்ளைகளில் இரண்டாமவன்தான் இப்போலித்து. வாடய்க்கல் கடற்புறத்தின் முடிசூடா மன்னன். கட்டுமரம் போன்ற கையும் காலும். கரும்பாறையில் கொத்தியெடுத்த உடம்பு. உயரம் கொஞ்சம் குறைவாக இருந்தாலும் அதை ஈடுகட்ட, தலையை நிமிர்த்திக்கொண்டுதான் நடை. அயல் துறைகளில் இருந்து வேலை தேடி வரும் மரைக்காயர்களில் வாட்ட சாட்டமானவர்களைத் தேடிப் பிடித்து செலவுக்குக் கொடுத்து, தன் பிடிக்குள் வைத்திருக்கிறார். எதற்கும் துணிந்த முழு மூடர்கள். அவர்கள்தான் இப்போலித்தின் படை. கடலில் அவர்களின் தலையைக் கண்டால் மற்ற துறைக்காரர்கள் அலறி ஓடுவார்கள். அப்படி கடலிலும் கரையிலும் இப்போலித்து முடிசூடா மன்னனானான். இப்போலித்தின் வாக்குதான் கடற்புறத்தின் மாற்றப்பட முடியாத நீதி நியாயங்கள்.

இப்போலித்தின் மனைவி, கூட்டுங்கல் இரானிமோசின் மகளான வெரோனிக்காவின் தூரத்து உறவுக்காரன்தான் குட்டப்பன். செம்மீன் விற்ற

வகையில் இப்போலித்து குட்டப்பனுக்கு நிறைய பணம் கொடுக்க வேண்டியிருக்கிறது என்பது பெஞ்சமினுக்குத் தெரியும். இதேபோல் இப்போலித்து பலருக்கும் பணம் கொடுக்க வேண்டியிருக்கிறது. செம்மீனைப் பருப்பாக்கி சேட்டுகளுக்கு விற்ற வகையில் இப்போலித்தின் பெட்டியில் ஏகப்பட்ட பணம். இப்போலித்து அதன்மேல் அடை காக்கிறான். குட்டப்பன் பல தடவை பணம் கேட்டுச் சென்றும், இப்போலித்து ஏதேதோ காரணம் சொல்லித் தட்டிக் கழித்தான். கடைசியில் இப்போலித்து பணம் தர வேண்டிய வேறு நான்கு பேரையும் கூட்டிக்கொண்டு குட்டப்பன் சென்றான். உண்மையில் வெரோனிக்கா நச்சரித்ததால் இப்போலித்து, அன்று குட்டப்பனுக்குக் கொடுக்க வேண்டியதில் ஒரு பங்கைக் கொடுப்பதாக இருந்தான். சென்றதும் இப்போலித்தைப் பார்த்து கையை ஓங்கி பயமுறுத்தினான் குட்டப்பன். அன்றுவரை அவருக்கு எதிராக யாரும் கை ஓங்கியதேயில்லை. குட்டப்பனுக்கு எங்கேயிருந்து இந்த தைரியம்? இப்போலித்தின் கைகள் இரண்டும் பரபரத்தன. குதிகாலை ஊன்றி கையை ஓங்கி குதித்து எழுந்தார். வெரோனிக்காவை நினைத்ததும்... குட்டப்பனை பின்னாலிருந்து தூண்டி விடுகிறார்களென இப்போலித்துக்குத் தோன்றியது. இல்லாவிட்டால் அவன் இவ்வளவு பொங்க மாட்டான். இப்போலித்து அவனை வாய்க்கு வந்தபடி திட்டினார்.

குட்டப்பனும் உடன் வந்தவர்களும் இப்போது இப்போலித்தின் வீட்டை நோக்கியே வெறிகொண்டு பாய்கிறார்கள். பெஞ்சமின் வெகுவேகமாகப் பின்னால் ஓடினான்.

மேற்குக்கடல் கோள் கொள்கிறது. தென்னந் தலைப்புகளில் காற்று தலை விரித்து ஆடுகிறது. கார்மேகங்கள் உருண்டு திரள்கின்றன. சூரியன் கரும்போர்வைக்குள் மறைந்தான்.

தினார் சுதேசாபிமானிக்கு வந்தது தெரிந்துதான் திசாவும் அபராஜிதாவும் அங்கே சென்றனர். உள்ளே பெஞ்ச்சில் படுத்திருந்த தினார் இவர்களைக் கண்டதும் எழுந்து சுவரில் சாய்ந்து அமர்ந்தான்.

திசா எதிரே அமர்ந்தாள். அவள் சற்றுநேரம் எதுவும் பேசாமல் அவனைப் பார்த்தபடியே அமர்ந்திருந்தாள். காதோரம் கருவளையம். கண்களில் அயர்ச்சி.

''என்ன சொல்றதுன்னு எனக்கொண்ணும் புரியல. எல்லாம் அவனாலதான்'' என்றாள் திசா.

''சேச்சே, அவன் என்ன தப்பு பண்ணான்?'' தினார் காலை நீட்டி வைத்துக்கொண்டே, ''நாம அனுபவிக்கிறத அனுபவிச்சுதானே ஆகணும்'' என்றான்.

அவளுடைய கண்கள் தளும்பின

"ஆனாலும் அவன் அப்பிடி..."

"அவனப் பத்தி ஏதாவது வெவரம்?"

"பஸ்தருக்குதான் அவன் போயிருக்கான்னு அவங்க சொல்றாங்க. அதத் தவிர..."

அபராஜிதாவே அதற்கு பதில் சொன்னாள்.

"அவங்க ரொம்ப டார்ச்சர் பண்ணாங்களா?"

திசா அவனுடைய தோளில் கை வைத்தாள்.

"ஏய், போலீஸ்காரங்க இல்லையா?"

தினார் சிறு புன்முறுவலை வரவழைத்தான்.

"அவங்களுக்கு என்ன தெரிஞ்சுக்க வேண்டியிருந்துச்சு?"

"எனது மாவோயிஸ்ட்டு தொடர்பு"

"கஷ்டம்"

அவளுடைய கண்கள் சிவந்தன.

"தினார்" அவள் கை கூப்பி, "அவனை சபிக்காதே" என்றாள்.

"சே, என்ன இப்பிடியெல்லாம்?"

அவனுடைய கண்களும் தளும்பின.

அபராஜிதா அலமாரிகளுக்கு இடையில் நடந்தாள்.

அலங்கோலப்பட்ட புத்தகங்கள்.

காலியான நான்கைந்து தட்டுகள்.

"இந்தத் தட்டிலிருந்த புஸ்தகமெல்லாம் எங்க?"

அவள் தினாரை எட்டிப் பார்த்தாள்.

தினார் சாய்ப்பின் பக்கமாக தாடையை நீட்டினான்.

சாய்ப்பின் மூலையில் ஏகப்பட்ட புத்தகங்கள் சிதறிக் கிடக்கின்றன. சிவப்பு மேலட்டைப் புத்தகங்கள்.

"அந்த லேபிளக் கிழிச்சு எடுத்துரு"

தினார் காலியான அலமாரியைச் சுட்டிக் காட்டினான்.

"எது?"

"மார்க்சியம், லெனினியம், மாவோயிசம்"

"உம்?"

"அவங்க அத பிரச்னையாக்கிட்டாங்க"

"அது எங்கையால வேண்டாம்" அவள் நடந்தாள்.

திசா எழுந்தாள். அவள் தினாரை அடிமுடி ஒருமுறை பார்த்தாள்.

"ஒடம்ப நல்லா எண்ணெயப் போட்டு உருவணும். ஏதாவது கஷாயமோ, மருந்தோ கொண்டு வரவா?"

அவன் சிரித்துக்கொண்டே, "என்னத்துக்கு? அதெல்லாம் அவங்க செஞ்சு தந்துட்டாங்களே?" என்றான்.

"யாரு?"

"போலீஸ்காரங்கதான்"

பத்திரிகை வாசித்துக் கொண்டிருந்த நான்கைந்துபேர் திரும்பிப் பார்த்தனர்.

வெளியே இறங்கிக் கொண்டிருக்கும்போது தினார் அழைத்தான். "வயலார்ல இருந்து தோழர் வாமதேவன் கூப்பிட்டிருந்தார். அந்த எம். ஆர். நாயரோட வெவரம் கெடச்சிடுச்சு"

"எம். ஆர். நாயரா?" திசா சந்தேகத்தோடு கேட்டாள்.

"யா, மண்டூகமே... அந்த ஜர்னலிஸ்ட். நம்ம வீட்டு மச்சுல கிருஷ்ணப்பிள்ளைத் தோழரு தலைமறைவா இருந்த சங்கதிய எழுதினாரே" அபராஜிதா ஞாபகப்படுத்தினாள்.

"அப்படியா?" திசா திரும்பிப் பார்த்தாள்.

"இடப்பள்ளியில் ஏதோ பிளாட்டில மககூட இருக்காராம். தோழர் கூப்பிடுவாரு"

30

சில்வண்டுகளின் பாடல்

தூக்கம் சரியாக வராமல் பாக்கரன் புரண்டு புரண்டு படுத்தான். மத்தியானத்துக்குப் பிறகு காயல் பக்கமிருந்து சுண்ணாம்பு விக்கறதுக்கு வந்த கொறவன் தாமோதரன்தான் சொன்னான். கொச்சுபாரு அங்கே சிரமப்படுகிறாள். அங்கே இருப்பது அவளுக்குப் போதும் போதும் என்று ஆகிவிட்டது. அத்தையும் பிள்ளைங்களும் பாடுபடுத்தத் தொடங்கிவிட்டார்கள். அவளுக்கு அங்கே ஒரு சுதந்திரமும் இல்லை. தொட்டதுக்கெல்லாம் குற்றம் சொல்கிறார்கள். அத்தைக்கு நாலு குழந்தைகள். மூன்று பெண்பிள்ளைகள். கடைசியாக ஒரு ஆண்பிள்ளை. இத்துனூண்டு பையன். அவன் மட்டும்தான் அவளுக்கு ஒரு துணை. அத்தை புருஷன் உள்ளதும் இல்லாததும் கணக்குதான். விடிவதற்குள் கிளிஞ்சல் அள்ளப் போயிடுவார். பிறகு சாயந்திரம் நாலு கால்லதான் திரும்புவார். அங்கே அத்தை சொல்றதுதான் சட்டம். அப்பாவின் சகோதரி என்று சொல்லிப் பிரயோசனமில்லை. கொச்சு பாருவுக்கு யாரிடமிருந்தும் ஒரு கரிசனமும் கிடைக்கவில்லை.

''கொச்சுபாருவ நாளக்கே போயி நீங்க கூட்டிக்கிட்டு வந்துடுங்க. இல்லன்னா அவ ஏடாகூடமா ஏதாவது செஞ்சாலும் செஞ்சுடுவா''

கொறவன் தாமோதரன் விசனப்பட்டான்.

''இல்ல. கொறவப் பணிக்கா... அது இப்ப சட்டுன்னு இங்க கூட்டிட்டு வர்றதுன்னா''

பாக்கரன் தயக்கத்தோடு நின்றான்.

''அப்படீன்னா வேணாம் உடு. நானும் தோ போறேன். அந்தப் பொண்ணு ஏதாவது காயல்ல குதிச்சிதுன்னா... நான் சொல்லலன்னு வேண்டாம்''

சுண்ணாம்புக் கூடையை எடுத்துத் தலையில் வைத்துக்கொண்டு கொறவன் தாமோதரன் திரும்பி நடந்தான்.

பாக்கரன் கூடவே ஓடினான்.

''ஆமா, அவ அப்பிடி ஏதாவது சொன்னாளா?''

''அப்பறம் சொல்லாம'' கொறவன் தலை திருப்பிப் பார்த்தான்.

''என்னால இனிமே அத்தையோட திட்டையும் வெரட்டலையும் கேட்டுக்கிட்டு இங்க நிக்க முடியாது. நாளக்கே வரணும். இல்லன்னா நான் உசிரோட இருக்கமாட்டேன்னு சொல்லிடுன்னு எங்கிட்ட சொன்னா. தோ, நான் சொல்லிட்டேன். இனி நீங்களாச்சு. உங்க பாடாச்சு''

வெள்ளை பூசிய கையை வீசிக்கொண்டே அவன் வேகமாக நடந்தான்.

பாக்கரன் எவ்வளவு யோசித்தும் ஒரு வழியும் தெரியவில்லை. புன்னசேரயில் அச்சாம்மாவின் கள்ளுக்கடை முற்றத்தில் வைத்து, சந்திரப்பன் சமீபமாகக்கூட சவால் விட்டான்.

''நீ எந்த பொந்துல கொண்டுபோயி ஒளிச்சு வச்சாலும் சந்திரப்பன் ஒரு வாட்டி மனசு வச்சேன்னா அத அடஞ்சே தீருவேன். பாத்துக்கிட்டே இரு''

ரௌடி குருக்களும் அப்போது கூடவே இருந்தான். அச்சாம்மாவின் கடையிலிருந்து மூக்குமுட்டக் குடித்துவிட்டு, தலையில் ஒரு துண்டையும் கட்டிக்கொண்டு வருகிறார்கள். குருக்களின் இடுப்புப் பட்டையில் இரண்டு பக்கமும் கூரான கத்தி சொருகி வைத்திருப்பது தெரிந்தது.

''குத்தகைக்காரன் சந்திரப்பன் ஆம்பளயாயிருந்தா அவளோட ருசி தெரிஞ்சுக்குவாரு, நீ வேணா பாரு. எப்படின்னாலும் அவ இங்கதானே வருவா?''

குருக்களும் ஒத்து ஊதினான்.

ஒரு தடவை தூண்டிலில் விழுந்த மீன்தானே. அது தப்பித்துப் போச்சே என்று ஆத்திரமிருக்கிறது சந்திரப்பனுக்கு. பாக்கரன் ஒன்றும் பேசாமல் வழிமாறி நடந்தான்.

பனையேறி கொச்சாப்பி கள்ளை அளந்து கொடுத்துவிட்டு அச்சாம்மாவின் கடையிலிருந்து இறங்கி வந்தான். அதொரு துணையாகிப் போனது.

''சந்திரப்பன் சொன்னா சொன்னதுதான் கேட்டியா. நீ ஏதாவது தீருமானிச்சயா?'' என்று கேட்டான் கொச்சாப்பி.

''அத இப்பக் கேட்டா...'' பாக்கரன் பதறினான்.

''கொச்சு பாருவோட சங்கதிய கேட்டதிலருந்து அண்ணன் ரொம்ப தந்தோஷமா இருக்காரு. ஆளு அப்பிடியே மாறிட்டாரு. நீ ஒருவாட்டிகூட நல்லா யோசிச்சு சொல்லு''

அச்சாம்மா தந்த கள்ளுப் பணத்தை எண்ணிக் கொண்டே கொச்சாப்பி சொன்னான்.

'கொச்சுபாருவை உடனேயெல்லாம் இங்க கூட்டிவர வேண்டாமின்னு நினைச்சுக்கிட்டு இருக்கறப்பதான் கொறவன் தாமோதரன் வர்றான். இனி இப்ப என்ன செய்றது? காயல் கரையிலிருந்து கூட்டிட்டு வந்தா அவள எங்கக் கொண்டுபோய் தங்க வைக்கறது? யார்ட்ட இதப் பத்திக் கேக்க? பிரபாகரன் தோழர் இப்போது இந்த உலகத்திலேயே இல்லை. அனகாசயன் இன்னும் கோபத்திலேயே இருக்கிறான். அப்புறம் ஏதோ பேச, கொள்ள இருக்கறது கிழவி என்றாலும் கரம்பி அம்மம்மாதான்'

அந்தி மயங்கியதும் பாக்கரன் கரம்பி அம்மம்மாவின் குடிசைக்குப் போனான். எறவானத்தில் சொருகி வைத்திருந்த பன்னருவாளெடுத்து அம்மிக்கல்லின் ஓரத்தில் உரசி கூர் ஆக்குகிறாள் கரம்பி அம்மம்மா. கேட்டதும் அவள், ''நீ எதையும் யோசிச்சு அவஸ்தப் படாத. அவள நாளக்கே இங்க கூட்டிக்கிட்டு வாடா'' என்றாள். அம்மம்மா முன்னும் பின்னும் சாய்ந்து சாய்ந்து அரிவாளின் நுனியை உரைத்தாள். காய்ந்து தொங்கிய முலைகள் மார்பில் ஊஞ்சலாடின. குழந்தையில் கொச்சுபாரு நீண்டநாள் சப்பிய முலைகள். அம்மா செத்தபெறகு அம்மம்மாவின் முலையைச் சப்பிக்கொண்டுதானே அவள் தூங்குவாள்.

''காலம் சரியில்லயே''

எதையோ நினைத்துக்கொண்டு பாக்கரன் சொன்னான்.

''அதுக்கு, என்னோட தொண்டக்குழியில உசிரு இருக்கற காலம் வரைக்கும் அவள ஒருத்தனும்...''

அவள் அரிவாளைத் தூக்கிப் பிடித்து முனை பார்த்தாள். சிம்னி விளக்கின் வெளிச்சத்தில் அது மின்னியது.

வெளியே ஆளரவம் கேட்டது.

''யாருமில்லயாடீ? வெளிய எறங்கி வாடீ மூத்த பொலச்சி''

கரம்பி அம்மம்மா துண்டை எடுத்து மார்பில் போட்டுக்கொண்டு ''நீ போயி யாருன்னு பாரு'' என்றாள்.

பாக்கரன் எழுந்து வாசலில் எட்டிப் பார்த்தான். இருண்ட வெளிச்சத்தில் ஐந்தாறு பேர்.

''யாரு அது?''

''எறங்கி வாடா வெளிய'' கூட்டத்தில் ஒரு குண்டன் சொன்னான்.

''என்ன விஷயம்?''

''விடிஞ்சவொடனே மரியாதையா குடிசைங்கள காலி பண்ணிக்கிட்டுப் போயிடணும். சட்டி பாத்திரம் ஏதாவது இருந்தா இப்பவே வெளிய எடுத்துப் போட்டுடணும்''

அவன் அலறினான்.

இதுக்கு முன்னாடி இந்தப் பக்கம் எங்கயும் பாக்காத ஆளுங்களாச்சே?

''அதச் சொல்றதுக்கு நீங்க யாரு?'' பாக்கரன் எகிறினான்.

''ஃபா, கழுவேறி, எதுத்தாப் பேசற? எறங்குடா வெளிய''

அதைக் கேட்டதும் அம்மம்மா அரிவாளோடு குதித்து வந்தாள்.

''நீ யாருடா எங்கள வெளிய போகச் சொல்றதுக்கு? அப்படீன்னா அதையுந்தான் பாத்துடலாம். அப்பன் தாத்தன் காலத்துல இருந்து நாங்க குடியிருக்கற மண்ணு இது. தோ, தெரியற தோட்டந் தொறவெல்லாம் நாங்க வேர்வை சிந்தி உண்டாக்குனது. இப்ப எங்கள வெரட்ட வந்திருக்கீங்களாடா எமகாதகனுங்களா, அதையுந்தான் பாத்துறலாமே''

கரம்பி அம்மம்மா வெறி கொண்டாள்.

''பொலச்சிக் கெளவி, சாவற காலத்துல எங்க கைக்கு வேல வச்சுடாத''

ஒருவன் கைகளை முறுக்கினான்.

''நாளக்கி விடியறப்ப ஒருத்தன்கூட இங்க இருக்கக் கூடாது'' தடியன் வாய் திறந்தான்.

''எல்லாப் பயலுகளும் கேக்கறதுக்குத்தான் சொல்றோம். இதுக்குமேல ஒண்ணுஞ் சொல்றதுக்கில்ல. இடிச்சு நொறுக்கிடுவோம்''

''அப்பிடின்னா நாங்க எங்கப் போறதாம்? அதையும் சொல்லிட்டுப் போ'' பாக்கரன் முற்றத்துக்கு இறங்கி வந்தான்.

''நீயெல்லாம் எங்கேயாவது போய்த் தொலைடா''

கூட்டத்தில் ஒருவன் வேட்டியை இறுக்கிக் கட்டினான்.

''எறங்கிப் போன்னு சொன்னாப் போயிடணும். இல்லன்னா...''

அவன் பாக்கரனை நோக்கிக் கையோங்கினான்.

''உம்... அவனத் தொட்டாத் தெரியும் சேதி''

கரம்பி அம்மம்மா அரிவாளை வீசி குதித்துக்கொண்டு வந்தாள்.

''அவம்மேல ஒரு துளி மண்ணு வுழுந்தாலும் இருக்கு ஒங்களுக்கு''

''நிறுத்துடீ உன் பொலயாட்ட'' அவன் சீறினான்.

''வாடா'' தடியன் அவனைத் தடுத்தான்.

''அந்தக் கெளவிக்கிப் பைத்தியம் புடிச்சிருக்கு''

அவர்கள் கிழக்குச் *சிறையின் பக்கமாகப் புலையத்தரையை நோக்கிப் போனார்கள். அங்கேயும் ஏழெட்டு புலையக் குடிகள் இருக்கின்றன.

கரம்பி அம்மம்மா கோபத்துடன் மூச்சை இழுத்தாள்.

''அம்மம்மா வருத்தப்படாதீங்க. நாம யூனியன்காரங்ககிட்ட சொல்லி ஒரு வழி பண்ணலாம். விடியட்டும் பாத்துக்கலாம்''

பாக்கரன் கரம்பி அம்மம்மாவைச் சேர்த்தணைத்தான்.

''நம்மள வெரட்டி விடறதுக்கு குத்தகக்காரங்க யாரு?''

அம்மம்மாவின் கோபம் அடங்கவில்லை.

''நாம குடிசை போட்டு இருக்கறது அவங்களோட எடமாம். அதான்'' என்றான் பாக்கரன்.

''அப்பிடீன்னு செத்துப்போன ஒங்கப்பன் பொலையன் வந்து சொன்னானா?''

கரம்பி அம்மம்மாவுக்குக் கோபம் தலைக்கேறியது.

''நம்ம ஆளுங்க பாட்டன் பூட்டன் காலத்திலருந்தே குடியிருக்கற மண்ணுல்லயா இது? நம்மகிட்டயெல்லாம் கேக்காமயும் கொள்ளாமயும்தான் செத்துபோன மூத்த தம்புரான் கோல்காரனையும் அழைச்சுக்கிட்டு வந்து இதோ தெரியற எடத்தையெல்லாம் அளந்து குடுத்தாரு''

''நெசந்தான'' தெக்குக் குடிசைலருந்து கேளுவாப்பன் போர்வையைப் போர்த்திக்கொண்டு வந்து, ''அன்னக்கி நாங்க யாரும் பேசப் போகல. அவங்க அளக்கறதுலயோ குறிக்கறதிலயோ நமக்கு ஒரு கொறையுமில்ல. 'இனிமே நீங்க என்னோட குடியானவங்க. உங்களுக்கெல்லாம் நானிருக்கேன்'னு மூத்த தம்புரான் வந்து சொன்னப்ப, நமக்கு தந்தோஷமா இருந்துச்சு'' என்றார்.

பயந்து நடுங்கியபடி உள்ளேயிருந்த ஆண்கள் ஒவ்வொருவராக வெளியே வந்தனர். குழந்தைகளை இடுப்பில் சுமந்துகொண்டு பெண்களும்... இருண்ட வெளிச்சத்தில் அவர்கள் முகங்களில் பயத்தின் பூரான்கள் இழைந்தன.

பாக்கரன் வெளியே வந்தான். கைதவளப்பில் பத்மநாபன் தோழரைப் பார்த்து கையோடு விஷயத்தைச் சொல்லிவிடலாம். அவன் இருட்டில் நடந்தான். எந்த இருட்டிலும் நடக்குமளவுக்கு அவனுக்கு அந்த வழிகள் அத்துப்படி. வேட்டி மடிப்பிலிருந்து துண்டு பீடியெடுத்து பற்ற வைத்தான். உதட்டு நெருப்பின் வெளிச்சத்தில் வழி துலங்கியது. ஏழெட்டு ஓடைகளைத் தாண்டிக் கடந்து இரண்டு

*சிறை - தேக்கப்பட்ட பெரிய நீர்நிலை.

மூன்று பர்லாங் நடந்து போனது வீணானது. தோழர் சாயந்திரமே குத்தியத்தோடு போய்விட்டாராம். வர நேரமாகும். பாக்கரன் திரும்பி வந்தான்.

'விடிவதற்கு முன்னால் தோழரைப் போய்ப் பார்க்க வேண்டும், அவர்கள் எல்லாம் குடி அகற்ற வருவதற்கு முன்னால்' பாக்கரன் திரும்பிப் படுத்தான். ஒரு பக்கம் கொச்சு பாருவைப் பற்றிய கவலை. 'அவள் ஏதாவது ஏடாகூடமாச் செய்யறதுக்கு முன்னால அழைச்சுக்கிட்டு வரலாமின்னு நெனச்சேன்... முடியுதா...?' ஒவ்வொன்றாக யோசித்து விசனப்பட்டு... கடைசியில் கண்முனையில் தூக்கம் சொட்டாக விழவும்...

யார் யாருடையதோ கூப்பாடு கேட்குதே? பாக்கரன் உருண்டு புரண்டு எழுந்தான். ஓலை துவாரங்களுக்கு இடையிலாகத் தீப்பிழம்புகள். ஏதாவது குடிசையில் நெருப்பு பிடித்துக் கொண்டதா? வெளியில் பெரும் இரைச்சல். பாக்கரன் குடிசை வாசலைத் திறந்து வேகமாக வெளியே வந்தான். இருட்டில் ஆட்கள் அலைமோதுகிறார்கள். முற்றத்துக்கு இறங்கியதும் வயலின் எதிர்ப்புறம் தீப்பந்தங்களின் அணிவரிசை. வசவுகளின் பெருமழை. புலையக் காலனியிலருந்தல்லவா பெண்கள் கூச்சலிடுகின்றனர்?

''சதி பண்ணிட்டாங்கடா...''

யாரோ கூவினார்கள்.

''ரௌடிங்களும், போலீசும் சேந்துக்கிட்டு பொலயக்குடிய அடிச்சு வெரட்டறாங்க. அத முடிச்சுட்டு அவனுங்க இங்கயும் வருவானுங்க''

இருட்டினூடே கொச்சுண்ணன் அண்ணன் மூச்சு வாங்க ஓடி வருகிறார்.

''இந்த நடு ராத்ரீலயா?''

பாக்கரனின் உள்ளம் நடுங்கியது.

''ஆம்பளைங்களையெல்லாம் அடிச்சு வெரட்டறானுங்க. கண்ல பாக்கறதையெல்லாம் இழுத்து வெளியப் போடறானுங்க''

சட்டிப் பானைகளை வீசி எறிகிற சத்தம். கூர்த் தொப்பிக்காரர்கள் இங்கேயும் அங்கேயுமாக ஓடுகிறார்கள். ஒரு பக்கம் அடி தாங்க முடியாத ஆண்களின் அலறல்கள். மறுபக்கம் குழந்தைகள், பெண்களின் கூக்குரல்கள். குடிசைகளை அடித்து நொறுக்குகிறார்கள். கொழுந்துவிட்டு எரியும் தீப்பந்தங்களுடன் ரௌடிகள் கூட்டம் குறுக்கும் நெடுக்குமாக ஓடுகிறது.

''அவங்க இங்க வர்றதுக்கு முன்னாடியே எடுக்க வேண்டியதெல்லாம் எடுத்து வச்சுடுங்க''

கொச்சுண்ணன் கத்தினார்.

பாக்கரன் கைகளைக் கட்டிக் கொண்டு புலையக் குடியையே பார்த்தபடி நின்றான். என்னத்தை எடுத்து வைக்க?

பெண்கள் அலறிக்கொண்டு இங்குமங்கும் ஓடுகின்றனர். புலயத்தரைக்காரர்கள் கூட்டமாகக் கதறியபடி ஓடி வருகிறார்கள்.

''எல்லாம் போச்சு. எங்களுக்குன்னு இனிமே ஒண்ணுமே இல்ல''

கரம்பி அம்மம்மா பன்னருவாளை எடுத்துக்கொண்டு பாய்ந்து வந்தாள்.

''எம் பொணத்த மிதிச்சுட்டுதான் அவனுங்க இந்த மண்ணுல கால வெப்பானுங்க''

அவள் கோபம் கொப்பளிக்க நின்றாள்.

புலையக் குடிகளின் குடிசைகளைச் சுற்றித் தீப்பந்தங்களின் அணிவகுப்பு. நடுவிலிருந்த குடிசையில் நெருப்பு கொழுந்துவிட்டு எரிகிறது. மேற்கிலிருந்து கடல்காற்று வீசுகிறது. சுற்றிலும் தீ பரவுகிறது. காற்றின் தீயாட்டம். மூங்கில் கழிகள் எரிந்தடங்கும் ஓசை. தீப்பொறிகள் சுற்றிலும் பறந்தன.

பாக்கரனின் கண்களில் இரத்தம் துளிர்த்தது.

அவன் கைகளைக் கட்டியபடி அனைத்தையும் பார்த்துக்கொண்டே நின்றான்.

சிறை வரப்பின் வழியாக அலறிக் கொண்டே நெருங்குகின்றன தீப்பிசாசுகள்.

கையிலொரு புத்தகத்துடன் திசா உள்ளே வரும்போது, அபராஜிதா லாப்டாப்பின் முன்னால் இருந்தாள்.

''உன்னோட எழுத்து எவ்ளோ தூரம் வந்திருக்கு''

''குடி அகற்றம்''

அவள் கீபோர்டிலிருந்து விரல்களை எடுத்தாள்.

''வைலோப்பிள்ளியின் கவிதையல்லவா அது?''

திசாவின் விரல்கள் அவளுடைய தோள்களை மென்மையாகப் பற்றின. அவள் அந்த வரிகளைப் பாடினாள்.

அபராஜிதா அவளுடைய கையிலிருந்த புத்தகத்தைப் பார்த்தாள்.

''ஸ்ரீகண்டன்நாயரின் சுயசரிதை'' என்றாள் திசா.

''வஞ்சிக்கப்பட்ட வேணாடு வாசிச்சிட்டேன். இட்ஸ் ஹாரிபிள். புன்னப்புரை - வயலார் போராட்டத்தை அரைகுறை புரட்சின்னு வளைச்சு நெளிச்ச அந்த அகங்காரம்''

''சரித்திரம்ங்கறதே கற்பனையும் உண்மையும்தானே?''

''சில சமயம் அது பொய்யாகவும் இருக்கலாமில்லையா? ஆமா, இப்ப உனக்கு இப்பிடித் தோண என்ன காரணம்?'' அபராஜிதா கேட்டாள்.

''இதை வாசிச்சப்ப உன் எழுத்தில சிறு மாற்றம் வேண்டியிருக்கும்னு தோணிச்சு''

அபராஜிதா முகம் சுளித்தாள்.

''என் எழுத்திலா?''

''ஆமா சாரங்கீ. நீ இதைப்படி''

அவள் அடையாளப் படுத்தியிருந்த பக்கத்தை எடுத்துக் கொடுத்தாள்.

அவள் அந்த வரிகளினூடே கடந்து சென்றாள்.

''ஸ்ரீகண்டன்நாயர் சொல்கிறார் :

'முக்கட்சிகளின் மாநாட்டில் கலந்துகொண்டு திரும்பும்போது, 'பக்தி விலாசம் வரைக்கும் போவோம்' என்று ராமசாமி ஐயர் டி.வி. யை அழைத்தார். ஏதோ ஆபத்து பதுங்கியிருப்பதை உணர்ந்திருந்த டி.வி. மாவின்மூடு சிலை சந்திப்பில் காத்திருக்குமாறு என்னிடம் சொல்லிவிட்டு சர்.சி.பி.யுடன் சென்றுவிட்டார். நான் அங்கிருந்து அரசு மருத்துவமனைக்கான பாதையில் ஒதுங்கி நின்றேன். அரைமணி நேரத்துக்குள்ளாக டி.வி. திவானின் காரிலேயே திரும்பி வந்து சந்திப்பில் இறங்கிக் கொண்டார். காரைத் திருப்பி அனுப்பியபிறகு, நான் நிற்குமிடத்துக்கு வந்தவர் 'நீ உடனே தலைமறைவாயிடு. சுவாமி உன்னை நோட்டமிட்டிருக்கிறார்' என்று மட்டும் சொல்லிவிட்டு ஒன்றுமறியாதவர்போல முன்னால் நடந்து போய்விட்டார். பக்கத்திலிருந்த குறுக்குச் சந்துகளில் நடந்து, மகாராஜாஸ் கல்லூரிக்கான குறுக்குப் பாதையையும் கடந்து, வளைவான பாதைகளில் பட்டம் அரண்மனையின் முன்னால் சென்று நின்றேன். அந்த வழியாக வந்த கோட்டயம் பேருந்தில் ஏறிச் சென்றுவிட்டேன்'

அபராஜிதா அவளைப் பார்த்தாள்.

'அப்படீன்னா எம்.டி. சந்திரசேனனின் புத்தகத்துல டி.வி. சொல்லியிருக்காரே? இதோ பாரு'

அவள் தன்னருகே அடுக்கி வைத்திருக்கும் புத்தகங்களுக்கு உள்ளிருந்து ஒன்றை எடுத்தாள்.

திசா கண்களால் வாசித்தாள்.

தோழர் டி.வி. சொல்கிறார் :

''அசெம்பிளி ஹாலில் கூட்டம் முடிந்தவுடன் சர்.சி.பி. எங்களை தேநீர் விருந்துக்காக பக்தி விலாசத்துக்கு அழைத்தார். நானும் ஸ்ரீகண்டன்நாயரும் கண்ணந்தோடத்து ஜனார்த்தனன் நாயரும் சென்றோம். அரெஸ்ட் வாரண்ட்

இருந்ததால் கண்ணந்தோடன் உடனே சென்றுவிட்டார். டீப்பார்ட்டி முடிந்து சர் சி.பி. எங்களை அவருடைய அறைக்கு அழைத்தார்.

உரையாடலின் முடிவில், ''நீங்கள் நாட்டில் அராஜகம் நடத்தப் பாக்கறீங்களா?'' என்று கேட்டார்.

''எது அராஜகம்?''

ஸ்ரீகண்டன்நாயர் சற்றும் தயங்காமல் கேட்டார்.

''கே.சி. ஜார்ஜின் புத்தகத்திலயும் பார்த்தேன். இதுல எதுதான் உண்மை? புரட்சி நினைவுகளில் ஸ்ரீகண்டன்நாயரை நல்லாக் கிண்டலடிச்சிருக்கார் புதுப்பள்ளி ராகவன். பாத்தியா?''

''உம். படிச்சேன்''

அபராஜிதா நினைவு கூர்ந்தாள்.

சதிகளும் குழிபறிப்புகளும் நிரம்பிய வரலாறு.

புரட்டாசி இருபத்தேழு அன்று நடக்க இருந்த மாநிலக் காங்கிரஸ் கூட்டத்தில் பொறுப்பு அரசாங்கத்துக்கான போராட்டத்தை முன்னெடுப்பதாக இருந்தார் சி.கேசவன். பக்தி விலாசத்தின் வாசலில் காவல் காத்துக் கிடந்திருந்த போராட்டத்தை விரும்பாத காங்கிரசின் ஒரு குழுவினரே சி.கேசவனைப் போட்டுக் கொடுத்தார்கள். கூட்டம் தொடங்கும் முன்னரே சி.கேசவன் கைது செய்யப்பட்டார். உடனிருந்த கும்பளத்துச் சங்குபிள்ளையும் கைதானார்.

1946 அக்டோபர் 13. புரட்டாசி 27.

திருவிதாங்கூர் அமைப்புசார் தொழிற்சங்கக் கூட்டம் ஆலப்புழையில் நடந்தது. அதில் பொது வேலைநிறுத்தம் நடத்த முடிவெடுக்கப்பட்டது. தேதியை முடிவு செய்ய ஐந்துபேர் அடங்கிய பணிக்குழுவை உருவாக்கினர். பொது வேலை நிறுத்தத்திற்கு மாநிலக் காங்கிரசுடன் உடன்பாட்டுக்கு வர, அகிலத் திருவிதாங்கூர் தொழிற்சங்க கவுன்சில் மூன்றுமுறை கூட்டம் கூட்ட வேண்டியதாயிற்று. பணிக்குழுக் கூட்டம் கூடி ஐப்பசி ஐந்து முதல் பொது வேலைநிறுத்தம் அறிவித்தது.

''ஆனா, ஐந்தங்கப் பணிக்குழுவில் உறுப்பினரான விஷயம் பிறகுதான் தெரிய வந்ததுன்னு ஸ்ரீகண்டன்நாயர் எழுதியிருக்காரே?''

''நல்ல ஜோக்குதான். அப்பிடித்தான் புதுப்பள்ளி அதனைக் கிண்டலடிச்சிருக்கார்''

அம்மா வாசலில் வந்து நின்றாள். ஒரு துண்டுக் காகிதத்தை நீட்டினாள்.

''வாமதேவன் தோழர் குடுத்து விட்டிருக்கார்''

அவள் அம்மாவைப் பார்த்தாள். அவளுடைய கன்னங்களில் வழிந்த கண்ணீர்த் துளிகள் இன்னும் காய்ந்திருக்கவில்லை.

''என்ன அது?''

திசா அதை வாங்கினாள்.

''ஓ, எம்.ஆர். நாயரோட அட்ரஸ்''

''போன் நம்பர் இருக்கா?''

அவள் எட்டிப் பார்த்தாள்.

''இல்ல, இடப்பள்ளி ஃபிளாட்டின் விவரம் மட்டும்தான்''

''எம்.ஆர். நாயர் ஒரு டெர்னிங் பாயிண்ட்டா இருப்பார். ஒரு நிமித்தம். என் மனசு அப்படிச் சொல்லுது'' என்றாள் அபராஜிதா.

''உனக்கேன் அப்படித் தோணுது''

''தெரியல, பட்... எனக்கு அப்பிடித் தோணுது. நமக்கு வேண்டியது என்னவெல்லாமோ அவர்கிட்ட இருக்கு''

மேஜை மீதிருந்த அவளுடைய கைபேசி ஒலித்தது.

''மிருணாள்தா'' திசா அதை வேகமாக எடுத்தாள்.

''நான் எழுதுற மூடுல இருக்கேன்னு சொல்லிடு'' அவள் லாப்டாப்பிற்கு முகம் திருப்பினாள்.

''நிரஞ்சனைப் பற்றி ஏதாவது?'' கைபேசியுடன் முற்றத்துக்கு நகர்ந்தாள்.

''பஸ்தரிலிருந்து இன்னக்கி வரைக்கும் தகவல்கள் ஒண்ணும் கிடைக்கல. சுக்மாவில் பிரச்னைகளா இருக்கு. பஸ்தரோட தெற்கே கசர்படா கிராம வனப்பகுதியில கிராமத்து ஆட்களைக் கேடயமாக்கி பதினஞ்சு சி. ஆர். பி. எப். வீரர்களை மாவோயிட்டுகள் கொன்னுட்டாங்க. இதொரு பழிவாங்கல்தான். பத்து நாளைக்கு முன்னாடி இதே எடத்துல இதே அளவு மாவோயிஸ்ட்டுகள் கொல்லப்பட்டிருக்காங்க. இதுல வினோதம் என்னன்னா, சத்தீஸ்கட்டை மாவோயிஸ்ட்டுகள் அற்ற பகுதி ஆக்குவோம்னு முதலமைச்சர் ரமண்சிங் சொன்னது அதுக்கு முந்தின நாளுதான்''

''பத்திரிகைல படிச்சேன். அவனைப் பத்தி ஏதாவது தகவல்''

''அவன் திரும்பி வருவான்''

அவர் ஆசுவாசப்படுத்தினார்.

''அப்பறம் நான் ஏன் கூப்டேன்னா...''

அவருடன் பேசி முடித்து திசா உள்ளே வந்தாள். அவள் எதையும் கவனிக்கவேயில்லை. எழுத்தின் தண்டவாளங்களில்...

அவளுடைய டெல்லி பயணத்தைப் பற்றி ஞாபகப்படுத்தத்தான் அழைத்திருக்கிறார். அவளுடைய அம்மாவை இன்று மருத்துவமனையில் சென்று பார்த்திருக்கிறார். நிலைமை அவ்வளவு சரியில்லை. அருகே சென்று அமர்ந்ததும் மிருணாள்தாவின் கைகளைச் சேர்த்துப் பிடித்து அவர் சொன்னாராம்.

''எனக்கு இன்னும் ஒரேயொரு ஆசைதான் மிச்சமிருக்கு. அவகிட்ட மன்னிப்பு கேக்கணும், அவளை அனாதையாக்கினதுக்கு''

அவர் கண்கள் நிரம்பி வழிந்தன.

''வாழ்க்கைல ஒரு தடவை, ஒரு தடவையாவது எம்பொண்ணு என்ன மன்னிக்க மாட்டாளா?''

''அவ வருவா'' அவர் கைகளைச் சேர்த்துப் பிடித்தார்.

திசா அவளுடைய அறையை நோக்கி நடந்தாள்.

மானிட்டரின் முன்னால் அயர்ந்து உட்கார்ந்திருந்தபோது, கண் இரப்பைகள் கனத்துத் தொங்கின. மூடிய இரப்பைகளினுள்ளே ஒரு புகைவண்டி பாய்ந்து சென்றது.

தோழர் பத்ரோசுடன் மூன்றாம் வகுப்புப் பெட்டியில் எங்கேயோ பயணத்திலிருந்தாள் அவள். ரயிலின் ஜன்னலருகே கால்களை நீட்டியபடி மரபெஞ்ச்சில் பத்ரோசுக்கு எதிரில் அமர்ந்திருந்தாள். அவர் வெளியே பார்த்தபடியே உட்கார்ந்திருந்தார். கம்பார்ட்மெண்டுக்குள் சக பயணிகளாக வந்த நான்கைந்து மார்வாடிகள் இருப்பிடத்திற்குக் கீழே பெட்டிகளை அடுக்கிவிட்டு சீட்டுக்கட்டுகளைக் கலைத்துப் போட்டனர். அவர்களும் வடநாட்டுக்கான பயணிகளே. தொடர்ந்த பயணத்தின் நிலக்கரிப் புகையேற்று அவர்களின் முகங்கள் கறுப்படைந்து இருந்தன. திறந்திருக்கும் ஜன்னல்களின் வழியாக பயணம் முழுவதும் வண்டி வெளியேற்றும் கரும்புகை அவ்வப்போது அவள் முகத்திலும் கருவண்ணம் தீட்டியது.

மேற்கே சாயும் வெயில் வறண்டு காய்ந்திருந்த வயல்களில் நீண்ட நிழல்கள் விரித்தன. அவளும் பத்ரோசைப் போலவே வெளியில் பார்த்தபடியிருந்தாள். வயல்களுக்கு அப்பால் கண்ணுக்கெட்டாத தொலைவைப் பார்த்தபடி உட்கார்ந்திருக்கிறார் அவர். வறண்ட வயலோரங்கள் வழியாக காலை இழுத்து

இழுத்து நடந்து செல்லும் பாலசோர் அணிந்த விவசாயிகள். அவர்களின் தோல் சுருங்கிய கை கால்களைப் பார்த்துக் கொண்டிருக்கிறாள் அவள்.

அவர் ஒருமுறைகூடப் பார்வையைத் திருப்பாமல் தொலைவையே பார்த்தபடியிருக்கிறார்.

''இப்படி இடைவிடாமல் எங்கே பார்த்துக் கொண்டிருக்கிறீர்கள்?'' அவள் கேட்டாள்.

பத்ரோஸ் இடுங்கிய கண்களைச் சிமிட்டியடி அவளைப் பார்த்தார்.

''நளகொண்டாவிலும் தெலுங்கானாவிலும் விவசாயத் தோழர்கள் கிராமங்களைக் கைப்பற்றி முன்னேறுகிறார்கள். கேக்கலையா அந்தப் பெரும்பறை முழக்கம்?''

''ஊஹூம்'' அவள் அதைக் கேட்கவில்லை.

''நிசாமும், ரசாக்கர்களும், அவர்களின் குண்டர் படையும் போலீசும் ராணுவமுமெல்லாம் அங்கே திகைத்து நிற்கின்றனர். போராட்டத் தோழர்கள் அடி மேல் அடி வைத்து முன்னேறும் ஓசை அதோ கேட்கிறது. நெற்றியில் விரல் தொட்டு ஆகாயத்தை நோக்கி முஷ்டிகள் உயர்த்தியபடி 'புரட்சி வெல்லட்டும், ஜமீன்தாரி ஒழியட்டும், ரசாக்கர் ஆட்சி அழியட்டும்...' என அவர்கள் எழுப்பும் முழக்கங்கள். மகத்தான அக்டோபர் புரட்சி அலை எங்கும் கேட்கிறது. மாற்றத்தின் காற்று வீசுகிறது''

அவள் காதைக் கூர்மையாக்கினாள்.

பத்ரோசின் முகத்தில் சிவந்த ஆகாயம் விரிந்தது.

''சாம்ராஜ்யத்துவத்தின் ஆக்டோபஸ் கரங்களிலிருந்து என் திருவிதாங்கூரும் விடுவிக்கப்படும். கொடூரமான திவான் ஆட்சியின் நாட்கள் முடிவுக்கு வரும் நேரம் வந்துவிட்டது. மன்னராட்சியின் கருந்தினங்களும் எண்ணப் படுகின்றன. மாஸ்கோ தெருவீதிகளைப் போல, நளகொண்டாவைப் போல, தெலுங்கானாவைப் போல என் திருவிதாங்கூரின் தோழர்களும் ஆயுதமேந்துவர்... என் நாட்டின் விடுதலைக்காக... ஆமாம், ஒரு ஆயுதப் புரட்சிக்கான நேரம் வந்துவிட்டது...''

ரயில் இருக்கையில் தலை சாய்த்து அவள் உறங்கி விட்டிருந்தாள்.

திசா கீழே இறங்கி வந்தபோது, மானிட்டரின் எழுத்துகளின் படைக்கு முன்னால் கீபோர்டின் மேல் தலை சாய்த்து அவள் உறங்குகிறாள்.

வெளியே சில்வண்டுகள் இசைக்கின்றன.

31

கரிங்கொட்டைக் காடுகளுக்கருகே

''மௌனம் குற்றமாகும் சில சந்தர்ப்பங்கள் வரலாற்றில் உண்டு. மௌனம் சிலவேளைகளில் தண்டனைக்குரிய கோழைத்தனமாகலாம். அப்படியான ஒரு காலகட்டத்தைத்தான் திருவிதாங்கூர் இன்று கடந்து செல்கிறது''

சி. கேசவனின் வார்த்தைகள் பத்ரோசின் மனதில் பலமுறை கடந்து சென்றன. திவான், ஜமீன்தார்களின் சதிகளுக்கு முன்னால் இனிமேலும் மௌனம் பூண்டிருந்தால் சரித்திரம் மன்னிக்காது.

முன்பொருமுறை பூனாவில் ஒரு மாதம் நீண்ட ரெகுலர் ஆர்மி பயிற்சிக் காலத்தில் பி.டி. ரணதிவேயும் இதைத்தான் சொன்னார். ''துப்பாக்கியை எதிர்கொள்ள துப்பாக்கியால்தான் முடியும். வாக்கினால் முடியாது. இன்றைய இந்தியாவின் நிலைமையில் ஒரு ஆயுதப் போராட்டத்தின் தேவை நிச்சயம் வரும். தோழர்களே, தயாராகுங்கள்!''

ராணுவப் பயிற்சி முகாமுக்குத் திருவிதாங்கூரிலிருந்து ஒன்பது தொண்டர்களைக் கிருஷ்ணப்பிள்ளை தோழரே தேர்வு செய்தார். பத்ரோஸ்தான் குழுத் தலைவர். பம்பாயின் கட்சித் தலைமையிடத்திலிருந்து ராணுவ லாரியில் அவர்கள் பூனாவுக்கு அழைத்துச் செல்லப்பட்டனர். பட்டாளச் சீருடையில் துப்பாக்கிகளும் ஏந்திக்கொண்டு நடந்த அந்த நாட்களில் பூனாவின் தெருக்களிலும் மாஸ்கோவினைப் போன்ற செவ்விடியல் வெடித்து விரிந்தது. ஆயுதப் புரட்சியின் அவசியத்தைக் குறித்து ரணதிவே பலமுறை சொன்னபோது, அது வெகுதூரத்திலில்லை என்று பத்ரோசுக்கும் தோன்றியது. துப்பாக்கிகளைக் கையிலேந்தும்போது உள்ளே நுரைத்துத் ததும்பிய ஆவேசம் மொழியின் தடைகளையெல்லாம் உடைத்துக் கடப்பதை உணர முடிந்தது. பயிற்சியாளர்களாக

வந்த அயல்நாட்டினரின் உதட்டசைவுகளைப் புரிந்துகொள்ள பாலக்காட்டுக்காரரான சங்கரின் மொழிபெயர்ப்பு தேவைப்படவில்லை. பயிற்சியாளர்களின் பாராட்டுகள் ஒவ்வொரு முறையும் பத்ரோசைத் தேடி வருவதைப் பார்த்து, முகாமைப் பார்வையிட வந்த தோழர் ராஜசேகர ராவ் சேர்த்தணைத்து வாழ்த்தினார், ''வெல்டன், வெல்டன்''

விடிந்ததும் கோழிக்கோட்டுக் கட்சி அலுவலகத்துக்குப் போனார். காலை உணவுக்குப் பிறகு கிருஷ்ணப்பிள்ளை தோழரும், இ.எம்.எஸ். உம், என்.சி.சேகரும், கே.சி. ஜார்ஜூடன் உரையாடிக் கொண்டிருந்தபோது பத்ரோஸ் அதைத்தான் அடிக்குறிப்பிட்டுச் சொன்னார். ''இனியும் நாம மௌனமாக இருக்க முடியாது. திருவிதாங்கூர்ல ஒரு ஆயுதப் புரட்சிக்கான நேரம் நெருங்கிடுச்சு'' கிருஷ்ணப்பிள்ளை தோழரும் ஏறக்குறைய அதை உணர்ந்தேயிருந்தார். அதற்கு முன்பே வயலாரிலிருந்து சி.கே.யும் தோழரை அழைத்திருந்தார். சேர்த்தலையில் விஷயங்கள் மோசமாகி வருகின்றன. ஜமீன்தார்களின் குண்டர் படையும் போலீசும் சேர்ந்து பரவலாகக் குடி அகற்றுகிறது. நூற்றுக்கணக்கான ஏழைமக்கள் தெருவுக்கு வந்து விட்டனர். ஒருவேளை உணவுக்குக்கூட வழியில்லாமல்; கட்டின துணிக்கு மறு துணியில்லாமல்...!

சர்.சி.பி. மற்றும் ஜமீன்தார்களின் சதியாலோசனையின் பலனிது. கம்யூனிசத்தைத் தகர்த்தெறிய அதன் ஆதரவாளர்களான வெகுமக்களின் அடித்தளத்தையே அசைப்பது என்ற சி.பி.யின் கெடுமதி. கூடவே கீழிலிருந்து மேல்மட்டம் வரையிலான தலைவர்களை வேட்டையாடுவது. ஜெயில்களும், லாக்கப்களும் நிறைவதற்கு இனி அதிக நாள்கள் தேவைப்படாது. கொடிய வன்முறை அவிழ்த்து விடப்பட்டிருக்கிறது.

''ஆலப்புழையிலயும் விஷயங்கள் கடுமையான விரிசலை நோக்கி நகர்ந்துகிட்டிருக்கு. கட்சியின் திருவிதாங்கூர் தலைவர்ங்கற நெலமைல கே.சி. இனி ஆலப்புழைக்கும் அடிக்கடி வரணும்'' என்றார் பத்ரோஸ்.

தோழர் கிருஷ்ணப்பிள்ளை எல்லாவற்றையும் கேட்டார். ''இந்தச் சூழ்நிலைல பத்ரோஸ் சொல்றதுலயும் நியாயமிருக்கு. தற்காப்புக்காகவாவது நாம ஆயுதமெடுக்க வேண்டியிருக்கு. ஒரு கன்னத்தில அடிக்கிறவனுக்கு மறு கன்னத்தைக் காட்டுறதுல்ல நாம நம்புற தத்துவம். பல்லுக்குப் பல். கண்ணுக்குக் கண். இல்லன்னா தோழர்களை மட்டுமில்ல கட்சியையும் அவங்க சிலுவையில அறைஞ்சிடுவாங்க. அந்த கதியற்ற நிலைமையை நாமாகவே வரவழைக்கக் கூடாது''

தோழர் இ.எம்.எஸ். எதையோ பேச முற்பட்டார். வார்த்தையின் வரப்புகளைக் தாண்டிக் கடந்து, ''ஜார்ஜ் உடனே பம்பாய்க்குப் போகட்டும். கட்சி பொதுச் செயலாளர் தோழர் ஜோஷியைப் பார்த்து சங்கதிகளைத் தெரிவிக்கட்டும். மத்தியக்

கமிட்டியின் அனுமதி வாங்க வேண்டும்'' என்றார். கிருஷ்ணப்பிள்ளை தோழரும் அத்துடன் உடன்பட்டார்.

கே.சி. ஜார்ஜ் மறுநாளே பம்பாய் சென்றார். கட்சியின் மத்தியக் கமிட்டி அலுவலகத்தைச் சென்றடைந்தபோதுதான் தோழர் பி.சி. ஜோஷி கல்கத்தாவுக்குப் போயிருப்பது தெரிய வந்தது. வங்காளத்தில் பிரச்னை. வீடுகள் கொளுத்தப்படுகின்றன. பெண்கள் மானபங்கப்படுத்தப் படுகின்றனர். அங்கே மதக் கலவரமும் தெபாகா போராட்டமும் பற்றியெரிந்து கொண்டிருக்கிறது.

பூபன் மஜூம்தார் சொன்னார்.

''ஜூன் மாதத்தில் மால்டாவில் தெபாகா போராட்டம் துவங்கியது. இப்போது பதினோரு மாவட்டங்களிலிருந்து ஐம்பது லட்சம் விவசாயிகள் தோளோடுதோள் நின்று போராடுகின்றனர், விளைச்சலில் மூன்றில் இரண்டு பங்கிற்காக. பங்கு குத்தகைதாரர்கள்தான் அங்கே விவசாயிகள். விதைப்பதும் மண்ணில் வேலை செய்து விளைய வைப்பதும் விவசாயிகளே. ஆனால் விளைச்சலின் சரிபாதியைத் தட்டியெடுப்பதோ நில உடைமையாளர்கள்''

''இது எங்களுடைய குருதியில் ஊறிய நெல். எங்கள் குழந்தைகளுக்கான அன்னம். உயிரே போனாலும் நாங்கள் அதை விட்டுத்தர மாட்டோம்'' பூபன் மஜூம்தார் ஆவேசமாகக் குரலுயர்த்தினார்.

'இன்று நீங்கள் விளைச்சலின் மூன்றில் இரண்டு பங்கு கேட்கிறீர்கள். நாளை நீங்கள் விளைச்சல் முழுவதையும் கேட்டால்...?' என்று நில உடைமையாளர்கள் கேட்கின்றனர்.

நாங்கள் அவர்களுக்கு மிகச் சரியான பதிலடி கொடுத்தோம். 'அது நடக்கும். நாளை இந்த நிலம் எங்களுடையதாகும். காரணம் இந்த நிலம் அதில் வேலை செய்யும் விவசாயிக்குத்தான் உரிமையானது'

அங்கேயும் போராட்டத்தை நிர்மூலமாக்க ஜமீன்தார்களும் போலீசாரும் கைகோர்த்தனர். கடைசியில் கலப்பை பிடித்த எங்களின் கைகள் ஆயுதம் ஏந்த வேண்டியதாயிற்று. கதிர் அரிவாள் ஏந்த வேண்டிய கைகளை சுரண்டுவோருக்கு எதிராக ஓங்கும்படி ஆனது. எல்லா இடங்களிலும் பெண்கள் போராட்டத்தின் முன்னணிக்கு வந்தனர். நெல் மூட்டைகளின்மீது கட்டிப் பிடித்துப் படுத்துக்கொண்டுதான் அவர்கள் போலீசையும் ஜமீன்தார்களையும் எதிர்கொண்டனர்.

இந்த நிலங்களின் நிஜ உடைமையாளர்கள் விவசாயிகளான நாங்கள்தான். நான்கு தலைமுறைகளுக்கு முன்னால் எங்களிடமிருந்து அதை வலுக்கட்டாயமாகப் பறித்தெடுத்தனர். நிலையான நிலவரித் திட்டத்தை நடைமுறைப்படுத்துவது என்ற

பெயரில் காரன்வாலிஸ் பிரபுதான் அதைப் பறித்தெடுத்து ஜமீன்தார்களுக்குக் கொடுத்தார். அவர்கள் எங்களை அடிமைகளாக்கினர். இருநூறு வருடங்களாக அவர்கள் எங்களை ஏமாற்றிச் சுரண்டுகின்றனர். இனிமேல் அது நடக்காது. உயிரைக் கொடுத்தாவது நாங்கள் அதை மீட்டெடுப்போம்''

பூபன் மஜூம்தார் ஒரேமூச்சில் பேசி நிறுத்தினார்.

மத்தியக் கமிட்டி அலுவலகத் தொலைபேசியிலிருந்து ஜார்ஜ், தோழர் ஜோஷியோடு பேசினார். தோழர் ஜோஷி, டாக்டர். ஜி. அதிகாரியிடம் பொறுப்பை ஒப்படைத்தார். அதிகாரியை ஜார்ஜூக்கு நன்றாகத் தெரியும். மத்தியக் கமிட்டி அலுவலகப் பொறுப்பாளர் அதிகாரிதான். மார்க்சிய சித்தாந்தி. பெர்லினில் வேதியியலில் டாக்டரேட் முடித்தவர். அங்கேயே ஜெர்மன் கம்யூனிஸ்ட் கட்சியில் சேர்ந்தார். ஆல்பர்ட் ஐன்ஸ்டீனுடன் நெருங்கிய நட்போடு இருந்தார். இந்தியாவுக்கு வந்ததும் கட்சி உறுப்பினரானார். விரைவிலேயே மீரட் சதி வழக்கில் கைதானார். அதிகாரியை விடுவிக்கக் கோரி ஐன்ஸ்டீன், பிரிட்டிஷ் பிரதமர் மக்டொனால்டுக்குக் கடிதம் எழுதினார்.

''மேதைமை மிகுந்த ஒரு விஞ்ஞானியைத்தான் நீங்கள் சிறைப்படுத்தியிருக்கிறீர்கள்''

ஐன்ஸ்டீனின் கடித வரிகள் இவை.

அதிகாரி எல்லாவற்றையும் கவனமாகக் கேட்டார். கடைசியில், ''பெரும் சக்தி வாய்ந்த ஒரு அரசாங்கத்தோடுதான் நாம் மோதப் போகிறோம் என்பது நினைவிருக்கட்டும். இராணுவத்தின் ஆயுதபலத்தின் முன்னால் நம்மால் தாக்குப் பிடிக்க முடியுமா?'' என்று கேட்டார்.

''உயிர்பலி கொடுக்க வேண்டியிருந்தாலும் தாக்குப் பிடிச்சே ஆகணும்'' ஜார்ஜ் வாதிட்டார்.

''ஓர் ஆயதப் போராட்டம் அவசியமா இல்லையா என்பதல்ல விஷயம், எவ்வளவு தூரம் நாம் அதற்குத் தயாராக இருக்கிறோம் என்பதே'' அதிகாரி வியாகுலப்பட்டார்.

''கட்சியின் மாநிலக் குழுவின் தீர்மானம் அது. அங்கே சூழல்கள் அப்படித்தானிருக்கு''

சற்றுநேர யோசனைக்குப் பின் அதிகாரி தலையசைத்தார். ''திருவிதாங்கூரின் சூழல் அதுதானென்றால்...''

பம்பாயிலும் மதராசிலும் போராட்ட உதவிக்குழுக்கள் உருவாக்க அதிகாரி தொலைபேசி வாயிலாக யார்யாருக்கோ தகவல் கொடுத்தார். பம்பாய் சந்திப்பை முடித்துக்கொண்டு ஜார்ஜ், தோழர் என்.கே. கிருஷ்ணனுடன் மதராஸ் வந்து

சேர்ந்தார். அங்கே தோழர் பரமேஸ்வரன் கட்சி அனுதாபிகளின் கூட்டத்தைக் கூட்டினார்.

''போராட்ட நிதி திரட்ட வேண்டாமா?'' தோழர் பரமேஸ்வரன் கேட்டார்.

''வேணுமே'' என்றார் ஜார்ஜ்.

''சர். சி.பி. யின் முதல் எதிரியிடமிருந்து தொடங்கலாமா?'' பரமேஸ்வரன் கேட்டார்.

''யாரது?'' ஜார்ஜூம் கிருஷ்ணனும் ஒரே குரலில் கேட்டனர்.

''கே.சி. மாம்மன் மாப்ள''

''திருவிதாங்கூரின் பூர்ஷ்வாக்களுள் பிரசித்தமானவர் அல்லவா மாம்மன் மாப்ள?'' கிருஷ்ணன் சந்தேகத்தோடு கேட்டார்.

''இல்லன்னு நான் சொல்லலயே?'' பரமேஸ்வரன் நியாயப்படுத்தினார்.

''சாணக்ய தந்திரத்தைப் பற்றிக் கேள்விப் பட்டதில்லையா? எதிரிக்கு எதிரி நண்பன்''

அது சரிதானென்று ஜார்ஜூக்கும் தோன்றியது. தொடர்ந்து உண்டான இரண்டு நிகழ்வுகள் கே. சி. மாம்மன் மாப்ளயை திவானின் எதிரிகள் பக்கத்திற்குக் கொண்டு சென்றிருக்கின்றன. முதலாவது, மலையாள மனோரமா பத்திரிகை மீதான நடவடிக்கை. இரண்டாவது, டிரவாங்கூர் நேஷனல் அன்ட் கொய்லோன் பேங்க் லிக்விடேஷன். மனோரமா, பொறுப்பு அரசாங்கத்துக்கான போராட்டத்தைத் தீவிரமாக ஆதரித்தது, திவானைக் கோபப்படுத்தியது. சித்திரைத் திருநாள் மகாராஜா பதவியேற்ற சில நாட்களுக்குள்ளாகவே பத்திரிகைக்கும் திவானுக்கும் இடையிலான மோதல் ஆரம்பித்தது. பத்திரிகை ஆசிரியர் தலையங்கங்களில் திவானின் நடவடிக்கைகளை மிகக் கடுமையாக விமர்சித்தார். திவான் பலமுறை எச்சரிக்கை விடுத்தார். மாம்மன் மாப்ள அதையெல்லாம் புறந்தள்ளினார். கடைசியில் வந்த இரண்டு செய்திகள் திவானையும் மகாராஜாவையும் கோபமூட்டியது. சங்குமுகம் கடற்கரையின் விரும்பத்தகாத நிகழ்வுகள், நெய்யாற்றின்கரை துப்பாக்கிச்சூடு...

'ஆவணி பதினேழு பதினெட்டு தினங்களில் பத்திரிகையில் வந்த கட்டுரையின் உள்ளடக்கமும், தலையங்கமும் மக்களிடம் அரசாங்கத்தின்மேல் வெறுப்பும் பகையும் ஏற்படுவதற்குக் காரணமானவையென்று அறியப்பட்டிருப்பதால் மலையாள மனோரமா பத்திரிகையின் பிரசுர அனுமதியை ரத்து செய்யவும், அச்சகத்தை உடனே மூடவும் இதன்மூலம் உத்தரவிடப்படுகிறது' சர்.சி.பி.யின் உத்தரவுடன் கோட்டயம் மாவட்ட நீதிபதியும், போலீஸ் சூப்பிரண்டன்ட்டும், நாற்பது ஆயுதப் போலீசாரையும் அழைத்துக் கொண்டுதான் பத்திரிக்கைக்கு சீல் வைக்க வந்தனர்.

''இரண்டு காரணங்களாலதான் மாம்மன் மாப்ளயிடம் எனக்கு மதிப்பு தோன்றியது'' கே.சி. ஜார்ஜ் சொன்னார்.

''ஒன்று, சி.பி.யையே நடுங்க வைத்தபடி மறுநாள் குன்னம்குளத்திலிருந்து பத்திரிகை வெளிவந்தது. மதராசில் இருந்து கொண்டுதான் அதற்கான காய் நகர்த்தினார் என்பது நினைவிலிருக்கணும். இரண்டாவது, நஷ்டம் எவ்வளவு பெரியதாக இருந்தும், சர்.சி.பி.யுடனான எவ்வித விட்டுக் கொடுத்தல்களுக்கும் அவர் தயாராகவில்லை; அதற்கான எல்லாச் சூழல்களும் ஒத்திருந்தபோதும்''

''பத்திரிகை மீதான கோபம் காரணமாகத்தானே பேங்க் கேசில் கைது செய்து உள்ளே தள்ளியதும் நடந்தது?'' என்றார் பரமேஸ்வரன்.

மதிய வேளையில் மாம்மன் மாப்ளயின் வீட்டுக்குச் சென்றனர்.

''மனோரமாவைப் பூட்டி சீல் வைத்த சி.பி.யின் நடவடிக்கை பத்திரிகைச் சுதந்திரத்தின் மீதான அத்துமீறல் என்று நாங்கள் பார்க்கிறோம்'' என்றார் கே.சி. ஜார்ஜ்.

''சர். சி.பி. யின் தீர்மானங்களெல்லாம் மகாராஜா அறிந்ததே. ஒன்றும் தெரியாதென்று அவர் நடிக்கிறார். பத்திரிகை சீல் வைக்கப்படுவதற்கு முன்பே சி.பி. மகாராஜாவுக்கு எழுதிய ஒரு கடிதத்தின் நகல் எனக்குக் கிடைத்தது. 'கௌமுதியும் சமதர்சியும் சீல் வைத்துப் பூட்டப்பட்டதோடு திருவிதாங்கூரில் மனோரமா தவிர அரசாங்கத்தை எதிர்க்கும் வேறொரு பத்திரிகையும் இல்லாமலாகிவிட்டது. குழப்பம் ஏற்படுத்தினால் அந்தப் பத்திரிகைக்கு எதிராகவும் நாம் நடவடிக்கை எடுப்போம்' என்பதுதான் அந்தக் கடிதத்தின் சாராம்சம்''

''சர். சி.பி. எல்லாவற்றையும் முன்முடிவோடுதான் செய்கிறார். மகாராஜாவை விளையாட்டு பொம்மையாக்கி திருவிதாங்கூரைத் தன் காலடியில் நிறுத்துவதே அவருடைய உள்நோக்கம்'' என்றார் ஜார்ஜ்.

''சி.பி. க்கு சவக்குழி தோண்டுகிற போராட்டமாக இருக்க வேண்டும் இது. உங்களுடன் நானும் இருப்பேன்''

''வாழ்வதெனில் மனிதனாக வாழ்வது. இல்லையென்றால் நீதிக்காகப் போராடி மரணிப்பது. இந்த இரண்டு வழிகளே எங்கள் முன்னால் இருக்கின்றன'' என்றார் ஜார்ஜ்.

மாம்மன் மாப்ள உள்ளே சென்றார். இருநூறு பிரிட்டிஷ் ரூபாய்களைக் கொண்டு வந்து ஜார்ஜிடம் கொடுத்தார்.

''தற்சமயத்துக்கு இது இருக்கட்டும். இனியும் எப்போது என்ன தேவைன்னாலும் கேக்கத் தயங்காதீங்க. நான் உங்களோட இருக்கேன்''

ஜார்ஜும் கிருஷ்ணனும் நன்றி சொல்லி எழுந்தார்கள்.

"எல்லாம் கவனத்தோடு செய்யணும்" விடைபெற்று வெளியேறும்போது மாம்மன் மாப்ள நினைவுபடுத்தினார்.

"ஓர் அரசாங்கத்தையல்லவா நாம் எதிர்க்கிறோம்? அனைத்து படைகளுடன் சர்வ வல்லமையோடு அவர்கள் நம்மை எதிர்கொள்வார்கள்"

"தெரியும், இதொரு ஜீவமரணப் போராட்டம்தான்" என்றார் ஜார்ஜ்.

"ஒன்றும் நேர்ந்து விடாமலிருக்க நான் வேண்டிக் கொள்கிறேன்" மாம்மன் மாப்ள ஜார்ஜை அணைத்துக் கொண்டார்.

"மீண்டும் சந்திக்கும் சூழல் வரட்டுமென்றும்"

அதைச் சொல்லும்போது வார்த்தைகளில் ஏற்பட்ட நடுக்கம் ஜார்ஜின் உடல்வழிப் பாய்ந்தது.

"நான் திரும்பி வருவேன்"

ஜார்ஜ் அந்தக் கைகளை இறுகப் பற்றினார்.

நம்பிக்கையற்றவராக மாம்மன் மாப்ள பார்த்து நின்றார். அந்தக் கண் தடங்களின் தடிப்பில் சற்றே நிழல் பரவியதைப் பார்க்க முடிந்தது. கடைசி விடைபெறல் போல, காட்சியிலிருந்து மறையும்வரை அந்தக் கைகள் அசைந்து கொண்டேயிருந்தன.

கோழிக்கோட்டுக்குத் திரும்பும் பயணத்தில் மாம்மன் மாப்ளயின் வார்த்தைகளின் ஆதங்கம் ஜார்ஜை விடாமல் பின்தொடர்ந்தது. திரும்ப வருவோமென்பதற்கு என்ன உறுதி? சர்.சி.பி.யின் ராணுவத் துப்பாக்கிகளுக்கு யாரெல்லாம் பலியாவோம் என்று யார் கண்டார்கள்? நீதிக்கு வேண்டியுள்ள குருக்ஷேத்ரப் போரிது. எதிரிகள் பலம் பொருந்தியவர்கள். அநீதியே உருவானவர்கள். ஆயுத பலத்தாலும் சக்தி மிக்கவர்கள். ஒவ்வொன்றாக யோசிக்க யோசிக்க மாம்மன் மாப்ளய்க்கு கொடுத்த வாக்குறுதியை நிறைவேற்ற முடியாமல் போகுமோ என்று நினைத்தார்.

பத்ரோஸ் அவர் வருகையை எதிர்பார்த்துக் காத்துக் கொண்டிருந்தார். பொது வேலை நிறுத்தத்தைப் பற்றி விவாதிக்க என். ஸ்ரீகண்டன் நாயரும் ஜனார்த்தனக் குருப்பும் கட்சி அலுவலகத்துக்கு வந்திருந்தனர். தோழரும், இ.எம்.எஸ்.உம், பத்ரோசும் அவர்களுடன் பேசி ஒரு முடிவை எட்டியிருந்தனர்.

கூட்டம் முடிந்ததும் ஜார்ஜ், "நாம எல்லாரும் ஒண்ணா ஒரு போட்டோ எடுத்துக்கலாமா?" என்றார்.

தேசாபிமானியின் முற்றத்தில் எல்லோரும் வரிசையாக நின்றனர்.

"ஜார்ஜ் இன்றே ஆலப்புழைக்குத் திரும்புங்க" என்றார் தோழர்.

‘‘கோழிக்கோட்டில் உங்க கடமை இன்றோடு முடியுது. மீண்டும் சந்திப்போம். லால் சலாம்’’

தோழர் விடைபெற்றுச் சென்றார்.

மீண்டும் சந்திப்போமோ?

உறுதியில்லை.

பல இடங்களிலுமிருந்து சேகரித்துக் கைவசம் வைத்திருந்த புத்தகங்கள் எல்லாவற்றையும் அடுக்கிக் கட்டியெடுத்து என்.சி. சேகருக்குக் கைமாற்றினார். நல்லதொரு தோல் பையை இ.எம்.எஸ்ஸிடம் கொடுத்தார்.

ஒரு ஜோடி வேட்டியும் சட்டையும் ரிஸ்ட் வாட்ச்சும் ஒரு பேனாவும் பயணச் செலவுக்கான சிறிது பணமுமே இனி தனக்கென மிச்சமுள்ளவை. இரவு வண்டியில் ஆலப்புழைக்குத் திரும்பினார்.

அம்புரோசின் மகன் இப்போலித் து உள்ளுக்குள் குதூகலித்தார்.

‘‘கர்த்தரே, இதைவிட நீயென்ன வரம் தரப் போறே! வெரோனிக்காவின் வீட்டுக்குப் போய் வாய் ஓயாத கெட்ட வார்த்தைகள் பேசின கூட்டுங்கல் குட்டப்பனையும் கூட்டாளிங்களையும் போலீஸ் கைவிலங்கு மாட்டிக்கிட்டு போனதுக்கு, கடற்கரை முழுக்க அத்தனை பேரும் சாட்சியாக இருக்கலியா? பெஞ்சமினே நீ சாட்சிதானே? போலீஸ் கேசெடுக்கறப்ப கேட்டா தப்புந் தவறுமா ஒளற மாட்டியே?’’

‘‘அப்படீன்னா எப்புடி மொக்க வாங்கலாம்னு கேட்டாப் போதும்’’ பொலிகார்ப்பு சங்கடப்பட்டான். ‘‘பெஞ்சமின் பழைய யூனியன்காரன். அத மறக்க வேணாம். அந்த சைமன் ஆசான் எப்பவாவது ஜெயில்லருந்து வந்து சொன்னா, அவன் குட்டிக்கரணம் போட்டுடுவான். நிக்ளாவ் வாப்பாவோட மகன்னு சொல்லிப் பிரயோசனமில்ல’’

‘‘அதுக்கு அந்த ஆளு ஜெயில்லருந்து வெளிய வந்தாதானே?’’

இப்போலித்து நிம்மதி அடைந்தான்.

‘‘இல்லன்னாக்கூட அதைத் தடுக்க வேற ஒரு வழியுமிருக்கு, இந்த இப்போலித்தோட கைல’’

இப்போலித்தின் குறுக்கு புத்தி விழித்துக் கொண்டது.

ஆலப்புழை ஸ்டேஷனிலிருந்து பேருந்தில்தான் போலீசார் பரவூர் சந்தையில் வந்திறங்கினர். சந்தையிலிருந்து கடற்கரைக்கு வண்டி வருவதற்கான பாதையில்லை. மூன்று நான்கு பர்லாங் அரசர்கடவில் தொம்மான் குட்டியின்

வீட்டுக்கான பாதை வழியாக நடந்து வரவேண்டும். வண்டி ஏறவேண்டுமென்றால் திரும்பவும் அதே வழியில் பரவூர் சந்தைக்குப் போய்த்தான் ஏற வேண்டும்.

சந்தைக்குப் போகும்போது யூனியன்காரர்கள் வந்து தடுத்தால்...?

இப்போலித்து உடன் வந்த ஏட்டிடம் கேட்டான்.

''நீங்க கடுதாசி எழுதிக் குடுங்க. நாங்க ஆள வுட்டு போலீஸ் வண்டிய வர வைக்கிறோம்''

ஏட்டிடமிருந்து கடிதத்தை எழுதி வாங்கி, பெஞ்சமினிடம் ஒப்படைத்துவிட்டு அவன் சொன்னான்.

''டேய் பெஞ்சமினே, நீ எங்க செபாஸ்டியனையும் கூட்டிக்கிட்டு சீக்கிரமா ஆலப்புழை ஸ்டேஷனுக்குப் போவணும். அங்கயிருந்து போலீஸ் வண்டில ஏறிப் பரவூர் சந்தைக்கு வரணும்''

இப்போலித்தின் தம்பி செபாஸ்டியனையும் அழைத்துக்கொண்டு பெஞ்சமின் ஆலப்புழைக்குத் திரும்பினான்.

இடுப்பு நிறைய பணத்தைக் கட்டிக்கொண்டு முதல்நாள் ஸ்டேஷனுக்குப் போனபோது இப்போலித்து ஒன்றைத்தான் கேட்டான். 'கூட்டுங்கல் குட்டப்பனையும் அவன் ஆட்களையும் கைவிலங்கு மாட்டி இழுத்துக்கிட்டுப் போறத கடற்கரை முதல் பரவூர் சந்தைவரை மொத்த ஆட்களும் பாக்கணும்' இப்போலித்தின் பிடிவாதம் அது. கடற்கரையில் இன்னிக்கி வரைக்கும் இப்போலித்துக்கு எதிராக கைநீட்ட ஒருத்தனுக்கும் துணிச்சல் வந்ததில்லை. கூட்டுங்கல் குட்டப்பன் அதற்கும் துணிந்துவிட்டான். யூனியனின் பின்புலம் அவனுக்கு இருக்கிறது. அவனை இரவோட இரவாகக் கடலில் கொண்டுபோய் அழுத்தலாம் என்று பொலிகார்ப்பு பல தடவை சொல்லியிருக்கிறான். அவனுக்கு அது பழக்கமும்தான். செம்மீனைக் கிள்ளுவதுபோல அவன் அதைச் செய்துவிட்டு வருவான்.

''அதைத்தான் செய்யணும்னா பெறகு பாக்கலாம்'' என்றான் இப்போலித்து.

''இப்ப தொறக்காரங்க முன்னால அவனோட கொழுப்ப அடக்கறதுதான வேண்டியது. கை விலங்கு மாட்டி போலீஸ் இழுத்துக்கிட்டுப் போறத நாலுபேரு பாக்கட்டுமே''

வழி முழுக்க ஆட்கள் திரண்டிருந்தனர்.

ஆறேழு போலீஸ்காரர்கள் கூட்டுங்கல் குட்டப்பனையும், சாலித்தரை ஜோசப்பையும், பள்ளிப்பறம்பில் ஔசேப்பையும், மூலங்குழி ஜோசப்பையும் கைவிலங்கு மாட்டி, அழைத்துச் செல்கின்றனர். துறைக்காரர்கள் நிறையபேர் பின்னால் வருகின்றனர். போலீசுக்கு பயந்து யாரும் ஒரு வார்த்தையும் பேசவில்லை.

இப்போலித்தும் பொலிகார்ப்பும் குறுக்குவழிகளில் பரவூர் சந்தைக்கு வந்து காத்திருந்தனர்.

சந்தை சந்திப்பில் அங்கிங்காக நின்றிருந்த யூனியன்காரர்கள் கூட்டமாகச் சேர்ந்து போலீசை நோக்கிச் சென்றனர். அவர்கள் கைது செய்யப்பட்டதற்கான காரணம் தெரிய வேண்டும். போலீசாரோடு வாக்குவாதம் ஏற்பட்டது. கோஷம் எழுப்பினார்கள். அதுவரைக்கும் பேசாமல் பின்னால் நடந்து கொண்டிருந்தவர்கள் போலீசுக்கு எதிராகத் திரும்பினார்கள். இப்போலித்தும் பொலிகார்ப்பும் வீராப்பிள்ளையின் பெட்டிக்கடைக்குப் பின்னால் மறைந்து நின்றனர். அவர்களுக்கு மிக அருகில் கிருஷ்ணன் மூப்பனின் நாட்டு மருந்துக் கடைக்கு முன்னால் திடீரென வடக்கிலிருந்து ஒரு போலீஸ்வண்டி வந்து நின்றது. அதிலிருந்து போலீசுடன் பெஞ்சமினும் குதித்து இறங்கினான். குட்டப்பனையும் கூட்டாளிகளையும் போலீஸ், வண்டிக்குள் தள்ளி ஏற்றியது. வண்டி முன்னால் நகர்ந்ததும் துறைக்காரர்கள் பெஞ்சமினை வளைத்துக் கொண்டார்கள்.

''குலத்துரோகி, நீதான் போலீசக் கூட்டிட்டு வந்தது இல்லையாடா?''

வீராப்பிள்ளையும் டீக்கடைக்காரன் சந்திரப்பனும் ஓடி வருவதற்குள் பெஞ்சமினை அவர்கள் சூழ்ந்து கொண்டனர்.

இப்போலித்து பொலிகார்ப்பை நோக்கி, ''இனி அவன் ஏழு ஜென்மம் எடுத்தாலும் என்ன எதுத்துப் பேசமாட்டான். எப்படியிருக்கு இப்போலித்தோட புத்தி?'' என்றான்.

''ஆமா, நம்ம செபாஸ்டியன் எங்க?''

பொலிக்கார்ப்பு கேட்டபோதுதான் இப்போலித்துக்கு அது ஞாபகம் வந்தது. அவனும் ஆபத்துல மாட்டிக்கிட்டானோ?

ஆட்களைக் கூட்ட இப்போலித்தும் பொலிக்கார்ப்பும் குறுக்கு வழியினூடே கடற்கரைக்கு வந்து சேர்வதற்குள், மீனவத் தொழிலாளர்கள் கோஷமெழுப்பிக்கொண்டு மேற்கே வருகிறார்கள். அரப்பக் கழிமுகத்திலிருந்து வாடக் கழிமுகம் வரைக்கும் இருநூறுக்கும் அதிகமானோர் பொள்ளயில்காரர்களையும் இப்போலித்தையும் திட்டிக் கொண்டே கடல்காற்றுபோல பாய்ந்து சென்று கடற்புறத்தையே நடுங்க வைக்கின்றனர். இப்போலித்து அவர்களின் பார்வையில் படாமல் மறைந்து நின்றான்.

கடல்காற்று மாறி வீசுகிறது. பொலிகார்ப்பு மனதுக்குள் சொல்லிக் கொண்டான். இப்படியே போனால் கடற்புறம் எரிந்து சாம்பலாகத்தான் போகிறது. அலறிப் பாய்ந்து வந்த அலைமடிப்புகளில் பொலிகார்ப்பு என்னென்னவோ அபாய அறிகுறிகளைக் கண்டான்.

பிரபாகரன் இலக்கின்றி ஓடுகிறான்.

''கைத்தரை பாப்பி வந்துட்டா...''

வரப்பு வழியாக சிறுவர்கள் ஓடுவதைப் பார்த்துதான் பிரபாகரனும் பின்னால் ஓடினான். ஆட்கள் அங்கேயும் இங்கேயுமாக ஓடி வந்து கொண்டிருந்தனர்.

''எங்க... பாப்பி எங்க?''

பிரபாகரன் பார்ப்பவர்களையெல்லாம் கேட்டான்.

''அதோ'' என்று சொல்லிக்கொண்டே ஆட்கள் முன்னால் ஓடுகிறார்கள்.

''நெஜமாவா? நீங்க பாத்தீங்களா?''

பிரபாகரனின் நெஞ்சில் தபேலா முழங்கியது.

''பாத்தோமே, தையல்காரன் கொச்சனியம் பிள்ளையோட கடைக்குப் போற பொன்னாம்வெளிச் சந்தை வழீல பாத்தோமே''

''அப்றம் அவ எங்கப் போனா?'' பிரபாகரன் வேதனையோடு கேட்டான்.

''பாப்பி அவ வீட்டப் பாத்து போறத பாத்தவங்க இருக்காங்க''

''அப்பறம் அவ எங்கப் போனா?''

''அது தெரியலப்பா''

சிறை வரப்பு தாண்டி குறுக்கு வழியாக, காய்ந்துபோன எட்டிக்காய்களை மிதித்து உடைத்தபடி பிரபாகரன் ஓடினான். ஆட்கள் வந்து சேர்வதற்குள் பாப்பி இருக்குமிடத்திற்குச் செல்ல வேண்டும். அவளைக் கையோடு அழைத்துக்கொண்டு வரவேண்டும். நீர்முள்ளிகள் முட்கள் விரித்த இடைவரப்பு வழியாக, தாழம் ஓலைகளுக்கு இடையிலாக, வயலோரத்து மண்மேட்டை இடித்துக்கொண்டு இறங்கி ஓடினான்.

காசித்தும்பைப் பூக்கள் சிதறிக் கிடக்கும் வயல் வரப்பினூடே, மரோட்டிமர நிழலினூடே ஓடி பாப்பியின் வீட்டு முற்றத்தை அடைந்தவன் பெருமூச்சு வாங்கினான். பூவாலிப் பசுவின் கதறல் கேட்குதா? மரோட்டிமர உச்சிகளுக்கிடையே இலைகள் அசைகிறதா? பாளைக்கத்தி கட்டிய சொரட்டுக்கோலின் நுனி பளபளக்குதா?

முற்றத்து கனகாம்பரத்துப் பூக்கள் முழுவதையும் பறித்தெடுத்தது யார்? முள்ளு வேலியோரமாக பதிந்திருக்கும் கால் தடங்கள் யாருடையது? பொடி மணலில் பதிந்த கால் அடையாளங்களை குனிந்து பார்த்தான். பெருவிரலோடு சேர்ந்திருக்கும் இரண்டாம் விரல் முன்னால் நீண்டு நிற்கிறது.

இது பாப்பியோட தடம்தானே?

அவன் சுற்றிலும் தேடினான்.

வறண்டு காய்ந்து விட்டிருந்த முல்லைத்தடத்தில் சிறுகாற்றின்வழி, கரிங்கொட்டைக் காடுகளுக்குள்ளிருந்து பாப்பியின் பாடல் கேட்டது.

''பூப்பறிக்க வாரீயா?

வாரீயா அதிகாலைல?''

அது பாப்பியின் குரல்தானே?

பிரபாகரன் செவி கூர்ந்தான்.

வயலில் கிடந்த மண்மேட்டை இடித்துக்கொண்டு, காசித்தும்பைகளை மிதித்து உலைத்து, நீர் முள்ளிகளை நொறுக்கியபடிப் பாய்ந்தான்.

கரிங்கொட்டைக் காடுகளுக்கு அப்பாலிருந்து பாப்பியின் பாட்டு இழைந்து வருகிறது.

''யாரு உங்களுக்கு வேணும் அதிகாலைல?

மாராவை எங்களுக்கு வேணும் விடிகாலைல...''

இடப்பள்ளி சந்திப்பில் பேருந்திலிருந்து இறங்கி, திசாவும் அபராஜிதாவும் நெரிசல் மிகுந்த பாதையைக் குறுக்கே கடந்தனர். எம். ஆர். நாயரின் இருப்பிடத்தைக் கண்டுபிடிக்க வேண்டும். ஏதோ ஒரு திருப்புமுனைக்கான பயணம் இது. அபராஜிதாவுக்கு அப்படித்தான் தோன்றியது. ஒவ்வொரு சுவடு வைக்கும்போதும் மனது அப்படிச் சொல்கிறது... ஒருவேளை, அவரால் எதையும் நினைவுகூர முடியாமல் போனால்?

வாமதேவன் தோழர் மீண்டும் அழைத்திருந்தார். மரணத் துருத்திலிருந்து மீண்டு வந்திருக்கிறார் எம். ஆர். நாயர். டில்லி மயூர் விகாரில் வாடகைக்கு எடுத்த ஸ்டுடியோ ஃப்ளாட்டில் தனியாகவே வசித்தார். ஆறேழு மாதங்கள் முன்பு ஒரு விடிகாலையில் பக்கவாதம் வந்து குளியலறையிலேயே விழுந்துவிட்டார். நல்ல நேரம்! முன்வாசல் தாழிடப்படவில்லை. மறந்திருக்கலாம். அது நல்லதாகப் போயிற்று . வழக்கம்போல் குடித்திருந்தார். வாழ்வுக்கும் சாவுக்கும் இடையிலொரு நூல் பாலத்தில் எங்கேயோ வைத்து எய்ம்சில் கொண்டு சேர்க்க முடிந்ததும் ஏதோ புண்ணியத்தால்தான். இப்போது இடப்பள்ளியில் மகளுடன் ஓய்வில் இருக்கிறார்.

'மரணத்தை நோக்கிய ஒற்றையடிப் பாதையிலிருந்து வாழ்வின் ஊடுவழிகளுக்கு எம். ஆர். நாயர் திரும்பி வந்தது எதற்காக? முன் வாசல்கதவு தாழிட மறந்து போனது எதற்காக?' அபராஜிதா யோசித்தாள்.

திசா ஒரு ஆட்டோ ரிக்ஷாவை அழைத்தாள்.

32

அடித்தலும் திருத்தலும்

ஆள்கூட்டம் வாடய்க்கல்சிறை வழியாக பாப்பியின் வீட்டைப் பார்த்து ஓடுகிற நேரத்தில்தான் வயலோர மடல்களை இடித்து இறங்கி, குறுக்குவழியில் பிரபாகரன் கரிங்கொட்டை காட்டின் பக்கமாகப் பாய்ந்தான்.

ஓடி நெருங்க நெருங்க பாப்பியின் இசை காதுகளுக்குப் பரவி வருகிறது.

''ஒன்னானாம் கொச்சு தும்பி,

பூப்பறிக்க வர்றியா?

ஹாய்... பூப்பறிக்க வர்றியா...?

வர்றியா அதிகாலைல, ஹாய்''

ஓணச்சாட்டில் எய்துவிட்ட அம்புகளைப் போல, சிறு வெயிலினைத் துளைத்துப் பாய்கிறது பாப்பியின் இசை. ஆனாலும் பாப்பியின் இசையில் ஏதோ ஒரு தொய்வு தெரிகிறதே? கடைசியாக சந்தித்துத் திரும்பும் போதும் அவளுடைய பாட்டுதானே காதுகளில் வந்து முழங்கியது. மரோட்டி உச்சியில் உட்கார்ந்து அவள் பாடிய பாட்டு. அது இப்போதும் அவன் காதுகளில் ஒலிக்கிறது.

''தத்தய்யம் தாதய்யம் தாரோ

சிமி தத்தினம் திந்தாயி தாரோ...''

தத்தினம் திந்தாயி தாரோ

சிமி தத்தய்யம் தாதய்யம் தாரோ...'

மணலில் புதைந்த காலடிகளைச் சிறைப்படுத்திய தாளம். இன்று என்ன அதில் ஒரு தாளப்பிழை?

காட்டினருகே ஓடிச்சென்று மூச்சிரைக்க நின்றான். பாப்பிக்குப் பக்கத்தில் போகும்போது இப்போதும் கைகால்களில் என்ன ஒரு நடுக்கம்!

சற்று அருகில் வெளித்தோட்டத்தில் முட்டி அளவு தழைத்திருந்த கோரைப்புற்களுக்கு இடையில், முன்னால் வளைந்து தாளத்தில் சுவடு வைக்கிறாள் பாப்பி. இலையிடுக்குகளுக்கு இடையில் பிரபாகரன் ஒளிந்திருந்து பார்த்தான். முடியை இரண்டு பக்கமும் பிரித்துப் போட்டு, கனகாம்பரம் பூச்சூடி... கைலியை மார்பின்மீது இழுத்துச் சொருகிக்கொண்டு... ஆகாயத்தையே துளைத்து ஏறும் உச்ச சுரத்தில் பூத்துக் குலுங்கிப் பாடுகிறாள் அவள்.

''யாரை உனக்கு வேணும்,

தேவை விடிகாலைல?''

பாப்பி தாளத்தோடு ஆடுகிறாள்.

கடவுளே, பாப்பிக்கு என்ன ஆச்சு? கூட நெறய பேரு இருக்காங்கன்ற மாதிரியில்ல இருக்கு அவ ஆட்டம்?

''பாப்பீ...'' பிரபாகரன் காட்டின் பக்கமிருந்து அழைத்தான். ''நான்தான், பிரபாகரன்''

பாப்பியின் தாளம் நிலைத்தது. பாட்டு நின்றது. காட்டின் பக்கம் பாப்பி வெறித்துப் பார்த்தாள்.

குரலைக் கேட்டதும் பாப்பி புரிஞ்சுக்கிட்டாளே?

பிரபாகரன் செடிகொடிகளை விலக்கிவிட்டு முன்னால் வந்தான்.

''பாப்பீ... இது நான்தான்''

அவள் திடுக்கிட்டு அவனைப் பார்த்தாள்.

''வா, நாம நம்ப வீட்டுக்குப் போலாம்''

அவன் தயங்கித் தயங்கி இரண்டு மூன்று அடி முன்னால் வைத்தான்.

பாப்பி மீண்டும் ஓர் நடுக்கத்தோடு பின்னால் நகர்ந்தாள்.

வெறுப்பாகப் பார்க்கிறாள் அவள்.

எங்கிருந்தோ நிறைய காட்டுச் சிலம்பன்கள் பறந்து வந்தன. கரிங்கொட்டைக் காட்டில் தவிட்டுக் குருவிகளின் கூச்சல்.

பிரபாகரன் வேட்டியை அவிழ்த்து இறுக்கி மடித்துக் கட்டினான்.

''ஒடம்புக்கு ஏதாவது முடியலன்னா போற வழீல நாம வைத்தியரப் பாக்கலாம்''

அவன் கோரைப்புற்களுக்கிடையே இறங்கினான்.

பாப்பி பயந்து நடுங்கி பின்னால் ஒதுங்கினாள். கைகள் இரண்டையும் மார்பில் பிணைத்துக் கொண்டு பூவரசோடு சேர்ந்து நின்றாள். கண்ணில் தீக்கனல் நிறைத்து பிரபாகரனை அழுத்தமாகப் பார்க்கிறாள் அவள்.

"ஒண்ணுத்துக்கும் பயப்படாதே... இது நான்தான்... பிரபாகரன்"

அவன் முன்னே நெருங்கினான்.

"போடா..."

பாப்பி அலறினாள். பேய் அலறுவது போல...

பிரபாகரன் நின்ற நிலையில் நடுங்கிப் போனான்.

பின்னால் அரவம். தவிட்டுக் குருவிகளல்ல. ஆட்கள் ஓடி வருகிறார்கள்.

"அதோ, கைத்தரை பாப்பி"

காட்டினருகே அவர்கள் தயங்கி நின்றனர். காட்டுச் சிலம்பன்கள் பூவரசின் கிளைகளுக்குப் பறந்தன.

"போ... டா... எமகாதகனுங்களா" பாப்பி மறுபடியும் சீறினாள்.

"கைத்தரை பாப்பிக்கி பைத்தியம் புடிச்சுக்கிச்சே"

சிறுவர்கள் கூட்டம் ஆரவாரக் கூச்சல் போட்டது.

"புடிச்சுக்கிச்சு, புடிச்சுக்கிச்சு, கைத்தரை பாப்பிக்கு பைத்தியம் புடிச்சுக்கிச்சு..."

"நவுந்து நில்லுங்கடா நாயிங்களா"

பிரபாகரன் கையை வீசினான்.

"எவளுக்குப் பைத்தியம் புடிச்சா, உங்களுக்கென்னடா..."

பாப்பி பூவரசின் கீழேயிருந்த கிளையை ஒரே இழுப்பில் உடைத்து வீசினாள்.

"போடா..."

"ஓடுங்கடா" சிறுவர் கூட்டம் கரிங்கொட்டைக் காட்டை மிதித்து ஓடியது.

பூவரசின் கிளையோடு ஓடி வருகிறாள் பாப்பி. காட்டுச்சிலம்பன்களுக்கு நடுவில் பிரபாகரன் நிலைகுலைந்து நின்றான்.

"இது பைத்தியமில்லப்பா, மண்ணாம்தரைல மாராவோட பேய் புடிச்சிருக்கு"

விவரம் தெரியாத ஜனங்கள், பிரபாகரன் பற்களை நெறித்தான்.

"பாரு, ஒரே இழுப்புலயில்ல பூவரசோட கொம்ப ஒடிச்சா? அந்த நோக்கையும், போக்கையும் பாரு... நம்ம யாரையும் தெரிஞ்சதாவே காட்டிக்க மாட்டேங்கறா பாத்தியா?"

''பிரபாகரா நீ நவுந்துக்கோ... இது பாப்பியில்ல, மண்ணாம்தரைல மாராவோட பேய்தாண்டா...''

பாப்பி காற்றாகப் பாய்ந்து வந்து பிரபாகரன் முன்னால் தயங்கி நின்றாள்.

''கொன்னுட்டானுங்களா? என்னோட மாராவக் கொன்னுட்டானுங்களா?''

பிரபாகரன் தலையசைத்தான்.

''என்னோட மண்ணாம்தரைல மாராப்பொண்ணு ஒடுங்கிட்டாளா?''

''நம்மோட மாரா தாமரக்கொளத்துல வுழுந்து செத்துட்டா பாப்பி''

''எங்கடவுளே'' கையிலிருந்த பூவரசின் கிளை கீழே விழுந்தது. எண்ணெய் வற்றி வறண்ட முடியின் சிக்கைப் பறித்துக் கொண்டு, நீண்ட கூக்குரலுடன் அவள் நிலத்தில் குழைந்து விழுந்தாள்...

கரும்புகையைக் கக்கிக் கொண்டு புகைவண்டி கூவிப் பாய்ந்து செல்கிறது. பயணம் புறப்பட்ட நேரத்தில் என்.சி. சேகருக்குக் கொடுத்தவற்றிலிருந்து ஒரு புத்தகத்தை மட்டும் திருப்பியெடுத்துக் கொண்டார் தோழர் கே. சி. ஜார்ஜ். பயண வேளையில் நேரம் போக்க. 'எ ஷாட் ஹஸ்டரி ஆஃப் கம்யூனிஸ்ட் பார்ட்டி ஆஃப் சோவியத் யூனியன்' கடற் சுங்கச் சட்டப்படி திருவிதாங்கூருக்குள் தடை செய்யப்பட்ட புத்தகம் அது. ஆறேழு வருடங்களுக்கு முன்னால் எப்படியோ கே. தாமோதரனின் கையில் வந்து சேர்ந்தது. தாமோதரன்தான் வாசிக்கக் கொடுத்தார். ஒரு தடவை பத்ரோஸ் அதைக் கையிலெடுத்து பக்கங்களைப் புரட்டிவிட்டு ஏமாற்றத்தோடு கீழே வைப்பதைப் பார்த்தார்.

''படிப்பறிவு உள்ளவங்க யாராவது இத மலையாளத்துக்கு மொழிமாற்றம் செய்யலாமே, என்னை மாதிரி காக்காசுக்குப் படிப்பில்லாத தோழர்களும், தோழர் லெனின் ஆட்சியதிகாரத்துக்கு எதிராகப் படை செலுத்தியது எப்படீன்னு வாசிச்சுத் தெரிஞ்சுக்கலாமில்ல''

''ஆமாம், தோழா நீங்களே அதுக்கு முயற்சி பண்ணலாமே?''

கே. தாமோதரன் ஜார்ஜைக் கேட்டார்.

''பாக்கலாம்''

அன்று வாங்கிக் கையில் வைத்தது இது. மன்னிக்க முடியாத உதாசீனம். எங்கே முடியுது? இந்த ஓட்டத்துக்கு நடுவில நேரம் கெடச்சாதானே?

வண்டி வெகு தாமதமாகவே ஆலுவா ஸ்டேஷனை அடைந்தது. இணைப்பு ரயிலுக்காகப் பல இடங்களிலும் நிறுத்த வேண்டி வந்தது. புறப்படவும் தாமதமானது.

விடிகிற வரைக்கும் கோழிக்கோட்டின் கொசுக்கடியையும் சகித்துக்கொள்ள வேண்டியிருந்தது. வெளியே வந்ததும் ஒருவர் எதிரே வந்தார்.

''தோழரை வைக்கத்துக்குக் கூட்டிட்டுப் போக காரோட வந்திருக்கேன்''

அவர் வணக்கம் சொல்லி அறிமுகம் செய்து கொண்டார். பெயர் வர்கீஸ். மருத்தாளுநர். ஊரில் சிறியதொரு கிளினிக்கும் நடத்துகிறார். கட்சித் தோழர். வைக்கத்திலிருந்து வள்ளத்தில் ஆர்யாட்டுக்குக் கொண்டுவிட ஏற்பாடு செய்யப்பட்டுள்ளதாக வர்கீஸ் சொன்னார். வைக்கம் கடவில் தோழர் தம்பி காத்துக் கொண்டிருக்கிறார். அங்கிருந்து அதற்குமேல் வேறொரு தோழரின் பொறுப்பு.

இருள் பரவத் தொடங்கியது. வைக்கம் கடவில் கார் வந்து நின்றதும் இருட்டில் ஒரு பீடி வெளிச்சம் பக்கத்தில் வந்தது.

''பீடியிருக்கா?'' தோழர் வர்கீஸ் வந்தவரிடம் கேட்டார்.

''இல்லயே, தீப்பெட்டி இருக்கு'' பதிலைக் கேட்டு ஜார்ஜ் முதலில் சற்று அதிர்ந்தார்.

சங்கேத மொழி.

''வள்ளம் தயார்தானே?'' வர்கீஸ் கேட்டார்.

''உடனே வந்திடும். தோழர் எங்கே?'' வந்தவர் கேட்டார்.

''இதுதான் தோழர் தம்பி'' வர்கீஸ் காதோடு சொன்னார்.

என் வேலை இதுவரைக்கும்தான். இனி தோழர் பாத்துக்குவார். லால்சலாம்''

வர்கீசுக்குத் திரும்ப 'லால்சலாம்' சொல்லிவிட்டு தோழர் தம்பியுடன் இருட்டில் நடந்து அகன்றார்.

''நெனச்ச காரியம் நெனச்சது மாதிரி நடக்கல தோழரே'' சற்றுநேர மௌனத்திற்குப் பின் அவர் சொன்னார்.

''ஏற்பாடு செய்திருந்த வள்ளக்காரன் பயந்துபோய் வரல்ல. ராத்ரீல காயல் வழியா ஆலப்புழைக்குப் போக யாரும் தயாரில்ல. அங்கேயிருந்து வர்ற ரிப்போர்ட்டு அவ்ளோ சரியில்ல. ராத்திரி போலீஸ் வள்ளத்துல ரோந்து சுத்துது''

''இனி இப்ப இந்த கும்மிருட்டில என்ன செய்யறது?'' ஜார்ஜ் சங்கடப்பட்டார்.

''தோழர் இதையெல்லாம் நெனச்சு கவலப்படாதீங்க. ஏதாச்சும் வழி பண்ணலாம். ஒண்ணுமில்லன்னாலும் கிருஷ்ணப்பிள்ளைத் தோழரோட ஊரில்லையா?''

அவர் விரல் நுனியைப் பிடித்தார்.

"கொஞ்சநேரம் தனியா இங்க நிக்க வேண்டியிருக்கும். போலீஸ்காரங்க யாராவது ரோந்து சுத்திக்கிட்டு இந்த வழியா வந்தா, கண்ல படாதமாதிரி ஒதுங்கி நவுந்து நின்னுடனும். புடி கொடுத்துடாதீங்க"

இருட்டில் அவருடைய முகம் சரியாகப் பார்க்க முடியவில்லை. வள்ளக் கடவோடு சேர்ந்த வெத்தலைப்பாக்குக் கடையின் மறைவில் தனியாக நிற்க வைத்துவிட்டு எங்கேயோ போனார்.

சற்று நேரம் கழித்து ஒரு டார்ச் லைட்டின் வெளிச்சம் தூரத்திலிருந்து வட்டமாக விழுவதைப் பார்த்தார். போலீசாயிருந்தா? ஜார்ஜ் கடையின் மறுபக்கம் நகர்ந்தார். வெளிச்சத்தின் வளையங்கள் கடையை நோக்கி வந்தன. நெருங்கியதும் வெளிச்சம் மறைத்து டார்ச் லைட்டின் முனை வட்டம் சிவந்தது. விரல்கள் ஐந்தும் சேர்த்துப் பிடித்திருக்கிறார்கள். அது ஒரு சங்கேதக் குறிப்பல்லவா?

"பீடியிருக்கா?" தோழர் தம்பியின் குரல்.

"தீப்பெட்டி இருக்கு, போதுமா?" திருப்பிக் கேட்டார்.

"போதும்" தோழருடன் வந்தவன் விரல்களைத் தழைத்து, டார்ச் லைட்டினை கீழே பாய்ச்சினான். இருட்டிலே அவனுடைய சூம்பிய கால்களைச் சுற்றிலும் வெளிச்சம் வட்டமிட்டது.

"போலீஸ்காரங்க யாரும் வரல்லையே?" தோழர் தம்பி கேட்டார்.

"இல்ல"

"ரொம்ப கஷ்டமாப் போச்சு. ராத்ரீல ஆலப்புழைக்குப் போக வள்ளக்காரங்க தயாரில்ல. நல்ல நேரத்துக்கு கொச்சீலருந்து கூரை வேயும் ஓட்டோட போற கட்டுமரத்த ஏற்பாடு செஞ்சாச்சு"

சொல்லி முடிக்கவும் கடவில் வள்ளம் நெருங்கியது.

"காயல்ல ரோந்து சுத்தற போலீஸ்காரங்க எங்கயாவது தடுத்து நிறுத்திக் கேட்டாலும் கேக்கலாம். கொச்சீலருந்து ஓடெடுத்துக்கிட்டு வர்றோம்னு சொன்னாப் போதும். ஆலப்புழைல பூப்பள்ளிக்காரங்களுக்கான ஓடுன்னு சொல்லுங்க"

அதைச் சொல்லிவிட்டு அவர் திரும்பி நடந்தார்.

ஆர்யாடு நெருங்கும்போது விடியத் தொடங்கிவிட்டது. காயல்கரையில் தோழர் கொச்சு நாராயணன் காத்துக் கொண்டிருந்தார்.

"நான்தான் தோழரோட கொரியர்"

கொச்சு நாராயணன் முன்னே நடந்தான். பத்ரோஸ் தோழர் எல்லாவற்றையும் ஏற்பாடு செய்திருந்தார்.

''ஆலப்புழையிலிருந்து ராத்திரி தோழர்கள் வந்து சொல்லியிருந்தார்கள்''

பத்ரோஸ் மீண்டும் மீண்டும் அதிசயமாகிறார்.

காயல் கரையிலுள்ள சிறியதொரு வீட்டுக்குத்தான் கொச்சு நாராயணன் அழைத்துச் சென்றார். தென்னைமரக் கூட்டங்களுக்கு நடுவில் ஒரு வீடு.

''இங்கன்னா யாருக்கும் தெரியாது. மானும் மாஞ்சாதியும் இந்தப் பக்கம் வராது. சுத்தி நம்ம ஆளுங்க காவலுக்கு இருக்காங்க. ராத்திரி பத்ரோஸ் தோழர் வந்துடுவார்''

''பத்ரோஸ் தோழரா?'' ஜார்ஜ் அதிர்ந்தார்.

''உம், தோழர் வந்த வண்டியிலேயேதான் பத்ரோஸ் தோழரும் வந்தார். கோட்டயத்துல எறங்கிட்டார்''

''பத்ரோஸ் அந்த வண்டியில இல்லியே?''

''வண்டி கெளம்ப லேட்டாச்சுல்ல? கெளம்பற நேரத்துலதான் அவர் வந்து ஏறினார். அப்பறம், நீங்க ரெண்டு பேரும் ஒண்ணா வர்ற விவரம் போலீசுக்குக் கெடச்சிடுச்சுன்னு ஒரு தகவல் வந்துச்சு. ரெண்டு எடத்துல எறங்கலான்னு முடிவு பண்ணதும் தோழரோட முன்னேற்பாடா இருக்கலாம்''

இரவில் வெகு தாமதமாகவே பத்ரோஸ் வந்தார். பயணத்தைப் பற்றி எதுவும் சொல்லவில்லை. தானே போய் கேட்கவுமில்லை.

''தனியா இருந்து சோர்ந்து போயிடுச்சா?''

சிம்னி வெளிச்சத்தில் சோவியத் கம்யூனிஸ்ட்டு கட்சியின் சரித்திரத்தை மடித்து வைத்தார்

''மொழிபெயர்க்கத் தொடங்கியாச்சா?''

பத்ரோஸ் புத்தகத்தைத் திருப்பிப் பார்த்தார். மொழிபெயர்ப்பைப் பற்றித்தான் பத்ரோஸ் கேட்கிறார்.

''பரவாயில்ல. இன்னும் நேரமிருக்குதே?''

''நேரமிருக்கா?'' ஜார்ஜ் சந்தேகத்தோடு கேட்டார்.

''என்ன சந்தேகம்? இந்தப் போராட்டத்தில் நாம ஜெயிப்போம்''

பத்ரோஸ் அழுத்தமாகச் சொன்னார்.

சிம்னி விளக்கின் சிவப்பு வெளிச்சம் பத்ரோசின் முகத்தில் சிதறி விழுந்தது.

''வா, ஒரு எடம் வரைக்கும் போயிட்டு வரலாம்''

பத்ரோஸ் வெளியே இறங்கினார். எங்கே என்று கேட்கவில்லை. முன்கோபி. ஜார்ஜ் பின்னாலேயே சென்றார்.

கொச்சு நாராயணன் ராந்தலைத் தூண்டிவிட்டு முன்னே நடந்தான். இருட்டின் ஒளிவிடங்களில் வெளிச்சம் சிதறிவிட்ட வளையங்கள். தனியாக இருந்த ஒரு வீட்டின் முற்றத்தைச் சென்றடைந்தனர். ராந்தலின் வெளிச்சத்தில் தோழர் சி.ஜி.யின் முகம் தெரிந்தது. உத்திரத்தில் தொங்கவிடப் பட்டிருந்த ராந்தல் விளக்கு காற்றில் சாய்ந்தாடியது. திண்ணையில் தோழர் கே.கே. குஞ்ஞுனின் தலை தெரிந்தது. பின்னால் பி.ஜி. பத்மநாபன்.

''சி. ஜி. சதாசிவன் கொஞ்சநாளா இங்கதான் தலைமறைவா இருக்கார்'' என்றார் பத்ரோஸ்.

''இப்ப பி.ஜி.யும் குஞ்ஞுன் தோழரும் தொணைக்கு வந்துட்டாங்க. இனிமேல் செய்ய வேண்டிய காரியங்களுக்கு இந்த இடம்தான் நல்லது. அக்கம்பக்கம் ஒருத்தருக்கும் தெரியாது''

முற்றத்து முந்திரி மரத்தின் கீழே எல்லோரும் வட்டமாக உட்கார்ந்தார்கள். கொச்சு நாராயணன் கடுங்காப்பி போடப் போனான்.

''நாளன்னக்கி அடுத்த நாள்லயிருந்து பொது வேலை நிறுத்தம் நடத்தத் தீர்மானிச்சிருக்கு இல்லையா?'' என்றார் பத்ரோஸ்.

''கட்சியளவில் இன்னொருமுறை அதப் பத்தி யோசிக்கணும்னு தோழர் டி.வி. க்கொரு அபிப்பிராயம்''

''இன்னக்கி ஐப்பசி ரண்டாயிடுச்சே'' ஜார்ஜ் கேட்டார்.

''ஏஐடியுசி எடுத்த தீர்மானமில்லயா? ஒன்றுபட்ட தொழிற்சங்கத் தலைவர்ங்கற நிலையில டி.வி. தானே அதை அறிவிக்கணும்?''

''எல்லாம் சரிதான். இருந்தாலும் கே.சி.யும் வந்திருக்கறதால இன்னும் ஒரு தடவை யோசிக்கலாமேன்னுதான் தோழர்...'' பி.ஜி. சொன்னார்.

கொச்சு நாராயணன் ஆவி பறக்கும் கடுங்காப்பி கொண்டு வந்தான்.

நடு இரவில் டி. வி. தாமசும் வர்கீஸ் வைத்தியரும் வந்தார்கள்.

''பட்டாள கேம்ப் போலயிருக்கே பத்ரோசின் ஏற்பாடுகள்?'' வரும்போதே டி. வி. சொன்னார்.

''கொரியர் கூட இருந்தும் எங்கள வழிநெடுக தடுத்து நிறுத்தி, சங்கேதக் குறியீட்டைக் கேட்டுதான் போக அனுமதிச்சாங்க, பத்ரோசின் படை''

வெடிச் சிரிப்புகளுக்கிடையில் வர்கீஸ் வைத்தியர் சொன்னார்.

சர்ச்சை திடீரென தீவிர முகம் கொண்டது. ஒரேயொரு பிரச்னையே டி.வி.யை அலட்டியது.

''உடன்படிக்கை செய்யறதுக்கும், நடுவுலயே முடிச்சுக்கறதுக்குமான வேலை நிறுத்தமில்ல இது'' என்றார் டி. வி.

''அரசியல் லட்சியத்தை அடைகிறவரை பொது வேலைநிறுத்தமும் தொடர வேண்டி வரும்''

''அது வேண்டியிருக்கும்'' பத்ரோஸ் அடிக்கோடிட்டார்.

''அதுக்கு முடியாமப் போனா...?'' டி.வி. ஜார்ஜைப் பார்த்தார்.

''முடியும்'' பத்ரோஸ் குறுக்கிட்டார்.

''இன்னும் ஒரு தடவை யோசிக்கணும்'' என்றார் டி.வி.

''இல்லன்னா எதுவும் நடக்கலாம்''

''இதுல என்ன யோசிக்க இருக்கு? மத்தியக் குழுவும் அனுமதி தந்ததுதானே? ஒன்றுபட்ட தொழிற்சங்கத் தலைவர்ன்ற முறையில தோழர் நாளையே அரசியல் பொது வேலை நிறுத்தத்துக்கான அழைப்பை விடுக்கணும்''

பத்ரோஸ் அறுதியிட்டுச் சொன்னார்.

''முன்னால வச்ச அடி இனிமே என்ன வந்தாலும் முன்னாலதான்'' ஜார்ஜ் சொன்னார்.

சி.ஜி. யும் பி.ஜி. யும், கே.கே. குஞ்ஞனும் அதனோடு ஒத்துப் போனார்கள்.

கே.சி. இன்னும் ஒன்றையும் சேர்த்துச் சொன்னார்.

''நானும், குஞ்ஞனும், பத்ரோசுமெல்லாம் தலைமறைவாயிடுவோம். டி.வி. உட்பட முக்கியத் தொழிற்சங்கத் தலைவர்கள் யாரும் தலைமறைவில் செல்லக் கூடாதுங்கறதுதான் தோழரின் யோசனை. வெளிப்படையாப் போராட்டக் களத்தில நிக்கணும். சிறை செல்லத் தயாரா இருக்கணும்''

டி.வி. சற்றுநேரம் எதையுமே பேசவில்லை. வலப்பக்கம் சாய்ந்து கிடந்திருந்த ஜிப்பாவின் மடிப்பை நீவிவிட்டு நிமிர்ந்து உட்கார்ந்தார்.

உத்திரத்தில் தொங்கவிடப்பட்டிருந்த ராந்தலில் எண்ணெய் வற்றியது. திரி எரிந்து தாழ்ந்தன. வெளிச்சத்தின் வட்டங்கள் குறுகிச் சிறுத்தன.

கடற்கரையில் அச்சுறுத்தும் சுழல்காற்றென அது சுழன்று அடித்தது. போலீஸ் கைவிலங்கு போட்டு அழைத்துச் சென்ற குட்டங்கல் குட்டப்பனையும் கூட்டாளிகளையும் லாக்கப்பில் தலைகீழாகக் கட்டிப்போட்டு அடித்துத் துவைத்திருக்கிறார்கள்.

தோழர் டி.வி. பேச்சு வார்த்தைக்குக் கடற்கரைக்கு வந்தபோது பொள்ளயில் குடும்பத் தலைவர் கொடுத்த வாக்குறுதி என்னவாக இருந்தது? மூத்தவர்களான அம்புரோசும் நிக்ளாவும் மெர்சிலும் குட்டப்பனையும் கூட்டாளிகளையும் மறுநாளே வெளியே கொண்டு வந்திடுவோம் என்று வாக்கு கொடுத்தார்கள் இல்லையா? ஆனால் இன்றோடு நான்கு நாட்கள் ஆகிவிட்டது. போலீஸ் நேற்றும் கடற்கரைக்கு வந்தது. விசாரிக்க வேண்டும் என்று சொல்லி ஏழெட்டுபேரைப் பிடித்துக்கொண்டு போனது. இப்போலித்தும், அந்தப்பன் கூட்டாளி கருகப்பறம்பில் மரியானும் வழக்கு போட்டதால்தான் அவர்களைக் கொண்டு போனார்கள். இதற்குப் பின்னால் இருந்தது அந்தப்பனும் இப்போலித்துமே.

வாடய்க்கல் கடற்கரை பற்றி எரிந்தது. துடுப்புகளும் அருவாமனைகளும் பிச்சுவாக்கத்திகளுமாக அந்தப்பனின் அலுவலகத்தை நோக்கி அவர்கள் பாய்ந்தனர்.

முல்லைக்கலில் முடிவெட்டப் போன பெஞ்சமின் மாலையில் திரும்பி வந்தபோதுதான் கடற்கரை நின்று எரிவதைப் பார்த்தான். அந்தப்பனின் அலுவலகம் உடைக்கப்பட்டிருக்கிறது. கூடங்கள் தீயிடப்பட்டிருக்கிறது. இப்போலித்தின் வீடு நொறுங்கியிருக்கிறது. அடித்த அடியில் அந்தப்பன் ஓடிவிட்டான். இப்போலித்து எதிர்த்து நின்றான். கடைசியில் அப்ளோர் அரௌஜின் வீட்டுக்குள் புகுந்து ஒளிந்து கொண்டான். அவர்கள் வாசலை உடைத்து உள்ளே போய் அவனை வெளியே இழுத்து வந்து கட்டிப்போட்டுத் துடுப்பினால் உதைத்தனர். செத்துவிட்டான் என்று தெரியும்வரை அடித்தனர்.

பக்கத்தில் வசிக்கும் அம்புரோசின் மனைவி எலீசா வந்து பார்க்கிறபோது இப்போலித்தின் உயிர் போய், குருதியில் குளித்துக் கிடக்கிறான். ‘என் ஈசாவே!’ அவள் மறுபடியும் உற்றுப் பார்த்தாள். கடற்கரையின் சூடும் வாசமும் அறிந்த கருத்து தடித்த உதடுகளில் நடுக்கம் தெரிகிறதே? எதற்கோ அது வெம்புகிறதே? அவள் உள்ளே மண் குடத்திலிருந்து தண்ணீர் எடுத்து உதடுகளில் சொட்டுசொட்டாய் விட்டாள். அவன் உடலில் உயிர் வந்தது. கிழக்கன் தண்ணியில் கழிமுகத்து ஓடையில் இழைந்து வந்த மலைப்பாம்பைப் போல இப்போலித்தின் உடல் நீண்டு நிமிர்ந்தது. குருதி வழிந்திறங்கும் தலையையெடுத்து எலீசா தன் மடியில் வைத்தாள். முன்னால் குனிந்ததும் முலைக்காம்புகள் துடித்தன. அவள் மனம் எதையெல்லாமோ நினைத்துக் கொண்டது. நினைவிழந்தபோதும் உதடுகள் ஆவலோடு பிளந்தன. அவள் தண்ணீரை விட்டாள். வெளியே சருகுகள் அசையவும் அவர்கள் மறுபடியும் வருவார்களே என்று நாலைந்து ஓலைக் கீற்றுகளை எடுத்து அவன் உடலை மூடினாள்.

தெற்கே நகர்ந்த கூட்டம் அந்தப்பனின் அப்பன் பௌலீஞ்ஞை அடித்து வெளுக்கிறது. அவருடைய கூக்குரல்தான் கேட்கிறது. இசபெல்லின் கூக்குரலும்

கேட்குதே? டென்னீசின் வீட்டையும் வளைக்கிறார்கள். எலீசா கதவின் பின்னால் ஒளிந்து கொண்டாள். ஓலைக் கீற்றினுள் அவன் உடல் துடித்துத் துவள்கிறது. மேற்கே கூடங்கள் நின்று எரிகின்றன. ஆகாயத்தை மறைத்து புகைச் சுருள்கள் எழும்புகின்றன. இப்போது இப்போலித்தின் வீட்டுப் பக்கம் அரவம் கேட்கிறது. கதவுகளையும் ஜன்னல்களையும் அடித்து நொறுக்கும் சத்தம். சமையல்கட்டுப் பக்கம் நெருப்புக் கோளங்கள் ஆகாயத்துக்கு உயர்கின்றன.

எலீசா ஜன்னல் கம்பிகள் வழியாக உள்ளே பார்த்தாள். கடலை மிரட்டிய கொம்பன் சுறா முடிவில் கரையிடம் சரணடைந்துவிட்டதே. அம்புரோஸ் கடலுக்குப் போய்விட்டுத் திரும்புவதற்குப் பிந்துகின்ற இரவுகளில், குடிசைக்குள் நுழைந்து வருகின்ற கருத்த உருவம் இப்படிக் கிடப்பதைப் பார்க்க சகிக்க முடியவில்லையே!

நேரம் நன்றாக இருட்டிவிட்டது. பெஞ்சமின் தூக்கம் வராமல் ஆளற்ற கடற்கரை வழியாக நடந்தான். கடல்கூட மௌனமாகவே இருக்கிறது. அரப்பக் கழிமுகத்திலிருந்து வீசிய காற்றில் வெந்து கரிந்த மீன்களின் நாற்றம். சுடுசாம்பலின் மணம். எரிந்தமர்ந்த கூரைகளின் தீய்ந்த வாடை....

கடல் மணலில் யாருடையதோ காலடிச் சத்தம் கேட்டு அவன் நடப்பதை நிறுத்தினான். அரையிருட்டில் யாரோ ஓடி வருகிறான். அருகில் வந்தபோதுதான் தெரிந்தது, யஹியா.

''நெலம மோசமாயிக்கிட்டிருக்கு பெஞ்சமினே'' அவன் மூச்சிரைத்தான்.

''மூணு வண்டி போலீஸ் வந்திடுச்சு. நம்மோட பொள்ளயில் மத்தாயியோட வீட்ல கேம்ப் போட்டிருக்கு. மத்தாயியும் அவனோட சின்னம்மாவும் எங்கயோ போயிட்டாங்களாம். அவன் அப்பனோட சங்கதி என்னத்தச் சொல்ல? அந்தாளு எங்கப் போனாருன்னு ஒருத்தருக்கும் தெரியல. நாளக்கி இன்னும் நெறய போலீஸ் வருவாங்களாம்''

ஒரே மூச்சாக அவன் சொல்லி முடித்தான்.

மாநிலக் காங்கிரஸ் தலைவர் அப்ளோர் அரௌஜின் முதல் மனைவியின் மகன்தான் மத்தாயி. அப்ளோரின் வீட்டில்தான் போலீஸ் கேம்ப் போட்டிருக்கிறது என்று சொல்வதற்கு இவ்வளவு வளைத்துப் பேச வேண்டுமா?

''கூடங்கள் நின்னு எரியுது பாத்தியா? தீயணைக்கறதுக்குக் கூட யாரும் முன்னாடி வரலயே''

யஹியா குழம்பி நின்றான்.

''இப்போலித்தோட சமையக்கட்டுக்கும் நெருப்பு வச்சுட்டாங்க. இது பொள்ளயில்காரங்க மேல இருக்கற ஆத்திரத்த தீத்ததுதானே''

''யாரோட ஆத்திரம்?''

பெஞ்சமின் கடலைப் பார்த்து நின்றான். அலைகளும் பற்றியெரிவதைப் பார்த்தபடி.

குந்திரிசேரி பெரிய படிப்புரை வராந்தாவில் சாய்வு நாற்காலியில் காலுயர்த்தி வைத்து துக்கத்துடன் சாய்ந்திருக்கிறார் சி.கே. குமாரப்பணிக்கர். ஏதோ கொஞ்சம்பேர் இல்லை, ஆயிரக்கணக்கில் ஆட்கள் வாழ்வாதாரத்தை இழந்து தெருவுக்கு வந்துவிட்டார்கள். ஜமீன்தார்களும் போலீசும் சேர்ந்துதான் கூட்டத்தோடு குடியகற்றியிருக்கிறது. வயலாரில் முகாம் திறந்ததற்குப் பிறகு வயலாரின் வடக்கிலும், ஔதலயிலும், வரக்காட்டிலும், கவளம்கோடத்திலும் திறந்துவிட்டார்கள். மாலைத் தகவலின்படி ஐந்து முகாம்களிலுமாக இரண்டாயிரத்துக்கும் அதிகமானபேர் இருப்பார்கள். எல்லா இடங்களிலும் உணவுக்கு ஏற்பாடு செய்யப் பட்டிருக்கிறது. எத்தனை நாளைக்கு இப்படிக் கொண்டுபோக முடியும்? பசியில் துடித்துக்கொண்டு நான்கு பக்கமிருந்தும் நூற்றுக்கணக்கான ஆட்கள் இன்னும் வந்துகொண்டே இருக்கிறார்கள். தற்காப்புக்காவது தொழிலாளர்கள் ஆயுதம் ஏந்த வேண்டியிருக்கிறது. எல்லாம் நஷ்டப்பட்டவங்களுக்கு இனி என்ன இருக்கிறது நஷ்டப்பட?

வி.கே. வேலாயுதனும் சேகரனும் கிழக்கு முற்றம் வழியாக வந்தார்கள். வந்தவுடன் இரண்டுபேரும் கிண்டியெடுத்து காலில் தண்ணீர் ஊற்றிவிட்டு திண்ணையில் ஏறி அமர்ந்தார்கள்.

''சொன்ன மாதிரியே எல்லா ஏற்பாடும் பண்ணியாச்சா?''

''சாஹிப் குமாரன் காலைல இங்க வந்துடுவான். பட்டாளப் பயிற்சி எப்பிடி இருக்கணும்னு நீங்களே சொல்லி ஏற்பாடு பண்ணாப் போதும்'' என்றான் சேகரன்.

''பட்டாளத்துல ஓய்வடைஞ்சு வந்த பிறகு கட்சியோடு நெருக்கமுள்ள இன்னும் சிலபேரு இருக்காங்களே, அந்த சோமன்நாயரைப் போல'' சி.கே. கேட்டார்.

''அவங்களையும் கூப்புடணும்''

''ஆமாம், எல்லாரும் நாளைக்கும், நாளன்னைக்குமா இங்க வந்துடுவாங்க'' வேலாயுதன் சொன்னார்.

''எல்லாம் ராணுவ ஒழுங்கோட இருக்கணும்''

''ஆமாமாம்'' என்றார் வி.கே.

''ஆமா, பொன்னாம்வெளியில நடந்த சதியாலோசனையப் பத்தித் தெரிஞ்சுதா?'' சேகரன் குரலைத் தாழ்த்திக் கேட்டான். ''நாங்க இங்க வர்ற வழீலதான் தெரிஞ்சுது''

''தெரியாதா பின்ன?'' சி.கே. சிரித்தார்.

பகலில் டி.எஸ்.பி. வைத்தியநாதய்யர் ஏற்பாடு செய்திருந்த ஜமீன் பிரமுகர்களின் கூட்டத்திலெடுத்த ரகசியத் தீர்மானம் அது. சி.கே. குமாரப் பணிக்கரையும், சி.கே. பாஸ்கரனையும் உடனே தீர்த்துக் கட்டுவது.

''கவனமா இருக்கணும். எப்படியாவது உங்க ரெண்டு பேரையும் கொல்றதுதான் தீர்மானமாம்'' என்றார் வி.கே.

''வரட்டும், பாத்துக்கலாம்''

''கம்யூனிஸ்டு தோழர்களை எவன் கொல்றானோ, அவனுக்குப் போலீஸ் வேல குடுக்கவும் தீர்மானமாயிடுச்சாம். போலீஸ் உத்தியோகம் இல்லன்னாலும் சாகற வரைக்கும் மாசாமாசம் சம்பளமாம்''

''அது நல்ல விஷயம்தானே'' சி.கே. பரிகசித்தார்.

''அப்படியாவது நாட்டுல இருக்கற வேலையில்லாத் திண்டாட்டத்துக்கு ஒரு முடிவு வரட்டும். கொஞ்சம் பேருக்கு போலீஸ் வேலயாவது கெடக்குமே''

''ஆமா, நானொரு சேதி கேட்டேன். மெய்யா பொய்யான்னு தெரியல'' வி.கே. முன்னுரையோடு தொடங்கினார்.

''ஒன்றிணைந்த தொழிற்சங்கத் தலைவருக்கு இந்தப் பொது வேலை நிறுத்தத் தீர்மானத்தில் உடன்பாடில்லையாம்''

''யாருக்கு? டி.வி.க்கா?''

''கே.சி. தோழர் பம்பாய் போய் மத்தியக் கமிட்டியோட அனுமதிய வாங்கிட்டு வந்தாரில்லையா?''

''ஆமாம். சரிதான்'' சி.கே. தலையாட்டினார்.

வேலைநிறுத்தத்தைத் தவிர்க்க வர்கீஸ் வைத்தியர் மூலமாக டி.வி. கடைசிகட்ட முயற்சி செய்த கதை சி.கே. யின் காதுக்கும் எட்டியிருந்தது. வேலை நிறுத்தத்தை ஒரு மாதமாவது தள்ளி வைக்கச் சொல்லி ஸ்ரீகண்டன் நாயர் கொடுத்தனுப்பிய கொல்லம் தொழிலாளிகளின் கோரிக்கை மனுவுடன், கே. சி. எஸ். மணியும், ஜனார்த்தனக்குறுப்பும் பத்ரோசைப் பார்க்க தலைமறைவிடத்துக்குப் போனதாகத் தெரிகிறது. வர்கீஸ் வைத்தியரின் சிபாரிசு கடிதத்துடன்தான் போயிருக்கிறார்கள். பத்ரோஸ் கடிதத்தைத் துண்டுதுண்டாகக் கிழித்து எறிந்திருக்கிறார்.

கோபம் தலைக்கேறிய பத்ரோஸ், ''கொல்லத்துத் தொழிலாளிங்க ஒரு மாசத்துக்குப் பெறகு போராட்டத்துல கலந்துக்கிட்டாப் போதும்னு ஸ்ரீகண்டன்நாயர் கிட்டபோய் சொல்லுங்க. அந்த ஒரு மாசம் அரூர்லருந்து காயங்குளம் வரைக்கும் நாங்க தனியா ஆண்டுக்கறோம். அதுக்கப்பறம் காயங்குளத்திலருந்து தெக்கால

இருக்கற பக்கத்த ஸ்ரீகண்டன் நாயரைக் கொண்டு தனியாப் புடிச்சுக்கச் சொல்லுங்க" என்றார்.

பத்ரோசும் கே.சி.யும் கோழிக்கோட்டிலிருந்து வந்ததையறிந்து சி.கே. பார்க்கப் போயிருந்தார். தலைமறைவிடத்தைக் கண்டுபிடிக்கப் பாடுபடவில்லை. சி. ஜி. சதாசிவன் சற்று நாட்களாக மறைந்து தங்கியிருந்த அதே இடம்.

"தயார்தானே?" பார்த்ததும் பத்ரோஸ் கேட்டார்.

"சேர்த்தலை தாலூக்காவோட டிக்டேட்டர் சி. கே. தான்"

"நாங்க தயார்தான்" என்றார் சி.கே.

"என்ன நடக்கும்னு சொல்ல முடியாது. எதுக்கும் தயாராயிருக்கணும். கவனமா இருக்கணும்னு எல்லாத் தோழர்கள்கிட்டயும் சொல்லணும். எல்லாருக்கும் நல்லாப் பயிற்சி கொடுக்கணும்" என்றார் பத்ரோஸ்.

அவர் முகத்தில் செவ்வெளிச்சம் பரவியது.

"வெல்வதற்கான யுத்தத்தின் படைவீரர்களாகணும் நாம"

சி.கே. தலையசைத்தார்.

"வயலாரில நாங்கள் எதுக்கும் தயார்"

"லால்சலாம்" பத்ரோஸ் வலது கையைச் சுருட்டி உயர்த்தினார்.

"லால்சலாம்" சி.கே.யும் கை உயர்த்தினார்.

லேப்டாப்பை மூடி வைத்துவிட்டு பௌலாமி கங்குலியின் தாகூர் கீதங்களில் லயித்து வரப்பில் நடப்பதற்கிடையில் மிருணாள்தாவின் அழைப்பு வந்தது. டெல்லிப் பயணத்தைக் குறித்து மீண்டும் ஞாபகப்படுத்துவதற்காக இருக்கலாம். அவள் வேண்டுமென்றே அதைத் தவிர்த்தாள். டெல்லிக்கு வரச்சொல்லி மிருணாள்தா கட்டாயப்படுத்துவது எதற்காகவென்று திசா நேற்றுதான் சொன்னாள். தோழர் சத்தியதாசை மறந்த சினேகலதா சாட்டர்ஜி அவர் மகளை மட்டும் நினைப்பது எதற்கு? முடிந்துபோன அத்தியாயங்கள். மறுவாசிப்பின் தேவையென்ன? காதலனின் கைப்பிடித்துப் போகும்போது தகிக்கும் மனதோடு ஒரு மகள் தனியாக நின்றதை அறிந்திருக்கவில்லையா? அவளை அநாதையாக்கவில்லையா? தோழர் சத்தியதாசின் புரட்சிக் கனவுகளைக் கூட களங்கப்படுத்தவில்லையா? கடைசியில் சத்தியதாசின் மகளுக்கு இடமளித்த கருவறையில்...

மருத்துவமனைப் படுக்கையில் இப்போது மகளிடம் மன்னிப்பு கேட்கக் காத்திருக்கிறார்களாம்! பாதி நினைவோடு எழுதப்பட்ட கவிதையை அடித்தும்

திருத்தியும் எழுதும் லாகவத்தோடு... மகள் மீதான மிச்ச நேசத்தில் வாழ்வை மீண்டும் அடித்தும் திருத்தியும் எழுத...

‘டில்லிக்குப் போக மாட்டேன்’ அவள் தனக்குள் சொல்லிக் கொண்டாள்.

சத்தியதாசின் வேர்கள் தேடியுள்ள பயணத்தின் திருப்புமுனையில் வந்து நிற்கும் இந்த வேளையில்...

எம். ஆர். நாயர் வெளிப்படுத்தறேன்னு சொன்ன அந்த ரகசியம் என்னவாக இருக்கும்?

மறதியின் ஒட்டடைகளை ஒதுக்கிவிட்டு அந்தக் குறிப்புகளை எம்.ஆர். நாயரால் மீட்டெடுக்க முடியுமா...?

33

போராட்டத்தின் ஊடும் பாவும்

கரிவரம்புகளைக் கிடுகிடுக்கச் செய்தபடி பாய்கிறாள் கைத்தரை பாப்பி. பாக்கரனையும் உடன் அழைத்து வந்து சேர்ந்த பிரபாகரன் கண்ட காட்சியது. பன்னருவாளைப் பிடித்தவாறு 'இங்கிலாப்' என்று கத்திக்கொண்டே மணியன் வைத்தியரின் வீட்டுக்கான நடைபாதை வழியாகப் போய்க் கொண்டிருக்கிறாள். சிறுவர்கள் கொஞ்சம்பேர் கூவியவாறே பின்னால் ஓடுகிறார்கள். அரிவாளை வீசியபடியே பாப்பி பின்னால் திரும்பவும் அவர்கள் வெருண்டு ஓடுகின்றனர்.

கர்த்தாக்களின் பாக்குத் தோட்டம் வழியாக புன்னைக்காடு வழியாகக் குன்றேறி இறங்கி, அழீக்கல்காருடைய கரிவயல் வழியாக, தாமரைக் குளத்தைப் பார்த்து அவள் போகிறாள். பிரபாகரனும் பாக்கரனும் கொஞ்சம் பின்தங்கிவிட்டனர்.

'நல்லதாப் போச்சு கடவுளே' எனப் பிரபாகரன் நினைத்துக் கொண்டான். பாப்பியைப் பிடித்துக் கட்டி மணியன் வைத்தியரிடம் விடலாம் என்றுதான் பாக்கரனையும் அழைத்து வந்தான். இப்போது இதோ, தெய்வாதீனமாக மணியன் வைத்தியரிடமே அவள் போகிறாள்.

சிறுவர் கூட்டம் மறுபடியும் கூவிக்கொண்டு வருகிறது. நாசமாகப் போனவர்கள் பாப்பியின்மேல் கல்லைத் தூக்கிப் போடுகிறார்கள்.

''ஓடிப் போங்கடா கொரங்குகளா?''

பிரபாகரன் அவர்களைத் துரத்தினான்.

''அரைப் பயித்தியங்கள முழுப் பயித்தியமாக்கிடுவானுங்களே இந்தக் கழுவேறிங்க'' பாக்கரன் திரும்பி நின்றான்.

''யாருக்குடா அரைப் பயித்தியம்?''

அவன் அப்படிச் சொன்னது பிரபாகரனுக்குப் பிடிக்கவில்லை.

''இல்ல... பாப்பிக்கு'' பாக்கரன் குரல் தழைத்தான்.

''அவளுக்கு ஒரு நோவுமில்ல. மண்ணாந்தரை மாரா செத்துட்டான்னு கேட்டவொடனே அவ நெனவு தப்பினதுதான். அவ நல்லா ஜோரா வருவா. நீ வேணா பாரு''

அவன் வேகமாக நடந்தான்.

''அதோ பாருங்க, தாமரைக் கொளத்துப் பக்கமாயில்ல அவ போறா''

பாக்கரன் பிரபாகரனைச் சீண்டினான்.

''அய்யோ கடவுளே! மண்ணாம்தரை மாரா செஞ்ச மாதிரியே ஏதாவது கடுங்கை காட்டப் போறாளோ என்னமோ?''

பிரபாகரனிடம் ஓர் உள்நடுக்கம் ஏற்பட்டது.

''தோ, அருவாளையும் புடிச்சிக்கிட்டுக் கொளத்துக்குள்ள எறங்குறாளே''

பாப்பி குளத்துக்குள் இறங்கினாள். தாமரைகளை ஒதுக்கிவிட்டுக் கொண்டு இடுப்பளவு நீரில் இறங்கி நிற்கிறாள். பிரபாகரனும் பாக்கரனும் திகைத்து நின்றுவிட்டனர்.

''எம் மாராப் பொண்ணே, உன்ன யாருடீ கொன்னாங்க? நீ ஏங்கிட்ட சொல்லு. எவனாருந்தாலும் அவனத் துண்டுதுண்டா நறுக்கிப் போட்டுடுவா இந்தப் பாப்பி''

அவள் குளத்தின் ஆழங்களைப் பார்த்து அலறினாள்.

பட்டாளத்தோடு மட்டுமல்ல, இந்த முழு உலகத்தின் மீதும் பாப்பிக்குத் தீர்த்தாலும் தீராத பகை இருக்கிறது.

''பாக்கரா, நா இவளப் பாத்துக்கறேன். நீ போயி மணியன் வைத்தியர்கிட்ட சொல்லிட்டு வா. நாம இவள அப்பிடியே புடிச்சுக்கிட்டுப் போயி வைத்தியர்கிட்ட படுக்க வைக்கலாம். அவளோட சமநெல பெரண்டுல்ல கெடக்கு. வைத்தியர் பாத்துக்குவாரு''

பிரபாகரன் மெதுவாகக் குளத்துக்குள் இறங்கினான். சத்தம் போடாமல் பாப்பியின் பின்னால் சென்றான். முங்காங்குழியிட்டுப் போய் எதிர்பாராமல் அவளுடைய காலைப் பிடித்து விழ வைக்க வேண்டும். கையில் இருக்கிற அரிவாளைப் பிடுங்கி தூர எறிய வேண்டும். யோசித்துப் பார்த்தால் அது ஒன்றுதான் வழி.

பாக்கரன் போனதுபோலவே மூச்சிரைக்க குளத்துப்பக்கம் திரும்பி வந்தான்.

''மணியன் வைத்தியர் கிட்டவே நெருக்கவிட மாட்டேங்கிறாரு கேட்டியா'' அவன் மூச்சிரைத்தான்.

''மண்ணாம்தரை மாராவுக்கு வைத்தியம் பாத்ததுக்கு அவர்மேல கேஸ் போட்டிருக்கு போலீஸ். அவ கொளத்துல விழுந்து செத்துப் போனதுக்கும் வைத்தியர்தான் காரணமாம்''

''அப்டீன்னா இப்ப நாம என்ன செய்யறது?'' பிரபாகரன் தளர்ந்தான்.

''வழியிருக்குப்பா. நம்மோட குமாரன் வைத்தியர் இருக்காரே'' பாக்கரன் சொன்னான்.

'' நீ வேகமா அங்கதான் போயிட்டு வாயேன்''

பிரபாகரன் முங்காங்குழியிட்டான்.

கோமன்துருத்துக்குப் புறப்பட்டுக் கொண்டிருந்தார் குமாரன் வைத்தியர். மூன்று நான்கு நாட்களாக கொச்சு குஞ்ஞாசானுடன்தான் தலைமறைவாக இருக்கிறார். இரண்டு மூன்றுமுறை வீட்டைச் சுற்றி போலீஸ்காரர்கள் தேடி வந்ததாகக் கேள்விப்பட்டார். திருப்பூணித்துறையில் சொந்தக்காரர்களின் வீட்டுக்குப் போயிருக்கிறார் என்றுதான் அக்கம்பக்கத்தில் சொல்லி வைத்திருக்கிறார். சர்.சி.பி. யும் போலீசும் கொச்சி தேசத்தில் எதுவும் செய்ய முடியாதில்லையா? சேகரன் அன்றன்று விஷயங்களை விசாரித்துக் கொண்டு வந்து சொல்வான். அந்த உண்ணிக்கண்டன் போலீசுக்கு அவனிடம் ஏதோ ஒரு நெருக்கமிருக்கிறது.

கொச்சுக் குஞ்ஞாசான் எங்கேயெல்லாமோ சுற்றிவிட்டு வந்தார். கிண்டியிலிருந்த தண்ணீரால் கால் கழுவிவிட்டு திண்ணைக்கருகே மர பெஞ்ச்சில் உட்கார்ந்தார். குமாரன் வைத்தியர் அறைக்குள் இருந்தார். கோமன்துருத்துக்குப் போகிறவரைக்கும் வெளியே தலைகாட்ட வேண்டாமென்பது ஆசானின் கட்டளை.

''இதக் கேளு''

ஆசான் கையிலிருந்த பத்திரிகையை விரித்து வாசித்தார்.

''தோழர் டி.வி. பொது வேலை நிறுத்தத்திற்கு அழைப்பு விடுத்ததும், கம்யூனிஸ்ட் கட்சியையும் மொத்த யூனியன்களையும் தடை செய்து சர். சி. பி. உத்தரவு''

ஆசான் பத்திரிகையை உள்ளே நீட்டினார்.

''எழுபதுக்கும் அதிகமான யூனியன்களைத் தடை பண்ணியாச்சாம்''

வைத்தியர் அதிர்ந்தார்.

''இது எதுக்கான புறப்பாடுன்னு தெரியலயே?''

''அந்த ஆளு ஏதோ ஒரு முடிவோடதான் இப்படிச் செய்றார்''

ஆசான் கால் மேல் கால் போட்டுக் கொண்டார்.

''யூனியன் ஆபீசுங்களயெல்லாம் பூட்டி சீல் வச்சுக்கிட்டு இருக்காங்களாம். உள்ளயிருக்கற சாமான்களைக் கூட அள்ளிப் பொறுக்கிக்கிட்டுப் போகுதாம் போலீஸ்''

சர் சி.பி. வெளியிட்ட அசாதாரண உத்தரவு இது.

வைத்தியர் கண்ணாடி எடுத்து மாட்டினார்.

''ரகசியமும் பகிரங்கமுமான கம்யூனிச செயல்பாடுகள் இந்த நாட்டில் அதிகரித்து வருகின்றன... சேர்த்தலையிலும் புன்னப்புரையிலும் கம்யூனிஸ்டுகளின் அக்கிரமச் செயல்கள் இதற்குச் சமீபகால உதாரணங்கள். கம்யூனிஸ்டுகளால் தூண்டப்பட்ட தொழிலாளர்கள் அந்த இடங்களின் மக்களை பயமுறுத்தியும், அவர்களுக்குக் கட்டுப்படாதவர்களை அநியாயமாக அடைத்துவைத்து, தாக்கித் துன்புறுத்தியும் வருகிறார்கள். இந்தக் கம்யூனிஸ்டுகள் சங்கம் சேர்ந்து அதிகாரிகளிடம் அவர்களைப் பற்றிய தகவல் கொடுப்பவர்களைக் கொல்லவும், அவர்களின் வீடுகளுக்குத் தீ வைக்கவும் செய்வதாக அரசுக்கு அறிக்கை கிடைத்திருக்கிறது... தொழிலாளர்களுக்கும் முதலாளிகளுக்கும் இடையிலான இணக்கத்தைத் தகர்ப்பதற்காக ஒரு பொது வேலை நிறுத்தத்திற்கு அவர்கள்...''

''என் வேளோர் வட்டத்தப்பா! எப்படி இப்படிப் பச்சப் பொய்களப் பேசறாங்க?''

வைத்தியர் ஆசானைப் பார்த்தார்.

''படி... படி... மிச்சத்தையும் படி''

ஆசான் கால் மாற்றிப் போட்டு உட்கார்ந்தார்.

வைத்தியர் தொடர்ந்தார்.

''அவர்கள் கொடூரமான ஆயுதங்கள் சேகரிப்பதாகவும், அமைதியாக வாழும் குடிமக்களை பயமுறுத்துவதாகவும், அவர்களின் பயங்கரவாதச் செயல்களை மேலும் தொடர்வதற்கு வெளியிலிருந்து அவர்களுக்கு ஆயுதங்களும் வேண்டுமளவிற்குப் பணமும் வருவதாகவும் உறுதியாகத் தெரிகிறது''

''சத்தியமும் நீதியுமெல்லாம் சர்.சி.பியோட அறிக்கைல எங்கயுமில்லயே?'' வைத்தியர் தாடியில் கை வைத்தார்.

''இந்தாளைத் தானே இவ்ளோ காலமும் நீங்க தூக்கிக்கிட்டுத் திரிஞ்சீங்க?'' ஆசான் பரிகசித்தார்.

வைத்தியர் எதையும் பேசவில்லை.

''சர்.சி.பிக்கு ஒற்றுவேல செய்ய வேறொருத்தர் வந்துட்டுப் போனது தெரியுமா?''

''அதாரு?''

''நம்மோட ஆர். சங்கர் இல்லாம யாரு?''

''மாற்றுக் கருத்து கொண்டவரல்லவா, சங்கர்? மாநிலக் காங்கிரசுல ராஜினாமா பண்ணிட்டுதானே யோகத்தோட பொதுச்செயலாளர் ஆனாரு?''

''எஸ்.என்.டி.பி. யோகம் செயற்குழுக் கூட்டத்தைக் கூட்டி, நடப்பதெல்லாம் விசாரிச்சு அறிய ஆர். சங்கரையும் இன்னும் நாலுபேரையும் சேர்த்தலைக்கு அனுப்பி வச்சிருக்கறதா சேகரன் சொல்லிக் கேள்விப்பட்டேன். பி.கே. கோவிந்தனும், எம். மாதவனும், கண்ணாற கோபாலப் பணிக்கரும் கூட இருக்காங்க''

''அதெல்லாம் சரி. இப்ப சர் சி.பி.யோட ஆளு அவரு. ஏதாவது குண்டுவெடிப்பு நடந்துச்சுன்னா செத்து விழறது நம்மாளுகதானேன்றத மனசுல வச்சுக்கிட்டுதான் யோகம் அவரை இங்க அனுப்பியிருக்கு. நேத்து சாயந்திரம் பொன்னாம்வெளிக்கும் களவங்கோட்டுக்கும் வந்திருந்தாங்க. கூட்டத்துல இன்னும் ரெண்டு மூணுபேர் இருந்தாங்க. ஆனாலும் கடக்கரப்பள்ளில குடியிறக்கப்பட்ட பகுதிகள எட்டிகூடப் பாக்கல. ம்ம்... வயலாறுல எம்.கே. கிருஷ்ணன் வீட்டுக்கு வந்து டீயக் குடிச்சிட்டு, ஊர்க்கதை பேசிட்டுதான் போயிருக்காங்க''

''ஆமா, கிருஷ்ணன் இப்ப எஸ்.என்.டி.பி. காரர்தானே. சொல்றப்ப உள்ளதச் சொல்லணுமில்ல. அந்த *தேவகி ஆள் கெட்டிக்காரி. கட்சின்னா உயிர உட்ருவா''

''அதச் சொல்றப்ப ஞாபகம் வருது. முந்தாநாளு நான் **மதர்கிட்ட போனேன். ஐப்பசி ஏழுக்கு மகளிர் சங்கத் தோழர்கள் பன்னருவாளையும் தேங்காநார் அடிக்கிற கோலையும் புடிச்சுக்கிட்டு திவான் ஆட்சிக்கெதிரா ஊர்வலம் நடத்தப் போறாங்களாம்''

''இது நல்லாயிருக்கே, இதப் பாத்தே ஆகணுமே'' வைத்தியர் கமுக்கமாகச் சிரித்தார்.

ஆசான் அதை விரும்பாதது மாதிரி பார்த்தார்.

கட்சிக்கும் மதருக்குமான உறவு இன்றைக்கும் நேற்றும் தொடங்கியதில்லை. கிழக்குச் சக்கால வீட்டுக்கு வந்து சாப்பிட்டுப் போகாத கட்சித் தோழர்கள் யாருமில்லை. இரண்டாம் உலகப்போர் காலத்தில் நாடு முழுக்க பட்டினி தலை விரித்தாடிய போதும் மதர் சாப்பாடு போட்டவர்களுக்கு ஓர் அளவில்லை. மாதர் சங்கத்தின் வேரோடிய வீடு அது.

*தேவகி - காங்கிரஸ் தலைவர் வயலார் ரவியின் தாய் தேவகி கிருஷ்ணன்.

** மதர் - கிழக்குச் சக்காலையில் நாராயணியம்மா. கம்யூனிஸ்டு கட்சி தடை செய்யப்பட்ட காலத்தில் ஏராளமான தோழர்கள் இவரது வீட்டில்தான் மறைந்து வாழ்ந்தனர்.

உச்சிவேளையில் ஆசான் சென்று சேர்ந்தபோது முற்றத்து மாமரத்தடியில் சில சிறுமிகளுடன் திருவாதிரை ஆட்டத்தின் ஒத்திகையிலிருந்தார் மதர். உள்ளே மாதர் சங்கத்தின் கூட்டம். தேவகிதான் தலைமை. கூட்டத்தில் ஒரேயொரு ஆண் தோழர் சி.கே. பாஸ்கரன் மட்டுமே.

''யாரு? கொச்சுக் குஞ்ஞாசானா? வந்தபடியே நிக்காம வந்து ஒக்காரு'' பாஸ்கரன் அழைத்தார்.

ஆசான் கூட்டத்தில் அமர்ந்தார்.

தேவகி ஆவேசமாக எழுந்தார்.

''இனியும் பெண்கள் எல்லாத்தையும் பாத்தும் கேட்டும் சகிச்சும் கையைக் கட்டிக்கிட்டிருந்த காலம் மலையேறிடுச்சு. சர்.சி.பி.யின் பட்டாளம், போலீஸ், ஜமீன் முதலாளிகளோட தான்தோன்றித்தனம் இனியும் இந்த மண்ணில் நடக்க அனுமதிக்கக் கூடாது. நாமளும் பாதுகாப்புக்கு ஆயுதமெடுக்க வேண்டிய காலம் வந்துவிட்டது. அரிவாளும், நார் அடிக்கிற கோலும். அதுதான் நம்மோட ஆயுதம்...''

''ஐப்பசி ஏழுக்கு மாதர் சங்கத் தோழர்களோட நடைப்பயணம்''

பாஸ்கரன் தோழர் மெதுவாகக் காதில் சொன்னார்.

''அருவா புடிச்சு பத்தாயிரம் பெண் தோழர்கள் அணி திரளுவாங்க''

மதர் மண் குடத்தில் நீர் மோருடன் உள்ளே வந்தார்.

''ஆஹா, குமாரப்பணிக்கரும் வந்துட்டாரே''

மதர் வாசல்பக்கம் பார்த்தார்.

சி.கே. குமாரப்பணிக்கரும் வி.கே. வேலாயுதனும் மேல்துண்டைச் சுழற்றியபடியே வருகின்றனர்.

''என்னா புழுக்கம்?''

குமாரப்பணிக்கர் ஜிப்பாவின் பட்டனைக் கழற்றினார்.

''அப்ப விஷயமெல்லாம் தீருமானமாயிருச்சில்லையா?''

பணிக்கர் தேவகியைப் பார்த்தார்.

''ஐப்பசி ஏழு அன்னக்கி எங்க மாதர் சங்கத்தினர் நடைப்பயணம் தொடங்கறோம்'' என்றார் தேவகி.

மதர் குளிர்ந்த நீர்மோரை மண் கோப்பைகளில் ஊற்றினார்.

பணிக்கர் எதையோ யோசித்தார்.

''அஞ்சாந்தேதி பொது வேலைநிறுத்தம். ஏழாந்தேதி ராஜாவோட பொறந்தநாள். அன்னைக்கே ஔதளயிலருந்து தொறவூர் வரைக்கும் ஆயிரம் தொண்டர்கள்

ஊர்வலம். அதுக்கப்பறம் பொன்னாம்வெளி பட்டாள கேம்ப் பக்கத்துலருந்து மேனாசேரிக்கு நானூறு பேரோட இன்னாரு ஊர்வலம். ஆறாவது கேம்ப் அங்கதான் இருக்கு. மேனாசேரில...''

வேலியோரமாக ஏதோ அசைவைக் கேட்டு ஆசான் திடுக்கிட்டுத் திரும்பிப் பார்த்தார். சேகரன். கூடவே வேறொருவனின் தலையும் தெரிந்தது. காலையில் வீட்டிலிருந்து இறங்கிப் போனால், நடு இரவில் ஏறி வருகிறவன் இன்றைக்கு என்ன வழக்கமில்லாமல்?

''வைத்தியரால ஒரு ஒதவி ஆவணும்''

உள்ளே வந்தவன் சொன்னான்.

''சித்தப்பாவும்கூட மனசு வய்க்கணும்''

''என்னதான் விஷயம்னு சொல்லு?'' ஆசான் புருவம் சுளித்தார்.

''பட்டாளத்தானுங்க புடிச்சுட்டுப் போன அந்த கைத்தரை பாப்பியோட விஷயந்தான்''

''நீ சுத்தி வளைக்காம விஷயத்தச் சொல்லு''

''பட்டாளத்தானுங்க சீரழிச்ச அவளோட மனநெல பாதிச்சிடுச்சு. மணியம் வைத்தியருகிட்ட கொண்டு போனோம். பட்டாளத்துக்கு பயந்து அவரு பாக்க மாட்டேன்னுட்டாரு...''

''அது இப்ப...'' ஆசான் சற்று தயங்கி, ''குமாரன் வைத்தியர் தலைமறைவாயில்ல இருக்காரு. போதாக்கொறக்கி அந்தி மயங்கினதும் நாங்க கோமன்துருத்துக்குப் போகலாம்னுல்ல இருக்கோம்'' என்றார்.

சேகரன் வருத்தத்தோடு நின்றான். ''நம்மோட துடிப்பான தோழர் இல்லியா அவ. சமீபத்துல பொன்னாம்வெளிச் சந்தைல பத்துபேரக் கூட்டிக்கிட்டு போலீசத் திட்டிக்கிட்டே ஊர்வலமாப் போனவ''

ஆசான் உள்ளே பார்த்தார். தேவையான மருந்து குடுத்தா சரியாகற வியாதியா இருந்திச்சுன்னா?

''வாத பித்த கபம் கோபம், காண்பவரை வெறுப்பதும் தாகமும் தளர்வும் புத்திபிரமையும் பாரமாய் வரும். இந்த வண்ணம் லட்சணம் கண்டால் சித்த பிரமையென்று பெயர். ஏழுநாள் மூக்கில் சிகிச்சை செய்ய வேண்டியிருக்கும். நியமப்படி வாந்தி பேதிக்குக் கொடுக்க வேண்டியிருக்கும். மூணு வேளையும் கடும் பத்திய முறையில் உள்ளுக்கும் எடுத்துக்கணும்'' என்றார் குமாரன் வைத்தியர்.

''அதிப்ப நடக்கறதாயில்லயே?'' ஆசான் நிராசைப்பட்டார்.

''கோமன்துருத்துக்குக் கொண்டுவர முடியுமான்னு பாருங்க''

''அது சரிதானே?''

ஆசான் சேகரனைப் பார்த்தார்.

''இருட்டினப்புறம் வந்தாப் போதும். ஒருத்தருக்கும் தெரியக்கூடாது. கூட வர்றவங்க கிட்டயும் கட்டாயமாச் சொல்லிடு. அங்கன்னா...''

''அத நாங்க பாத்துக்கறோம்'' சேகரன் வெளியேறினான்.

''வைத்தியர் என்னா சொன்னார்?''

வேலிக்குப் பின்னால் காத்திருந்த பாக்கரன் கேட்டான்.

''வைத்தியர் ஏத்துக்கிட்டாரு. குமாரன் வைத்தியர் ஏத்துக்கிட்டா ஏத்துக்கிட்டதுதான். அவளோட நல்ல நேரம்னு சொன்னாப் போதும். சாயந்திரமா அவள நாம ஒரு எடத்துலக் கொண்டுட்டு போயி விடணும். இப்ப வா''

நேராக களவங்கோட்டுக்கு நடந்தார்கள்.

கோவிலுக்குக் கிழக்கே பஜனை மடத்துக்கு முன்னால் சிறியதொரு கூட்டம். சுற்றுவட்டாரத்தில் உள்ள முக்கியமான தோழர்கள் எல்லோரும் இருந்தார்கள்.

''நீ இவ்ளோ நேரம் எங்கயிருந்த?''

தோழர் கே.சி. வேலாயுதன் இவனைப் பார்த்ததும் கோபமானார்.

''ஒரு எடம் வரைக்கும் போக வேண்டியதாப் போச்சு. ஆமாம், என்ன சங்கதி?''

''அதோ, அங்க கேளு''

வேலாயுதன் தோழர் சி.கே.யின் பக்கம் சுட்டினார்.

முக்கியமான தோழர்கள் எல்லாம் சி.கே. வைச் சுற்றி நிற்கின்றனர். சி.கே. பாஸ்கரன், பி.கே. அப்துல் காதர், சி.கே. ராமன்குட்டி, பி.கே. பத்மநாபன், என்.பி. தண்டான், பயில்வான் கேசவன், பி.கே. கிருஷ்ணன், கே.ஆர். சுகுமாரன்...

''ராத்திரிக்குள்ள பாக்குமரங்கள வெட்டிப் போடணும்'' என்றார் சி.கே.

''யார் கிட்டயும் கேக்கவோ சொல்லவோ வேணாம். கண்ல தெம்படுற வெளைஞ்ச பாக்கு மரங்க மொத்தத்தையும் வெட்டுங்க. நமக்குத் தேவைப்படும். எந்தக் கொம்பன் ஜமீனோடதா இருந்தாலும் பரவாயில்ல. வர்ற எடத்துல வச்சுப் பாத்துக்கலாம்''

''நாளையிலருந்தே கேம்ப்புல மூங்கில் கழியைச் சீவிக் கூராக்கவும் ஏற்பாடு பண்ண வேண்டியிருக்கும்'' என்றார் பாஸ்கரன் தோழர்.

‘‘மூங்கில் கழின்னு சொல்லிக் கேவலப்படுத்தாதேடா. குத்தீட்டி. போராளிகளின் ஆயுதம்’’ என்றார் சி.கே.

‘‘பாக்கு மரத்தக் கீறிக் கூராக்கி அம்பு மாதிரி ஆக்கணும். குத்தும்போது ஊசிமுனை கணக்கா தொளச்சு ஏறணும்’’

‘‘நீளம் துல்லியமா இருக்கணும் சரியா’’ சாஹிப் குமாரன் சொன்னார், ‘‘எட்டடியாவது இருக்கணும். அப்படீன்னாதான் பட்டாளத்தான் மேல...’’

‘‘பட்டாளக்காரங்களோட, த்ரீ நாட் த்ரீ ரைஃபிளுக்கு முன்னாடி குத்திட்டீயால என்ன செஞ்சுட முடியும்...?’’

ராணுவத்திலிருந்து வந்துவிட்டிருந்த சாணி வக்கச்சன் பரிகசித்தான்.

‘‘துப்பாக்கிக்குள்ள உப்பும் கொள்ளுமாயிருக்கு, உள்ள இருக்கறது தோட்டாயில்லையா?’’

‘‘ஏய், பட்டாளம்லாம் சுடாதுப்பா’’ பயில்வான் கேசவன் சொன்னார்.

‘‘நம்ம மகாராஜா அதுக்கெல்லாம் சம்மதிப்பாருன்னு நெனக்கறியா?’’

‘‘அப்படியே சுட்டாலும் முட்டிக்கி கீழதானே சுடுவாங்க’’ ராமன்குட்டித்தோழர் சொன்னார்.

‘‘அவ்வளவு ஈரமில்லாத ஆளில்ல நம்ம சித்திரத் திருநாள் மகாராஜா’’

‘‘பட்டாளம் மொதல்ல மேலேதான் சுடும்’’ என்றார் சாஹிப் குமாரன்.

‘‘அப்ப நாம கவுந்து படுத்துக்கணும். குத்தீட்டிய நெஞ்சோட சேத்துப் புடிச்சிக்கிட்டு முன்னால எழயணும். தலையத் தூக்கக் கூடாது. கிட்ட நெருங்கன ஒடனே குதிச்செழுந்து அவனுங்க இடுப்பப் பாத்து ஆழமாக் குத்தணும்’’

‘‘அறுநூறு குத்தீட்டிங்களாவது நாளைக்குள்ள தயார் பண்ணனும்’’

சி.கே. சுற்றி நின்ற தோழர்களைப் பார்த்துச் சொன்னார்.

‘‘புதுக்காட்டுக்குன்று கோயில் திடல்ல நாளன்னக்கி பயிற்சி தொடங்கணும்’’

‘‘மூங்கிலை வெட்டிக் கிழிக்க தென்னை ஏறுற தொழிலாளர் சங்கத் தோழர்களை ஏற்பாடு செய்யணும்’’

வேலாயுதன் தோழர் சேகரனைப் பார்த்தார்.

‘‘இப்பவே வேலு மூப்பரைப் பாத்து தென்னையேறுற வேலன்களையெல்லாம் வரவழைக்கணும்’’

‘‘சரி’’ சேகரன் திரும்பினான்.

பாக்கரனும் கூடவே நடந்தான்.

முன்பு ஆலப்புழையில் கலவரம் நடந்தபோது வடேப்பறம்பில் நாராயணன் கண்டுபிடித்த ஆயுதம்தான் குத்தீட்டி. மண்ணஞ்சேரியில் ஏதோ துலுக்கன்கள் ஈழவப் பெண்களைப் பிடித்து இழுத்ததுக்குப் பழிவாங்க, மூங்கில்கழியைச் செதுக்கி இழைத்துக் கூராக்கி, ராத்திரியில் நாராயணனும் கூட்டாளிகளும் மண்ணஞ்சேரிக்குப் போனார்கள். ஓலைக் குடிசைக்குள் ஈட்டியைக் குத்தி இறக்கியது தூங்கிக் கொண்டிருந்த பாவப்பட்டவர்கள் மேல்...

"சர்தார் பகத்சிங் பத்தி நீ கேட்டிருக்கியா?" சேகரன் கேட்டான்.

"நீ கேட்டிருக்க வாய்ப்பில்ல. நீயெல்லாம் கொழந்தயா இருந்தப்பவே தூக்குலப் போட்டுக் கொன்னுட்டாங்க. அவருக்கு அப்ப இருபத்துநாலு வயசுதான் இருக்கும்"

"யாரு?"

"வெள்ளக்காரனுங்கதான். வேற யாரு?"

"அய்யய்யோ, எதுக்காம்?"

"அவனுங்க மேல வெடிகுண்டு போட்டாருன்னு சொல்லி. இந்த காந்தியப் போல மழுமட்டை கெடையாது அவரு. நல்ல துடிப்பானவரு"

"ஆம்பளன்னா பகத்சிங் மாதிரி இருக்கணும்"

குத்தீட்டிகளோடு பட்டாளத்தை எதிர்கொள்ளும் காட்சியை சேகரன் மனதில் கண்டான். குத்தீட்டியை மார்போடு சேர்த்து முன்னால் இழைகிறார்கள் போராட்டத் தோழர்கள். பட்டாளத்தை நெருங்கியதும் ஆர்ப்பரிக்கும் கடல்போல 'இங்கிலாப்' சொல்லிக்கொண்டே குதித்தெழுந்து... குத்தீட்டியை அவர்களின் குரல்வளையைப் பார்த்து...

"பாப்பிய வைத்தியர்கிட்ட கொண்டு போக வேண்டாமா?" பாக்கரன் பொறுமை இழந்தான்.

"பிரபாகரன் தோழர் கண்ணு காத்திருந்து பூத்திருக்கும்"

"யாருகிட்டயும் மூச்சு விடாதே. சித்தப்பாவோட கோமன்துருத்து வீட்டுக்குத்தான் நாம அவளக் கூட்டிட்டுப் போறோம். வைத்தியர் அங்க வந்துடுவாரு"

"அப்ப பிரபாகரன் தோழரு?"

"கொண்டு வுட்டுட்டு இங்க வர வேண்டியிருக்கும். வைத்தியரு பாத்துக்குவாரே. நோய் சரியானதும் போயி கூட்டிட்டு வந்தாப் போதும்"

பாக்கரன் பாதங்களை எட்டி வைத்தான்.

ஐப்பசி ஐந்து.

கயிறு ஃபாக்டரியில் ஏழு மணிக்கான சைரன் முழங்கியது. கொச்சுபாவா மூப்பன் நெளிந்து நின்றபடி நடைபாதையை எட்டிப் பார்த்தார். ஆயிரத்து தொள்ளாயிரத்து முப்பத்தி ஒன்றின் போராட்டம் போல ஒளிந்தும் மறைந்தும் யாராவது இப்போதும் வேலைக்கு வராமல் இருக்க மாட்டார்கள். எட்டு மணிக்குள், மூன்றாவது சைரன் முழங்குவதற்குள் பத்திருபது பேராவது... கொச்சுபாவா மூப்பன் கயிறுகள் தேடிப் போட்டார். பாய் தறிகளுக்கு அஞ்சுதென்னை கயிறு. தடுக்கு நெய்ய கடப்புறம் கயிறு. வைக்கம் கயிறையும் மங்ஙாடன் கயிறையும் தனித்தனியாகப் போட்டார். இரண்டாவது மூன்றாவது சைரனும் ஒலித்தது. பாதைகள் இப்போதும் ஆளரவமற்றே இருந்தன. வழியோரப் பாதசாரிகளைக்கூடக் காணோம். இரும்புச் சட்டங்களின் அசைவுகள் இல்லை. வண்டிச் சக்கரங்கள் மௌனத்தில் இருக்கின்றன. உறக்கத்திலாழ்ந்த தறிகளை ஒரு தடவை தட்டியெழுப்புவதற்காவது யாராவது இந்த வழியாக வந்தால்... நாலு கோடி, ஆறு கோடி, எட்டு கோடி, பன்னிரண்டு கோடி. ஊடும் பாவும் கோர்த்து வைத்த இழைகள் மூப்பனைச் சுற்றி சிலந்திவலை எழுப்பின. தனியாக உட்கார்ந்து சலித்ததும், மூப்பன் தறிகளுக்கு இடையிலாகச் சென்றார். இரும்புச் சட்டம் இழுத்தடித்து, கொள்ளைக் காலமாயிற்று. கால்களை நீட்டி நிமிர்ந்து நின்றார். முடிச்சுகளை அவிழ்த்து வெம்பளியில் நாடாவில் சுற்றினார். பாவில் இழையைக் கோர்த்து இழுத்தார். தறியில் கைகுத்தி முன்னால் சாய்ந்தார். கையிரண்டையும் நீட்டி ஊடு வீசியெறிந்தார். கால்கள் இரண்டையும் மாறிமாறி இரும்புச் சட்டத்தில் வைத்து மிதித்தார். சட்டங்கள் தாளத்தில் உயர்ந்து தாழ்ந்தன. மங்ஙாடன் கயிறு கோர்த்த வலையில் மூப்பன் எட்டுகாலியாக ஊசலாடியபடியே இரையைக் காத்து, வெளியே நடைபாதையையே பார்த்துக் கிடந்தார்.

செம்மண் பாதையில் தூசியைக் கிளப்பியபடி நான்கைந்து போலீஸ் வாகனங்கள் தெற்கே பாய்ந்து சென்றன.

காலையில் பத்து மணிவாக்கில் பெஞ்சமின் கடல் மணலில் சொருகியிருந்த கால்களை வெளியே இழுத்து எடுத்து கிழக்கில் நடந்து ஏறும்போதுதான் பார்த்தான். கிழக்கிலிருந்து கடலைப் பார்த்து அடி மேல் அடி வைத்து வருகிறது துப்பாக்கி ஏந்திய ரிசர்வ் போலீஸ்படை. டி.எஸ்.பி. வைத்தியநாதய்யர் முன்னால் வருகிறார். கிராஸ் பெல்ட் போட்ட வேறு நான்கைந்து பேரும் உடன் வருகிறார்கள். பரேடின் முன்பாக கையை வீசி ஆணைகள் கொடுத்தபடி நிமிர்ந்து நடப்பவர், கருத்த தடிமனான மீசைக்காரன் பாரசாலைக்காரன் வேலாயுதன் நாடார். அப்ளோர் அரௌஜின் வீட்டில் தாவளம் அடித்திருக்கற போலீஸ் முகாமின்

மேற்பார்வையாளர். மேற்கே வந்து முக்குவக் குடிகளுக்கு இடையிலூடே, வடக்கே அணிவகுத்தபடி கடலிறைச்சல் போலப் பாய்ந்து வருகிறது போலீஸ்படை. பெஞ்சமின் படகுக் கூடங்களுக்கிடையிலாக வடக்கே ஓடினான். குதிரைப்பந்திக்கு மேற்கே வந்ததும் படகுக் கூடத்தின் பின்னால் மறைந்து நின்றான். சிலுவைக் கோயிலுக்குப் பக்கத்தில் கொஞ்சம்பேர் வட்டமாக அமர்ந்திருக்கிறார்கள். ஐப்பசி ஒன்று அன்று துவங்கிய தொழிலாளர் முகாம் அது. அவர்களின் கண்களில் பட்டுவிடக் கூடாது. பார்த்துவிட்டால் வாய் ஓயாமல் திட்டுவார்கள். காட்டிக் கொடுத்த கருங்காலி என்று கோபத்துடன், கூட்டத்தோடு வந்து கை வைத்தாலும் வைப்பார்கள்.

'போலீஸ் சிலுவைக் கோயிலை நெருங்குகிறது. இப்போது இரண்டில் ஒன்று நடக்கும்' பெஞ்சமின் மனதில் நினைத்துக் கொண்டான். 'போலீஸ் பக்கத்தில் வந்தவுடன் கூட்டமாக உட்கார்ந்திருப்பவர்கள் எழுந்து ஓடுவார்கள். பின்னாலேயே போலீசும் ஓடும்... கையில் அகப்பட்டவர்களை அடித்து உதைப்பார்கள். அவர்களுக்கு இதுவும் வேண்டும், இன்னமும் வேண்டும். கொஞ்ச நஞ்சமில்லை அவர்களின் கொழுப்பு. புன்னப்புரை சந்தையில் அன்று அவர்கள் கண்களில் ஈரமில்லாமல்...'

போலீஸ் நேருக்குநேராக வருகிறது. டி.எஸ்.பி. பாய்ந்து வந்தார். கூட்டம் கூடியிருந்தவர்கள் அவரைக் கண்டு கொள்ளவேயில்லை.

''வழிலருந்து தள்ளி நில்லுடா'' டி.எஸ்.பி. ஆணையிட்டார்.

''முடியாது. இந்த வழியாப் போகமுடியாது''

கூட்டத்தின் இடையிலிருந்து பட்டாள தேவசியின் குரலல்லவா உச்சத்தில் கேட்பது? பெஞ்சமின் காதைக் கூர்மையாக்கினான். தேவசி யுத்தத்துக்குப் பிறகு பட்டாளத்திலிருந்து பிரிந்து வந்தவர். முகாமில் தொண்டர்களுக்குப் பயிற்சியளிப்பது அவர்தான் என்று சொல்லிக் கொண்டார்கள்.

போலீஸ் அணிவகுப்பு முன்னேறிச் செல்ல முடியாமல் அப்படியே நின்றது.

''ஐயா சொல்றது கேக்கலியா? நவுந்து நில்லுங்கடா வழியவுட்டு''

இன்ஸ்பெக்டர் வேலாயுதன் நாடார் கர்ஜித்தார்.

சுற்று வட்டாரத்திலிருந்து ஆட்கள் ஓடி வந்து கூடினார்கள். ஓடி வந்த பெண்களும், சிறுவர்களும் வழி ஒதுங்கி நின்றனர்.

''ரூட் க்ளியர் பண்ணுங்கோ. இம்மிடியட்லி. இட்டீஸ் மை ஆர்டர்'' டி.எஸ்.பி. அலறினார்.

''அது நடக்காது வைத்தி அய்யரே''

தேவசி எழுந்து பாறைபோல நின்று,

"மரியாதையா வேற வழியில போறதுதான் உங்களுக்கு நல்லது" என்றார்.

"டேய், நீ என்னன்னுடா ஐயாவைக் கூப்பிட்ட?"

வேலாயுதன் நாடார் கையோங்கினார்.

டி.எஸ்.பி. அவரைத் தடுத்தார்.

"எல்லாத்தையும் சுட்டுக் கொன்னுடுவேன் நான்"

அவர் இடுப்பில் சொருகி வச்சிருந்த கைத்துப்பாக்கி எடுத்து நீட்டினார்.

"நவுந்து நில்லுங்கடா ராஸ்கல்ஸ்..."

"கொல்லு" தேவசி நெஞ்சை விரித்து நின்றார்.

"கொல்லுடா"

தோழர் வி.கே. பாஸ்கரனும் முன்னேறி வந்தார். தோழர்கள் ஒவ்வொருவராக எழும்பி நெஞ்சை நிமிர்த்திக்கொண்டு நின்றனர். நிமிட நேரத்துக்குள் முன்னால் ஒரு மனிதச் சுவர் உயர்ந்தது. ஆட்கள் போலீசை முற்றுகையிடுகிறார்கள். துடுப்புகளோடு தொழிலாளர்கள் பாய்ந்து நெருங்குகிறார்கள்.

டி.எஸ்.பி. பின்வாங்கினார். கைத்துப்பாக்கியை உறையில் போட்டார். தொப்பியைக் கழற்றி தலையைத் தடவினார். உத்தியை மாற்றினார்.

"சண்ட போடறதுக்கு வரல நாங்க" அவர் குரல் பதறியது.

"கொஞ்சம் வழிலருந்து நகந்து நில்லுங்க. ப்ளீஸ், நாங்க போயிடறோம்"

"இந்த வழில போக முடியாதுன்னுதானே உங்கிட்ட சொன்னேன். வேணுன்னா கடலோரமாப் போ" தேவசி சொன்னார்.

"ஓக்கே"

டி.எஸ்.பி. பல்லைக் கடித்தார். தொப்பியைத் தலையில் மீண்டும் வைத்த அவர், போலீஸ் பக்கமாகத் திரும்பிக் கத்தினார்.

"லெஃப்ட் டேர்ன். குயிக் மார்ச்!"

ரிசர்வ் போலீஸ் இடப்பக்கமாகத் திரும்பியது. மேற்கே அணிவகுத்து நடந்து போகிறது. அங்கிருந்து வடக்கே போகும்.

தோழர் பாஸ்கரன் முஷ்டி உயர்த்தினார்.

"இங்குலாப் சிந்தாபாத்

தொழிலாளர் ஒற்றுமை சிந்தாபாத்"

கே. வி. மோகன்குமார்

தொழிலாளர்கள் அவரைத் தொடர்ந்து முழங்கமிட்டனர். அது கடலின் பேரிரைச்சலானது. கடல்காற்று அதை ஏற்றுக் கொண்டது. புன்னப்புரை சந்தையிலும் பரவூரிலும் கொம்மாடியிலும் முழக்கம் சென்று சேர்ந்தது. முகம்மையையும் வயலாறையும் அடைந்தது. மேற்குக் காற்றில் கவடியாறிலும் பக்தி விலாசத்திலும் சென்று சேர்ந்தது.

பெஞ்சமின் படகுக் கூடத்துக்குள் ஒளிந்து கொண்டான். 'கர்த்தாவே, கடசீல டி.எஸ்.பி.யும் அவனுங்க முன்னாடி தோத்துப் போயிட்டாரே? இது எதுக்கான புறப்பாடுன்னு தெரியலயே?'

34

கரைப்புறத்தின் இதிகாசம்

ஃபிரோசா பேகம் பாடுகிறார்.

''ஆஷே பசந்தோ ஃபூலோ பனேயே...''

அபராஜிதா ஐபோடின் ஒலியலைகளைத் தொட்டெழுப்பினாள். நஸ்ரூல் கீதங்களின் இறகிலேறி கொல்கத்தாவின் நெரிசலுக்குள் அவள் பறந்தாள். பாதையின் நெரிசலை முறித்துப் பாய்ந்து செல்லும் ரிக்ஷாக்காரர்கள். அவள் அதிலொன்றில் ஏறிக் கொண்டாள். நகர நெரிசலில் எங்கேயென்று தெரியாமல்... ஃபிரோசா பேகம் இப்போதும் பாடுகிறார். நஸ்ரூல் கீதங்களின் டிராக்கிலிருந்து சற்று நகர்ந்து அந்தப் பழைய பாடல்களின் ஈரடிகளுக்கு... *''ஜாயி தபே சாலே ஜாயீ...''*

நஸ்ருல் கீதங்களை யார் பாடினாலும் ஃபிரோசா பேகத்தின் இசை இனிமையின் அருகே வரமாட்டார்கள். அஞ்சலி முகர்ஜி... சுப்ரவா சர்க்கார்... சுஸ்மிதா கோஸ்வாமி... ஜூதிகா ராய்... யார் பாடினாலும்...

காஸி நஸ்ரூல் இஸ்லாமைத் தேடி வந்த பத்து வயதுக்காரி. நஸ்ரூல் கீதங்களை மேகங்களுக்கு உயர்த்தி கஸல் மழை பெய்வித்தவள். நஸ்ரூலுடன் அவளும்...

''அபூ, இன்னும் கொஞ்சம் முன்னாடி நீ இந்த பூமிக்கு வந்திருக்கலாம்'' நஸ்ரூல் கீதங்களைக் கேட்டுக் கொண்டிருந்த ஒருநாள் அப்பா அவளிடம் விளையாட்டாக, ''அவரை ஒருவாட்டி பாக்கற பாக்கியம் உனக்கு இல்லாமப் போச்சே?'' என்றார்.

கொல்கத்தாவிலிருந்தபோது, நாடகக்குழுத் தோழர்களோடு பழையதொரு ரெக்கார்டு பிளேயருடன், நோயால் பாதிக்கப்பட்ட அந்தத் தனிமைக்குள் அடிக்கடி கடந்து சென்றிருந்தார் அப்பா... படுக்கையில் தலையை உயர்த்தி வைத்து சோர்வுடன் மரணத்தின் அழைப்பைக் கேட்பதற்காகச் சாய்ந்திருப்பார் நஸ்ரூல்.

மறதிநோய் ஆக்கிரமித்த உயிரணுக்களில், ஃபிரோசா பேகம் நஸ்ரூல் கீதங்களுக்குள் கரைந்துருகும்போது, அந்தக் கண்களில் ஈரம் கசியும். மறதியின் ஆழங்களிலிருந்து ஒரு நொடி நஸ்ரூல் உயிர்த்தெழுந்து வருவார்.

டாக்காவின் நினைவிடத்தில் அந்தக் கவிவாழ்வு விடைபெறும்போது, பிரியா விடையளிக்க வந்த நஸ்ரூல் ரசிகர்களான ஆயிரக்கணக்கானோரில் தோழர் சத்தியதாசும் இருந்தார். நழுவிய கைப்பிடியிலிருந்து உதிர்ந்து விழுந்த ஒரு பிடி மண்ணின் நினைவு... அது என்றும் சத்தியதாசிடம் இருந்தது. வேறொரு முறை டாக்கா பயணத்தில் ஃபிரோசா பேகத்தின் வீடுவரை சென்றது, அந்த நினைவின் நீட்சியாக இருக்கலாம். உடன் அம்மாவும் இருந்தாள். பூரிகங்கா நதியின் கரை வழியாக சைக்கிள் ரிக்ஷாவில் அப்பா அம்மாவின் நடுவில் அமர்ந்து சென்ற அந்தப் பயணம்... நஸ்ரூல் கீதங்களில் சிலவற்றை அவர்கள் இருவரும் சேர்ந்து பாடியபோது ஃபிரோசா பேகத்தின் கண்களிலும் ஈரம் படர்வதை நான் பார்த்தேன். கடைசியாக டாக்கா நகரத்தில் நஸ்ரூலின் கல்லறை முன்னால் நின்றபோதும் அப்பா அதை முனகினார்.

''ஆமி ஜோ தின் ரோயிம்போ ந கோ''

அதன் பொருள் இதுதான்.

''ஒருமுறை நானில்லாமல் போகும்போது...

மறதியின் ஒட்டடைகளில் நான் மறையும்போது...''

அதைக் கேட்ட அவளுடைய கண்களும் கலங்கின.

அடியாழத்து நினைவுகளில், வழி தெரியாத பயணியைப் போல எவ்வளவோ நேரமாக அவள் சஞ்சரிக்கிறாள். கீபோர்டின் முன்னால் கண்மூடி அமர்ந்தபோதும், மூடிய விழித்திரையில் தளர்வான வெள்ளை ஷிம்மியணிந்த ஒல்லியான பெண்குழந்தை வழி தேடி அலைகிறாள்...

அப்போதும் எங்கேயோ மறைந்திருந்து ஃபிரோசா பேகம் பாடுகிறார்.

''ஆமி ஜோ தின் ரோயிபோ ந கோ...''

திசா வேகமாக உள்ளே வந்தாள். அவள் மூச்சிரைத்துக் கொண்டிருந்தாள்.

''அவன் கூப்பிட்டான்''

அபராஜிதா திடுக்கிட்டெழுந்தாள். ''எப்ப?''

''நேத்து ராத்திரி. அவனோட ஏதோ ஃபிரண்ட வழீல வச்சுப் பாத்ததா தினார் சொன்னான்'' திசாவுக்கு இரைத்தது.

''எங்க இருக்கான் அவன்?''

''சத்தீஸ்கட்டில் எங்கியோ''

''தினார்கிட்ட கேக்கலாமில்லயா?''

''கேட்டேன். அதிகமா எதுவும் தெரியாதுன்னு சொல்லி நவுந்துட்டான்''

''அவன் கூப்பிட்டானே...'' அவள் ஆசுவாசமடைந்தாள்.

''கவனமா இருக்கணும். யாருட்டயும் சொல்லாதே'' திசா நினைவூட்டினாள். ''முக்கியமா போன்ல. யூ நோ? தட் கானிபல்ஸ்...''

அவள் வராந்தாவுக்கு நடந்தாள்.

''ம்'' அபராஜிதா கீ போர்டின் முன்னால் அமர்ந்தாள்.

கானிபல்ஸ்! அவள் யோசித்தாள். இதன் அர்த்தம்?

நரமாமிசம் தின்பவர்கள்.

ஓ! நரபோஜிகள்!

நரபோஜிகளைப் பற்றி உண்ணிக்கண்டன் போலீசும் கேள்விப்பட்டிருந்தார். அந்தமான் காடுகளுக்குள் எங்கேயோ அப்படி ஓர் இனம் இருக்கிறது. மனிதனை உயிரோடு பிடித்துத் தின்பவர்கள். கூட்டுவேலிக்காரன் குஞ்ஞன்நாயர் அந்தமானுக்குப் போய்விட்டு வந்து சொல்லக் கேட்டது. செல்லுலார் ஜெயிலில் சிறைக் கைதிகளுக்கு சமையல்காரனாகப் போனவன்தான் குஞ்ஞன்நாயர். மலபாரிகள் தமிழர்களென ஆங்கிலேயர்கள் நாடு கடத்திய சுதந்திரப் போராட்ட வீரர்களைத் தனித்தனியாக அடைத்து வைத்திருந்த குறுகிய தனிமைச் சிறைகள். கொடிய தண்டனை முறைகள். சகித்துக்கொள்ள முடியாமல் எப்படியோ ஜெயிலிலிருந்து தப்பித்த மலபார்காரன் குஞ்ஞாமு நரபோஜிகளின் குகையில் போய் மாட்டிக்கொண்டான். ஜெயிலிலிருந்து தப்பித்தவனைத் தேடிப்போன தமிழர் பட்டாளம் மரங்களுக்கிடையில் ஒளிந்து நின்று பார்த்ததாம். குறுக்கே கட்டியிருந்த மூங்கில் கழியில் கையையும் காலையும் இழுத்துக்கட்டி குஞ்ஞாமுவை உயிரோடு பொரிக்கும் காட்சி. ஆவல் அதிகமாக நரபோஜிகள் குஞ்ஞாமுவின் பச்சை மாமிசத்தைப் பறித்தெடுத்ததும், அந்தமான் காடுகள் நடுங்க அவனுடைய மரணஓலம் கேட்டது. திரும்பி வந்த தமிழர்கள், இரவு உணவின்போதும் அதை விவரித்துக்கொண்டே இருந்தார்கள். ''கொல நடுங்கற காட்சி...'' அதைச் சொல்லும்போது அவர்கள் கண்களில் தெரிந்த பீதி குஞ்ஞன் நாயரின் கண்களிலும் தெரிந்தது. குலை நடுங்க வைக்கும் காட்சி! ஸ்டேஷன் சுவரில் மாட்டியிருந்த ரசம்போன கண்ணாடியின் முன்னால் தன் கண்களைப் பார்த்துக்கொண்டு நிற்கும்போது... உண்ணிக்கண்டன் போலீசின் கண்களிலும் நிழலாடுவது...

வாழ வழியேதும் இல்லாமல் போனதால் வேறு கதியின்றி காக்கிச் சட்டைக்குள் போலீஸ் வேஷம் போட்டு ஆடிக் கொண்டிருக்கிறார் உண்ணிக்கண்டன் போலீஸ். வேறு ஏதாவது வழியிருந்தால்... சர்.சி.பி.யின் ஆட்சி மனிதனைப் பச்சையாகப் பிய்த்துத் தின்னுகிறது. எப்போதும் குஞ்ஞாமுமார்களின் கூக்குரல்கள் காதுகளைக் கிழிக்கின்றன. ஒவ்வொரு நாளும் முப்பது நாற்பது பேரை எங்கிருந்தாவது பிடித்துக்கொண்டு வந்து லாக்கப்பில் தள்ளுகிறார்கள். பாவங்கள்! கம்யூனிஸ்ட்டுகளைக் கொண்டு லாக்கப்புகளையும் ஜெயில்களையும் நிறைக்க வேண்டுமென்பது திவானின் கட்டளை.

காலையில் குமாரன் வக்கீலை கைவிலங்கு போட்டு அழைத்து வந்தார்கள். கறுப்பு வக்கீல் அங்கியில் ஜீப்பிலிருந்து இறக்கினார்கள். பாதை வழியாக நீண்டதூரம் நடக்க வைத்தே கொண்டு வந்தார்கள். ரிசர்வ் போலீசார் நடையடி கொடுக்க கையை முறுக்கி ஏற்றி நின்றார்கள். ஏட்டு நாராப்பிள்ளை போய் அவர்கள் காதில் எதையோ சொல்ல, அவர்கள் கெட்ட வார்த்தைகளால் திட்டி கழுத்தில் பிடித்துத் தள்ளினார்களே தவிர அடிக்கவில்லை. சுவற்றில் இடித்துத் தங்களின் கையரிப்பைத் தீர்த்துக் கொண்டார்கள். உள்ளே வந்ததும் வக்கீல் போட்டிருந்த மொத்த உடையையும் உருவி, ஒற்றை வேட்டியைக் கட்டவைத்து லாக்கப்பில் போட்டார்கள். மதியத்துக்குப் பிறகு கைவிலங்கு மாட்டி கோர்ட்டுக்குக் கொண்டு போனார்கள். மாலையில் பதினான்கு நாட்கள் ரிமாண்டுடன் அழைத்து வந்தனர். வக்கீல் உள்ளே காலை வைத்ததும் ஏட்டு நாராப்பிள்ளை ரிசர்வ் போலீசாரைப் பாத்துக் கண்ணசைத்தார். அவர்கள் கைகளை முறுக்கிக் கொண்டனர்.

உண்ணிக்கண்டனுக்கு அப்போதுதான் விஷயம் புரிந்தது. கோர்ட்டில் ஆஜர் படுத்திவிட்டு வந்த பிறகு, வக்கீலுக்கான பங்கைக் கொடுக்கலாமென்று வைத்திருக்கிறார்கள். வக்கீல்தானே, அடிபட்ட அடையாளங்களை கோர்ட்டில் காண்பித்தால்? ஏட்டு நாராப்பிள்ளையின் அறிவு!

ரிசர்வ் போலீசார் வக்கீலைக் குனிந்து நிற்கவைத்து முடியைக் கற்றையாகப் பிடித்துக்கொண்டு அடிக்கத் தொடங்கினார்கள். வக்கீலின் கதறல் காதில் வந்து விழவும் உண்ணிக்கண்டன் போலீஸ் சைக்கிளை எடுத்துக்கொண்டு ரோந்து சுற்றப் போய்விட்டார்.

மாலையில் திரும்பி வந்தபோது ஸ்டேஷன் வராந்தா முழுக்க ப்ளக்கார்டுகளின் பிரளயம்.

'திவானின் கொடுங்கோன்மைக்கு முடிவு கட்டுவோம்', 'அமெரிக்கன் மாடல் அரபிக்கடலில்', 'எங்களுக்கு வேண்டும் பொறுப்பு அரசாங்கம்', 'போலீசே நரவேட்டையை நிறுத்து'

‘‘இது எங்கிருந்து இவ்ளோ வந்துச்சு?’’ உண்ணிக்கண்டன் சைக்கிளைச் சாய்த்து வைத்து உள்ளே வந்தார்.

‘‘யூனியன் ஆபீசுகளில் ரெய்டு பண்ணிக் கைப்பற்றியது’’ பியூன் சொன்னான்.

லாக்கப்பில் இன்னும் பத்துபேரை நெருக்கி உட்கார வைத்திருக்கிறார்கள்.

ஏட்டு நாராப்பிள்ளை காக்கிச்சட்டையின் பட்டன்களைத் திறந்து விட்டபடி காலிரண்டையும் மேசைமேல் ஏற்றி வைத்துக்கொண்டு வாயைப் பிளந்து குறட்டை விட்டுத் தூங்குகிறான். கடைவாயில் வழிந்திறங்கும் ஊத்தையில் ஈக்கள் மொய்த்தன.

உண்ணிக்கண்டன் லாக்கப்பைப் பார்த்தார். சுவரில் தலைவைத்து சாய்ந்து சோர்ந்து உட்கார்ந்திருக்கிறார் வக்கீல். பக்கத்தில் கோதுமைக் கஞ்சியைச் சுற்றி ஈக்கள் பறக்கின்றன.

‘‘கஞ்சியக் குடிச்சிக்கிட்டுப் படு’’ அவர் கம்பிகளில் தட்டினார்.

‘‘எப்பிடிக் குடிக்க? இது முழுக்க புழு செத்து வெந்து கெடக்கறதப் பாக்கலியா?’’

தோழர் பரமன் கஞ்சிக் கலயத்தைக் காலால் தட்டி விட்டான்.

‘‘பீ நாத்தமுமடிக்குது’’

‘‘நெஜமாவா?’’ அவர் சுற்றி நின்று கொண்டிருந்த போலீசாரிடம் விசாரித்தார்.

‘‘புழு புடிச்ச கோதுமையோட கஞ்சிதானா இவுங்களுக்கு...’’

‘‘மேலயிருந்து வந்த உத்தரவுதான் அண்ணா’’ பீடி மணியன்பிள்ளை சொன்னான்.

‘‘இவனுங்களுக்கெல்லாம் அவ்ளோ சொகம் வேண்டாமாம். ரேஷனையும் கொறச்சுட்டாங்க. காப்படி கோதுமை எட்டு பேருக்கு. பட்டினி கெடந்து சாவட்டுமாம். பொன்னு தம்புரானோட வெளயாட்டு’’

‘‘ஒதபட்டு ரத்தபேதி ஆவறதும் போதாதுன்னுட்டா?’’ அவருக்குக் கோபம் தலைக்கேறியது.

பக்கத்து அறையிலிருந்து எஸ்.ஐ. ராமன்குட்டிநாயர் ஓடிப் பாய்ந்து வந்தார்.

‘‘ஆலப்பொழைலருந்து டி.எஸ்.பி. ஐயா வர்றாரு’’

‘‘எங்க, எங்க?’’ ஏட்டு நாராப்பிள்ளை குதித்தெழுந்தான். அவசரமாக சட்டைப் பட்டன்களைப் போட்டுக்கொண்டான். இடுப்பு பெல்ட்டை முறுக்கிக் கொண்டான். லத்தியையெடுத்து கக்கத்தில் வைத்துக்கொண்டு அட்டன்ஷனில் நின்றான்.

‘ஆமா, இந்த கோசி சார் எங்கப் போயிருக்காருன்னு தெரியலயே?’

ராமன்குட்டிநாயர் தனக்குள் கேட்டுக் கொண்டார். உண்ணிக் கண்டனுக்குள் சிரிப்பு பொங்கியது. கோசி இன்ஸ்பெக்டருக்கு அய்யப்பன்சேரி நாயர் வீட்ல

தொடுப்பு இருப்பது யாருக்குத்தான் தெரியாது? குதிரைப் படையிலிருந்து வந்த ராமன்குட்டிநாயரின் காதுகளுக்கு அது வந்து சேர்ந்திருக்காது.

''கோசி சாரை அய்யப்பஞ்சேரிலப் பாக்கலாம். அங்கதானே பழக்கவழக்கம்''

ஏட்டு பொடி வைத்துச் சிரித்தான்.

வெளியே ஒரு ஜீப் வந்து நிற்கும் ஓசை.

''வந்தாச்சா?''

ஏட்டு வாசலுக்கு ஓடினான்.

டி.ஒய்.எஸ்.பி. உஸ்மான் இறங்கி வந்தார். சல்யூட்களின் கோலாகலம். நேராக வந்து இன்ஸ்பெக்டரின் நாற்காலியில் உட்கார்ந்தார்.

''தெரியுமா? அய்யரு புன்னப்புரை போயி, முக்குவனுங்க முன்னாடி தோத்து தொப்பி போட்டுக்கிட்டு வர்றாரு. அதோட ஆத்திரம் இருக்கும். சந்தைலத் தோத்தா...'' டி.எஸ்.பி. குரல் தாழ்த்தி ராமன்குட்டிநாயரிடம், ''லாக்கப்புல இருக்கறவனுங்க எல்லாரையும் வெளியக் கொண்டுவந்து வரிசையா நிறுத்தணும்னு ஆர்டர்''

உண்ணிக்கண்டனின் காதில் அது விழுந்தது.

ராமன்குட்டிநாயர் லாக்கப்பின் பக்கம் திரும்பி, ''எறக்கி வுடுடா எல்லாவனுங்களயும்'' என்றார்.

உண்ணிக்கண்டன் வேகமாக லாக்கப்பைத் திறந்தார்.

''வெளிய வந்து கையக் கட்டிக்கிட்டு வரிசையா நில்லுங்கடா மரியாதையா''

ஏட்டின் குரல் உயர்ந்தது.

பத்துக்கும் மேலான ரிசர்வ் போலீசார் துப்பாக்கிகளோடு வரிசையாக நின்றனர்.

''எங்கருந்துடா ஒரு அழுவுன நாத்தம் வருது...''

டி.ஒய்.எஸ்.பி. கைக்குட்டையெடுத்து மூக்கைப் பொத்திக்கொண்டார்.

''புழு அழுவுன கோதம்பு கஞ்சிலருந்து வருது''

பரமன் தோழர் சத்தமாகச் சொன்னான்.

''சாருங்க கொஞ்சம் சாப்புட்டுப் பாக்கணும்''

''இல்லீங்க'' ஏட்டு நாராப்பிள்ளை மேஜை பக்கமாக குனிந்தான்.

''அந்தக் கலயம் லாக்கப்போட மூலைல இருக்கறதுனாலத்தான். இவனுங்க காலைல இருந்து ஊத்தியிருக்கறது...''

''எடுத்து தூரமா ஊத்தச் சொல்லுடா'' டி.ஒய்.எஸ்.பி. சீறினார்.

''சா...ர்...!'' ஏட்டு ஓடினான்.

வக்கீலின் அருகே சென்று நின்றான். ''வாடா வக்கீலே'' அவன் வக்கீலின் தோளைப் பிடித்து இழுத்தான்.

''உன்னயே சொமக்க வைக்கிறேன். நீ பெரிய வக்கீலுதானே''

''அது வேண்டாம்... ஒண்ணுமில்லன்னாலும் வக்கீலில்லயா?''

உண்ணிக்கண்டன் ஓடிப்போய் வழிமறித்து நின்றார்.

''நவுந்து நில்லுடா'' ஏட்டு அவரைத் தள்ளிவிட்டு வக்கீலைப் பிடித்திழுத்துக் கொண்டு லாக்கப்புக்குள் பாய்ந்தான்.

''எடுத்து வைடா தலைல'' ஏட்டு விரட்டினான்.

குமாரன் வக்கீல் மூத்திரக் கலயத்தைச் சுமந்துகொண்டு லாக்கப்பிலிருந்து இறங்கி வந்தார். ஏட்டு லத்தி வீசிக்கொண்டே அவரை வெளியே தள்ளிக் கொண்டு வந்தான்.

''நாராப்பிள்ளை சாரு பழி தீத்துக்கறாரு. முன்னால கட்சியோட ஒரு கேசுல வக்கீலு அவரைக் குறுக்கு விசாரணை செஞ்சதோட ஆத்திரம். மூத்திரக் கலயத்த எப்ப லத்தியால அடிச்சு ஒடைக்கப் போறாரோ தெரியல'' என்றார் மணியம்பிள்ளை போலீஸ்.

சொல்லி முடிக்கவில்லை. அதற்குள் வெளியே கலயம் உடையும் சத்தம்.

''நாறக் கழுவேறி மவனே, நீ கோர்ட்டு கூண்டுல நின்னுக்கிட்டு போலீஸ்காரங்கள பூச்சாண்டி காமிப்ப இல்லையாடா?'' நாராப்பிள்ளையின் அலறல்.

உண்ணிக்கண்டன் ஓடிச் சென்றார். தலை வழியாக நாற்றமடிக்கும் மூத்திரம். மூத்திரத்தில் குளித்துக்கொண்டு நிற்கிறார் வக்கீல்.

''வேகம் மூணு நாலு தூக்கு தண்ணி மொண்டு ஊத்துடா வக்கீலோட தலமண்ட வழியா''

அவர் பார்த்துக் கொண்டிருந்த போலீசாரிடம் சொன்னார்.

''நீ யாரு? இவனுக்கு வக்காலத்தா?''

நாராப்பிள்ளை உண்ணிக் கண்டனைப் பார்த்து பற்களை நெறித்தார்.

மூன்று போலீஸ் வண்டிகள் வந்து நின்றன.

டி.எஸ்.பி. வைத்தியநாதய்யர் குதித்து இறங்கினார். வந்ததும் வராந்தாவில் குமித்து வைக்கப்பட்டிருந்த ஃப்ளக்கார்டுகள் கண்ணில் பட்டன.

''என்னடா இதுல எழுதியிருக்கு? படிடா''

அவர் குமாரன் வக்கீலைப் பார்த்துச் சொன்னார்.

‘திவானின் கொடுங்கோன்மை தொலையட்டும்’, ‘அமெரிக்கன் மாடல் அரபிக்கடலில்’, ‘போலீசின் அராஜகத்துக்கு முடிவு கட்டுவோம்’, ‘வேண்டாம் வேண்டாம் ராணுவ ஆட்சி...’ குமாரன் வக்கீல் பெருங்குரலில் வாசித்தார்.

‘‘யாருடா இத எழுதினது?’’ டி.எஸ்.பி. அலறினார்.

‘‘யாராயிருந்தாலும் இந்த மாதிரி எழுதினவன கொல பண்ணனும்’’

அவர் கைதிகளின் பக்கம் திரும்பினார்.

‘‘நீயாடா?’’

‘‘நானில்ல’’ என்றார் தோழர் என்.எஸ். பி.

‘‘நாங்க பலபேரு பலதடவையா எழுதுனது’’

‘‘இடியட்ஸ்’’ அவர் கையை முறுக்கி ஏற்றினார்.

‘‘அடிச்சு முதுகப் பொளங்கடா’’

‘‘பாத்துக்கிட்டு நிக்காம எல்லாக் கழுவேறி மக்களோட முதுகயும் அடிச்சுப் பொளந்து கட்டுங்கடா’’ ஏட்டு நாராப்பிள்ளை போலீஸ்காரர்களைப் பார்த்து அலறினார்.

டி.ஒய்.எஸ்.பி. உஸ்மான் தொப்பியைக் கழற்றி வைத்து அட்டென்ஷனில் நின்றார்.

உண்ணிக்கண்டன் போலீஸ் கையை முறுக்கி ஏற்றினார். யாரைப் போயி அடிக்கறது? சுத்தியிருக்கறவங்க எல்லாம் என்னிக்கும் பாக்கற நம்ம ஜனங்களாச்சே.

‘‘கம் டு டி. பி.’’

உஸ்மானைப் பார்த்துச் சொன்னார். கனத்த பூட்சை அழுத்தி வைத்தபடி இரண்டுபேரும் வெளியே போனார்கள்.

‘‘ராஸ்கல்ஸ், நீயெல்லாம் பாத்துக்கோ. உன்னோட ப்ளடி மாஸ்கோவ ரண்டே ரண்டு நாளுக்குள்ள நான் சுட்டுப் பொசுக்கிடுவேன்’’

முகப்பு நீண்டிருந்த விண்டேஜ் காருக்குள் ஏறுவதற்கிடையில் அவர் தோழர்களைப் பார்த்துச் சீறினார்.

வயலாறை உத்தேசித்துதான் அப்படிச் சொன்னார். உண்ணிக்கண்டன் வக்கீலைப் பார்த்தார்.

இன்ஸ்பெக்டர் கோசி மோட்டார் சைக்கிளில் எங்கிருந்தோ பாய்ந்து வந்தார்.

‘‘மிதிச்சு அரைங்கடா எல்லாப் பன்னிங்களயும்’’

‘‘அய்யப்பஞ்சேரீலருந்து அவுத்து எடுத்துக்கிட்டு ஓடி வர்றாப்ல பிசாசு’’

ஏட்டு நாராப்பிள்ளை முணுமுணுத்தான். அப்படிச் சொன்னதுல ஏதோ ஆபாசம் இருந்துச்சே? உண்ணிக்கண்டன் போலீசுக்கு அது காதில் விழுந்தது.

உள்ளே கூக்குரல்களின் மதில்கள் உயர்ந்தன. ரிசர்வ் போலீசாரின் அடிகள் தொடர்ந்தன.

தோழர் பத்ரோஸ் கையிலிருந்த செய்தித்தாளை மடித்து வைத்து காயல் கரையைப் பார்த்தபடி அமர்ந்திருந்தார்.

நாடு முழுவதும் எரிமலைகள் புகைந்து கொண்டிருக்கின்றன. எப்போது அவை வெடிக்குமென்று தெரியாது. வங்காளத்தில் நாளுக்குநாள் அக்கிரமங்கள் பரவுகின்றன. இனக் கலவரங்களும் தெபாகா போராட்டங்களும் தொடர்கின்றன. பெண்கள் தங்களைத் தாங்களாகவே பாதுகாத்துக் கொள்ளத் தயாராக வேண்டுமென்று காந்தி அறிவுறுத்தி இருக்கிறார். அங்கே மானத்தைக் காப்பற்றிக் கொள்ள பெண்கள் நீர் நிலைகளுக்குள் மூழ்கிக் கிடக்கின்றனர். ஒன்றரை லட்சத்துக்கும் அதிகமானோர் அக்கிரமங்களுக்கு இரையாயினர். பல்லாயிரக்கணக்கானவர்கள் வீடுகளை விட்டு வெளியேறினர். நவகாளியில் ஆரம்பித்த இனக் கலவரம் டிப்போரா டிவிஷனையும் கடந்து, சாந்திப்பூரில் அமைதியின்மை விதைக்கிறது. எல்லைப் பகுதிகளுக்குச் சென்ற பண்டிட் நேருவுக்கு எதிராகப் பல்வேறு இடங்களிலும் கல்லெறியப்பட்டன. கலவரங்களுக்குப் பின்னால் பிரிட்டனின் கறுப்புக் கரங்கள் இருக்கிறதென்கிறார் கான் அப்துல் கபார்கான்.

தெலுங்கானாவில் மக்கள் எழுச்சியைக் கண்டு பயந்துபோன அதிகார வர்க்கம் விவசாயிகள்மீது பரவலாக அக்கிரமங்களை அவிழ்த்துவிட்டன. நிஜாம் ஆட்சியும் குவாசிம் ரஸ்வியின் ரசாக்கர் படையும் போலீசும் சேர்ந்து நடத்தும் எதேச்சதிகாரம். ஐதராபாத்தை இந்தியன் யூனியனில் சேர்ப்பதற்கு எதிரான போர். தெலுங்கானாவிலும் மராட்டாவாடாவிலும் கொலையும் தீ வைப்பும் கூட்டு பாலியல் பலாத்காரங்களும் நடக்கின்றன. கொரில்லாப் போராட்டத்தில் தேச பக்தர்களான விவசாயத் தோழர்கள் புதிய பாதைகளில் செல்கின்றனர். நூல் மில்களின், சணல் மில்களின் தொழிலாளர்களும் போராட்டத்துக்குத் தயாராகின்றனர்.

இங்கேயோ திருவிதாங்கூரை இந்திய யூனியனிலிருந்து பறித்து எறிவதற்கு சர்.சி.பி. எல்லாத் தகிடு தத்தங்களையும் செய்து கொண்டிருக்கிறார். ஐப்பசி ஏழு. மகாராஜாவின் திருநாள். தர்பாரில் மகாராஜா மூலமாக அமெரிக்க மாடலை பிரகடனப்படுத்துவதுதான் சர்.சி.பி. யின் உள்நோக்கம். ராஜாவைக் கைப்பாவையாக்கி சுதந்திரத் திருவிதாங்கூரின் சர்வாதிகாரியாக வாழ விரும்புகிறார் அவர். மாநிலக் காங்கிரஸ் தலைவர்களைக் கைக்குள் போட்டுக்

கொண்டார். அதிகாரத்தின் அப்பத் துண்டுகளுக்காக பக்தி விலாச பங்களாவின் படிகளில் காவல் கிடக்கின்றனர் அவர்கள். தடையாயிருப்பது கம்யூனிஸ்டுகளே. அம்பலப்புழை, சேர்த்தலை தாலூக்காக்களில்தான் அவர்களின் எண்ணிக்கை அதிகம். கிழக்கில் வேம்பனாட்டு காயல், மேற்கே அரபிக் கடல், தெற்கே தோட்டப்பள்ளிக் காயல், வடக்கே கொச்சி தேசத்தின் தென் எல்லையான அரூர். இந்த நான்கெல்லைகளுக்குள் கம்யூனிஸ்டுகளை இல்லாமல் ஆக்க வேண்டும்.

டி.எஸ்.பி. வைத்தியநாதய்யரை சசிவோத்தமன் அந்தக் கடமையோடுதான் இங்கே அனுப்பினார். ஐப்பசி ஏழு முடிவதற்காகக் காத்திருக்கிறார்கள் அவர்கள். தொழிலாளர் வர்க்க முன்னேற்றம் அதற்கு முன்பே நிகழ வேண்டும். ஆயுதப் போராட்டத்தின் பேரிகை முழங்க வேண்டும். இல்லையென்றால்...

வெளியேற்றப்பட்ட தொழிலாளர்கள் முகாம்களில் குவிகிறார்கள். நாடு முழுவதும் முகாம்கள் தொடங்க வேண்டியதாகிவிட்டது. ஔதலை, வயலார், வட வயலார், களவங்கோடம், கணிச்சுக்குளங்கரை, முகம்மை, கஞ்ஞிக்குழி, கண்ணார்காடு, புத்தன்அங்ஙாடி, மாராரிக்குளம், காட்டூர், தும்போளி, மண்ணஞ்சேரி, ஆர்யாடு, கோமளபுரம், வாடய்க்கல், களர்கோடு, சுங்கம், புன்னப்புரை, பரவூர்...

பின்னால் சருகுகளின் அசைவு கேட்டு பத்ரோஸ் திரும்பிப் பார்த்தார். தோழர் கொச்சு நாராயணன் கையில் ஒரு காகிதத்துடன் வருகிறார். ஒன்றும் சொல்லாமல் அந்தக் கடிதத்தை அவர் கையில் கொடுத்துவிட்டு திரும்பி நடந்தார். சி.ஜி. கொடுத்தனுப்பியிருக்கிறார். ஆக்ஷன் கவுன்சில் தீர்மானங்களின் நகல்.

எஸ். குமாரனின் வீட்டு முற்றத்தில்தான் கூட்டம் நடந்தது. முதலில் தொழிற்சங்க ஒருங்கிணைப்பாளர்களின் கூட்டம். உணவுக்குப் பிறகு ஐம்பதுக்கும் மேற்பட்ட தோழர்கள் முற்றத்து மாமரத்தடியில் வட்டமாக உட்கார்ந்தனர். தோழர் முன்னுரையாகப் பேசிய உரையில் பேச்சோடு பேச்சாக ஒன்றை உணர்த்தினார்.

''ஆலப்புழையில் போராட்டத்தின் டிக்டேட்டராக தோழர் பத்ரோசையும், சேர்த்தலையில் தோழர் சி.கே. குமாரப்பணிக்கரையும் பொறுப்பு ஏற்கும்படி ஆக்ஷன் கவுன்சிலின் தீர்மானம். இதற்குப் பிறகான போராட்டத்தின் பாதை இவர்கள் கைகளில்தான். சி.கே. இன்னும் வந்து சேரவில்லை. பத்ரோஸ் தோழர் சொல்லட்டும்''

பத்ரோஸ் சட்டென எழுந்தார்.

''தோழர்களே, நாம் எதிர்கொள்ளப் போவது சர்.சி.பி.யின் அடியாட்களை. அவங்க கைல இருக்கறது சாதாரணக் குத்தீட்டி இல்ல, துப்பாக்கிங்கறது ஞாபகம் இருக்கட்டும். அவங்களை எதிர்க்க நம்ம கைகளிலயும் துப்பாக்கிங்க வேணும்.

களைக்கொட்டி புடிக்கிற கைகள் துப்பாக்கி புடிக்கணும்''

''அதுக்கு நம்மகிட்ட துப்பாக்கிங்க வேண்டாமா?'' ஏ.கே. ஸ்ரீதரன் கேட்டார்.

''துப்பாக்கிகளை நாம் கைப்பற்றுவோம்''

பத்ரோசின் குரல் சுற்றிலும் முழங்கியது. காயலிலிருந்து வீசியடித்த காற்று நிலைத்தது. இலையசைவுகூட நிலைத்தது.

''அதுக்காக நாளைக்கு நாம் புன்னப்புரை கேம்ப்பை ஆக்ரமிப்போம்'' என்றார் பத்ரோஸ்.

''நாளைக்கா?''

தோழர்கள் தங்களுக்குள் பார்த்துக் கொண்டனர்.

''நாளை ஐப்பசி ஏழு. அன்னதாதாவான பொன்னு தம்புரானின் முப்பத்தஞ்சாம் திருநாள் அல்லவா? நாளக்கிதான் அதுக்குச் சரியான நாள். சாகறத்துக்கு நெஞ்சுரம் உள்ளவங்க வந்தாப் போதும். யாரிருக்காங்க அதுக்குத் தயாரா?''

''நான் தயார்'' தோழர் ஓ.ஏ. கோவிந்தன்தான் முதலில் எழுந்தார்.

''நாப்பது போலீஸ்காரங்கள எதிர்கொள்ள நெஞ்சுரமுள்ள நாலு தோழர்கள் இருந்தாப் போதும். துணிஞ்சு எறங்கணும். ஒரு படை வந்தால் அந்தப் படையை வழிநடத்த நானிருப்பேன் முன்னால. யாரெல்லாம் இருப்பீங்க அந்தப் படைல?''

தோழர்கள் அனைவரும் ஆர்ப்பரித்து எழுந்தனர். சி.ஜி. சதாசிவன், கே.கே. குஞ்ஞன், பி.ஜி. பத்மநாபன், சி.ஏ. பரதன், வி.ஆர். மாதவன், ஏ.கே. சக்கரபாணி, டி.சி. பத்மநாபன், ஏ.கே. வேலாயுதன், எஸ். தாமோதரன், எஸ். குமாரன், எம்.டி. சந்திரசேனன், திவாகரனாசான், ஆர். தங்கப்பன், கண்டன் கருணாகரன்...

''நாலில்ல, நாலாயிரம் பேர் தயார்'' என்றார் ஏ. கே. சக்கரபாணி.

''எல்லாரும் ஒக்காருங்க''

தோழர்கள் அமர்ந்தனர்.

''போராட்ட வழிமுறைகளையும் தந்திரங்களையும் பற்றி ஆலோசிப்பதுதான் இனி வேண்டியது. அதை ஆக்ஷன் கவுன்சிலிடமே விட்டுவிடலாம். எல்லாம் பரம ரகசியமா இருக்கணும். நம்மோட அசைவுகள ஒரு ஈ எறும்புகூட தெரிஞ்சுக்கக்கூடாது'' பத்ரோஸ் சொன்னார்.

ஒருங்கிணைப்பாளர்களின் கூட்டம் முடிந்தது.

ஆக்ஷன் கவுன்சிலில் போராட்டத் தந்திரங்களின் மூல வடிவமைப்பை பத்ரோஸ்தான் அறிவித்தார்.

''பீச், வாடய்க்கல், குதிரப்பந்தி பக்கங்கள்லருந்து கடலோரமாக குத்தீட்டி ஏந்திய தோழர்கள் ஊர்வலமாக அணிவகுத்து தெற்கே நகர்ந்து போலீஸ் கேம்ப்பை நோக்கிச் செல்வார்கள். பரவூர், புன்னப்புரை பகுதிகளிலிருந்து வரும் தோழர்கள்

கிழக்கிலிருந்து கழிமுக ஓடை கடந்து மேற்கே வருவார்கள். வண்டானம், நீர்க்குன்னம் பகுதிகளிலிருந்து குத்தீட்டி ஏந்திய தோழர்கள் கடலோரமாக வடக்கே வருவார்கள். மூன்று அணிவகுப்புகளும் மூன்று திசைகளிலிருந்தும் ஒரே நேரத்தில் முகாமை முற்றுகையிடுவார்கள்''

''அதேநேரம் வெளியிலிருந்து பட்டாளம் வராமலும் பாத்துக்கணும். நாலுமணி நேரமாவது பட்டாளத்தைத் தடுத்து நிறுத்தணும்'' கே.கே. குஞ்ஞன் சொன்னார்.

''அதுக்கும் வழி இருக்கு''

பி.ஜி. பத்மநாபன் விரல் உயர்த்தினார்.

''சுங்கம், களர்கோடு பகுதிகள்ல தரைப்பாலங்கள நொறுக்கணும். காத்தாடி மரங்களை வெட்டி ரோட்டுக்குக் குறுக்குல போடணும். முன்னாடி ஒரு தடவை காக்காச்சி செஞ்ச மாதிரி''

''அது மட்டும் போதாது'' என்றார் பத்ரோஸ்.

''சர் சி.பி.க்கும் போலீஸ் மேலதிகாரிகளுக்கும் தொடக்கத்தில இருந்தே குழப்பம் வரவழைக்கணும். எல்லாரும் தர்பார் கூட்டும் அவரசத்திலிருப்பாங்க இல்லையா? பல எடத்துல இருந்தும் பல மாதிரி ரிப்போர்ட்டுகள் அவங்களுக்கு கெடச்சுக்கிட்டே இருக்கணும்''

''அது எப்பிடி?''

''அதுதான் போராட்டத் தந்திரம்'' பத்ரோஸ் தாடியைத் தடவினார்.

''தொழிலாளிங்க குத்தீட்டியோட தாங்களாகவே ஊர்வலம் நடத்தி போறாங்கன்ற எண்ணம் மொதல்லயே போலீசுக்கு ஏற்படணும்''

''மண்ணஞ்சேரி, ஆர்யாடு பகுதியில இருக்கறவங்க வடக்கிலருந்து அணிவகுப்பு நடத்தி கிடங்காம் தோட்டத்து மைதானத்தில் கூட்டம்கூடி கலஞ்சு போகணும். கூட்டங்களுக்கு தடை விதிச்சிருக்காங்க இல்லையா? நாம சட்டமீறல் செய்யறோம்னே போலீசுக்குத் தோணனும்''

''அப்டீன்னா மாராரிக்குளம், கலவூர் பகுதிகள்லருந்து வர்றவங்க சவக்கோட்டைப் பாலம் வழியா பாப்பு வைத்தியர் ஜங்ஷன்ல வந்து கலஞ்சு போகட்டும்'' எம்.டி. சந்திரசேனன் குறிப்பிட்டார்.

''அது சரிதான். அப்பன்னா இன்னும் ஒண்ணுகூட செய்ய வேண்டியிருக்கும். ஆலப்புழை டவுன்ல இருந்து பரவூர் சந்தைவரை ரோட்ல பட்டாளமோ, போலீஸ் வண்டிங்களோ எதுவும் வராமப் பாத்துக்கணும்'' என்றார் பத்ரோஸ்.

''அதுக்கும் ஒரு வழியிருக்கு'' பி.ஜி. பத்மநாபன் சொன்னார்.

‘‘முன்னாள் ராணுவத்தினர்களான நம்மோட தோழர்களைப் பட்டாள யூனிபார்ம் போடச் சொல்லி பரவூர் சந்தைல ஒரு ஊர்வலம் நடத்திடலாம்’’

‘‘இது அருமையாயிருக்கே’’ சி.ஜி. சதாசிவன் பத்மநாபன் தோழரின் தோளில் தட்டினார்.

‘‘நம்மோட லட்சியம் துப்பாக்கிங்கதான். புன்னப்புரை போலீஸ் கேம்ப்போட மொத்த துப்பாக்கிகளையும் நாம கைப்பற்றுவோம்’’ என்றார் பத்ரோஸ்.

திசா அறைக்குள் வந்தாள்.

‘‘மிருணாள்தா ரொம்ப நேரமா உன்னக் கூப்டறாராம். நீ போனே எடுக்கலையாம்’’

‘‘கவனிக்கலயே. சைலண்ட் மோடுல இருந்துருக்கும்’’

அவள் போனைக் கையிலெடுத்தாள்.

‘‘தில்லிப் பயணத்தைப் பத்தி ஞாபகப்படுத்தறதுக்கா இருக்கலாம்’’

‘‘நிரஞ்சனப் பத்தியெல்லாம் நீ...’’ திசா நினைவுப்படுத்தவும் அவருடைய அழைப்பு வந்தது.

‘‘சாரி மிருணாள்தா, எழுதற மூட்ல...’’

‘‘உன்னோட எழுத்து எங்க வந்து நிக்குது?’’

‘‘வரலாறில்லையா? கைப்பிடியிலிருந்து நழுவிட்டே போகுது’’ அவள் சிரித்தாள்.

‘‘உன் புக்குக்கு நல்லதொரு பேரை நான் பாத்து வச்சிருக்கேன்’’

‘‘வாவ்! டெல் மீ’’ அவள் அவசரப்படுத்தினாள்.

‘‘இதிகாசத்துக்குச் சமமான ஒரு போராட்டத்தோட கதையில்லையா இது? ஒரு தேசத்தோடதும்? அந்த எடத்தோட பேரு என்ன? நான் மறந்திட்டனே’’

அவர் வங்காளியில்தான் கேட்டார்.

‘‘கரைப்புறம்’’

‘‘யெஸ், யெஸ்... தட் மீன்ஸ் சீஷோர்? த லெஜன்ட் ஆஃப் சீஷோர்... கரைப்புறம். ஹௌ ஈஸ் இட்?’’

‘‘வாவ்! த லெஜன்ட் ஆஃப் கரைப்புறம்’’

அவள் அதைத் திரும்பச் சொன்னாள்.

‘‘கரைப்புறத்தின் இதிகாசம்’’

திசா அதை மொழிபெயர்த்தாள்.

35

முதல் குத்தீட்டி

சிராம்பிக்கல் கருணாகரன் அதிகாலையில் நடக்கத் தொடங்கியிருந்தார். உச்சிப் பொழுதாகிவிட்டது. களவங்கோட்டை அடைய இன்னும் பத்துமைல் தூரம் நடக்க வேண்டும். சிறிய வழியில் ஏறி மாயித்தரை சந்தை வழியாக வேளோர் வட்டத்துக்குத்தான் வந்து சேர்ந்திருக்கிறார். குறுக்குவழிகள் தாண்டி கொல்லப்பள்ளிக் கோவிலுக்கு முன்னால் போக வேண்டும்.

''அங்கருந்து கொஞ்சம் கெழக்காலப் பாத்தா கேம்ப் தெரியும். அங்க சி.கே. குமாரப்பணிக்கர் தோழர் இருப்பார். இந்தக் கடுதாசிய தோழரோட கைல கொடுக்கணும்''

விஜய விலாசம் பஜனை மடம் முகாமிலிருந்து கிளம்பும் நேரத்தில் அய்யப்பன் தோழர் சொன்னார்,

''போற வழியில யாரு வந்து வாயப் புடுங்கினாலும் எங்க போறேன்னோ எதுக்காக போறேன்னோ சொல்லாதே. யாராவது வழியில பாத்து எங்க போறேன்னு கேட்டா 'தோ, அங்க வரைக்கும்'னு சொல்லிட்டு வேகமா நடந்து போயிடணும். எங்கருந்து வரேன்னு கேட்டா தராதரம் பாத்து ஏதாவது சொல்லி எடத்தை விட்டு வெலகிடணும். தோழர் ஒரு கடுதாசி தருவாரு. அதை வாங்கிக்கிட்டு சாயந்தரத்துக்குள்ள இங்க திரும்பி வந்துடணும்''

அரைக்கை கதர்ஜிப்பா போட்டு, வேட்டியை மடித்துக் கட்டி நடந்தார். வழி முழுக்க போலீசும் பட்டாளமும் ரோந்து சுற்றுகிறது. சாலை வழியாகப் போகாமல் குறுக்கு வழியில் நடந்தார். கடுதாசியை ஜிப்பாவின் பாக்கெட்டுக்குள் வைக்க வேண்டாமென்று வேட்டியில் சுருட்டி வைத்திருந்தார்.

மதியத்தோடு களவங்கோட்டை அடைந்தார். கொல்லப்பள்ளி முகாமுக்குப் போனபோதுதான் தோழர் ஔதலை முகாமில் இருப்பது தெரிந்தது. ஏதோ ஒரு யூகத்தில் நடந்தார். கொஞ்ச தூரம் சென்றபோது பாதையோரமாக ஒருவன் காத்துக்கொண்டிருந்தான். பக்கத்தில் போனதும் அவன் கூடவே நடந்து வந்தான்.

''மொகம்மைலருந்தா வர்றீங்க?''

''ஆமா''

''யாரு?''

''டெக் மேன்''

''யாரப் பாக்க''

''குமாரப்பணிக்கர் தோழர''

''யாரு சொல்லி அனுப்புனது?''

''என்.கே. அய்யப்பன் தோழர்''

''அப்படீன்னா வாங்க'' அவன் முன்னால் நடந்தான்.

''தோழர் ஔதல கேம்ப்புல இருக்காரே. கொஞ்சதூரம் போகணுமே''

அப்புறம் பேச்சில்லை.

தென்னந் தோப்புகளுக்கிடையே நடைபாதை வழியாக நடந்தனர்.

சி.கே. குமாரப்பணிக்கரைப் பார்த்து கடுதாசியைக் கொடுக்கும் வரைக்கும் மனநிம்மதி இல்லை. ஏதோ முக்கியமான விஷயம்தான். தோழர்தானே சேர்த்தலை தாலூக்கா போராட்டத்தின் தலைவர். தோழரைப் பலமுறை பார்த்திருக்கிறேன். சீரப்பன்சேரல் கருணாகரப் பணிக்கரைப் பார்ப்பதற்காக தோழர் எப்போதும் அந்தப் பக்கமாக வருவார். அவரைத் தெரிந்திருக்கிற ஒருவரையே அனுப்பலாம் என்று அய்யப்பன் தோழர் தீர்மானித்ததும் அதனால் இருக்கலாம். எச்சிலைக் கொண்டு ஒட்டித்தான் தோழர் கடிதத்தைக் கொடுத்தார். திறந்து பார்த்துப் படித்துவிட்டு அப்படியே ஒட்டி வைத்தாலும் யாருக்கும் தெரியாது. இருந்தாலும் படிக்கவில்லை. ரகசியம் ரகசியமாகவே இருக்கட்டும். சொல்ல வேண்டியதென்றால் தோழர் சொல்லியிருப்பாரே. கட்சி ஒப்படைத்த விஷயமிது. அய்யப்பன் தோழர் வேறு, கட்சி வேறு அல்ல. அவர்தான் கட்சியில் உறுப்பினர் ஆக்கினார். அவர்தான் பீடி சுருட்டுத் தொழிலாளர் சங்கத்தின் செயலாளர் ஆக்கியதும்.

பூவரச மரக் கூட்டங்கள் கடந்து சாத்தன்சிறையை எட்டியதும் இரண்டு பக்கமும் இரண்டுபேர் நிற்கிறார்கள். உடன் வந்தவன் அவர்களிடம் எதையோ ரகசியமாகச் சொன்னான்.

''எங்கருந்து?''

''மொகம்மைலருந்து''

''அப்படீன்னா சரி'' அவர்கள் நகர்ந்து நின்றார்கள்.

சாத்தன்சிறை முடிகிற இடத்தில் கணிச்சேரி தோட்டத்துக்குள் ஏறினதும் ஓர் அரவம் கேட்டு தலைநிமிர்த்திப் பார்த்தார்.

''ஓலக்காலு... சீலக்காலு...

ஓலக்காலு... சீலக்காலு...''

நிறையபேர் மூன்று வரிசையாக நின்று அடி வைத்து நகர்கிறார்கள். ஓலக்காலு என்று சொல்லும்போது இடதுகாலையும், சீலக்கால் என்று சொல்லும்போது வலதுகாலையும் அடியெடுத்து வைக்கின்றனர்.

''தோழர்களுக்குக் கைதக்குழி பத்மநாபன் தோழர் இராணுவப் பயிற்சி குடுக்கறாரு அங்க''

வழிகாட்டி சொன்னான். அப்போதுதான் முட்டிக்குக் கீழே கட்டி வைத்திருந்த ஓலைக்கீற்றையும் துணிச்சீலையையும் பார்த்தார்.

''லெப்ட்டு, ரைட்டுன்னு சொன்னாத் தெரியாத தோழர்களுக்காக'' என்றான் அவன்.

முன்னால் நடக்க, நூற்றுக்கணக்கான குத்தீட்டிகளைக் குமித்து வைத்திருக்கிறார்கள். இருபது பேருக்கு மேல் உட்கார்ந்து மூங்கில் கழியைச் சீவிக் கூராக்கிக் கொண்டிருக்கிறார்கள்.

''பாருங்கடா, சர்.சி.பி.யை நாம வீழ்த்தப் போறோம்டா''

சத்தம் கேட்டு கருணாகரன் திரும்பிப் பார்த்தார். தலையில் துண்டைக் கட்டிக்கொண்டே சி.கே. குமாரப்பணிக்கர் நடந்து வருகிறார்.

கருணாகரன் மடித்துக் கட்டியிருந்த வேட்டியை அவிழ்த்து விட்டுக் கொண்டார்.

''அடடே, நீ வந்துட்டியா?''

''ஆமா... தோ, அய்யப்பன் தோழர் தந்துவிட்டாரு''

வேட்டி மடிப்பின் மறைவிடத்திலிருந்து கடிதத்தை எடுத்து நீட்டினார்.

''நிக்காம இங்க ஒக்காரு''

தோழர் வழிகாட்டியைப் பார்த்து,

''இவனுக்கு சாப்பிடறதுக்கு ஏதாவது இருந்தாக் குடு'' என்றார்.

கஞ்சியையும் பயிறையும் சாப்பிட்டு முடிப்பதற்குள் தோழர், அய்யப்பன் தோழருக்கான கடிதத்தை எழுதிக் கொடுத்தார்.

"சரி, நீ இனிமே இங்க நிக்காத. வேகமாப் போ. இங்கருந்து ஒருத்தரு உங்கூட வருவாரு"

"எனக்கு வழி தெரியுமே"

"வந்த வழீலயே போவேண்டாம். அது ஏதாவது பிரச்சனையாச்சுன்னா? வேற வழியா அனுப்பறேன்"

தோழர் ஒருவரை ஏற்பாடு செய்தார். முகாமிலிருந்து ஒருவர் கூடவே வந்தார். கிழக்கில் நடந்து வயலார் காயலருகே, கடவைக் கடந்து செங்கண்டைக்குப் போனார்கள். அங்கிருந்து வாரநாடு வழியாக நடந்து தண்ணீர்முக்கம் படகுத்துறைக்கு வந்து படகில் ஏற்றிவிட்டார்.

சாயந்திரம் முகாமில் வந்து சேரும்போது அய்யப்பன் தோழர் காத்துக் கொண்டிருந்தார். கடிதத்தைக் கொடுத்ததும் அதை வாசித்துவிட்டு மீண்டும் கூடேக்கர் தொழிலாளர் முகாமுக்கு ஒரு கடிதத்தைக் கொடுத்தனுப்பினார். காலையில் குடேக்கர் முகாமுக்குச் சென்றபோது தொழிலாளர்கள் குத்தீட்டிகளைச் சீவிக் கூராக்கிக் கொண்டிருந்தனர்.

"ஆமா, இது எங்கருந்து இவ்ளோ பாக்குமரங்கள்?" கருணாகரன் ஆச்சரியமானார்.

"மொகம்மைக் கடவுல கெடந்த புதுப் படகு" தோழர் கொச்சிட்டன் சொன்னார்.

"மொகம்மை ஓடைக்குப் பக்கத்துல விக்கறதுக்குப் போட்டிருந்த பாக்கு மரங்களையும் நாங்க இங்க எடுத்துக்கிட்டு வந்துட்டோம்"

"படகையா?"

"ஆமா, ராவோட ராவா தொழிலாளத் தோழர்கள் போயி பிரிச்சு எடுத்துக்கிட்டு வந்துட்டோம். அய்யப்பன் தோழர் சொல்லித்தான் செஞ்சோம்"

மறுநாள் மதியத்துக்குப் பிறகு தோழர் டிவியும், வர்கீஸ் வைத்தியரும் வருகிறார்கள் என்று தெரிந்தது. குடேக்கர் பாக்டரியில் இருந்து மூப்பிரித்தோடு பாலம்வரை பாதையின் இரண்டு பக்கமும் ஐயாயிரத்துக்கும் மேற்பட்ட தொழிலாளர்கள் குத்தீட்டியும் இரும்புக் கம்பிகளும் ஏந்தி அணிவகுத்தனர். தோழர்கள் சி.கே. கருணாகரப் பணிக்கர், கே.தாஸ், கே.ஜி. சக்கரபாணி, சி.மாதவன், டி. கே. நாராயணன், கே. தாமோதரன்...

அய்யப்பன் தோழர் சொன்னார்.

"தோழர்களே, நாம ஒரு ஆயுதப் போராட்டத்துக்குத் தயாராகுறோம். முடியாட்சிக்கும், திவானோட கொடுங்கோன்மைக்கும் முடிவு கட்டறதுக்காக. நாம கொஞ்சம்பேரு இதுல செத்து விழவும் நேரலாம். அது நம்மோட தேசத்தோட

நன்மைக்காகத்தான் சகாக்களே. நாளைய விடியல் நம்முடையது. நாளைக்குதான் ஐப்பசி ஏழு''

குமாரன் வைத்தியர் கொச்சு குஞ்ஞாசானுடன் கோமன் துருத்தைச் சுற்றிப் பார்க்கிறார். கிழக்கிலிருந்தும் மேற்கிலிருந்தும் காயல்காற்று வீசிக்கொண்டே இருக்கிறது. நீர்க்கோழிகள் பயமின்றி ஓடி நடக்கின்றன. நீர்க் காக்கைகள் கரையில் இளவெயில் கொள்கிறது. தாழம் புதர்களுக்கிடையில் பாய்ந்தும் பதுங்கியும் இரண்டு செம்போத்துகள். முட்டியளவு வளர்ந்து நிற்கிற கோரைப்புற்களுக்கு இடையிலிருந்து நான்கைந்து தையல்சிட்டுகள் பறந்து அகன்றன. மரங்கொத்திகள். கொக்குகள். மீன்கொத்திகள். ஒரேயொரு காக்கையைக் கூடக் காணவில்லை.

''முன்னாடி பாட்டன் முப்பாட்டன் காலத்துல எப்பயோ காயல்லருந்து சேறு வாரியெடுத்து கரையெடுத்ததுதான்'' என்றார் ஆசான்.

''கடல்மட்டத்தைவிட கீழேதான் இருக்கு கோமன் துருத்து. எப்ப, எந்த நேரத்துல தண்ணிக்குள்ள மூழ்கும்னு சொல்ல முடியாது. அதனாலதான இந்தப் பக்கம் யாரும் வசிக்க வரல''

''ஆனாலும் நீ இதக் கொஞ்சம் முன்னாடியே சொல்லியிருக்கலாமே? அருமையான அறைப்புரை. எப்பவாவது ஒரு பொழுது போக்குக்கு இங்கயெல்லாம்...''

வைத்தியருக்கு கோமன்துருத்து பிடித்துப் போய்விட்டது.

பத்து ஏக்கரளவு இருந்த துருத்தில் பாதியைக் கல்லு வீட்டில் குஞ்ஞச்சன் மொதலாளி அபகரித்துக்கொண்டான். ஆகாயத்தாமரை படர்ந்து கிடக்கும் சிற்றோடைதான் எல்லை. ஆசான் அங்கே தாழம்வேலி கட்டிக் கொண்டார். ஓடைகளில் விலாங்கும் சங்கராவும் கெளுத்தியும் விராலும் துள்ளுகின்றன. கரைமண்ணைப் பார்த்து தலைநீட்டி அரத்தைத் தாவரங்களும் தண்ணீர்ப் பாம்புகளும் கிடக்கின்றன. தாழம் வேர்களுக்கிடையில் கொடிய கண்ணாடி விரியனும் தாழம்மூர்க்கனும் கட்டுவிரியனும் எப்போதும் இருக்கும். காயல் நீந்தி மலைப்பாம்புகள் அவ்வப்போது விருந்துக்கு வரும். ஒருமுறை ஒரு நீர்க்கோழியைப் பிடித்துவிட்டது.

''இந்த எடம் நல்லா இருக்கேடா''

வைத்தியர் சுற்றிலும் கண்களைச் சுழற்றினார். எங்கே பார்த்தாலும் மூலிகைகள். நிலப்பனை, தர்ப்பை, கோரைக்கிழங்கு, வல்லாரை, திருநீற்றுப் பத்திரி, சுவர் முள்ளங்கி, கீழார்நெல்லி, சொடக்குத் தக்காளி, காக்காக்கொடி, உழிஞை, காட்டுப்பாவல், சிறுவழுதுணை, கொடகப்பாலை...

''உனக்குத் தூண்டில் போடத் தெரியும்னா ஒரு கை பாரு. அந்தப் பொலயப் பொண்ணுகிட்ட வறுத்துத் தரச் சொல்லலாம்''

ஆசான் எரவானத்தில் சொருகி வைத்திருந்த தூண்டிலையெடுத்து நீட்டினார்.

''சேகரன் வர்றப்ப தூண்டில் போடச் சொல்லலாம்''

''ரொம்ப காலமாச்சு'' வைத்தியர் தூண்டிலை வாங்கி,

''இருந்தாலும் பாக்கறேன். நல்ல குழியான்கள் கெடைக்குமா?'' எனக் கேட்டார்.

''ம்ம், குடிசையோரமாத் தோண்டிப் பாரு''

திறந்திருந்த ஜன்னல் கதவுகள் வழியாக ஆசான் உள்ளே பார்த்தார். கோரைப்பாயில் கவிழ்ந்தடித்துப் படுத்திருக்கிறாள் கைத்தரை பாப்பி. லட்சணமானவள். ஒடுங்கிய இடுப்பு. மூன்று மரக்கா அளவுக் கூடையை இரண்டாகக் கீறிக் கவிழ்த்து வைத்தது மாதிரி பின்புறம். விரிந்த முதுகு. பனங்குலை மாதிரி முடி... தைரியமும் ரோஷமும் கொண்டவள். நிச்சயமாக பட்டாளத்தானுங்களைப் பக்கத்தில்கூட நெருங்க விட்டிருக்க மாட்டாள். அதுதான் அவள் சொத்து. ஆசான் ஜன்னலைச் சாய்த்துவிட்டுத் திரும்பிப் பார்த்தது வைத்தியரின் முகத்தில்தான்.

''சரியாயிடுவாளா?''

''ஆயிடுவாங்கறேன். திப்பிலியை இஞ்சியோட சேத்து அரைச்சு நெத்தில பத்து போட்டுப் படுக்க வச்சிருக்கேன். தூங்கட்டும். மனசு கொஞ்சம் குளிரட்டும். எல்லாம் சரியாயிடும்யா''

''ஆமா, அந்தக் கஷாயம் என்னாச்சு?''

ஆசான் வெளிப்புற அடுப்படியின் பக்கமாகப் பார்த்தார்.

''இவ்ளோ நேரமாயிட்டும் அடுப்புகிட்டயிருந்து நகரவேயில்ல அந்தப் பொலச்சிப் பொண்ணு... பாப்பிக்குத் தொணயா வந்தவப்பா. அவ வந்தது ஒரு வகைல நல்லதாப் போச்சு. நேத்து ராத்திரி கஞ்சிக்கு காஞ்ச மொளகா சுட்டு அவ அரைச்ச தொகையலோட ருசி இவ்ளோ நேரமும் நாக்க வுட்டுப் போகல''

''ஆமா, உங்க சேகரனுக்கு இவ விஷயத்துல இவ்ளோ ஈடுபாடு தோணக் காரணம்?''

வைத்தியரின் முகத்தில் ஒரு கள்ளச் சிரிப்பு வெளிப்பட்டது.

''ஏய்'' ஆசான் அதை மறுத்தார்.

''அப்டீன்னா வயசாகற காலத்துல உனக்குமொரு தொணயாச்சே? பட்டாளம் புடிச்சிக்கிட்டுப் போயி நாசமாக்கின நெலமையில, தெரிஞ்சுகிட்டு யாரும் அவளக் கட்டிக்க வரவும் மாட்டாங்க. நீ கொஞ்சம் மனசு வச்சா அவளுக்கும் ஒரு வாழ்க்கை

கெடக்கும். நல்ல பொண்ணுதாம்பா''

வைத்தியர் செல்லத்தைத் திறந்து ஒரு வெற்றிலையெடுத்து நரம்பினைக் கீறினார்.

''சோறு பொங்கிப் போடவும், துணி தொவச்சு தர்றதுக்கும் உனக்கு ஒரு ஆளு கெடைக்குமே?''

ஆசான் அடைத்திருந்த ஜன்னலைப் பார்த்தார்.

''நீ என்னடா இப்படியெல்லாம் பேசற? உனக்கு வேற வேல இல்லையா?''

''நான் எப்பவும் சொல்றதுதானே? வயசாகற காலத்துலதான் பாத்துக்க ஒரு ஆளு வேணும்னு. இப்ப ஆண்டவனாப் பாத்துக் கொண்டுவந்து முன்னாடி நிக்க வச்சிருக்காருன்னு நெனச்சாப் போதும்''

''நீ போடா'' ஆசான் வெளியேறினார்.

''நான் கொஞ்சம் சுத்திட்டு வர்றேன். அந்தப் பையன் என்னவெல்லாம் சிக்கல்ல மாட்டியிருக்கான்னு யாருக்குத் தெரியும்? புன்னப்புரைக்குப் போறேன்னு சொல்லிட்டு பாதி ராத்திரீல எறங்கிப் போனவன்தான். காலம் கெட்டுக் கெடக்குதப்பா. இன்னக்கி ஐப்பசி ஏழில்லையா? ஏதாவது நடக்கும்''

சேகரனைப் பற்றி நினைக்கும் போதெல்லாம் உள்ளே கவலையாகத்தான் இருக்கிறது. இந்த பூமியோடு தன்னை இணைக்கிற ஒரேயொரு கண்ணி அவன்தானே.

பரிசலில் சென்று சாலைக்கு வந்து கொல்லம் பஸ் ஏறினார். பொன்னாம்வெளி சந்தை மூலையை எட்டியபோது, ராஜபக்தி சங்கத்தின் ஊர்வலம் பாதையோரமாக நகர்ந்து கொண்டிருக்கிறது. ஆனக்கோட்டில் கொச்சநாணு கர்த்தா, மகாராஜாவின் பூமாலை போட்ட ஓவியத்தை உயர்த்திப் பிடித்தபடி முன்வரிசையில் வருகிறார்... கொடிகளை ஏந்திக்கொண்டு நிறையபேர் பின்னால் செல்கின்றனர்.

நண்பகலில் பரவூர் சந்தையை அடைந்தார். வண்டியிறங்கி தெற்கே நடந்தார். மிகுந்த தாகம். வழியோரமாக ஒரு பெட்டிக்கடை.

''ஜில்லுன்னு ஒரு சோடா'' என்றார்.

கடைக்காரன் பித்தளைப் பாத்திரத்தில் அமிழ்ந்து கிடந்த சோடா பாட்டிலை எடுத்தான். குறுகலான கழுத்தில் அழுத்திப் பிடித்து கோலி குண்டின்மீது பெருவிரலை அழுத்தினான். கோலி ரீங்காரத்தோடு கீழே தாழ்ந்தது. சோடா நுரை பொங்கி வழிந்தது.

''ஆமா, எங்கருந்து வர்றீங்க?'' கடைக்காரன் விசாரித்தான்.

''கொஞ்சம் வடக்கிலருந்து''

‘‘இன்னக்கி ஏதாவது நடக்குமா?’’

கடைக்காரன் சந்தை மைதானத்தை எட்டிப் பார்த்தான்.

‘‘இல்ல, தெரியலன்னுதான் கேக்கறேன். இது எதுக்கான புறப்பாடு?’’

கொச்சுக் குஞ்ஞாசான் சோடா பாட்டிலைக் கடைவாயருகே சாய்த்துப் பிடித்தார். கோலி விலகியதும் காகித மாலையிட்ட மகாராஜாவின் ஓவியம் கண்ணில் பட்டது.

பாதையின் எதிர்புறம் வெளி மைதானம். அதற்கும் அப்பால் சில வீடுகளுக்கு மேலே செங்கொடி பறக்கின்றன.

‘‘எல்லாம் ஈழவங்க வீடுங்க’’ கடைக்காரன் குரல் தழைத்து, ‘‘கம்யூனிஸ்டுகாரங்க’’ என்றான்.

‘‘ஓ’’ ஆசான் ஓரணா கொடுத்து ஒரு பாக்கெட் வெற்றிலை வாங்கினார்.

‘‘சர்.சி.பி. கிட்டயே வெளயாடறாங்க’’

கடைக்காரன் கல்லாப் பெட்டியை இழுத்து அடைத்தான்.

‘‘வாடய்க்கல் கடற்கரைக்கு அவனுங்க கொஞ்சம்பேரு குத்தீட்டிய புடிச்சிக்கிட்டு, நெளிஞ்சு நடந்து போறதப் பாத்தேன். சந்தை மைதானத்துலயும் கொஞ்சம்பேரு கூடியிருக்கானுங்க’’

குடிச்ச சோடா திகட்டி வந்தது.

சந்தை மைதானத்தை நோக்கி நடந்ததும் தெற்கேயிருந்து ஓர் ஆரவாரம். நடைபயணமல்ல. பட்டாளத்தோட அணிவகுப்போ?

ஆசான் காற்றாடி மரங்களுக்குப் பின்னால் மறைந்து நின்றார்.

‘‘லெஃப்ட், ரைட்டு... லெஃப்ட், ரைட்டு...’’

முன்னால ஒரு செங்கொடி பறக்குதே? பட்டாளத்துக் கைல எப்படி செங்கொடி வரும்? ஆமாம், துப்பாக்கிகளுமில்லயே? பட்டாள வேஷம் போட்ட தோழர்களோ? எல்லாருக்கும் முன்னால் தனியாக நடந்து போகும் தோழரின் கையில்தான் செங்கொடி. இரண்டுபேர் ஒரு துணிச்சீலையை நீட்டிப் பிடித்திருக்கிறார்கள். அதுல என்னதான் எழுதியிருக்கிறது? ஆசான் புரை பாதித்த கண்களைச் சிமிட்டிப் பார்த்தார். ‘எங்கள அடிச்சா நாங்களும் அடிப்போம்’ இது சரிதானே? யூனியன் அலுவலகத்தின் முன்பக்கம் உயர்த்தியிருந்த செம்பதாகையின் முன் சென்றதும், முதலில் நடந்தவர் கையிலிருந்த கொடியைச் சுழற்றிப் பிடித்தார்.

‘‘பரேட்... பாயே தேக்...

ஃப்ளா... க் சல்யூட்’’

பட்டாளக்காரர்கள் இடதுபக்கம் முகம் திருப்பி சல்யூட் அடித்தனர்.

கொச்சு குஞ்ஞாசானின் உடல் புல்லரித்தது. பட்டாளத்திலிருந்து ஓய்வு பெற்று வந்த தோழர்கள் அவர்கள். தோழர்கள் மூன்று வரிசையில் சாலையை நிறைத்தபடி ராணுவ ஒழுங்கில் வடக்கே நகர்கிறார்கள். இருநூறு பேருக்குமேல் இருக்கிறார்கள்.

கொடி மரத்தைத் தாண்டியதும் கோஷங்களை எழுப்பினார்கள்.

''அமெரிக்கன் மாடல் அரபிக்கடலில்...

திவான் ஆட்சிக்கு முடிவு கட்டுவோம்...

பொறுப்பு அரசாங்கம் அமைப்போம்...''

அணிவகுப்பு கடந்து போனது.

ஆசான் புன்னப்புரை மைதானத்தை நோக்கி நடந்தார். பல இடங்களிலிருந்தும் வந்த நடைப்பயணங்கள் மைதானத்தில் ஒன்று கூடுகின்றன. தோழர் கே. ஜி. மாதவன் முனை கூர்மையாக்கப்பட்ட குத்தீட்டியுடன் வந்தார்.

''நம்ம சேகரனப் பாத்தீங்களா?'' ஆசான் கேட்டார்.

''அந்தக் கூட்டத்துல இருக்கலாம்'' கே.ஜி. மாதவன் தொலைவில் சுட்டி,

''தோழர் பி.கே. சந்திரானந்தன் வழி நடத்தற நடைப்பயணத்துல'' என்றார்.

வாடய்க்கல் பக்கத்திலிருந்து கொடுங்காற்று போல ஒரு நடைப்பயணம் பாய்ந்து வருகிறது. கொச்சுக் குஞ்ஞாசான் ஒதுங்கி நின்றார். சீவிக் கூராக்கின மூங்கில் கழிகளை நீட்டிப் பிடித்துக்கொண்டுதான் அவர்களின் வருகை. முனையில் செங்கொடிகள். பரவூரிலிருந்து வேறொரு நடைப்பயணம். பனய்க்கல் முகாமிலிருந்து மூவாயிரத்துக்கும் மேற்பட்டோர் அணி திரண்ட நடைப்பயணம் கடலிரைச்சல் போல அலையடித்து வந்தது. நடைப்பயணக் குழுக்களெல்லாம் மைதானத்தில் ஒன்று சேர்ந்து நிற்க, கேப்டன்கள் முன்வரிசைக்கு வந்தனர். பி.கே. தாமோதரன், டி.வி. தங்கப்பன், கூஞ்ஞாஞ்சிலிக்கல் சுகுமாரன், மண்ணாப்பறம்பில் ஜான்...

தோழர் பி. கே. சந்திரானந்தன் முன்னால் வந்து நடைப்பயணத் தோழர்களின் பக்கம் பார்த்தபடி தன் மெகாபோனை உயர்த்தி, ''தோழர்களே, இந்த மேற்குப் பக்கம் தெரியற போலீஸ் முகாமைத்தான் நாம் கொள்ளையிடப் போகிறோம்'' என்றார்.

தோழர் அதைச் சொல்லவும் ஆவேசக்கடல் அதிர்ந்தது. ஆயிரக்கணக்கான குத்தீட்டிகள் ஆகாயத்தை நோக்கி உயர்ந்தன. கோடாலிகளும் வெட்டரிவாள்களும் குறுவாள்களும் உயர்ந்தன.

''தோழர்களே, ஒரு துளி ரத்தமும், ஒரு துண்டு சதையும் மிச்சமிருக்கற வரைக்கும் கிராதகனான சி.பி.யின் கிங்கரர்களுடன் நாம போராடணும். நம்மோட கூட்டத்துல யாராவது பயந்து ஓடறதப் பாத்தா, பாத்துக்கிட்டிருக்கற தோழர்கள் அவனோட குதிக்காலை வெட்டணும். நம்மோட அம்மாவையும், கூடப் பொறந்தவங்களையும்

அவமதிக்கிற இந்த ராட்சசனுங்கள நாம ஒரு கை பாக்கணும். சாவறதுன்னா கௌரவமா, பெருமையா எல்லாரும் ஒண்ணா சாகலாம். லால்சலாம் தோழர்களே! லால்சலாம்''

தோழர் சந்திரானந்தன் மெகாபோனைக் கை மாற்றியதும் தோழர்கள் ஒட்டு மொத்தமாகக் கூவினர்.

''லால்சலாம்''

ஒரு கடலைப் பார்த்து வேறொரு கடல் அலறியபடி நெருங்குகின்றது. சேகரன் இந்த சமுத்திரத்தில் எங்கேயோ இருக்கிறான். இனிமேல் அவனே என் முன்னாடி வந்து நின்றாலும் ஒன்றுதான் சொல்வதற்கு இருக்கிறது.

''நெஞ்சம் விரித்து முன்னேறு... லால்சலாம்!''

தோழர்கள் மேற்கே பாய்ந்தனர். கழிமுக ஓடையின் குறுக்காகக் கடந்து வடக்கே... அப்ளோர் அரௌஜின் வீட்டை நோக்கி, புன்னப்புரை போலீஸ் முகாமை நோக்கி... நிலத்தில் விழுந்து கிடந்திருந்த குத்தீட்டி ஒன்றைக் கையிலேந்தி கொச்சு குஞ்ஞாசானும் பின்னால் பாய்ந்தார்.

எஸ்.ஐ. வேலாயுதன் நாடார் அந்தப்பனின் வீட்டுத் தெற்குப் பக்கத்தில் மதிய மயக்கத்திலிருந்தார். போலீசார் வட்டமாக உட்கார்ந்து சீட்டு விளையாடிக் கொண்டிருந்தனர்.

மூன்று பக்கமும் ஆர்ப்பரிக்கும் அலையோசை. போலீசார் எட்டிப் பார்த்தனர். குத்தீட்டிகளும் வெட்டரிவாள்களும் குறுவாள்களும் ஏந்தி ஆயிரக்கணக்கானோர் வெறியுடன் பாய்ந்து வருகின்றனர். காக்கிச் சட்டையை இழுத்து மாட்டிக்கொண்டு எஸ்.ஐ. மூச்சிரைக்க ஓடி வந்தார். துப்பாக்கிகளுடன் போலீசாரும் பின் தொடர்ந்தனர்.

''பொன்னு தம்புரானின் திருநாள் இன்னக்கி. நீங்க எல்லாரும் அமைதியாக் கலஞ்சு போயிடுங்க'' என்றார்.

''கலஞ்சு போக வந்தவங்க இல்ல நாங்க. காக்கிச் சட்டைய அவுத்துப் போட்டு நீங்களும் எங்ககூட வரணும்'' என்றார் தோழர் பி.கே. சந்திரானந்தன்.

''மரியாதையாக் கலஞ்சு போயிடுங்க. இல்லன்னா இப்ப துப்பாக்கிச்சூடு நடத்த வேண்டியிருக்கும்''எஸ். ஐ. மெகாபோனை உயர்த்திப் பிடித்தார்.

போராட்டத் தோழர்கள் முன்னேறுகின்றனர்.

குத்தீட்டிகள் பாய்ந்து வருகின்றன.

நாடார் தொப்பியைக் கழற்றிப் பின்னால் போட்டார். அது ஒரு சமிக்ஞை. துப்பாக்கிச் சூட்டிற்கான சமிக்ஞை.

விசில் முழங்கியது. போலீஸ் மூன்றுமுறை வானத்தை நோக்கிச் சுட்டது.

நான்காவது முறை துப்பாக்கியைப் போராட்டத் தோழர்களின் பக்கம் நீட்டவும் மீண்டும் விசில் முழங்கியது. தோழர்கள் ஒட்டுமொத்தமாக நிலத்தில் கவிழ்ந்தனர். குத்தீட்டிகளுடன் முன்னேறினர்.

விசையில் விரலமுந்தியதும் உளி போலொரு குத்தீட்டி வேலாயுதன் நாடாரின் நெஞ்சை நோக்கிப் பாய்ந்து வந்தது... யாரோ அலறினார். ''ஃபயர்''

இரவில் தாமதமாக மிருணாள்தா மீண்டும் அழைத்தார்.

''நீ தூங்கல இல்லியா?''

''எனக்குத் தூக்கமேயில்ல. எழுதிக்கிட்டே இருக்கேன்''

''உன் உடம்ப கவனிச்சுக்கணும்'' என்றாள் திசா.

''வாழ்க்கை மேல எதிர்பார்ப்பு இருக்கறவங்களுக்குத் தானே அதெல்லாம் வேணும்?''

''உன் புத்தகம் வெளிய வரட்டும். நாம அத வங்காளத்துக்கு மொழிபெயர்க்கணும்'' என்றார் மிருணாள்தா.

''உம்'' அவள் முனகினாள்.

''அப்பறம், நான் ஏன் கூப்டேன்னா...''

அவர் எதற்கோ தயங்குவதாகத் தெரிந்தது.

''உன் அம்மா கொஞ்சநேரம் முன்னாடி என்னக் கூப்டாங்க. அவங்க அந்த கம்போசருடனான உறவை முறிச்சுக்கத் தயாரா இருக்காங்களாம். உனக்காக''

''எனக்காகவா?'' அவள் உரக்கச் சிரித்தாள்.

''போனது போகட்டும். மறக்கவும் மன்னிக்கவும்தானே மனசு'' என்றார் அவர்.

''அந்த கர்ப்பமோ? அவர் பரிசளித்தது?''

மிருணாள்தா சற்று நேரத்திற்கு ஒன்றும் பேசவில்லை.

''நான் என்ன சொல்லட்டும்?'' அவர் பொறுமையிழந்தார்.

''அவங்ககிட்டக் கேளுங்க... தோழர் சத்யதாச, எங்கப்பாவத் திருப்பத்தர அவங்களால முடியுமா?''

''அபத்தமா பேசாத''

அவர் கோபத்தோடு போனைத் துண்டித்தார்.

காலடியோசை கேட்டுத் திரும்பிப் பார்த்தாள். திசாவின் அம்மா. பின்னால் நாற்காலியோடு சேர்ந்து நின்றிருந்தார்.

முடியிழைகளைக் கோதியபடி வழிந்து இறங்கியது மெல்லிய விரல்களின் ஸ்பரிசம். அவள் முகமுயர்த்தினாள். அவளுடைய கலங்கிய கண்களை அவர் பார்த்தார்.

''அம்மா தூங்கலியா?''

அவர் அவளுடைய விரல்களைப் பிடித்தார்.

''தூங்க முடியல கொழந்த'' அவர் குரல் தடுமாறியது. ''அவன நெனச்சா''

''அவன் வருவான்'' என்றாள் அவள்.

அவர் அவள் உதட்டசைவையே பார்த்திருந்தார்.

''அவன்... எம்மனசுல என்னென்னவோ - ''

''வருவான், அவன் வருவான்''

அவள் அந்தக் கைகள் இரண்டையும் சேர்த்துப் பிடித்தாள்.

''ஒரு அம்மாவோட வேதன...'' அவர் எதையோ சொல்லத் தொடங்கினார்.

''பெத்த வயித்தோட நோவு... உங்களுக்கு யாருக்கும் அது...''

அந்தக் கண்கள் நிறைந்து வழிகின்றன. அழுவதற்காகவே ஒரு பிறவி. திசா சொல்லியிருக்கிறாள். வாழ்நாள் முழுக்க அவர் அழுதுகொண்டேதான் இருக்கிறார்.

''இன்னிக்கும் தேடி வந்தாரு, அந்தப் போலீஸ்காரரு''

''அம்மா என்ன சொன்னீங்க?''

''நான் என்னத்தச் சொல்ல?''

கைகளை மெல்ல விடுவித்துக் கொண்டு அவர் வராந்தாவை நோக்கி நடந்தார்.

'அவன் தூங்கியிருப்பானோ?' அவள் யோசித்தாள். இல்லை பஸ்தரின் வனாந்தரங்களினூடே... நிலா விரித்துப் போட்ட நிழல் ஜல்லடைகளினூடே... பொலீவியன் வனவெளிகளில் சே உயிர்த்தெழுந்து வருகிறார். தோளில் தொங்கிக் கொண்டிருக்கும் துப்பாக்கியும், பின்புறப் பையில் அடையாளமிட்டு மடித்து வைத்த புத்தகமுமாக... சருகுகள் மூடிய வனப்பாதைகளினூடே சே நடந்து நெருங்குகிறார். நெருங்கி நெருங்கி வருந்தோறும் அவள் தெரிந்து கொள்கிறாள். அது அவன்தான்.

அவள் கீபோர்டுக்குத் திரும்பினாள். விரல் நுனிகள் குழியான்களாயின.

கீபோர்டின்மீது குழியான்கள் பரவி நடந்தன.

36

முதல் ரத்தசாட்சிகள்

வேலிக்ககத்து அச்சுதானந்தன் மதியத்திற்குப் பிறகு பனக்கல் முகாமையடைந்தபோது குத்தீட்டிகளேந்தி அணிவகுத்துப் போவதற்காக ஐநூறுக்கும் மேற்பட்ட தோழர்கள் நின்றிருக்கின்றனர். நடைப்பயணக் குழு கேப்டன் சக்கரபாணியின் கையிலுமிருக்கிறது ஒரு குத்தீட்டி. அதன் நுனியில் ஒரு செங்கொடி. செம்படைத் தொண்டர்கள் நடைப்பயணத்தின் முன்வரிசையில் ஆவேசத்தோடு நின்று பாடுகிறார்கள்.

''கொடுங்கோலனே கொடுங்கோலனே

உனது மரணஒலி முழங்கியது ...

உலகம் முழுதும் நீ குழித்த குழியில்

உன்னையின்று மூடுவோம்...

நீயெடுக்கும் ஆயுதத்தால்

இன்று உன்னையே அழிப்போம்...''

அச்சுதானந்தன் தோழர் சக்கரபாணியின் அருகே வந்து நின்றார்.

''லால்சலாம்! தோழர்களே, சாகவும் தயாராத்தானே நீங்க எல்லாரும் வந்திருக்கீங்க?''

''சாகவும் நாங்க தயார்தான்'' போராட்டத் தோழர்கள் ஆரவாரித்தனர்.

''அதுக்கு பயப்படுறவங்க யாராவது இருக்கீங்களா? அப்படி யாராவது இருந்தா... உடனே... விலகிப் போயிடணும்''

''நாங்க யாரும் திரும்பிப் போக வந்தவங்க இல்ல''

தோழர்கள் ஒரே குரலில் சொன்னார்கள்.

''திவானோட கொடுங்கோன்மைக்கு முடிவுகட்ட, எதுக்கும் துணிஞ்சு வந்தவங்கதான் நாங்க''

''தோழர்களே, சாகவும் துணிஞ்சு நீங்க போராடுங்க. நம்ம தேசத்தின் நன்மைக்காகத்தான் இந்தப் போராட்டம். லால்சலாம்!''

நூற்றுக்கணக்கான செங்கொடிகள் வானத்தை நோக்கி உயர்ந்தன. வான்நோக்கி குத்தீட்டிகளின் முனைகள் உயர்ந்தன. அவர்கள் அணிவகுத்துச் சென்றனர்.

கடலை நோக்கி வீசியடிக்கும் கிழக்கன் காற்றுபோல சக்கரபாணி செலுத்தும் அணிவகுப்பு பாய்ந்து போவதை அச்சுதானந்தன் பார்த்தார். பூஞ்ஞாறில் தலைமறைவாக இருக்கும்போதுதான் பத்ரோஸ் தோழரின் தகவல் கிடைத்தது.

''உடனே புன்னப்புரைக்குப் போகணும். புன்னப்புரையிலும் களர்கோட்டிலும் முகாம் செயல்பாடுகளைக் கவனிச்சுக்கணும்''

களர்கோட்டில் வார்யம் பறம்பில் கிருஷ்ணனின் வீட்டில் ஒரு முகாம். மற்றொன்று வேலிக்ககத்து வீட்டில் நடந்தது.

ஆலிச்சேரி மைதானத்து கூட்டம் முடிந்ததும் தலைமறைவாகப் போனதுதான். கூட்டம் முடிந்து புன்னப்புரையை அடைந்தபோது பத்ரோஸ் தோழரின் கடிதத்துடன் ஒருவர் காத்திருக்கிறார். ''கைது வாரண்ட் இருக்கு. புடி குடுக்காதே. இந்தக் கடிதத்தோட வர்ற தோழர்கூட ஒடனே கோட்டயத்துக்குப் போகணும். அங்கப் போய் மாவட்டச் செயலாளர் சி.எஸ். கோபாலப்பிள்ளையைப் பாரு. தோழர் ஒரு எடத்துல சேத்துடுவாரு'' கோபாலப்பிள்ளை தோழர் பூஞ்ஞாறுக்குத்தான் கூட்டிட்டுப் போனார்.

வேலிக்ககத்து சங்கரனின் இரண்டாவது மகனும் அண்ணன் கங்காதரனைப் போலவே தையல்காரனாகி இருக்கவேண்டியது. ஜவுளிக்கடையில் உட்கார்ந்து தைப்பதற்காக அண்ணன் ஒரு தையல் எந்திரத்தை வாங்கிக் கொடுத்திருந்தார். நிவர்த்தனக் கிளர்ச்சி அலை தெருக்களில் பெருஞ்சுழலாய்ச் சுழற்றியடித்த காலம். தையல் மிஷின் முன்னால் உட்கார மனம் வரவில்லை. பதினேழாவது வயதில் ஆஸ்பின்வால் கம்பெனித் தொழிலாளி ஆனார். கோழிக்கோட்டில் நடந்த ஒரு மாநாட்டில்தான் கிருஷ்ணப்பிள்ளைத் தோழரை முதல்முதலாகப் பார்த்தார். ஆஸ்பின் வாலுக்கும் ஒருமுறை தோழர் வந்தார். முன்னால் உட்கார்ந்திருந்த இளைஞர்களின் கண்களைப் பார்த்துத் தோழர் பேசினார்.

''முதலாளித்துவ சக்திகளோடு எதிர்த்துப் போராட நமக்கிடையிலிருந்தே தீரமான தோழர்கள் எழுந்து வர வேண்டும். சேற்றின், தேங்காய் நாரின்,

வேர்வையின் வாசமுள்ள தொழிலாளத் தோழர்கள்''

முதலாளித்துவ சக்தியை எதிர்கொள்ளத் தகுதியானவர்களை ஆலப்புழையின் கயிற்றுத் தொழிற்சாலைகளில் தோழர் கண்டடைந்தார்.

தறிவேலை செய்யும் கே.வி. பத்ரோஸ், தடுக்கு முடையும் கே.கே. குஞ்ஞன், பாய் நெய்யும் பி.ஜி. பத்மநாபன், தடுக்கு பின்னும் எஸ். குமாரன், சக்கரம் சுற்றும் எம்.டி. சந்திரசேனன், தறி நெய்யும் பி.கே. சந்திரானந்தன், சி.கே. கேசவன், சி.ஓ. மாத்யூ, ஓ.ஜே. ஜோசப், வி.எல். தாமஸ், டெண்ட் தைக்கும் அச்சுதானந்தன்...

பனய்க்கல் முகாமின் கடைசிப் போராளியும் வெளியேறினார். மேற்குத் தொடுவானத்தை நோக்கி இரைச்சலோடு முன்னேறுகிறது செம்படை. தொடுவானங்கள் சிவப்பணிய இனி அதிக நேரமில்லை.

அறவுக்காடு பூரம் திருவிழாவின் பொலிவில் இருக்கிறது புன்னப்புரை. கடைசி விருந்து சாப்பிட்டுவிட்டு இறங்கும் மனநிலையிலிருந்தனர் போராட்டத் தோழர்கள். பெண்கள் மீன் குழம்போடு சோறு வடித்தனர். தோழர்களுடன் அவர்களும் மைதானத்துக்கு வந்தனர். கண்ணெடுக்காமல் சொந்தத் தோழர்களைப் பார்த்து நின்றனர். சிறிய சிறிய நடைப்பயணங்கள் அறவுக்காட்டு மைதானத்தில் ஒன்று கூடின. உச்சி வெயிலைப் பொருட்படுத்தாமல் பெண்கள் மண்குடங்களில் குடிதண்ணீருடன் ஓடி நடந்தனர். முதிர்ந்த தோழர்களைக் கட்டிப்பிடித்து உச்சந்தலையில் முத்தமிட்டனர். நடைப்பயணம் முன்னால் நகரவும் ஈரம் கசியும் கண்களுடன் கையசைத்தனர்.

''போயிட்டு வாங்க மக்களே...''

வாடய்க்கல்லில் இருந்தும், வண்டானத்தில் இருந்தும், புன்னப்புரையில் இருந்தும் வந்த நடைப்பயணக் குழுக்கள் ஒன்றிணைந்து, போலீஸ் முகாமின் தென்கிழக்கில் ஆகாயத்தை நோக்கித் தலையுயர்த்தி நின்ற ராட்சதப் பனைமரத்தை நோக்கி அணிவகுத்தன . கடல்காற்றில் உலைந்த பனைமட்டைகள் ஆயிரம் கைகள் வீசின.

''லால்சலாம்...''

வாடய்க்கல் கடற்கரையைப் பார்த்து வேதனையோடு ஓடுகிறான் யஹியா. தலைக்குள் தீச்சட்டியின் கனல் கொழுந்துவிட்டு எரிகிறது. அலறி நெருங்கும் கடலின் எதிர்த்திசையில் அலறிப் பாய்கிறான் அவன். கடலோரத்தில் ஒருவர்கூட இல்லை. கடல் நண்டுகள்கூட பயந்து நடுங்கியபடி வளைகளை நோக்கிப் பாய்கின்றன.

மதியத்துக்குப் பிறகு அப்ளோர் அரெளஜின் வீட்டுப் பின்பக்கமாக நடந்து போகும்போதுதான் ஏட்டு பரமேஸ்வரன் பிள்ளை கடப்பா மீசையைத் திருகிக்கொண்டே எதிரே வந்தார்.

''இங்க வாடா தாந்தோணி''

ஏட்டு அவனுடைய தோளை அழுத்திப் பிடித்தார். அவன் உதறி ஓடப் பார்த்தான்.

''உன்ன அடிக்கறதுக்கோ கொல்றதுக்கோ இல்லடா மயிரே. உனக்கொரு வேல தர்றதுக்குத்தான். சாயந்திரம் டீக்காசு தரேன்''

அப்ளோரின் வீட்டுக்குள் அவனைக் கொண்டு போனார். உள்ளே சுவரில் சாய்த்து வைத்திருந்த துப்பாக்கிகளைக் காட்டி, ''இதோ பாக்கற துப்பாக்கியயெல்லாம் தொடச்சு சுத்தமா வைக்கணும். அப்பறம் தோ இத மாதிரி ஒவ்வொண்ணுலயும் தோட்டா நெறயக்கணும். கேட்டுச்சா?''

ஏட்டு ஒரு துப்பாக்கி எடுத்து தோட்டா நிறைத்துக் காட்டினார்.

''உம், தொடங்கு''

அறையின் மூலையில் வைத்திருந்த கள்ளையெடுத்து மடமடவென்று குடித்துவிட்டு, சட்டை பட்டனையெல்லாம் அவிழ்த்துவிட்டு, ஒரு மர பெஞ்சை இழுத்துப்போட்டு, மேற்கே ஜன்னலருகில் தலையைச் சாய்த்து நீண்டு நிமிர்ந்து படுத்துக்கொண்டார். தெற்கேயிருந்து இரைச்சலுடன் வந்த விமானத்தின் ஓசையும் பிள்ளையின் குறட்டை ஒலியும் ஒத்திசைந்ததும் கிழக்கிலிருந்து பேரிரைச்சல் கேட்டது. பொள்ளயில் அந்தப்பனின் வீட்டின் தெற்குப் பக்கமிருந்து இடியன் வேலாயுதன் நாடார் காக்கிச் சட்டையை இழுத்து மாட்டிக்கொண்டு ஓடிப் பாய்ந்து வருகிறார். போலீஸ்காரர்கள் எல்லோரும் துப்பாக்கியைத் தூக்கிக்கொண்டு விரைகிறார்கள். வாசலை எட்டிப் பார்த்த யஹியா கழிமுக ஓடையைத் தாண்டிக் கடந்து செங்கடல் ஆர்ப்பரித்து வருவதைக் கண்டான். செங்கொடி ஒட்டப்பட்ட குத்தீட்டிகள். எட்டுத் திசையும் எதிரொலிக்கும் முழக்கங்கள்.

''மன்னராட்சி ஒழியட்டும்...

வேண்டாம் வேண்டாம் திவான் ஆட்சி

வேண்டும் வேண்டும் பொறுப்பு அரசாங்கம்...

இன்குலாப்... சிந்தாபாத்!''

எஸ். ஐ. கிராஸ் பெல்ட்டை இழுத்து முறுக்கி வாராந்தாவில் இறங்கி நின்றார். இருபதுக்கும் மேற்பட்ட போலீசார் துப்பாக்கியை நீட்டியபடி வராந்தாவில் வரிசையாக நின்றனர்.

''கலஞ்சு போகலன்னா சுட வேண்டியிருக்கும்''

எஸ். ஐ. சொல்வது உச்சத்தில் கேட்டது.

''கலஞ்சு போக வந்தவங்க இல்ல நாங்க, நீங்க மரியாதையா இந்த முகாமக் கலச்சுட்டுப் போகணும்''

போராட்டக்காரர்களில் இருந்து யாரோ சத்தமாகச் சொன்னார்கள். அதைக் கேட்டதும் எஸ். ஐ. தொப்பியைக் கழற்றிப் பின்னால் வீசினார். போலீஸ்காரர்கள் ஆகாயத்தை நோக்கிச் சுட்டனர். குத்திட்டிகளுடன் போராளிகள் தரையில் விழுந்தார்கள். நீட்டிப் பிடித்த குத்தீட்டிகளுடன் முன்னேறுகிறார்கள் அவர்கள்.

''யாரும் தலையத் தூக்காதீங்க. குண்டு பாஞ்சுடும்''

முன் வரிசையில் நகர்ந்து கொண்டிருந்த ஒரு தோழர் சத்தமாகச் சொன்னதும், அருகிலிருந்த காக்கரி கருணாகரன் தலை நிமிர்ந்து பார்த்தார். தோட்டாக்கள் சீறிப் பாய்ந்தன. ஓர் அலறல் கேட்டது. காக்கரி கருணாகரனின் நடுநெற்றியில் குண்டு பாய்ந்தது. ரத்தம் பூமத்தாப்பாய்ச் சிதறியது.

''டேய் பிசாசே, எங்க தோழர நீ கொன்னுட்ட இல்லடா?''

ஊர்ந்து கொண்டிருந்த தோழர்கள் குத்தீட்டிகளோடு முன்னால் பாய்ந்தார்கள். அதில் ஒன்று மின்னல் கீற்றாக எஸ்.ஐ.யின் குரல்வளையை நோக்கிப் பாய்ந்து வந்து நெஞ்சில் குத்தி நின்றதும் எஸ்.ஐ. அலறினார்.

''ஃபயார், ஃப...யா...ர்...''

''தோட்டா ரொப்பிக் குடுடா நாயே''

ஏட்டு பரமேஸ்வரன் பிள்ளை அலறினார். யஹியா துப்பாக்கி எடுத்து நீட்டியதும் குஞ்ஞுண்ணிப் பரவன் வெட்டரிவாளோடு முன்னால் குதித்தான்.

''வெட்டுடா அவனை''

பி.கே. சந்திரானந்தன் தோழர் கை வீசினார். குஞ்ஞுண்ணிப் பரவன் மேல்நோக்கி குதித்து குலை நடுங்குவது போல அலறினான். வெட்டரிவாள் ஒருமுறை மின்னியது. வெயிலில் அதன் முனை பளிச்சிட்டது. எஸ்.ஐ. வெட்டுப்பட்டு விழுந்தார்.

குத்தீட்டிகளுடன் போராட்டக்காரர்கள் பாய்ந்து நெருங்குகிறார்கள்.

போலீஸ்காரர்கள் குத்தேற்று வீழ்கிறார்கள். துப்பாக்கி முனையில் பொருத்தப்பட்ட பேனட்டுடன் அவர்கள் போராளிகளுக்கிடையில் குதித்தனர்.

பத்துப் பன்னிரண்டு தோழர்களைக் குத்திக் கொன்றார்கள். பொடிமணலில் ரத்தம் குளம் கட்டியது.

தோழர்கள் பாய்ந்து நெருங்கினர். துப்பாக்கிகளுக்காக இழுபறி நடந்தது. கடற்கரையின் பிரபலம் லூயிஸ் ஒரு ரிசர்வ் போலீஸ்காரனைத் தூக்கியெடுத்து

நிலத்தில் அடித்தார். அவனுடைய கடைவாயிலிருந்து ரத்தம் குபுகுபுவென வழிந்து செத்துப் போனான். பேனட்டால் குத்துவதற்கு ஓங்கிய ஒரு போலீஸ்காரனை வேறொரு தோழர் குத்தீட்டியில் கோர்த்ததும் எங்கருந்தோ ஒரு குத்தீட்டி அவனின் தொண்டையைப் பார்த்து பாய்ந்து வந்தது. கோபம் கொண்ட தீக்காற்று போல போராட்டத் தோழர்கள் முகாமை வளைத்தனர்.

''வேகமாத் தோட்டாவ ரொப்புடா''

ஏட்டு பரமேஸ்வரன் பிள்ளை வராந்தாவில் இருந்து உள்ளே எட்டிப் பார்த்தார். பிள்ளைக்கு நெருக்கமாக நின்று, இரண்டு போலீஸ்காரர்கள் கிழக்காகத் திரும்பிச் சுட்டுக்கொண்டு இருக்கிறார்கள். புத்தன்பறம்பில் தாமோதரன் குத்தீட்டியுடன் மேற்கே ஊர்ந்து வருவதைப் பார்க்க முடிந்தது. போலீஸ் இப்ப சுடும் என்று மனதில் நினைப்பதற்குள் தாமோதரன் முன்னால் வந்து பிள்ளையின் கழுத்தைப் பார்த்துக் குத்தினான். பிள்ளை திரும்பியதும் அது காக்கிச் சட்டையில் மாட்டிக்கொண்டது. பிள்ளை துப்பாக்கி எடுத்து நீட்டினார்.

''யாருடா பன்னி என்னக் குத்தனது?'' துப்பாக்கியுடன் திரும்பியதும், தாமோதரன் மேலே எம்பி பிள்ளையின் திடமான இடுப்புச்சதையில் குத்தீட்டியைக் குத்தி ஏற்றினான்.

''கொல்லுடா அவனை'' பிள்ளை கூவிக்கொண்டே சுருண்டு விழுந்தார்.

இரண்டு பக்கமும் நின்ற போலீஸ்காரர்கள் குறி பார்க்கும்போதே, மின்னல்கீற்று போல இரண்டு குத்தீட்டிகள் பாய்ந்து வந்து அவர்களின் நெஞ்சைத் துளைத்து ஏறின. இரண்டு பேரும் துடிதுடிக்க விழுந்தனர்.

''பறிச்செடுங்கடா மூணு துப்பாக்கிங்களையும்'' புத்தன்பறம்பில் தாமோதரன் அலறினார். ஒளோந்தறை கிருஷ்ணன் ஓடிப் பாய்ந்து வந்து துப்பாக்கிகளைக் கைப்பற்றினார்.

போராட்டத் தோழர்கள் போலீஸ்காரர்களைச் சுற்றி வளைத்து சரமாரியாகக் குத்தினர். துப்பாக்கிகளைப் பறித்துக்கொண்டு பேனட்டால் குத்தினர். யஹியா உள்ளேயிருந்து ஜன்னல் வழியாகப் பார்த்தான். ஆறேழு போலீஸ்காரர்கள் துப்பாக்கிகளோடு ஓடி வந்து வாசல் உள்ளேயிருந்து தாழ்ப்பாள் போட்டுக் கொண்டனர். தோட்டாக்களை நிரப்பி ஜன்னல் பக்கமாக மறைந்து நின்று கண்ணில் பட்டவர்களையெல்லாம் சுட்டுத் தள்ளினர். குத்தீட்டிகளுடன் வராந்தாவுக்குள் ஏறி வந்த போராளிகள் இதயம் துடிக்க மல்லாந்து விழுந்தனர். ஜன்னல் கதவின் சந்து வழியாகப் பாய்ந்து வந்த ஒரு குத்தீட்டியின் முனை, சுவரோடு சேர்ந்து மறைந்து

நின்றிருந்த அந்தப் பரிதாபமான போலீஸ்காரனின் அடிவயிற்றைத் துளைத்து வெளியேறியது. ரத்தம் கக்கி அவன் செத்து விழுந்தான்.

துப்பாக்கிகளில் தோட்டாக்கள் தீர்ந்தன. வெடியோசை நிலைத்தது. போலீஸ்காரர்கள் ஜன்னல் கதவை உள்ளேயிருந்து சாத்தினார்கள். குண்டடிபட்டு விழுந்து கிடந்த நாலைந்து தோழர்களைப் போராளிகள் தாங்கியெடுத்து கைப்பற்றிய துப்பாக்கிகளுடன் 'இன்குலாப்' என்று முழங்கிக்கொண்டே சென்றனர்.

போலீஸ்காரர்கள் வாசலைப் பாதி திறந்து வெளியில் பார்க்கவும், யஹியா குதித்து வெளியே வந்தான். முற்றம் முழுவதும் பிணங்கள். செத்தவர்களும் சாகாதவர்களும். நான்கைந்து பிணங்களுக்கு நடுவில் ரத்தம் ஒழுகக் கிடக்கிறார் புளிக்கல் க்ரிகரி.

"த...ண்ணீ...த...ண்ணீ..." க்ரிகரி முனகினார்.

யஹியா அவரைத் தாண்டிக் கடந்து சற்று மேற்கே கடலைப் பார்த்து ஓடினான். ஆர்ப்பரித்து எழும் அலைகளுக்குள் பாய்ந்தான். தலையின் எரிச்சல் அடங்காமல் கொழுந்து விட்டு எரிகிறது. அலையில் அமிழ்ந்து கிடந்தும் தலையின் கொதிப்பு அடங்கவில்லை. நீண்ட நேரத்துக்குப் பிறகு அலைக்குள்ளிருந்து எழுந்து ஓடினான். இரவு அரசர்கடவு வழியாகக் கொல்லன் கிருஷ்ணனின் வீட்டுக்கு முன்னால் வந்தபோது, இரண்டு போலீஸ்காரர்களும் கொல்லன் கிருஷ்ணனும் இரண்டு மூன்று பெட்ரோமாக்ஸ் விளக்குகளுடன் போகிறார்கள். கண்ணில் குத்தினால்கூடத் தெரியாத இருட்டு.

"எங்கப் போறீங்க மச்சானே?" யஹியா கேட்டான்.

கொல்லன் கிருஷ்ணன் வெறித்துப் பார்த்தானே தவிரப் பேசவில்லை.

யஹியா பின்னால் நடந்தான்.

முகாமுக்குப் போனதும் கொல்லன் கிருஷ்ணன் விளக்குகளை பம்ப் அடித்து ஏற்றி ஆங்காங்கே தொங்கவிட்டான். யஹியா வராந்தாவுக்குள் காலெடுத்து வைத்ததும் தரை வழுக்கியது. ரத்தம் குளமாக நிற்கிறது. ரத்தத்தில் ஊறிய மூளை சிதறிக் கிடக்கிறது. மண்டை உடைந்து கிடக்கிறார் காக்கரி தேவசி. கொஞ்சம் பக்கத்தில் கழுத்தறுபட்டு வேலாயுதன் நாடார்.

அப்போதுதான் முகாமின் தென்பக்க வெளிச்சத்தில் யஹியா அந்தக் காட்சியைக் கண்டான். குண்டடிபட்டுக் கிடக்கும் தோழர்களைத் துப்பாக்கியைத் திருப்பிப் பிடித்தபடி அடித்து மண்டையைப் பிளக்கிறது போலீஸ். சள்ளி சக்கரபாணியும் குண்டர்களும் உடன் இருக்கிறார்கள். 'கொலகாரப் பாவிகளா' யஹியா தன்னை மறந்து அலறப் பார்த்தான்.

திடீரென்று ஒரு கிராஸ்பெல்ட்காரன் முன்னால் வந்து பூட்ஸ் அணிந்த குதிகாலால் கீழே கிடந்தவரின் நெஞ்சில் மிதித்து, ''அடிச்சுக் கொல்லுடா இவன'' என்றார்.

இடது பக்கமாக ஒரு முனகல் கேட்டது.

''த...ண்ணீ...'' ரத்தம் வழியக் கிடக்கிறார் ஒரு தோழர்.

''யாருடா இவன்?''

''ஃபோர்ட் ஒர்க்கர்ஸ் யூனியன் தலைவரு ஐயா'' என்றான் ஒரு போலீஸ்காரன்.

''பத்மநாபன். இவன்தான் வாடய்க்கல்ல இருந்து அணிவகுப்பை நடத்திட்டு வந்தவன்''

''தண்ணி கேக்கறயாடா திருட்டு ராஸ்கல்? உனக்குத் தண்ணி வேணுமாடா?'' அவர் குதிகாலை அழுத்தி பொடிமணலைத் தேய்த்தார். ''நெறய மணல வாரி அப்புங்கடா அவன் வாயில. அவன் தாகத்தத் தீர்த்துடுங்க''

சொல்லி முடிப்பதற்குள் அருகில் நின்ற போலீஸ்காரன் ஒரு குவியல் மணலை வாரி எடுத்து அவரின் வாயில் திணித்தான்.

'பன்னிக்குப் பொறந்தவனுங்க! இவனுக்கெல்லாம் எப்புடி சாவு வருமோ தெரியல. எல்லாவனுங்களும் புழுத்து போயித்தான் சாவானுங்க' யஹியா மனதுக்குள் சபித்தான்.

கிராஸ்பெல்ட்காரன் குண்டடிபட்டு சிதறிக் கிடந்த தோழர்களைப் பார்த்தான்.

''துப்பாக்கியைத் திருப்பி அடிச்சுக் கொல்லுங்கடா எல்லாத்தையும்''

போலீஸ் மறுபடியும் அடிக்கத் தொடங்கியது. யஹியா இரண்டு காதுகளையும் பொத்திக்கொண்டான். அடிபட்ட தோழர்கள் அலறுகிறார்கள். புழுக்களைப் போல் நெளிகிறார்கள். பிணங்கள் பெருகின.

''நாளைக்கிக் காலைல சுடுகாட்டுக்குக் கொண்டுபோயி பெட்ரோல் ஊத்திக் கொளுத்துங்கடா எல்லாத்தையும்'' கிராஸ்பெல்ட்காரன் கர்ஜித்தான்.

யஹியா சுற்றிலும் பார்த்தான். நூற்றுக்கும் மேற்பட்ட போராளிகள். பத்திருபது போலீஸ்காரர்கள். அவர்களுக்கு இடையில் ஏட்டு பரமேஸ்வரன் பிள்ளை காக்கிச் சட்டையின் பொத்தான்கள் அவிழ்ந்த நிலையில்... தொப்பையைத் துளைத்திருந்த குத்தீட்டியை போலீஸ்காரர்கள் உருவினர். பிளவிலிருந்து குடல்மாலை வெளியே விழுந்தது...

கிராஸ்பெல்ட்காரன் செத்து விழுந்த போலீஸ்காரர்களின் அருகே தொப்பியைக் கழற்றி தலைகுனிந்து நின்றான்.

நீண்ட நேரமானது. நிறம் மங்கிய நினைவுகளினூடாக சஞ்சரித்துக் கொண்டிருந்தார் தோழர் பி. கே. தங்கப்பன். புன்னப்புரை போராட்டத் தோழர். திசா டிக்டாபோனை தோழரின் உதடுகளுக்கு அருகே சேர்த்துப் பிடித்தாள். அபராஜிதா முன்னாலிருந்த பேடைத் திருப்பினாள்.

'அதையெல்லாம் எப்பிடி மறக்க...?' முதுமையேறிய நினைவுகள் மின்னல்கீற்றாய்ப் பாய்ந்து சென்றன. தோழர் இடது கண்ணைச் சுருக்கிப் பார்த்தார்.

''மணல்திட்டுக்குப் பக்கத்தில பனந்தானத்தில, ஒரு வீட்டுத் தோட்டத்துலதான் நாங்க குத்தீட்டிகளைக் கூராக்கினோம். அறுநூறு பேருக்கு மேல இருந்தோம். கடைசியா குரிக்கசேரி கோயில் வளாகத்துல ஒண்ணாச் சேந்தோம். அன்னக்கி எனக்கு இருபத்தோரு வயசு. 'கழிமுக ஓடை நீந்தி மேற்கே போவணும். நாம புன்னப்புரை போலீஸ் கேம்ப்பைக் கைப்பற்றப் போறோம்'னு தோழர் கே.எஸ். பென் வந்து சொன்னார். ஒரு கையில குத்தீட்டியப் புடிச்சுக்கிட்டு, ஒத்தக் கையாலதான் நீந்தினோம். இன்னக்கி மாதிரியில்ல, அன்னக்கி கழிமுக ஓடை இதவிட அகலமாயிருந்துச்சு. நெறய தண்ணியும் இருந்துச்சு. துப்பாக்கி புடிச்சு நின்ன போலீசுக்கு எதிராக் குத்தீட்டியோட தலையத் தாழ்த்திக்கிட்டு நீந்தினது ஞாபகமிருக்கு. வெடிச்சத்தம் கேட்டுட்டே இருந்தது. முன்னால பாய்ந்துபோன போராளிங்க குண்டடிபட்டு செத்து விழறதப் பாத்தேன். நான் தலையத் திருப்பிப் பாத்ததும்... எதுவோ தலையில வந்து அடிச்சு, முதுகுச் சதைய தொளச்சுக்கிட்டுப் பாஞ்சுப் போச்சு. சூடான ரத்தம் சுற்றிலும் பீச்சியது. தல வழியா குபுகுபுன்னு ரத்தம் கொட்டுது. செத்துட்டேன்னே நெனச்சேன். நெனவிழந்து விழுந்திட்டேன். நெனவு வந்ததும் கும்மிருட்டு. நடுராத்திரி. பொணங்க நடுவுல நான். முக்கினாலும் மொனகினாலும் தேடிப் புடிச்சு துப்பாக்கியோட பட்டையால அடிச்சு கொல்றானுங்க பட்டாளத்தானுங்க. மூச்சு வுடாம செத்த மாதிரி படுத்துக் கெடந்தேன். பட்டாளமும் போலீசும் போயிடுச்சுன்னு உறுதியானதும் மெதுவா நவுந்து போனேன். இருட்டிலயே வீட்டுக்கு வழியக் கண்டுபுடிச்சேன். கப்பக்கெழங்கு வியாபாரிகளா இருந்தாங்க மாமனுங்க மூணு பேரும். மாவேலிக்கரைலருந்து கெழங்கு கொண்டுவந்த கட்டுமரத்துல கூட்டிட்டுப் போனாங்க. கொச்சுகளத்தில் ராகவன் வைத்தியர்கிட்ட காமிச்சாங்க. கட்டுமரத்துல படுக்க வச்சே மருந்து வச்சு கட்டுனாங்க. மூணு வருஷம் தலைமறைவா இருந்தேன்''

தோழர் இடது கண்ணைச் சுருக்கிப் பார்த்தார்.

''இந்தக் கண்ணப் பாத்தியா? தலைல பாஞ்ச தோட்டா உரசியது இந்தக் கண்லதான். அன்னில இருந்து இந்தக் கண்ணு இப்படித்தான்''

தோழர் எதையோ யோசித்தபடி இருந்தார்.

''வேற என்ன? இவ்ளோதான்''

திசா அபராஜிதாவைப் பார்த்தாள்.

''துப்பாக்கிகளப் பறிக்கறதுக்குதானே முகாமை ஆக்கிரமிச்சீங்க? அப்பறமா கைப்பத்தின துப்பாக்கிங்கள என்ன செஞ்சீங்க?'' அபராஜிதா கேட்டாள்.

''நாங்க பறிச்செடுத்த துப்பாக்கிங்களை எடயாடித்தரை நடேசனோட கொளத்துல கொண்டுபோயி போட்டுட்டோம். வட்டத்தரை கங்காதரன்தான் கொண்டுபோய் போட்டான். ஒரு துப்பாக்கிலயும் தோட்டாவே இல்ல''

'துப்பாக்கிகளைப் பார்த்ததும் கே.வி. பத்ரோஸ் துள்ளிக் குதிச்சார்னு எங்கயோ படிச்சிருக்கேனே?' தோழரிடம் விடைபெற்று முற்றத்திலிறங்கிய திசா நினைவுறுத்தினாள்.

''குத்தீட்டிக்காரனும் பலியாடும்'' என்றாள் அபராஜிதா.

போராளிகள் கைப்பற்றிய ஆறு துப்பாக்கிகள் வரிசையாக அடுக்கப்பட்டிருந்தன. அதில் ஒன்றை பத்ரோஸ் எடுத்து இருட்டில் காயலுக்குள் பார்வைக்கெட்டாத இலக்கைக் குறி பார்த்தார். விசையில் விரல் அழுந்தவும், கொச்சு நாராயணன் எதிர்பாராமல் கடந்துவந்து குறி தவறச் செய்தார்.

''ஜார்ஜ் தோழர் பதில் அனுப்பிவிட்டார்''

கொச்சு நாராயணன் கடிதத்தைக் கொடுத்தார். பத்ரோஸ் அதைப் பிரித்தார்.

''கைப்பற்றிய துப்பாக்கிகளை என்ன செய்ய வேண்டுமென்று தோழர் கேட்டிருந்தீர்கள். தற்போதைய சூழலில் எதிரிகளிடம் சென்று சேராமல் எங்கேயாவது பத்திரப்படுத்துவது என்பதற்குமேல் என்னால் ஒன்றும் சொல்ல முடியவில்லை''

பத்ரோஸ் சற்றுநேரம் அந்தக் கடிதத்தையே பார்த்துக் கொண்டிருந்தார்.

''நாம துப்பாக்கிகளைக் கைப்பற்றியது போலீஸ் சுடும்போது திருப்பிச் சுடறதுக்குத்தானே? முக்காவாசில குண்டே இல்ல. குண்டில்லாத துப்பாக்கிய வச்சுக்கிட்டு என்ன செய்ய?'' கொச்சு நாராயணன் கேட்டார்.

தோழர் கே. கே. குஞ்ஞன் அங்கே வந்தார். துப்பாக்கிகளையே பார்த்துக்கொண்டு நின்றார்.

''போலீஸ் துப்பாக்கிகளுக்கான தேடுதல் வேட்டையத் தொடங்கிடுச்சுன்னு கேள்விப்பட்டேன். இதக் கைல வச்சுக்கிட்டு இருக்கறது ஆபத்துதான். ஒடனே பத்திரமா எங்கேயாவது மாத்தணும்''

‘‘எங்க?’’

‘‘வழியிருக்கு’’

ராத்திரி வேம்பனாட்டு காயல் வழியாக இருட்டைக் கிழித்துக்கொண்டு ஒரு வள்ளம் பாய்ந்தது. பள்ளாத்துருத்தி ஆற்றின் பக்கம் வந்ததும் துழாவல் நின்றது.

‘‘தோழா, சுத்தி ஒரு வாட்டி பாருங்க’’

‘‘இதுதானே கரிம்பா வளைவு? முன்னாடி வேலுத்தம்பி தளவாய் வெள்ளக்காரங்களக் கட்டி அழுத்தினது இங்கதான் தெரியுமா?’’

உடனிருந்த தோழர் இருட்டின் அடுக்குகள் ஒவ்வொன்றாக மறித்து கண்களைக் கூர்மையாக்கிப் பார்த்தார். தொலைவில் டார்ச் விளக்குகளின் வெளிச்சம்.

‘‘போலீசும், பட்டாளமும் இந்தப் பக்கம் முழுக்க வளைக்கிறாங்க போலயிருக்கே?’’

‘‘காயலும் ஓடையும் ஒண்ணாகிற எடத்துல வள்ளத்துல ஆளு நிப்பாங்கன்னுதானே பத்ரோஸ் தோழர் சொன்னாரு?’’

‘‘ஆமா... ஆனா அங்க எப்புடிப் போறது? ஒரு அங்குலம் முன்னால போனாலும் போலீஸ் வலையிலதான் விழுவோம்’’

‘‘அப்பறம் துப்பாக்கியையும் நம்பளையும் சேத்தே அவங்க கவனிச்சுக்குவாங்க’’

‘‘அப்படின்னா ஒண்ணு செய்யலாமா?’’

தோழர் கீழே குனிந்தார். தார்ப்பாயை நீக்கினார். அடியில் ஒளித்து வைக்கப்பட்டிருந்த ஆறு துப்பாக்கிகள்.

‘‘அப்படியே கட்டி ஆத்துக்குள்ள போட்டுடலாமா? தேவைப்படும்போது கிளிஞ்சல் வார்ற தோழர்கள்கிட்ட சொல்லி எடுத்துக்கலாமே’’

ஆழங்களிலிருந்து நுரைகளெழும் ஓசை.

‘‘ஆனால்...தோழா, உசிரக் குடுத்து நம்ம தோழருங்க துப்பாக்கிங்கள கைப்பத்தினது இதுக்காகத்தானா?’’

தோழர் மௌனமானார்.

புறங்காயல் ஊதிவிட்ட பெருமூச்சில் வள்ளம் ஒருமுறை குலுங்கியது. மரணம் மணக்கும் குளிர் பரவியது.

‘‘எத்தன தோழர்கள் செத்திருப்பாங்க?’’

''தெரியல, நூறுக்கு மேல இருக்கும்''

''தோழா, அதத்தான் நான் கேட்டேன், எதுக்காக இத்தன தோழர்களோட உயிர...?''

''எல்லாம் பத்ரோஸ் தோழரோட தீருமானம்''

அவர் அதற்குமேல் எதுவும் பேசவில்லை.

ஆகாயத்தில் ஒரு விமானம் இரைந்து சென்றது. காயல்பரப்பின் மீது இரண்டுமுறை வட்டமிட்டு, அது தெற்கே பாய்ந்தது. ஆளரமவற்ற காயலில் எங்கேயோ ஒரு கூட்டம் காட்டுத் தேனீக்களின் ரீங்காரம்...

காயலும் ஓடையும் ஒன்றிணையுமிடத்தில், ஒரு வள்ளத்தில் ஒருவர் மட்டும் தனியாக, ஆறடி நீளமுள்ள ஒரு மரப்பெட்டியோடு நீண்ட நேரமாகக் காத்துக் கொண்டிருக்கிறார். புன்னப்புரையில் கைப்பற்றிய துப்பாக்கிகளை விடிவதற்குள் தோழர் சொன்ன இடத்தில் சேர்த்துவிட வேண்டும். இரவு பத்து மணிக்கு முன்னாலிருந்தே காத்திருக்கத் தொடங்கினார். ஒவ்வொரு வள்ளம் நெருங்கும்போதும் எதிர்பார்ப்போடு பார்ப்பார். இப்போது விடியப் போகிறது. வள்ளம் வர சாத்தியமுள்ள கால்வாய் வழியாக சற்று துழாவினார். பள்ளாத்துருத்தி பக்கமாக கரிம்பா வளைவுக்கு வந்து நிறுத்தினார். ஆழங்களிலிருந்து நுரை பொங்குகிறது. அடித்தட்டின் சேற்றில் காராமைக் கூட்டம் தம்படித்திருக்க வேண்டும். இல்லை, வேலுத்தம்பி கட்டி அழுத்தின வெள்ளைக்காரர்களின் பெருமூச்சுகளோ? அவர் இருண்ட வெளிச்சத்தில் நுரைகள் உயர்வதைப் பார்த்துக் கொண்டிருந்தார், தோழர்கள் துப்பாக்கிகளோடு வருவதையும் எதிர்பார்த்து...

பரவூரிலிருந்து புறப்பட்ட முன்னாள் ராணுவத்தினரின் நடைப்பயணம் பெரிய சுடுகாட்டினருகே வந்து சேர்ந்ததும், வடக்கிலிருந்து ஓர் இராணுவ வாகனம் இரைச்சலோடு எதிரே வருகிறது.

''பட்டாள வண்டி புன்னப்புரைக்குத்தான் வருது. தெக்கே போக விட்டா ஆபத்து''

நடைப்பயணத்துக்குத் தலைமையேற்றிருந்த தாமோதரன் தோழர் முன்னறிவிப்பு கொடுத்தார்.

''தோழர்களே, உயிரக் குடுத்தாவது ராணுவ வண்டியத் தடுக்கணும்''

விசிலடித்ததும் தோழர்கள் சாலைக்குக் குறுக்காக நின்றனர்.

''ராணுவமே திரும்பிப் போ''

தோழர்கள் வண்டியைத் தடுத்தனர். துப்பாக்கிகளோடு ராணுவம் கீழே குதித்தது. தோழர் தாமோதரன் நெஞ்சு விரித்து நின்றார். ராணுவம் துப்பாக்கியால் குறி பார்த்தது.

''எங்க பொணத்த மிதிக்காம நீங்க தெக்கால போக மாட்டீங்க''

தாமோதரனும் கருணாகரனும் முன்னால் வந்து நின்றனர். ராணுவம் விசையை இழுத்தது. இரண்டுபேரும் குண்டடிபட்டு விழுந்தனர்.

தோழர்கள் கையிலிருந்த ஆயுதங்களோடு ராணுவத்தைச் சுற்றி வளைத்தனர். கூரான கருங்கல் ஜல்லிகள் பாய்ந்தன. பிறகு ராணுவத்தினர் அங்கே நிற்கவில்லை. வண்டி வந்த வழியில் பின்னால் பாய்ந்தது.

''**வீ**ரம் நிறஞ்ச புன்னப்புரை - வயலார் போராட்டத்தோட முதல் ரத்தசாட்சிகள்'' என்றாள் அபராஜிதா.

''அந்த நேரத்துல போராளிகள் புன்னப்புரை முகாமைச் சுற்றி வளைச்சிருந்தாங்க. ராணுவம் அந்நேரம் அங்க வந்திருந்தா?'' என்று கேட்டாள் திசா.

''நூத்துக் கணக்குல தோழர்கள் குண்டடிபட்டு விழுந்திருப்பாங்க'' என்றாள் அபராஜிதா.

அறவுக்காடு குருபாதம் முக்கு தாண்டி இருவரும் தேசியப் பாதையை அடைந்தனர்.

ஐப்பசி எட்டு.

ஆலப்புழையிலும் புன்னப்புரையிலும் முதல்நாள் இரவே போலீசும் ராணுவமும் அட்டூழியங்கள் தொடங்கிவிட்டன. போராளிகளைத் தேடி ரத்தம் சொட்டும் நாக்கை நீட்டி செந்நாய்க் கூட்டம் அலைந்தது. குடிசை வாசல்களைப் பிளந்து இருட்டுக்குள் செந்நாய்கள் இரைச்சலோடு ஏறின. பெண் தோழர்களை முடிக்கொத்தில் பிடித்து நிலத்தில் அடித்தார்கள். கூரான நகங்கள் அடிவயிற்றைக் கிழித்து ஆழ்ந்தன. முலைக்கண்களில் இரத்தக்கறை புரண்டன.

''சொல்லுங்கடீ அரவாணிச்சிகளே, அவனுங்கல்லாம் எங்க போயி ஒளிஞ்சுக்கிட்டானுங்கடீ?''

''பள்ளிக்கத்தையில் ரஃபேலோட இத்துனூண்டு புள்ளைங்கள கணுக்காலுலப் புடிச்சு தலகீழாக் குடிசை சொவுத்துல அடிச்சானுங்களாம் அவனுங்க, அவம் பொண்டாட்டி கிட்டயிருந்து உண்மைய வரவழைக்க''

வட்டயாலில் இருந்து வந்த தோழன் நிக்ளாவின் கண்களில் பீதி நீங்கி இருக்கவில்லை.

''காட்டூர்ல துப்பாக்கிச் சூடு நடந்தது. நம்மோட குத்தீட்டி ஜோசப்பைக் கொன்னுட்டானுங்க''

தோழர் பி. ஜி. பத்மநாபன் அந்தச் செய்தியோடுதான் உள்ளே நுழைந்தார்.

''பட்டாளம் மெயின் ரோடில் வந்து எறங்கிச்சு. காட்டூர் முகாமைப் பாத்துத் திரும்பியதும், அங்கேயிருந்த தோழர்லாம் குத்தீட்டிகளோட நிலத்திலக் கவுந்து முன்னால நகரத் தொடங்கினாங்க. குத்தீட்டி ஜோசப் தென்னை மரத்துக்குப் பின்னாலப் போயி நின்னுக்கிட்டான். பட்டாளத்துக்கிட்ட திரும்பிப் போகச் சொன்னான். அந்த நேரம் அவங்க சுட்டுட்டாங்க''

''அங்கயே காலைல வேற ஒண்ணும் நடந்துச்சு''

கொச்சு நாராயணன் தோழர் சொன்னார்.

''பள்ளிப்பறம்பில் அந்தோணியச் சுட்டுக் கொன்னுட்டாங்க. பாக்கு மரத்தைப் பொளந்ததுக்கு தோழரைப் புடிக்க பட்டாளம் போனப்ப, தோழர் கையிலிருந்த கத்திய வீச...''

''இந்த நெலமயில போனா பட்டாளத்த எதிர்க்க நம்ம தோழர்களால முடியாது''

சி.ஜி. யின் குரல் தழுதழுத்தது.

''இன்னும் நம் தோழர்கள் சாகற சூழ்நிலை வரக்கூடாது. அதனால...''

சி.ஜி. பத்ரோசைப் பார்த்தார். ஒன்றும் பேசாமல் குனிந்திருக்கிறார் பத்ரோஸ்.

''அதனால கேம்ப்புகள ஒடனே கலைச்சிடறதுதான் நல்லது''

பத்ரோஸ் பதில் பேசவில்லை. தோழர் எம்.டி. சந்திரசேனன் சி.ஜி.யுடன் ஒத்துப் போனார்.

''அது மட்டுமில்லீங்க. இவ்ளோ தோழர்கள எங்க கொண்டுபோய் மறைச்சு வைப்போம்?''

''கேம்ப்புகள் கலைச்சு உடறதுன்னா, சரணடையறதுன்னு அர்த்தம்''

''கேம்ப்புகள எதுக்குக் கலைக்கணும்? இந்த கேம்ப்புகளெல்லாம் எப்பிடி உருவாச்சு? அந்தச் சூழ்நில மாறிப் போச்சா? சாதகமான ஏதாவது மாற்றம் ஏற்பட்டுச்சா?'' பத்ரோஸ் சிங்கம் போல் கர்ஜித்தார்.

''இன்னுமொரு துப்பாக்கிச் சூட்டைத் தவிர்க்கத்தான். மிச்சமிருக்கற தோழர்களோட உயிர்களையாவது காப்பாத்தலாமே'' சி. ஜி. சொன்னார்.

"சி.ஜி. நெனக்கறதப் போல இல்ல, தோழர்களோட மன எழுச்சியை அது கெடுக்கத்தான் செய்யும்''

தோழர் கே.சி. ஜார்ஜ் பத்ரோசுடன் ஒத்துப் போனார்.

''கேம்ப்புல இருக்கறவங்க மட்டுமில்ல, சர்க்காரும் பொது ஜனங்களும் அத ஒரு அடி பணிதலாவே நெனச்சுக்குவாங்க''

தோழர் கொச்சு நாராயணன் எங்கேயிருந்தோ தீக்காற்று போலப் பாய்ந்து வந்தார்.

''ராணுவ ஆட்சி அறிவிச்சிருக்காங்க'' அவர் மூச்சு வாங்கினார்.

''அம்புலப்புழை, சேர்த்தலை தாலுக்காக்கள்ல. பத்ரோஸ் தோழரை உயிரோட புடிச்சு போலீஸ் வண்டியிலக் கட்டியிழுக்கணும்றதுதான் கட்டளை''

''யாரோட கட்டளை?''

''சி.பி.யோட'' கொச்சு நாராயணன் வானத்தைப் பார்த்தார்.

ஆகாயத்தைக் கிழித்துக்கொண்டு மஞ்சள் டகோட்டா விமானம் சீறிப் பாய்ந்து வந்தது.

37

தற்கொலைப்படை

வெள்ளி முளைப்பதற்காகப் பார்த்துக் கொண்டிருந்தான் யஹியா. விடிகாலை மணியடித்ததும் பழம்மாங்கா தேவாலயத்துக்குள் குதித்து ஓடினான். ஒன்பதாம் மணி நின்றவுடன், கோயில்பிள்ளை குஞ்ஞுவீரான் அண்ணன் ஆலய வாசல் திறந்ததும், அவன் உள்ளே ஓடி நுழைந்ததும் ஒன்றாகவே நடந்தது. ஔசேப்பு பிதாவின் திருவுருவத்துக்கு முன்னால் ஓடிச்சென்று முட்டிக்காலிட்டு நின்றான்.

''ஔசேப்பு பிதாவே, என் மனசுக்கு ஒரு கேடும் வர வச்சுடாதே. பரமேஸ்வரன்பிள்ளை ஏட்டு கண்ணை உருட்டிக்கிட்டு சொன்னதாலதானே நான் அஞ்சாறு துப்பாக்கில தோட்டா ரொப்பிக் குடுத்தேன். அத வச்சுதானே அந்தக் கொலகாரப் பாவிங்க நம்ம ஆளுங்களச் சுட்டுக் கொன்னானுங்க. நம்மோட பங்குக்காரங்க எத்தனப் பேரு செத்து விழுந்தாங்கறதுக்கு ஒரு கணக்கு வழக்கும் இல்லயேப்பா. புளிக்கல் ஔசேப்பு அண்ணன் செத்து கெடக்கறதப் பாத்தேன். காக்கரி தேவசி அண்ணனும் செத்துட்டாரு. தய்யி வீட்டு லியோனைச் சுட்டுட்டு பேனட்டாலக் குத்திக் கொன்னாங்க தெரியுமா? குண்டடிபட்டும் சாகாமக் கெடந்த பொள்ளேப்பறம்புல பத்ரோஸ் அண்ணன அவனுங்க துப்பாக்கியால அடிச்சே கொன்னானுங்க. மாவரத்து ஔசேப்பும் சாரங்காட்டு வரீதும் செத்து மல்லாந்து கெடக்கறதப் பாத்தேன். மொத்தத்துல நூறு பேருக்கு மேல அவனுங்க கொன்னு குவிச்சானுங்க. துப்பாக்கில தோட்டா ரொப்பினதும் துப்பாக்கிய எடுத்துக் குடுத்ததும் தவிர, ஔசேப்பு பிதாமேல சத்தியமா, தெரிஞ்சு நான் ஒரு தப்பும் செய்யலயே என் பிதாவே''

''நீ என்னாடா வழக்கமில்லாம விடியறதுக்குள்ள வந்திருக்க? ஔசேப்பு பிதா தூக்கத்துல இருந்து எந்திருச்சுகூட இருக்கமாட்டாரு கேட்டியா? விடிகாலை திருப்பலிக்கு நேரம் ஆகட்டும்டா''

குஞ்ஞுவீரான் அண்ணன் வந்து எட்டிப் பார்த்துவிட்டுப் போனார்.

கடலலை தலைக்குள்ளே நுழைந்து ஏறுகிறது. தோட்டாக்கள் சீறிப் பாய்கின்றன. காதுகளில் குளவிகள் குடைகின்றன. கண் முன்னால் இப்போதும் அந்தக் கொடுங்கோலம் கெட்டு அடங்கவில்லை. சென்ற இரவில் துளியும் கண்மூடவில்லை. கண்ணை மூடிய நிமிஷம் குத்தீட்டிகள் பாய்ந்து வருகின்றன. தோட்டாக்கள் சீறிப் பாய்கின்றன. அடிபட்டு விழுந்தவர்களின் அலறல். குத்தீட்டி முனையில் கோர்த்த போலீஸ்காரர்களின் கூக்குரல்கள். குஞ்ஞுண்ணிப் பரவனின் படுகொலையின் கதறல்...

''என்னோட ஔசேப்பு பிதாவே, என் தலைக்குள்ளயிருந்து இந்தப் பாழாப்போன பொல்லாப்புகளை எல்லாம் காணாமப் போகச் செய்யேன்... அந்த நேரத்துலருந்து தலைக்குள்ள ஒரே பொகச்சலாயிருக்கே''

முட்டிக்காலால் நடந்துபோய் திருவுருவத்துக்கு முன்னால் எரியாமல் இருக்கும் மெழுகுவர்த்திகளையெல்லாம் கொளுத்தி வைத்து மறுபடியும் அவன் கை கூப்பினான்.

''என் பிதாவே, என்னைக் காப்பாற்றும்''

மெழுகுவர்த்தியின் வெளிச்சத்தில் ஔசேப்பு பிதாவின் முகத்தில் ஒரு துளிப் பிரகாசம் பரவியது. பிதாவுக்கு எல்லாம் புரிந்ததுபோல் இருக்கிறது.

கோயில்பிள்ளை குஞ்ஞுவீரான் அண்ணன் பித்தளை இரசக் கிண்ணமெடுத்து பலிபீடத்துக்கு வந்தார்.

''நீ என்னாடா அவுசேப்பு பிதாகிட்ட குசுகுசுக்கற? உனக்கு இன்னிக்கி என்னடா ஆச்சு?''

குஞ்ஞுவீரான் அண்ணன் பலிபீட மேஜையில் திருப்பலிக்கான விளக்கேற்றினார். அப்பத்தையும் கள்ளையும் கொண்டுவந்து வைத்தார்.

''திருப்பலிக்கு இன்னக்கி எத்தினிபேரு வருவாங்களோ என்னவோ?''

வீரான் அண்ணன் முணுமுணுத்தது கேட்டது.

''கொடியப் புடிச்சுக்கிட்டு நடந்தவனுங்கல்லாம் செத்துத் தொலஞ்சானுங்களே? ஆலயமும் வேண்டாம் பங்குத்தந்தையும் வேண்டாம்னு சொல்லிட்டுத் திரிஞ்சவனுங்க. எல்லாவனுங்களும் கடைசீல *தெம்மாடிக்குழிக்குத்தான் போவானுங்க''

திருப்பலிக்கான முதல்மணி ஒலித்தது. தனித்தனியாக ஐந்தாறுபேர் நடை ஏறி வந்தார்கள்.

*தெம்மாடிக்குழி - துன்மார்க்கர்களை அடக்கம் செய்யும் குழி.

யஹியா ஒன்றும் பேசாமல் தேவாலய நடையிறங்கிப் போனான்.

''ஆமா, நீயென்னடா பேசாமப் போற?''

வீரான் அண்ணன் கோயிலுக்குள்ளிருந்து கூப்பிட்டுக் கேட்டார்.

''திருப்பலி நேரத்துல ஔசேப்பு பிதாகிட்ட முட்டி போட்டு பிரார்த்தனை பண்ணுடா, ஔசேப்பு பிதா மற்ற புனிதர்களைப் போல இல்லடா. கேட்டா கேட்டது கெடைக்கும்''

இப்போலித்தின் வீட்டு ஓரமாகத்தான் அவன் நடந்தான். கோயிலுக்கு வெகு அருகில்தான் இப்போலித்தின் வீடு. அந்தப் பக்கத்தில் ஓடு போட்ட ஒரேயொரு வீடு. எரிந்து கரிக்கட்டையான அடுப்படி மூங்கில்கள் அப்போதும் புகைந்துகொண்டே இருக்கின்றன. தண்ணீர் ஊற்றி அணைத்ததாச்சே? இருந்தாலும் உள்ளே தீ கெட்டு அடங்கியிருக்காது. அதுதான் இப்போதைய அவன் மனநிலையும். கடல்நீரில் அமிழ்ந்து கிடந்த பிறகும் உள்ளேயிருக்கும் புகை அடங்கவேயில்லை.

மேற்கே இறங்கி கரையோரமாக நடந்தான். காலுக்குக் கொஞ்சம் குளிர்ச்சி கிடைக்கட்டும். கடலில் ஒரு வள்ளத்தைக் கூடக் காணவில்லை. முப்பதுக்கும் மேல் வள்ளம் இருக்க வேண்டியது. கடல் மணலில் குழி தோண்டி வெளிக்கிருக்கும் கிழவன்கள் தவிர ஒரு மனிதனையும் அங்கே எங்கேயும் காணவில்லை. பொள்ளயில் அந்தப்பனின், இப்போலித்தின் படகுக் கூடங்களெல்லாம் எரிந்து சாம்பலாகிப் போயின. தெற்கு வரிசையில் இருக்கிற படகுக் கூடங்களுக்கு மட்டும் தீ வைக்கப்படவில்லை. அதில் மூன்று நான்கு படகுகள் கொல்லத்திலிருந்து செம்மீன்பருப்பு வாங்க வரும் முசலியாருடையது. அதற்குப் பக்கமாக நடந்தபோது உள்ளே ஆளரவம் கேட்கிறது. 'இது யாரு இன்னேரத்துல இதுக்குள்ள?' குடிசைவாசல் வழியாக நுழைந்து பார்த்ததும், செறுவள்ளிக்காட்டு மைக்கேல் என்று தோன்றுகிறது, கூரான பிச்சுவாக் கத்தியை நீட்டிக்கொண்டு குதித்து வந்தான்.

''நாறக் கழுவேறி மவனே, போலீசுக்கு ஏதாவது ஒற்றுவேல செஞ்சா, உன்ன நான் குத்திக் கிழிச்சுடுவேன் பன்னீ''

உள்ளே வெளிச்சம் குறைவாக இருக்கவே முகத்தைப் பார்க்கவில்லை. குரலைக் கேட்டால் மைக்கேல் என்றுதான் தோன்றுகிறது. கசாப்புக்குக் கூட்டிப் போகும் அடிமாட்டின் அலறல்போல.

''அவன சும்மா உடாதே'' உள்ளேயிருந்து யாருடையதோ குரல் கேட்கிறது.

''அவன்தான் போலீசுக்குத் தோட்டா ரொப்பிக் குடுத்தான். புடி அவன''

அதைக் கேட்டதும் யஹியா குதித்து ஓடினான். வாவக்காடு ஓடையில் நீந்தித் திளைத்து, பறந்து வந்த வாத்துகள் அவனுடைய மரணப் பாய்ச்சல் பார்த்து பயந்து

கடல்நீரில் குதித்தன. நீண்ட தூரம் ஓடினதும் எதிரில் யானைக்காலன் பத்ரு தனது பெரிய காலை இழுத்துக்கொண்டு வருகிறான்.

''நீ இப்படி வெளிய சுத்திக்கிட்டுத் திரியாதடா. உன்ன அவங்க நோட்டம் பாத்து வச்சிருக்காங்க தெரியுமா?''

பத்ரு யானைக்காலில் நங்கூரமிட்டு நின்றான்.

''யாரு?''

''கம்யூனிஸ்டு போராட்டக்காரங்க''

பத்ரு நெஞ்சு நிமிர்த்தி நின்று, ''நீதான் தோட்டா ரொப்பிக் குடுத்தேன்றது இப்ப கடற்கரைல இத்துனூண்டு புள்ளீங்க வரைக்கும் தெரியும்'' என்றான்.

''அதுக்கு நான் என்ன செஞ்சேன்னு இப்ப சொல்ற?'' யஹியா அதிர்ச்சியில் நின்றான்.

''போ, போ, போயி போலீஸ்காரங்ககிட்ட சொல்லு. ஆலப்புழைலருந்து தோட்டிகள எறக்கியிருக்காங்க, பொணங்களச் சொமந்துக்கிட்டுப் போக''

பத்ரு யானைக்காலை இழுத்து நடந்தான்.

யஹியா கடற்கரை மணலை இடித்து ஏறியபடி வேதனை சூழ கிழக்கே ஓடினான்.

காரைப் புதர்களுக்கு இடையில் புன்னையடியில் வந்ததும் நிறைய தெரு நாய்கள் ஓடிக்கொண்டு வருகின்றன. அதில் ஒன்றின் வாயில் ரத்தம் சொட்டும் மாமிசத்துண்டு. யஹியா ஒரு பார்வைதான் பார்த்தான். அப்ளோர் அரௌஜின் வீட்டு முற்றத்தில் இருந்துதானே அவை ஓடி வருகின்றன? செத்துக் கிடக்கற யாருடையதோ... மாமிசத் துண்டுகளுக்காக நாய்களுக்குள் அடிதடி.

உள்ளே செல்லவும் மர உச்சிகளில் நூற்றுக்கணக்கான காகங்கள் கரைந்து கொண்டிருக்கின்றன. வடக்கு வராந்தாவில் ஏறி நின்று கிழக்குப் பக்கத்தில் அவன் எட்டிப் பார்த்தான். துப்பாக்கியும் லத்தியும் பிடித்து நூற்றுக்கணக்கில் போலீஸ்காரர்கள் சுற்றுகிறார்கள். தோட்டிகள் பிணங்களைக் காலில் பிடித்து இழுத்துக்கொண்டு போகிறார்கள். பச்சையோலை வெட்டிப் போட்டு ஒரு பக்கமாகக் குவித்து வைத்திருக்கிறார்கள். வராந்தாவிலும் தெற்கு அறையிலுமாக காக்கிச்சட்டைப் பிணங்கள். அது அவ்வளவும் போலீஸ்காரர்கள். ஏட்டு பிள்ளேச்சனின் பெருவயிறு பெருத்து பெருத்து வெடிப்பது போலிருக்கிறது.

நெஞ்சில் குண்டு பாய்ந்த முண்டக்கண்ணன் லவேந்தரை மூன்று நான்கு நாய்கள் இழுத்துக் கொண்டிருக்கிறது. ஏதோவொரு தோழரின் கண்களைக் காகங்கள் கொத்திக் கிழிக்கின்றன. பொள்ளேப்பறம்பில் பூனை பத்ரோஸ்தானே அது?

''சீக்கிரமாப் பொறுக்கிப் போடுங்கடா நேரத்த வீணாக்காம''

குரலைக் கேட்டு யஹியா எட்டிப் பார்த்தான்.

தெற்கே குளக்கரையின் பாலமரத்துக்குக் கீழே கால் மேல் கால் போட்டு உட்கார்ந்திருக்கிறார் ஏ.எஸ்.பி. பால். போராளிகளின் பிணங்களை அள்ளியெடுத்து லாரியில் போட்டு, பெரிய சுடுகாட்டுக்குக் கொண்டுபோய் பெட்ரோல் ஊற்றிக் கொளுத்த வேண்டுமென்பது கட்டளை.

போலீஸ்காரர்களின் நடுவில் நின்றுகொண்டு பொள்ளயில் மரியானும் பீட்டரும் தோட்டிகளுக்குக் கட்டளை இடுகிறார்கள். முதல்நாள் ஆலப்புழை ஸ்டேஷனில் தெரிவிக்கப் போனது மரியான்தானென்று பேச்சு. உடன் பீட்டரும் இருந்தான். இரண்டு பேரும் இப்போது போலீசின் ஆட்கள் ஆகிவிட்டனர். மரியான் கையில் போலீசின் லத்தி. லத்தியைச் சுழற்றிக்கொண்டேதான் மரியான் தோட்டிகளை வேலை வாங்குகிறான்.

யஹியா ஏ.எஸ்.பி. பாலின் பக்கத்தில் சென்றான். குரல் செருமினான். அவர் அவனை கவனிக்கவேயில்லை.

''ஐயா''

அவன் தலை சொறிந்தான்.

ஏ.எஸ்.பி. தலை திருப்பினார்.

''இந்த செத்து கெடக்கற ஐயா என்னத்தான் நேத்து துப்பாக்கி எடுத்துக் குடுக்க நிப்பாட்டினாரு. இப்ப தோ, அந்த கம்யூனிஸ்டுகாரங்க என்னக் கொன்னுடுவேன்னு சொல்லி நடக்கறாங்க ஐயா. என்னக் காப்பாத்துங்க ஐயா''

அவன் ஒரே மூச்சில் சொல்லிவிட்டு நின்றான்.

ஏ.எஸ்.பி. ஏட்டு ஸ்ரீதரனைப் பார்த்தார்

''யாருடா இவன்?''

''ஆஹா, இவனா? இவனத்தான் நான் தேடிக்கிட்டிருந்தேன். வாடா இங்க''

ஏட்டு ஸ்ரீதரன் பாய்ந்து வந்து அவன் கழுத்தில் பிடித்தார்.

''நேத்து தோட்டா நிறைக்க போலீஸ்காரங்க உள்ள வந்தப்ப நீ தோட்டா காணல்லன்னு சொல்லி நடிச்ச இல்லையாடா ?''

''அப்பிடியாடா?'' ஏ.எஸ்.பி. கண்களை உருட்டினார்.

''அய்யய்யோ ஐயா, தோட்டா வச்சு பூட்டியிருந்த பெட்டியோட சாவி எஸ்.ஐ. ஐயாவோட பாக்கெட்ல இருந்துச்சுல்ல. அந்நேரம் ஐயா செத்து விழுந்துட்டாருல்ல''

''அப்பறம் ஏட்டு பரமேஸ்வரன் பிள்ளை துப்பாக்கி கேட்டப்ப இவன் குடுக்கல. அந்த நேரம் பாத்துதான் அவனுங்க பிள்ளேச்சனை... இவன் அவனுங்ககூட கூட்டு சேந்துட்டானோன்னு எனக்கொரு...''

''அய்யய்யோ எஞ்சாமி... ஐயா'' யஹியா அதிர்ந்தான்.

''நான் துப்பாக்கியெடுத்து நீட்டினேனே. அந்த நேரத்துலதான் அவனுங்க பிள்ளேச்சனை...''

''பிள்ளேச்சனா?''

ஏட்டு ஸ்ரீதரன் அவனுடைய குரல்வளையைக் குத்திப் பிடித்தார்.

''யாருடா உன்னோட பிள்ளேச்சன்?''

''புடிச்சிக்கிட்டுப் போடா நாறக் கழுவேறிய''

ஏ.எஸ்.பி. சீறினார்.

''வாடா''

ஏட்டு ஸ்ரீதரன் அவனைப் பிணங்களுக்கு இடையே இழுத்துக் கொண்டு போனார்.

குண்டுவெடிப்பு முடிந்து தோழர்களெல்லாம் ஓடிய கூட்டத்தில் சக்கரபாணியும் ஓடினார். பனய்க்கல் முகாமிலிருந்து தம்முடன் வந்த யாரெல்லாம் செத்தார்கள், சாகவில்லை என்று தெரிந்துகொள்ளக்கூட முடியவில்லை. நடைப்பயணத்தை முன்னின்று நடத்தி வந்து கொலைக்கு கொடுத்து விட்டாயே என்று யாராவது கேட்டால்?... குண்டடிபட்டுச் சாகாமல் கிடந்தவர்களையெல்லாம் தோளில் சுமந்து கொண்டாவது வந்திருக்க வேண்டும். ஐந்தாறு பேரை யாரெல்லாமோ சுமந்துகொண்டு போவதைப் பார்க்க முடிந்தது. வீட்டில் போய்ச் சேர்ந்தும் மனது கிடந்து துடிக்கிறது.

'நீதானேடா சக்கரபாணி, எங்களையெல்லாம் கொண்டுபோய் சாகடிச்சே. ஆனா நீ மட்டும் உன் வீட்டுக்கு வந்து சொகமா ஒக்காந்திருக்கியாடா?'

செத்து விழுந்த தோழர்கள் தலைக்குள்ளிருந்து பழித்துப் பேசுகிறார்கள். அந்நேரம்தான் நினைவு வந்தது. 'ஐயோ, தங்கச்சனைக் காணோமே? சின்ன அண்ணா, சின்ன அண்ணான்னு சொல்லிக்கிட்டே குத்தீட்டியப் பிடிச்சுக்கிட்டு கூடவே நின்னுக்கிட்டிருந்தானே? அறையில அவன் போட்டிருந்த சிவப்புப் புதுச்சட்டை வாசனைகூட இன்னும் போகல்லயே... அவனுக்கு என்ன ஆச்சோ?'

உட்கார்ந்திருக்க முடியாமல் இருட்டில் குதித்து ஓடினார். பனை மைதானத்தை அடையவும், குருதியின், மரணத்தின், வெடிமருந்தின் வாடை மூக்கிற்குள் ஏறி வந்தது. பெட்ரோமாக்ஸ் விளக்கு வெளிச்சத்தில் நூற்றுக்கும் மேற்பட்ட போலீசார் குண்டடிபட்டுக் கிடப்பவர்கள் மத்தியில் ஓடி நடக்கின்றனர். கிழக்கு மூலையின் மாமரத்தடியில் அவர் நின்றார். நான்கு போலீசார் டார்ச் விளக்குடன் வருகின்றனர்.

அவர் சட்டென மாமர உச்சிக்கு ஏறினார். வடக்குப் பார்த்த கிளைமேல் யாரும் பார்க்காததுபோல் உட்கார்ந்தார். தங்கச்சன் எங்கே? பெட்ரோமாக்ஸ் வெளிச்சத்தில் கண்கள் தேடின. எல்லா இடத்திலும் பிணங்கள். கடற்கரையில் நண்டுக் கூட்டங்கள் செத்தடைந்ததுபோல. யாரையும் அடையாளம் தெரியவில்லை. எல்லாத் தோழர்களும் ஒரே மாதிரி தெரிகிறார்கள். சாகாமல் கிடப்பவர்களைத் தேடிப் பிடித்து பேனட்டால் குத்திக் கொல்கிறார்கள் போலீஸ்காரர்கள். அந்த இடத்தில் எங்கேயாவது தங்கச்சன் இருக்கிறானா? ‘சின்னண்ணா, சின்னண்ணா’ என்று அழைத்துக்கொண்டு எங்கேயாவது அவன் முனகுகிறானா?

பிணங்களுக்கு நடுவிலிருந்து யாரோ எழுந்து நகர்கிறார்.

‘‘அதோ ஒருத்தன் எழுந்து போறான்’’

போலீஸ்காரர்கள் துப்பாக்கியோடு ஓடுகிறார்கள்.

பெட்ரோமாக்ஸ் வெளிச்சத்தில் அவன் முகம் தெரிந்தது.

கேளன் வெளுத்தகுஞ்ஞு. பனய்க்கல் முகாமிலிருந்து கூடவே வந்த தோழனாச்சே?

ஒரு போலீஸ்காரன் அவன் இடுப்பைப் பார்த்து பேனட்டைக் குத்தி இறக்கத் தொடங்கவும் ஏ.எஸ்.பி. விலக்கினார்.

‘‘அவனக் கொல்லாதீங்க. அவன் நமக்கு உயிரோட வேணும். சங்கதிகளக் கேட்டுத் தெரிஞ்சுக்க’’

‘‘ஐயா சொன்னதுனால உன்ன இப்ப கொல்லல. வாடா’’

போலீஸ்காரன் அவனுடைய தோளைப் பிடித்து இழுத்தான்.

‘‘உன்னக் கொல்லமாட்டோம், கொல்லாமக் கொல செய்யப் போறோம்’’

எஸ்.ஐ. வேலாயுதன் நாடாருக்குப் பக்கத்தில் துப்பாக்கியைப் பிடித்துக்கொண்டு ஆக்ரோஷமாக நின்று கொண்டிருந்தவன் அவன். ‘நீங்க கலஞ்சு போகணும்’னு எஸ்.ஐ. சொன்னதும், ‘நாங்க கலஞ்சு போவோம். அதுக்கு முன்னால நீங்க ஆயுதத்தப் போட்டுட்டு சரணடையணும்’னு சந்திரானந்தன் சொன்ன நொடியில் ‘ஃபயர், ஃபயர்’னு கத்திக் கூப்பாடு போட்டது அவன்தான். காக்கரி கருணாகரனைச் சுட்டதும் அவன்தான்.

ஒரு குத்தீட்டி கையில் கிடைத்திருந்தால்! குறி தவறாமல் அவன் நெஞ்சைப் பார்த்து...

போலீஸ்காரர்கள் கொஞ்சம் நகர்ந்து போயிருந்தால்... கீழே எறங்கிப் போய்... தங்கச்சன் இந்தக் கூட்டத்தில் எங்கேயாவது...?

விடிந்தது. தோட்டிகள் வந்து இறங்கினார்கள். பிணங்களை அள்ளிக் கூட்டி,

பச்சை ஓலையில் முறுக்கிக் கட்டுகிறார்கள். அந்தக் கூட்டத்தில் எங்கேயாவது தங்கச்சன்...? அதை நினைத்ததும் நெஞ்சே வெடிக்கும் வலி. மாமர உச்சிகளினூடே வேதனையோடு பார்த்தார்.

''ஐப்பசி எட்டு. ராத்திரி எட்டுமணிகிட்ட இருக்கும்''

தோழர் சி.கே. கருணாகரனின் நிறம் மங்கிய நினைவுகளினூடே அந்தக் காட்சிகள் மின்னி மறைந்தன.

நாலுமைல் தூரத்தில் இருக்கும் ஆர்யாடு முகாமிலிருந்து ஒரு தோழன் கண்ணார்காட்டு முகாமுக்கு ஓடி வந்தான். சி.கே. மாதவன் கையில் ஒரு கடிதத்தைக் கொடுத்தான்.

''பத்ரோஸ் தோழர் தந்துவிட்டார்''

தோழர் கடிதத்தைப் பிரித்துப் படித்தார்.

''வயலாரில் நாளைக்குத் துப்பாக்கிச்சூடு நடத்த, திருவனந்தபுரத்திலிருந்து இன்றிரவு நான்கைந்து ராணுவ வாகனங்கள் வருகின்றன. இன்றிரவே தேவையானவற்றைச் செய்ய வேண்டும். நேரத்தை வீணாக்க வேண்டாம்''

தோழர் எங்களைப் பார்த்தார்.

''கண்ணாடிக்கவலைப் பாலத்தையும் மாராரிக்குளம் பாலத்தையும் இன்னிக்கே தகர்க்கணும். புத்தனங்காடி வரைக்கும் இருக்கற நம்மோட ஆளுங்கள இப்பவே வரவழைக்கணும். கரிங்காட்டுவெளி, பூத்தரை, பூத்தன்தரை முகாம்களுக்குத் தெரிவிக்கணும். எல்லாரையும் பாலம் தகர்க்கறதுக்கான ஆயுதங்களோட முகாம்களுக்கு வரச் சொல்லணும். ஒரு குழு முகம்மை ராணுவ முகாமுக்கு மேற்கே இருக்கற கண்ணாடிக்கவலைப் பாலத்தைத் தகர்க்கணும். இரண்டாவது குழு மாராரிக் குளத்துக்குப் போகணும். ராணுவ வண்டி இங்க வந்து சேரும்போது ஆடு படுத்த எடத்துல புழுக்கைகூட இருக்கக் கூடாது''

கண்ணார்காட்டுல இருந்து தீப்பந்தப் படையணி நகர்ந்தது. இருட்டில் பந்தங்கள் கொழுந்துவிட்டு எரிந்தன. பாலத்தின் தூண்களில் கோடாலிகளும் சுத்தியல்களும் கடப்பாரைகளும் வந்து விழுந்தன. இரண்டு பாலங்களும் ஓடைக்குள் விழுந்தன. விடியலில் வந்த ராணுவ வண்டிகள் அதிர்ந்து நின்றன. வயலாறில் துப்பாக்கிச்சூடு நடத்த வந்த ராணுவம் ஆலப்புழைக்குத் திரும்பியது.

மறுநாள் காலையிலும் இரண்டு ராணுவ வண்டிகள் வந்தன. பாலம் கட்டும் வேலை தொடங்கியது. பாலத்தை பலப்படுத்தத் தேவையான பொருட்களை எடுக்க, பட்டாளம் ஆலப்புழைக்குப் போன நேரம் பார்த்துத் தோழர்கள் வந்து, பாலத்தை உடைத்து ஓடையில் தள்ளினார்கள். அன்று பகலில் ராணுவம் வரவேயில்லை. அந்தி

மயங்கியதும் ராணுவம் வந்து விட்டதாகச் சொன்னார்கள். கண்ணார்காடு முகாமுக்குத் தோழர்கள் வந்து சேர்ந்தார்கள்.

''பாலம் கட்டவே கூடாது. பாலம் எழும்பிச்சுன்னா வயலாறுல நம்ம தோழர்களை அவனுங்க கொன்னு குவிச்சிடுவானுங்க''

தோழர் சி. கே. மாதவன் சொன்னார்.

''கொஞ்சம் பட்டாளக்காரங்கதான் பாலம் கட்டறாங்க. நெறையபேர் வர்றதுக்கு முன்னாடியே நாம போய் அவங்களத் தடுக்கலாம்''

தோழர் சதானந்தன் குத்தீட்டி பிடித்து குதித்து எழுந்தார். இளவட்டங்கள் எல்லாம் அவருடன் கிளம்பின. இருபது வயதுக்குள் இருக்கும் துடிப்பான இளைஞர்கள். மாதவன் தோழர் விசில் ஊதினார். தோழர்கள் குத்தீட்டிகளுடன் பாலத்துப் பக்கமாக அணிவகுத்துச் சென்றனர். கொஞ்சம் பேர் நின்று பாலம் கட்டுகிறார்கள். சற்று தள்ளி ஒரு இராணுவ வாகனம். ஊர்வலம் முன்னேறி வந்து காலியான வாகனத்துப் பக்கத்தில் நின்றது. இருநூறுக்கும் மேற்பட்டவர்கள் குத்தீட்டிங்களுடன் பாய்ந்து வந்தும்கூட பாலம் கட்டிக் கொண்டிருந்த இராணுவத்தினர் அசரவேயில்லை.

''இதுல ஏதோ சதியிருக்கு''

தைத்தரை ராமன்குட்டி முன்னேறிச் சென்றான். திடீரென ஒரு வெடியோசை.

தலை திருப்பிப் பார்த்தான். தொடர்ந்த வெடியோசைகள். சுற்றிலும் ஒளிந்து கொண்டிருக்கிறது ராணுவம்.

அவர்கள் துப்பாக்கியுடன் சுற்றி வளைத்துக்கொண்டனர். ராமன்குட்டித் தோழனின் கையில் குண்டு பாய்ந்தது. அந்தக் கையுடனேயே தோழன் ஒரு ராணுவ வீரனின் துப்பாக்கியைப் பிடித்து இழுத்தான். ஆச்சாரி குமாரனும் தோப்பில் குமாரனும் குத்தீட்டிகளோடு பாய்ந்து சென்றனர். தோழர்கள் சோட்டச்சால்வெளி பானுவும், தரையில் சங்கரனும், பாடத்துவெளி ராமன்குட்டியும் பத்மநாபனும் நேருக்குநேராக ராணுவத்தை எதிர்த்துப் போரிட்டனர்.

ராணுவம் அந்த ஆறு தோழர்களையும் வளைத்துச் சுட்டது. ஆறு பேரும் வெடித்துச் சிதறினர். ராணுவம் அவர்களை வெட்டி பாலத்திற்கடியில் போட்டுப் புதைத்தது.

அபராஜிதாவும் திசாவும் தோழரை அழைத்துக் கொண்டு மாராரிக்குளம் பாலத்தருகே வந்தனர். நடுங்கும் கரங்களைப் பாலத்தின் கைப்பிடிகளில் ஊன்றியபடி தோழர் சுழித்தோடும் ஓடையைப் பார்த்து நின்றார்.

''தோழர்கள் ஆறுபேர்...''

தோழர் விரல்களைச் சுருட்டினார். நடுங்கும் கைகள் உயர்த்தி, ''லால்சலாம் தோழர்களே...'' என்றார்.

அந்தக் கண்களிலிருந்து கண்ணீர் உதிர்ந்தது.

''வேற மூணு தோழர்களும் துப்பாக்கிச் சூட்டுல செத்து விழுந்தாங்க. யார் யாரோ... ஞாபகம் வரல்ல''

அபராஜிதா தலை குனிந்தாள்.

''தீர ரத்தசாட்சிகள்''

''எவ்வளவு தைரியமான தோழர்கள் ரத்தமும் உயிரும் தந்து இந்த இயக்கத்தைக் கட்டியெழுப்பியிருக்காங்க?'' திசா ஓடும்நீரை நோக்கி நின்றாள்.

''நீ என்ன சொல்ல வந்த?''

''ஏய், ஒண்ணுமில்ல. அப்பா கடைசீல சொன்ன விஷயங்கள நெனச்சுக்கிட்டேன்''

அனகாசயன் அதிகாலையிலேயே கண்டன்குளத்தில் போய் குளித்து வந்தான். கொச்சனியன் பிள்ளை தைத்துக் கொடுத்த புதுச் சட்டையைப் போட்டுக்கொண்டான். எண்ணெய் தேய்த்துப் படியவைத்த முடியை நடுவில் வகிடு எடுத்து இரண்டு பக்கமுமாக வாரிவிட்டான். பௌடர் பூசிக்கொண்டான். எரிந்து தீர்ந்த தீப்பெட்டிக் குச்சியை எடுத்து உதட்டின்மீது மீசைக்கு மை தீட்டிக் கொண்டான். முகக் கண்ணாடியை தூரமாகப் பிடித்துப் பார்த்து திருப்தியடைந்தான்.

''ரொம்ப அழகா இருக்குடா''

அம்மா காளிக்குட்டி முடைந்த ஓலையை வெயிலில் காய வைத்துவிட்டு உள்ளே வந்தாள்.

''என்னோட உண்டிய ஒடச்செடுத்த சக்கரத்தக் குடுத்து வாங்கனதுன்றது நெனப்புல இருக்கட்டும், சரியா? ஒரு பணத்துக்குப் பவுனு வாங்க நான் சிறுவாடு சேத்து வச்ச காசுப்பா அது''

''அம்மா, உங்களுக்கு எவ்ளோ பணத்துக்கு பவுனு வேணும்னு மட்டும் சொல்லும்மா''

அனகாசயன் வேட்டியை மடித்துக் கட்டிக்கொண்டு நெளிந்து நின்றான்.

''கோபாலன் ஆச்சாரிகிட்ட சொல்லி நான் வாங்கித் தர்றேன்''

''அது எந்தக் காலத்துல நடக்குமோ, கடவுளே...''

''அம்மா, நீ வேணாப் பாரு. இந்த வருசத்துல கண்டமங்கலத்துல கொடியேர்றதுக்கு முன்னாடியே அஞ்சுகல்லு கம்மல் நாஞ்செஞ்சு தருவேன்''

''ஆண்டவா, நா அதுக்கப்பறம் செத்தாலும் பரவாயில்ல'' என்று சொல்லிக்கொண்டே உள்ளே போனாள்.

இடையோடை தாண்டி ஏறி ராகவன் தூரத்திலிருந்து வருகிறார்.

''அண்ணே வர்றியா? நானு தோ கேம்ப் வரைக்கும் போறேன்'' அனகாசயன் கேட்டான்.

''நான் பின்னால வர்றேன். நீ போயிட்டு வா'' ராகவன் அருகில் வந்தார்.

''ஆமா இது என்னா?''

அவர் அவன் கையிலிருந்த ஓலைப் பெட்டியைப் பார்த்தார்.

''சந்தை முக்குலருந்து பொறுக்கிக் கொண்டு வந்த கல்லுங்க. பட்டாளத்தானுங்க வந்தா எறியறதுக்கு''

அவன் ஒரு கூரான கருங்கல் ஜல்லியெடுத்துப் பிடித்தான்.

''இதுல ஒண்ண அவனுங்களோட உச்சி மண்டையில எறிஞ்சேன்னு வச்சிக்க...''

''நாம நெனக்கற மாதிரியில்லடா... நாலஞ்சு வண்டி பட்டாளம் வந்திருக்குன்னு கேள்விப்பட்டேன். துப்பாக்கிச் சூடு நடக்கும்னு தோணுது''

''சுடறதுக்கு அவனுங்க இங்க வரட்டும்''

அவன் ஓலைக் கூடையையும் சுமந்துகொண்டு கேளப்பன் தோட்டமிறங்கி நடந்தான்.

மேனாச்சேரிக்கான வழியில் திரும்புவதற்குள் எதிரில் பாட்டத்தில் கர்த்தாவும் அடிவருடிகளும் வருகிறார்கள்.

''நீயென்னடா சோக்கா செவப்புச் சட்டையப் போட்டுக்கிட்டு தற்கொலைப் படைக்குப் போறியா?''

பாட்டத்தில் கர்த்தா நீண்டு வளர்ந்திருந்த தாடி மீசையை வருடினார். அண்ணாக்கில் ஒட்டிக்கொண்டிருந்த புகையிலை எச்சிலை அவனைப் பார்த்துக் காறித் துப்பினார்.

''உன் மொகத்தப் பாத்தா சாவுக்களை நெருங்கன மாதிரி இருக்குதேடா''

உடன் இருந்தவர்கள் அதைக் கேட்டு ஆரவாரமாகச் சிரித்தார்கள்.

''சாவுக்களை வந்தது உங்களப் போல ஜமீன்களுக்குத்தானே பாட்டத்தி மொதலாளி? பாட்டத்தில பொம்பளைங்க அந்தி சாஞ்ச பெறகு வீட்டுக்குள்ள பித்தளப் பாத்திரத்துலதான் ஒண்ணுக்குப் போறாங்கன்னு கேள்விப்பட்டமே''

அதைக் கேட்டதும் கருவளையம் சுற்றியிருந்த அந்த ஆளின் முகம் மேலும்

கறுத்தது. அந்தி மயங்கினால் தோழர்கள் குத்தீட்டிகளுடன் வருவார்கள் என்று பயந்து ஜமீன் வீடுகளின் பெண்களும் குழந்தைகளும் வீட்டுக்குள்தான் இரண்டையும் கழிக்கிறார்கள் என்று ஊரெல்லாம் பேச்சாகக் கிடக்கிறது.

''டேய்''

ஒருத்தன் கையைச் சுருட்டி முன்னால் வந்தான்.

''நீ யாருகிட்ட பேசறன்றது நெனப்பிருக்கட்டும்''

''வாடா'' பாட்டத்தில் கர்த்தா திரும்பி நடந்தார்.

''இந்தத் தாந்தோணிகிட்டயெல்லாம் நாம பேசப் போனா, நம்ம கௌரவமும் இல்லாமப் போயிடும்''

அனகாசயன் ஓலைக் கூடையை எடுத்துக்கொண்டு நடக்கத் தொடங்கவும், அந்த ஆள் பின்னாலிருந்து சொன்னார்.

''டேய், நீ பாத்துக்கடா. பட்டாளத்தோட துப்பாக்கி மொனயில தீரும் உன் அகந்தை''

மேனாசேரி முகாமுக்குப் போனபோது, களவங்கோட்டிலிருந்து வந்த பிரபாகரன் தோழர் வகுப்பு எடுத்துக் கொண்டிருந்தார். சேர்த்தலை தாலூக்காவின் எல்லாப் பக்கங்களிலும் பட்டாளம் இறங்கிவிட்டது. கஞ்சிக்குழி - முகம்மை ரோடு வழியாக, வந்த வழியில் இருந்த முகாம் முழுவதையும் ஆக்கிரமித்தது. பூஜைவெளி முகாமின் கேப்டன் கொச்சு நாராயணன் தோழரைப் பிடித்து நிறுத்தி அங்கேயே துப்பாக்கியால் சுட்டுக் கொன்றுவிட்டார்கள்.

''ராணுவ ஆட்சி வந்ததுல இருந்து கம்யூனிஸ்டுகாரங்கள பாத்தவொடனே சுட்டாலும் கேக்க நாதியில்ல'' என்றார் பிரபாகரன் தோழர்.

''சர்.சி.பி. பட்டாள வேஷத்துல பொன்னாம்வெளி கேம்ப்புக்கு வந்தாருன்னு கேள்விப்பட்டோம்''

''சி.பி. யில்ல, எந்தக் கொலக் கொம்பன் வந்தாலும் நாம எதிர்ப்போம்''

தோழர்கள் மொத்தமாகக் குத்தீட்டிகளைத் தூக்கினார்கள்.

அனகாசயனைப் பார்த்ததும் கூட்ட நெரிசலிலிருந்து பாக்கரன் நகர்ந்து வந்தான்.

''ஆமா, நீ இத இப்பவே போட்டுக்கிட்டயா?''

அவன் அனகாசயனின் சட்டையைப் பிடித்துப் பார்த்தான்.

''நீயேண்டா இன்னும் போடல?''

''தோ, இப்பவே போட்டுட்டு வர்றேன். நீயும் கூட வா''

ஓலைக் கூடையைத் தென்னமரத்தடியில் வைத்துவிட்டு பாக்கரனுடன் நடந்தான்.

தைத்து வாங்கிய நான்கு சிவப்புச் சட்டைகளில் ஒன்றை பாக்கரனுக்குத்தான் கொடுத்தான். ஒன்று பிரபாகரன் தோழருக்கு. இன்னொன்று ராகவனுக்கும்.

''மேனாச்சேரி கேம்ப்புல நாம நாலுபேரும் ஒண்ணா செவப்பு சட்டையப் போட்டுக்கிட்டு நின்னா எவ்ளோ நல்லாயிருக்கும்?'' அனகன் கேட்டான்.

''உம்'' பாக்கரன் முனகினான்.

''செகப்புச் சட்டையும் போட்டுக்கிட்டு குத்தீட்டியும் புடிச்சுக்கிட்டு...''

''அதுக்கு உன்ன குத்தீட்டி புடிக்க உட மாட்டாங்க'' பாக்கரன் அவனைப் பார்த்தான்.

''அப்படீன்னு யாரு சொன்னா?''

''கைதவளப்பில் பத்மனாபன் தோழர் சொல்றதைக் கேட்டேன். நீ சின்னப் பையனாம்'' அவனுக்குக் கோபமேறியது.

''அந்தாளுக்கு முன்னாடியே என்னப் பாத்தா அரிப்பெடுக்கும். அவரு கெடையாது தீர்மானிக்க வேண்டியது, களவம்கோடு கேம்ப்பிலருந்து வந்திருக்கற பிரபாகரன் தோழருக்குத்தானே கேம்ப்போட பொறுப்பு? அவரு தீர்மானிக்கட்டும்''

''அவரும் சொன்னாரே. பதினெட்டு வயசானவங்க குத்தீட்டியப் புடிச்சாப் போதும்னு. அதுதான் அன்னக்கி மொத்தத்துல எடுத்த தீர்மானம்''

''யாரு எதுத்தாலும் சரி'' அனகாசயன் நின்றான்.

''என் கொரவளயில உசிருன்னு இருந்தா நான் குத்தீட்டி எடுப்பேன். பட்டாளம் மேனாச்சேரில காலெடுத்து வச்சா அனகாசயன் குத்தீட்டிய ஓங்கிக்கிட்டு முன்னால நிப்பான்''

அவன் வேட்டியை அவிழ்த்து இறுக்கிக் கட்டிக் கொண்டான்.

38
சிவப்புச் சட்டையில் நான்கு படைவீரர்கள்

குண்டைலாட்டு மல்லனின் வயலில் கூலிக் கதிருக்கான பிரச்சனை நடக்கும் காலம். அளவுக்கு அதிகமாக ஒரேயொரு நெல்மணிகூட அறுவடை செய்பவர்களுக்குக் கொடுக்க முடியாது என்கிற பிடிவாதத்தில் இருக்கிறான் மல்லன். விவாதம் நெற்களத்துக்குள்ளும் வந்து சேர்ந்தது. மல்லன்களின் நெற்களங்கள் எல்லாமும் வீட்டுத் தோட்டத்துக்கு வெளியேயிருந்தன. உள்ளேயிருந்தால் இந்தப் பொலையனோ, ஈழவனோ தெரியாத்தனமாக வந்து தீண்டிவிட்டால்? மிதி தீர்வதற்குள் கூலிக் கதிரின் விஷயத்தில் தீர்மானம் எடுத்திருக்க வேண்டுமென்பது வேலையாட்களின் பக்கத்து வாதம். மல்லன் விட்டுக் கொடுக்கவில்லை. விவாதம் முற்றவே ஐந்தாறு தோழர்கள் களத்தின் பக்கம் பாய்ந்து வந்தனர். மெலிந்து காய்ந்துபோன ஒரு விடலைப் பையன்தான் முன்னால் நின்றான். அவன் களத்திற்குள் வந்தான். கட்டியிருந்த வேட்டியை அவிழ்த்து முட்டிக்கு மேல் இழுத்துக் கட்டிக்கொண்டு, ''கூலி விஷயத்தில முடிவாச்சா தோழர்களே?'' என்று கேட்டான்

''இல்லை'' என்றனர் தொழிலாளர்கள்.

''அப்படீன்னா கூலிக்கதிர் இல்லாம ஒரு ஆளுகூட இங்கருந்து போவக் கூடாது. இது யூனியனோட முடிவு'' அவன் அழுத்தமாகச் சொன்னான்.

''அதுக்கு குண்டலாட்டுத் தப்புரானுங்க தர ஒத்துக்கிட்டாத்தானே?''

''தம்புரான் தர வேண்டாம். நாமளே எடுத்துக்குவோம். நெல்லு வெளய வச்சு அறுப்பு அறுத்தவனோட உரிமை அது. குண்டலாட்டு மல்லனோட தானம் கெடையாது. உம், வேகமா ஒவ்வொருத்தரும் ஒவ்வொரு கதிர எடுங்க''

கணக்குப்பிள்ளை உள்ளே ஓடினான். கதிர்களை அள்ளிக்கொண்டு கூசாமல் போகிறார்கள் வேலைக்காரர்கள்.

''அவன் யாருடா என் களத்துல ஏறி அழிச்சாட்டியம் பண்றவன்?'' மல்லன் கணக்குப்பிள்ளையைப் பார்த்து சீறினான்.

''திமிர் புடிச்சவன். யூனியனோட ஆளு. சேர்த்தலப் பள்ளிக்கூடத்துலப் படிக்கிற பயதான். சதானந்தன்''

''அவந்திமிர நான் அடக்கறேன்'' மல்லன் பற்களை நெறித்தான்.

மறுநாள்.

சேர்த்தலை பள்ளிக்கூடத்தின் முற்றத்தில் போலீஸ் வண்டி ஒன்று வந்து நின்றது. நேராகத் தலைமையாசிரியரின் அறைக்குச் சென்றது போலீஸ்.

''உம்?''

தலைமையாசிரியர் கட்டியாட்டு சிவராமப்பணிக்கர் கோளாம்பி எடுத்தார்.

போலீசார் சல்யூட் அடித்தனர்.

''சதானந்தனைப் புடிக்க வந்தோம்''

''எந்த சதானந்தன்?''

''குண்டைலாட்டு மல்லனோட கதிருங்க கொள்ளையடிச்ச கேசில பிரதி''

''கையோட புடிச்சிக்கிட்டுப் போ''

கட்டியாடன் அண்ணாக்கில் கிடந்த வெற்றிலை எச்சிலைத் துப்பினார்.

''இனி இந்த வாசப்படில அவன் கால் படக்கூடாது''

அஞ்சாம் ஃபாரத்தின் சுற்று மதிலிலேயே சதானந்தன் அதை மோப்பம் பிடித்துவிட்டான். வராந்தா வழியாக கனத்து கனத்து வருகிற காலடி ஓசைகள். அவன் சுற்று மதில் வழியாக குதித்தோடினான். பின்னால் போலீஸ். வீட்டுக்குப் போனால் போலீஸ் அங்கேயும் வரும். அப்புறம் எங்கே ஓடுவது? மூங்கில்காட்டில் ஒளிந்திருக்கலாம் என்றால் எவ்வளவு நேரம்? நேராக கட்சி அலுவலகத்துக்கு ஓடினான். அன்றோடு படிப்பு நின்று போனது. சதானந்தன் கம்யூனிஸ்ட் ஆனான்.

''அப்பிடித்தான் எஸ்.எல். புரம் சதானந்தன் கண்ணார்காடு முகாமுக்கு வந்து சேர்ந்தான்''

தோழர் சி.கே. கருணாகரன் நினைவுகளின் தண்டவாளங்களினூடே நடந்தார்.

''மாராரிக்குளத்தில் அன்னக்கி மரப்பாலம்தான் இருந்தது. அடியில் கல்லுகட்டி, அதன்மேல் இரும்பு கர்டர்கள் மேல தேக்குப் பலகைகளைப் போட்டு

பலப்படுத்தினது. பட்டாளம் பாலம் கட்டறதத் தெரிஞ்சுக்கிட்டு தடுக்கப் போனமொத பேட்ச்சுல சதானந்தன் இருந்தான். ரண்டாவது பேட்ச்ல நான் இருந்தேன். காயிப்புறத்துல இருந்தும் புத்தனங்காடில இருந்தும் வந்த ஐநூறுக்கும் மேற்பட்ட தோழர்கள், குத்தீட்டியும் புடிச்சுக்கிட்டு, பந்தத்தக் கொளுத்திக்கிட்டு கோஷம் எழுப்பிக்கிட்டே பாலத்தைப் பாத்து ஓடினாங்க. குன்றுகிட்ட வந்து சேந்ததும் வெடியோசை கேட்டது...''

''பட்டாளத்தோட துப்பாக்கிச் சத்தமில்ல கேக்குது?''

நாங்க காதைக் கூர்மையாக்கினோம்.

''அய்யோ நம்மோட தோழர்களோட அலறல்தானே கேக்குது?''

''ஓடுங்க. வேகமாப் போயி பட்டாளத்த வளச்சுக்கலாம்'' என்றேன் நான்.

நாங்கள் இருட்டில பாஞ்சு ஓடினோம். கண்ணார்காடு வாசகசாலைக்குப் பக்கத்தில் போனதும் அய்யப்பன் தோழரும் சி.கே. மாதவனும் எங்களைத் தடுத்தார்கள்.

''இனிமே யாரும் முன்னாலப் போக வேண்டாம்''

தோழர் சி.கே. சொன்னார்.

''பட்டாளம் ஒளிச்சிருந்துதான் குண்டு போடுது. நாம அத எதிர்பாக்கல. நம்மோட தோழர்கள்ல சிலபேரு...''

''நாம பத்தாயிரம் பேரு இருக்கோமே''

முன் வரிசையில் நின்று கொண்டிருந்த தோழர்கள் ஒன்றாகச் சேர்ந்து குத்தீட்டிகளை நீட்டிக்கொண்டு முன்னால் பாயத் தயாரானோம்.

''நாம போயி பட்டாளத்தப் பழி வாங்கலாமே''

''வேண்டாம்''

அது ஓர் ஆணையாக இருந்தது. அய்யப்பன் தோழர் முன்னால் நீண்ட இரண்டு குத்தீட்டிகளை ஒன்றாகப் பிடித்தார்.

''தெரிஞ்சே உயிர பலி குடுக்கக் கூடாது. நஷ்டப்பட அல்ல, அடையறதுக்குத்தான் நாம் போராடறோம்''

''திரும்பிப் போங்க'' என்றார் தோழர் சி.கே.

நாங்க திரும்பி நடந்தோம். முகம்மை போலீஸ் முகாமை நெருங்கினோம். அவுட் போஸ்ட்.

''இங்கதானே அந்த இடியன் சத்யநேசன் நாடார் வந்து ஒக்காருவான்? அவன

இன்னிக்கே கொன்னு தீத்துடணும்'' அந்திக்காடன் கருணன் தோழர் முன்னால் வந்தார்.

''இடியன் நாடாரு... நம்ம தோழர்களைக் கண்ணுல கருணையில்லாம இடிச்சு நசுக்கினவன்தானே அவன்'' என்றார் தோழர் கேசவன்.

''அடிபட்டு ரத்தம் கக்கினாலும் அந்தாளோட கோபம் தீர்றதில்ல''

''நம்மோட கொச்சுகிருஷ்ணன் தோழர சமீபத்துல அவன் அடிச்சு நசுக்கினானே. கடைசீல சகிக்க முடியாம தோழரு அந்தாளோட முகத்தப் பாத்து காறித் துப்பினாரு. அப்பறம் கேக்கணுமா? அந்தப் பாவம் தோழர அவன் அடிச்ச அடி...''

''தோழர்கள் கையிலக் கெடச்சா செவுளப் பாத்துத்தான் அடிப்பான். செவிப்பறை கிழிஞ்சு ரத்தம் உள்ளங்கைல வழியணும். அப்பறம் வாழ்க்கைல அந்தக் காது கேக்காது''

''துஷ்டன். கொல்லணும் அவனை'' தோழர்கள் குத்தீட்டிங்களோட வரிசையா நின்னாங்க.

''கல்லெடுத்து எறியலாம். அவன வெளியில எறக்கிட்டுத்தான்...''

தோழர்கள் கல்லெறியத் தொடங்கினார்கள். மரப்பலகையில் பட்டு கற்கள் சிதறிச்சு.

''நிறுத்து, நிறுத்து''

தோழர் சி.கே. குமாரப்பணிக்கர் ஓடி வந்தார்.

''அவனுங்க யாருமே இங்க இல்ல. துப்பாக்கிச் சூடு நடந்துச்சுன்னு தெரிஞ்சதும் எடத்த காலி பண்ணிட்டாங்க''

தோழர்களுக்கு ஏமாற்றமாகிவிட்டது!

''போ, போ. எல்லாரும் கலஞ்சு போங்க''

மேத்தரையின் ஜோசியக்காரக் கிழவிதான் மேனாச்சேரி முகாமுக்கு ஓடிவந்து சொன்னாள். கொச்சுபாரு காயல்கரை அத்தை வீட்டிலிருந்து யாரிடமும் சொல்லிக் கொள்ளாமல் இறங்கி வந்து விட்டாளாம். வேறு கதியில்லாமல்தான் வந்திருக்கிறாள். அத்தையும் பிள்ளைகளும் சேர்ந்து ஒரே கொடுமை. அவளால் சகித்துக் கொள்ளவே முடியாமல் போனது. காயலில் விழுந்து செத்து போகாதது புண்ணியம். சுண்ணாம்பு விற்க வரும் கொறவன் தாமோதரனுடன் அவள் வந்திருக்கிறாள். நேரம் விடிவதற்குள் வெளியேறி விட்டாள். கொறவனிடம் முதல்நாளே எல்லாவற்றையும் சொல்லி முடிவோடு இருந்தாள் அவள், அடித்துத் துவைத்தாலும் இனி அத்தை வீட்டுக்குப் போகமாட்டேன் என்று.

''ஆலுங்கலுக்கு வந்து நேரா அவ என் குடிசைலதான் நொழஞ்சா. எம்பொண்ணும் கொச்சுபாருவோட கூட்டாளிதானே. இதப் பாரு, அண்ணன் வந்து கூப்டாம போ மாட்டேன்னு அப்பிடியே ஒக்காந்திருக்கா. நான் உள்ளத அவகிட்ட சொல்லிட்டேன்பா. இப்ப உங்க பழைய வீடும் எடமும் ஒண்ணுமில்ல. தம்புரானுங்க வந்து எல்லாரையும் எறக்கிவிட்ட பெறகு முகாமுலதான் தங்கியிருக்காங்கன்றது வரைக்கும் சொல்லிட்டேன்''

அதைக் கேட்டதும் பிரபாகரன் தோழரையும் அழைத்துக்கொண்டு ஆலுங்கலுக்குப் புறப்பட்டதுதான். களத்தில் பத்தாயப் புரைக்குப் பக்கத்தில் வந்ததும் புழுதி பறக்க ஒரு ராணுவ வண்டி பாய்ந்து வந்தது.

''ஒளிஞ்சுக்கோ''

பிரபாகரன் தோழர் அங்கலாய்ப்போடு சொன்னார்.

''செகப்பக் கண்டா அப்பவே சுட்டுடுவானுங்க''

இரண்டு பேரும் புழுதிப் பாதையின் ஓரத்தில் பலா மரத்துக்குப் பின்னால் ஒளிந்து கொண்டனர்.

பட்டாள டிரக்கின் முன்னாலிருந்து ஒருவன் குதித்திறங்கினான்.

''அதோ அந்தாளுதான் பட்டாளக்காரங்களோட கேப்டன். களத்து வீட்டுலதான் தங்கியிருக்கான்''

''ஆனா கட்டியாட்டு வீட்டு ஆளுங்க குத்தீட்டிக்கு பயந்து ஊரவுட்டு ஓடிட்டாங்கன்னு கேள்விப்பட்டனே?''

நாலு கெட்டுங்கல் ராமனைக் கொன்றதும் கட்டியாடன் கம்யூனிஸ்டுகாரர்களுக்கு பயந்து திருவனந்தபுரத்திற்கு ஓடிவிட்டான் என்று ஊரெல்லாம் பேச்சாக இருக்கிறது.

''அது நெசந்தான்டா. கட்டியாடன் நேரா சர்.சி.பி.யப் பாக்கப் போயிருக்கான். அதுக்குப் பெறகு இங்க வரவேயில்ல. அன்னிலருந்தே பட்டாளத்தோட காவல்ல தானிருக்கு களத்தில் பத்தாய வீடு. அந்தாளு இங்கதான் தங்கறான். முப்பதுபேர்கிட்ட பட்டாளத்தானுங்க காவலிருக்காங்க. கண்ல பட்றக் கூடாது. பாத்த ஒடனே சுடத்தான் உத்தரவு. பாரு. இந்தப் பக்கம் ஒரு பச்சப் புள்ளயக்கூடக் காணோம். எல்லாரும் பயந்து உள்ளயே இருக்காங்க''

''அப்படீன்னா கொச்சுபாருவ எப்படி கூட்டிக்கிட்டு வர்றது?''

''ஆமா, அது யாரு வர்றான்னு பாரு''

பிரபாகரன் சுட்டிக் காட்டிய திசையில் பாக்கரன் பார்த்தான்.

பனையேறி கொச்சாப்பி காலிக் கள்ளுக் குடத்துடன் பட்டாளக்காரங்களுக்கு கள்ளைக் கொடுத்துவிட்டு பத்தாய வீட்டுக்குள்ளிருந்து இறங்கி வருகிறான். அவன் அருகில் வந்தான்.

''உஸ்'' பிரபாகரன் குரல் கொடுத்தான்.

''ஆரு, பாக்கரனா? நீ என்னாடா இங்க நிக்கற? ஆமா, பிரபாகரன் அண்ணனும் இருக்கீங்களே?''

''கொச்சுபாருவ நாணி ஜோசியக்காரம்மா வீட்லருந்து கூட்டிட்டு வர்றதுக்காக வந்தோம். அப்பப் பாத்து தோ, பட்டாளம் வந்து எறங்குதே?''

''ஆரு, நம்ம கொச்சுபாருவா?'' கொச்சாப்பி மிடறு விழுங்கினான்.

''கொச்சாப்பி, நீ போயி கொஞ்சம் அவளக் கூட்டிக்கிட்டு வந்துடேன். நாங்க இங்கயே நிக்கறோம். நீன்னா பட்டாளத்தானுங்க பாத்தாலும்...'' என்றான் பிரபாகரன்.

''நீங்க இந்தக் கொடத்தக் கொஞ்சம் புடிங்க''

கொச்சாப்பி காலியான கள்ளுக் குடத்தைக் கைமாற்றினான்.

''நாம்போய் இப்பவே கூப்பிட்டுட்டு வரேம்பா''

அவன் கைலியை மடித்துக் கட்டினான்.

கொச்சாப்பியுடன் கொச்சுபாரு நடந்து வருவதை மனதில் நினைத்துப் பார்த்தான் பாக்கரன். அவர்களுக்குள் நல்ல பொருத்தமாயிருக்கும். தானவனோட விஷயம் மட்டும் இல்லாம இருந்திருந்தா...

கொச்சாப்பி போனதும் பத்தாய வீட்டுக்குள்ளிருந்து துப்பாக்கிகளைச் சுமந்துகொண்டு நான்கைந்து பட்டாளக்காரர்கள் டிரக்கைப் பார்த்து வந்தார்கள். கனத்த பூட்சுகள் உரசும் சத்தம். கேப்டன் வராந்தாவில் இறங்கி வந்தான். அவன் வலது காலை டிரக்குக்குள் ஊன்றிக்கொண்டு, கழுத்தில் தொங்கிய சரடில் கட்டியிருந்த விசிலை ஊதினான். பட்டாளக்காரர்கள் பாய்ந்தோடி வந்தனர்.

'க்விக், க்விக்'

அவன் கட்டளையிட்டான்.

''இன்னக்கி எங்கயெல்லாமோ துப்பாக்கிச் சூடு நடக்கற மாதிரி தெரியிதேடா?''

''புன்னப்புரைலயும் மாராரிக்கொளத்துலயும் துப்பாக்கிச் சூடு நடந்தா மாதிரி வயலாறுல நடக்காது. நாலு பக்கமும் காயல் அப்படியே நீண்டு நிமிர்ந்து கெடக்குதில்லயா? பட்டாளம் போட்டுல ஏறி வர்றதப் பாக்கறப்பவே நம்ம ஆளுங்க கரை முழுக்க வளைச்சுக்குவாங்க. ஒரு பட்டாளத்தானும் உசிரோட

போவமாட்டான். அதனாலதானே நேத்து ராத்திரி பம்மிப் பம்மி வந்துட்டும் அவங்களால நெருங்க முடியாமப் போச்சு'' என்றான் பாக்கரன்.

பிரபாகரனும் கேள்விப்பட்டான். முதல்நாள் நடுஇரவில் கண்ணைக் குத்தும் இருட்டில் இராணுவம் அமைதியாக வந்து வயலார் முகாமை வளைக்கப் பார்த்திருக்கிறது. காயல் வழியாகத்தான் வந்திருக்கிறார்கள். கரையில் ஏகப்பட்ட தோழர்கள் காவலிருந்தது நன்றாகப் போனது. தூங்கிக் கொண்டிருக்கும் தோழர்களையெல்லாம் சுட்டுக் கொன்றுவிட்டுப் போகத்தான் அவர்கள் ஒளிந்தும் மறைந்தும் வந்திருக்கிறார்கள்.

முன்னாடி ஏதோ புராணத்தில் அப்படி யாரோ செய்ததாகக் கேள்விப் பட்டிருக்கேன். தூங்கிக் கொண்டிருக்கிற நிறையபேரின் தலைகளை வெட்டிக் கொன்றார்களாம், அதே மாதிரி.

தோழர்கள் ஓடிப் பாய்ந்து வந்து கல்லெறிந்து துரத்தாமல் இருந்திருந்தால் விடியும்போது பத்தாயிரம் பிணங்களையாவது பார்த்திருப்போம். யாருடைய புத்திசாலித்தனமோ?

பிரபாகரன் ஒவ்வொன்றாக யோசித்தபடி நின்றிருந்தான்.

பாப்பியைப் பார்க்க காலையிலேயே கோமன்துருத்துக்குப் புறப்பட்டதுதான். குமாரன் வைத்தியரின் மருந்து வேலைசெய்யத் தொடங்கிவிட்டது. முந்தையநாள் காலையில் தூக்கத்திலிருந்து வருகிற மாதிரிதான் எழுந்து வந்தாள் என்று அவளுக்குத் துணையாகப் போன புலையப் பெண் சொன்னாள். அவள் நேற்று சாயந்திரம் கோமன் துருத்திலிருந்து இங்கே வந்திருந்தாள். மருந்து எடுத்துக்கொண்டுப் போக அவளை வைத்தியர் அனுப்பியிருந்தார். காலையில் அவள் போகும்போது உடன் வருவதாகச் சொல்லியிருந்தான். பாணாவள்ளிக்குப் போக, படகுத்துறைக்குப் போனபோதுதான் காயல் வழியாகப் பட்டாளம் நடுஇரவில் வந்ததென்று தெரிந்தது. புலையப் பெண்ணும் வரவில்லை. அதனால் திரும்பி இங்கே வந்தாயிற்று. பாப்பியின் நோய் சரியாகிவிட்டால் ஐப்பசியிலேயே கல்யாணம் முடித்துக் கொள்ளலாம். களவங்கோடத்துக் கோயிலில் கல்யாணத்தை நடத்தி வைக்கிறேன் என்று பணிக்கர் அப்பா ஏற்றுக் கொண்டிருக்கிறார். அவர் சொன்னால் சொன்னதுதான். இன்றைக்கு ஐப்பசி பத்தாயிற்றே?

பட்டாளத்தின் பொல்லாப்பு கொஞ்சம் தீர்ந்துவிட்டதென்றால் சற்று மூச்சு விடலாம். இன்றோடு அவர்களைத் துரத்திவிடலாம் என்று பணிக்கர் அப்பா சொன்னதைக் கேட்டேன். அதெப்படி? முகாமைக் கலைத்துவிடலாம் என்று முந்தாநாள் இரவில்கூட மேனாச்சேரி முகாமுக்கு வந்து தோழர் சொன்னாரே? அப்போது எல்லோரும் சேர்ந்து தோழர்மீது எகிறினார்கள். புன்னப்புரையில்

நூற்றுக்கும் மேற்பட்ட தோழர்களைச் சுட்டுக் கொன்று விட்டார்கள் என்று கேட்டதனால்தான் தோழர் அப்படிச் சொன்னாரே ஒழிய பயந்துகொண்டு கிடையாது. இப்பொழுதே 'வயலார் ஸ்டாலின்' என்றுதான் வெளியிலிருக்கும் தோழர்களெல்லாம் அவரை அழைக்கிறார்கள். அவர் ஒருவரின் பலத்தினால்தான் வயலார் கரையில் யூனியன் ஆட்களும் கட்சித் தோழர்களும் உறுதியாக நிற்கிறார்கள். இல்லையென்றால் தெரிந்திருக்கும். போலீசும் பட்டாளமும் அடியாட்களுமாகச் சேர்ந்துகொண்டு கொல்லாக்கொலை செய்திருப்பார்கள்.

''அதோ, கொச்சாப்பி தனியா வர்றானே?'' பாக்கரன் சீண்டினான்.

கொச்சுபாருவை அழைக்கப் போன கொச்சாப்பி அருகில் வந்தான்.

''அவ எங்கப்பா?'' பாக்கரன் எட்டிப் பாத்தான்.

''குளிக்கப் போயிருக்காளாம். ஒண்ணு செய்ங்க. நீங்க முன்னாடி போங்க. குளிச்சிட்டு வந்ததும் அவளக் கூட்டிக்கிட்டு நான் வந்திர்றேன்''

பாக்கரன் பிரபாகரனைப் பார்த்தான்.

''நாங்க மேனாச்சேரி முகாமுக்குப் போறோம். கொச்சாப்பி அவளையும் கூட்டிக்கிட்டு அங்க வந்தாப் போதும்'' என்றான் பிரபாகரன்.

பாக்கரனுக்குள் தவிப்பு ஏற்பட்டது. கொச்சாப்பியுடன் கொச்சுபாரு தனியாக வந்தால்... ஆட்கள் பார்த்தால் என்ன நினைப்பார்கள்?

''அது வேணாம்பா. அவ குளிச்சிட்டு வந்திரட்டும்'' என்றான் பாக்கரன்.

''அப்டீன்னா நான் தோ கெளம்பறேன். இந்த செகப்புச் சட்டையப் போட்டுக்கிட்டு நீங்க பட்டாளக்காரங்க கண்ணு முன்னால வந்து நிக்கறது உங்களுக்குப் பிரச்னதான். அதனாலதான் சொன்னேன். அப்பறம் நீங்க என்னமோ செய்ங்க''

கொச்சாப்பி கள்ளுக் குடத்தை வாங்கிக்கொண்டு நடக்கத் தொடங்கினான்.

''கொச்சாப்பி சொல்றது சரிதான். இங்க நிக்கறது பிரச்னைதான்'' என்றான் பிரபாகரன்.

''அப்பிடீன்னா பெறகு'' பாக்கரன் முனகினான்.

''நீங்க நடங்க''

கொச்சாப்பி திரும்பி வந்தான்.

பலா மரத்தடியில் பனையேறி கொச்சாப்பி கொச்சு பாருவுக்காகக் காத்திருந்தான்.

மறுநாள் இரவாகியும் கொச்சுக் குஞ்ஞாசான் திரும்பி வரவில்லை. ஏழாம்தேதி 'தோ வரேன்' என்று சொல்லிவிட்டு புன்னப்புரைக்குப் போனவர்தான். இருட்டுகிறவரைக்கும் குமாரன் வைத்தியர் காத்திருந்தார். பாப்பிக்குத் துணையாக வந்தவள் கிண்ணத்தில் கஞ்சியை ஊற்றி, எடுத்துக் குடிக்க பலாயிலைக் கரண்டியையும் வைத்துவிட்டு பாப்பியுடன் போய்ப் படுத்தாள். குச்சிபோல் இருந்தாலும் ஆள் திறமையானவள். கண்ணை மூடித் திறக்கும் நேரத்திற்குள் கஞ்சியைக் காய்ச்சி, தேங்காய் துருவி, வரமிளகாய் சுட்டு அரைத்துத் துவையலும் செய்திருந்தாள். கஷாயம் காய்ச்சுவதைப் பற்றிச் சொல்லவே வேண்டாம். வெள்ளை ஆமணக்கின் வேர், சித்தரத்தை, பகன்றை, குறுந்தோட்டி வேர், பெருங்குரும்பை வேர், சதாவரிக் கிழங்கும், கும்மட்டியின் வேரூற்றிய தசமூல அரிஷ்டங்களும் கலந்து இரண்டு பலம் வீதம் பத்து படி தண்ணீரில் கஷாயம் வைக்க செய்முறை சொல்லிக் கொடுத்த நிமிடத்தில்... அவள் தோட்டமெல்லாம் ஏறியிறங்கி நடந்து, சொன்னபடியே எல்லாப் பச்சிலைகளையும், வேர்களையும் பறித்துக்கொண்டு வந்தாள். விடிவதற்குள் மருந்துபொடி சேர்த்து கஷாயம் காய்ச்சி வைத்தாள். அதை மூன்று நேரம் உட்கொண்டதும் பாப்பி எழுந்து உட்கார்ந்தாள். சாயந்திரம் வடக்குத் திண்ணையில் உட்கார்ந்து அந்தச் சின்னப் பெண்ணின் தலையை ஈற்றிக் கொடுப்பதைப் பார்த்தார். கைலியும் சிவப்பு ஜம்பரும் அணிந்து இளம் திண்ணையில் ஒரு காலை ஏற்றி வைத்துள்ள அவளின் அந்த அமர்வு.

நேந்திர வாழைத்தடத்து வழியாக நடக்கும்போது அவள் வடக்கு மூலையில் இருக்கும் குளத்திற்குப் போனாள். விளைந்த வராலைப் போல இருக்கும் அவளுடைய இடுப்பும், பெருத்த சங்கரா மீனின் விரிவை ஒத்த பின்புறமும் பார்த்து அப்படியே நின்றுவிட்டார். துணைக்காரி எண்ணெயும் தேங்காய் நாரும் எடுத்துக்கொண்டு வந்ததும், சேம்பந் தடத்தோரமாக உள்ளே போனாள். குளித்து முடித்து ஈரத்துணியோடு போவதை ஜன்னல் கம்பிகள் வழியாகப் பார்க்க முடிந்தது. துவைத்த துணியைக் கொடியில் விரித்துப் போட்டுவிட்டு, ஈரம் பிழிந்த கைலியை எடுத்து மார்பில் ஏற்றிக் கட்டிக்கொண்டு, அரளியின் கீழே வந்து தெற்கே திரும்பி நின்று முடியைச் சிக்கெடுப்பதைப் பார்த்தார். அரளிக்காயைக் கவிழ்த்தி வைத்தது போல அவளுடைய மார்பின் மதர்ப்பு.

இரவில் தூக்கம் வரவில்லை. இரவுக்கோழி கூவின பிறகும் கொச்சு குஞ்ஞன் வரவில்லை. முற்றத்திலோ கண்ணில் குத்தினாலும் காணாத இருட்டு. கஞ்சி குடித்துவிட்டு குத்துவிளக்கின் வெளிச்சத்தில் உட்கார்ந்து கிரந்தத்தின் கட்டவிழ்த்தார். அஷ்டாங்க இதயம் மூலரூபம். சுவடியின் ஓரமெல்லாம் உதிரத் தொடங்கியிருந்தது. முன்னூறு வருடப் பழமையேறியது. இரவு முழுக்க வாசித்துக்கொண்டே உட்கார்ந்திருந்தார். கண்கள் சற்று அயர்ந்தபோது விடியத் தொடங்கியிருந்தது.

மதியத்துக்குப் பிறகு அந்தச் சின்னப் பெண்ணை மருந்தெடுக்க தறவாட்டு வீட்டுக்கு அனுப்பிவிட்டார். கோமன்துருத்து இரண்டே இரண்டு பேர் மட்டுமானது. குமாரன் வைத்தியரும் கைத்தரை பாப்பியும்.

இளம் வராந்தாவில் இறங்கிச் சென்றார். உள்ளே தரையில் பாப்பி ஒரு பக்கமாக ஒருக்களித்து, தலை தாழ்த்தி உச்சி மயக்கத்தில் இருக்கிறாள். இருண்ட கறுத்த சுருண்ட முடியிழைகள் சுருளான மண்புழுக்களைப் போல்...

மதியம் கொடுத்தது வேறு கஷாயம். வெள்ளை ஊமத்தஞ் செடியின் வடக்கே போன வேரைப் பால் கொண்டு தூய்மை செய்தெடுத்து, உள்ளாடன்கள் பாறையிடுக்கிலிருந்து எடுத்த சிறுதேனும் வெல்லமும் சேர்த்து காய்ச்சியெடுத்த பால் கஷாயம்.

'ஸ்வேத்தோன்மத்தோத்தர திங்மூலசித்தஸ்தூபாயச' என்பதுதானே சாஸ்திரம். தோஷம் தருவதான எந்த சித்தபிரமையையும் வேரோடு பறித்தெடுக்கும் கைகண்ட மருந்து அது. அதனால் ஏதாவது மயக்கமாக இருக்கிறாளா? ஊமத்தம் வேர் துளி கூடிப் போனாலும் பிசகுதான். படுத்துக் கிடப்பதைப் பார்த்தால் ஏதோ சரியில்லையென்று தோன்றுகிறதே... நினைவும் ஞாபகமும் இல்லாதது போல இருக்கிறதே. அளவுக்கு அதிகமாக எடுத்து சாப்பிட்டிருப்பாளா? அப்படியென்றால் சட்டென்று மறுமருந்து கொடுக்க வேண்டியிருக்கும். இல்லையென்றால்...

''பாப்பிப் பொண்ணே, கண்ணக் கொஞ்சம் தொறயேன்''

ஜன்னலோரமாக நின்று வைத்தியர் அழைத்தார்.

அசைவேயில்லையே?

''ஏய், பாப்பிப் பொண்ணே... உங்கிட்டதான் சொல்றேன்... கண்ணைக் கொஞ்சம் தெற'' சத்தம் போட்டும் அசையவேயில்லயே?!

அப்படியே படுத்திருக்கிறாள். ஆழமான உறக்கம்.

வைத்தியருக்குக் கலவரமானது.

உள்ளே ஓடிப் போனார்.

காயல் ஊதிவிட்ட மெல்லிய சூடான காற்று ஜன்னல் கம்பிகள் வழியாக உள்ளே நுழைந்தது. அவளுடைய மேலுதட்டின் குறுகுறு ரோமங்களை அது தழுவியது. காற்று அடிவயிற்று ரோமங்களிலூடே கீழே வழுவிச் செல்ல, புல்நுனிகளென அவை எழும்பி நின்றன.

''பாப்பிப் பொண்ணே'' குமாரன் வைத்தியர் அவளை உலுக்கி அழைத்தார். ''எழுந்திரு. கண்ணக் கொஞ்சம் தொற பொண்ணே''

அவள் எதையும் உணர்ந்த மாதிரியே தெரியவில்லை.

முட்டிக்கால் போட்டு உட்கார்ந்து அவர் அவளுடைய தலையைத் தாங்கி மடியில் வைத்தார். கருநாகங்கள் மடி முழுக்கப் பிணைந்தன. உள்ளே எங்கிருந்தோ ஒரு குதிரை படை நடத்திச் சென்றது. இடுப்பின் பகுதிகளில் அது படையோட்டம் நடத்தியது.

குமாரன் வைத்தியர் கடந்துபோன நல்ல காலத்தை நினைத்துப் பார்த்தார். குறியமுட்டம் காயலை இரவோடு இரவாக நீந்தி கொல்லன்குடியில் குடிசைக்குள் நுழைந்துபோன விடலைப் பருவம். கொல்லக்குடிப் பெண் கார்த்தியாயினி உலை ஊதிஊதி கனல் சிவக்க வைத்த இரவுகள். கனலில் சுட்டெடுத்த மென்னிரும்பு. உலையில் வைத்தடித்து கூராக்கின முனை. கொதிப்பு அடங்காத உலை. பற்றியெரியும் அக்கினிச்சட்டி...

வெளியே அடித்துப் பெய்யும் மழை. நெருப்பைச் சூழ்ந்து வந்த ஈசல்கள். சிறகு கரிந்து விழுந்த தீப்பொறி... முட்டிக்கால் மடித்து உட்கார்ந்ததும் கொச்சு கார்த்தியாயினி மடியை நோக்கி ஊளியிட்டு வந்து அழைத்தாள்.

"கொச்சு தம்புரா..."

அவளுடைய உதட்டின் விளிம்பிலிருந்து அந்த அழைப்பை ஊற்றிக் குடித்ததும்... இழுத்துக் கட்டிய ரவிக்கையின் முடிச்சுகள் அவிழ்ந்ததும்... எரிந்து விழுந்த கனல் போல அவள் முலைக்காம்புகள் துருத்தியதும்...

"செல்லக் குறும்பீ" அவர் பாப்பியை அள்ளிப் புணர்ந்தார்.

"எவ்ளோ நாளா நான் உன்ன..."

நெற்றி வழியாக விரலை இறக்கினார்.

முடியிழைகளினூடாக... கன்னங்களினூடாக... கழுத்தின் ஓரங்களினூடாக... கீழே... தாழ்வாரங்களுக்கு... மணல் குன்றுகளுக்கு இடையிலூடே... கருநாகங்களை வகுந்துவிட்டு ஆவேசமாகப் படைக்குதிரை பாய்ந்தது...

அந்நேரமும் பாப்பி மயக்கத்திலேயே இருந்தாள்.

அவள் கனவின் ஓரமாக பிரபாகரனின் கையைப் பிடித்து இறங்கி நடந்தாள். கரிவரப்பினூடே... சிறை வரப்புகள் தாண்டி... காசித்தும்பைகள் பூத்து நிற்கும் வயல் வரப்பினூடே...

அவள் சற்று உலைந்தாள். உதடுகள் விரிந்தன. அகக்கண்கள் ஆகாயத்திற்குப் பறந்தன.

"பிரபாகரன் சேட்டா..." அவள் முணுமுணுத்தாள். கையிரண்டையும் விரித்து படைக்குதிரையை அவள் இறுக்கிப் பிடித்தாள்.

''பாப்பிப் பெண்ணே'' குமாரன் வைத்தியர் அவளை முழங்கையில் தாங்கியெடுத்தார்.

''எத்தன நாளாத் தெரியுமா? உன்னப் பாத்த அன்னீலருந்து...''

''என் பிரபாகரன் சேட்டா'' அவள் அழைத்தாள்.

''உம்'' என்றார் வைத்தியர்.

சிறை வரப்பின் பூமரங்கள் பூத்துக் குலுங்கின. வயலின் சேற்றுக்குள் ஒரு விரால் நுழைந்தது...

கோமன்துருத்தில் கொச்சுக் குஞ்ஞாசான் பரிசலில் வந்து இறங்கியபோது சாயந்திரம் ஆகியிருந்தது. நீர்க்கோழிகள் கூடு அடைவதற்கான பாய்ச்சலில் இருந்தன. கரையில் வெயில் காய்ந்து கிடந்த நீர்நாய்கள் காயலுக்குள் பாய்ந்தன. தாழம் காடிறங்கி வந்த ஒரு கருஞ்சாரை கடவில் ஒரு கல் பொந்துக்குள் நுழைந்து சென்றது. வலசை கொக்குக் கூட்டங்கள் மாமர உச்சிகளில் சிறகுகளை ஒதுக்கின.

ஏழாம்தேதி இறங்கிப் போய் மூன்று நாட்களாகிவிட்டது. உடையெல்லாம் கசங்கி நாறத் தொடங்கிவிட்டது. சோப்புக்காயை நுரைக்கச் செய்து ஓடையோரமாக ஒரு தடவை கசக்கித் துவைத்ததுதான். அப்படியும்... அழுக்கு வாடை. புன்னப்புரையிலிருந்து தொடங்கின ஓட்டம். பாதிராப்பள்ளிக்கு வந்து வாசகசாலைக்குப் பக்கத்தில் ஒரு தோழரின் தறவாட்டு வீட்டின் மச்சில் மறைந்திருந்தார். கூடவே இன்னும் நான்கைந்து தோழர்கள் இருந்தனர். மத்தியானத்துக்குப் பிறகு படகுத்துறையிலிருந்து மட்டாஞ்சேரிக்கு மலைச் சரக்குகளை ஏற்றிக்கொண்டு வந்த ஒரு மாட்டு வண்டியில் எப்படியோ ஏறியாகிவிட்டது. குறுக்குப்பாதைகளில்தான் வண்டி போனது. வீட்டுக்குப் போனதும் எண்ணெய் தேய்த்து சுகமாகக் குளிக்க வேண்டும். துறையில் இறங்கி குச்சிக் கால்களை இழுத்துக்கொண்டே ஆசான் அதிவேகம் நடந்தார்.

வெளியில் யாரையும் காணவில்லை. அறை வாசலில் தீபம் ஏற்றப்படவில்லை. புறம் வராந்தாவில் ஏறினார். கிண்டி நீரெடுத்துக் கால்களைக் கழுவினார். குமாரனையும் காணோமே? இவர்களெல்லாம் எங்கே போனார்கள்? உள் வராந்தா வழியாகத் திறந்திருந்த ஜன்னலருகே போனார். இருண்ட வெளிச்சத்தில் யாருடையதோ குறட்டைச் சத்தம் கேட்கிறது. ஜன்னல் திறந்து உள்ளே பார்த்தார்.

கீழே தலைப்பாயில்...

பாப்பியை அணைத்துக் கொண்டு குறட்டை விட்டுத் தூக்கிக் கொண்டிருக்கிறான் குமாரன்.

‘‘குமாரா...?’’

அதொரு அலறலாக இருந்தது. ஆசான் இரண்டு ஜன்னல்களையும் ஓங்கி அடைத்தார்.

‘‘டேய் குமாரா... டேய் துரோகி...’’

கோமன் துருத்தின் மர உச்சிகளில் அடைந்திருந்த பறவைகள் கூட்டம் அதைக் கேட்டு நடுங்கின.

ஐப்பசி பத்து.

அனகாசயன் வந்தபோது அங்கே செரீத்தரை முகாமிலிருந்து வந்த வி.கே. தேவன் தோழரும் கூட்டாளிகளும் சேர்ந்து பதுங்குகுழி வெட்டுகிறார்கள். பட்டாளம் சுட வரும்போது ஒளிந்திருந்து தாக்குவதற்காக. தோட்டாக்களை உதிர்த்துக்கொண்டே பட்டாளம் முன்னால் நகரநகர குத்தீட்டிகளோடு குதித்து விழுந்து குத்திக் கவிழ்க்க வேண்டும். செரீத்தரை முகாமிலிருந்து வந்தவர்களின் ஆலோசனைதான் இது.

‘‘வேகமா முடிங்க. மத்தியானத்துக்கு முன்னாடி முடிச்சிருக்கணும்’’

கே.கே. பிரபாகரன் தோழர் சத்தமாக, ‘‘பட்டாள வண்டிகள் பொன்னாம்வெளி முகாமுக்கு வந்திடுச்சு’’ என்றார்.

அனகாசயன் தோழருக்கு அருகே சென்றான்.

‘‘ஓ, நம்மோட டெக்மேன் வந்தாச்சே’’

தோழர் அவனுடைய இரண்டு தோள்களையும் பிடித்து அழுத்தினார்.

அவனுக்குப் பெருமையாக இருந்தது. தோழர்தான் அவனை முகாமின் டெக்மேன் ஆக்கினார். எல்லா இடங்களுக்கும் சுத்திச் சுத்தி நடந்து அப்போதைக்கு அப்போது கிடைக்கும் விவரங்களை முகாமுக்குக் கொண்டுவந்து சேர்ப்பதுதான் அவன் வேலை.

‘‘பட்டாளம் மத்தியானத்துக்குள்ள முகாமை வளைச்சிடுவாங்க. பொன்னாம்வெளிச் சந்தைல பேசிக்கிட்டாங்க’’

‘‘இந்தச் சட்டையப் போட்டுக்கிட்டா நீ சந்த முக்குக்குப் போன?’’ பிரபாகரன் தோழர் அதிர்ந்து நின்றார்.

‘‘அவனுங்க பாத்திருந்தா சுட்டுப் பொசுக்கியிருப்பாங்களே உன்ன?’’

‘‘ஏய், நான் இத மடிச்சு ஒரு பக்கமா வச்சிட்டுதான் போனேன். சட்டையே போடாம பட்டாளக்காரங்க டீ குடிக்கற எடத்துல அவங்ககூடப் போயி நின்னுக்கிட்டேன். அப்ப அவுங்க மாத்திமாத்திப் பேசிக்கிட்டதத்தான் கேட்டேன்’’

''நீ பெரிய ஆளுதாண்டா''

பிரபாகரன் தோழர் அவனை நெஞ்சோடு அணைத்துக் கொண்டார்.

''சரி நான் போயிட்டு வர்றேன்''

அவன் தோழரின் விரல்களைச் சேர்த்துப் பிடித்தான்.

''இப்ப எந்தப் பக்கம் போற?''

''பொன்னாம்வெளிக்கு. பட்டாளம் எந்தப் பக்கமா வருதுன்னு பாத்திட்டு வரேன்''

பிரபாகரன் தோழர் அவன் சுறுசுறுப்பைப் பார்த்தபடி நின்றார்.

அனகாசயன் திரும்பியதும் வானத்தில் டக்கோட்டா விமானம் இரைச்சலோடு பாய்ந்து வந்தது. வயலார் கரைவழியாக ஒரு சுற்று சுற்றிவிட்டு தாழப் பறந்தது. விமானத்திலிருந்து நிறைய காகிதங்கள் கீழ்நோக்கிப் பறந்தன. அனகாசயன் அதன் பின்னால் பாய்ந்தான். விமானம் துப்பிய மஞ்சள் காகிதங்களில் ஒன்று அவன் முன்னாலும் வந்து விழுந்தது. அவன் அதை எடுத்துக்கொண்டு பிரபாகரன் தோழரிடம் ஓடினான். தோழர் அதை வேகமாகப் பிடுங்கினார்.

''சி.பி.யோட கொலைச்சதியா இருக்கே''

தோழர் அதை உரக்க வாசித்தார்.

''சில ஆட்களும், சங்கங்களும் சேர்த்தலை, அம்பலப்புழை தாலுக்காக்களில் பல்வேறு கலவரங்கள் செய்வதாகவும் அரசாங்கத்தைக் கவிழ்க்க முயல்வதாகவும் அறிந்ததால் அரசு இந்த இரண்டு தாலூக்காக்களிலும் இராணுவச் சட்டத்தை அமல்படுத்துகிறது...''

தோழர் சுற்றிலும் நின்றிருக்கும் தோழர்களைப் பார்த்தார். பலருடைய கைகளிலும் மஞ்சள் நோட்டீஸ்.

''முகாம்களைக் கலைத்துவிட வேண்டும் என்பதுதான் கட்டளை. இல்லன்னா துப்பாக்கிச் சூடு நடக்குமாம். கீழ படுங்க''

தோழர் தேவன் மீண்டும் வாசித்தார்.

''எந்த இடத்திலும் கூட்டம் கூடவோ, சொற்பொழிவாற்றவோ, ஊர்வலம் நடத்தவோ... மரணம் ஏற்படுத்தக்கூடிய ஆயுதங்களோ, தாக்குதலுக்குப் பயன்படுத்தும் படியான ஆயுதங்களோ, வெடி மருந்துகளோ வைத்திருக்கவோ கொண்டு செல்லவோ கூடாது...''

''பட்டாளம் துப்பாக்கிச் சூடு நடத்தப் போவதற்கான முன்னறிவிப்புதான் இது'' கைதவளப்பில் பத்மநாபன் தோழர் சொன்னார்.

விமானம் மீண்டும் வட்டமிட்டுப் பறக்கிறது.

அனகாசயன் பின்னர் காத்திருக்கவில்லை. பொன்னாம்வெளிச் சந்தையை நோக்கி ஓடினான். பொன்னாம்வெளிப் பாலத்தருகே வந்து சேர்ந்ததும் பத்திருபது பட்டாளக்காரர்கள் துப்பாக்கிகளோடு பாலத்தின் மேற்காக அணிவகுத்து வருவதைப் பார்த்தான். அவன் மரங்களின் மறைவைப் பற்றிக்கொண்டு திரும்பி ஓடினான். பறப்பள்ளிச்சிறையை அடைந்து திரும்பிப் பார்த்தான். பட்டாளம் மேனாசேரியின் பறப்பள்ளிச்சிறை நோக்கி... அவன் சிறகு விரித்துப் பறந்தான்.

"பட்டாளம் வருது... இருபது பேருக்கு மேல இருக்காங்க. பறப்பள்ளிச்செறேல வந்து சேரப் போறாங்க"

ஒரே மூச்சில் சத்தமாகச் சொல்லி நிறுத்தினான்.

பறப்பள்ளிச்சிறைக்குச் சற்று தெற்கில்தான் மேனாசேரி முகாம்.

பிரபாகரன் தோழர் விசில் ஊதினார். தோழர்கள் ஓடி வந்தனர்.

தோழர் தேவனும் மற்ற தோழர்களுமாக பதுங்குகுழி தோண்டி முடித்திருந்தனர்.

"நாப்பது தோழர்கள் குத்தீட்டிகளோடு பறப்பள்ளிச்சிறைக்குப் போகணும். அங்க பொதர் காட்டின் மறைவுல ஒளிஞ்சுக்கணும்"

பிரபாகரன் தோழர் சொன்னார்.

"பட்டாளம் இங்க வர்றதுக்கு முன்னாடி நாம அவங்களத் தாக்கணும்"

"சில தோழர்கள் சுற்றியுள்ள வீடுகள்ல வெட்டு கத்தியும் குத்தீட்டியுமா ஒளிஞ்சுக்கணும். பட்டாளம் உள்ளே வந்தா, அப்ப கழுத்தப் பாத்தே வெட்டணும்"

"மிச்சமுள்ள தோழருங்க குத்தீட்டிகளோட சட்டுன்னு பதுங்கு குழிகளுக்குள்ள ஒளிஞ்சுக்கணும்"

தேவன் தோழரும் மற்றவர்களும் குத்தீட்டிகளோடு பறப்பள்ளிச்சிறை நோக்கிப் பாய்ந்தனர்.

அனகாசயன் ஓடிப்போய் ஓலைக் கூடையைச் சுமந்து வந்தான்.

"இது எதுக்காக?" பிரபாகரன் தோழர் அவனைப் பார்த்தார்.

"பட்டாளத்துமேல எறியறதுக்கு"

அவன் தோளில் கிடந்த துண்டையெடுத்து தோள்பையாக மாற்றி கற்களை அதற்குள் கொட்டினான்.

"அப்ப உனக்குக் குத்தீட்டி வேண்டாமா?"

"அதுக்கு எனக்குப் பதினெட்டு வயசாகலியே?"

அவன் பத்மநாபன் தோழரைப் பார்த்தான்.

''உனக்கென்னைக்கோ பதினெட்டு வயசு ஆயிருச்சு. நீதானே மேனாச்சேரி முகாமோட முதுகெலும்பு. தோழர் அனகாசயன்!'' என்றார் பிரபாகரன் தோழர்.

அவர் சீவிக் கூராக்கிய சிவப்பு நாடா சுற்றின குத்தீட்டியை அவனிடம் நீட்டினார். அவன் அதை மார்போடு சேர்த்துப் பிடித்து பிரபாகரன் தோழருக்கு சல்யூட் வைத்தான்.

''லால்சலாம்''

தோழர் நெற்றிக்கு மேலாக விரல்களைச் சேர்த்து வைத்தார்.

''நானில்ல, பத்மநாபன் தோழருதான் இந்தக் குத்தீட்டிய உங்கிட்டக் குடுக்கறதுக்காக எடுத்து வச்சிருந்தார்''

''பத்மநாபன் தோழரா?'' அவன் அதிர்ந்து நின்றான்.

பத்மநாபன் தோழர் திரும்பி நடந்து கொண்டிருக்கிறார்.

''தோழரே'' அவன் பின்னால் சென்றான்.

''உம்'' தோழர் நின்றார்.

''தோழரே, நான் - ''அவனுக்கு வார்த்தைகள் முட்டிக் கொண்டன.

''உம், எல்லாம் பாத்து பத்திரமா இருந்தாப் போதும். எடுத்தேன், கவுத்தேன்னு எதுக்கும் போவாத. உனக்கெல்லாம் எளவயசு. குடும்பத்தப் பாத்துக்கணுமில்ல''

பத்மநாபன் தோழர் திரும்பி நடந்தார்.

ராகவண்ணனும், பாக்கரனும், பிரபாகரனும் குத்தீட்டிகளோடு எங்கிருந்தோ ஓடி வந்தனர். அவனுக்கு இரண்டு பக்கமுமாக நின்றனர். சிவப்புச் சட்டையணிந்த நான்கு படைவீரர்கள்.

பறப்பள்ளிச்சிறையில் பட்டாளம் வந்து சேர்ந்தது. புதர்க்காடுகளின் மறைவிலிருந்து பட்டாளத்தை நோக்கிக் குத்தீட்டிகள் பாய்ந்தன. ''ஃபயா...ர்'' பட்டாளத்தின் அலறல். வானத்தை நோக்கிய முதல் வெடியோசை முழங்கியது.

இடப்பள்ளியில் மகளுடைய ஃப்ளாட்டில் எம். ஆர். நாயர் யோசனையில் ஆழ்ந்தார்.

''கடைசியா, ஒரு பயணத்துக்கு இடையில, கொச்சியிலிருந்து டில்லிக்குப் போகும் ரயில் பயணத்துலதான் நாங்க சந்திச்சுக்கிட்டோம். ரொம்ப காலத்துக்குப் பிறகான, முற்றிலும் எதிர்பாராத ஒரு சந்திப்பு. ரெண்டு கம்பார்ட்மெண்ட்டுல இருந்தோம் நாங்க. செகண்ட் ஏசில நான். செகண்ட் ஸ்லீப்பர்ல சத்தியதாஸ். வழியில

எங்கயோ ஃப்ளாட்ஃபார்மில் பத்திரிகைகள் விக்கற ஒரு கடைக்கு முன்னாலதான் நான் சத்தியதாசப் பார்த்தேன். அன்னைக்கே அவரோட தாடி ரோமங்களுக்குள் வெள்ளியிழைகள் இருந்தது''

எம். ஆர். நாயரின் மகள் சுமித்ரா காப்பியோடு வந்தாள்.

அபராஜிதாவும், திசாவும் காப்பியைக் கையிலெடுத்தார்கள்.

''சார் குடிக்கலியா?'' அபராஜிதா கேட்டாள்.

எம்.ஆர். நாயர் உதட்டைச் சுழித்துச் சிரித்தார்.

''மருந்துகளோட சிறைக்குள்ளயில்லயா நான்? பத்தியம்... கடும் பத்தியம்''

''ஓ, நான் அத மறந்துட்டேன்''

அபராஜிதா காப்பியைச் சுவைத்தாள்.

மிகவும் தளர்ந்து போயிருந்தார். பக்கவாதம் ஒரு பக்கத்தை முழுவதுமாக தளர்த்தியிருந்தது. அசைவற்ற வலப்பக்கம். இடப்பக்கம் நெளிந்த வலது உதடுகளின் முனையில் மீண்டுமொரு புன்னகை விரிந்தது.

''மிக அதிகமாக நான் பயன்படுத்திய உறுப்பு இதுவாகத்தான் இருக்கணும்''

அவர் வலக்கையின் மெலிந்த விரல்களைத் தொட்டார்.

''தேவைக்கதிகமாப் பயன்படுத்தியதுக்கான தண்டனை. ம்ம், நான் சொல்லிட்டிருந்தது...''

எம்.ஆர். நாயர் யோசனையில் மூழ்கினார்.

''நான் நெனச்சுப் பாக்கறேன். அந்தப் பயணத்துல சத்யனோட முகத்துல வழக்கமான மந்தகாசம் இல்லாம இருந்துச்சு. நாக்பூரை அடைந்தபோது எதிர்பாராத ஒரு விபத்து. ஏதோ சரக்கு ரயில் தடம் புரண்டிடுச்சு. ரயிலைப் பல மணி நேரங்கள் அங்கயே போட்டுட்டாங்க. வெளியே சுட்டெரிக்கிற வெயில். செகண்ட் ஸ்லீப்பரோட நெலைமை என்னவாயிருக்கும்? நான் சந்தியதாசை என் கம்பார்ட்மெண்ட்டுக்கு அழைத்துக்கொண்டேன். ஆங், நான் சொல்லலியே? நாங்க ஒண்ணாத்தான் டெல்லில கரியர் ஆரம்பிச்சோம். ஸ்டேட்ஸ்மேனில். அதுவரை நான் நியூஸ் ஏஜன்சில இருந்தேன். அன்னைக்கும் ஆபீஸ் கன்னாட் பிளேசுலதான் இருந்துச்சு. பத்திரிகை பிரிட்டிஷ் கார்ப்பரேட் குரூப்பிலந்து டாட்டா குரூப்போட கைக்கு வந்து ரொம்ப நாளாயிருந்துச்சு. ப்ரான் சோப்ராதான் இந்தியர்களில் முதல் பத்திரிகை அதிபர் தெரியுமா? போன வருஷந்தான் செத்தாரு. மேனேஜ்மெண்ட்டோட வங்காள அரசியல் விருப்பத்துக்கு ஒத்து ஊதாம இருந்ததுக்கு சோப்ராவை நீக்கிட்டாங்க. அந்த நேரத்தில்தான் சத்தியதாஸ் அங்கே எடிட்டோரியல் டிரெயினியா சேர்ந்தான்.

நான் அன்னிக்கு அங்க சீனியர் சப் எடிட்டர். டிரெயினிங் முடிஞ்சதும் கல்கத்தா சௌரங்கி ஸ்கொயரின் ஹெட் ஆபீசுக்கு சத்யதாசை மாத்திட்டாங்க.

சத்தியதாசின் வாழ்க்கையோட திருப்புமுனையின் தொடக்கம் அங்கிருந்துதான் ஆரம்பிச்சது.

தாமதியாமல் நான் ஸ்டேட்ஸ்மேனிலிருந்து விலகினேன். சத்தியதாஸ் பத்திரிகைத் தொழிலை விட்டுட்டு, டிரேட் யூனியனிசத்துக்குள் போய்விட்டதாகக் கேள்விப்பட்டேன். அதுக்குப் பெறகு நாங்க அந்த ரயில் பயணத்துலதான் சந்திச்சுக்கிட்டோம். சத்தியதாஸ் அன்னக்கி ரொம்ப அமைதியா இருந்தான்.

"என்னாச்சு சத்யா உனக்கு?"ன்னு கேட்டேன்.

"பொறந்த நாட்டுலருந்து என்னோட கடைசிப் பயணமிது" என்றான் அவன்.

"நீ பொறந்தது அந்தப் புரட்சி பூமியிலதானே?"

"ஆமா" அவன் தலையசைத்தான்.

"அப்பறம்? என்னாச்சு?"

"என் வேர்கள் அத்துப் போச்சு"

அவனுடைய அமைதியான முகத்தில் நிழல் பரவியது.

"அந்த மண் இனி எனக்கு அன்னியமானது"

அவனுடைய கண்களில் ஈரம் படர்வதை நான் கண்டேன்.

39

பொலோனியம் 210, ஒரு தோழரின் வாழ்க்கை...

புன்னப்புரை சுடுகாட்டின் சுடலைப் புகை தேடி கழுகுகளின் ஒரு கூட்டம் வடதிசைப் பறந்தது. கரும்படைச் சிறகுகள் விரித்து, கழுகுகள் கண்களால் கீழே பூமியில் மரணத்தின் கழிமுகங்கள் தேடின. காற்றில் அலையடிக்கும் சிவப்புக் கொடிக் கூரைகளைப் பார்த்து காயல்பரப்பின்மீது தாழ்ந்து பறந்தன. இரத்தச் சிவப்பு சொட்டும் செம்பதாகைகளை வட்டமிட்டு அருகில் கண்ட மரக்கிளைகளில் அவை சிறகொதுக்கின.

பெரிய சுடுகாட்டில் பிணங்கள் எரிந்தடங்கியிருக்கவில்லை. மாமிசம் கொழுந்து விட்டெரியும் தீய்ந்த வாடை. கரிந்த குருதியின் நெடி. குருதியின் கெட்டித்துப் போன சுடலைப் புகையின் கமறல். கண்முனைகளைக் கூர்மையாக்கி கழுகுகள் தக்க நேரம் நோக்கிக் காத்திருந்தன.

பட்டாளம் பறப்பள்ளிச்சிறையை எட்டப் போகிறது. பொன்னாம்வெளிச் சந்தையிலிருந்து ஒரு கூட்டம் கழுகுகளும் பட்டாளத்தின் அணிவகுப்புக்கு மேல் சுற்றிக்கொண்டே மேனாசேரி நோக்கிப் பறந்தன.

அனகாசயனும் பாக்கரனும் பிரபாகரனும் கைகள் கோர்த்துப் பிடித்தபடி தென்னந் தடத்தை நோக்கி ஓடினர். மூவரும் தென்னைகளின் பின்னால் மறைந்து நின்றனர். பாக்கரன் சிறை வரப்பினை எட்டிப் பார்த்தான்.

''தோழா, கொச்சுபாருவை இவ்ளோ நேரமாக் காணலியே? கொச்சாப்பி முகாமுக்குக் கூட்டிட்டு வரேன்னு சொன்னானே?''

அவன் பிரபாகரனிடம் கேட்டான்.

பிரபாகரனுக்குக் கோபம் தலைக்கேறியது.

''நீயென்னடா இந்த நேரத்துல காட்டுப்பூனையப் போல?''

''கொச்சு பாருவ இன்னும்'' பாக்கரனின் தொண்டை இடறியது.

''நீயிப்ப அதப்பத்தி நெனச்சுப் பதறாத''

பிரபாகரன் குத்தீட்டியை மார்போடு சேர்த்துப் பிடித்தான்.

''கொச்சாப்பி முன்னபின்ன யோசிக்கறவன்தான். பட்டாளம் வர்றது தெரிஞ்சு, அவன் அவள வேற வழில கூட்டிட்டுப் போயிருப்பான்''

பாக்கரனின் மனம் சற்று குளிர்ந்தது. ஆனாலும் அவளை ஒரு தடவை பார்க்க வேண்டும்போல ஆசையாக இருக்கிறது. ஒரேயொரு உடன்பிறந்தவள் இல்லையா? பார்த்து எவ்வளவு நாட்களாகிவிட்டது? இனி பார்க்கவே முடியாமல் போய்விட்டதென்றால்? ஒருதடவை பார்க்க வேண்டுமென்று தோன்றுகிறது.

''யாரைப் பத்தி நீங்க இப்பப் பேசறீங்க?'' அனகாசயன் மெதுவாகக் கேட்டான்.

''கொச்சுபாருவப் பத்தி... அவ காயல்கரைல இனிமே தங்க முடியாதுன்னு கௌம்பி வந்துட்டா'' என்றான் பிரபாகரன்.

''எப்ப?'' அவன் அதிர்ந்து போய்க் கேட்டான்.

''அதோ, பட்டாளம் வந்திடுச்சு''

பிரபாகரன் குத்தீட்டியை நிமிர்த்திப் பிடித்தான்.

பறப்பள்ளிச்சிறையில் வெடியோசை. தொடர்ந்து ஒரு எருமையின் கூக்குரல். வெட்டும்போது கேட்கும் அலறல்போல. தோழர் தேவன் புதர்காட்டின் மறைவிலிருந்து எட்டிப் பார்த்தார். பட்டாளம் சுட்டு வீழ்த்தியது பாவம் அந்த வாயில்லா ஜீவனைத்தான். தென்னந்தடத்தில் கிடந்து அது கால்களை அடித்துக்கொண்டது. மீண்டும் வெடியோசை. கடைசி கூக்குரலோடு நான்கு கால்களையும் நான்கு பக்கமாகப் பரப்பிக்கொண்டு எருமை மல்லாந்து விழுந்து செத்தது.

''அதோ'' ஒரு பட்டாளக்காரன் மேலே எம்பி குதித்தான்.

மூன்றரைக்கோல் நீளத்தில் ஒரு குத்தீட்டி புதர்காட்டின் மறைவிலிருந்து பாய்ந்து வருகிறது.

''அவனுங்க உள்ள இருக்கானுங்க'' பட்டாளக்காரன் அலறினான்.

''வேகமாக் கொளத்துக்குள்ள குதிங்க. தண்ணீலன்னா குண்டடிபடாது''

தோழர் தேவன் அய்யங்காட்டுக் குளத்துக்குள் குதித்தார். நாலைந்து தோழர்களும் உடன் குதித்தார்கள்.

பட்டாளம் குளத்தை வளைத்தது. தோழர்கள் முங்காங்குழியிட்டனர். குளத்தைப் பார்த்து சடசடவென்று சுட்டனர். தோழர் தேவன் பாசிக்கடியில் மூழ்கி நீருக்குமேல் மூக்கை மட்டும் நீட்டிக்கொண்டு கிடந்தார். உடனிருக்கும் தோழர்களின் கூக்குரல்கள் கேட்டன. சேறு குழைந்து கலங்கியது. மரணத்தின் பிடியில் தோழர்கள் துடித்துத் துவண்டனர். மூன்றாவது முறை மூச்செடுத்து முங்கவும், வலது கன்னத்தில் ஏதோ ஒன்று வந்து குத்திக் கிழித்தது. தலை சுற்றியது. சேறும் ரத்தமும் கலந்த தண்ணீர் வாய்க்குள். மூச்செடுக்க தலையைத் தூக்கவும் மறுபடியும் ஒரு குண்டு பாய்ந்தது. அது இடது காதின் பக்கம் துளைத்தது. ரத்தம் காது வழியாக வாய்க்குள் வழிந்து இறங்கியது. இறுதித் துடிப்பு. தோழர்கள் சேற்றுக்குள் புதைந்தனர். குளத்தின் கரையில் ஏதோ வேரின் பிடி கிடைத்தது. மரணத்தைக் காத்து தேவன் தோழர் மூச்சடக்கிக் கிடந்தார். வெடியோசை நிலைத்தது. மூன்று நான்கு பட்டாளக்காரர்கள் குளத்துக்குள் இறங்கி வந்தார்கள். மூச்சுக்காற்றின் சிற்றொலி எழுந்தாலும் நெஞ்சை நோக்கி அவர்கள் சுட்டுவிடுவார்கள். செத்துவிட்டார்களா என்று உறுதிப்படுத்த வந்திருக்கிறார்கள். செத்துவிட்டார்கள் என்று நினைத்த தோழர்களில் யாரோ சற்று அசையவும் மீண்டும் துப்பாக்கி சீறியது. ஓர் அலறல். பட்டாளம் கரையேறியது.

ஒரு சின்ன நீர்ப்பாம்பு இழைந்து வருகிறது. அடிவயிறு வழியாக அது மேலே ஏறுகிறது. கையிரண்டையும் தூக்கப் பார்த்து முடியவில்லை. மார்பு வழியாக தாடிக்குள் இழைந்து ஏறுகிறது. செவிட்டில் வழிந்திறங்கும் குருதியை நக்குகிறது. ''ஃப்பூ...'' சர்வசக்தியும் எடுத்துத் துப்பினார். அது வெருண்டு ஓடியது. மீன்கள் கூட்டமாக வந்தன. குண்டடிபட்ட இடத்திலெல்லாம் கொத்திக் குதற ஆரம்பித்தன. ஒன்றும் செய்ய முடியவில்லை. ஒரு பிணத்தால் என்ன செய்ய முடியும்? தோழர் தேவன் ஒரு பிணம். முக்கால்வாசி செத்த பிணம். மனதின் அடித்தட்டிலிருந்து அந்நேரம் ஒரு குரல். ''இல்ல, தோழர் தேவன் சாகமாட்டான். இந்தக் கைகள் இன்னும் செங்கொடி ஏந்த வேண்டியிருக்கு. தோழர் தேவன் உயிர்த்தெழுவான். செத்துவிட்ட தோழர்களும் உயிர்த்தெழுவார்கள். ஒவ்வொரு துளி ரத்தத்தில் இருந்தும் ஓராயிரம் தோழர்கள் உயிர்த்து வருவார்கள்...'' வெடியோசைகளும் அலறல்களும் அடங்குவதைக் காத்து தோழர் கிடந்தார்.

பட்டாளம் வெறி பிடித்துப் பாய்ந்து வருகிறது. தோழர்கள் குத்தீட்டிகளோடு மடிந்து விழுகிறார்கள்.

''அனகா'' ராகவன் அழைத்தான்.

''வேகமா ஓடு. எங்கேயாவது போய் ஒளிஞ்சுக்கோ''

''இல்லண்ணா''

அவன் தென்னைக்குப் பின்னால் மறைந்து நின்று தோள் பையிலிருந்து ஒரு

கல்லெடுத்துக் குறி பார்க்கிறான். துப்பாக்கியைக் குறி பார்த்து நின்ற ராணுவத்தினரின் மேல் எறிந்து வீழ்த்தினான்.

"அனகா, ஓடிப்போ, அவங்க உன்னச் சுட்டுடுவானுங்க" ராகவன் உரக்கச் சொன்னான்.

"அண்ணா, நீ ஓடிப்போ. எனக்கொண்ணும் ஆவாது" அவன் வேறொரு பக்கமாக ஓடினான்.

ராகவன் திரும்பிப் பார்த்தான். தோழர்கள் துடித்து விழுந்து செத்துக் கொண்டிருக்கிறார்கள். பட்டாளம் முன்னேறுகிறது. கூடுதலாக இராணுவத்தினர் வந்து சேர்கிறார்கள். குண்டடிபட்டு விழுந்த தோழர்களை பேனட்டினால் குத்திக் கிழிக்கிறது பட்டாளம். கே.கே. பிரபாகரன் தோழரும் மேலும் சிலரும் குத்தீட்டிகளை ஓங்கியபடி வடக்கே ஓடுகிறார்கள். ராகவன் பின்னால் ஓடுகிறான்.

"ஓடி வா. பதுங்கு குழிக்குள்ள ஒளிஞ்சுக்கலாம்"

பிரபாகரன் தோழர் அருகிலிருந்த வீட்டின் பக்கமாக ஓடினார்.

குத்தீட்டிகளைத் தூக்கிப் போட்டுவிட்டு தோழர்கள் எல்லோரும் பதுங்கு குழிக்குள் ஓடி நுழைந்தார்கள். பதினாறு பேருக்குமேல் நெக்கி நிறைந்திருந்தனர். உள்ளே ஒரே இருட்டு. யாரெல்லாம் உடன் இருக்கிறார்கள் என்று பார்க்க முடியவில்லை. பிரபாகரன் தோழர் மூலையில் பதுங்கு குழிக்கு அருகேயிருந்த ஜன்னலின் சிறுகதவைத் திறந்து வெளியே பார்த்தார்.

"நம்ம தோழர்களை எல்லாம் அவனுங்க கொல்றாங்க. கண்ல கருணயில்லாத எமகாதகனுங்க" தோழர் நடுக்கத்தோடுதான் அதைச் சொன்னார்.

வெளியே செத்து விழுபவர்களின் அலறல். ராகவன் நெக்கியடித்து வந்து தோழரின் தோள் வழியாக வெளியே எட்டிப் பார்த்தான். அனகாசயன்? பட்டாளம் அவனை ஒன்றும் செய்யாது. சின்னப்பையன்தானே?

பட்டாளத்தை நோக்கி வேலாயுதன் தோழர் குத்தீட்டியோடு பாய்ந்து வருவதைப் பார்க்க முடிந்தது. ராணுவத்திலிருந்து விலகி வந்தவர் அவர். தோழர் ஒரு பட்டாளத்தானைக் குத்திக் கீழே தள்ளினார். கோபமேறக் குத்தீட்டியால் திரும்பத் திரும்பக் குத்தினார்.

தோழருக்கு நேராகப் பட்டாளம் துப்பாக்கியோடு வருகிறது. அவரைக் காப்பாற்ற குத்தீட்டிகளோடு மற்ற தோழர்களும் வருகிறார்கள்.

"நீங்க யாரும் வராதீங்க... நான் பாத்துக்கறேன்" தோழரின் குரல் கேட்டது. பட்டாளம் அவரின் நெஞ்சுக்குக் குறி வைத்தது. துப்பாக்கியின் பாத்தியால்

கே. வி. மோகன்குமார்

தலையிலேயே ஓங்கி அடித்தது. தோழர் பெருங்குரலோடு அலறி விழுந்தார்.

ராகவன் கண்களை மூடினான்.

பதிமூன்றுபேர். இடுக்கான பதுங்கு குழிக்குள் நெருக்கமாக... மூச்சை இழுத்து விடக்கூட முடியாமல்... ராகவன் நெஞ்சை நீவிவிட்டான். எவ்வளவு நேரம் இந்தக் குழிக்குள்...

வெளியே வெடியோசை நிலைத்தது.

''ஓ... நிம்மதியாப் போச்சு'' கடக்கரப்பள்ளியிலிருந்து வந்த கங்காதரன் தோழர் நெஞ்சில் கை வைத்தார்.

''என் கொழந்த ஒடம்பு சரியில்லாம வயலாரு கேம்ப்புல, கண்ணு தொறக்க முடியாத காய்ச்சல்ல கெடக்குது. அதுக்கு என்ன ஆச்சோ? குஞ்ஞன் வைத்தியருகிட்டக் கொண்டுபோய் காமிக்கக் கெளம்பினப்பத்தான்... தோழா, பட்டாளம் கெளம்பியிருந்துச்சுன்னா நான் கொஞ்சம் வெளிய போகட்டுமா?''

''இப்ப வேண்டாம்'' ஆலுங்கேயிலருந்து வந்த கோபாலன் தோழர் தடுத்தார்.

''பட்டாளம் இப்பக் கெளம்பிடுமே. அதுவரைக்கும் பொறு...''

பதுங்கு குழிக்குள் சிறுவெளிச்சம் ஊர்ந்து ஊர்ந்து வந்தது. வெளிச்சத்தில் தோழர்களின் முகங்கள் மின்னலாகத் தெரிந்தன. என்.கே. நாராயணன், திவாகரன், ராமன்குட்டி...

''அதோ'' பிரபாகரன் தோழர் திடீரென்று அழைத்து, ''யாரும் பேசாதீங்க... பட்டாளம் இங்கதான் வருது'' என்றார்.

தோழரின் கக்கத்தின் வழியாக ராகவன் வெளியே பார்த்தான்.

''பட்டாளம் குறி பாத்துக்கிட்டு குழிகிட்ட வருது. எல்லாரும் பம்மிக்கிட்டு ஒக்காருங்க''

தோழர் குரலை அடக்கிக்கொண்டார்.

பட்டாளம் வீட்டை வளைத்தது. கனத்த பூட்சுகளின் சத்தம்.

''இதுக்குள்ளதான் அவனுங்க ஒளிஞ்சுக்கிட்டிருக்கானுங்களோ?''

''பாத்துக்கிட்டு நிக்காம... கொல்லு... எல்லாத்தையும் கொல்லு... ஃபயார்... ஃபயார்...''

பதுங்கு குழிக்குள் குண்டுகள் சீறிப் பாய்ந்தன. தோழர்கள் அலறுகிறார்கள். உள்ளே முழுவதும் வெடிப்புகை பரவுகிறது. தோழர் கங்காதரனின் வயிற்றில் தோட்டா துளைத்தது. குடல்மாலை வெளியே விழுந்தது. பிரபாகரன் தோழரின் நெஞ்சில் அவர் சாய்ந்துவிட்டார்.

பதுங்கு குழிக்குள் பிணங்கள் நிறைந்தன. முக்கல்களும் முனகல்களும். தீய்ந்த ரத்த வாடை. வெடியோசை நிலைத்தது. நீண்ட நேரத்துக்கு ஓசையோ அசைவோ எதுவுமேயில்லை.

யார் யாரோ ஓடி வருகிறார்கள். தோழர்கள்தான்.

பிரபாகரன் தோழர் சிறு வெளிச்சத்துக்குள் வெறித்துப் பார்த்தார்.

''யாரெல்லாம் சாகாம இருக்காங்க?''

யாரும் பேசவில்லை. தோழர் உற்று நோக்கினார். திவாகரன்தானே அது?

''திவாகரன் தோழருக்கு குண்டடிபட்டிருக்கு. சாகல''

''அப்றம் யாரு?''

தோழர் பார்த்தார்.

''நாம நாலுபேர்... மிச்சம் ஒம்பது பேரும்...?''

குழியின் உட்புறம் சவக் கொட்டடியானது. தோழர்களின் பிணங்களுக்கு இடையில் இருந்து வெளியே வந்த பிறகும் உள்ளே வெடிப்புகை நிறைந்திருந்தது.

ராகவன் வெளியே ஓடினான்.

''எங்க பையனப் பாத்தீங்களா? அனகன யாராவது பாத்தீங்களா?''

தலையில் குண்டடிபட்டு இரத்தம் வழிந்தபடியே ஒரு தோழன் எதிரே ஓடி வந்தான். அவன் அய்யங்காட்டு வீட்டு முற்றத்துக்குப் பார்வையைத் திருப்பினான். ராகவன் அங்கே பார்த்தான். மூன்றுபேர் கட்டிப் பிடித்துக்கொண்டு கிடக்கிறார்கள். அனகாசயன், பாக்கரன், பிரபாகரன்... ரத்தச் சிவப்புச் சட்டையணிந்து, மரணத்திலும் கைகள் கோர்த்துப் பிணைந்து கிடக்கிறார்கள் மூவரும். அனகனின் இடதுகை, தோளில் தொங்கவிடப்பட்ட பையிலிருந்தது.

''பட்டாளத்தானுங்க சுத்தி கூட்டமா நின்னுக்கிட்டுதான் அவனச் சுட்டுக் கொன்னாங்க'' என்றான் தோழன்.

ராகவன் வெறித்தபடி நின்றான்.

ஒன்றல்ல, மூன்று குண்டுகள். ஒரு குண்டு இடுப்பில். மற்றொன்று நெஞ்சின் இடது பக்கம். மூன்றாவது குண்டு இடதுபக்கக் கழுத்தில்.

''மொதல்ல இடுப்புல சுட்ட பட்டாளக்காரன அவன் ஒரே வீச்சுல விழவச்சான். அந்தாளோட நெத்திப் பொட்டுலதான் அவன் வீசுன கல் பட்டுச்சு. அந்நேரம் வேற ஒருத்தன் அவனோட நெஞ்சுமேல... குண்டடிபட்டு விழுந்த அவன் கையச் சுருட்டி மேலப்பாத்து வீசி... 'இங்கிலாப்...' அவ்ளோதான் கேட்டுச்சு. அப்பப் பாத்து மூணாவது குண்டு கழுத்துல. அடிபட்ட தோழனோட கன்னத்துலருந்து ரத்தம் பீச்சியது. கீழ பொடிமணல்ல விழுந்தான்'' என்றான் வந்தவன்.

ராகவன் முட்டிக்கால் போட்டு உட்கார்ந்தான். அனகனின் தலையையெடுத்து மடியில் வைத்தான். அவன் இன்னும் சாகவில்லை. ராகவண்ணனை உற்றுப் பார்த்தான்.

''என் தங்கமே... யாருடா உனக்கு இந்த சதி செஞ்சது?''

ராகவன் அவனுடைய ரத்தமும் மணலும் புரண்ட முகத்தைச் சேர்த்துப் பிடித்துக்கொண்டு வாய்விட்டுக் கதறினான்.

உச்சி வெயிலில் காயல் காற்றில் தீப்பிழம்புகளாக ஒளிவீசிய அந்தச் செம்பதாகை அமைதியானது. பாக்கு மரத்தூணின் உச்சியில் சுருங்கிக்கொண்டு, உள்ளே கனன்று கொண்டிருக்கும் நெருப்புக் கோளமாய் சுருண்டு கிடக்கிறது அது.

எங்கே பார்த்தாலும் ரத்தத்தில் புரண்ட தோழர்கள். அப்போதும் அவர்களின் வலது கைகள் குத்தீட்டிகளைப் பிடித்திருக்கின்றன. இனி ஒரு தடவை போர் செய்ய ஜென்மம் ஒன்று கிடைத்தால்... அந்த ஜென்மத்திலும்... அதற்காக ஆசைப்பட்டுப் படுத்திருப்பதாகத் தோன்றுகிறது.

மத்தியானம் வரைக்கும் ஆவேசத்தோடு உடனிருந்த தோழர்கள்தான் உயிரற்று போய்... நெஞ்சிலும் நெற்றியிலும் குண்டுபாய்ந்து விழுந்த வீரத் தோழர்கள். நேருக்குநேர் நின்று சர். சி.பி. யின் நரபோஜிகளுடன் போரிட்டவர்கள். எந்திரத் துப்பாக்கிங்களுக்கு முன்னால் குத்தீட்டிகளுடன் நெஞ்சு நிமிர்த்தி நின்று போராடியவர்கள். பிறந்த நாட்டின் நன்மைக்காக ஆயுதமேந்தியவர்கள். எல்லோரும் பொடிமணலில் அழுந்திக் கிடக்கிறார்கள்

அவர்களெல்லாம் திரும்பி வருவதை எதிர்பார்த்துக் காத்திருப்பவர்களிடம் என்ன சொல்வது? அனாதைகளான குழந்தைகள், விதவைகளான பெண்கள், தாங்கும் தணலுமற்ற தாய்மார்கள். அவர்களுக்கு இனிமேல் யாரிருக்கிறார்கள்?

ராகவன் குருதி புரண்ட ஒரு பிடி மணலையெடுத்து நெஞ்சோடு சேர்த்துப் பிடித்தான்.

''சர். சி.பி, துஷ்டப் பிசாசே, நீயெல்லாம் அணுஅணுவா அனுபவிப்படா... இந்த நாட்டில செங்கொடி ஒளி வீசிப் பறக்கற காலம் ஒண்ணு வரும்டா...''

ராகவன் முஷ்டி உயர்த்தினான்.

''லால்சலாம்... தீரத் தோழரே... லால்சலாம் தோழர்களே...''

ராகவனின் கண்களிலிருந்து வெம்மையான நீர் வழிந்திறங்கியது. வானத்தை வெறித்துக் கிடந்த அனகனுடைய கண்களில் அது தெறித்து விழுந்தது.

சுள்ளிக்கல் தரையின் சிறிய வீட்டு முற்றத்தில் அனகாசயனின் மங்காத நினைவுகளோடு தொண்ணூறாவது வயதைக் கடந்திருக்கிறார் தோழர் ராகவன். 'அனகனின் சுவடுகள் இப்போதும் அந்த மண்ணில் எங்கேயெல்லாமோ பதிந்து கிடக்கலாம்' அபராஜிதா நினைத்துக் கொண்டாள்.

''ரத்தத்தின் தீய்ந்த வாடை. கஞ்சி குடிக்க ஒக்காந்திருக்கும்போது இப்பகூட அந்த வாடை வீசும். அனகனோட நெஞ்சு பொளந்து கொட்டிய ரத்தத்தோட வாடை. இப்பவும் கண்ண மூடுனா குத்தீட்டியோட அவன் பாஞ்சு வருவான். 'ராகவண்ணா எழுந்திரு, நேரமாச்சுப் பாரு...'ன்னு அவன் வந்து கூப்புடுவான். கண்ணத் தொறந்து பாத்தா அவன் தெரியமாட்டான். கனவுலயாவது அவனப் பாக்கணும்னு ஆசையா இருக்கும். போன ஐப்பசி பத்து ராத்ரீலயும் அவன் வந்தான். நெஞ்சிலயும் நெத்தீலயும் குண்டடிபட்ட எடத்துலருந்து ரத்தம் குபுகுபுன்னு ஒழுகிக்கிட்டிருந்திச்சு. 'ராகவண்ணா'ன்னு அவன் கூப்புட்டான். குத்தீட்டிய எடுத்துக்கிட்டு எறங்கி வா...''

''ராகவண்ணனோட சுதந்திரப் போராட்ட பென்சனோட விஷயம் பத்தி நான் கலெக்டர்கிட்ட பேசிட்டேன். சாட்சியில்லயாம்'' என்றாள் அபராஜிதா.

''சாட்சியா?'' திசா நெற்றி சுருக்கி, ''பதுங்கு குழிக்குள்ள நடந்த துப்பாக்கிச் சூட்டுல மிச்சமிருக்கற நாலுபேர்ல இன்னிக்கு உயிரோட இருக்கற ஒரே ஒருத்தர் ராகவண்ணன்தானே?'' என்றாள்.

''உம்'' அபராஜிதா நிராசையோடு முனகினாள்.

''போராட்டத் தோழர்கள் எழுதிய புத்தகங்களில் அது சொல்லப்பட்டுமிருக்கு. ஆனால் சிவப்பு நாடாக்களுக்கு அது போதாதே?''

'மொதல்ல பி.கே. சந்திரானந்தன் தோழர். அப்பறம் எச். கே. சக்கரபாணி தோழர். ரெண்டுபேரும் எழுதிக் குடுத்திருந்தாங்களே' ராகவண்ணன் நினைவில் கொண்டு வந்தார். 'இருந்தாலும் சாட்சியில்லை'

அனகாசயனின் ஞாபகங்களோடு ராகவண்ணனைத் தனியாக விட்டுவிட்டு, திசாவும் அபராஜிதாவும் சுள்ளிக்கல்தரை வீட்டிலிருந்து இறங்கி நடந்தனர்.

மாலையில் சி.கே. குமாரப்பணிக்கரும் நான்கைந்து தோழர்களும் ஔதலை முகாமுக்கு வந்தனர். குண்டடிபட்டு இறந்து விழுந்த தோழர்களுக்கு அருகில் தோழர் கே.வி. ஷண்முகன் எழுந்து நின்றார்.

''எத்தன பேரு?'' தோழர் சி.கே. பாஸ்கரனின் குரல் நடுங்கிக் கொண்டிருந்தது.

''எட்டுபேர்''

தோழர் ஷண்முகன் ரத்தம் உறைந்திருந்த பொடிமணலைப் பார்த்து நின்றார்.

தோழர்கள் சடலங்களுக்கு அருகே வந்து கைகளையுயர்த்தி ரத்த சாட்சிகளுக்கு வீரவணக்கம் செலுத்தினர்.

''மீதித் தோழர்கள் எங்கே?''

''இதோ''

தோழர் தென்னந்தடங்களைப் பார்த்தார்.

நூற்றுக்கணக்கான தோழர்கள் அங்கிருந்து குத்தீட்டிகளோடு எழுந்து வருகிறார்கள்.

தோழர் சி.கே. முன்னங்கை அழுந்த நிலத்தில் உட்கார்ந்தார்.

''வயலார்ல நானூறுக்கும் மேற்பட்ட நம்மோட தோழர்களை அவனுங்க கொன்னுருக்கானுங்க. முகாம்ல கஞ்சி குடிக்க வந்த பாவப்பட்டவங்களயும் கொன்னுட்டானுங்க''

''மேனாசேரியிலயும் நூத்துக்கு மேல தோழர்களக் கொன்னுட்டாங்க''

தோழர் அப்துல் காதரும் வேட்டியை இழுத்துச் சொருகி தரையில் உட்கார்ந்தார்.

''எப்பிடி குண்டடி படாம இத்தன பேரும் தப்பிச்சீங்க?''

தோழர் பி.கே. பத்மநாபன் குத்தீட்டிகளோடு நிற்கும் தோழர்களைப் பார்த்தார்.

''முகாமோட மூணு பக்கமும் நாங்க ஆழமாப் பதுங்குகுழி உண்டாக்கினோம்'' என்றார் தோழர் ஷண்முகன்.

''பட்டாளத்தோட கையிலிருந்த குண்டுகள் தீர்ற வரைக்கும் தோழர்கள் அதுக்குள்ளே ஒளிஞ்சிக்கிட்டிருந்தோம். வெடியோசை நின்னதும் குதிச்சு வெளிய வந்து அவனுங்கள வளச்சுக்கிட்டோம். அப்படியும் பத்து பேருக்குமேல குண்டடி பட்டுடுச்சு. கடைசில எதுத்து நிக்க முடியாமப் போகவும் பட்டாளம் ஓடிடுச்சு''

முகாமுக்குப் பின்னால் காலியான தொழுவத்திலிருந்து நான்கைந்து தோழர்கள் ஓர் ஓலைக் கீற்றைச் சுமந்து வந்தனர்.

''அதுக்குள்ள ஒரு சின்னப் பையனாட்டம் தெரியுதே?''

சி.கே. ராமன்குட்டி தோழர் தலை உயர்த்திப் பார்த்தார்.

தோழர்கள் ஓலைக் கீற்றை இறக்கி வைத்தனர். பத்து வயதுக்குள் இருக்கும் சிறுவன். அரை மயக்கத்திலிருந்தான். முக்கவும் முனகவும் செய்கிறான். முட்டியில்தான் அடிபட்டிருக்கிறது.

''தோட்டா பட்டு முட்டி எலும்பு வெடிச்சு செதறிடுச்சு. என்னைச் சுத்திசுத்திதான் நின்னிட்டிருந்தான். பட்டாளம் தூரத்திலருந்து வர்றதப் பாத்த அவன் நெறயக் கல்லப் பொறுக்கி எடுத்துக்கிட்டு வந்தான். அது மொத்தத்தையும் எம்முன்னாடி

போட்டுட்டு, 'எறி தோழா, அவனுங்க மேல எறி'ன்னு சொல்லி என்ன சுத்திச்சுத்தி நின்னுக்கிட்டிருந்தான். 'நீ வேகமா ஓடிப் போயிடு, உன்ன அவனுங்க சுட்டுடுவானுங்க. உன்னக் கொன்னுடுவானுங்க' அப்டீன்னெல்லாம் நான் சொன்னேன். அவன் அதக் காதுலயே வாங்கல. 'கொல்லட்டும் தோழா, எங்கப்பாவ இவனுங்க கொன்னாங்க இல்ல? என்னயும் கொல்லட்டும்'ன்னு சொல்லிட்டு அவன் அசராம நின்னான். யாரு அவன் அப்பா? எங்கருந்து வந்தான்னெல்லாம் கேக்கற மாதிரியான நேரமில்ல அது. நான் அவன ஒரு தென்னையோட மறைவுல ஒக்கார வச்சேன். எப்ப குண்டடி பட்டுச்சுன்னு தெரியல. ரத்தம் சொட்டக் கெடக்கறதப் பாத்து நாந்தான் அந்தத் தொழுவத்துல கொண்டுபோய் படுக்க வச்சு ஓலக்கீத்தப் போட்டு மூடி வச்சேன். பட்டாளம் வந்து பாத்துட்டு செத்துட்டான்னு நெனச்சுப் போயிட்டானுங்க''

''தாமதிக்காதீங்க. வேகமா வைத்தியன்கிட்டக் கொண்டு போங்க'' என்றார் குமாரப்பணிக்கர்.

தோழர்கள் அவனைத் தூக்கியெடுத்தனர்.

அவர்கள் சற்றுநேரம் எதையுமே பேசிக் கொள்ளவில்லை. சிறிது நேரம் கழித்து குமாரப்பணிக்கர் தனக்குள் சொல்லிக்கொண்டார்.

''முகாம்களையெல்லாம் முன்னாடியே கலைச்சிருக்கணும். ம்ம்... இனி இப்ப இதெல்லாம் சொல்லி என்ன பிரயோசனம்?''

''நாளைக்கே எல்லாரும் தலைமறைவாப் போகணும். ரண்டு மூணுபேர் ஒண்ணாப் போங்க'' என்றார் சி. கே. கருணாகரன்.

''நாளைக்கே முகாம்களை எல்லாம் கலைச்சு விடணும்'' என்றார் குமாரப்பணிக்கர்.

''அது முடியாது''

சுற்றிச் சூழ்ந்திருந்த தோழர்கள் முன்னால் வந்தனர்.

''பொன்னாம்வெளிப் பட்டாள முகாமை இன்னக்கி ராத்திரி கைப்பற்றணும். நம்ம தோழர்களக் கொன்னதுக்கு பட்டாளத்துக்கு பதிலடி குடுக்கணும்''

தொலைவில் நின்று கொண்டிருந்த தோழர்களும் அதைக் கேட்டு ஆரவாரமாக முன்னால் வந்தனர்.

''பட்டாளத்துக்கு இன்னிக்கே பதிலடி குடுக்கணும்''

குமாரப்பணிக்கர் குதித்தெழுந்தார்.

''பட்டது போதாதா தோழர்களே?'' தோழரின் உதடுகள் நடுங்கின.

‘‘முந்தாநாளு சாயந்திரம் மூணு கேம்ப்லயும் வந்து கேம்ப்ப கலைச்சுடலாம்னு சொன்னேன். யாரும் அதக் கேக்கல. இப்ப என்னாச்சு? எத்தன பேரு செத்துப் போனாங்க? இன்னும் பலி கொடுக்கணுமா? கொடுக்கணும்னா கொடுக்கலாம்’’

தோழர்கள் அமைதியானார்கள். குத்தீட்டிகளைக் கீழே போட்டனர்.

இருள் பரவியது.

வீடுகளில் எங்கும் வெளிச்சமில்லை. ஆளரவமில்லை. சவக்குவியல்களுக்கு இடையிலிருந்து வெளியில் குமாரன் தோழர் இழைந்து நீங்கினார். இருட்டில் ஒரு காலடியோசை நெருங்கி வந்தது. குமாரன் பிணம்போல் கிடந்தார். வந்தவர் தீப்பெட்டியை உரசினார்.

‘‘யாரு? குமாரன் தோழரா? அய்யோ, குண்டு பாஞ்ச எடத்துலருந்து ரத்தம் கொட்டுதே’’

அவர் தாங்கியெடுத்தார்.

காயிப்பள்ளி நாராயணனின் வீட்டிற்குக் கொண்டு சென்று படுக்க வைத்தார். இரவில் பறப்பள்ளி கொச்சுவாவா ஆசான் வந்தார். ஒரு பிச்சுவாக்கத்தியை எடுத்து உரசிக் கூர் தீட்டினார். நெருப்பில் காட்டி பழுக்க வைத்தார். இரண்டுபேர் தோழரை இறுக்கிப் பிடித்துக் கொண்டனர். பசுஞ்சதையில் பழுக்கக் காய்ச்சிய பிச்சுவாக்கத்தி துளைத்து இறங்கியது. ஆசான் தொடையைக் கீறி தோட்டாவை வெளியிலெடுத்தார். புண்ணை மருந்து வைத்து கட்டவும் யாரோ கதவு தட்டும் ஓசை கேட்டது.

‘‘யாரு?’’

நாராயணன் கத்தியையெடுத்துப் பிடித்துக் கொண்டான்.

‘‘கொரியர், கருவாயி முகாம்லருந்து வந்திருக்கேன். பணிக்கர் அப்பாவுக்கு ஒரு கடிதம் இருக்கு’’

நாராயணன் கத்தியை மறைத்துக்கொண்டு பாதிக் கதவைத் திறந்தான்.

‘‘நீங்க யாரு?’’

‘‘தெக்கே பெரும்பாறை முக்குலயிருந்து வர்றேன்’’

இளைஞன் நடுக்கத்தோடு சொன்னான்.

‘‘கோதாட்டு விஸ்வன்னு பேரு. டி .ஜி. சிவராமன் தோழர் சொல்லி வர்றேன்’’

அவன் கடிதத்தை எடுத்து நீட்டினான்.

‘‘யாரு குடுத்து விட்டது?’’

‘‘நேத்தே பணிக்கர் தோழருக்குக் குடுக்கச் சொல்லி ஆலப்புழைலருந்து அனுப்புனாங்க. வழி முழுக்க போலீசும் பட்டாளமும் இருந்ததால இன்னிக்குத்தான் கருவாயில கெடச்சுது. அப்பவே கௌம்பிட்டேன்’’

நாராயணன் கடிதத்தைப் பிரித்துப் படித்தான்.

‘‘முகாம்களை உடனே கலைத்து விடவேண்டும். அலட்சியப் படுத்தாதீர்கள். இன்றைக்கே’’

நாராயணன் கொச்சுவாவா ஆசானைப் பார்த்தான்.

‘‘நேற்றே கிடைத்திருக்க வேண்டியது. இனி இப்போது கிடைத்து என்ன பிரயோசனம்?’’

காயிப்பள்ளி நாராயணன் கோதாட்டு விஸ்வனையும் அழைத்துக் கொண்டு இருட்டு வழியாகக் குந்திரிச்சேரிக்கு நடந்தான்.

‘‘முகாம்களைக் கலைத்துவிட போராட்டக்குழு தீர்மானித் திருக்கவில்லை என்றுதானே தோழர் கே.சி. ஜார்ஜ் சொல்கிறார்?’’ அபராஜிதா சந்தேகித்தாள்.

‘தினார் தேடியெடுத்துக் கொண்டுவந்த அந்த கேரள கௌமுதி பத்திரிகையை நீ வாசிச்சயில்ல? எம்.டி. சந்திரசேனனுடனான அந்த நேர்காணல்?’

திசா அந்தக் காட்சியை நினைவு கூர்ந்தாள்.

அதைச் சொல்லும்போது தோழர் எம்.டி. சந்திரசேனனின் கண்கள் நிறைந்து வழிந்தன.

‘‘அந்தக் கடிதம் முன்னாலேயே அங்கே கிடைத்திருந்தால்... போலீசின், பட்டாளத்தின் வெறியாட்டத்தால் அந்தக் கடிதத்தை சேர்த்தலையின் முகாம்களில் சென்று சேரக்க முடியாமல் போனது’’

நீண்டநேரம் பேச முடியாமல் தோழர் சாய்வு நாற்காலியில் படுத்திருந்தார். சற்றுநேரம் கழித்து எழுந்து சென்று முகம் கழுவி வந்தார்.

‘‘ஆலப்புழைலருந்து வண்டானம் வரைக்குமான முகாம்களை நானே நடந்துபோய் கலைச்சுவிட்டேன். வயலாரிலும் அது முடிஞ்சிருந்தா... அந்தக் கூட்டுக்கொலையைத் தவிர்த்திருக்கலாம்...’’

‘‘அப்பறம் தோழர் கே.சி. ஜார்ஜ் எதுக்காக மறுக்கிறார்?’’

அபராஜிதா சந்தேகத்தோடு நின்றாள்.

மாலை.

திசா குளித்து உடைமாற்றி வந்து கம்ப்யூட்டருக்கு முன்னால் உட்கார்ந்தாள். இன்பாக்சில் வழக்கமில்லாமல் மிருணாள்தாவின் மெயில். அவள் அதைத் திறந்தாள்

திசா, தோழர் சத்தியதாஸ் இயற்கையாகச் சாகவில்லை. கொன்றிருக்கிறார்கள். ஃபாரன்சிக் பரிசோதனையின் முடிவு வெளிவந்திருக்கிறது. பொலோனியம் 210 என்ற கொடிய விஷம். மருத்துவமனையின் ஐ.வி. மருந்துடன் சேர்ந்து உள்ளே போயிருந்திருக்கணும்.

மாஃபியாக்களுக்கும் கார்ப்பரேட்டுகளுக்கும் எதிரானதாக அல்லவா இருந்தது தோழருடைய தொய்வில்லாத போராட்டம். மாஃபியாக்களின் கண்களின் கசடாகத்தானே இருந்தார் தோழர்? மிரட்டல்களுக்கும் அச்சுறுத்தல்களுக்கும் கட்டுப்படாத கம்யூனிஸ்ட். தோழரைச் சந்திக்க மருத்துவமனைக்கு எத்தனையோ பேர் வந்து போனார்கள். அவர்களுள் ஒருவன் மாஃபியா ஏற்பாடு செய்த மரணத் தூதனாயிருந்தானோ? யாருமறியாமல் அவன் ஐ.வி.மருந்தில் விஷம் கலந்திருக்கலாம். இல்லையென்றால் மருத்துவமனைக்கு உள்ளேயிருந்தே அதற்காக ஒருவனை அவர்கள் வாடகைக்கு எடுத்திருக்கலாம்.

பொலோனியம் 210 பற்றிக் கேள்விப்பட்டிருப்பாயே? ஆபத்தானது. பாலஸ்தீன விடுதலைப் போராட்டத் தலைவர் யாசர் அராபத்தின் மரணம் பற்றி உனக்கு நினைவிருக்கில்லையா? மூளையில் ஏற்பட்ட ரத்தக்கசிவு காரணமாக பாரீசின் மருத்துவமனையில்தான் அராபத் இறந்து போனார். அதற்கப்புறம்தானே அவருடைய மரணத்தில் சந்தேகம் ஏற்பட்டதும் சடலத்தை வெளியே எடுத்து பரிசோதனை நடத்தியதும் நிகழ்ந்தது. அராபத் பயன்படுத்தியிருந்த டூத் ஃபிரஷ்ஷிலும், தலையில் அணிந்திருந்த கந்தூரிலும் பொலோனியத்தின் அம்சங்களைப் பார்க்க முடிந்தது. ரஷ்யாவில் கம்யூனிஸ்டு தோழர்களைக் கொல்வதற்காக அமெரிக்க ஒற்றர்படை பயன்படுத்தியதும்... பொலோனியம் 210 தான்.

கியூரி தம்பதிகளைத் தெரியுமில்லையா? நோபல் பரிசு பெற்ற மேரி கியூரியும் பியரி கியூரியும். இரண்டுபேரும் சேர்ந்து இந்த உலகத்துக்குக் கண்டுபிடித்துக் கொடுத்த வேதிப்பொருள். பொலோனியம் 210. ரேடியோ ஆக்டிவ் கதிர்களை ஒளித்து வைத்திருக்கும் ஆபத்தான விஷம். அதிக அளவு பொலோனியம் உள்ளே போனால் அடுத்த நொடி மரணம் நிகழும். கடுமையான தலைவலி. குடல் புரட்டுமளவு வாந்தி. வயிற்றுப்போக்கு. கடைசியாக தலையில் ஒரு மயிரிழைகூட மிச்சமின்றிக் கழன்றுவிடும். மரணத்துக்கு முன்னால் சத்யதாசுக்கு ஏற்பட்ட உடல்

உபாதைகளும் இவையெல்லாம்தான். தோழர் சத்யதாசின் கேஸ் ஷீட்டை சப் டிவிஷன் மாஜிஸ்ட்ரேட்டு பரிசோதித்துப் பார்த்துவிட்டார். சடலத்தை வெளியே எடுத்தபோது மண்டையோட்டின் மயிரிழைகள் ஒன்றுகூட மீதியின்றி உதிர்ந்திருந்தன.

யார் இதற்குப் பின்னால்?

அபராஜிதா இங்கில்லாமல் இதன் பிறகான சுவடுகள் சாத்தியமேயில்லை. தோழர் சத்யதாசின் உயிரைப் பறித்தெடுத்த காவாலிகளை நாம் கண்டுபிடிக்க வேண்டாமா? தில்லி போலீசின்மீது யாருக்குத்தான் நம்பிக்கை இருக்கிறது? கொலையைக் கண் முன்னால் கண்டால்கூட அவர்கள்...

சி.பி.ஐ. விசாரிக்கட்டும். கட்சியும் அதைத்தான் விரும்புகிறது. அதற்கு அவள் எங்களுடன் இருந்தே ஆக வேண்டும். இங்கே வந்து சேரும்வரை அவளுக்கு இது தெரியாமல் இருப்பதுதான் நல்லது... நீ தனியாக இருக்கும்போது என்னைக் கூப்பிடு. சில விஷயங்கள் உன்னிடம் பேச வேண்டியிருக்கு...

திசா மிருணாள்தாவுக்கு போன் செய்தாள். போனை எடுத்ததும் அவர் கேட்டார்.

''அவ பக்கத்துல இல்லயே?''

''இல்ல''

''அவ ஒடனே இங்கே வரணும்''

''எப்படி?''

''அதுக்கொரு வழிய நீதான் கண்டுபிடிக்கணும். வர்ற திங்கக்கெழமை பார்லிமென்ட் செஷன் தொடங்கற நாள். கட்சியும் வெகுஜன அமைப்புகளும் சேர்ந்து சி.பி.ஐ விசாரணை வேண்டுமென்று போராட்டம் நடத்தத் தீர்மானிச்சிருக்கோம். எங்ககூட அவ இருந்தாகணும்''

திசா சங்கடப்பட்டு நின்றாள்.

40

சர்.சி.பி. விலை பேசிய தலை

நெஞ்சைத் துளைத்த தோட்டா உள்ளேயிருந்து குடைகிறது. இடுப்பில் கிழித்திறங்கிய காரீயத்தின் குடைச்சல். சேர்த்தலை டூரிஸ்டு பங்களாவின் சொரசொரத்த தரையில் பிராண வேதனையால் துடிக்கும்போதும் சேகரனின் கண்கள் சித்தப்பனைத்தான் தேடின.

நெஞ்சுக்குள் தீப்பற்றி எரிகிறது. பற்களை நெறித்துக் கொண்டான். குதிக்கால் ஊன்றி நெஞ்சை மேலே தள்ளினான். குண்டு உள்ளேயிருந்து நெளிகிறது.

''என்னக் கொல்லு... ஒரே வெடிக்குக் கொல்லு... துஷ்டனுங்களா''

சேகரன் அலறினான்.

''என்னால சகிச்சுக்க முடியல''

கேப்டன் பிரசாத் உள்ளே வந்தார்.

''ராஸ்கல், மூடுடா உன் அழுவுன வாய''

அவர் துப்பாக்கியின் பட்டையால் சேகரனின் தலையில் அடித்தார்.

''கொல்லுடா எமகாதகா'' சேகரன் அலறினான்.

''ஃபா, நிறுத்துடா உன் கூச்சல'' அவர் பூட்ஸ் உயர்த்தி மிதித்தார்.

''ஃபூ''

வாயில் நிறைந்திருந்த ரத்தத்தை அவன் இழுத்துத் துப்பினான்.

''கொல்லுடா என்ன...''

''நாற பாஸ்ட்டர்ட்...'' அவர் பற்கள் நெறித்தார். ''உன்னையெல்லாம் ஒரே அடிக்குக் கொல்லக் கூடாதுடா''

துப்பாக்கியின் பட்டையை உயர்த்தினார். அது சேகரனின் அடிவயிற்றைச் சென்று தாக்கியது.

அவன் அலறியபடியே வில்லாக வளைந்தான். எலும்புகள் நொறுங்கும் ஓசை. எலும்புகள் உடைபட்ட கன்றின் துடிப்பு. கடைவாயிலிருந்து நுரைத்துத் தரையில் வழிந்தது.

கொச்சு குஞ்ஞாசானின் அகக் காதுகளுக்குள் அந்த அலறல் வந்து விழுந்தது.

''என் பையனுக்கு என்ன ஆச்சோ?'' அவர் திடுக்கிட்டு எழுந்தார்.

அப்போதுதான் விடியத் தொடங்கியிருந்தது. ஜன்னல் கதவைத் திறந்து காயலின் மீதாக விடியலின் பீளைக்கண் திறப்பதைப் பார்த்தபடியிருந்தார். சாயந்திரம் பாணாவள்ளி வளைவில்தான் தகவல் கிடைத்தது. வயலாரிலும் ஔதலயிலும் மேனாசேரியிலும் சர்.சி.பி.யின் பட்டாளம் துப்பாக்கிச்சூடு நடத்தி, பத்தாயிரம் பேரைக் கொன்றிருக்கிறது. அதைக் கேட்டதும் நெஞ்சு படபடவென்று அடிக்கத் தொடங்கியது. சேகரனின் கதி? இரண்டு மூன்று நாட்களாகவே அவனைப் பற்றிய ஒரு தகவலும் இல்லை. பணிக்கர் அப்பாவுடன்தான் இருக்கிறான் என்று கேள்விப்பட்டேன். அவருக்கு ஒன்றும் ஆகவில்லை. துப்பாக்கிச் சூடு நடக்கும்போது அவர் வரயக்காடு முகாமில் எங்கேயோ இருந்திருக்கிறார். அப்படியென்றால் சேகரனும் அவருடன்தான் இருந்திருப்பான். இருந்தாலும்... அப்போதிருந்தே தொடங்கியது உள்ளே ஒரு புகைச்சல். வெளியே போகலாமென்று கிளம்பியதுதான். இருட்டிவிட்டால் வயலார் போக பரிசல் இல்லையென்பது அப்போதுதான் ஞாபகம் வந்தது. பிறகு அந்த பெண்பிள்ளைகள் இரண்டும்... அவர்களுக்கு யார்தான் துணை?

குமாரன் இப்படி சதி செய்வான் என்று மனதால்கூட நினைத்ததில்லை. ஆட்டுக்குக் காவல் ஓநாய் என்று ஆகிவிட்டதே. அதையும் இதையும் சொல்லி அவனிடம் கோபித்துக்கொள்ள வேண்டியதாகிவிட்டது. அப்போதே டிரங்க் பெட்டியையும் எடுத்துக்கொண்டு எங்கேயோ கிளம்பிவிட்டான். போகட்டும் என்று விட்டுவிட்டேன். கன்னத்திலேயே நான்குஅறை விட்டிருக்க வேண்டும். அப்பன் பேர் தெரியாதவன் மாதிரியில்லையா நடந்திருக்கிறான் இந்த நெறிமுறை கெட்டவன்.

புன்னப்புரையிலிருந்து வருகிற வழியில் முந்தாநாள் பரிசல் துறையில், அந்தப் பிரபாகரனும் அவளும் பிரியமாக இருப்பதாகவும், ஐப்பசியிலேயே களவங்கோடு கோயிலில் கல்யாணத்தை நடத்தப் போகிறார்கள் என்றும் கேள்விப்பட்டேன். இல்லையென்றால் சேகரனையாவது சம்மதிக்க வைக்கலாம் என்று நினைத்துக் கொண்டிருந்ததுதான். புலையப் பெண்ணாயிருந்தாலும் நல்ல கருத்தானவள். விஷயங்களைச் சரியாகப் புரிந்தும் தெரிந்தும் செய்யக்கூடிய திறமையானவள்.

அவள் ஊமத்தம்வேர் சேர்த்த கஷாயம் குடித்ததன் மயக்கத்தில் இருந்திருக்கிறாள். அப்போதுதான் அவன் அவளை...

கதவை யாரோ தட்டினார்கள்.

''யாரு?''

ஆசான் முன்னங்கையைக் குத்தி எழுந்து உட்கார்ந்தார்.

''தோ, கட்டன் காப்பி போட்டு எடுத்தாந்தேன்''

அந்தச் சின்னப் பொண்ணு.

''உள்ள வாம்மா''

அவள் உள்ளே வந்தாள். மண்கோப்பையை அருகே வைத்தாள்.

''பாப்பியக்கா கேக்கறா, நோய்தான் கொணமாயிருச்சே. இனிமே போகட்டுமான்னு''

அவள் அறையின் மூலையில் ஒதுங்கி நின்றாள்.

''எங்க போறதுன்றா? ஆமா அதுக்கு இப்ப நோவு சரியாப் போச்சுன்னு யாரு சொன்னா?''

ஆசான் கட்டன் காப்பியைக் கையிலெடுத்தார்.

''அந்தப் பொள்ளேல பிரபாகரன் அண்ணன் நேத்து கூட்டிட்டுப் போறதப் பத்தி கேக்க வரேன்னு எங்கிட்ட சொல்லி இருந்தாரு... நேத்து வரல. இன்னிக்கி வந்தாருன்னா அவருகூட போறேன்னுதான் அக்கா சொல்லுது''

''அதுக்கு அவளுக்கு அவன் யாரு?''

கொச்சுக் குஞ்ஞாசான் தெரியாதது போலக் கேட்டார்.

''ஆஹ்''

அவள் கால் பெருவிரலால் தரையில் கோடிழுத்தாள்.

''அக்கா கேட்டா நான் என்ன சொல்ல?''

''அவ எங்கிட்ட கேக்கட்டுமே. அப்ப நாஞ்சொல்லிக்கிறேன்''

பிறகு அவள் நிற்கவில்லை.

பிரபாகரன் பாப்பியைக் கூப்பிட வருவானா? வந்தாலும் அவளை அனுப்ப...

குண்டுவெடிப்பில் யாரெல்லாம் செத்தார்கள், யாரெல்லாம் உயிரோடு இருக்கிறார்கள் என்று ஒன்றுமே தெரியவில்லையே?

கைதப்புழை காயல் இப்பவும் தூக்கக் கலக்கம் மாறாமல் விறைத்துபோய் கிடக்கிறது. துருத்திமாடு பகுதியிலிருந்து சிறு வள்ளத்தில் யாரோ மேற்கே துழாவிக்கொண்டே வருகிறார்கள். பெரும்பளத்திலிருந்து இருக்கலாம். அதிகாலையில் மீன் பிடிக்க வந்தவர்கள். கைதப்புழை காயலில் சிறியதும் பெரியதுமாக பத்து பன்னிரெண்டு துருத்துகள் இருக்கின்றன. பெரும்பளம்தான் எல்லாவற்றிலும் பெரிய துருத்து. மீதியெல்லாம் சின்னஞ்சிறு *மாடுகள்தான். பூச்சாக்க மாட்டிலும் அரு மாட்டிலுமெல்லாம் அஞ்சும் பத்துமாக புலையக் குடிகள் வசிக்கின்றன. எப்போது எந்த நேரத்தில் இந்தச் சின்னஞ்சிறு மாடுகளெல்லாம் கிழக்கன் மழைநீர்ப் பெருக்கில் அடித்துச் செல்லப் படுமென்று தெரியவில்லை. கடல் கொந்தளிப்பின் பேரலைகள் வரும்போதே மாடுகளிலெல்லாம் கணுக்கால் மூழ்கும் அளவுக்கு வெள்ளம் ஏறும்.

ஆசான் எழுந்து உமிக்கரியும் துண்டும் எடுத்துக்கொண்டு துறையைப் பார்த்து நடந்தார். காலையிலேயே வயலாருக்குப் போகவேண்டும். நிலைமை எப்படியிருக்கிறது என்று தெரிந்து கொள்ள வேண்டும்.

குளித்து முடித்துத் திரும்பி வந்து, பிழிந்த கோவணத்தையும் துண்டையும் கொடியில் விரித்துப் போட்டுவிட்டுத் திரும்பவும், மேற்கே உள்ளறையில் ஏதோ குசுகுசுப்பு கேட்கிறது. பாப்பியும் அந்தப் பெண்ணும் பேசிக் கொள்கிறார்கள். காதைக் கூர்மையாக்கி நின்றார். முதல்நாள் விஷயத்தைப் பற்றியதாக இருந்தால்... அவளுக்கு ஏதாவது தெரிந்திருக்குமா?

''நெசந்தானா அக்கா நீ சொல்றது?''

''நெசந்தான்'' பாப்பியின் குரல்தான் அது.

''பிரபாகரன் அண்ணன் என்னப் பாக்க வந்துட்டுப் போனாரு. உம்மேல சத்தியமா'' பாப்பி சத்தியம் செய்கிறாள்.

''அவரு எங்கூட வந்து என்னக் கட்டிப் புடிச்சுக்கிட்டுப் படுத்தாரு. அந்த மருந்துக் கசாயம் குடிச்சப் பெறகு எனக்கொரு தெளிவும் நெனவும் இல்லாமப் போச்சு. அதோட கட்டு வுட்டு நா எந்திரிக்கறதுக்குள்ள அவரு எங்கயோ எழுந்து போய்ட்டாரு''

''அப்படின்னா பிரபாகரன் அண்ணன் நேத்து காலைல இங்க வருவன்னு எங்கிட்ட சொன்னது?''

''ம்ம்...?''

*மாடு - துருத்தை விடச் சிறிய தீவு

‘‘ம்ம்... சரியாத்தான் இருக்கும். அதுனாலதான் நேத்து காலைல வரேன்னு சொல்லிட்டு வராமப் போயிருப்பாரு. முந்தாநேத்து கடக்கரப்பள்ளி முக்குல வச்சு பெரிய சண்ட தெரியுமா? பட்டாளக்காரனுங்க அக்காவக் கெடுத்துட்டாங்கன்னு சொன்னதுக்கு அந்தக் கோணப்பல்லன் வாசுவ, பிரபாகரன் அண்ணன் கைய ஓங்கி அடிக்கப் போயிட்டாராம். எங்கிட்ட சொல்ல வந்தவங்க கிட்டயெல்லாம் பட்டாளக்காரனுங்க கெடுத்தா அப்பறம் பாப்பியக்காவுக்கு எப்புடி தூரம் வரும்னு நானும் கேட்டனே. கெடுத்துட்டா அப்பறம் வயிறு பெருக்காதா?’’

‘‘என்னயா? என்னக் கெடுக்க வந்தா எவனாருந்தாலும் என் உயிர்ல நெனவிருந்தா பன்னருவாளால குத்திக் கிழிச்சிட மாட்டேன்?’’ பாப்பியின் குரல் உரத்துக் கேட்டது.

ஆசான் கிழக்கு வராந்தா பக்கம் நடந்தார்.

பாப்பியின் நோய் முழுமையாக குணமாகவில்லை. அதன் மாயக் காட்சிகளில்தான் அவள் இப்போதும் இருக்கிறாள். ஒருவிதத்தில் இதுவும் நல்லதுக்குத்தான். குமாரனின் கொடும் சதியை அவள் அறியாமல் போனது. அவளின் உள்மனதில்கூட அவன்தான் எனும் எண்ணமில்லையே. அது பிரபாகரன் என்றுதான் அவள் இப்போதும் நினைக்கிறாள். எப்படியிருந்தாலும் நல்லதுதான். ஆசான் ஆசுவாசமானார். மூன்றாம் மனிதர் அறிய வாய்ப்பில்லையே...

ஆசான் உடை மாற்றிக் கொண்டார். வேகமாக வயலாருக்குப் போக வேண்டும். சேகரனைக் கையோடு அழைத்து வர வேண்டும். அவனுக்கு என்ன ஆனதோ? காதுக்குள்ளிருந்து அவன் ‘சித்தப்பா... சித்தப்பா’ என்று அழைப்பதாகத் தோன்றுகிறது.

ஆசான் சுற்றித் திரிந்து இரவு தாமதமாக வந்தபோது, அறை வாசலில் கண் பார்த்துக் காத்திருக்கிறாள் பாப்பி. வாசலில் ஏற்றி வைத்த குத்துவிளக்கு அணையவில்லை. முற்றத்தில் அசைவைக் கேட்டதும் பாப்பி கிண்டி எடுத்துக் கொண்டு வராந்தாவுக்கு வந்தாள்.

‘‘அந்தப் பொண்ணு எங்க?’’

ஆசான் கிண்டியை வாங்கி கைகால் கழுவிவிட்டு உள்ளே வந்தார்.

‘‘அவ எப்பவோ தூங்கிட்டா’’

அவள் கொடியில் கிடந்த துண்டையெடுத்து நீட்டினாள்.

ஆசான் தென்பக்க உள்ளறைக்கு நடந்தார். காலை நீட்டிச் சாய்வு நாற்காலியில் படுத்தார். நாளை விடிந்ததும் ஆலப்புழைக்குப் போக வேண்டும். இரண்டு குண்டுகளையும் கீறி எடுப்பதற்காக சேகரனை நாளை கடற்புற மருத்துவமனைக்குக்

கொண்டு போவார்களாம். அதற்குப் பிறகு ஆலப்புழை நீதிமன்றத்தில் ஆஜர் படுத்துவார்கள். கோர்ட் ரிமாண்ட் செய்தால் சிறையில் போட்டு விடுவார்கள்.

''குண்டடிபட்டது ஒரு விதத்துல நல்லதாப் போச்சு. இல்லன்னா லாக்கப்புலப் போட்டு போலீஸ் அடிச்சே கொன்னிருக்கும். குண்டடி படறதும் சாதாரண விஷயமில்ல. இருந்தாலும்...'' வழியில் பார்த்த உண்ணிக்கண்டன் போலீஸ்தான் அத்தனையையும் சொன்னார்.

''வெறுத்துடுச்சு ஆசானே... இந்தக் கொலச்சோறு தின்ன இதுக்குமேல முடியாது. பத்துத் தலைமுறைக்கு இனி கெதி கெடைக்காது''

உண்ணிக்கண்டன் தொப்பியைக் கழற்றி சொட்டைத் தலையின் வேர்வையைத் துடைத்தார்.

''பட்டாளத்துக்கு நடுவுலயும் முணுமுணுப்பு தொடங்கியிருக்கு. சர். சி.பி.க்கு எதிராத் திரும்பியிருக்காங்க சில பட்டாளத்தானுங்க. பொன்னாம்வெளி முகாமோட உள்செவுத்துல 'கில்லர் சர்.சி.பி. கோ பேக்'னு யாரோ எழுதி வச்சிருக்காங்களாம். பட்டாளத்தானுங்களத் தவிர யாரு உள்ளப் போயி எழுதுவாங்க? பயந்துகிட்டு அவனுங்க ஒண்ணும் சொல்லாம இருக்காங்க, அவ்ளதான். எப்பிடி சகிச்சுக்கறது? அவங்களும் மனுஷங்கதானே? ஒண்ணா ரெண்டா? அறுநூறு பேருக்கு மேலயில்ல சுட்டுக் கொன்னிருக்காங்க? இந்தப் பாவத்தையெல்லாம் எங்கப் போயித் தீக்க? அதிகாரத்த விடாமப் புடிச்சு தொங்கிக்கிட்டு நிக்கறதுக்காகத்தானே இந்தக் கொடுமையெல்லாம் செய்யறாங்க?''

உண்ணிக்கண்டன் போலீஸ் சொல்லித்தான் குமாரன் வைத்தியன் மறுபடியும் ராஜபக்தி சங்கத்தில் சேர்ந்துவிட்டான் என்று தெரிந்தது. போன மச்சான் திரும்பி வந்தான் கதையா, கோமன் துருத்திலிருந்து நேராக கொச்சுநாணு கர்த்தாவிடம்தான் சென்றானாம். வஞ்சி அரசர் மங்கலம் பாடி பிழை பொறுத்துக் கொள்ளும்படி மன்னிப்பு கேட்டானாம். மத்தியானமே வைத்திய சாலையையும் திறந்து வைத்து விட்டானாம். கண்ணாடி மூர்க்கன் மறுபடியும் படம் எடுக்கிறது.

காலடியோசை கேட்டு ஆசான் வாசலைப் பார்த்தார். பாப்பி வாசலில் மறைந்து நிற்கிறாள். அவள் எதையோ சொல்ல நினைக்கிறாள்.

''வா'' ஆசான் அழைத்தார்.

''இங்க வாயேன்''

அவள் கதவுக்குப் பின்னால் பாதி மறைந்து நின்றாள். கைலியின் முனையை எடுத்து மார்பில் போட்டுக் கொண்டாள்.

''என்னான்னு சொல்லு?''

ஆசான் கால்களை இறக்கி வைத்தார்.

''தயங்காமச் சொல்லு''

''கஞ்சி காச்சி எடுத்து வச்சுட்டுதான் அவ படுத்தா. இங்க எடுத்துட்டு வரவா?''

ஆசானுக்கு அப்போதுதான் ஞாபகம் வந்தது. பசியும் தாகமுமெல்லாம் மறந்திருக்கிறது.

''வேண்டாம். அங்கேயே வரேனே'' அவர் எழுந்தார்.

அவள் மனைக்கட்டையை எடுத்துப் போட்டாள். ஒரு குத்துப் பலாயிலைக் கரண்டியால் கஞ்சியை முகர்ந்து வாய்க்கருகே கொண்டு போகவும் அவள் ஒரு கேள்வி கேட்டாள்.

''அவரு செத்துட்டாரா, இருக்காரா?''

மேலே தூக்கின பலாயிலைக் கரண்டி அதே வேகத்தில் கீழே இறங்கியது.

''நீ என்ன கேட்ட?''

''புல்லறுக்க வந்த கெளவி சொல்லிச்சு''

அவள் தலை குனிந்து நின்றாள்.

''வயலாத்துக் கரைல ஒரேயொரு ஆம்பளகூட மிச்சமில்லாம பட்டாளம் வெடி வச்சு கொன்னுடுச்சாம்''

''அதுக்கு நீ யாரப் பத்திக் கேக்கற?''

''பொள்ளேல பிரபாகரன் சேட்டனை''

அவள் வேதனையோடு பார்த்தாள்.

''நெசந்தான். அறுநூறு பேருக்குக் கொறயாம செத்திருக்காங்க. யாரெல்லாம் செத்தாங்க, யாரெல்லாம் உசிரோட இருக்காங்கன்றதெல்லாம் தெரியல. துப்பாக்கிச் சூடு முடிஞ்சதும் ஆளுங்க எங்கயோ செதறி ஓடிப் போயிட்டாங்க''

''என்ன நேத்தே கூட்டிட்டுப் போக வரேன்னு சொன்னாரே. இவ்ளோ நேரமாயிட்டும் வரல்லயே''

அவள் வார்த்தைகள் தடுமாறின.

''இந்த பூமியில எங்கயிருந்தாலும் உசிரோடயிருந்தா அவரு நிச்சயமா வராம இருக்கமாட்டாரு''

''வருவான்'' ஆசான் கஞ்சி குடிக்க முடியாமல் எழுந்தார். ''வராம இருக்க மாட்டான்''

''உசிரோட இருக்காரா இல்லையான்னு தெரிஞ்சாப் போதும்''

அவள் அறை மூலையில் தலைகுனிந்து அமர்ந்தாள்.

''யாருமில்லன்னு ஆயிட்டாப் பெறகு நா மட்டும் எதுக்கு...?''

ஆசான் அவளருகே சென்றார்.

''உனக்கு நாங்கல்லாம் இல்லயா? நீ இனிமே எங்கயும் போக வேண்டாம். இங்கயே தங்கிக்க. எனக்கு மகனும் மகளுமா அவன் ஒருத்தன்தான் இருந்தான். என் சேகரன். அவன் இனி ஜெயில்ல இருந்து எப்ப வரப் போறானோ?''

அவர் அவளுடைய தலையை ஆதூரத்தோடு கோதிவிட்டார்.

''நீ எனக்கு மகளப் போலத்தான். என் மகளா நெனச்சு நீ இங்க இருக்கலாமில்ல?''

பாப்பி முகமுயர்த்தினாள். அவள் கண்கள் நிறைந்து வழிந்தன. ஆசானின் முழங்கைகளுக்குள் அவள் சாய்ந்தாள்.

எஸ். ஐ. பொன்னையா நாடார் வழியில் போகிற ஒருவரையும் சும்மா விடவில்லை.

பத்ரோசை உயிரோடு பிடித்து ஆஜர்படுத்த வேண்டும் என்பதுதான் கட்டளை. சவக்கோட்டைப் பாலத்திலிருந்து தும்போளி வரைக்குமான வீடுகள் முழுக்க வலைவீசித் தேடுகிறது போலீஸ். பத்ரோஸ் அந்தப் பக்கத்தில்தான் தங்கியிருக்கிறார் என்று போலீசுக்கு ரகசியத் தகவல் கிடைத்தது.

களப்புரைக் கோவிலுக்கு மேற்கே ஒரு வீட்டில் இருக்கிறார் பத்ரோஸ். வழிப்போக்கர்களில் ஆணி வியாதிக்காரர்களை நோட்டமிடச் சொல்லி பொன்னையா நாடார் பாதையின் இருபுறமும் போலீசைக் காவலுக்கு நிறுத்தியிருந்தார். பத்ரோசின் காலில் ஆணியின் பாதிப்பு வழக்கத்தைவிட அதிகமாகி விட்டது. காலில் கிடந்திருந்த ரப்பர் செருப்பும் தேய்ந்து அறுந்திருந்தது. போலீஸ் வளையத்துக்குள்ளிருந்து எப்படியும் வெளியேற வேண்டும். என்ன வழி? பத்ரோஸ் சுற்றிலும் பார்த்தார். வடக்கிலிருந்து ஓலைக்கட்டைச் சுமந்துக்கொண்டு, குட்டித்துண்டை மட்டும் இடுப்பில் கட்டிய புலையன்கள் நிறையபேர் தெற்கே வருகிறார்கள். கூட்டத்தில் பெண்களும் இருக்கிறார்கள். தொலைவிலேயே அவர் அதைப் பார்த்துவிட்டார். கால்களில் பாளைச் செருப்பு இருக்கிறது. ஓலைக்கட்டின் பாரம். இழுத்துக்கொண்டே நடக்கிற நடை. பத்ரோஸ் உடுத்திருந்த வேட்டியை அவிழ்த்துச் சுருட்டிச் சும்மாடாக்கி தலையில் வைத்தார். குட்டித்துண்டை இடுப்பில் சுற்றிக்கொண்டார். வீட்டு முற்றத்திலிருந்த ஒரு ஓலைக்கட்டை எடுத்துத் தலையில் வைத்துக்கொண்டார். கூட்டத்துடன் கலந்துவிட்டார். ஓலைச்சுமை களப்புரைக்

கோவில் கடந்து போனது. புலையன்கள் போலீசின் இடையிலூடே காலை இழுத்துக்கொண்டே சவக்கோட்டைப் பாலம் வழியாக நடந்தனர். போலீசின் கண்ணில் மண்ணைத் தூவிவிட்டு ஓலைக்கட்டுகளில் ஒன்று ஆர்யாடு பக்கமாகக் கடந்துபோனது. அதனடியில்தான் சர் சி.பி. விலை பேசிய தலை. ஆர்யாடில் நுழைந்ததும் தோழர் கே.கே. குஞ்ஞன் அங்கே காத்திருக்கிறார்.

"இதுக்கு மேலயும் இங்க தலைமறைவாக இருக்கறது ஆபத்துதான். எங்கேயாவது போகணும்" என்றார் குஞ்ஞன்.

"எங்கப் போக?" பத்ரோஸ் அப்போதும் அசரவில்லை.

"எங்கேயாவது. இதுக்கு மேலயும் இங்க இருந்தா எனக்கும் உங்களுக்கும் பைத்தியம் புடிக்கும்"

"உம்? எதுக்கு?" பத்ரோஸ் கோபமாகப் பார்த்தார்.

"நம்மோட தோழர்கள் ஃபாக்டரி வாசல்ல வரிசை வரிசையா நின்னு வஞ்சீச மங்கலம் பாடறத டிக்டேட்டர் பாக்கலியா?"

"அதுக்கென்ன இப்ப? யூனியன் வேலை நிறுத்தத்த வாபஸ் வாங்கிடுச்சே?"

"அதில்ல விஷயம்"

தோழர் குஞ்ஞன் தனக்குத்தானே தலையில் அடித்துக்கொண்டார்.

"நம்ம தோழர்களை சர்.சி.பி.யும் மொதலாளிங்களும் பழையது போலவே மறுபடியும் அடிமைகளாக்குறாங்க. அதப் பாத்துக்கிட்டு இங்க நிக்கணுமா?" பத்ரோசைப் பார்த்துக் கேட்டார்.

காலையில் ஆஸ்பின்வால் கம்பெனி வாசல்வழியாக மாறுவேடத்தில் போனபோதுதான் குஞ்ஞன் தோழர் அந்தக் காட்சியைக் கண்டார்.

மூப்பன்கள் வேலைக்கு ஆஜரான தோழர்களை வரிசையாக நிறுத்தி வஞ்சி அரசர் மங்கலம் பாட வைக்கிறார்கள்.

"ஸ்ரீ வஞ்சிராஜா குலசேகர கிரீடபதி மன்னே சுல்தான் ஷம்ஷர்ஜங் ஸ்ரீ சித்திரைத் திருநாள் பாலராமவர்மா ராஜா நீண்டநாள் வாழட்டும்"

மூப்பன் சொல்ல, தொழிலாளத் தோழர்கள் தொண்டை கிழியும்படி உச்சத்தில் அதைத் திரும்பச் சொல்கிறார்கள்.

"சர். சி.பி. ராமசாமி ஐயர் நீண்டநாள் வாழட்டும்..."

மூப்பன் வானத்தைப் பார்த்து கை வீசினான்.

"வேணும் நமக்கு திவான் ஆட்சி... சி.பி. ஆட்சி வேணும், வேணும்"

தொழிலாளர்கள் அதை வழிமொழிகின்றனர்.

''இன்குலாப் சொன்ன வாயாலயே அதையும் சொல்றானுங்க. வெக்கம் கெட்டவனுங்க. இதுக்குப் பதிலா இவனுங்க தூக்குபோட்டுச் செத்துடலாமே?''

பத்ரோசால் கோபத்தை அடக்க முடியவில்லை.

''அவங்களச் சொல்லியும் பிரயோசனமில்ல. ஒரு எடத்துலயும் நிக்க முடியாமப் போச்சுன்னா அவங்களுந்தான் என்ன செய்வாங்க? நான் உறுதியாச் சொல்றேன். உள்ள நெருப்பிருந்தா என்னிக்கா இருந்தாலும் அது கொழுந்துவுட்டு எரியும். கடைசி வெற்றி நம்ம பக்கந்தான். இந்தத் தோல்வி ஒரு தோல்வியேயில்ல'' என்றார் குஞ்ஞன் தோழர்.

''எது தோல்வி? யாரு தோத்தா? நான் தோக்கவேயில்ல''

பத்ரோசுக்கு அது பிடிக்கவேயில்லை.

தோழர் குஞ்ஞன் அதற்கு பதில் சொல்லவில்லை.

தோழர் தாமோதரன் அங்கே ஓடி வந்தார்.

''தெரியுமா? தோழர் டி.வி. யைக் கைது பண்ணிட்டாங்க. பி.கே. பத்மநாபனையும். ரண்டு பேரையும் சிவில் ஜெயிலுக்குக் கொண்டு போயிட்டாங்க''

புன்னப்புரை - வயலார் போராட்டத்தின் பொறுப்பை தோழர் டி.வி. தானே ஏற்றுக்கொண்டார்.

பத்ரோஸ் குஞ்ஞனைப் பார்த்தார். அந்த முகத்தில் ஏதோ அசுவாரசியம் அலையடிப்பதாகத் தோன்றியது.

சுதேசாபிமானிக்குப் போனபோது தினார் சொல்லித்தான் தெரிந்தது. வயலார் வெடிக்குன்றில் மாலையில் பழைய போராட்டத் தோழர்கள் ஒன்றிணைகிறார்கள்.

''தெரியவேயில்லயே'' அபராஜிதா மொபைலைப் பார்த்தாள்.

''எப்பிடிப் போய் சேர்றது? நேரம்...''

''அதுக்கு ஒரு வழி பண்ணலாமே'' தினார் வெளியே இறங்கினான்.

''ஒரு டூவீலர் ஏற்பாடு பண்ணித் தரட்டுமா?''

வயலார் வெடிக்குன்று.

அபராஜிதா வண்டியை ஓரங்கட்டினாள்.

காலத்தின் சாட்சியாக நிற்கிற முதுமையேறிய மகிழ மரத்தின் கீழே மேஸ்திரி

கருணாகரன், தோழர் அடிவாய்க்கல் வாசு அண்ணன், மட்டத்தில் கங்காதரன் மேலும் ஏழெட்டு தோழர்கள் இருந்தனர். குத்தீட்டி ஏந்திய போராட்ட வீரனின் சிலையின் கால்சுவட்டில் மண்டபத்தில் சாய்ந்து அவள் நின்றாள்.

''வயலார் முகாம்ல அன்னக்கி ஆயிரத்துக்கும் மேல ஆளுங்க இருந்தாங்க''

தோழர் மேஸ்திரி கருணாகரனின் கண் முன்பாக அந்தக் காலம் மின்னி மறைந்தது.

''பனைமரத் தொழிலாளர்களும், கயிறு தொழிலாளர்களும், விவசாயத் தொழிலாளர்களுமா அங்க இருந்தாங்க. உண்மையச் சொல்லணும்னா பட்டாளத்தானுங்கள எதிர்க்கறதுக்காக எல்லாம் அன்னக்கி முகாமத் தொடங்கல. போலீசும் ஜமீன் ஆளுங்களும் வாழவுடாம பண்ணப்ப...''

தோழர் எதையோ யோசித்தபடி உட்கார்ந்திருந்தார்.

ஔதலை முகாமின் டெக்மேனாக இருந்தவர் தோழர் மட்டத்தில் கங்காதரன். ரகசியச் செய்திகளை முகாமுக்குக் கொண்டு சேர்க்கிற வேலை. தோழர் நினைவுகூர்கிறார்.

''போலீசோ ரௌடிகளோ ஒற்றர்களோ நுழைஞ்சு வராம இருக்க எல்லைகள்ல காவலிருப்பாங்க. வெளியிலருந்து வர்ற தோழர்களைத் தெரிஞ்சுக்க சங்கேத வார்த்தைகள். வலது கைல துவாலை சுத்திக்கிட்டு வந்தா அது நண்பன்னு தெரிஞ்சுக்கலாம். ராத்திரின்னா டார்ச் வெளக்க கீழப் புடிச்சுக்கிட்டு வரணும். அப்பறம் சங்கேத மொழில சில கேள்விகளும் பேச்சுவார்த்தையெல்லாம் உண்டு. அதில்லாம ஒரு ஈ எறும்புகூட உள்ளப் போக முடியாது''

''பட்டாளம் எந்திரத் துப்பாக்கியோட வரும்னு யாரும் நெனைக்கல''

தோழர் மேஸ்திரி கருணாகரன் மங்கலான நினைவுகளின் மஞ்சள் வெயில் வயல்களுக்குத் திரும்பினார்.

''காட்டூரிலயும் புன்னப்புரைலயும் தோழர்கள் குண்டடிபட்டுச் சாகவும் பட்டாளம் துப்பாக்கியோட வரும், மரணம் நிச்சயம்னு முடிவு பண்ணிட்டோம். 'நாமளும் சாவோம். ஆனா, நாம குண்டுபட்டு சாகறதோட திவான் ஆட்சியும் முடியும்'னு நாங்க எங்களுக்குள்ள பேசிக்கிட்டோம்''

மகிழமர நுனியை நோக்கி காயல்காற்று வீசியது. மகிழம் அடிமுடி உலைந்தது. மிகுந்த ஆவேசத்தோடு அந்த ரோக நினைவுகளுக்கு...

''அன்னைக்கும் இந்த மரம் இங்க இருந்துச்சு''

தோழர் காற்றில் அசைந்தாடும் இலை நுனிகளைப் பார்த்தார்.

''அதுக்கும் என்னவெல்லாமோ சொல்றதுக்கு இருக்குன்னு தோணுது''

இலைகளின் சலசலப்புகளின் வழியாக எதையோ சொல்ல விம்முகிறது மகிழம். 'சொல்' அவள் மௌனமாகக் கேட்டாள். 'உனக்கும் சொல்றதுக்கு இருக்குமே ஏராளம்' அவள் ஒரு நிமிடம் கண்கள் மூடி நின்றாள். 'இருண்ட கார்மேகக்கூட்டம் உச்சி சூரியனைச் சிறையில் தள்ளிய பகல். ஓரம் நசுங்கிய அலுமினியத் தட்டுடன் நகர்ந்து நகர்ந்து வந்த அந்தப் பெண் குழந்தை. நெஞ்சின் செம்பருத்திப்பூ சிதறி அவள் துடிதுடிக்க விழுந்தது எங்கே? சொல்...'

''பட்டாளத்தோட கண்ல மண்ணத் தூவிட்டு அய்யங்காட்டு கிருஷ்ணன் அண்ணனோட வீட்டுக்கு ஓடினவங்க கூட்டத்துல நானும் இருந்தேன்''

தோழர் அடிவாய்க்கல் வாசு அவளுடைய தியானத்தைக் கலைத்தார்.

''அங்கப் போனா பதுங்குகுழி முழுக்க ஆளுங்க இருக்காங்க. நாங்க மேற்கே ஓடிப் போனோம். ஓடை வழியா நீந்தினோம். ஓடைக் கரையை எட்டினோம். அந்நேரம் பட்டாளம் அய்யங்காட்டு வீட்ட வளைக்கறதப் பாத்தோம். அப்பறம் தடதடன்னு வெடிச்சத்தம். சி.பி.யோட பட்டாளம் நடத்திய கூட்டுக் கொலயப் பத்தி பேசாம இருக்கறதுதான் நல்லது. அப்புறம் கடசீல அவரும் பட்டமும் சேர்ந்து போராட்டத்த அவமதிச்சுட்டாங்க''

புன்னப்புரை - வயலார் கூட்டுக் கொலைக்கெதிராக நாடு முழுவதும் எதிர்ப்பு உயர்ந்தபோது, சர்.சி.பி. சாமர்த்தியமாகப் புனைந்த கள்ளக்கதை. பதிமூன்றரை செண்ட் இடத்தின் கதை. கம்யூனிஸ்ட் கட்சி, தொழிலாளர்களை ஏமாற்றி ரத்தம் சிந்த வைத்ததென்ற கள்ளக்கதை. மாநிலக் காங்கிரசும் பட்டம் தாணுப்பிள்ளையும் அதை ஏற்று பின்பாட்டு பாடினார்கள்.

''சந்திரானந்தன் தோழரெழுதிய புஸ்தகத்துல அதெல்லாமிருக்கு'' தோழர் அடிவாய்க்கல் வாசு சொன்னார்.

''வாசிச்சுட்டேன். புன்னப்புரை - வயலார் போராட்டம் ஒரு சிறு வரலாறு'' என்றாள் அவள்.

''இந்தியாவுலயே நீண்ட நாட்கள் தலைமறைவு வாழ்க்கை வாழ்ந்த கம்யூனிஸ்டு தோழர்தானே பி.கே. சந்திரானந்தன்? கிட்டத்தட்ட பதினான்கு வருட காலம்''

ஊரைச் சுற்றிவிட்டு மாலையோடுதான் அவள் வந்தாள்.

''தனியா எங்கயெல்லாம் சுத்திட்டு வர்ற?''

திசா முகம் சுருக்கினாள்.

''சுதேசாபிமானிக்கு... அதுக்கு நடுவுல வாசுதேவன் சாரைப் பார்க்கவும்

போனேன்...''

அவள் மதில் சுவரில் அமர்ந்தாள்.

''என்னையும் கூப்பிட்டிருக்கலாமே?''

''நீ எரும மாதிரி தூங்கிட்டிருந்தியே?''

அவள் கோபித்துக் கொண்டாள்.

''அப்பறம்... சார் உன்ன விசாரிச்சார்''

''நீ இதுவரைக்கும் எழுதினதை ஒரு பிரிண்ட் எடுத்திருக்கலாமே? மொத்தமா சார்கிட்ட கொடுத்திருக்கலாம்''

திசா நினைவூட்டினாள்.

''உன் கைல பென்டிரைவ் இருக்கா?''

''ஆமா, நீ இதுவரைக்கும் அதை காப்பி பண்ணலியா? அது ரிஸ்க்காச்சே''

''என்ன ரிஸ்க்?''

அவள் எதையோ சொல்ல முயன்றாள்.

''வேண்டாம்... உன் கரிநாக்கால எதையும் சொல்லித் தொலச்சிடாத''

அவள் சுற்றிலும் பார்த்தாள்.

''அப்றம்... சம்திங் வெரி கான்பிடன்ஷியல்''

''உம்?''

''நாளக்கி சாயந்திரம் அனகன் குன்றுக்குப் போகணும்''

''உம்?'' திசா பார்த்தாள்.

''தினார்தான் சொன்னான்''அவள் குரல் தாழ்த்தி, ''நிரஞ்சனோட ஃபிரெண்ட்ஸ் சிலர் அங்க வர்றாங்க. அவங்க போன்ல அவன் கூப்பிடுவான்'' என்றாள்.

''ரியலி?'' திசாவின் முகம் பிரகாசமானது.

''உம்'' அவள் தலையாட்டினாள்.

''போன்ல யாருகிட்டயும் சொல்லிடாத. நெனப்பில்லாம மிருணாள்தா கூப்புட்டா... தினார் முக்கியமா சொன்னான். தற்சமயம் அம்மாவுக்கும் தெரிய வேண்டாம்''

''ஓ... மிருணாள்தா கூப்பிட்டிருந்தார். உன்னக் கூப்பிட்டாரா?''

திடீரென நினைவு வந்து திசா கேட்டாள்.

''இல்ல''

''ஒரு குட் நியூஸ்... நீ டிரீட் குடுக்கணும் சரியா? உனக்கு ஒரு தம்பி பொறந்திருக்கான். பட், உன்னோட அம்மாவோட கண்டீஷன்...''

திசா அவளுடைய முகத்தின் பாவமாற்றத்தைக் கவனித்தாள்.

''நீ ஒருவாட்டி அங்க... மிருணாள்தா உன்னக் கூப்புடுவார்''

அவள் முகம் வாடியது.

''எனக்கு ஜென்மம் கொடுத்த கருவறைக்கு புதிய ஒரு உரிமைக்காரன்... ஆன் என்க்ரோச்சர்...''

''எனக்கென்னமோ உன்னோட இந்த வரட்டு பிலாஸபி...''

திசா முகம் சுளித்தாள்.

''உன் எடத்துல நான் இருந்திருந்தா... இந்தச் சின்ன வாழ்வுக்கிடையில் இவ்ளோ புடிவாதம் வேணுமா சாரங்கீ?''

அவள் அதற்கு பதில் பேசாமல் வெளியே நடந்தாள்.

41

நெருப்பு வழிகள் நகரும்போது

சே ஒரு சிவப்புக் குதிரையில் பாய்ந்து வந்து அவள் காதுகளில் சொன்னார், 'சுதந்திரத்துக்கான போராட்டங்களுக்கு மரணம்வரை எனும் எல்லைகளொன்றும் இல்லை. உலகத்தின் எந்த மூலையில் அது நிகழ்வதெனினும் சரி, நாம் அதனைப் பொருட்படுத்தாமல் இருக்க முடியாது. காரணம், ஏகாதிபத்திய பாசிஸ்ட் சக்திகளுக்கு எதிரான யாருடைய வெற்றியும் நம்முடைய வெற்றியே. யாருடைய தோல்வியும் நம்முடைய தோல்வியே'

காதுகளில் அகன்றகன்று செல்லும் குளம்படி ஓசை. சிவப்புக் குதிரை பாய்ந்து சென்றது. காலத்தின் பாதைகளினூடே நீண்டதூரம் சென்று, அது திரும்பி வந்தபோது சேயின் இடத்தில் நிரஞ்சன். அவளுடைய காதுகளில் சேயின் காத்திரமான குரலில் அவன் சொன்னான்: 'மரணமேயானாலும் வெற்றியேயானாலும் பாதிக்கப் பட்டவர்களுடன் இருக்க வேண்டும். பாதிக்கப்பட்டவன் வெற்றியடைய வேண்டுமென்று நாம் ஆசைப்பட்டால் மட்டும் போதாது. அவர்களுக்கான போராட்டத்தில் நம்முடைய பங்கும் இருக்க வேண்டும். போராட்டங்கள் விளையாட்டு மைதானத்துக்குள் நடக்கும் மல்யுத்தம் அல்ல, பார்த்து ரசிக்க...'

மிக அடர்த்தியான வனப்பாதை வழியாக அவனையும் சுமந்து அந்தச் சிவப்புக் குதிரை பாய்ந்து சென்றது.

கோட் பாக்கெட்டில் போன் ஒலித்தது. திசா அழைக்கிறாள்,

"நீ ஓடனே வருவியா?"

"நான் தோ இப்பத்தான் டவுனுக்கு வந்திருக்கேன். அந்த கொரியர் சர்வீஸ்காரன் எந்தக் குகைல இருக்கானோ தெரியல"

திசா பட்டென போனைத் துண்டித்தாள்.

தினார் மதியம் அந்த வழியாக வந்து மீண்டும் நினைவுபடுத்தினான்.

''தாமதிக்காதே. பல எடங்கள்ல இருந்து வர்றவங்க அவங்க. ராத்திரி வண்டிக்கு அவங்க எங்கயோ திரும்பிப் போக வேண்டியிருக்கு... அப்பறம், வெளிய சந்தேகத்தோட நிழல்கூட...''

''நிரஞ்சனோட நண்பர்கள் யாரை இவ்ளோ பயப்படுறாங்க?'' அபராஜிதா கேட்டாள்.

''அவங்களுக்கு யாரையும் பயமில்ல. பயப்பட வேண்டியது நாமதான். இப்பதானே ஒரு அனுபவம் ஏற்பட்டுச்சு''

அனகன் குன்றுக்குப் போக திசா காத்திருக்கிறாள்.

மதியத்துக்குப் பிறகுதான் கொரியர் சர்வீசிலிருந்து தொடர்பு கொண்டார்கள். எம். ஆர். நாயர் அனுப்பிய கொரியர்...

கொரியர் வாங்கி வெளியே வந்ததும் மீண்டும் போன்...

''நொமஸ்கார், மிருணாள்தா பேசறேன். நீ என்னக்கி டில்லி வர்ற? வந்துதானே ஆகணும்? உன்னோட வைவா ஃபிக்ஸ் ஆச்சுன்னு கேள்விப்பட்டேன்''

''தெரியல. திசாவுக்கு?''

''ஆகல. அவளோட ஃபேக்கல்டி வேறதானே?''

அவர் அவளுடைய எழுத்தைப் பற்றிப் பேசத் தொடங்கினார்.

''கரைப்புறத்தின் இதிகாசம். உன்னை அங்கே தளைச்சிருக்கறது அதுதான். நீ அதக் கொஞ்சம் சீக்கிரம் முடி. டில்லிக்கு நீ வந்து செய்ய வேண்டியது நெறய இருக்கு. திசா சொல்லியிருப்பாளே?''

அவர் அதிகமொன்றும் பேசாமல் பேச்சை முடிக்க அவசரம் காட்டினார்.

''மிருணாள்தா, நீங்க ஆசுபத்திரிக்குப் போயிருந்தீங்களா?''

அவர் ஒரு நிமிடம் எதுவும் பேசவில்லை.

''நீயேதானா இதக் கேக்கற?''

அவர் மௌனத்தை உடைத்தார். ''என்னால நம்ப முடியல''

''திசா சொன்னா. அவங்க கண்டீஷன்...?''

''யாரோட?'' அவருடைய குரல் உயர்ந்தது.

''கேளு. எங்கம்மாவோட ஆரோக்கியம் எப்படி இருக்குன்னு. உன் வாயால அதக் கேக்கணும் நான்''

"உம், ஹவ் ஈஸ் ஷீ?"

"பரவால்லன்னு சொல்ல முடியாது. நீ என்னிக்கு வருவன்னு உங்கம்மா நேத்துகூட..."

தொலைபேசி துண்டிக்கப்பட்டது. அவள் திரும்ப அழைத்தாள். அவர் தொடர்பு எல்லைக்கு வெளியே இருந்தார்.

பேருந்தை எதிர்பார்த்து பாதையோரம் நின்றாள். திசாவின் போன் சுவிட்ச் ஆஃப்.

அனகன் குன்றுக்கு அவள் போயிருப்பாளோ?

எம். ஆர். நாயர் அனுப்பியிருந்த உறையைப் பிரித்தாள்.

"பிரியமுள்ள அபராஜிதா"

சுமித்ராவுடையதாக இருக்கவேண்டும். அழகான கையெழுத்து.

சத்யதாசின் மகளைப் பார்க்க நேர்ந்தது வாழ்க்கை மிச்சம் வைத்திருந்த ஒரு எதிர்பாராமைதானென்று தோன்றுகிறது. ஒருபோதும் நான் இதை எதிர்பார்க்கவில்லை. அற்புதங்களின் சிறு சிறு ஆச்சரியங்களை வாழ்வு அவ்வப்போது திறந்து வைப்பதுண்டு. எதிர்பாராத இந்த சந்திப்பும் அப்படித்தான் இருக்க வேண்டும். சத்யதாசின் மகள் என்னைப் பற்றித் தெரிந்துகொள்ள சந்தர்ப்பம் உண்டானதும்... என்றோ என் மறதிக்குள் குடியேறியிருந்த அந்த நினைவுகளைக் கோதியெடுக்க... சில கடமைகளை இந்தப் பயணம் முடியும் முன்பே தீர்க்க வேண்டி இருந்திருக்கும்... சத்யதாசைப் பற்றி எப்போதோ எழுதத் தொடங்கிய இந்தக் குறிப்புகளைத் தேடிக் கண்டுபிடிக்க சுமித்ரா மிகவும் சிரமப்பட்டாள். சத்யதாசின் மகள் தேடி வராமல் இருந்திருந்தால், ஒருபோதும் அது வெளிச்சம் கண்டிருக்காது. உன்னிடம் அதை ஒப்படைக்கவே மரணம் எனக்கொரு இடைவேளை தந்திருக்குமோ? இல்லையென்றால் இந்த பூமியில் இருந்து நான் என்றைக்கோ போயிருக்க வேண்டியவனல்லவா? என் கடமைகளெல்லாம் முடிந்திருந்ததே? இனி இந்த வாழ்க்கையில் எதுவும் செய்வதற்கு இல்லையென்பதை நினைவுபடுத்திக் கொண்டு என் வலக்கைகூட... இதனுடன் உள்ள இந்தக் குறிப்புகள்... மலையாளத்தின் ஒரு பிரபல வார இதழுக்காக எழுதத் தொடங்கியவை... மன்னிக்கணும். எனக்கு அதன்பேர் ஞாபகம் வரவில்லை. மலையாளம் எழுதுவதையும் வாசிப்பதையும் மறந்து எவ்வளவு காலமாகிவிட்டது. அதன் பத்திரிகை அதிபராக இருந்த விஸ்வநாதன்... என்னுடனும் சத்யதாசுடனும் பழையகால டில்லி வட்டத்தில் அவனுமிருந்தான். ஹி வாஸ் மோர் தேன் எ ஜேர்னலிஸ்ட். எ டிபிக்கல் புரொஃபஷனல் மேனேஜர். எ மேனேஜ்மென்ட் லாயலிஸ்ட். அவன்தான் கேட்டான்.

''ராமுண்ணீ, ஒய் கான்ட் யூ ரைட் அபௌட் அவர் சத்தியதாஸ்?''

நான் ஒதுங்கிக் கொள்ள முயன்றேன். மலையாளம் எனக்கு அன்றே பிடி நழுவியிருந்தது. அவன் தினமும் போனில் அழைப்பான்.

''ராமுண்ணீ, நீ எழுத ஆரம்பிச்சிட்டயா? மொழிய ஒரு பிரச்னை ஆக்காதே. உனக்குத் தெரிஞ்ச மொழில நீ எழுது. யூ மே ரைட் ஈவன் இன் இங்கிலீஷ். இங்கே நல்ல ஸ்மார்ட் டிரெயினிகள் இருக்காங்க. அவங்கள வச்சுக்கிட்டு நான் அதை மாத்தியெழுதச் சொல்றேன்''

சத்யதாசைப் பற்றிய நினைவுகளுக்கு மலையாளத்தின் வாசமிருக்க வேண்டுமென்று எனக்குத் தோன்றியது. அப்படி நான் பல தடவையாக... இரண்டு ட்ரிங்க்ஸின் சிறகிலமர்ந்து... அன்றைய அந்த ரயில் பயணத்தில்... கடைசியாக நாங்கள் சந்தித்துக் கொண்ட அன்று... அவன் இதயம் திறந்த விஷயங்கள்... நிஜத்தில் அவ்வளவு மட்டுமே எனக்கும் அவனைப் பற்றித் தெரியும்... அதற்கிடையில் விஸ்வனை அவர்கள் பத்திரிகை அதிபர் நாற்காலியிலிருந்து வெளியேற்றினர்... தாமதமின்றி அவனும் இந்தப் பூமியை விட்டுச் சென்றுவிட்டான். எடிட் செய்ய வசப்படாமல் ஒளிந்திருந்த எலும்புப் புற்றுநோய். அத்துடன் நானும் எழுதுவதை நிறுத்திக் கொண்டேன்...''

எம். ஆர். நாயரின் கடிதம் முடிவடைகிறது.

மீதியிருந்த காகிதங்களைத் திருப்புவதற்கு முன்பே சுமித்ராவை அழைக்க வேண்டுமென்று அவளுக்குத் தோன்றியது, நன்றி சொல்ல. பரிச்சயமற்றதொரு ஆண் குரல்.

''நான் சுமித்ராவின் கணவர் சந்திரமோஹனன்''

அவர் தளர்ந்த குரலில் சொன்னார்.

''அப்பா ஐ.சி.யூ. ல இருக்கார். கொஞ்சம் க்ரிட்டிகல்தான்''

''சாரி'' அவள் உதடுகள் நடுங்கின.

''சுமித்ராகிட்ட ஏதாவது சொல்லணுமா?''

''முக்கியமா ஒண்ணுமில்ல... அந்த கொரியர் கெடச்சதுன்னு மட்டும்...''

''அந்த கொரியர்...'' அவருடைய வார்த்தைகள் தடுமாறின. ''அதை அனுப்பறதுக்கு நான் வெளியப் போன நேரத்துலதான்... சுமித்ராவோட போன் வந்தது. அதுவரை அவர் பெரிய உற்சாகத்துலதான் இருந்தார்''

''இப்ப எப்பிடி இருக்கார்?'' அவள் கேட்டாள்

''வென்ட்டிலேட்டர்லதான் இருக்கார். இந்த நெலமைல இன்னொரு க்ரிட்டிகல் இன்டெர்வென்ஷனுக்கு தோதில்லன்னு டாக்டர்ஸ் சொல்றாங்க. லெட் அஸ் சீ''

''மை பிரேயர்ஸ்''

அவள் போனை பையில் வைத்தாள்.

பேருந்து வந்தது.

மரணத்தின் பழுப்பேறத் தொடங்கிய நிறைய காகிதங்கள். ஏதோ பழைய டைரியிலிருந்து கிழித்தெடுக்கப்பட்டவை... பொடிப்பொடியான எழுத்துகள். அவள் தாள்களைத் திருப்பினாள். சிதறிய எழுத்துகளுக்கு இடையில் எம். ஆர். நாயரின் முகம் தெளிவுற்றது.

திரும்புகின்ற பயணத்தில்தான் நான் சத்தியதாசைப் பார்த்தேன்... டில்லிக்கான ரயில் பயணத்தில்... எப்போதும் மலர்ச்சியோடு இருக்கும் அவன் முகம் வழக்கத்துக்கு மாறாக இறுகிப் போயிருந்தது.

''சத்யா உனக்கென்னாச்சு?'' என்று கேட்டேன்.

''ராமுண்ணீ, பிறந்த ஊரிலிருந்தான என் கடைசிப் பயணம் இது'' என்றான்.

அன்று பகல் முழுவதும் நாங்கள் ஒன்றாக உட்கார்ந்து அதைப் பற்றியே பேசிக் கொண்டிருந்தோம்.

''ராமுண்ணீ'' அவன் என்னைக் கட்டிக்கொண்டான்.

''என் அப்பா... என் அப்பா என்னோட அப்பா இல்லடா''

''சத்யா, என்னடா சொல்ற?'' நான் அவன் கைகளை இறுகப் பற்றினேன்.

''ஆமாண்டா'' அவன் வாய்விட்டு அழுதான்.

''நான் இவ்ளோ காலமும் அப்பான்னு கூப்பிட்ட அந்தப் பெரிய மனிதர்...''

''நீ இப்படி கொழந்த மாதிரி அழாத'' நான் அவன் தோளில் தட்டினேன்.

''என்னால சகிச்சுக்க முடியலடா'' அவன் விம்மினான்.

''எனக்கு எதுவுமே வேண்டாம். ஒரு துளி மண்ணுகூட எனக்கு வேண்டாம். ஒண்ணே ஒண்ணு மட்டும் போதும். எங்கப்பா மட்டும்...''

அவன் என் தோள்களில் சாய்ந்தான்.

''உனக்குத் தெரியுமா? அம்மாவோட அன்பை நான் அறிஞ்சதேயில்ல. என்னப் பெத்ததும் என் அம்மா... அன்னிலருந்து அவரு நெழல்லதான் நான் வளந்தேன்... என்ன வளத்தினது... ஆளாக்குனது... இந்த நெலமக்கிக் கொண்டு வந்தது... கடைசீல ஸ்டேட்ஸ்மேனிலிருந்து கால் லெட்டர் வந்தப்ப இதயம் உடைஞ்சாலும் டில்லிக்கு என்னைப் பயணமாக்கினது... 'இந்தத் துருத்திலக் கெடந்து பாழாக வேண்டியதில்ல மகனே உன் வாழ்க்கை. போ...போயி வெளி ஒலகத்தப் பாத்துட்டு வா...'ன்னு அனுப்பினது எல்லாம் அவர்தான்.

ஒருநாள் அப்பா காசித்தும்பைகள் பூத்து நின்ற வயல்வரப்பு வழியாக என்னை எங்கேயோ கூட்டிட்டுப் போனார். காட்டுவெட்சிகளும், கனகாம்பரங்களும் படர்ந்து நின்ன ஆளரவமேயில்லாத தோட்டம்''

''உன் அம்மாவோட வீடு இங்கதான் இருந்துச்சு. அப்பறமா ஜமீன் அதையெல்லாம் அபகரிச்சிடுச்சு. இங்கருந்துதான் சர்.சி.பி.யோட பட்டாளத்தானுங்க உன்னோட அம்மாவ... உயிரோட இருந்திருந்தா நில உச்சவரம்பு சட்டம் வந்தப்ப அவளுக்கும் பத்து சென்ட் கெடச்சிருக்கும். அதுக்காக அவள் காத்திருக்கவேயில்லயே? அதுக்குப் பெறகு அவ இங்க வரவேயில்ல... கிட்டத்தட்ட ஒரு வருஷம்தானே உன் அம்மா எங்கூடவும்... உன்ன இந்தக் கெழவன்கிட்ட ஒப்படைச்சுட்டு அவ...''ன்னு சொல்லும்போது அப்பா கண்கள்ல ஊறிய வேதனை...

ராமுண்ணீ, இந்த பூமியோட என்ன எணச்சிருந்த ஒரேயொரு கண்ணியும் அதுதான். என் அப்பா... அந்தக் கண்ணியும் அறுந்துடுச்சு... சடங்குகள்ல அவருக்கு நம்பிக்கை இருந்ததில்ல. ஆனாலும் நான் அதைச் செய்தேன். ஊர் வழக்கம் அதுதானே? பிண்டச்சோறு எடுக்க பல தடவை கைத்தட்டிப் பாத்தும் காக்கைகள் வரல. அந்த நேரத்துல சேகரன் சின்னமாமா பக்கத்துல வந்து எல்லாருக்கும் கேக்கற மாதிரி சொல்றார்.

''ரத்த சொந்தத்துல பொறந்த புள்ளைங்க கைதட்டிக் கூப்டாதானே காக்கா வரும். வழில போற எவளோ ஒருத்தி, எப்படியோ புள்ள வாங்கிப் பெத்ததுக்கு எங்க சித்தப்பா எப்படிப் பொறுப்பாவாரு? வளத்து ஆளாக்குனதே பெரிய விஷயம்னு இருந்தாப் போதும்''

அதுவரை நான் அறியாமல் இருந்த என் பிறப்பின் ரகசியம். பலிக்காகங்களுக்குக்கூட வேண்டாமென்று ஆகிவிட்ட அந்தப் பிண்டச் சோற்றினருகே நான் தனியன் ஆனேன்.

அப்பாவின் சிதைக்குக் கொள்ளி வைக்கற நேரம் சேகரன் சின்னமாமா பக்கத்துல வந்து மெதுவாகச் சொன்னதன் அர்த்தம் அப்பதான் எனக்குப் புரிந்தது.

''கொள்ளியெல்லாம் போடு. அதுனாலேயே இனிமே உரிமை கொண்டாடிக்கிட்டு அங்கயெல்லாம் வரலான்னு நெனச்சுக்காதே'' சித்தப்பாவோட பங்கு அந்தத் துருத்தோட நேர் பாதியா இருந்துச்சு. அத இப்பப் பேசிப் பிரயோசனமில்லயே. கிழக்கன் வெள்ளம் அடிச்சுக்கிட்டுப் போய்டுச்சே?

கோமன்துருத்து வெள்ளத்தில் அடிச்சுக்கிட்டுப் போன பிறகு அப்பா சேகரன் சின்ன மாமாவுடன்தான் தங்கியிருந்தார். மழை வெள்ளச் சுழல்ல சின்னச் சின்ன துருத்தெல்லாம் மூழ்கிடுச்சு. கைதப்புழை காயல் என்னிக்காவது கரையை மீட்டுத் தருமென்ற எதிர்பார்ப்பைச் சுமந்து வந்தன இடைவிடாமல் டில்லிக்கு வந்த அப்பாவின் கடிதங்கள்.

கடைசியில அப்பா எழுதினார்.

''நம்மோட அந்த வீடும் அது நின்னிருந்த இடமும்... முன்னாடியே வெள்ளத்துல மூழ்கிடுச்சில்ல? இனி மிச்சமுள்ள இடமும் தண்ணிக்குள்ள மூழ்கறதுக்குள்ள சாண்டி மாப்ளைக்கு நான் அதை அடிமாட்டு வெலைக்கு வித்துட்டேன். கெடச்ச பணத்த உன் பேர்ல சொசைட்டில போட்டிருக்கேன்''

இன்னொரு தடவை லீவுக்கு வந்தபோது, அப்பாவைப் பாக்க சேகரன் சின்னமாமா வீட்டுக்குத்தான் போனேன். வயலார் போராட்டத்தில் பங்கெடுத்து ரொம்பநாள் ஜெயில்ல இருந்தவர்தான் சேகரன் சின்னமாமா. முதல் கம்யூனிஸ்டு சர்க்கார் அதிகாரத்துக்கு வந்த பிறகுதான் அவர் உட்பட பல தோழர்களும் விடுதலையடைஞ்சாங்க. வயல் வேலைகளைப் பாத்துக்கிட்டு இருந்தாரே தவிர, அப்பறம் அவர் கட்சி வேலைகளுக்குப் போகல. அப்பா அப்போதும் கட்சியில் தீவிரமாக இயங்கிக்கிட்டிருந்தார். காலைல காப்பியக் குடிச்சிட்டு துருத்திலருந்து வெளியேறினா, திரும்பி வர்றதுக்குள்ள ராத்திரி ஆயிடும். அரிவாள் சுத்தியல் பதித்த சிவந்த பட்டுத் துணி போர்த்திக்கொண்டு சுடலையில் நீண்டு நிமிர்ந்து படுத்திருக்கும்போதும், குழி விழுந்த அந்தக் கண்களின் தீட்சண்யம் அணையாமலே இருந்தது. ஒவ்வோர் அணுவிலும் அப்பா ஒரு கம்யூனிஸ்டு தோழராகவே இருந்தார். மரணம் வேட்டையாடிப் பிடித்த அந்த நிமிஷம் வரையிலும்''

அவள் அந்தக் காகிதங்களையே பார்த்திருந்தாள். மரோட்டி உச்சிகளுக்கு இடையிலிருந்து அந்தப் பாட்டின் இசை அவள் காதுகளுக்குள் இழைந்து வந்தது.

''தத்தம்மப் பெண்ணே நீ ஏன்

வந்தாயொரு சேதி சொல்ல...?

தத்தினம் திந்தாயி தாரோ தக''

தமனிகளினூடே அந்தப் பாட்டின் இசை இழைந்து செல்கிறது.

''பூப்பறிக்க வர்றியா?

வர்றியா அதிகாலைல?''

அவள் அதிசயத்துடன் தன் உடலைப் பார்த்தாள். கை விரல்களைப் பார்த்தாள். காசித்தும்பைகள் பூத்து நின்ற வயல் வரப்பினூடே பறந்தாள்.

சந்திப்பில் பேருந்து நின்றது. அவள் ஆட்டோவில் ஏறினாள்.

ஆட்டோ டிரைவர் தலை திருப்பிப் பார்த்தான்.

''எங்கப் போகணும்?''

அவள் வழி சொன்னாள்.

ஆட்டோ திசாவின் வீட்டுக்கு முன்னால் வந்து மூச்சடக்கி நின்றது.

முற்றத்தில் யாருமில்லை.

"திசா" அவள் அழைத்தாள்.

சமையலறைப் பக்கம் ஆளரவம் கேட்டது.

திசாவின் அம்மா.

"அவ எப்பயோ போயிட்டா. எவ்ளோ நேரம் உனக்காகப் பாத்துக்கிட்டே இருந்தா"

அவள் வெளியே ஓடினாள்.

ஆட்டோரிக்ஷா தூசி கிளப்பி நடைபாதைக்குத் திரும்பியது. பின்னாலேயே ஓடினாள். தூசுப் படலத்தினுள்ளே வளைவு திரும்பி அது பாய்ந்து சென்றது.

வயல் வரப்பின் வழியாக அனகன் குன்றினை நோக்கி நடப்பதற்கு இடையில் அவள் அந்த அதிசயத்தைப் பார்த்தாள். கண்ணுக்கு எட்டியவரை காசித்தும்பைகள் பூத்துச் சிரிக்கின்றன. இதில் எது காசித்தும்பைகளும் கனகாம்பரங்களும் பூத்திருக்கும் அவளுடைய வயல்?

மழை வெள்ளத்தில் மூழ்கிப்போன கோமன்துருத்து எங்கேயிருந்திருக்கும்?

காட்டு அருகம்புல்லும் குப்பைமேனியும் படர்ந்த வெளித்தோட்டங்கள் தாண்டி பொடிமணலில் புதைந்த சுவடுகளைப் பறித்தெடுத்து அவள் நடந்தாள்.

கரைப்புறத்தின் இதிகாசம் முடிவுக்கு வருகிறது. அதை எப்படி முடிப்பது என்கிற சிந்தனையிலிருக்கிறாள் அவள். முதல் நாள் வாசுதேவன் சாருடன் அதைப்பற்றி நீண்டநேரம் கலந்தாலோசித்தாள். சார் பாடினார்.

* "வயலார் இன்றொரு சிறு கிராமமல்ல யாருக்குமே

விலை மதிப்பில்லா காவியமாம்

மலையாளத் திருமாரில் நசுக்கப் பட்டவர்தம்

இதய ரத்தத்தால் குறித்த காவியம்...

புகையுமந்த சாம்பலில்

தூரிகை கொண்டுதான்

தீட்டவேண்டும் நாட்டின் சரித்திரக்காரா..."

* வயலார் கர்ஜிக்கிறது (பி. பாஸ்கரன் எழுதிய கவிதை)

''ஆமா, நான் ஒண்ணு கேக்கட்டுமா? சரித்திரத்தின் யதார்த்த வில்லன் யார்?'' வாசுதேவன் சார் அவளைப் பார்த்து ஒரு கேள்வியை எறிந்தார்.

'திவானா, மகாராஜாவா? இல்லை அவர்கள் இருவருமா?' அவள் யோசித்தாள்.

''அந்த இரத்தம் சிந்துதலில் சர். சி.பி. யின் பங்கை மறுக்க முடியாது. அப்டீங்கறதாலேயே வஞ்சிபூபதியால் கை கழுவிவிட முடியுமா?'' அவள் கேட்டாள்.

''நிச்சயமாக இல்லை'' வாசுதேவன் சார் தலையசைத்தார்.

''திவான் மகாராஜாவுக்கு அனுப்பின தந்திச் செய்திகளே அதுக்கு சாட்சி. மகாராஜா எல்லாம் அறிந்தே இருந்தார். வயலாருக்குப் பட்டாளத்தை அனுப்பினதும்... சொந்தக் குடிமக்களை எந்திரத் துப்பாக்கிகளுக்கு இரையாக்கியதும்... ஆனால்...''

அவள் அவரைப் பார்த்தாள்.

''நிஜ வில்லன்கள் அவர்கள் இருவருமே இல்லை''

''அப்பறம்?''

அவள் அதிர்ந்து போனாள்.

''ஐ.ஜி. பார்த்தசாரதி ஐயங்காரும் டி.எஸ்.பி. வைத்தியநாதய்யரும் அவருடைய ஒத்தாசைக்காரங்களாக இருந்த சேர்த்தலையின் நான்கைந்து நில உடைமை யாளர்களும்... அவங்கதான் அந்தக் கூட்டுக் கொலைக்குப் பின்னால இருந்தாங்க''

''மற்றவர்கள் தலையில கட்டி வைக்காம அந்தக் கூட்டுக் கொலையோட மொத்தப் பொறுப்பையும் சி.பி. யே ஏத்துக்கிட்டார். வயலார் குண்டுவெடிப்பு முடிஞ்ச பெறகு மதராசில இருக்கற மகன் பட்டாபிராமனுக்கு சி.பி. எழுதினார்: 'ஒரு வகையில் இப்போதே அந்த கம்யூனிஸ்டு கலகம் நடந்தது நல்லதாப் போச்சு. அரசியலமைப்புக் கூட்டத்தில் பங்குபெற நான் டில்லியிலோ வேற எங்கேயாவதோ இருந்திருந்தால் என்ன ஆகறது? மகாராஜா மிகவும் வருந்தியிருப்பார். அதன் முழுப் பொறுப்பையும் நானே ஏற்றுக்கொண்டு அறிக்கை வெளியிட்டேன். ஏனென்றால் இராணுவத்துக்கு நேரடியாக ஆணை பிறப்பிப்பதற்கான லெப்டினென்ட் ஜெனரல் பதவிக்காக மகாராஜாவிடம் கேட்டுக்கொண்டது நான்தானே? என் உத்தரவின்றித் துப்பாக்கிச் சூடு நடந்திருக்காது. இந்தக் கூட்டுக் கொலை காரணமாக திருவிதாங்கூர் மக்கள் யாரையாவது குற்றம் சுமத்த வேண்டுமென்று இருந்தால் அது நானாகவே இருக்கட்டும்''

''சர். சி.பி.யை மகானாக்கப் பாக்கறீங்களா சார்?''

''இல்ல இல்ல. இரத்தம் சிந்தறத தவிர்க்கறதுக்கு துவக்கத்தில அவர் முயற்சி செஞ்சார். பட்டம் தாணுப்பிள்ளை, ஆர். சங்கர் உள்ளிட்ட தலைவர்கள்கிட்ட இந்தப்

பிரச்சினையில் தலையிடணும்னு பலமுறை கேட்டுக்கிட்டார். ஆர். சங்கரின் தலைமையில் நடவடிக்கைக் குழுவை அனுப்பினார். ஆனால் போலீசும் ஜமீன்களும் விரும்பினது கம்யூனிஸ்ட் அமைப்போட ஆணிவேரையே அறுத்து எறியறதுதான். ரகசியமா மாநிலக் காங்கிரசும் அதன் சில தலைவர்களும்கூட அதைத்தான் விரும்பினாங்க. அதுக்கு அவங்க சாமர்த்தியமா காய்களையும் நகர்த்தினாங்க. தயவு தாட்சணியமில்லாமக் கொடூரமாக் குடியகற்றினாங்க. குத்தகை வயல் கிடைக்காமல் செஞ்சாங்க. பட்டினியை நோக்கித் தள்ளினாங்க. தொழிலாளர் குடும்பங்களை முகாம்களை நோக்கி விரட்டினது அவங்கதானே? அந்த முகாம்களை வளைச்சு தோழர்களை வேட்டையாட எந்திரத் துப்பாக்கிகளோட பட்டாளத்தை அனுப்பி வச்சதும் அவங்கதானே? இரையைக் கண்ணி வைத்துப் பிடிக்கற வேட்டைக்காரன் தந்திரம். நிஜமான ஃபாஸிஸ்ட் தந்திரம்''

''அமெரிக்கன் மாடலை முழுமூச்சா எதிர்த்த கம்யூனிஸ்ட் பார்ட்டியை அழித்தொழிக்கறது சர்.சி.பி யோட நோக்கமாகவுந்தானே இருந்தது? இனி கால் நூற்றாண்டு காலத்துக்கு கம்யூனிஸ்டு பார்ட்டியும் தொழிலாளி வர்க்கமும் திருவிதாங்கூர்ல தலைதூக்க மாட்டாங்கன்னு கொக்கரிச்சது யாரு?''

''நிராயுதபாணிகளான ஜனங்க மேல துப்பாக்கிச் சூடு நடத்துறது காட்டுமிராண்டித் தனமின்னு திவான்கிட்டயும், மகாராஜாகிட்டயும் உபதேசிச்ச ஒருத்தர் இருந்தார். இராணுவத் தளபதி வி.என்.என். பரமேஸ்வரன்பிள்ளை. ஜெனரல் ஆபீசர் கமாண்டிங். வயலாரை ஜாலியன் வாலாபாக் ஆக்காதீங்கன்னு திவானோட மொகத்தப் பாத்துச் சொன்னார்''

''சரிதான். சர்.சி.பியோட ஹிடன அஜெண்டாவை பரமேஸ்வரன்பிள்ளை தாமதமாகத்தான் தெரிஞ்சுக்கிட்டார். இராணுவம் ரோந்து சுற்றினாலே போதும், மக்கள் தாமாகவே பயந்து பின்வாங்குவாங்கன்னுதான் சி.பி.க்கு அவர் உபதேசிச்சார். திவான் ஏத்துக்கல. ஜி.ஓ.சி.யை ஓரம்கட்ட ஐ.ஜி. பார்த்தசாரதி அய்யங்காருக்கு அதிகாரம் கொடுத்தார். கடைசியில் மனம் நொந்த ஜி.ஓ.சி. மகாராஜாவைப் பார்த்து ராஜினாமா கடிதம் கொடுத்தாரில்லையா?''

வாசுதேவன் சார் தலையசைத்தார்.

''ஆமாம், கம்யூனிஸ்டு பார்ட்டியை இல்லாமல் ஆக்குறதுதான் அவங்க லட்சியம். ஃபாஸிஸ்ட் சக்திகளின் எக்காலத்துக்குமான அஜெண்டா''

'ஐப்பசி பத்தாம் தேதியின் துப்பாக்கிச் சூட்டுடன் புன்னப்புரை - வயலார் போராட்டம் முடிவடைந்திருக்கவில்லை' அபராஜிதா நினைத்துக்கொண்டாள்.

அம்பலப்புழை, சேர்த்தலை தாலுக்காக்கள் இராணுவ ஆட்சியின்கீழ் வந்தன. ஏ.டி.டி.யு.சி.யும் அறுபது இதர அமைப்புகளும் தடை செய்யப்பட்டன. டி.வி. தாமஸ், எம்.என். கோவிந்தன்நாயர், வர்கீஸ் வைத்தியன், பி.கே. பத்மநாபன், டி.கே.

திவாகரன், சி.கே. வேலாயுதன் எனத் தலைவர்கள் பலரும் கைது செய்யப்பட்டனர். ஆனால், போராட்டம் அப்போதும் முடிந்திருக்கவில்லை.

சிறைக் கம்பிகளுக்கு உள்ளேயும் வெளியேயுமாக அருவமாக அது தொடர்ந்து கொண்டிருந்தது. போராட்டக்குழுவின் அறிவுறுத்தலின்படி தோழர்கள் தலைமறைவானதும் அதற்காகத்தான்.

ஆர்யாட்டு மறைவிடத்தில் யாருக்கோ காத்திருக்கிறார் தோழர் கே.சி. ஜார்ஜ். நள்ளிரவு கடந்திருந்தது. யாரோ கதவைத் தட்டினார்கள். ஜன்னல் கதவைப் பாதி திறந்து பார்த்தார். தோழர் கே.வி. பத்ரோஸ்.

''ஆமா, நீ இன்னும் தலைமறைவாகலையா?'' தோழர் கதவைத் திறந்தார்.

''தோழர் முதல்ல. நாம ஒவ்வொருத்தரா ஒவ்வொரு பக்கம் போகலாம். ஓடைக்கரைல பரிசல் வந்து நிக்குது''

கசங்கலான ஒரு வேட்டியைக் கட்டிக்கொண்டு, துண்டைத் தலையில் சுற்றியபடி ஜார்ஜ் வெளியேறினார்.

''என்னப் பாத்தா ஒரு பார்வைக்கு கெழங்கு வியாபாரத்துக்குப் போற துலுக்கன்னு சொல்லலாமில்ல?''

''ஒரு ஜெபமாலையோட கொறச்சல் இருக்குது'' பத்ரோஸ் பெருவிரல் ஊன்றி நின்றார்.

இரண்டு நாட்களாக காலில் ஆணி துன்புறுத்துகிறது.

''பரிசல்காரங்ககிட்ட எங்க போறதுக்குன்னு சொல்லல. அத பரிசல்ல ஏறிட்டு தோழரே தீர்மானிச்சாப் போதும்''

பத்ரோஸ் சிரமப்பட்டு இழுத்துக்கொண்டு உடன் நடந்தார்.

முடைந்த ஓரிரண்டு ஓலைக்கீற்றையெடுத்து பரிசலின் படியில் போட்டுக்கொண்டு ஜார்ஜ் தோழர் அதில் உட்கார்ந்தார்.

பத்ரோஸ் கரையில் நின்று கை உயர்த்தினார்.

''லால்சலாம்''

''நெருப்புச்சட்டிமேல மிதிச்சுக்கிட்டு நிக்கறோம்ன்றது ஞாபகத்துல இருக்கட்டும்''

எல்லாவருக்குமாக தோழர் கே.கே. குஞ்ஞன் சொன்னார்.

''சுத்தி போலீஸ் நிக்குது. ஷெல்ட்டர்களை போலீஸ் மோப்பம் பிடிக்க இனி அதிக நேரம் ஆகாது. பாதிராப்பள்ளி ஷெல்ட்டரை நேத்து போலீஸ் வளைச்சிடுச்சு.

இனியென்ன? தோழரைப் பாக்க கோழிக்கோடு போன கொரியர் இன்னும் திரும்பி வரல''

பத்ரோசை எல்லாப் பக்கமும் தேடுகிறது போலீஸ். அச்சங்கோவில் ஆறு தாண்டி அந்தப் பக்கம் எங்கேயாவது அவரை அழைத்துப் போக வேண்டும். வள்ளக்காரனை ஏற்பாடு செய்வதாகக் கிளம்பிச் சென்ற தோழரையும் காணவில்லை. தோழர் சி.ஜி. சதாசிவனும் பி.ஜி. பத்மநாபனும் அடுத்த மறைவிடத்துக்குப் போகத் தயாராக இருக்கிறார்கள்.

''எங்க போக?'' குஞ்ஞன் சி.ஜி.யைப் பார்த்தார்.

''கண்ணார்காட்டுக்கு'' என்றார் சி.ஜி.

''விடியறதுக்குள்ள எல்லாரும் ஒவ்வொரு எடத்துக்குப் போயிடணும்'' என்றார் பத்ரோஸ்.

''மன்னராட்சிக்கும் அமெரிக்கன் மாடலுக்கும் எதிரான நம்மோட போராட்டம் முடிவடையல. மறைவிலும் வெளியிலும் அது தொடரும். மறஞ்சிருந்துதான் இனி அமைப்பை உறுதிப்படுத்த வேண்டியிருக்கு. மக்கள்ட்டருந்து சக்தியைப் பெற்றுத்தான் அமைப்பு தழைத்துப் படர வேண்டியிருக்கு''

சி.ஜி. யும், பி.ஜி. யும் விடைபெற்றுச் சென்றனர்.

பகல் முழுக்கக் காத்திருந்தனர். வள்ளக்காரன் வரமாட்டானென முடிவானது. நேரம் இருட்டியதும் பத்ரோசையும் அழைத்துக்கொண்டு தோழர் குஞ்ஞன் கோமளபுரத்துக்கான குறுக்குவழிகளில் நடந்தார். குஞ்ஞனுடன் சேர்ந்து நடக்க பத்ரோஸ் மிகவும் சிரமப்பட்டார்.

''எவ்ளோ தொலைவு நடக்கணும்?''

''அச்சங்கோயில் வரைக்கும். அங்கருந்து செங்கோட்டை வழியாக் கோழிக்கோட்டுக்கு''

பத்ரோஸ் தரையில் உட்கார்ந்துவிட்டார். ஆணி இருக்கும் வலதுகால் பாதத்தைப் பார்த்தார்.

''இந்தக்கால வச்சுக்கிட்டா? தரையில கால ஊனிணா, உயிர் போகுது''

தோழரைக் குஞ்ஞன் தோளில் தாங்கினார்.

''இன்னக்கி ராத்திரி ஒரு எடத்துல தங்கலாம். நாளைக்கி ஒரு வழி பொறக்கும்''

''நாளையப் பத்தி எனக்கு நல்ல எதிர்பார்ப்பு இருக்கு. ஹஜூர் கச்சேரி மேல செங்கொடி பறக்குற காலம் தொலைவில் இல்லை''

அனகன் குன்றின் மேலிருந்த வாகை மரத்தடியில் அஷுதோஷ் யாதவ் என்ற மெலிந்த இளைஞன் அந்த வாசகத்தை மீண்டும் ஒருமுறை சொன்னான்.

''ஆமாம், தலைமறைவாக இருந்துகொண்டு பூர்ஷ்வா அரசைக் கவிழ்ப்பதுதான் நம்முடைய திட்டம். எதிரிகள் பலம் மிகுந்தவர்களாக இருப்பதால் கொரில்லாப் போராட்டங்களால் மட்டுமே ஏகாதிபத்தியத்துக்கும் சுரண்டலுக்கும் எதிரான வீறுடன் நாம் முன்னேற முடியும். தோழர்களே, மக்களிடமிருந்துதான் அதற்கான சக்தியை நாம் பெற வேண்டும். விடுதலையை விரும்பும் மக்களின் போராட்டமாக அது மாற வேண்டும். சுரண்டல் வர்க்கத்திலிருந்துள்ள அவர்களின் விடுதலைக்கான மன உறுதியை வலுப்படுத்துவதாக இருக்க வேண்டும் நம்முடைய போராட்டத்தின் மையம்''

இந்தி கலந்த ஆங்கிலத் தொடர் முறிந்தது. மூச்செடுக்க அவன் பாடுபடுவதாகத் திசாவுக்குத் தோன்றியது. உடன் வந்த தோழர்களுள் ஒருவன் அருகிலிருந்த பையைத் திறந்து ஆஸ்துமா இன்ஹேலர் எடுத்து நீட்டினான். அதை வாங்கிக்கொண்ட அவன் திரும்பி நின்றான்.

வாகை விரித்துப் போட்ட சிவப்புக் கம்பளத்தில் பரிச்சயமற்ற முகங்களுக்கு நடுவில் அவள் இருந்தாள். தினார் தவிர மற்றவர்கள் புதுமுகங்கள். பல இடங்களிலிருந்து வந்து சேர்ந்தவர்கள்.

அஷுதோஷ் யாதவ் ஆழமாக மூச்செடுத்ததும் அவளுக்கு அருகேயிருந்த பெண் தோழர் பாலக்காட்டுக்காரி பௌஷி ரகசியமாகச் சொன்னாள்.

''கான்பூர் ஐ.ஐ.டி. புராடக்ட்தான் காம்ரேட். போலீஸ் தேடுதலில் பிடிக்கப்பட்ட பிறகுதான் இப்படி ஆச்சு. போலீசின் மிருகத்தனமான தாக்குதலில் இரண்டு விலா எலும்புகள் நொறுங்கின. இரண்டரை வருஷம் ஜெயில்லயும் இருக்க வேண்டியதாப் போச்சு''

''நிரஞ்சன் இன்னும் கூப்டலயே?'' திசா அவசரப்படுத்தினாள்.

''வீட்ல அம்மா தனியா இருக்காங்க. வேகமாப் போகணும் எனக்கு''

''கேம்ப்புக்குத் திரும்பி வந்தவொடனே கூப்புடுவான்''

''கேம்ப்புக்கா?'' திசா திகைத்தாள்.

''ஆமா, அவன் ஒரு ஆக்ஷன்ல இருக்கான். ஒரு வழக்கமான தேடுதல்'' அவள் அதை அலட்சியமாகவே சொன்னாள். ''திரும்பி வந்தா ஒடனே கூப்டுவான். நேத்தும் அவன் கூப்பிட்டிருந்தான்''

''அவன் எங்கே?''

அவள் அதற்கு பதில் சொல்லவில்லை.

''தோ, காம்ரேட்''

அவள் திசாவின் கவனத்தைத் திருப்பினாள்.

அஷுதோஷ் யாதவ் உற்சாகமாகத் திரும்பி நின்றான்.

''காம்ரேட்ஸ், ரத்தசாட்சிகளை உருவாக்குவதல்ல நம்முடைய லட்சியம். கொரில்லாப் போராட்ட முறைகளைக் குறித்து சே எழுதியதை உங்களில் சிலராவது வாசித்திருப்பீர்கள். எதனால் நாம் மின்னல் தாக்குதல்களுக்குத் துணிந்தோம்? எண்ணிக்கை பலம் குறைந்ததனால் மட்டும்தான். எதிரிக்கு இழப்பு ஏற்படுத்த வேண்டும். அதே சமயம் நமக்கு இழப்பு நேரக்கூடாது. எதிரியிடம் ஆயிரம்பேர் இருக்கும்போது, நம் பக்கம் கொரில்லாப் போராளிகள் பத்து அல்லது இருபது பேர்தான் இருப்பார்கள். நமக்கு அவர்கள் விலை மதிப்பற்றவர்கள். எதிரியின் நூறு பேருக்குச் சமம் ஒரு கொரில்லாப் போராளி.

தோழர்களே, சுரண்டப்பட்ட மக்கள் மூலமாகவே புரட்சி ஏற்பட வேண்டும். வாக்குச் சீட்டுகளின் வழியாக அல்ல, துப்பாக்கிக் குழல்களின் வழியாகத்தான். ஏகாதிபத்தியத்துக்கு எதிராக, சுரண்டும் வர்க்கத்துக்கு எதிராக, நம்முடைய வாழ்வாதாரத்தைக் காலடியில் போட்டு மிதிக்கும் கார்ப்பரேட்டுகளுக்கு எதிராக, விடுதலையை விரும்பும் மக்கள் கூட்டத்தை அணிதிரட்டி, சக்தி வாய்ந்த ஒரு போராட்டத்தைத் துவக்குவதுதான் அடுத்த கட்டம். கொரில்லாப் போர்களின் வழியாக சே முயன்றதும் அதுதான்'' அவன் தொடர்ந்தான்.

''சுரங்கத் தொழிலாளர்களிடம் சே விடுத்த அறைகூவல் இங்கே பொருத்தமானது. எந்திரத் துப்பாக்கிகளின் முன்னால் வீரமாக நெஞ்சை விரித்து நிற்பதால் என்ன பலன்? நாம் எவ்வளவு தீவிரமாகப் போராடினாலும் அழித்தொழிப்பு சக்திகளான நவீனப் போர்க் கருவிகளைத் தடுக்க முடியாது. பரந்து விரிந்த நிலப்பரப்புகளும் கிராமிய அடித்தளமும் கொண்ட இந்தியாவைப் போன்ற நாடுகளின் மக்களோடு சேர்ந்துதான் புரட்சியாளர்கள் முன்னேற வேண்டும். கிராமப்புற மக்களை முன்னால் நிறுத்தி தலைமறைவுப் போராளிகளும் முன்வரிசைப் போராளிகளும் ஒன்றாகப் போரிட வேண்டும். எதிரியின் ஆயுதங்களைக் கவர்ந்து, எதிரியின் செலவில் எதிரியைத் தாக்கும் திறன் பெறவேண்டும். காலம் எடுத்துக் கொண்டாலும் பூர்ஷ்வா அரசுகளைத் துடைத்தெறிவதற்கான புரட்சிகரச் சூழல்களை மக்களுக்குப் புரிய வைக்க வேண்டும். அவர்களுக்குள் இருக்கும் புரட்சியின் மீதான விருப்பத்தைத் தூண்ட வேண்டும். வெற்றி நிச்சயமற்ற போராட்டங்களில் ஈடுபடுவது முட்டாள்தனமானது. எதிரியின் சக்தியைப் புரிந்துகொள்ள முடியாத எந்தப் போராட்டமும் நம்மைத் தேவையற்ற பலியாடாக்கும். பூர்ஷ்வா அரசுகளின் வலிமையின் முன்னால் பலி கொடுப்பதல்ல உண்மையான புரட்சி. மாறாக, மக்களை வாளும் கேடயமுமாக்கி மாற்றத்தின் பாய்ச்சலில் சுரண்டும் வர்க்கத்தை முழுவதுமாகத் துடைத்தெறிவதே.

சைனாவில் மாவோ நடத்திய கொரில்லாப் போராட்டங்களின் அடிப்படைத் தந்திரம் அதுவாகவே இருந்தது. தென் சீனாவில் வெடித்துக் கிளம்பிய புரட்சி ஒடுக்கப்பட்டது. கிராமப்புறங்களில் தங்கி விவசாயிகளுடன் கைகோர்த்து நடத்திய போராட்டம்தான் அங்கே வெற்றிக்கான பாதையைத் திறந்தது. தோழர் ஹோசிமின்னின் பலத்தின் ஊற்று, எரி வயல்களில் வேலை செய்திருந்த விவசாயிகளல்லவா? பிரெஞ்சு காலனிய மேலாதிக்கத்தின் அடக்குமுறைகளுக்கும் தாக்குதல்களுக்கும் அவர்கள் அனைவரும் ஆட்பட்டிருந்தனர். ஸ்பெயினின் கொடுங்கோன்மைக்கு எதிராக முப்பது வருடங்கள் நீண்ட போராட்டத்தில் கியூபாவின் புரட்சியாளர்களுடன் கைகோர்த்து நின்றது யார்? நாம், கம்யூனிஸ்ட் பார்ட்டி ஆஃப் இந்தியா மாவோயிஸ்ட் இந்தியாவில் மேற்கொண்டதும் அதே தந்திரம்தான். வெற்றி சில சந்தர்ப்பங்களில் மெதுவாகச் செல்லும் இரவுநேர ஊர்தியாக இருக்கலாம். எவ்வளவு மெதுவாகச் சென்றாலும் அது விடியலுக்குப் பிறகாவது லட்சியத்தைச் சென்றடையும். முன்னோக்கியுள்ள மகத்தான பாய்ச்சலில் நம்மோடு அணிசேர்ந்து வர மக்கள் கூட்டம் உடனிருக்கும். புரட்சி புதிய நெருப்பு வழிகளில் செல்கிறது. காம்ரேட்ஸ், நான் உறுதியாகச் சொல்கிறேன். செங்கோட்டையில் செங்கொடி பறக்கும் காலம் தொலைவிலில்லை''

ஆவேசத்தின் சிகரங்களில் அஷுதோஷ் யாதவ் மூச்சுக் காற்றுக்காகத் திணறினான்.

''தினார்'' திசா அவனைச் சீண்டினாள். ''நிரஞ்சன்?''

''அவன் கூப்டுவான்''

தினார் ஆசுவாசப்படுத்தினான்.

''நேரம் போகுது, தினார். அபராஜிதாவையும் இவ்ளோ நேரம் காணோம்''

அவள் அசௌகரியமாக உணர்ந்தாள்.

பௌஷி எழுந்து பக்கத்தில் வந்தாள். அவள் திசாவின் கையைப் பிடித்து மரத்தின் கீழே அழைத்துப் போனாள். இலைகள் உதிர்ந்து, பூக்கள் உதிர்ந்து தன் நிர்வாணக் கிளைகள் நீட்டி நிற்கிறது வாகை.

''நிரஞ்சன் முக்கியமான ஒரு விஷயத்தை உங்க ரெண்டு பேருகிட்டயும் சொல்லணும்னு விரும்பறான்''

அவள் திசாவின் தோளைச் சுற்றி அணைத்தாள்.

''நீங்க ரண்டுபேரும் கட்சி உறுப்பினராக வேண்டும். பழைய ரணபூமிகளை மையப்படுத்தி புதிய தளங்களை உருவாக்குறோம். அதுல நீங்க ரண்டு பேரும் இருக்கணும். தேசிய விடுதலைக்காக ரொம்பதூரம் நாம ஒண்ணாப் பயணம் செய்ய வேண்டியிருக்கு''

''தேசிய விடுதலையா? சைனாவின் காலனியாக்கத்தினூடாகவா?''

திசா அவளைப் பரிகாசமாகப் பார்த்தாள்.

''வாட் டு யூ மீன்?''

பௌஷி அவளுடைய கண்களுக்குள் ஊடுருவினாள்.

''உலகச் சந்தையில் சீனாவின் மேலாதிக்கத்துக்கு இந்தியாவால் ஆபத்து நேரிடாமலிருக்க... இந்தியாவை சைனாவின் சந்தைகளுள் ஒன்றாக மாற்றி அதன் காலடியில் நிறுத்த... அதற்காக அவர்கள் உங்களுக்குப் பணமும் ஆயுதமும் தருகிறார்கள். மாவோவின் லேபிளுக்கும், கியூபாவிலும் பொலீவியாவிலும் சே நடத்திய கொரில்லாப் போராட்டங்களுக்கும் இதற்கும் இடையில்...?''

''யூ ஆர் தரோலி மிஸ்டேக்கன்'' பௌஷியின் முகம் சிவந்தது.

''நீங்க சொல்ற இந்த இந்தியா இப்ப யாருடைய காலடியில இருக்கு? எ கொலாபரேஷன் ஆஃப் இம்ப்பீரியலிஸ்ட் பூர்ஷ்வாசி, கார்ப்பரேட் அன்ட்... ஸீ... இன்சின்சியர் அன்ட் ஹைலி கரப்டு பொலிடிக்கல் க்ரூக்ஸ். அவங்களோட கூட்டு வியாபாரம்தானே இங்க நடக்குது? இந்தியாவை அவங்கதானே விற்பனைச் சரக்காக்கறாங்க? ப்ளீஸ் ஓபன் யுவர் ஐஸ், திசா''

''ஐ யாம் நாட் ஃபார் ஏன் ஆர்கியூமெண்ட். பட்... என் வழி வேற''

திசா நடந்தாள்.

''எனக்கு அவசரமாப் போகணும். நிரஞ்சன் கூப்டா சொல்லுங்க, அவன் கிட்டயிருந்து நான் ரொம்ப தூரத்துல இருக்கேன்னு''

அவள் முந்திரி காடுகளுக்கு இடையிலூடாக அதிவேகமாக நடந்தாள்.

மேற்கே சாய்ந்து பதிந்த வெயிலுடன் அபராஜிதா அனகன் குன்றை நோக்கி வேகமாக நடந்தாள். நிரஞ்சனின் கூட்டாளிகள்... அவர்கள் வந்திருப்பார்களோ? அவன் அழைத்திருப்பானோ? மூங்கில் காடுகளின் சருகுகளின்மீது அவன் வாசம் இப்போதும் தங்கியிருக்குமோ?

வயல்கள் ஆரம்பிக்குமிடத்தின் செம்மண் பாதையில் ஓர் இரைச்சல் கேட்டு அவள் திடுக்கிட்டுத் திரும்பிப் பார்த்தாள். நான்கைந்து போலீஸ் வாகனங்கள் இரைச்சலோடு பாய்ந்து வந்தன.

துப்பாக்கிகளுடன் போலீஸ் வயலுக்குக் குறுக்கே அனகன் குன்றை நோக்கிப் பாய்கிறது.

42

கனவுகளின் கைதி

'**சி**த்தாந்தங்கள்தான் என்றும் மாற்றத்திற்கான திருப்புமுனைகள்' கீபோர்டுக்கு அருகே அமைதியாக அமர்ந்திருக்கும்போது வாசுதேவன் சாருடைய வார்த்தைகள் அவள் நினைவுக்கு வந்தன.

''மனித இனத்தின் விடுதலைச் செயல்பாடுகளில் மார்க்சிய கருதுகோள்களுக்கும் லெனினிய நிலைப்பாடுகளுக்கும் இடையில் மிகுந்த இடைவெளி இருந்தது. தோழர் லெனின் பின்தொடர்ந்த போல்ஷ்விக் நிலைப்பாடுகள்தான் உலகம் முழுவதற்குமான கம்யூனிஸ்டு கட்சிகளின் சித்தாந்த அடித்தளம். லெனினிய நிலைப்பாடுகளால் கட்டியெழுப்பப்பட்ட போல்ஷ்விக் கட்சிக்கு இறுதியில் சோவியத் ரஷ்யாவில் நேர்ந்ததென்ன என்று வரலாறு காண்பித்துவிட்டது. உரிமைகள் மறுக்கப்பட்டு கட்சியின் சட்டங்களுக்குள் சிறைபடுத்தப்பட்ட தோழர்களில், அது படரவிட்ட நிராசையின் நெருப்பில் சோஷலிசத்தை முன்னோக்கிச் செலுத்துவதில் போல்ஷ்விக்குகள் தோல்வியடைந்தனர். மனிதன்... மார்க்ஸ் சொன்ன அந்த மகத்தான வார்த்தையை லெனினிஸ்டுகள் மறந்தனர். மாவோயிஸ்டு சித்தாந்தம் முற்றிலும் வேறொரு பாதையைத் திறந்து காட்டுகிறது. மனித குலத்தின் விடுதலைக்கான மக்கள்பாதை... உலகத்தை விவரிப்பதல்ல, மாற்றியமைப்பதுதான் வேண்டுமென்று சொன்ன மார்க்சிய தரிசனத்துக்குத்தான் இன்றும் முக்கியத்துவம் இருக்கிறது. மனிதகுல நன்மைக்காக வரலாற்றை மாற்றியமைப்பதே ஒரு புரட்சியாளன் செய்ய வேண்டியது. உலகத்தைத் தலைகீழாக மாற்ற இந்தக் காலம் மட்டுமல்ல, வரும் காலங்களிலும் மார்க்சிய தரிசனத்தால் மட்டுமே முடியும்''

''நீங்க மாவோயிஸ்ட்டா?'' அபராஜிதா கேட்டாள்.

''நானா?'' நரை படர்ந்த தாடிக்குள்ளிருந்து புன்னகை பரவியது.

''உலகம் முழுவதுமுள்ள மனித குலத்தின் உயிர்த்திருப்பை, மேம்பாட்டைக் கனவு காண்கிற ஒரு சாதாரண கனவுலகவாசி இல்லையாம்மா நான்? கனவுகளின் கைதி''

திசா கட்டிலின் முனையில் தலையணையை வைத்துச் சாய்ந்தமர்ந்தாள். அவளின் படபடப்பு இன்னும் அடங்கவில்லை. அனகன் குன்றிலிருந்து ஓடிய ஓட்டம். போலீஸ் அனகன் குன்றை வளைக்கும்போது மூங்கில் காடுகளை அடைந்திருந்தாள் அவள். தினார் போலீசில் சிக்கிக் கொண்டான் என்று இரவில் கட்சித் தோழர்கள்தான் சொன்னார்கள். உடனிருந்தவர்கள் எல்லோரும் தப்பித்துவிட்டார்கள். அஷுதோஷ் யாதவும் பௌஷியும்... எதிரிகள் வளைத்தால் ஓடித் தப்பித்துக் கொள்ளும் லாவகத்தை அவர்கள் அடைந்திருந்தனர். கொரில்லாப் போரின் அடிப்படைச் சட்டமிது - எதிரியால் எந்த நேரமும் வளைக்கப்படலாம். ஜாக்கிரதையாக இருக்க வேண்டும்.

அஷுதோஷ் யாதவ் முன்னறிவிப்போடுதான் தொடங்கினான். எதிரிகளின் நகர்வை அறிய நான்கு பக்கங்களிலும் காவல் ஏற்படுத்தப்பட்டிருந்தது. ஆபத்தெனில் தப்பிப்பதற்கான உபாயமும்...

''ஒவ்வொரு தோழரின் உயிரும் நமக்கு விலை மதிக்க முடியாதது. ஒருபோதும் எதிரியின் பிடியில் சிக்காமல் இருக்க வேண்டும். மீறிச் சிக்கிவிட்டால் ஒரு தோட்டாவை அந்தத் தோழருக்காக ஒதுக்கி வைக்க வேண்டும். எதிரிகள் முகாமில் சித்திரவதைக்கு ஆட்படுவதைவிட எத்தனையோ ஆசுவாசமானதுதான் தம் தோழனின் துப்பாக்கிக் குழலால் ஏற்றுக்கொள்ளப்படும் மரணம். எதிரியுடனான எதிர்பாராத தாக்குதலில் நம்மில் ஒருவர் இறந்துவிட நேர்ந்தால், அவர் கையில் இருக்கும் ஆயுதத்தை எடுக்க மறந்துவிடக் கூடாது. உயிரற்ற அந்த உடலைக் கைவிடுங்கள். அது எதிரிகளுக்கு உணவாகட்டும். ரத்தசாட்சிகள் அமரர்கள். அவர்கள் வாழ்ந்து கொண்டிருக்கும் தோழர்களின் மனங்களில் என்றென்றும் வாழ்ந்திருப்பார்கள். சே இன்றும் நம் மனங்களில் சிரஞ்சீவியாக வாழ்வதைப்போல...

ஆம், எதிரியின் பிடியிலிருந்து தப்பிப்பதுதான் போராட்டத்தின் இந்தக் கட்டங்களில் நாம் கவனம் குவிக்க வேண்டியது. ஆயுதப்போர் முறைகளிலல்ல மாறாக, மக்கள் யுத்த பாதையில்தான் நாம் நிற்கிறோம். இந்தியாவைப் போன்றதொரு அரை நிலப்பிரபுத்துவ நாட்டில் மக்கள் யுத்தப் பாதைதான் மிகப் பொருத்தமானது. மக்களின் மனவுறுதிக்கு முன்னால் எவ்வளவு பலம் பொருந்திய

எதிரியும் ஒருநாள் மண்டியிடுவான். வரலாறு நமக்குக் கற்றுத் தரும் பாடம் அதுதான்''

அஷுதோஷ் யாதவ் தோழர்களுக்கு நம்பிக்கை ஊட்டினான்.

வாகை, தரையில் சிவப்புக் கம்பளம் விரித்தது. இலைகளை உதிர்த்து, கிளைகளை வானத்துக்கு நீட்டி, எதிர்காலத்தை எட்டிப் பார்த்தபடி அது பாடுவதாக அவளுக்குத் தோன்றியது

''உயர்வேன் நான், நாடு முழுக்கப்

படர்வேன் நான், ஒரு புதிய

உயிரை தேசத்துக்குக் கொடுத்தபடி

உயர்வேன் மீண்டும்''

மரத்தின் திண்மையான வேர்களுக்கிடையில் பருபருத்த மரப்பட்டைகளின்மீது அவள் சாய்ந்து அமர்ந்தாள். பூக்களும் இலைகளும் உதிர்ந்து வானத்தை நோக்கி ஆயிரம் கிளைகள் நீட்டும் வாகை. பின்னால் வெள்ளி மேகங்களுக்கு இடையில் அங்கிங்காக சிவப்புச் சாயத் தீற்றல்கள். சிவப்புப் புள்ளிகள் போட்ட மஞ்சள் சுடிதாரிலிருந்தாள் அவள். அடர் சிவப்பு துப்பட்டா இருபுறமும் காற்றில் பறந்தது.

முன்னால் கான்வாசும் பிரஷ்ஷுமாக ஓவியம் தீட்ட வான்கோ இருந்திருந்தால்!

அவள் அந்த ஓவியத்தை மனதில் கண்டாள்.

''நீ என்ன எதுவும் பேசாம இருக்கற?'' அபராஜிதா அவளைப் பார்த்தாள்.

''நீ மெதுவா வந்தது நல்லதாப் போச்சுன்னுதான் நான் யோசிச்சுக்கிட்டு இருக்கேன். இல்லைன்னா'' திசா ஒரு துர்க்கனவு கண்டதுபோல இருந்தாள். ''தினார்கூட நம்பளையும்... நீ வர லேட்டாயிடுச்சேன்னுதான் நான் கீழ எறங்கினேன்''

அபராஜிதா கீபோர்டை நோக்கி முகம் தாழ்த்தினாள். ''சரித்திரம் திரும்புது இல்லையா?''

''உம்?''

''புரட்சி புதிய பாதைகள்ல. போலீஸ் வழக்கமான வேட்டைக்காரன் ரோல்ல''

''மக்கள் இதயங்கள்ல இடம் பிடிக்காம எந்த அமைப்பும் செயல்பட முடியாது...'' திசா அதை முடிக்கவில்லை.

அபராஜிதா குறுக்கே புகுந்தாள்.

''ஒரு மக்கள் சோஷலிஸ்ட் புரட்சிக்கான நேரம் நெருங்கிட்டது. ஷூட் த கரப்ட் பொலிட்டீஷியன்ஸ் அன்ட் பியூரோகிராட்ஸ். அவங்கதான் இந்த நாட்டையே நாசம் பண்றவங்க''

''அழித்தொழிப்பா?'' திசா கேட்டாள். ''வர்க்க எதிரியை வேரோட அழிக்கறது. ஒருமுறை அதை இந்த நாடு மறுத்ததுதானே''

''அது சரியான பாதையில நடக்கல. வர்க்க எதிரிகள் இல்ல, வர்க்க வஞ்சகர்கள்தான் நம்மைச் சுத்தி இருக்காங்க. அழித்தொழிப்புக்கு பதில் வேறொரு பெயர் வைக்கலாம். 'ஆன்ட்டி வைரஸ் ஆப்பரேஷன்' இந்த சிஸ்டத்தைத் தகர்க்கிற வைரஸ்களை இல்லாமல் ஆக்கறது''

''நடக்கற விஷயமில்ல இது'' என்றாள் திசா.

''நடக்கணும்''

அபராஜிதா ரௌத்திரம் கொண்டாள்.

''அன்னக்கித்தான் இந்த நாடு உருப்படும். என்னிக்காவது ஒருநாள் அதுக்கான மக்கள் முன்னேற்றம் வரும்''

''கவனமா இருக்கணும். தினார் கைதான நெலமைல போலீஸ் தேடிவர வாய்ப்பிருக்கு. பாவம், இந்த தடவ அவனை ஜாமீன்ல கொண்டுவரக்கூட யாரும் இருக்கமாட்டாங்க''

திசா சங்கடத்தோடு அவளைப் பார்த்தாள்.

அவள் கீபோர்டில் விரல்களை அசைத்தாள்.

''ஏய், தினார் காட்டிக் குடுக்கமாட்டான்''

''மனப்பூர்வமா இல்ல. போலீசோட சித்திரவதைகள்ல... தற்சமயம் இங்கயிருந்து விலகி நிக்கறதுதான் புத்திசாலித்தனம்''

''அம்மாவத் தனியா விட்டுட்டு, இங்கருந்து எங்க போக?''

''டில்லிக்கு. வைவா முடியும்வரை'' என்றாள் திசா.

''அம்மா இங்க தனியாவா?''

''ஒரு எடம் பாக்கணும்''

''எங்க?''

''சாரைப் போய்ப் பாக்கலாம். அவர் ஒரு வழி கண்டுபுடிக்காம இருக்கமாட்டார்''

அபராஜிதாவின் விரல்முனைகள் கீபோர்டில் சத்யதாசை வரைந்தது.

கோமன் கொச்சுக் குஞ்ஞாசான் மெலிந்த கால்களை நீட்டி வைத்து நடந்தார். தோல் சுருங்கிய விரல் நுனியில் பிடித்துத் தொங்கியபடி பத்து வயதுச் சிறுவன் சத்யதாஸ். அவனுடைய இடது கையில் செங்கொடி பறக்கிறது. முந்திரிக் காடுகளுக்கு இடையில், பாக்குத் தோட்டங்கள் வழியாக, ஒற்றையடிப் பாலங்கள் தாண்டிக் கடந்து...

ஆசான் மிக வேகமாக நடந்தார். விடிவதற்குமுன் தொடங்கிய நடை. அதிகாலை வண்டியை விட்டுவிட்டால் சரியான நேரத்தில் புன்னப்புரைக்குப் போய்ச்சேர முடியாமல் போய்விடும்.

வரலாற்றுத் தருணமிது. அந்த நேரத்தில் கையுயர்த்தி, தொண்டைக் குழியில் சேர்த்து வைத்த 'இன்க்கிலாப்' என்ற முழக்கமிட முடியாமல் போனால் இவ்வளவு காலம் கம்யூனிஸ்டு என்று சொல்லிக்கொண்டு வாழ்ந்ததில் எந்தப் பொருளுமில்லை. கடந்த கால் நூற்றாண்டு வாழ்க்கை பூச்சூடும் நாள். நூற்றுக்கணக்கான வீரத்தோழர்கள் தங்கள் ரத்தத்தால் தோய்த்து எழுதிய தருணம்.

''மகனே, சீக்கிரமா நட'' ஆசான் அவசரப்படுத்தினார்.

சத்தியதாஸ் கீழே ஊர்ந்திறங்கிய நிக்கரின் பெல்ட்டுகளைத் தோளில் இழுத்து ஏற்றினான்.

''உன் அம்மா இன்னிக்கு உயிரோட இருந்திருக்கணும்''

ஆசானின் கண்ணிலிருந்து ஒரு துளி கண்ணீர் விழுந்தது.

''அவ தன் செட்டைக்குள்ள உன்ன ஏத்திக்கிட்டுப் புன்னப்புரைக்குப் பறந்திருப்பா''

''அம்மா செத்திருக்கக் கூடாது''

''ஆமா, உண்மைதான். செத்திருக்கக் கூடாது''

அவர் தோளில் கிடந்த துண்டையெடுத்து கண்ணீரைத் துடைத்தார்.

''விதியத் தடுக்க நம்பளால முடியாதே?''

வழி நெடுகச் செங்கொடிகள் பறக்கின்றன. எங்கும் சிவப்புத் தோரணங்கள். கிழக்கு வானிலும் விடியல் செம்பதாகை வீசியது.

கொச்சுக் குஞ்ஞாசான் நினைவுகளின் ஈரம் ஊறி நிற்கும் ஒற்றையடிப்பாதை வழியாக நடந்தார்.

பத்து வருடங்களுக்கு முன்...

மூவர்ணக் கொடிகள் பறந்து கொண்டிருந்த சுதந்திரத்தின் விடியல். காளி மருத்துவச்சி ஓடி வந்து பரிதவிப்போடு சொன்னாள்.

''ஆம்பளப் புள்ள. ஒற்றைப் பூராடம். தாயத் தின்னுடும் போலருக்கே''

மறைவான அறைக்குள்ளே ஓலைக் கீற்றின்மீது விரித்திருந்த தழைப்பாயில் குருதியில் குளித்துக் கிடக்கிறாள் பாப்பி.

''வேகமா ஏதாவது வைத்தியரக் கூப்பிட்டுட்டு வா. என்னால ஆனமட்டும் பாத்துட்டேன்'' என்றாள் காளி மருத்துவச்சி.

ஆசான் துறையைக் கடந்து வேகமாக ஓடினார். கிழக்கு வாசலில் தெற்கு வடக்காக உலவுகிறான் குமாரன்.

''குமாரா, நம்ம பாப்பி பெத்துட்டா... ஆம்பளப் புள்ள... நீ கொஞ்சம் சீக்ரம் வா... அவ ரத்தத்துல ஊறிக் கெடக்கறா''

கொச்சுக் குஞ்ஞாசான் துளசி மாடத்தருகே நின்றார். குமாரன் வைத்தியன் நடப்பதை நிறுத்தினான்.

''ஊர் மேஞ்சுப் பெத்தவளுக்கு வேது புடிக்க என்னால முடியாது. கொச்சு குஞ்ஞன் வந்தது போலவே திரும்பப் போயிடு''

''குமாரா''

ஆசான் கெஞ்சினார்.

''நீ நெனச்சா அவ உயிரக் காப்பாத்தலாம். கொஞ்சம் சீக்கிரமா வாடா''

''அவ உயிரோட வேணுங்கறது உனக்குத்தானே? உன் மனசுல இருந்த உத்தேசம் என்னன்னு எனக்குத் தெரியும். போ...போ... நீ போயிக் காப்பாத்து''

குமாரன் தோளில் கிடந்த துண்டை எடுத்து உதறிவிட்டு உள்ளே போனான்.

''குமாரா''

கொச்சுக் குஞ்ஞாசான் பற்களை நெறித்தார்.

''நீயெல்லாம் எப்புடி ஒடுங்கப் போறேன்னு பாக்கத்தாண்டா போறேன்''

''அப்பா என்னத்த நெனச்சு வருத்தப்படறீங்க?'' சத்யதாஸ் கேட்டான்.

''ஒண்ணுமில்ல மகனே. எம்புள்ள சீக்கிரமா நட'' ஆசான் மூக்கைப் பிழிந்தார்.

சத்தியன் எவ்வளவு சீக்கிரம் வளர்ந்து பெரிதாகிவிட்டான். இந்த ஆகஸ்டு பதினைந்துக்கு பத்து வயது. விபரம் தெரிந்தவன். காலம் எவ்வளவு சீக்கிரம் இறகு விரித்துப் பறந்து போகிறது!

வி.எஸ். அச்சுதானந்தனை தலைமறைவின்போது பூஞ்ஞாறில் வைத்து கைது

செய்தனர். பாலா சிறைக்குக் கொண்டு போனார்கள்.

''தோழர்தானே?'' ஒல்லியான ஒருவன் பக்கத்தில் வந்தான்.

''உம்'' அச்சுதானந்தன் முனகினார்.

''குத்தீட்டி தயார் பண்ற வேலைன்னு சாருங்க சொல்றதக் கேட்டேன்''

''உம், என்னா நம்ப வேல?'' அச்சுதானந்தன் அவனைப் பார்த்தான்.

''வழிப்பறி. சின்னச் சின்னதா திருட்டுமிருக்கு. அப்பறம் ஐயாங்களுக்குத் தேவைப்படற கை ஒதவியும் செஞ்சு குடுப்பேன். திருடன் கோலப்பன்னுதான் எல்லாரும் கூப்டுவாங்க''

இடியன் நாராப்பிள்ளை லாக்கப் அருகே வந்தான்.

''நீதானேடா ஆலப்புழைக்காரன் அச்சுதானந்தன்?''

சி.ஐ.டி. வாசுப்பிள்ளை உள்ளே வெறித்துப் பார்த்தார்.

''ஆமாம் ஐயா''

திருடன் கோலப்பன்தான் அதற்கு பதில் சொன்னான்.

''அப்ப உனக்குத் தெரியுமில்லடா?''

இடியன் நாராப்பிள்ளை கையைச் சுருட்டினான்.

''உண்மையச் சொல்லு. எங்கடா உன்னோட தலைவன் பத்ரோஸ் ஒளிஞ்சிக்கிட்டிருக்கான்?''

''எனக்குத் தெரியாது'' அச்சுதானந்தன் சொன்னார்.

''உண்மையச் சொல்லலன்னா கொன்னுடுவேன் நான். சொல்லுடா''

அவன் லாக்கப்பின் கம்பியில் அடித்தான்.

''எனக்குத் தெரியாது''

''ஆஹா, உனக்குத் தெரியாது இல்லயாடா? கிளிப் புள்ளயாட்டம் உன்ன சொல்ல வக்கறேன் பாரு''

நாராப்பிள்ளை கையை முறுக்கி ஏற்றினான்.

''புடிச்சு நீட்டுடா அவன் காலு ரெண்டையும்''

திருடன் கோலப்பனுக்குத்தான் கட்டளை.

கோலப்பன் அச்சுதானந்தனின் கால்கள் இரண்டையும் கம்பிகளுக்கு இடையில் இழுத்து வெளியில் போட்டான்.

''பாத்துட்டு நிக்காம லத்தி வச்சு மேலயும் கீழயும் கட்டுடா''

நாராப்பிள்ளை பார்த்துக் கொண்டிருந்த போலீசாரிடம் கத்தினான்.

லத்தியின் இருபுறங்களையும் சிறைக்கம்பிகளோடு சேர்த்து வைத்து சக்கரக் கயிற்றினால் இழுத்துக் கட்டினான்.

''அடிடா, உண்மையச் சொல்ற வரைக்கும் அவன அடி''

இடியன் நாராப்பிள்ளை உத்தரவிட்டான்.

போலீஸ்காரன் உள்ளங்காலைப் பார்த்து லத்தியால் ஓங்கி அடித்தான்.

''சொல்லுடா, எங்கடா அந்த நாறப் பொலையாடி மகன் ஒளிஞ்சுக்கிட்டிருக்கான்?''

''எனக்குத் தெரியாது''

அச்சுதானந்தன் அடிபட்டு நெளிந்தார்.

''உம், நிறுத்தாம அடி, அவன் சொல்லுவான்''

இடியன் நாராப்பிள்ளை கையிரண்டையும் சேர்த்து அடித்தான்.

அடிபட்டு கால்பாதம் துடிதுடித்தது.

''எவ்ளோ அடிச்சும் இவன் உண்மையச் சொல்ல மாட்டேங்கிறான் ஐயா''

போலீஸ்காரன் தளர்ந்து போனான்.

''எமகாதக கள்ளன் இவன்''

காவல் நின்ற போலீஸ்காரன் பேனட் பொருத்திய துப்பாக்கியுடன் பாய்ந்து வந்தான்.

''இவன நான் இப்ப உண்மையச் சொல்ல வைக்கிறேன். சொல்லுடா''

அவன் பேனட்டை குதிக்கால் நோக்கிக் குத்தினான்.

திருடன் கோலப்பன் குருதியில் குளித்தான். லாக்கப் முழுக்க ரத்தம்.

ஓர் உதறல்.

''ஐயா, இவன் செத்துட்டான்னு தோணுது''

கோலப்பன் உச்சத்தில் கூவினான். ''அதோ, அசைவு நின்னுடுச்சு''

சி.ஐ.டி. வாசுப்பிள்ளை உள்ளே பார்த்தான்.

''நெஜமாவே செத்துட்டானாடா?''

''படுத்துக்கிட்டு இருக்கறதப் பாத்தா செத்தா மாதிரிதான் இருக்கு''

அவன் கீழே குனிந்தான்.

''அப்படீன்னா எடுத்து வண்டியில போடு. பாலா காட்டுலக் கொண்டுபோயி

குழிவெட்டி அமித்திடு. உம், உங்கிட்டதான்''

அவன் கோலப்பனிடம் சொன்னான்.

இருட்டைக் கிழித்துக் கொண்டு போலீஸ் வேன் காட்டுப்பாதை வழியாகத் திரும்பியது. கோலப்பன் கோடாலியையும் மண்வெட்டியையும் இறுக்கிப் பிடித்தான். வண்டி வளைவு திரும்பியதும் பின்னால் ஓர் அசைவு. அவன் குனிந்து பார்த்தான்.

''ஐயா, தோ இவன் அசையறானே''

குமாரப்பணிக்கர் தலை மொட்டையடித்து ஜெபமாலை போட்டுக்கொண்டு போலீசை ஏமாற்றிவிட்டுத் தலைமறைவானார். ஒரு வாரம் ஆகவில்லை. நூற்றுக்கும் மேற்பட்ட இராணுவத்தினர் குந்திரிச்சேரி தறவாட்டுக்கு வந்தனர். வீட்டை அடித்து நொறுக்கினர். பொன்னையும் பணத்தையுமெல்லாம் கொள்ளையடித்துச் சென்றனர்.

இரவு. கோமன்துருத்துக்குச் செல்ல பரிசல் கிடைக்கவில்லை. பாணாவள்ளி முக்கிலிருந்து ஒற்றைப் புன்னைக்கு நடந்தார். நடு இரவுதான் வீட்டை அடைந்தார் குஞ்ஞாசான். சற்று மயங்கியதும் நாய் குரைக்கும் சத்தம் கேட்டது. ஜன்னலைத் திறந்து பார்த்ததும் வீட்டைச் சுற்றி போலீஸ். தப்பிச் செல்ல ஒரு வாய்ப்புமில்லை. கதவைத் திறந்ததும் ஏ.எஸ்.பி. அச்சுதன் பாய்ந்து உள்ளே நுழைந்தார். தொண்டைக் குழியை நெருக்கினார்.

''எங்கேடா நாயே, குமாரப்பணிக்கரை ஒளிச்சு வச்சிருக்கீங்க?''

தெரியாதென்று சொல்லவும் அடி விழுந்தது.

''தூக்கியெடுத்து வண்டியில வீசுடா, இந்தக் கள்ளக் கழுவேறிய''

வீட்டையும் மச்சையும் போலீஸ் சல்லடை போட்டுத் தேடியது. சேகரனின் வீட்டு மச்சுமீது குமாரப்பணிக்கர் மறைந்திருப்பதாக டி.எஸ்.பி. குஞ்ஞன்பிள்ளை கொளுத்திப் போட்ட செய்தி அது. இரவில் ஸ்டேஷனில் போட்டுப் புடைத்தனர். லாக்கப்பின் கூட்ட நெரிசலில் போட்டு நெறித்தனர். மறுநாள் மதியத்தோடு சப்ஜெயிலுக்கு மாற்றினார்கள். ஜெயிலில் தோழர் எம்.என். உம், டி.வி. யும், பி.கே. பத்மநாபனும், முகம்மை அய்யப்பனும், பி.ஏ. சாலமனும், தாமோதரனும் பெயர் தெரியாத மேலும் சில தோழர்களும் இருந்தனர்.

இரவு பன்னிரெண்டு மணி. போலீசார் வந்து தட்டியெழுப்பினர். ஜெயில் சூப்பிரண்டு முன்னால் நிறுத்தினர். ஜெயிலின் தெற்கு முற்றத்தின் மஞ்சள் வெளிச்சத்தின்கீழ் உட்கார்ந்திருந்தார் சூப்பிரண்டு ஓ.எம். காதர். பார்வையில் ஒரு

கடோத்கஜன். அவருடைய காலடியில்தான் போலீசார் கொண்டுபோய் போட்டனர். அவர் ஒரு காலை யெடுத்து முதுகில் ஊன்றினார்.

''வயலார் சிங்கம் எந்தக் கொகைல ஒளிஞ்சிருக்குடா?''

காலையுயர்த்தி நடு முதுகில் ஒரு மிதி. இன்னொரு காலால் முகத்தைப் பார்த்து ஒரு மிதி. மூக்கிலிருந்தும் வாயிலிருந்தும் குருதி கொட்டியது.

''இழுத்து வெளியக் கொண்டுவாடா அடுத்தவன''

வேட்டைக்காரன் வேட்டை மிருகங்களிடம் காட்டும் நிர்தாட்சண்யத்தோடு அவர் காலால் முதுகில் அரைத்துத் தேய்த்தார்.

மறுநாள் பகல் தோழர் பத்மநாபனைக் கழிவறைக்கு அருகில் போட்டு மிதிப்பதைப் பார்த்தார். பத்ரோஸ் தோழர் எங்கிருக்கிறார் என்பதைத் தெரிந்துகொள்ள... புன்னப்புரையிலிருந்து பிடித்துக் கொண்டு வந்த தோழர் தோமாச்சனைத் துப்பாக்கியின் பட்டையால் அடித்தனர். ஏழு விலா எலும்புகள் உடைந்தன. முதுகு பழுத்து வெடித்து சீழ் வடிந்தது. கடைசியில் கடற்புறத்து ஆஸ்பத்திரிக்குக் கொண்டுபோய் உடைந்த விலா எலும்புகள் ஏழையும் நீக்கினார்கள். காக்கிரி ஸ்ரீதரனை அடித்துக் காலை உடைத்தனர். மூன்று நான்கு பேர்களாக முறைவைத்து அடித்தனர். ஓர் இரவில் ஓ.எம். காதரும் ஆறேழு போலீசாரும் செல்லின் முன்னால் வந்தனர். இரண்டு போலீசார் உள்ளே வந்து தூங்கிக் கொண்டிருந்த நிக்ளாவை அடித்து கம்பிகளின் அருகே இழுத்து வந்து, கையிரண்டையும் பின்னால் பிணைத்துக் கட்டினர். கால்கள் இரண்டையும் கம்பிகளின் இடையிலாக வெளியே விட்டு சேர்த்துக் கட்டினார்கள். மூன்று போலீசார் அடிக்கத் தொடங்கினார்கள்.

புன்னப்புரை முகாமிலிருந்து கைப்பற்றிய துப்பாக்கிகள் எங்கேயென்று தெரிய வேண்டும். அதை வயலாருக்குக் கொடுத்தனுப்பிவிட்டார்களா? யாரிடம் ஒப்படைக்கப்பட்டது? நிக்ளாவின் கால்கள் இரண்டும் உடைந்து குருதி தெறித்தது. வாயில் துருவிய பழந்துணியை வெளியே உருவியெடுத்து ஓ. எம். காதர் அலறினார்.

''சொல்லுடா, துஷ்டனுக்குப் பொறந்த பன்னீ, அத யார்கிட்ட கொடுத்தாங்க?''

நிக்ளாவ் வேதனையில் துடித்தான். பக்கத்தில் நின்ற ரிசர்வ் போலீஸ்காரனின் துப்பாக்கியை இழுத்துப் பறித்து அவன் தொடையில் பேனட்டால் குத்தி அழுத்தினார். அவனுடைய அலறல் கேட்டு அடுத்தடுத்த செல்களில் படுத்திருந்த எம்.என். உம், டி. வி. தாமசும் எழும்பினர். எம்.என். அலறினார்.

நிக்ளாவின் கட்டை அவிழ்த்துவிட்டு வெளியே போகும்போது ஓ.எம். காதர் உள்ளே எட்டிப் பார்த்தார்.

''நீதானேடா பிராபகர தண்டார்? குமாரப்பணிக்கர் எங்க இருக்காருன்றது உனக்குத் தெரியுமில்லயாடா? நாளக்கி காலைல இவன் எடத்துல நீதான்''

அதிகாலையில் அவர் என்.பி. தண்டாரைப் பிடித்திழுத்துக் கொண்டு போனார். குமாரப்பணிக்கரையும், பத்ரோசையும் நாற்பத்தெட்டு மணி நேரத்துக்குள் பிடிக்க வேண்டுமென்பது திவானின் கட்டளை.

செல்களிலிருந்து கைதிகளை வெளியேற்றிய பொழுது, தெற்குத் தோட்டத்தில் தண்டாரின் அலறல் கேட்டது. எம். என். தோளில் கிடந்த துண்டையெடுத்துத் தலையில் கட்டிக்கொண்டு ஓடினார்.

சாய்வு நாற்காலியில் சாய்ந்து சார்மினாரின் புகைச் சுருள்களை ஊதிவிட்டபடி ரசித்துக் கொண்டிருக்கிறார் காதர். செல்களிலிருந்து இழுத்துக் கொண்டுபோன மூன்று நான்கு தோழர்களை ஏழெட்டு போலீசார் கூட்டமாக நின்று அடித்துப் பிளக்கிறார்கள்.

''நிறுத்து... என் தோழர்களை இனிமே தொடாத''

எம்.என். அலறிப் பாய்ந்து வந்தார். சிறைச்சுவர்களில் அது எதிரொலித்தது.

''இனி என் தோழர்களை ஒதைக்காதே''

''ஒதைச்சா?''

சூப்ரண்டு எம்.என். பக்கம் திரும்பினார்.

''நான் இங்க கெடந்து சாவேன்''

எம்.என். தலைக்கட்டை அவிழ்த்து உதறித் தரையில் உட்கார்ந்தார்.

''சாகற வரைக்கும் நான் உண்ணாவிரதம் இருக்கப் போறேன்''

சூப்ரண்டு சுற்றிலும் பார்த்தார். எம்.என். ஐ சுற்றிப் பாதுகாப்பாக தோழர்கள் நிற்கின்றனர். காதர் சிகரெட்டைக் கோபத்தோடு வீசினார். தரையை அழுத்தி மிதித்துவிட்டு வெளியே நடந்தார்.

அடுத்த நாள் வார்டன்கள் இரண்டு மூன்று நாவிதர்களை அழைத்து வந்தனர். மாஜிஸ்டிரேட் நீதிமன்றத்தில் கேஸ் விசாரணை தொடங்குகிறது.

''எல்லாரும் வெளியேறுங்க. தலைமுடிய ஒட்ட வெட்டணும்''

இரண்டுமாதச் சிறை வாழ்க்கை. எல்லோரும் விகாரமாயிருந்தனர். குளிக்கவும் பல் தேய்க்கவும் அனுமதியில்லை. முடியும் தாடியும் வளர்ந்திருந்தது. சொறி சிரங்கு பிடித்துக் கொண்டது. தலைமுழுக்க ஈறும் பேனும் பெருகின. சிறையறை எங்கும் இரத்தம் குடிக்கும் உண்ணிகள். மூட்டைகள். உடல் முழுக்கப் புழுத்து நாறியது.

நாவிதர்கள் கத்திகளைத் தேய்த்துக் கூர்தீட்டினர். சிறைக் கைதிகளை தரையில்

தலைகுனிய உட்கார வைத்தனர். கத்திமுனைகள் தலையோடுகளைத் தரிசாக்கின. ரத்தம் பொங்கிய காயங்களில் மஞ்சளை அரைத்துப் பொத்தினார்கள். முடைநாறும் முடிக்குவியல்களிலிருந்து பெரும் பேன்கள் நெளிந்தன

ஒரு மாதத்திற்குப் பிறகு நீதிமன்றம் ஜாமீன் தந்து அனுப்பியது.

இரவில் கோமன்துருத்தை வந்தடைந்தார். பாப்பி முற்றத்துக்கு வரவில்லை. மறுநாள் காலையில் துணைக்கிருந்த பெண்தான் சொன்னாள்.

''அக்காவுக்கு ஒடம்பு முடியல. மூணு மாசம் ஆயிருக்கும்னு காளி மருத்துவச்சி பாத்துட்டு சொன்னா''

கொச்சுக் குஞ்ஞாசான் உள்ளே போனார். பாப்பி எழுந்து தலைவணங்கி நின்றாள். அவர் அவளுடைய முடியிழைகளில் கோதினார்.

''அப்படியாவது இந்த முற்றத்துல ஒரு கொழந்த விளையாடற பாக்கியம் வந்துச்சே''

பாப்பி அவருடைய தோளில் சாய்ந்து தேம்பினாள். ஆசான் கைகள் இரண்டையும் சுற்றி அவளைச் சேர்த்தணைத்தார்.

''வருத்தப்படாத மகளே''

அவளுடைய கண்ணீர் அவருடைய நெஞ்சின் நெருப்பைக் குளிர்வித்தது.

''**வே**கமா நட மகனே. வழிச்சேரி முக்குதான் வந்திருக்கு. இன்னும் தூரமிருக்கு. தோழருங்க இப்ப வந்துடுவாங்க''

அதைக் கேட்டதும் சத்யன் ஓடி முன்னால் சென்றான். வலது கையின் செங்கொடியை வீசினான்.

ஆசானின் மனதில் அந்நேரம் ஒரு காட்சி விரிந்தது.

ஆகஸ்டு ஒன்று நள்ளிரவு. துப்பாக்கிகளுடன் எங்கும் போலீஸ் காவல் நிற்கிறது. இருட்டில் இருவர் தடை செய்யப்பட்ட யூனியன் அலுவலகத்தை நோக்கி நடந்தனர். போலீசின் கண்ணில் மண்ணைத் தூவிவிட்டு, யூனியன் அலுவலகத்தின் மேலே மூவர்ணக் கொடியையும், செங்கொடியையும் ஏற்றிய அந்த நிமிடம். வலதுகை விரல்கள் ஐந்தும் புருவத்தின் நேராக விரிந்தது.

''இதோ என் தேசம் அன்னிய ஆட்சியிலிருந்து விடுதலை பெற்றது. என் தேசம் விழித்துக் கொண்டது''

நாற்புறமிருந்தும் அலையடித்து வந்த காற்று ரீங்காரமிட்டது.

''சாரே ஜகான் சே அச்சா...

இந்துஸ்தான் ஹமாரா,

ஹமாரா...

சாரே ஜகான் சே அச்சா

புல் புலே ஹயின் இசுக்கீ

யே குல்ஸ்தான் ஹமாரா,

ஹமாரா...

சாரே ஜகான் சே அச்சா...''

நீட்டிய விரல்கள் ஐந்தையும் மடக்க முயலாமல் அப்படியே நின்றபோது, கண்களிலிருந்து கண்ணீர் தாரைதாரையாய் வழிந்தது.

''**ரொ**ம்ப நேரமாயிடுச்சு'' திசா எழுந்து அவளருகே வந்தாள். ''இனி நீ தூங்கு''

''எழுதி முடிக்கல்ல தாசு''

அவள் கைகளைப் பின்னால் உயர்த்தி கோட்டுவாய் விட்டாள்.

''அப்பறம்... ஒரு முக்கியமான வேலையும் மிச்சமிருக்கு''

''என்னது?''

அவள் ஒரு பென்டிரைவை எடுத்துக் காட்டினாள்.

''உன் கரிநாக்கு பலிக்காம இருக்கறதுக்காக, டவுனுக்குப் போனப்ப வாங்கினேன்''

''இனி இந்த நடுராத்ரில ஒக்காந்து அத முழுக்க காப்பி பண்ணப் போறியா? உனக்கென்ன பைத்தியமா?''

''உம், எப்பயாவது எனக்கும் அப்படித் தோணும்''

அவள் லேப்டாப்பை மூடி வைத்தாள்.

''இன்னக்கி எனக்கும் தூக்கமா வருது. நாளைக்கிப் பாக்கலாம்''

அவள் எழுந்தாள்.

வாசுதேவன் சார் சாய்வு நாற்காலியில் காலை உயர்த்தி வைத்தார். திசாவும் அபராஜிதாவும் அருகே சுற்றுச்சுவரின் தூணில் முகத்தோடு முகம் பார்த்தபடி சாய்ந்திருந்தனர். பண்டிட் சிவகுமார் சர்மா சந்தூரில் மீட்டிய மந்திர இசையுடன் காவிலிருந்து வந்த காற்றில் மகிழம்பூ வாசம் பரவியது.

அருகே ஸ்டூலிலிருந்த ஒரு கட்டுக் காகிதத்தை எடுத்தார். நீண்ட தாள்களில் மையினால் எழுதப்பட்டவை. அவர் அதையெடுத்து அபராஜிதாவின் மடியில் வைத்தார்.

''ஷோப்பநோவர் முன்னாடி சொன்னது ஞாபகம் வருது. இஃப் ஐ மெயின்டெய்ன் மை சைலன்ஸ் அபௌட் மை சீக்ரெட், இட்டிஸ் மை ப்ரிசினர்... இஃப் ஐ லெட் இட் ஸ்லிப் ஃப்ரம் மை டங், ஐ யாம் இட்ஸ் ப்ரிசினர்... நானும் என் ரகசியமும் ஒன்றாகச் சேர்ந்து சிறையிலிருந்து தப்பிக்கத் தீர்மானிக்கிறோம்'' என்றார்.

திசா ஆச்சர்யத்தோடு அபராஜிதாவின் மடியைப் பார்த்தாள்.

'பரிசுத்தமான மாநிலக் காங்கிரசே, நீ இதோ வஞ்சிக்கப்பட்டிருக்கிறாய். உன் அருமை குழந்தைகளான நெய்யாற்றின்கரை ராகவனும், செங்கன்னூர் ஜார்ஜும், துப்பாக்கி குண்டின்முன் மார்பைத் திறந்து காட்டி நின்ற கொச்சப்பிள்ளையும் கொச்சு கிருஷ்ணனும் கழுவேற்றப்பட்டனர். உன் மானம் காக்க பாண்டி நாட்டின் சிவராஜ பாண்டியன் கொல்லம் லாக்கப்பில் வெறும் தரையில் கிடந்து இறுதி மூச்சை விட்டார். போர்க்களத்தில் ஆயிரமாயிரம் ரத்தசாட்சிகள் ஆன்மாவை அர்ப்பணித்தனர். கே.கே. குஞ்ஞுப்பிள்ளை குஷ்டரோகம் வந்து இறந்து போனார். கண்ணந்தோடத்து ஜனார்த்தனன் நாயர் குழந்தை குட்டிகளைப் பார்த்து ஆறுதல் சொல்ல வாய்ப்பின்றி கல்கத்தாவின் பாழ்மணலில் கரைந்து போனார். இந்த மகா தியாகங்களிலிருந்து பிறந்த தார்மீக சக்தியை இதோ இந்த ஊதாரிகள் விற்றுக் காசாக்குகிறார்கள். வேணாடே, உன் உயிர்க் குருதியை அதிகார தாகம் கொண்ட இவர்கள் உறிஞ்சிக் குடிக்கின்றனர்...'

''இந்த வரிகள்...'' திசா சந்தேகித்தாள்.

''ஆமாம், ஸ்ரீகண்டன் நாயருடையதுதான். வஞ்சிக்கப்பட்ட வேணாட்டிலிருந்து'' என்றார் வாசுதேவன்.

''இதொரு நாவல் போலயிருக்கே'' அபராஜிதா அதிசயமாகப் பார்த்தாள்.

''உம், அப்படியும் சொல்லலாம்... அதன் முகவுரைதான் இது. ஸ்ரீகண்டன் நாயரிடமிருந்து கடன் பெற்றேன். புன்னப்புரை வயலாரை மையமா வச்சு என்னிக்கோ நான் எழுதத் தொடங்கின நாவல்''

''இதுதான் சிறையிலிருந்து தப்பித்ததன் ரகசியமா?''

அபராஜிதா பேரார்வத்துடன் பக்கங்களைத் திருப்பினாள். நிறைய அடித்தல்களும் திருத்தல்களுமாக இருந்தன.

''சாதாரண ஒற்றை வரி நோட்டில் பேனா முனை உரசும் ஓசையைக் கேட்டெழுதினேன்''

சார் சிரித்தார்.

"கீ போர்டின் விசைகள் என் விரல் நுனிகளுக்குப் பழக்கமில்லையே"

"எத்தனை நாட்கள் எடுத்துக்கிட்டீங்க?" திசா கேட்டாள்.

"பல வருடங்கள். நான் இதை மனப்பூர்வமாகவே முடிக்காமலிருந்தேன். வெறுமொரு வரலாற்று நாவலாக மட்டுமே ஆகிவிடக் கூடாதென்று நினைத்தேன்"

"அப்பறம் கடைசில என்னாச்சு?"

அபராஜிதா கடைசி பக்கத்தைத் திருப்பினாள்.

"முடியவில்லை, ஓரிரண்டு நாட்களுக்குள் நான் அதை முடித்துவிடுவேன். கதாபாத்திரங்கள் ஆடி முடிக்க வேண்டாமா?"

"கதாபாத்திரங்கள்?" திசாவும் அபராஜிதாவும் ஆச்சர்யத்தோடு பார்த்தார்கள்.

"நீங்க ரெண்டு பேரும். நீங்கதான் என் கதையை நகர்த்திச் சென்றீர்கள். முடியவில்லை. இன்னும் இருக்கிறது ஏகப்பட்ட கதாபாத்திரங்கள். நிரஞ்சன், தினார்..."

சார் உரக்கச் சிரித்தார்.

"புதிய தலைமுறையினரான நீங்கள் இதிகாசமான அந்தக் காலகட்டத்தை எட்டிப் பார்ப்பதுதான் என் கருப்பொருள். உங்கள் கண்கள் வழியாக நான் அந்தக் கதையைச் சொன்னபோது அதுவொரு நவீன நாவலாக மாறியது"

"கதாபாத்திரங்கள் எழுத்தாளனைத் தேடி வருதல் என்றெல்லாம் சொல்வது போல, இல்லையா?"

திசா குறுநகையோடு அபராஜிதாவைப் பார்த்தாள்.

"ஹேட்ஸ் ஆஃப்"

அபராஜிதா சாரைப் பார்த்துக் கை கூப்பினாள்.

"நிஜமாவே திடுக்கிட வச்சிட்டீங்க"

"அப்ப, கதையோட கிளைமாக்ஸ்?"

திசா அவரைப் பார்த்தாள்.

"அது அங்க கெடக்கட்டும். வேகமாப் போயி நாளைக்கி டில்லிக்குப் போறதுக்கான ஏற்பாடுகளச் செய்ங்க. மத்தியானம் ஒன்றரைக்குத்தான் ஃபிளைட்"

"போலீஸ் திரும்பி வருவதற்குள் டில்லி போய்ச் சேர்வதுதான் நல்லது. எந்த நிமிஷமும் போலீஸ் தேடி வரலாம். அவர்களிடம் அகப்படாமல் இருக்க வேண்டும். பர்டன் ஆஃப் ப்ரூஃப் திருப்பி அடிக்கற காலமிது. அகப்பட்டுவிட்டால்

நிரபராதித்துவத்தை நிரூபிக்க வேண்டியது இரையின் பொறுப்பு. டில்லியில் தங்குவதற்கான ஏற்பாட்டை மிருணாள்தா பார்த்துக்கொள்வார்.தற்சமயம் காம்பசிலும் தங்க வேண்டாம்''

''திரும்பி வர்ற வரைக்கும் அம்மா இங்கயே இருக்கட்டும். எனக்கொரு உடன்பிறப்போட குறை இருக்குது. வீட்டுக்கு ஒரு வெளிச்சமும் ஆகும்''

''போலீஸ் தேடறவங்களப் பாதுகாக்கறது தண்டனைக்குரிய குற்றம். அது தெரியுமில்லையா?'' திசா நினைவூட்டினாள்.

''குற்றவாளிகளுக்கில்லையே, நிரபராதிகளுக்குத்தானே நான் இடம் கொடுக்கிறேன்?''

சார் திரும்பக் கேட்டார்.

''எந்தக் கோர்ட்டிலும் வாதிட்டு ஜெயிக்கலாம்''

அவர்கள் இருவரும் விடைபெற்றுச் செல்லும்போது வாசுதேவன் கேட்டார்.

''இன்னிக்கே பேக் பண்ணி இங்க வந்துடறதுதானே நல்லது? ராத்திரீல போலீஸ் தேடி வந்தால்...?''

திசாவின் போன் திடீரென ஒலித்தது.

''வீட்லருந்துதான்'' அவள் அதை எடுத்தாள்.

''எப்போ?'' திசாவின் முகம் வெளிறியது.

''என்னாச்சு?'' அபராஜிதா அதிர்ந்து நின்றாள்.

''போலீஸ் மறுபடியும் வீட்டை ரெய்டு பண்ணிச்சாம். உன் லேப்டாப்பை அவங்க''

அவள் வார்த்தைகள் நடுக்கமுற்றன.

''என்னோட லாப்டாப்''

அபராஜிதா குதித்தெழுந்தாள்.

''என்னோட ரைட்டிங்... என் கரைப்புறத்தின் இதிகாசம்?''

''அவங்க அதை சீஸ் பண்ணி எடுத்துட்டுப் போயிட்டாங்க''

திசா தன்னைத்தானே சபித்துக் கொண்டாள்.

''நாசமாப் போன என் கரிநாக்கு''

43
மரணத்தின் கழிமுகம் நோக்கி

இரவு.

காற்றில் மகிழத்தின் பூவாசம் பரப்பியபடி மல்லிகார்ஜுன் மன்சூர் பாடுகிறார்.

அபராஜிதா தூங்கவில்லை.

மேஜை விளக்கின் வெளிச்ச வளையத்தில் வாசுதேவன் சார் எழுதிய நாவலின் கடைசிப் பக்கங்களுக்கு அவள் சென்று சேர்ந்தாள்.

அடக்குமுறையின், கொடுஞ் சித்திரவதையின் நெருப்பாற்றில் திருவிதாங்கூர் கடந்து சென்ற துயரமான காலகட்டம்... உபதேசகனாக திருவிதாங்கூரில் கால்வைத்த அன்று முதல் ராமசாமி ஐயர், பதினேழு வருடங்கள்... திவான் சர். சி.பி. யாக பேயாட்சி செய்த காலம்... வெறுப்பு தோன்றினால் மண்ணத்து பத்மநாபனைப்போல, தனக்கு அணுக்கமானவர்களைக் கூட சிறையில் தள்ள அவர் தயக்கம் காட்டியதில்லை.

புன்னப்புரை வயலார் கூட்டுக்கொலை முடிந்தது.

கைதாகாமல் தப்பித்த சோஷலிஸ்ட் தலைவர்கள் கொச்சியில் ஒரு கூட்டம் கூட்டுகிறார்கள்.

"திருவிதாங்கூர், இந்தியன் யூனியனில் சேர வேண்டியதில்லைன்னு தீர்மானிச்சிருக்கு இல்லையா?"

தோழர் ஸ்ரீகண்டன்நாயர் குரலுயர்த்தினார்.

"ராஜதுரோகம் இந்தத் தீர்மானம்"

"இந்தியா சுதந்திரமான அன்றே திருவிதாங்கூரும் சுதந்திர நாடாகும் என்பதல்லவா திவானோட அறிவிப்பு?"

''சுதந்திரத் திருவிதாங்கூர் வாதத்துக்குப் பின்னால் திவான் சர்.சி.பி. தான் இருக்காருன்றது யாருக்குத்தான் தெரியாது? திருவிதாங்கூரை என்றும் அவரோட காலுக்குக் கீழயே நிறுத்தறதுக்கான தந்திரம்''

''யாராவது அவரப் போட்டுத் தள்ளியிருந்தா, இந்த நாடு காப்பாத்தப் பட்டிருக்கும்'' என்றார் கே. என். கோபாலக்குறுப்பு.

''அதுக்கு யாரு துணிவாங்க?''

மத்தாயி மாஞ்ஞூரான் தயங்கினார்.

''நான் ரெடி''

கே.சி.எஸ். மணியின் குரலில் உறுதி தெறித்தது.

ஸ்ரீகண்டன்நாயர் மணியை அழுத்தமாகப் பார்த்தார். பக்கத்து வீட்டுக்காரன்தான் மணி அய்யர். இளரத்தம் துள்ளுகிறது.

''முள்ளை முள்ளாலதான் எடுக்கணும்னு ஒரு பழமொழி இருக்கில்லயா? நானும் ஐயர், திவானும் ஐயர்''

''செய்யலாம்னா செய். ஆனா, அப்பறம் உயிரோட இருக்கலாம்னு ஆசப்படக் கூடாது'' என்றார் கே.எஸ். ஜோசப்.

''பிடிபட்டால் தூக்குதான்'' ஜி. ஜனார்த்தனக் குறுப்பு இடைபுகுந்தார்.

''மரணத்தைக் கண்டு நான் பயப்படல. என் வாழ்க்கை அவ்வளவு மதிப்புடையதும் இல்ல. நான் இறக்கறதால நாட்டுக்கு ஏதாவது நல்லது நடக்குதுன்னா... அப்படியே ஆகட்டும்''

''சி.பி. க்கு எதிரான எந்த நடவடிக்கைக்கும் நானும் உடன் இருப்பேன்''

கோபாலக் குறுப்பு தன் ஆதரவைத் தெரிவித்தார்.

''தம்பானூரில் சி.பி. சத்திரத்துக்கு முன்னாலுள்ள திவானின் சிலையைத் தகர்க்க, இந்த சங்குப்பிள்ளையும் கூட இருப்பான்''

அந்தச் சிலையை உடைப்பதென்பது கும்பளத்து சங்குப்பிள்ளையின் நீண்டநாள் ஆசை. சங்குப்பிள்ளையும் கடச்சிக்காட்டு நாராயணப் பிள்ளையும் ஒருமுறை அதற்கு முயன்றும் பார்த்தார்கள்.

''மொதல்ல சிலை. அதுக்கப்பறம் அந்த ஆள்'' கோபாலக்குறுப்பு வழிச்செலவுக்கு பத்து ரூபாய் கொடுத்தார்.

கே.சி.எஸ். மணி திருவனந்தபுரத்துக்கு வண்டி ஏறினான்.

இரவு ஒன்றரை மணி.

சிறு தூறலாக மழை பெய்து கொண்டிருந்தது. சத்திரத்தின் மேற்கு மதில் தாண்டி உள்ளே குதித்தான்.

மறுநாள் யுவகேரளம் பத்திரிகையில் அந்தச் செய்தி வந்தது.

''சர்.சி.பி.யின் சிலை நடுஇரவில் அடித்துடைப்பு''அத்துடன் பத்திரிகை அலுவலகத்திற்குப் பூட்டு விழுந்தது.

''சி.பி. யைக் கொல்ல மணியால் மட்டுமே முடியும்''

சிலை நொறுக்கப்பட்ட விபரம் அறிந்ததும் கோபாலக்குறுப்பு சொன்னார்.

புரட்சிக்குழு கூடியது.

''சி.பி. கொலை விஷயம் என்னாச்சு?''

கே.எஸ். ஜோசப் கேட்டார்.

''சிலையோட மூக்க அடிச்சு ஒடக்கறது போல இல்ல சி.பி. யைக் கொல்றது''என்றார் ஜனார்த்தனக் குறுப்பு.

''அவரு உயிரோட கைல கெடைக்க வேண்டாமா?''

''கெடைப்பார்''

கே.சி.எஸ். மணி சொன்னான்.

''ஜூலை இருபத்தஞ்சு. அன்னக்கிதான் ஸ்வாதித் திருநாள் சதாப்தி சங்கீத அகாடமியில் நடக்குது. மகாராஜாவுடன் சி. பி. யும் வருவார், எமபுரிக்குப் பயணம் போக''

''வெற்றி உண்டாகட்டும்''

கோபாலக்குறுப்பு எழுந்து மணியை அணைத்துக் கொண்டார்.

வழிச் செலவுக்காக குழு அறுபத்தைந்து ரூபாய் அனுமதித்தது. மணி திரும்பச் சென்றான்.

ஜூலை இருபத்தைந்து.

மாநாட்டுப் பந்தலின் முகப்பில் இடதுபக்க முதல்வரிசை நாற்காலிகள் ஒன்றில் கே.சி.எஸ். மணி இரையை எதிர்நோக்கிக் காத்திருந்தான். வெட்டரிவாள் வேட்டிக்கடியில் தொங்கிக் கொண்டிருந்தது. ஐந்தரை மணிக்கு போலீஸ் புடைசூழ திவான் வந்தார். மகாராஜாவின் வருகையை எதிர்பார்த்து வாசலின் முன்புறம் முதுகுகாட்டி நின்றார். இதுதான் சரியான நேரம். வாளின் கைப்பிடியின் பக்கம் கை நீண்டது. சர்.சி.பி. சட்டென முகம் திருப்பினார். முன் வரிசை நாற்காலிகளைத்தான் அவர் பார்த்தார். மரணத்துக்கும் வாசமுண்டோ? மணி பிடியை நழுவவிட்டான்.

வேண்டாம், இதில்லை தக்க தருணம் மகாராஜா வந்து சேர்ந்தார். அவர் வேகமாகத் திரும்பிவிடுவார். செம்மங்குடி பாகவதர் பாடுவார். திவான் மரணத்தின் சுருதிக்காகக் காத்திருப்பார். மணி வாய்ப்புக்காகக் காத்திருந்தான்.

மேடையில் மகாராஜாவின் பின்னால் சர்.சி.பி. வந்து நின்றார். மணி பக்கத்திலிருந்தவரின் மணிக்கட்டிலிருந்த வாட்சை எட்டிப் பார்த்தான். நிமிடமுள் பின்னோக்கி ஓடுகிறது. அது ஐப்பசி பத்துக்குச் சென்று நின்றது.

குண்டடிபட்டு விழுந்த தொழிலாளத் தோழர்களை ஏறி மிதித்து பட்டாளம் பாய்கிறது. குண்டடி பட்டுத் துடித்து விழுந்த நூற்றுக்கணக்கான தோழர்கள். அலறித் துடித்துக் கொண்டு ஓடும் பெண்கள். அனாதைகளான குழந்தைகள்...

வலதுகை மீண்டும் வாளின் பக்கம் நீண்டது. திவான் நாற்காலியிலிருந்து எழுந்தார். வாளில் பிடி இறுகியது. தலைக்குள் ரணபேரிகை முழங்கியது. கண் முன்னால் போர்க் குதிரைகள் பாய்ந்தன. திவான் முன்னால் நடந்து நெருங்குகிறார்.

மணி உடுத்திருந்த ஆடையைப் பறித்தெறிந்தான். வாள் உயர்த்தி மேல்நோக்கிப் பாய்ந்தான். விளக்குகள் திடீரென அணைந்தன. சுற்றிலும் இருட்டு. வாள் உயர்ந்து தாழ்ந்தது... இருட்டில் திவானின் கூக்குரல். ரத்த வாடை. ஐ.ஜி. பார்த்தசாரதி ஐய்யங்கார் இருட்டைப் பார்த்து அலறினார்.

‘‘காட்ச் ஹிம்...’’

அதிகாலை அரசாங்கத்தின் செய்திக்குறிப்பு வெளிவந்தது.

‘‘நேற்று மாலை உத்தேசமாக ஏழரை மணிவாக்கில் திருவிதாங்கூர் திவான் சர்.சி.பி. ராமசாமி ஐயரைத் தாக்கிக் கொல்வதற்கான முயற்சி நடந்தது... திவானின் கார் நின்ற நுழைவு வாயிலை நெருங்கியபோது ஒருவன் வாளுடன் பாய்ந்தான். கழுத்தில் மூன்றுமுறை வெட்டினான். வெட்டுகள் கன்னத்திலும் கழுத்திலும் விழுந்தன. அதைத் தடுக்க ஓங்கிய கைவிரல்களிலும் காயம் ஏற்பட்டது... மொத்தம் ஏழு காயங்கள். இடது காதுக்கருகே பட்ட வெட்டில் மூன்று நரம்புகள் உடைந்து ரத்தம் வழிந்தது. தாக்கியவன் ஓடித் தப்பித்து விட்டான்’’

இந்தியா சுதந்திரமடைந்த நான்காம் நாள்.

அதிகாரத் திமிர் வடிந்து சர்.சி.பி. திருவிதாங்கூரின் படியிறங்கினார்.

வாசுதேவன் உள்ளே வந்தார்.

‘‘நீ இவ்ளோ நேரமாத் தூங்கலியா?’’

அபராஜிதா எழுந்தாள்.

''வாசிச்சுக்கிட்டிருந்தேன், நான் எழுதாமல் விட்ட விஷயங்கள்''

சி.பி.யின் தப்பியோட்டம், கல்கத்தா தீசிஸ், தோழரின் மரணம்...

வாசுதேவன் அவளருகில் வந்து அமர்ந்தார்.

''சர்.சி.பி. சுதந்திரத் திருவிதாங்கூர் என்ற கருத்தை முன்வைத்தது புன்னப்புரை - வயலார் போராட்டத்துக்குப் பிறகுதானே? வலதுசாரி வரலாற்று ஆசிரியர்களின் வாதம் அது''

''திருவிதாங்கூரை இந்தியாவிலிருந்து பிரிக்கறது சர்.சி.பி. யின் கனவா இருந்தது. அமெரிக்கன் மாடல் வேறென்னவா இருந்தது? ராஜாவைக் கைப்பாவையாக்கி அதிகாரத்தைக் கைப்பற்றுவதற்கான திவானின் சூழ்ச்சி. அமெரிக்க அதிபரைப் போல சட்டசபைக்கும் நீதிமன்றத்துக்கும் கட்டுப்படத் தேவையில்லாத சர்வாதிகாரி''

''மூங்கிலைச் செதுக்கிக் கூராக்கித்தான் குத்தீட்டிகள் உருவாக்கப்பட்டன என்று ஒரு பிரபல வலதுசாரி சரித்திர ஆசிரியர் சொல்கிறார்'' என்றாள் அவள்.

''தனது நிலைப்பாடுகளில் ஊன்றி எழுத நேரும்போது வரலாறும் தன் விருப்பத்துக்கு வளைக்கப்படும். இரண்டு நூற்றாண்டு காலங்கள் நீண்ட பிரிட்டிஷ் ஏகாதிபத்தியம் முடிவுக்கு வந்தது எப்படி? அகிம்சை வழியிலான போராட்டங்களின் மூலமாத்தான் அவர்கள் இந்தியாவை விட்டுச் சென்றார்கள் என்று சொல்ல முடியுமா? நிஜம் அது மட்டுமில்லையென்று அறிந்திருந்தும், அப்படித்தானே வலதுசாரி வரலாற்று ஆசிரியர்கள் சொல்கிறார்கள்? உண்மையில இந்தியக் கம்யூனிஸ்ட்கள் நடத்திய போராட்டங்களுக்கும் அதில் பெரியதொரு பங்கில்லையா?

பம்பாயின் கப்பற்படை எழுச்சி, வங்காளத்தின் தெபாகா போராட்டம், டெட்டினியூ கலவரம், கோல்டன் ராக்கின் ரயில்வே தொழிலாளர் போராட்டம், ஓர்லியின் விவசாயப் போராட்டம், கான்பூர், கோயம்புத்தூர், பம்பாய், கல்கத்தாவில் நடந்த பஞ்சாலைத் தொழிலாளர்கள் வேலை நிறுத்தம், பீஹாரின் ஆதிவாசிகள் விவசாயப் போராட்டம், தெலுங்கானா போராட்டம், புன்னப்புரை - வயலார் போராட்டம்...

வடக்கு மலபாரில்?

கய்யூர், மொராழை, கரிவெள்ளூர் போராட்டங்கள். கரிவெள்ளூரில் தடியில் கண்ணன், கீனேரி குஞ்ஞுகண்ணன் என்ற இரண்டு தோழர்களை போலீஸ் துப்பாக்கிச் சூட்டில் கொன்றது, கறுப்புச் சந்தையில் பதுக்கியிருந்த நெல்லைக் கைப்பற்றி ஏழைகளுக்குக் கொடுத்ததற்காக. அதற்கடுத்த பத்தாம் நாள், தரிசாகக் கிடந்த நிலத்தில் உழவு செய்ய வேண்டுமென்று போராடியதற்காக காவும்பாவில் மேலும் நான்கு தோழர்களைச் சுட்டுக் கொன்றார்கள். கூத்தாளியிலும்

ஒஞ்சியத்திலும் தில்லங்கேரியிலும் முனயன் குன்றிலும் கோரோத்திலும் அதே மாதிரி போராட்டங்கள் நடந்ததே?

மதராசில் காங்கிரஸ் ஆளும் காலமது. மதராசின் கீழ்தான் மலபார் இருந்தது. இருந்தும் போலீசால் தோழர்கள் கொடூரமாகத் தாக்கப்படவில்லையா?

பம்பாயில் இந்தியக் கப்பற்படையினர் யூனியன் ஜாக் கொடியைக் கிழித்துப் போராடியபோது காங்கிரசும் முஸ்லீம் லீகும் அவர்களைக் கண்டித்தன. கம்யூனிஸ்ட் கட்சி மட்டுமே அவர்களின் போராட்டத்துக்கு ஆதரவளித்தது. போராட்டம் காலாட்படைக்கும் பரவும் என்று கண்டதும் வெள்ளை ராணுவம் கவச வாகனங்களில் தெருவிலறங்கியது. வீரம் செறிந்த தேசாபிமானிகள் குண்டடிபட்டு விழுந்தனர். பம்பாய் தெருக்களில் ரத்தஆறு ஓடியது.

திருவிதாங்கூரில் என்ன நடந்தது? அதிகார மோகம் கொண்ட சில மாநிலக் காங்கிரஸ் தலைவர்கள் மூடப்பட்ட அறைக்குள்ளிருந்து சர்.சி.பி. யுடன் ரகசிய உடன்படிக்கையல்லவா செய்தார்கள்? அப்போதும் மன்னராட்சிக்கும் திவான் ஆட்சிக்கும் எதிரான ஆயுதப் போராட்டத்துக்கு அறைகூவல் விடுத்து முரசறைந்து கொண்டிருந்தனர் கம்யூனிஸ்டுகள். அக்டோபர் புரட்சியில் செயின்ட் பீட்டர்ஸ்பர்க்கில் ஜார் சக்கரவர்த்தியின் குளிர்கால அரண்மனையின்மீது முதல்வெடி முழங்கி புரட்சி தொடங்கப்பட்டதுபோல.

ஆகஸ்டு பதினான்கு. நள்ளிரவு. கோழிக்கோட்டில் கல்லாயிச் சாலையில் கம்யூனிஸ்டு கட்சி அலுவலகத்தின் முற்றத்தில் தேசியக் கொடியை ஏற்றி விட்டுத் திரும்பும்போது தோழரின் மனதில் நொம்பலத்தின் ஓரிழை மிச்சமிருந்தது. முடிவடையாமல் போன தேசிய ஜனநாயகப் புரட்சி. அதற்காக என்னவெல்லாம் தியாகங்கள்? எவ்வளவு வீரத் தோழர்களின் உயிர்கள் பலியாயின? மொராழை, தலைச்சேரி, மட்டனூர், கைய்யூர், கொச்சி முழுக்கை, புன்னப்புரை, காட்டூர், வயலார், ஔதலை, மேனாசேரி, கரிவெள்ளூர், காவும்பாயி, ஒஞ்ஞியம்...

டில்லியில் பண்டிட் நேருவின் தேசிய முதலாளிகளின் அரசு பதவியேற்றது. கல்கத்தாவில் நடந்த கட்சியின் இரண்டாவது மாநாட்டில் தோழர் பங்கேற்கவில்லை. பி.டி. ரணதிவேயின் ஆயுதப் புரட்சித் திட்டம். கல்கத்தா தீசிசைத் தொடர்ந்து நேரு அரசு கம்யூனிஸ்டு கட்சியைச் சட்ட விரோதமானது என அறிவித்தது. தோழர் ஆலுவாவுக்குப் பக்கத்தில் சொவ்வரையிலுள்ள மனறவிடத்துக்கு வந்து சேர்ந்தார்.

பட்டம் தாணுப்பிள்ளை திருவிதாங்கூர் பிரதம மந்திரியாகப் பதவியேற்றார். கல்கத்தா தீசிஸ் தீப்பொறி பரப்பியது. நாடெங்கும் கொழுந்து விட்டெறிந்த காலம்.

தலைவர்கள் பலரும் கைது செய்யப்பட்டனர். வர்கீஸ் வைத்தியனையும் சி. கே. குமாரப்பணிக்கரையும் கொச்சியின் ஒரு லாட்ஜில் கைது செய்தனர்... போலீசின் தீவிரமான தேடல். தலைமறைவானவர்களைக் கைது செய்ய ரகசியப் போலீஸ் குழு வந்திறங்கியது. தலைவர்கள் தலைமறைவாயினர்.

ஆகஸ்டு பத்து. இரவு ஒன்பது மணி. மாராரிக்குளம் பாலம். கண்ணர்காடு வாசுவும் சதானந்தனும் பாலத்தருகே காத்திருந்தனர். கட்சியின் ரகசிய மையத்திலிருந்து அறிவிப்பு வந்தது.

''தோழர் இராமன் வருகிறார். கண்ணின் கருவிழி போலப் பார்த்துக்கொள்ள வேண்டும்''

''யார் இந்தத் தோழர் ராமன்?'' சதானந்தன் கேட்டான்.

''எனக்குத் தெரியாது'' என்றான் வாசு. ''தெரிஞ்சாலும் சொல்ல மாட்டேன். கட்சி ரகசியம் அது''

இரவு ஒன்பதரை மணி.

மைதானத்து மேடையினருகே ஒரு கார் கண்சிமிட்டி நின்றது.

சதானந்தன் கையிலிருந்த டார்ச் விளக்கில் மூன்றுமுறை வெளிச்சம் பாய்ச்சினான்.

கார் முன்னால் வந்தது. மூன்று பெண்களும் ஒரு முதியவரும் இருந்தனர். அவர்களுக்கு இடையிலிருந்து தோல்பையைப் பிடித்துக்கொண்டு கறுத்து மெலிந்த ஒருவர் வெளியே வந்தார். கிராப் செய்த முடியும் மேல்மீசையுமாக... ஒரே பார்வையில் அடையாளம் காண முடியவில்லை. ஆனாலும் அந்தக் கண்களின் ஒளிர்வைக் கண்டால்...

''தோழர் ராமனா?'' வாசு கேட்டான்.

''மேனன் வந்தாச்சா?'' பதிலுக்கு பதில் கேள்வி.

''நேத்து ராத்திரியே வந்துட்டாரே'' என்றான் வாசு.

''மீதி பேரெல்லாம்?''

''நாளையும் மறுநாளுமா வந்துடுவாங்க''

''கமிட்டி கூடறதுக்கான ஏற்பாடுகளெல்லாம் எப்படிப் போவுது?'' எல்லாம் அறிந்து வைத்திருப்பதாகவே இருந்தன கேள்விகள்.

''எல்லா ஏற்பாடும் பண்ணியாச்சு''

அதற்கும் வாசுதான் பதில் சொன்னான்.

''எனக்கான ஷெல்ட்டர் எங்கே?'' தோழர் ராமன் தலை நிமிர்த்தி நடந்தார்.

''கண்ணர்காடு''

''தேசாபிமானி வாசகசாலையோட?''

''பக்கத்துலதான். சி.ஜி.தோழரும் குமாரப்பணிக்கர் தோழரும் நேத்து வரைக்கும் மறைந்திருந்த வீடுதான்''

''அப்பறம் அவங்க எங்கப் போனாங்க?''

''இங்க பக்கத்துலதான்''

''தோழா, அந்தப் பையை இங்கக் குடுங்க'' சதானந்தன் தோல்பையில் கை வைத்தான். ''நான் புடிச்சுக்கிறனே''

தோழர் இராமன் தலை திருப்பிப் பார்த்தார். அந்த உதட்டிலொரு புன்னகை படர்ந்தது.

''தோழர் என்னை மொதலாளி ஆக்கிடுவீங்க போலருக்கே? மொதலாளிங்களுக்குதானே தோழா பையைத் தூக்கவும், வெத்திலைச் செல்லம் புடிக்கவும் ஆளு தேவை. நாமெல்லாம் தோழர்கள்தானே?''

சதானந்தன் பிடியைத் தளர்த்திக் கொண்டான்.

தோழர் ராமன் சாதாரணமானவர் இல்லை. காரில் வந்து இறங்கியதிலிருந்து ஏதோ காந்தத்திடம் இழுத்துக் கொள்வது போலிருக்கிறது. அந்தக் கண்களுக்கு அப்படியொரு ஆளுமைத்திறன்.

கட்சியோட ரகசியச் செயல்பாடுகளெல்லாம் தெரிந்து வைத்திருக்கிற மூத்த தோழர். வடக்கிலருந்துதான் வர்றார். பேச்சக் கேட்டா இங்கித்தி ஆளு மாதிரி தெரியுது... சுற்றியுள்ள எல்லா எடமும் தோழருக்கு அத்துப்படி. யாரா வேணா இருக்கட்டும். கட்சி தலைமறைவாப் பாதுகாக்கச் சொல்லி ஒப்படைச்ச தோழரில்லையா?

கார் சென்றுவிட்டது.

சதானந்தனும் வாசுவும் தோழரை அழைத்துக் கொண்டு கண்ணர்காட்டுக்கு நடந்தனர். இருவருக்கும் நடுவில் தோழர் இராமன். வழிகாட்டியாக முன்னால் வாசு.

செல்லிக்கண்டத்துங்கல் நாணப்பனின் வீட்டுக்குத்தான் போனார்கள். இரவில் தோழர் மேனனை அழைத்துக் கொண்டு வேறொரு தோழர் வந்தார். நாணப்பனின் வீட்டில் தாழிடப்பட்ட அறையிலிருந்து இருவரும் நீண்டநேரம் பேசிக் கொண்டிருந்தனர்.

அடுத்தடுத்த நாட்களில் தோழர்கள் கோபாலனும் அனந்தனும் ரவியும் ஜானும் வந்து சேர்ந்தனர். சதானந்தன் ஒரே பார்வையில் அதில் மூவரைத் தெரிந்து

கொண்டான். சி.ஜி. சதாசிவன், சி.கே. குமாரப்பணிக்கர், பி.ஜி. பத்மநாபன்... ஹரி என்ற தலைமறைவுகாலப் பெயருள்ள தோழருக்காக எல்லோரும் காத்திருக்கின்றனர்.

''ஹரி வராம எப்படி கூட்டத்தக் கூட்டறது?''

தோழர் ராமன் பலமுறை கேட்டார்.

''இன்னக்கி ராத்திரி காவல் நிக்க ஏழெட்டு எளவட்டத் தோழர்களை ஏற்பாடு பண்ணனும்''

தோழர் சி.கே. மாதவன் வந்து சொன்னார்.

''எங்க?''

''நம்மோட தேசாபிமானி வாசகசாலைக்குப் பக்கமா மைதானத்தச் சுத்தி எட்டுமணிகிட்ட. காவல் பலமா இருக்கணும். கட்சிக் கமிட்டி கூடுது''

எட்டுமணியுடன் பல வீடுகளிலிருந்தும் தலைமறைவாக இருக்கின்ற தோழர்கள் ஒன்று சேர்ந்தனர். ரகசிய விவாதம் இரவு இரண்டு மணிவரை நீண்டது. தோழர்கள் தங்களின் வளைகளுக்குத் திரும்பினர்.

இரவு நேரங்களில் கமிட்டி கூடுவது தொடர்ந்தது.

பகல் நேரத்தில் தோழர் எழுதுவதும் வாசிப்பதுமாக இருந்தார். யாரிடமும் அதிகம் பேசுவதில்லை.

''ராமன் தோழரைப் பார்க்க ஹரி தோழர் வர்றார்''

வாசு வந்து சொன்னான்.

''அவங்க ரெண்டுபேரும் பேசி முடிக்கிற வரைக்கும் வேற யாரையும் அந்தப் பக்கம் விடவேண்டாம்''

சதானந்தன் காவல் நின்றான்.

ஹரி தோழர் வந்தார்.

ஒரே பார்வையில் சதானந்தன் அவரைத் தெரிந்து கொண்டான். தோழர் கே.சி. ஜார்ஜ். இளநீர் வெட்டிக் கொண்டுபோய்க் கொடுத்தபோது இருவரும் தீவிரமாகப் பேசிக் கொண்டிருந்தனர்.

கல்கத்தா தீசிஸ்தான் விஷயம். இந்தியா முழுவதும் ஆயுதப் புரட்சியென்ற புதிய திட்டம். ரணதிவே தோழர் ஊதிவிட்ட கொடுங்காற்று. கல்கத்தா பார்ட்டி காங்கிரஸ் புதிய தேசிய அரசாங்கத்தை உடன்படிக்கை அரசு என்றுகூறி எதிர்த்தது. தொழிலாளி வர்க்கத்துடையதும் கட்சியுடையதும் அடிப்படைக் கொள்கை, இந்த தேசிய முதலாளிகளின் அரசை எதிர்ப்பது என்பதுதான். இப்போது அங்கீகரிக்கப்பட்ட

தீசிசில் அடிக்கோடிட்டுச் சொல்வதும் அதுதான். இந்த அரசாங்கத்தின் இடத்தில் தொழிலாளர்களின், விவசாயிகளின், உழைக்கும் மக்களின் அரசாங்கத்தை நிறுவுவதுதான் லட்சியம். இடதுசாரிகளின் திட்டம். கட்சி மாநாடு முடிந்ததும் நேரு அரசாங்கம் கம்யூனிஸ்டுகாரர்களை வேட்டையாடத் தொடங்கியது. நாடு முழுவதுமாகத் தலைவர்கள் சிறையில் அடைக்கப்பட்டனர். கட்சி அலுவலகங்கள் சீல் வைக்கப்பட்டன.

''தோழா, நம்முடைய இந்தப் புதிய செயல் திட்டத்துல ஏதோ பிரச்னையிருக்கு''

''புதுசா யாரும் கட்சியில சேர்றதில்ல. உள்ளே இருக்கறவங்களும் தயங்கி நிக்கிறாங்க. கட்சி நிகழ்ச்சிகளைத் தோழர்கள் பொறுப்பெடுத்து நடத்துறதில்ல'' தோழர் இராமன் சொன்னார்.

''பட்டம் தாணுப்பிள்ளை அரசும் சர். சி.பி.யின் அடக்குமுறைக் கொள்கையைத்தானே பின்பற்றுது. போதாக்குறைக்கு இந்தியா முழுக்க அதுக்கு நேருவோட சப்போட்டும் இருக்கு'' என்றார் தோழர் ஹரி.

''தொழிலாளி வர்க்கத்திலருந்து வந்த போராட்ட வீரியம் நிறைஞ்ச தோழர்களுக்குத்தான் பார்ட்டியில முதலிடம் கொடுக்கணும். பார்ட்டிதான் பெரிசுங்கற எண்ணம் எல்லார்கிட்டயும் வரணும். யார் வந்தாலும் போனாலும் கட்சி நெலைச்சிருக்கணும்'' என்றார் இராமன் தோழர்.

''ஆமா, தோழர் ஏன் இப்படியெல்லாம் பேசறீங்க?''

''கொஞ்சநாளா அப்பிடியெல்லாம் தோணுது. நாளைக்கு திருவிதாங்கூர் கமிட்டியில் நீங்க இந்த விஷயத்தத் தீவிரமா விவாதிக்கணும். குமாரன் தோழரும் சிஜியும் எல்லா உறுப்பினர்களையும் தனியாகவும் சேர்ந்தும் போய்ப் பாத்தாங்க. யாரும் ஒத்து வரல. தோழர்களுக்கு ஷெல்டர் கிடைக்கறதுகூட சிரமமாயிருக்கு''

''தோழர்கள் மன தைரியம் இழந்ததுதான் காரணம். என்னைக்கும் அடியும், உதையும், கேசும், பொல்லாப்புகளும்தானே''என்றார் ஹரி.

''மாற்றம் வரும். காற்று திரும்பி வீசும். தொழிலாளி வர்க்கம் அதிகாரத்தை அடையுற காலம் ரொம்ப தூரமில்லை''

தீர்க்க தரிசனமாகத் தோழர் சொன்னார்.

''ஷெல்டர் மாறல்லயா? நான் வேளோர் வட்டத்து ஷெல்ட்டருக்கு நகர்றேன்'' என்றார் ஹரி.

''நாளை ஆகட்டும்னு இருக்கேன். நான் அந்த டெக்மானுக்காகக் காத்திருக்கேன். ஸ்டாலினோட முழு எழுத்துகளையும் பத்து ரூபாயையும் கொடுத்தனுப்பணும்னு எஸ். குமாரனுக்குக் கடிதம் அனுப்பியிருக்கேன். இன்னும் ஆளு வந்து சேரல''

"சரி, நான் கெளம்பறேன். மத்தியக் குழுக் கூட்டம் முடிஞ்சு வர்றேன். அப்பப் பாக்கலாம்"

சற்றுதூரம் நடந்து திரும்பிப் பார்த்தபோது தோழர் பார்த்துக்கொண்டே நிற்கிறார். ஹரி தோழர் கையசைத்தார். ராமன் தோழர் தன் உருக்கு முஷ்டியை சுருட்டி உயர்த்தினார்.

மறுநாள் காலையிலேயே சதானந்தனைத் தேடி கொச்சுக்குட்டன் தோழர் மூச்சிரைக்க ஓடி வந்தார்.

கொச்சுக்குட்டனின் முகத்தின் நரம்புகள் இறுகி எழுந்து நின்றிருந்தன.

"தோழா, கொஞ்சம் சீக்கிரம் வா"

"என்னாச்சு தோழா?"

சதானந்தன் குதித்து வெளியே வந்தான்.

"நம்ம ராமன் தோழரைப் பாம்பு கடிச்சிடுச்சு. வெஷப் பாம்பு"

"அப்பறம், தோழருக்கு என்ன ஆச்சு?"

"அதெல்லாம் எனக்கு ஒண்ணும் தெரியல, வேகமா வா" அவன் சதானந்தனின் கையைப் பிடித்து இழுத்துக்கொண்டு நாணப்பனின் வீட்டைப் பார்த்து ஓடினான்.

'யார் இந்தத் தோழர் ராமன்?'

'யார் இந்தத் தோழர்?'

சதானந்தன் தனக்குள் கேட்டுக் கொண்டான்.

நாணப்பனின் வீட்டை நெருங்கவும் ஒரு கூக்குரல் கேட்டது.

மரணத்தின் கழிமுகத்தை நோக்கி செங்கால் நாரைகள் கூட்டம் வரிசையாகச் சிறகடித்தன.

44
'சே'வின் முகமொத்த ஒருவன்

கண்ணர்காடு வாசு மூச்சிரைக்க ஓடிவந்து நாணப்பனின் வீட்டையடைந்தான். சுற்றிலும் குண்டும் குழிகளும் தாழம்சக்கைப் புதர்க்காடுகளுமாகக் கிடந்தன. ஓலை வேய்ந்து மறைத்துக் கட்டிய இரண்டு அறைகள் கொண்ட குடிசை அது. தெற்கும் கிழக்குமாக ஒவ்வொரு குடிசை வாசல். கீற்று நசிந்து ஓலை பிய்ந்து நிற்கிற வழியில்தான் பாம்பு உள்ளே நுழைந்து வந்திருக்க வேண்டும். தாழம்சக்கைப் புதர்க் காட்டிலிருந்துதான் வந்திருக்கிறது. தாழம் மூர்க்கனாயிருக்க வேண்டும். எரவானத்து மண்ணில் புரண்ட அடையாளமிருந்தது.

தரையில் விரித்திருந்த தழைப்பாயில் தோழர் இராமன் சோர்ந்துபோய் சிகே. மாதவன் தோழரின் மடியில் தலை சாய்த்துப் படுத்திருக்கிறார்.

கைமுட்டியின் கடிவாயில் பச்சைமருந்தை அரைத்துப் புரட்டுகிறார் வைத்தியர்.

அருகே ஒதுங்கி நிற்கிறார் நாராயணண்ணன். வாசுவைப் பார்த்ததும் கண்களால் அழைத்தார். வாசு அருகே சென்றான்.

"இங்க படுத்திருக்கறது யாருன்னு ஒனக்குத் தெரியுதா?"

"அன்னக்கி ராத்திரி மைதானத்து மேடைகிட்ட பாத்தப்பவே எனக்குக் கொஞ்சமெல்லாம் புரிஞ்சதுண்ணே. நானே உங்க்கிட்ட கேக்க வேணான்னு உட்டுட்டேன். பார்ட்டி ரகசியமில்லயா?" என்றான் வாசு.

"யாருன்னு நெனச்சு நீ சொல்ற?" நாராயணன் கேட்டார்.

வாசு மாதவன் தோழரின் மடியைப் பார்த்தான்.

"மொகச் சாயலப் பாத்தா..."

தோழர் ராமனின் முகத்தில் ஒரு சிறு ஒளி மின்னி மறைந்தது.

நாராயணன் சுற்றி ஒருமுறை பார்த்துவிட்டு மெதுவாகச் சொன்னார்.

''யாருக்கும் தெரியக்கூடாது. இது நம்மோட தோழருடா, கிருஷ்ணப்பிள்ளைத் தோழரு''

''தோழரா?''

வாசு நிஜமாகவே நடுங்கினான்.

''தோழருன்னு நான் கனவுலகூட நெனக்கலண்ணா''

வாசுவின் உடல் சிலிர்த்தது.

கிராப் செய்த முடி. மேல்மீசை. முதல் பார்வையிலேயே தோழர்னு கண்டுபிடிக்க முடியாது.

வாசு ஆராதனையோடு பார்த்தான்.

''வெறும் தோழரில்ல, திருக்கொச்சி மலபார் மொத்தத்துக்கும் முதல் தோழர்'' என்றான் கொச்சு நாராயணன்.

வெறுமொரு மனிதனல்ல, பெருவிருட்சம்தான் வேரோடு சாய்ந்து கிடக்கிறது. வாசு அங்கலாய்ப்போடு பார்த்தான்.

'போர்க் குதிரையின் வேகம். படைவீரனின் தீரம். புரட்சியாளனின் முன்யோசனை, தேசாபிமானியின் நாட்டுப் பற்று'

தோழரைப் பற்றி யாரோ சொன்னதை நினைத்துக் கொண்டார் கொச்சு நாராயணன்.

வைத்தியர் சரியான நேரத்தில் வந்தது நல்லதாகப் போயிற்று.

''ஆமாம், எப்பக் கடிச்சுதாம்?''

வாசு மெதுவாகக் கேட்டான்.

''காலை ஒன்பது மணியிருக்கும்''

நாராயணன் பக்கத்து அறையின் மூலையைச் சுட்டிக் காட்டினான்.

''அதோ, நாணப்பனோட அம்மாதான் மொதல்ல பாத்தாங்க''

நாணப்பனின் அம்மா மயக்கம் போட்டு விழுந்திருக்கிறார். நாணப்பன் அப்பா, குஞ்சுப்பிள்ளையுடன் வில்லியம் குடேக்கர் கம்பெனிக்கு விடிந்ததும் வேலைக்குப் போனவர்.

''தோழர் ஏதோ ரிப்போர்ட் எழுதிக்கிட்டு இருந்திருக்காரு. அதோ அந்தப் படுக்கைல படுத்து மேலப் பாத்து எதையோ யோசிச்சிட்டு இருக்கறதப்

பாத்துட்டுதான் நாணப்பனோட அம்மா மீன்வெட்ட முற்றத்துல எறங்கனாங்களாம். அப்ப உள்ளயிருந்து ஒரு குரல், 'வீட்டுக்காரம்மா, ஒரு பிச்சுவாக்கத்தி எடுத்துட்டு ஓடி வாங்களேன்'

நாணப்பனோட அம்மா வந்து பாக்கும்போது தோழர் வலதுகை முட்டிக்குக் கீழே அழுத்திப் புடிச்சுக்கிட்டு நிக்கிறாராம்

'என்ன சாரப் பாம்பு கடிச்சுடுச்சுன்னு தோணுது. வேகமா அந்தப் பிச்சுவாக்கத்தியால இந்த எடத்துல கீறுங்க' என்று சொல்லி கை நீட்டிக் காட்டியிருக்கிறார். கத்தியால் கிழித்ததும் ஒரு கயிற்றை எடுத்து மேலிருந்து இறுக்கிக் கட்டச் சொல்லியிருக்கிறார்''

சாரையல்ல, மூர்க்கன்தான் கடித்ததென்று அப்போதே தோழருக்குப் புரிந்து விட்டிருந்தது.

நாணப்பனின் அம்மா பயப்படக்கூடாது என்பதற்காக சொல்லாமல் இருந்திருக்கிறார். அம்மா கடிவாயில் சுண்ணாம்பைப் பொத்தினாள். கத்திக் கதறி ஆட்களைக் கூட்டினாள். நாங்கள் ஓடிப் பாய்ந்து வந்தபோது தோழருக்கு குடைச்சல் அதிகமாகித் துடித்துக் கொண்டிருந்தார்''

''வீட்டாளுங்களுக்குத் தெரிய வேண்டாம், கடிச்சது பெருசுதான்''

தோழர் மெதுவாகச் சொன்னார்.

''அந்த மரப்பெட்டிக்குப் பக்கத்துலருந்த கொடியில இருந்து துண்டெடுத்து மொகத்தத் தொடைக்கக் கையத் தூக்கினதும் சீறல் கேட்டுச்சு... படம் விரிச்சு ஒரே கொத்து. பயப்படறதுக்கு ஒண்ணுமில்ல'' தோழர் எங்களை ஆசுவாசப்படுத்தினார்.

''வரவேண்டியது வந்திடுச்சுன்னு வச்சுக்கிட்டாப் போதும். வேகமா ஒரு வைத்தியரக் கூப்பிடுங்க. தெரிவிக்க வேண்டியவங்களுக் கெல்லாம் கொஞ்சம் தெரிவிச்சுடுங்க'' என்றார்.

வைத்தியர் வந்துவிட்டார்.

சிறிது நேரம் கழித்து, தோழர் கீழே குனிந்து எழுதிக் கொண்டிருந்த குறிப்பை எடுத்தார். அதன் கீழே நடுங்கும் கைகளால் எழுதினார்.

''என் கண்களில் இருள் பரவுகிறது. என் உடல் முழுக்கத் தளர்வுறுகிறது. என்ன நிகழும் என்று எனக்குத் தெரியும். முன்னேறுங்கள், தோழர்களே...! லால்சலாம்!''

பேனா கையிலிருந்து நழுவியது. தோழர் மயங்கிச் சாய்ந்தார். சி.கே. மாதவன் தோழரைத் தாங்கி மடியில் கிடத்தினார்.

தோழர் மேற்கூரையை வெறித்துப் படுத்திருக்கிறார்.

வைத்தியர் எழுந்து நாராயணனின் அருகே வந்து, மாதவன் தோழர் கேட்கும்படி சொன்னார்.

''என்னால முடியறதெல்லாம் செஞ்சுட்டேம்பா. வெஷம் முத்தின எனம். கொடிய தாழம்மூர்க்கன். வடாத்தோடன் மனசு வச்சாதான் இனி ஏதாவது நடக்கும்''

வில்லியம் குடேக்கரிலிருந்து குஞ்ஞுப்பிள்ளையும் கூட்டாளிகளும் விஷயம் கேள்விப்பட்டு ஓடிப் பாய்ந்து வந்தனர்.

''அப்படீன்னா இனி கொஞ்சம்கூட தாமதம் வேண்டாம்.'' வேகமா வடாத்தோடத்துக்கு எடுத்துட்டுப் போலாம்என்றார் மாதவன் தோழர்.

தோழரைக் கயிற்றுக் கட்டிலில் படுக்கவைத்து வில்லியம் குடேக்கர் தோழர்கள் தோளில் ஏற்றினார்கள். வடாத்தோடத்துக்கு நான்கைந்து மைல் தூரமிருக்கு. தோழர் மாதவன் வானத்தைப் பார்த்தார். சுட்டெரித்து ஜொலித்துக் கொண்டிருக்கிறது சூரியன்.

ஆகாயத்தை உற்று நோக்கிய நட்சத்திரக் கண்களுடன் தோழர் கிடந்தார். தாழம்சக்கைப் புதரின் சருகுகளுக்கு இடையில் ஓர் அசைவு கேட்டது.

தோழரின் உதடுகளின் இருண்மையில் சிறு வெளிச்சம் பரவியது. அந்த வெளிச்சம் ஆகாயத்தின் ஆழங்களுக்குள் அலையடித்து நுழைந்தது.

மாலையில் பெரிய சுடுகாட்டுக்கு நகர்ந்த இறுதி ஊர்வலத்தில் தோழர்களின் உதடுகள் ஒன்றை மட்டுமே முணுமுணுத்தன

''முன்னேறுங்கள் தோழர்களே!''

வாசுதேவன் உள்ளே வந்தார்.

''வாசிச்சு முடிச்சாச்சா?''

''நீங்க எழுதினது வரைக்கும் வாசிச்சாச்சு, தோழரோட மரணம்வரை''

''மீதிய இன்னிக்கும் நாளைக்குமா எழுதி முடிக்கணும்''

அவர் அருகே வந்து அமர்ந்தார்.

அதைக் கேட்டு அங்கே வந்த திசா, ''எதுக்கு அப்படியொரு தயக்கம்? எழுதி முடிச்சிருக்கலாமே? போறதுக்கு முன்னாடி அதையும் நாங்க வாசிச்சிருக்கலாமே?'' என்றாள்.

''இனியுள்ள கதையோட போக்கு எழுத்தாளனோட கைல இல்லயே? நரைப்படர்ப்புகளுக்கு இடையே சிறு புன்னகை பரவியது.

''ஆமா, கரைப்புறத்தின் இதிகாசம் என்னாச்சு? தில்லிக்குப் போறதுக்கு

முன்னாடியே இவளோட லேப்டாப் திரும்பக் கெடைக்குமா?'' திசா கேட்டாள்.

''எனக்குத் தெரிஞ்சு ஒரு வாய்ப்புமில்ல. சிறப்புப் புலனாய்வுக் குழுவோட கஸ்டடியிலதானே இருக்கு?''

''இவனுங்க இப்படிக் கௌறிப் பாக்க அதுல ஒண்ணும் இல்லயே?'' திசா கோபப்பட்டாள்.

''இருக்கே. இந்தியாவுல இதுவரைக்கும் நடந்த மாவோயிஸ்ட் செயல்பாடுகளைப் பற்றிய முழுத் தகவல்களும். அதுதானே பிரச்சனை''

''அய்யோ, அதெல்லாம் நெட்டிலருந்து சும்மா டௌன்லோடு செஞ்சதுதான்'' என்றாள் அபராஜிதா.

''பொல்லாப்பு ஆயிடுச்சோ சாரங்கீ?'' திசா திடுக்கிட்டாள்.

''தற்சமயம் பொல்லாப்பு ஆகறதாத்தான் தெரியுது'' அவர் ஈரம் படரச் சிரித்தார்.

''லெட்ஸ் சீ''

அபராஜிதா பொருட்படுத்தவேயில்லை.

''ம், நாம பாத்துக்கலாம்''

''அம்மா தூங்கிட்டாங்களா?''

''இல்லை. அவன நெனச்சுக்கிட்டு எந்த நேரமும் பிரார்த்தனைதான். அந்தக் கண்ணு வத்தி நான் பாக்கவேயில்ல''

''அவன் திரும்பி வந்தாலும் கொஞ்ச நாளைக்கு போலீசோட கண்ல படாம கவனமா இருக்கணும். தினாரை ரெண்டு வாரத்துக்கு ரிமாண்ட் செஞ்சிருக்கறதாக் கேள்விப்பட்டேன்''

''அவன் வராம இருக்கறதுதான் சார் நல்லது. அவன் ஒருத்தனால அவ்ளோ அனுபவிச்சாச்சு''

திசாவின் கண்கள் துளிர்த்தன.

'நிரஞ்சன், நீ எங்கயிருக்க?'

அபராஜிதா கேட்டாள்.

'நாம் ஒன்றாக ஒரு பயணம் போக வேண்டாமா? கியூபாவின் சாந்தா கிளாராவுக்கு? நீ ஒரு தடவை சொன்னாயே? சேயின் பூத உடல் பாதுகாக்கப்பட்டிருக்கும் அந்த நினைவிடத்துக்கு...? கியூபா வழியாக, சிலி வழியாக, பொலீவியா வழியாக, பெரு வழியாக... மச்சு பிச்சுவின் உயரங்களுக்கு...?'

'ப்ரம் ஏர் டு ஏர் லைக் ஏன் எம்டி நைட்...'

அவள் முணுமுணுத்தாள்.

'கிளிங் டு மை பாடி லைக் எ மாக்னெட்

ஹேஸ்டன் டு மை வெயின்ஸ் அன்ட் டு மை மௌத்

ஸ்பீக் த்ரூ மை வேர்ட்ஸ் அன்ட் மை ஃப்ளட்'

'என் உடலோடு காந்தமாக நீ சேர்ந்து நில்

வெகுவேகம் என் தமனிகளுக்கும் நாவிற்கும்

என் வார்த்தைகளினுடே, ரத்தத்தினூடே நீ பேசு...'

நெருடாவைப் போல நீயும் நானும்... பூமியின் மலைச்சிகரங்களினூடே.... காற்றிலிருந்து காற்றுக்கு... சூன்யமான வலையினூடே ...

அவள் நினைத்துக் கொண்டிருந்தாள்.

அவனுடைய கண்களில் தங்கியிருந்த வெளிச்சத்தின் தீட்சண்யமான அந்தக் கீற்று...

அவன் எங்கே?

அவளுடைய மனதின் ஆழங்களில் தீட்டப்பட்ட அந்த ஓவியம், அரூபமான திரைச்சீலையில் ஒளிர்ந்தது.

செங்குத்தான அந்த மலையிடுக்கு வழியாக கீழே இறங்கிக் கொண்டிருந்தார் அவர். ஓரோ நதியிலிருந்து வந்த குளிர்க்காற்று அவரைத் தழுவியது. பெனீஞ்ஞோவும் பச்சோவும் தண்ணீர் தேடி எங்கேயோ போய் நீண்ட நேரமாகிறது.

''ஒரு சொட்டுத் தண்ணி... ஒரு சொட்டுத் தண்ணி...''

கொரில்லாப் போராளிகள் அலறினர். ஒரு துளி தண்ணீர் தேடியே அவனும் நடக்கிறான்...

அவர் கைவிட்ட அந்த வெள்ளைக்குதிரை தொண்டை வறண்டு விழுந்து துடித்தது. மிக்கேலும் தாரியோவும் அவர்களின் மூத்திரத்தையே ஒரு தகர டப்பாவில் பிடித்துக் குடிக்கின்றனர். அர்பானோ ஒரு கத்தியையெடுத்து குதிரையின் துடிக்கும் சதையைக் குத்தினான். மாமிசத் துண்டைக் கிழித்தெடுத்து ஆவலோடு மெல்லத் தொடங்கினான்.

அவர் உருளைக்கிழங்கு வயல்களின் வழியாக எங்கோ நடக்கிறார்.

அலீடாவை மறந்து பொலீவியன் வனத்தின் மர்ம அடர்வுகளுக்குள் எங்கேயோ...

காட்டுப் பனைகளினூடே வறண்ட வனப்பாதைகளினூடே தண்ணீர் நிறைத்த தோல்பையுடன் அவள் பின்னால் ஓடி வந்தாள்.

''எர்னஸ்டோ...''

அவள் பின்னாலிருந்து உரக்க அழைத்தாள். அவர் அதைக் கேட்கவில்லை. ஆகாயத்தில் நான்கைந்து போர் விமானங்கள் அவரை வட்டமிட்டுப் பறந்தன. உதிர்ந்து கிடந்திருந்த பனைமட்டைகளுக்கு இடையில் அவள் ஒளிந்தாள். மரங்களின் தணல் பற்றி அவரும் எங்கேயோ ஓடி ஒளிவதைப் பார்த்தவள் மீண்டும் அழைத்தாள்.

''எர்னஸ்டோ...''

நெடும்பாசேரி விமான நிலையத்துக்கான பயணத்துக்கிடையில் திசா கேட்டாள்.

''கரைப்புறத்தின் இதிகாசத்தை நீ எப்படி முடித்திருப்பாய்?''

''தெரியாது. எழுத்தின் வழிகளில் போவதல்லாமல்...'' என்றாள் அவள்.

முன் சீட்டிலிருந்த வாசுதேவன் அவளுடன் உடன்பட்டார்.

''சரிதான். படைப்பு படைப்பாளிக்கு வழி காட்டணும்''

அம்மா பின்சீட்டில் ஒதுங்கியமர்ந்து பிரார்த்தனையில் ஆழ்ந்திருக்கிறார்.

வாசுதேவன் மௌனம் பூண்டார்.

'கொச்சு குஞ்ஞாசானின் விரல் நுனியைப் பிடித்துக்கொண்ட பத்து வயதுக்காரன் சத்யதாசின் பயணம்' திசாவின் நினைவில் வந்தது.

''நீ அங்கேதானே எழுதி நிறுத்தினாய்? அந்தப் பயணத்தின் முடிவு''

''ம்ம்... பெரிய சுடுகாட்டை நோக்கி, ஐக்கிய கேரளப் பிறவிக்குப் பிறகு நடந்த முதல் வாக்கெடுப்பினூடே கம்யூனிஸ்டு அரசாங்கம் அதிகாரத்துக்கு வந்த நாள் அது''

1957 ஏப்ரல் ஐந்து.

காலையில்தான் பதவியேற்பு.

திருவனந்தபுரத்துக்கான பயணத்துக்கு முன்பே புன்னப்புரை பெரிய சுடுகாட்டில், நினைவிடத்தில் மலரஞ்சலி செலுத்துவதற்காக வருகிறார்கள் தோழர்கள்.

அப்பாவின் விரல் பிடித்து சத்யதாஸ் வேகமாக நடந்தான்.

வழி நெடுக சிவப்புத் தோரணங்கள் இளவெயிலில் பறக்கின்றன. வழியோரங்களின் மரக்கொம்புகளிலும் தேக்குத் தூண்களிலும் செங்கொடிகள் பறந்து ஒளிர்கின்றன.

தெற்கிலிருந்து வடக்காக சோற்றுத் தூக்குவாளிகளுடன் கிட்டத்தட்ட ஐம்பது பெண்கள் கூட்டமாக வருகின்றனர். அவர்கள் எல்லோரும் கைலி உடுத்து சிவந்த ஜம்பர் போட்டிருந்தனர்.

''டேராஸ் மெயிலில் வேலைக்குப் போற பொண்ணுங்க. நம்ம தோழர்கள்''

கொச்சுக் குஞ்ஞாசான் சத்யதாசுக்குச் சொல்லிக் கொடுத்தார்.

''லால்சலாம்''

சத்யதாஸ் அவர்களை நோக்கி வீரவணக்கம் செலுத்தினான்.

பெண் தோழர்கள் அவனைப் பார்த்துச் சிரித்தனர்.

செங்கொடியேந்தி கோஷமிட்டபடி கொஞ்சம்பேர் தெற்காகப் பாய்ந்து வந்தனர்.

''தோழர்கள் வர்ற நேரமாச்சா?''ஆசான் கேட்டார்.

''நேரமாச்சான்னா கேக்கறீங்க?''

ஓரிருவர் திரும்பிப் பார்த்தனர்.

''தோ, இப்ப இங்க வந்து சேந்துடுவாங்க''

அவர்களில் ஒருவர் கொச்சு குஞ்ஞாசானை அடையாளம் கண்டுகொண்டு திரும்பி நின்றார்.

''ஆமா, அப்பாவும் மகனுமா எப்பத் தொடங்கின நடை இது?''

ஆசான் சத்யதாசைப் பார்த்துச் சிரித்தார். வந்தவர் அருகிலிருந்தவரைக் காட்டி, ''இது யாருன்னு புரிஞ்சுதா? இவருதான் கொலமரம் தாமோதரன்'' என்றார்.

ஆசான் கையசைத்து வரவேற்றார்.

''ஆமா, என்னத் தெரியலயா?''

அவர் ஆசானைப் பார்த்துக் கேட்டார்.

''நாந்தான் காக்கரியில் பல்குணன். ரொம்ப காலம் ஜெயில்ல கெடந்தேன். புன்னப்புரை முகாமைக் கைப்பற்றப் போனப்போ குத்தீட்டியப் புடிச்சுக்கிட்டு எம்பக்கத்துல நின்னவரு இவரு''

பல்குணன் கொச்சு குஞ்ஞாசானைச் சுட்டிக்காட்டி கொலமரம் தாமோதரனிடம் சொன்னார்.

''உண்மையச் சொன்னா, உங்க பேருகூடத் தெரியாது''

''கொச்சு குஞ்ஞு. கொச்சு குஞ்ஞாசான்னு கூப்புடுவாங்க''

''அப்ப சரி''

கொலமரம் தாமோதரன் வேகமாக நடந்தார்.

பல்குணன் வேகத்தைக் குறைத்தார்.

பட்டாளத்திலிருந்து திரும்பி வந்த புத்தன்பறம்பு தாமோதரன் கொலமரம் தாமோதரனான கதையைச் சொல்லிக்கொண்டே உடன் நடந்தார்.

புன்னப்புரை முகாம் தாக்குதலில் இன்ஸ்பெக்டர் வேலாயுதன் நாடாரைக் கொன்ற வழக்கில் நீதிமன்றம் தாமோதரனுக்குத் தூக்கு தண்டனை விதித்தது. மூன்று தோழர்களுக்கும் தூக்கு உறுதியானது. இரண்டாம் பிரதி சங்கரன் குட்டப்பன். மூன்றாம் பிரதி கிருஷ்ணன் தாமோதரன். இருபத்திரண்டாம் பிரதி பௌலோஸ் பிரஞ்ச்.

சென்ட்ரல் ஜெயில் வாசலில் தோழர் எம்.என்னும், டி.வி.யும் காத்திருந்தனர்.

"தைரியமாகப் போ"

தோழர்கள் முதுகில் தட்டி ஆசுவாசப்படுத்தினர்.

"ஹைகோர்ட்டில நாங்க அப்பீல் கொடுக்கப் போறோம்"

தோழர்கள் கொடுத்த வாக்குறுதியைக் காப்பாற்றினர்.

ஹைகோர்ட் தூக்கு தண்டனையைக் குறைத்து இரட்டை ஆயுள் தண்டனை வழங்கியது. ஒன்றுக்கு பதில் இரண்டு.

"இதுக்குப் பதிலாத் தூக்கு தண்டனையே குடுத்திருக்கலாம்"

சிறையில் பார்க்க வந்த கட்சித் தோழர்களிடம் தாமோதரன் சொன்னார்.

"பலக மேல ஏத்தி ஒரே இழுப்பு. தண்டனை அதோட முடிஞ்சிருக்கும்"

"வருத்தப்படாம இரு. ஏதாவது வழி பண்ணுவோம்" என்றார் தோழர் எம்.என்.

அந்த நேரத்தில் பட்டத்தின் அரசுக்குத் தம் ஆதரவை காங்கிரஸ் விலக்கிக் கொண்டது. பட்டம் ஆதரவு தேடி கம்யூனிஸ்டுகளை அணுகினார்.

கம்யூனிஸ்டு கட்சி மாநிலச் செயற்குழு கூடித் தீர்மானமெடுத்தது.

"ஆதரவு தருகிறோம். ஒரேயொரு நிபந்தனை. புன்னப்புரை - வயலார் போராளிகளை நிபந்தனையின்றி விடுதலை செய்ய வேண்டும்"

"புன்னப்புரை - வயலார் போராளிகளை விடுதலை செய்வதா?"

பட்டம் நெற்றி சுளித்தார்.

"அவங்க செஞ்ச குத்தம் என்னன்னு மறந்துட்டீங்களா?"

"நாட்டுக்காகப் போராடினதுதானா அவங்க செஞ்ச குத்தம்? அவங்க சிந்தின குருதிதான் திருவிதாங்கூரைச் சுதந்திரமாக்கினது. அவர்கள் பலி கொடுத்த உயிர்கள்தான் இந்த நாட்டில ஜனநாயக ஆட்சிமுறை வரக்காரணம். அதை நீங்க மறக்கக்கூடாது"

எம்.என்னின் வார்த்தைகள் தடுமாறின.

''நாளைக்கே தீர்மானம் போடணும். அவங்களைச் சிறையிலிருந்து விடுதலை செய்யணும்''

கொஞ்சநேரம் பட்டம் எதுவும் பேசவில்லை.

''சரி'' சற்று நேரத்திற்குப் பிறகு எம்.என்னைப் பார்த்து கையை நீட்டினார். ''சரி''

''அப்படீன்னா சரி''எம்.என். எழுந்தார்.

''ஆமா, பத்ரோஸ் தோழரைச் சமீபத்துல எங்கயாவது பாத்தீங்களா? தோழரோட நெலமதான் கஷ்டம்''

''சைக்கிள் மேல கயித்துத் தடுக்குகள எடுத்து வச்சுக்கிட்டு ஊர்ஊரா வித்துக்கிட்டுப் போறார். உண்மையச் சொல்லணும்னா இன்னக்கி மந்திரியாக வேண்டிய ஆளு அவரு'' பல்குணன் சொன்னார்.

கொச்சுக் குஞ்சாசான் ஒன்றும் பேசவில்லை. பத்ரோஸ் கட்சியின் செயலாளர் பொறுப்பிலிருந்து ஆராட்டுவழி கிளை உறுப்பினராகத் தரம் இறக்கப்பட்டார். கட்சியின் தவறான கொள்கையைத் தவறான முறையில் நடைமுறைப் படுத்தியதற்காகக் கிடைத்த பெரிய தண்டனை. வெளியேற்றப்பட்ட பிறகும் கட்சி அலுவலகத்துக்கு வருவார். ''எப்படி இருக்கீங்க தோழா?'' என்று யாராவது கேட்டால் எதுவும் பேச மாட்டார். வெறித்துப் பார்த்தபடி அப்படியே உட்கார்ந்திருப்பார். பிறகு அப்படியான வருகையும் நின்று போனது.

''ஒரு காலத்துல கட்சியோட முடிசூடா மன்னனாயிருந்தாரு. கடசீல குத்தீட்டி பத்ரோஸ்ன்ற பேரு மட்டுந்தான் மிச்சம். மனுஷனோட நெலமயெல்லாம் இவ்ளோதான் இல்லியா தோழா?'' பல்குணன் வேதாந்தி ஆனார்.

''தோழர் போனதோட எல்லாம் போச்சு''

ஆசான் பல்குணனைப் பார்த்தார்.

''கிருஷ்ணப்பிள்ளைத் தோழர நெனச்சேன். அவரு உயிரோட இருந்திருந்தா பத்ரோஸ் தோழருக்கு இந்த நெலம வந்திருக்காது. தோழர் காப்பாத்தியிருப்பார்''

''அது சரிதான்''

பல்குணன் தலை குலுக்கினார்.

நான்கைந்து அம்பாசிடர் கார்கள் புன்னப்புரை பெரிய சுடுகாட்டை நோக்கிப் பாய்ந்து சென்றன.

''அதோ தோழர்கள் வந்துட்டாங்க'' பல்குணன் விரைந்து ஓடினார்.

கொச்சுக் குஞ்ஞாசான் சத்யதாசை இறுகப் பற்றினார்.

பெரிய சுடுகாடெங்கும் செங்கொடிகள் பறந்தன. ஆயிரக்கணக்கான தோழர்களின் ஆர்ப்பரிப்புகள்.

ஆசான் சத்யதாசைத் தோளில் ஏற்றினார்.

''மகனே, அங்கப்பாரு. அவர்தான் தோழர் ஈ. எம். எஸ், பக்கத்துல நிக்கறவரு தோழர் டி. வி., அப்பறம் சி. அச்சுதமேனன், தோழர் கே. ஆர். கௌரி...''

ரத்தசாட்சிகளின் நினைவிடத்தில் மலரஞ்சலி செய்கின்றனர் தோழர்கள்.

''எத்தனை மணிக்குப் பதவியேற்பு?'' யாரோ கேட்டார்கள்.

''பத்தரைக்கு''ஆசான் சொன்னார்.

ஈ.எம்.எஸ். உம் தோழர்களும் நினைவிடத்தை நோக்கி நடந்தனர்.

''அதோ, அங்கே...''

கொச்சுக் குஞ்ஞாசான் அவனைத் தோளில் உட்கார வைத்தார்.

''அங்கேதான் தோழரின் நினைவிடம்''

தோழரின் நினைவிடத்தின் அருகே நின்று ஈ. எம். எஸ். உம் தோழர்களும் கரம் உயர்த்தினர்.

அதைக் கண்ட சத்யதாசின் விரல் நுனிகளுக்கும் ஆவேசம் படர்ந்து ஏறியது. அவனும் ஆகாயத்தைப் பார்த்து கை சுருட்டி வீசினான்.

''இன்குலாப் சிந்தாபாத்!''

விமான நிலைய வாசல் வழியாக உள்ளே நடப்பதற்கிடையில் அபராஜிதா திரும்பி நின்றாள்.

''உங்களோட நாவலுக்கு சரியான பேரு நான் சொல்லட்டுமா?''

வாசுதேவன் ஆவலாகப் பார்த்தார்...

''உஷ்ணராசி. கரைப்புறத்தின் இதிகாசம். நான் பறிச்செடுத்தேனில்ல. அதுக்குப் பதிலா'' அவள் கையசைத்தாள்.

வாசுதேவன் திரும்பி நடந்தார்.

வெளியே டிவியின் முன்னால் ஒரு சிறு கூட்டம்.

அவர் எட்டிப் பார்த்தார்.

சத்தீஸ்கட்டில் மாவோயிஸ்ட்டுகளுக்கும் பாதுகாப்புப் படையினருக்குமான மோதல்

பத்துக்கும் மேற்பட்ட மாவோயிஸ்ட்டுகள் கொல்லப்பட்டனர். வெளியேறும்

வேளையில் டி.வியில் தெரிந்த காட்சி கண்முனையில் தங்கி நின்றது.

குண்டடிபட்டு விழுந்து கிடக்கும் மாவோயிஸ்டுகள். அதிலொரு இளைஞனுக்கு சே குவேராவின் முகச்சாயல் இருக்கிறதோ?

முன்னால் வைத்த காலடிகள் வாசுதேவனைத் தளைத்துவிட்டன.

'சே' வின் முகமொத்த அந்த இளைஞன்...

பார்த்துக் கொண்டிருக்கும்போதே அந்தக் காட்சி மறைந்தது.

காருக்குள் அம்மா அப்போதும் பிரார்த்தனையில் இருக்கிறாள்.